தமிழ் அறிஞர்கள்

ஜனனி ரமேஷ்

சட்டம், இலக்கியம், வரலாறு, வர்த்தகம், அரசியல், இதழியல் என்று பல துறைகளில் பட்டங்கள் பெற்றவர். தனது பதினான்காம் வயதில் அவர் எழுதிய முதல் சிறுகதை கோகுலம் இதழில் வெளிவந்தது. வானொலியில் இவருடைய சிறுகதைகள், கவிதைகள், பிரபலங்களுடனான நேர்காணல் ஆகியவை ஒலிபரப்பாகியுள்ளன. இதயம் பேசுகிறது, ஜூனியர் போஸ்ட், விகடன் பேப்பர், நாணயம் விகடன், அமுதசுரபி, ஆழம் உள்ளிட்ட இதழ்களில் இவருடைய படைப்புகள் வெளிவந்துள்ளன. பல்வேறு விருதுகளைப் பெற்றிருக்கிறார்.

ஆசிரியரின் பிற நூல்கள் :

இந்திய சீனப் போர் (மொழிபெயர்ப்பு)

ஜூலியஸ் சீசர்

முசோலினி

இந்திய அரசியல் வரலாறு (மொழிபெயர்ப்பு)

தெலங்கானா

தலாய் லாமா

தமிழ்

அறிஞர்கள்

ஜனனி ரமேஷ்

கிழக்கு

தமிழ் அறிஞர்கள்
Thamizh Aringnargal
by *Jhanani Ramesh* ©

First Edition: December 2018
440 Pages
Printed in India.

ISBN: 978-93-86737-47-2
Kizhakku 1114

Kizhakku Pathippagam
177/103, First Floor,
Ambal's Building, Lloyds Road,
Royapettah, Chennai - 600 014.
Ph: +91-44-4200-9603

Email : support@nhm.in
Website : www.nhm.in

kizhakkupathippagam
kizhakku_nhm

Author's Email: writerjhananiramesh@gmail.com

Kizhakku Pathippagam is an imprint of New Horizon Media Private Limited

சமர்ப்பணம்

அம்மா ஜெயலக்ஷ்மி, அப்பா கிருஷ்ணமூர்த்தி இருவருக்கும்

உள்ளே

முன்னுரை

நெடுந்தமிழ், விளிவில்தமிழ், முத்தமிழ், மட்டுத்தமிழ், வெல்தமிழ், ஒண்தமிழ், முதுதமிழ், சொற்றமிழ், செய்தமிழ், வளமார்தமிழ், வண்டமிழ், இந்தமிழ், செல்தமிழ், நற்றமிழ், கிளர்தமிழ், படிதமிழ், எண்தமிழ், அருந்தமிழ், பெருந்தமிழ், முறைத்தமிழ், வெண்தமிழ், செந்தமிழ், பெரியதமிழ், நந்தமிழ், எந்தமிழ்; தீந்தமிழ், கோல்தமிழ், வளர்தமிழ், செழுந்தமிழ், பைந்தமிழ், உயர்தமிழ், குளிர்தமிழ், பண்தமிழ், பழுத்ததமிழ், கனிதமிழ், விரிதமிழ், தொழுதமிழ், பசுந்தமிழ், நிறைதமிழ், உயிர்தமிழ், கன்னித்தமிழ், வளர்தமிழ் என்று தாயாகவும், கன்னியாகவும், தெய்வமாகவும் பல்வேறு அடைமொழிகளுடன் போற்றிப் பாராட்டும் பெருமை பெற்றது தமிழ் மொழி. தமிழ், சமஸ்கிருதம், ஹீப்ரு, சீனம், கிரேக்கம், லத்தீன் ஆகிய பண்டைய செம்மொழிகளுள் பல்லாயிரம் ஆண்டுகளுக்கும் மேலாக இன்றைக்கும் தொடர்ந்து பேச்சு மொழியாக இருக்கும் மொழிகளுள் தமிழ் குறிப்பிடத்தக்கது. ‘உன் சீரளமைத் திறம் வியந்து வாழ்த்ததுமே’ என்றும் மனோன்மணியம் சுந்தரம் பிள்ளை தமிழின் இளமையை வாழ்த்திப் பாடியது சாலப் பொருத்தமே.

எழுத்து, சொல், பொருள், யாப்பு, அணி என ஐந்து இலக்கணம் கொண்ட மொழி தமிழ். அனலிலும் புனலிலும் தப்பி நமக்குக் கிடைத்த தமிழின் முதல் இலக்கண நூலான ‘தொல்காப்பியம்’ கடைச் சங்க நூலாகும். தொல்காப்பியத்தின் காலமே மூவாயிரம் ஆண்டுகளுக்கு முன்பெனில் தமிழ் மொழியின் தொன்மையைக் கால வரையறைகளுக்கு உட்படுத்துவது இயலாத செயல். கடல் கொண்ட தென் கோடித் தமிழ் நிலத்தில், முதல் சங்கத்தின் காலம்,

சற்றேறக்குறைய கிமு 10,000 - 7,000 ஆண்டுகளுக்கு முன்பு என்பது ஆய்வாளர்களின் ஒருமித்த கருத்து. இத்தகைய பெருமைமிகு தமிழ் மொழியைத் தாய்மொழியாக நாம் பெற்றது நற்பேறு எனில் மிகையில்லை.

எட்டுத் தொகை, பத்துப்பாட்டு உள்ளிட்ட பதினெண் மேல்கணக்கு நூல்களும், திருக்குறள், நாலடியார் உள்ளிட்ட பதினெண் கீழ்க் கணக்கு நூல்களும், சிலப்பதிகாரம், மணிமேகலை, சீவக சிந்தாமணி உள்ளிட்ட காப்பியங்களும், தேவாரம், திருவாசகம், திவ்வியப் பிரபந்தம், திருமந்திரம், திருவருட்பா, கந்த புராணம், பெரிய புராணம், திருவிளையாடல் புராணம், கம்ப இராமாயணம், வில்லி பாரதம் உள்ளிட்ட பக்தி இலக்கியங்களும், தொல்காப்பியம், நன்னூல் உள்ளிட்ட இலக்கணங்களும் மூச்சு முட்டும் அளவுக்குத் தமிழில் குவிந்துள்ளன. அகத்தியரின் தலைமையில் கூடிய முதல் சங்க காலம் தொடங்கி இன்றைய நவீன காலம் வரை தமிழுக்கு அணி சேர்த்தவர்களும் வளர்த்தவர்களும் எண்ணிலடங்கா.

தமிழறிஞர்கள் என்ற பொதுவான தலைப்பில் எழுதத் தீர்மானித்த போது எங்கிருந்து, யாரிடமிருந்து ஆரம்பிப்பது என்பதில்தான் சிக்கல் இருந்தது. நீண்ட யோசிப்பு, நண்பர்களுடனான ஆலோசனைகளுக்கு பிறகு பத்தொன்பதாம் நூற்றாண்டு முதல் அதாவது தமிழ்த் தாத்தா உ.வே.சாமிநாத ஐயரின் ஆசிரியரான மகாவித்வான் மீனாட்சி சுந்தரம் பிள்ளை தொடங்கி எழுதலாம் என்று முடிவெடுத்தோம். இந்தப் பட்டியலே 100ஐத் தாண்டியது.

தமிழறிஞர்களின் பட்டியலிலிருந்து யாரைத் தேர்வு செய்வது என்று தடுமாறிய நிலையில், சட்டமன்றத் தேர்தலுக்கான வேட்பாளர் தேர்வின்போது பேரறிஞர் அண்ணா கூறியதுதான் நினைவுக்கு வந்தது 'திருமணம் உள்ளிட்ட நிகழ்ச்சிகளுக்குச் செல்ல எந்தப் பட்டுப் புடவையைக் உடுத்திக் கொள்வது என்று தவிக்கும் பெண்மணி கடைசியில் சில பட்டுப் புடவைகளைத் தேர்ந்தெடுப்பார். சிலவற்றைத் தேர்ந்தெடுப்பதால் மற்ற பட்டுப் புடவைகள் வேண்டாம் என்றோ ஒதுக்குவது என்றோ அர்த்தமில்லை. கட்டாயம் அடுத்தடுத்து நிகழும் மங்கல நிகழ்ச்சிகளுக்கு விட்டுப் போன மற்ற பட்டுப் புடவைகளைக் கட்டாயம் தேர்வு செய்வார். அதைப்போல இந்தத் தேர்தலுக்குச் சிலரை வேட்பாளராகத் தேர்ந்தெடுத்துள்ளேன். அடுத்தடுத்து தேர்தல்கள் வரும்போது மறக்காமல் மற்றவர்களுக்கு வாய்ப்பளிப்பேன்' என்றாராம். அதேபோல நானும் இந்த நூலுக்காக இப்போதைக்கு 36 தமிழறிஞர்களைத் தேர்ந்தெடுத்துள்ளேன். இதன் தொடர்ச்சியாக

இரண்டாம் பாகம் எழுதும்போது நிச்சயம் விடுபட்ட ஏனைய தமிழறிஞர்களின் சிறப்பையும் பதிவு செய்வேன்.

ஒவ்வொரு தமிழறிஞரும் தமிழ் என்னும் தங்க மகுடத்தில் ஜொலிக்கும் வைரங்களாகத் தனித்தன்மை கொண்டவர்களாகத் திகழ்கின்றனர். அவரவர் தளத்தில், அவரவர் கோணத்தில், சாதித்த பெருந்தகைகள். தமிழறிஞர்களை எடை போடும் தகுதியோ அறிவோ எனக்கு இல்லை. கம்பன் கூறுவதுபோல் திருப்பாற் கடலின் பால் முழுவதையும் குடிக்க முயற்சி செய்யும் சிறு பூனையாகவே என்னை உணர்கிறேன்.

மதம், இனம் கடந்து தமிழை மட்டுமே நேசித்தும், வாசித்தும், சுவாசித்தும் வாழ்ந்த 36 தமிழறிஞர்கள் இந்நூலில் இடம் பெறு கின்றனர். அவர்களைப் பற்றிய சிறு விளக்கம்:

மகாவித்வான் என்று புகழப்படும் மீனாட்சிசுந்தரம் பிள்ளை இலட்சம் பாடல்களுக்கும் மேல் இயற்றியதாகத் தெரிகிறது. ஆனால், நமக்குக் கிடைத்தவை சில நூறு மட்டுமே. இவர் பாடிய கோயில் களின் தல புராணங்கள் அவற்றின் தொன்மையையும் பெருமையை யும் நமக்குப் பறைசாற்றுகின்றன. இவரது தலைமை மாணாக்கர் தமிழ்த் தாத்தா உ.வே.சாமிநாத ஐயரின் குறிப்புகளே மகாவித்வான் மீனாட்சி சுந்தரம் பிள்ளையின் வரலாறுக்குச் சான்றாக உள்ளன.

அனலாலும் புனலாலும் கறையானாலும் அழியும் நிலையில் இருந்த சங்க இலக்கியங்கள், சிலப்பதிகாரம், மணிமேகலை உள்ளிட்ட பழந்தமிழ் ஏடுகளைத் தேடிக் கண்டுபிடித்துத் தமிழ் அன்னைக்கு ஆரம் சூட்டவே உ.வே.சாமிநாத ஐயருக்கு இறைவன் நீண்ட ஆயுளைக் கொடுத்தான் போலும். இதனைக் கருத்தில் கொண்டே உ.வே.சா. அவர்களின் சுயசரிதையை 'என் சரித்திரம்' என்ற தலைப்பில் 'ஆனந்த விகடன்' இதழில் வெளியானபோது 'தமிழ்த் தாத்தா' என்ற பட்டம் சூட்டித் தமிழுலகம் மகிழ்ந்தது. சமீபத்தில் நடைபெற்ற நிகழ்ச்சியில் தமிழ்த் தாத்தா உ.வே.சாமிநாத ஐயர் குறித்து உரையாற்றிய கவிப்பேரரசு வைரமுத்து அவரை 'மொழி காத்தான் சாமி' என்று போற்றிப் புகழ்ந்தது சாலச் சிறந்ததாகும்.

உ.வே.சா அவர்களின் 'என் சரித்திரம்' மற்றும் அவரது மாணவர் வாகீச கலாநிதி கி.வா.ஜகந்நாதன் எழுதிய 'என் ஆசிரியர் பிரான்' நூல்கள் வழியே தமிழ்த் தாத்தாவின் முழுமையான வரலாறு நமக்குக் கிடைத்துள்ளது. கிரேக்க நாட்டுத் தத்துவ ஞானிகளான சாக்ரடீஸ் - பிளாட்டோ - அரிஸ்டாட்டில் போன்று தமிழுக்கு அரும்பணி ஆற்றிய மீனாட்சி சுந்தரம் பிள்ளை - உ.வே.சாமிநாத

ஐயர் - கி.வா.ஜகந்நாதன் என மூன்று தலைமுறை குரு சிஷ்யப் பரம்பரை தமிழ் இலக்கிய உலகுக்கு அரிதான நிகழ்வாகும்.

பழந்தமிழ் ஏடுகளைத் தேடிக்கண்டுபிடித்துப் பதிப்பித்த பெருமை உ.வே.சா. அவர்களையே சேரும் என்றாலும் அவருக்கு முன்னோடியாகத் திகழ்ந்தவர் யாழ்ப்பாணம் சி.வை.தாமோதரம் பிள்ளை. ஆயிரக்கணக்கான ஆண்டுகள் பழமையுள்ள 'ஒல்காப் புகழ் பெற்ற தொல்காப்பியம்', வீரசோழியம், இறையனார் அகப் பொருள் மற்றும் கலித்தொகை ஏடுகளைத் தேடிக் கண்டுபிடித்து அச்சேற்றினார். இவர் தொடக்கத்தில் சைவராகவும் பின்னர் கிருத்தவராகி மீண்டும் சைவத்தை ஏற்றுக்கொண்டதாகக் கூறப் படுகிறது. முதன் முதலில் ஏடுகளைத் தேடிக்கண்டுபிடித்து அச்சேற்றிய பெருமை இவரையே சேரும் என்றாலும் ஒரு கட்டத்தைத் தாண்டி அவரால் தொடர்ந்து பயணிக்க முடியவில்லை. இருப்பினும் உ.வே.சா. அவர்களின் பதிப்புத் துறைப் பணிக்கு முன்னோடி என்ற வகையில் அவரது வரலாறும் முக்கியத்துவம் பெறுகிறது.

விடுதலைப் போராட்ட வீரராகவே அறியப்பட்ட வ.வே.சு ஐயர் மிகச் சிறந்த தமிழறிஞர் என்பது பரவலாக அறியப்படாத செய்தி. கம்ப இராமாயணத்தை முதன் முதலில் ஆங்கிலத்தில் மொழி பெயர்த்தது இவர்தான். இலத்தீன், ஹீப்ரூ, கிரேக்கம், ஆங்கிலம், ஃப்ரெஞ்ச் உள்ளிட்ட பத்துக்கும் மேற்பட்ட மொழிகள் தெரிந்த மேதை. சேரன்மாதேவியில் இவர் நடத்திய குருகுலத்துக்கு காங்கிரஸ் நிதி உதவி அளித்தது. அப்போது அக்கட்சியின் பொருளாளராக இருந்தவர் பெரியார். ஐந்து பத்துக் காசுக்கும் கூடக் கணக்குக் கேட்கும் இயல்புடைய பெரியார் சேரன்மாதேவி கணக்கு வழக்கு குறித்து வ.வே.சுவிடம் விவரம் கேட்டதில் வியப்பொன்றும் இல்லை.

'சொந்த வேலைக்காகவா பணம் பெறுகிறேன் சமூகப் பணிக்குத் தானே. இதற்கு நான் ஏன் கணக்குச் சொல்லவேண்டும்' என்று வ.வே.சு. முரண்டு பிடித்தார். ரூ 10,000/- எனில் ஈ.வெ.ரா. கையெழுத்திட வேண்டும் என்ற நிலையில், அவருக்குத் தெரியாமல் வ.வே.சு ரூ 5000/- மட்டுமே மற்றொருவர் கையெழுத்திடப் பெற்றுக் கொண்டாராம். தனக்குத் தெரியாமல் வ.வே.சு. பணம் பெற்றுக் கொண்டது கூட பெரியாரின் கோபத்துக்குக் காரணமாக இருக்கலாம்.

தனிப்பந்தி போட்டால் மட்டுமே நன்கொடை என்ற நிபந்தனை யுடன் பணம் கொடுத்ததால், சில பிராமணர்களின் வீட்டுப் பிள்ளைகளுக்குத் தனிப் பந்தி போடப்பட்டது. உண்மை நிலைமை இவ்வாறு இருக்க பிராமணர்களுக்கு மட்டுமே சுடச் சுட உணவு பரிமாறப்பட்டது என்றும் மற்றவர்களுக்கு பழைய சோறு

வழங்கப்பட்டது என்றும் ஆதாரமற்ற தகவலை பெரியார் மற்றும் வரதராஜுலு நாயுடுவிடம் ஓமந்தூர் ராமசாமி ரெட்டியாரின் மகன் சொன்னதாகக் கூறப்படுகிறது.

பிரச்னை பூதாகரமாக வெடிக்க இதுவே காரணமானது. மகாகவி பாரதியார் தலித்தாகப் பிறந்த கனகலிங்கத்துக்குப் பூணூல் அணித்த நிகழ்ச்சிக்குத் தலைமை தாங்கி நடத்தியவரே வ.வே.சு. ஐயர் என்பது பலருக்குத் தெரியாத செய்தி. இருப்பினும் சாதி வேற்றுமை பார்க்கிறார் என்னும் சதி வலையில் வ.வே.சு. சிக்கிக்கொண்டது காலத்தின் கோலம். மகாத்மா காந்திஜி தலையிட்டும் வ.வே.சு. விளக்கமளிக்க மறுத்ததும் ஒருவகையில் அவருக்குப் பாதகமாகவே அமைந்துவிட்டது.

வ.வே.சுவின் போதாத காலம் அம்பாசமுத்திரம் அருவியில் குளிக்கச் சென்றபோது கால் வழுக்கி விழுந்த மகளைக் காப்பாற்றப் போக அவரும் அருவியில் மூழ்கி இறந்தார். இதில் சுவாரஸ்யமான விஷயம் என்னவென்றால் வ.வே.சுவின் மறைவு குறித்து பெரியார் தனது குடியரசு இதழில் அவரது தன்னலமற்ற தியாகத்தையும் சாதி பேதம் பார்க்காத குணத்தையும் பாராட்டி ‘இரங்கல்’ கட்டுரை எழுதியதுதான். யாராக இருப்பினும் நேருக்கு நேர், ஒளிவு மறைவின்றிப் பேசும் இயல்புடையவர் பெரியார் என்பதால், இறந்தவருக்கு எழுதும் வழக்கமான இரங்கல் கட்டுரையாக இதைக் கொள்ள முடியாது. வ.வே.சுவின் தனிப்பந்திக்கான நிர்பந்தமும் பெரியாரின் குற்றச்சாட்டுக்கான காரணமும் இருவருக்கு மட்டுமே வெளிச்சம் என்ற முடிவுக்குத்தான் வர வேண்டி உள்ளது.

தமிழ்த் தென்றல் திரு.வி.கல்யாணசுந்தரனார் தமிழறிஞர் என்பதுடன் அரசியல்வாதி மற்றும் இந்தியாவில் முதல் தொழிற்சங்கத்தைத் தொடங்கிய தலைவரும்கூட. தமிழகத்தின் தொடக்க கால காங்கிரஸ் என்பது நாயக்கர் (பெரியார்), நாயுடு (வரதராஜுலு நாயுடு), முதலியார் (திரு.வி.க) ஆகிய மூவரும் என்பதால் அவரது பன்முகத்தன்மை முக்கியத்துவம் பெறுகிறது.

திரு.வி.கவின் முக்கிய மாணவர்கள் ஒருவர் அ.சா.ஞானசம்மந்தம்.

மற்றொரு மாணவரான மு.வரதராசனார் எழுதிய திருக்குறள் உரை இலட்சக்கணக்கான பிரதிகள் விற்பனையாகிச் சாதனை படைத்துள்ளது. தமிழறிஞர்கள் பெரும்பாலும் நாவல்களில் ஆர்வம் செலுத்துவ தில்லை. ஆனால் மு.வ. சற்றேறக் குறைய 13 நாவல்களை எழுதியதுடன் ‘அகல் விளக்கு’ நாவலுக்கு சாஹித்ய அகாதமி விருதையும் பெற்றார்.

தமிழ் இலக்கியத்துக்குக் கணிசமான அளவில் வெளிநாட்டவர் களும் பங்களித்துள்ளனர். திருக்குறள், நாலடியார், திருவாசகம்

ஆகியவற்றுக்கு உரை கண்டவரும், தனது கல்லறையில் 'தமிழ் மாணவன்' என்று பொறிக்கவேண்டும் என்று விரும்பியவருமான 'ஜி.யு.போப்' குறிப்பிடத்தக்கவர். திருக்குறளின் பெருமை உலகெங்கும் பரவியதற்கு இவரது திருக்குறள் ஆங்கில மொழி பெயர்ப்பே காரணம் எனில் மிகையில்லை.

உயர்திணை, அஃறிணை என்னும் இலக்கண வகுப்பு முறை தமிழுக்கு மட்டுமே உள்ள சிறப்பு என்றும், கிரேக்கம், ஹீப்ரு ஆகிய உயர் செம்மொழிகளில் காணப்படும் சில சொற்களின் வேர் சொற்கள் தமிழ் என்பதையும் கண்டறிந்த அறிஞர் 'ராபர்ட் கால்ட்வெல்' ஆய்வுக்குத் தமிழுலகம் கடமைப்பட்டுள்ளது.

'மனோன்மணியம்' என்னும் முதல் தமிழ் நாடக நூலை இயற்றிய காரணத்தால் மனோன்மணியம் சுந்தரம் பிள்ளை என்றே அழைக்கப் படுகிறார். அதில் இடம் பெறும் 'நீராருங் கடலுடுத்த' என்னும் பாடல் தமிழ்த் தாய் வாழ்த்தாக தமிழக அரசால் அங்கீகரிக்கப் பட்டிருப்பது குறிப்பிடத்தக்கதாகும்.

நூறாண்டு கடந்த நிலையிலும் இன்னும் மக்கள் மனத்தில் நீங்காது இடம் பிடித்துள்ள மகாகவி பாரதியார் மற்றும் புரட்சிக் கவிஞர் பாரதிதாசன் இன்றி தமிழறிஞர்கள் நூலை நிறைவு செய்வது இயலாத செயல். பெரியாரின் நண்பராகவும் பகுத்தறிவாதியாகவும் அறியப்படும் பாரதிதாசன் எழுதிய முதல் பாடல் 'எங்கெங்கு காணினும் சக்தியடா, ஏழு கடல் அவள் வண்ணமடா' என்று ஆதி பராசக்தியைப் போற்றும் ஆன்மிகப் பாடலாகும்.

மகாகவியின் நெருங்கிய நண்பரும் வ.உ.சி. தொடங்கிய கப்பல் நிறுவனத்தின் நிர்வாகச் செயலராவும், அவரது வழக்கறிஞராகவும், மகாத்மா காந்தியடிகளைத் தென் தமிழகத்துக்கு முதன் முதலாக அழைத்து வந்தவருமான நாவலர் சோமசுந்தர பாரதியாரின் தமிழ், அரசியல் மற்றும் சமூகப் பணிகள் குறிப்பிடத்தக்கவை.

'தமிழன் என்று சொல்லடா, தலை நிமிர்ந்து நில்லடா', 'கத்தி இன்றி ரத்தமின்றி, யுத்தம் ஒன்று வருகுது', 'தமிழன் என்றோர் இனமுண்டு, தனியே அவர்க்கொரு குணமுண்டு' உள்ளிட்ட புகழ் பெற்ற பாடல் வரிகளுக்குச் சொந்தக்காரர். இந்திய விடுதலைப் போரில் மகாகவி பாரதிக்குப் பிறகு சுதந்திரப் பாடல்களைப் பாடி மக்களை ஈர்த்தவர் என்பதுடன் தமிழகத்தின் முதல் அரசவைக் கவிஞர் என்னும் பெருமையையும் பெற்றவர் நாமக்கல் இராமலிங்கம் பிள்ளை.

பெரும்பான்மை ஆதீனங்கள் மடத்தை விட்டு வெளியே வருவ தில்லை. அவ்வாறு வந்தாலும் தமிழ் நூல்கள் வெளியிடுவது, கோயில் குடமுழுக்கு உள்ளிட்ட விழாக்களில் கலந்து கொள்வது

ஆகிய ஆன்மிகப் பணிகளுடன் நிறுத்திக் கொள்வார்கள். ஆனால் சற்றே வித்தியாசமாக சைவ மடத்தின் ஆதீனமாக இருந்து கொண்டு எழுத்தாளராகவும் பேச்சாளராகவும் தமிழ்ப் பணியுடன் சமுதாயப் பணியையும் ஆற்றியவர் தவத்திரு குன்றக்குடி அடிகளார். சாதி பேதமற்ற சமூகப் பணியின் காரணமாக பெரியாரின் அன்பையும் பெற்ற ஆன்மிகவாதி.

வடமொழியின் தாக்கமின்றி எந்தவொரு இந்திய மொழியும் இயங்க இயலாது என்ற கூற்றை உடைத்தெறிந்து தனித்து இயங்கும் திறன் தமிழுக்கு உண்டு என்று சான்றுகளுடன் விளக்கியவர், தமிழுக்குச் 'செம்மொழி' என்னும் தகுதி வழங்கப்பட வேண்டும் என்று முதன் முதலில் குரல் கொடுத்தவர் வி.கோ.சூரியநாராயண சாஸ்திரியார். தனது இயற்பெயரைப் பரிதிமாற் கலைஞர் என்று மாற்றிக்கொண்ட இவரது தமிழ்ப்பணி அளப்பரிது. ஐம்பெருங் காப்பியங்களுள் ஒன்றான சீவக சிந்தாமணியில் 'கன்னி மங்கையர் தாமரைக்கணாற் பருக' என்னும் வரிக்குப் பெரும்பான்மை புலவர்கள் 'தாமரை போன்ற கண்களால் பார்த்தனர்' என்ற ஒரேயொரு பொருளை மட்டுமே கூறி வந்தனர். ஆனால் பாடம் எடுத்த சாஸ்திரியாரோ மேற்கண்ட வரிகளுக்கு கூடுதலாக இரு விளக்கங்களை அளித்து மாணவர்களை அசத்தினார். பெண் என்பதால் வெளிப்படையாகப் பார்க்க வெட்கப்பட்டுத் 'தாம் + அரை + கண்களால் பார்த்தனர்' அதாவது ஜாடையாக அரைக் கண்ணால் பார்த்தனர் என்றும் 'தாம் + மரை + கண்ணால் பார்த்தனர்' அதாவது மானின் மருளும் கண்களால் பார்த்தனர் ('மரை' என்பதற்கு 'மான்' என்ற பொருளும் உண்டு) என்று சொன்னபோது மாணவர்கள் மட்டுமின்றி தமிழறிஞர்களும் 'ஆகா இதுபோன்ற ஒரு விளக்கத்தை இதுவரை கேட்டதில்லையே' என்று பாராட்டி மகிழ்ந்தனர்.

தமிழ் மீதுள்ள பற்று காரணமாக 'வேதாசலம்' என்ற தனது இயற்பெயரை மறைமலை என்று மாற்றிக் கொண்ட தனித் தமிழ் இயக்கம் கண்ட மறைமலை அடிகள் இந்நூலுக்கு அணி சேர்க்கிறார். வள்ளலார் இயற்றியவை அருட்பாக்களா மருட்பாக்களா என்ற சர்ச்சை எழுந்த போது, அவை 'அருட்பாக்களே' என்பதை வலியுறுத்தி மெய்ப்பிப்பதில் மறைமலை அடிகள் தீவிர முனைவுகளை மேற்கொண்டார்.

விடுதலைப் போராட்ட வீரராக மட்டுமே அறியப்பட்ட செக்கிழுத்த செம்மல், கப்பலோட்டிய தமிழன் வ.உ.சிதம்பரம் பிள்ளை மிகச் சிறந்த தமிழறிஞரும் ஆவார். கவிதை வடிவிலான அவரது வாழ்க்கை வரலாற்றிலிருந்தே, சுதந்திரப் போராட்டத்தில் அவர் பட்ட துன்பங்களையும் துயரங்களையும் அறிந்து கொள்கிறோம்.

திலகரின் சீடராக இருந்த வ.உ.சியால் பின்னாளில் விடுதலைப் போரில் ஈடுபட்ட மகாத்மாவின் தலைமையை ஏற்க முடியவில்லை. காங்கிரஸிலிருந்து முற்றிலும் ஒதுங்கிக் கொள்ளாமல், பெரியாருடன் இணைந்து நீதிக் கட்சிக்கும் தனது பங்களிப்பை வழங்கினார். இருப்பினும் கடைசி 15 ஆண்டுகள் வ.உ.சி வறுமையில் வாடினார். சிறந்த வழக்கறிஞராகவும் விடுதலைப் போராட்ட வீரராகவும் வலம் வந்த வ.உ.சியின் தியாகமும் மரணமும் கவனிப்பாரற்றுப் போனது.

வ.உ.சியின் மரணம் குறித்து ஈ.வெ.ரா. விடுத்த இரங்கல் அறிக்கையில் 'பிராம்மணராக இல்லாத காரணத்தால்தான் வ.உ.சியைக் காங்கிரஸ் கைவிட்டது' என்று ஆதங்கப்பட்டார். ஆனால் அதே நீதிக் கட்சியில் அங்கம் வகித்தவரும், பெரியாருடன் நெருக்கமாக இருந்தவருமான முத்தமிழ்க் காவலர் கி.ஆ.பெ.விஸ்வநாதம் 'காங்கிரஸிலும், பின்னர் நீதிக் கட்சியிலும், திராவிடர் கழகத்திலும், செல்வாக்குடன் இருந்த நாயக்கர் (பெரியார்), முதலியார் (திருவிக), நாயுடு (வரதராஜுலு) ஆகியோர் நினைத்திருந்தால் வறுமையின் பிடியிலிருந்து வ.உ.சியை விடுவித்து வளமான வாழ்க்கையை அவருக்கு அமைத்துக் கொடுத்திருக் கலாம்' என்று கூறினார். காங்கிரஸ், நீதிக் கட்சி இரண்டுமே வ.உ.சியைக் கண்டுகொள்ளவில்லை என்பதே கசப்பான நிஜம்.

கிட்டத்தட்ட தமிழகமே மறந்துபோன வ.உ.சிதம்பரம் பிள்ளையின் தியாகத்தைக் 'கப்பலோட்டிய தமிழன்' நூல் மூலம் மீண்டும் நினைவுபடுத்தியதுடன், கம்பன் விழாவுக்கு இணையாக சிலப்பதிகார விழாவைத் தமிழகமெங்கும் எடுத்த பெருமைக்கும் உரியவர் சிலம்புச் செல்வர் ம.பொ.சிவஞானம். ஆங்கிலேயர்களை எதிர்த்து வீரமுழக்கமிட்ட பாஞ்சாலங்குறிச்சி வீரபாண்டிய கட்டபொம்மனை தமிழுலகம் அறியச் செய்த பெருமையும் ம.பொ.சிக்கே உண்டு. செவிவழிக் கதையாகவே அறியப்பட்ட கட்டபொம்மனின் சிறப்புகளை ஆய்வு செய்து இவர் வெளியிட்ட நூலை ஆதாரமாக வைத்தே பின்னாளில் சிவாஜி நடிப்பில் வீரபாண்டிய கட்டபொம்மன் திரைப்படம் உருவானது.

ம.பொ.சிவஞானத்தைப் பற்றி எழுதும்போது அவருடன் சமகாலத்தில் வாழ்ந்த பல தமிழறிஞர்களுள் முக்கியப் பங்கு வகித்தவர் மா.இராசமாணிக்கனார். இருவருக்கும் அடிக்கடி நிகழ்ந்த கருத்து மோதல்களில் முக்கியமானது 'தமிழர் திருமணங்களில் தாலி' என்பதுதான். தாலி கட்டும் பழக்கம் பழந்தமிழர் நாகரிகங்களில் 'இல்லை' என்று மா.இராசமாணிக்கனாரும், தாலி கட்டும் பழக்கம் 'உண்டு' என்று ம.பொ.சிவஞானமும் நிகழ்த்திய கருத்துப் போர் இலக்கிய ரசிகர்களுக்கு விருந்தாக அமைந்தது.

ஆரியக் காப்பியமான வால்மீகியின் இராமாயணத்தைத் தழுவித் தமிழில் கம்பன் எழுதிய இராமாயணம் திராவிடப் பாரம் பரியத்துக்கு, குறிப்பாகத் தமிழ்ப் பண்பாட்டுக்கு எதிரானது என்ற கொள்கையின் அடிப்படையில் பேரறிஞர் அண்ணா கம்ப இராமாயணத்தைக் கொளுத்தத் துணிந்தார். மேலும் 'கம்ப ரசமா காம ரசமா?' என்ற தலைப்பில் நூலையும் வெளியிட்டுப் பரபரப்பை ஏற்படுத்தினார். சென்னை சட்டக் கல்லூரியில் நடைபெற்ற சொற் போரில், கம்பனுக்கு எதிராக அண்ணாதுரையும், கம்பனுக்கு ஆதரவாக ரா.பி.சேதுப்பிள்ளையும் களமிறங்கினார்கள். கோவைக் கிழார் சி.என்.இராமச்சந்திரன் நடுவராக இருக்க இருவரும் தங்கள் வாதங்களை எடுத்துவைத்தார்கள். இருவரின் கருத்துகளும் ஒன்றை ஒன்று மிஞ்சும் வகையில் இருந்ததால் வெற்றி தோல்வி இன்றி முடிந்தது. 'கம்பனின் இராமாயண காவியத்துக்கு எதிர்ப்பு இருப்பினும், அஞ்சாது வாதம் செய்து 'கம்பனின் கவித் திறமை கண்டு வியக்கிறோம்' என்று அண்ணாவைச் சொல்ல வைத்த பெருமை சேதுப்பிள்ளையையே சேரும்.

தமிழறிஞர்களுள் பெரும்பான்மையோர் கடவுள் நம்பிக்கை கொண்டவர்கள். பெரியாரின் இறை மறுப்பை ஏற்காவிட்டாலும், சமூக சீர்திருத்தவாதி என்ற முறையில் பெரியாருடன் நெருக்க மாகவே இருந்துள்ளனர். ஆரியத்தையும் சமஸ்கிருதத்தையும் எதிர்த்தாலும், கம்பனின் கவிதை வரிகளில் மனதைப் பறிகொடுத்தார்கள். ஆனால், பெரியாரின் அணுக்கத் தொண்டராக மட்டுமின்றி, அவரைப் போலவே நாத்திகராகவும் இருந்தவர் புலவர் குழந்தை. இவர் 'இராமனைப்' போற்றும் ஆரியத் தழுவல் காப்பியமான கம்ப இராமாயணத்தை எதிர்த்ததோடு நில்லாமல், அதற்குப் போட்டியாகப் பச்சைத் தமிழன் 'இராவணனை' உயர்த்தும் 'இராவண காவியத்தை' எழுதினார். தமிழகத்தில் நடைபெற்ற இந்திய சுதந்திரப் போரில் விடுதலைப் போராட்ட வீரன் தீரன் சின்னமலை குறித்த தகவல்கள் முழுமையாகக் கிடைக்காத நிலையில், புலவர் குழந்தை செவிவழியாகக் கேட்ட விவரங்களைத் தொகுத்து நூலாக வெளியிட்டுள்ளார். அவரது பதிவுகள் மட்டுமே இன்றைக்கு தீரன் சின்னமலை பற்றித் தெரிந்து கொள்ள நமக்கு உதவுகின்றன. ஆத்திகத் தமிழறிஞர்களுக்கு இடையே நாத்திகரான பெரும் புலவர் குழந்தையின் வரலாறு படிக்கத்தக்கதே.

புறநானூறு, அகநானூறு, ஐங்குறுநூறு, பதிற்றுப்பத்து, நற்றிணை, சிலப்பதிகாரம், மணிமேகலை, சீவகசிந்தாமணி, சூளாமணி, யசோதர காவியம், திருவருட்பா, சைவ இலக்கிய வரலாறு, சிவஞானபோதம் என சங்க நூல்களுக்கும், ஐம்பெரும் காப்பியங்

களுக்கும், பக்தி இலக்கியங்களுக்கும் உரை எழுதிய காரணத்தால் உரைவேந்தர் என்றே அழைக்கப்பட்ட ஔவை துரைசாமிப் பிள்ளையின் ஈடு இணையற்ற தமிழ்ப் பணியை ஒவ்வொருவரும் அறிந்து கொள்ள வேண்டியது கட்டாயம்.

பல கவிஞர்கள் இருந்தாலும், கவிமணி என்றால் இவர் ஒருவரை மட்டுமே குறிக்கும். மகள் சகுந்தலா பிறந்த பிறகே 1908-ல் பாரதியார் 'பாப்பாப் பாட்டு' எழுதத் தொடங்குகிறார். ஆனால், கவிமணியோ 1901-லேயே பாப்பாப் பாட்டு எழுதிய வகையில் 'முதல் குழந்தைக் கவிஞர்' என்ற பெருமையும் பெறுகிறார். முதல் கவிதைத் தொகுப்பை வெளியிட்டு அதைக் 'குழந்தைகளுக்கே காணிக்கை' ஆக்கிய 'கவிமணி தேசிக விநாயகம் பிள்ளை' குறித்த தகவல்கள் குழந்தைகள் மட்டுமின்றி பெரியவர்களும் தெரிந்து கொள்ளவேண்டும். மனோன்மணியம் சுந்தரம் பிள்ளை எழுதிய 'தமிழ்த் தாய் வாழ்த்து' அரசு அங்கீகாரம் பெறவேண்டும் என்று இவர் முதன் முதலில் விடுத்த கோரிக்கை, 50 ஆண்டுகள் கழித்து 1970-ல் கலைஞர் கருணாநிதி ஆட்சியில் தமிழக அரசின் அங்கீகாரம் பெற்றது.

'மனித இனம் தோன்றிய இடம் குமரிக் கண்டம். தமிழே அவன் பேசிய மொழி என்பதால் தமிழே உலகின் முதல் மொழி. தமிழ் திராவிடத்துக்குத் தாய், ஆரியத்துக்கு மூலம். சொற்பிறப்பியல் பணிக்கென்றே என்னை இறைவன் படைத்தனன்' என்று கூறுகிறார் தமிழறிஞர் தேவநேயப் பாவாணர். விவிலியத்தில் காணப்படும் ஆபிரகாம், யாக்கோபு, ஆதாம், ஏவாள் ஆகிய பெயர்கள் தமிழ்ப் பெயர்களின் வேர்ச் சொற்களைக் கொண்டவை என்பதால் ஆதி மனிதன் தமிழனே என்று வலியுறுத்துவது மகிழ்ச்சி தருகிறது. இருப்பினும், கடல்கோள் காரணமாக மறைந்த முதல் சங்கத்தின் தலைவராக சிவபெருமானும், முருகப்பெருமானும் இருந்தனர் என்பதை ஆரியத்தின் கட்டுக்கதை என்றும், புராணீகர்களின் புனைவு என்றும் ஏற்க மறுக்கும் பாவாணர், விவிலியத்தை நம்புகிறவராகவும், கிருத்தவராகவும் தன்னை அடையாளப் படுத்திக் கொள்வது அவரது பகுத்தறிவுக் கொள்கைக்கு முரணாகவே தோன்றுகிறது.

சொல்லுதலின் வகைகளைக் குறிக்க 'அசைத்தல், அறைதல், இசைத்தல், இயம்புதல், உரைத்தல், உளறுதல், என்னுதல், ஓதுதல், கத்துதல், கரைதல், கழறுதல், கிளத்தல், கிளத்துதல், குயிலுதல், குமுறுதல், கூறுதல், சாற்றுதல், செப்புதல், நவிலுதல், நுவலுதல், நொடித்தல், பகர்தல், பறைதல், பன்னுதல், பனுவுதல், புகலுதல், புலம்புதல், பேசுதல், மொழிதல், மாறுதல், மிழற்றுதல், மொழிதல்,

வலத்தல், விடுதல், விதத்தல், விள்ளுதல், விளத்துதல், விளம்புதல்' என ஏறத்தாழ 40 சொற்களைத் தமிழில் பட்டியலிடுகிறார் பாவாணர்.

மலர் தோன்றும் நிலை அரும்பு, மலரத் தொடங்கும் நிலை போது, மலர்ந்த நிலை மலர், கீழே விழுந்த நிலை வீ, வாடிச் சிவந்த நிலை செம்மல் என்று மலரின் நிலை ஐந்து வகைப்படும் என்றும் இளங்காய் பிஞ்சு, முதிர்ந்தது காய், பழுத்தது பழம் / கனி என்றும், தென்னை / பனை ஆகியவற்றின் பிஞ்சு குரும்பை, மாம்பிஞ்சு வடு, பலாப்பிஞ்சு மூசு, வாழைப் பிஞ்சு கச்சல் என்றும் வகைப்படுத்துகிறார் பாவாணர்.

தந்தை பெரியாருக்கு எழுதிய கடிதத்தில் தேவநேயப் பாவாணர் 'அரை நூற்றாண்டு காலமாகச் சமுதாயத்துக்கு நீங்கள் செய்த தொண்டு அனைவரும் அறிந்ததே. ஆயினும் தமிழ் மொழி வளர்ச்சிக்காக ஒன்றுமே செய்யவில்லை. நாட்டு மக்கள் முன்னேற ஒரே வழி அவர்களது தாய்மொழியே. ஆசிரியர் பயிற்சிக் கல்லூரி நிறுவியுள்ளீர்கள். ஆங்கிலக் கலைக் கல்லூரிக்காக மானியம் தந்துள்ளீர்கள். ஆனால், தமிழ் மொழியை வளர்க்க ஒரு கல்லூரியைக்கூட நிறுவவில்லை. எனவே, உங்கள் பெயர் என்றென்றும் நிலைத்து நிற்க 'பெரியார் தென்மொழிக் கல்லூரி' என்ற பெயரில் சென்னையில் கல்வி நிலையத்தை நிறுவ வேண்டுமென வேண்டுகிறேன்' என்று குறிப்பிட்டுள்ளார். சமூகப் போராளியாக இருந்த பெரியார் தமிழ் மொழிப் பற்றாளராக இல்லாத காரணத்தால், பாவாணர் எதிர்பார்த்ததுபோல் எந்த உதவியும் தந்தை பெரியாரிடமிருந்து கிடைக்கவில்லை என்பதும் குறிப்பிடத்தக்கது.

தமிழ் இலக்கியத்துக்கு, குறிப்பாக கிருத்தவ இலக்கியத்துக்குத், தமிழ்ப் புலவர்களின் பங்களிப்பு பற்றி ஆய்வு செய்வோர் எவரும் ஹெச்.ஏ.கிருஷ்ண பிள்ளையைத் தவிர்த்துத் தங்கள் பணியை நிறைவு செய்ய இயலாது.

'இந்து' மதத்தைப் பொறுத்தவரை சமஸ்கிருதம் அல்லது தமிழ்ப் பண்டைய இலக்கியங்களில் 'இந்து' என்ற சொல் எங்கேயும் காணப் படவில்லை. தெய்வம், வழிகாட்டி, சான்று நூல் ஆகியவற்றி லிருந்து பெற்றதாகவும் தெரியவில்லை. 'சிந்து' நதிக்கரையை ஒட்டி வாழும் மக்களை அந்த நதியின் பெயரைக் கொண்டே 'சிந்து' என்றும் 'ஹிந்து' என்றும் கிரேக்கர்கள், ரோமானியர்கள், பாரசீகர்கள் அழைக்கவே அதுவே நாளடைவில் 'இந்து' என்றும் பின்னர் 'இந்தியா' என்றும் மருவியது. 'இந்துக்கள்' என்று அழைக்கப்

பட்டவர்களுக்குள் பல மதங்கள் இருப்பதை அறியாத மேலை நாட்டினர் 'இந்து' மதம் என்ற புதிய பெயரைத் தோற்றுவித்தனர். 'இங்கிலாந்து மதம்', 'அமெரிக்க மதம்', 'ஜப்பானிய மதம்' என நாடுகளின் பெயர்களைத் தாங்கிய மதங்கள் இருக்குமாயின் 'இந்து மதம்' என்ற ஒரு மதம் உண்டு எனலாம். அவை இல்லாததால், 'இந்து மதம்' என்பது கிடையவே கிடையாது. அப்பர் பெருமான் திருத்தண்டகத்தில் 'ஆரியன் கண்டாய்! தமிழன் கண்டாய்! என்று எழுதிய அடியில் மொழி வேறுபாடே குறிப்பிடப்பட்டது என்று கொண்டாலும், ஆரிய மொழி பேசும் மக்கள் வேறு, தமிழ் மொழி பேசும் மக்கள் வேறு என்பது தெளிவு' என்கிறார் தமிழ் மொழி ஆய்வாளர் கா.சு.பிள்ளை.

முதல் கடல் கோளால் பஃறுளி ஆறும் குமரிக் கோடும் கடலில் மூழ்கின. பஃறுளி ஆற்றின் கரையிலிருந்த தென் மதுரையே பாண்டியன் தலைநகரும், தலைச்சங்கமும் அமைந்த இடம். கடல் கோள் நடந்தபோது மன்னனாக இருந்தவன் பாண்டியன் நெடியோன் என்று புறநானூறும் நிலத்தரு திருவிற்பாண்டியன் என்று தொல்காப்பியப் பாயிரச் செய்யுளும் குறிக்கின்றன. கடல்கோளுக்குப் பிறகு வடக்கே சென்று தலைநகராக்கிக்கொண்ட கபாடபுரம்தான் இடைச் சங்கம் அமைந்த இடம். தலைச் சங்க நாள்களில் பஃறுளி மற்றும் குமரி ஆறுகளுக்கு இடைப்பட்ட பகுதி, அளவிலும், சிறப்பிலும், பாண்டி நாட்டின் மிகச் சிறந்த பாகமாக இருந்திருக்கவேண்டும். அது 49 நாடுகளாக வகுக்கப்பட்டிருந்தது என்றும், இரண்டு ஆறுகளுக்கும் இடையே 700 காத அளவு அகன்று கிடந்தது' என்றும் தெரிவிக்கிறார் பன்மொழிப் புலவர் கா.அப்பாதுரையார். 40 மொழிகள் கற்றறிந்த இவர் உலகின் பல மொழிகளுடன் தமிழை ஒப்பிட்டு அதன் சிறப்புகளைப் பட்டியலிடுகிறார்:

- கிரேக்கம், இலத்தீன், அரபு, சமஸ்கிருதம், ஹீப்ரூ ஆகியவற்றில் மொழிக்கே இலக்கணம் அமைந்த நிலையில், மொழிக்கும் இலக்கியத்துக்கும் ஒருங்கே இலக்கணம் தமிழில் மட்டுமே உண்டு.
- உலக வழக்கும் செய்யுள் வழக்கும் இலக்கணத்துக்கு இலக்கியமாகக் குறிக்கப் பெற்றது தமிழில் மட்டுமே.
- யாப்பும் அணியும் சமஸ்கிருதத்தில் அலங்கார சாஸ்திரமாக வகுக்கப்பட, இவ்விரண்டும் இலக்கணத்தின் ஒரு பகுதியாகத் தமிழில் மட்டும் உள்ளன.
- ஆங்கிலம் உள்ளிட்ட மொழிகளில் எழுத்துகளின் ஒலிப்பும் சொல்லின் ஒலிப்பும் மாறியுள்ளன. ஆனால், தொடக்கத்தில்

இருந்தே எழுத்துகளின் ஒலிப்பும், சொல்லின் ஒலிப்பும் தமிழில் வேறு வேறாக இருந்ததே இல்லை.

ஜெர்மன் மொழிக்கு நயம், இத்தாலி மொழிக்கு இனிமை, சமஸ்கிருத மொழிக்கு வீறமைதி, இந்துஸ்தானி மொழிக்கு ஆண்மை, பாரசீக மொழிக்குச் சந்தம், தெலுங்கு மொழிக்கு இன்னோசை, கன்னட மொழிக்கு மென்மை, மலையாள மொழிக்கு கவர்ச்சி, தமிழ் மொழிக்கு நுண்நயம் என ஒவ்வொரு மொழிக்கும் தனிப் பண்பு உண்டு என்று பட்டியலிடுகிறார்.

கடவுள் மறுப்பை வலியுறுத்தும் திராவிட இயக்கத்தில் இருந்து கொண்டே கடவுளை நம்பியவர். இந்தித் திணிப்பை எதிர்த்தவர் என்று அறியப்பட்டாலும், இந்தி மொழி ஆசிரியராக, இந்தியைப் பரப்பும் அலுவலகராகவே பணியைத் தொடங்கியவர். தமிழைத் தனக்குப் பயன்படும் கருவியாகக் கொண்டாரே அன்றி, உணர்வு பூர்வமாகப் பெரியார் நோக்கவில்லை என்ற காரணத்தால் அவரை விட்டு விலகிய உண்மையான சுயமரியாதைக்காரர். வி.ஆர்.இராமச்சந்திர தீட்சதரின் சிலப்பதிகார நோக்கு தவறு என்று சுட்டிக்காட்டும் அதே நேரம், பெரியாரின் சிலப்பதிகார நோக்கையும் தவறு என்று சுட்டிக்காட்டும் நெஞ்சுரம் அப்பாதுரை யாருக்கு இருந்தது. கற்புக்கரசி கண்ணகி குறித்து பெரியார் கூறிய கருத்துகளுக்கு ‘சிலம்பு வழங்கும் செல்வம்’ என்னும் நூலில் பதிலடி கொடுத்ததுடன், சிலப்பதிகாரத்தின் உண்மையான சிறப்புகளைச் சிலர் மூடி மறைப்பது குறித்தும் வருத்தப்படுகிறார்.

பண்டிதமணி கதிரேசன் செட்டியார் பங்கேற்ற கூட்டத்தில் அமைச்சர் ஒருவர் பேசுகையில் ‘தமிழ் ஆசிரியர்களுக்கு ‘க’ மற்றும் ‘கா’ அதாவது ‘கடவுள்’ மற்றும் ‘காதல்’ ஆகிய இரண்டுக்கு மேல் வேறு எதுவும் தெரியாது என்று கிண்டலாகப் பேசினார். பின்னர் பேசிய பண்டிதமணி ‘அமைச்சர் கூறியதில் தவறேதும் இல்லை. உண்மைதான். கடவுளுக்கும், காதலுக்கும் மேலாக உலகில் வேறு எதுவுமே இல்லை. கடவுளுக்கும் காதலுக்கும் மேலாக ஒரு பொருள் உண்டு என்று தமிழாசிரியர்கள் மட்டுமல்ல, அறிஞர்கள், அரசியல் நிபுணர்கள் உள்பட உலகில் யாரைக் கேட்டாலும் விளக்கம் தர முடியாது. ஆனால், இதை அறியாதார் கூட்டத்தில் இங்கு வீற்றிருக்கும் அமைச்சரும் ஒருவர்’ என்று கூறியபோது அமைச்சர் முகத்தில் ஈயாடவில்லை.

தமிழ் இலக்கிய, இலக்கண நூல்களுக்கு உரை எழுதியவர்கள் பலருண்டு. இருப்பினும் தமிழ் இலக்கணத்தை அனைவருக்கும் குறிப்பாக மாணவர்களுக்கு எளிமையாகவும், இனிமையாகவும், புரியும் வகையில் நூல்களை எழுதிய தமிழறிஞர்களுள் இவர்

குறிப்பிடத்தக்கவர். தமிழிலும், ஆங்கிலத்திலும், பெரும் புலமை பெற்றிருந்த மே.வீ.வேணுகோபாலப்பிள்ளை மாணவர்களுக்குப் பாடம் புகட்டுவதிலும் பாடப் புத்தகங்கள் எழுதுவதிலும் பழைய நூல்கள் பதிப்பிலும் ஈடு இணையற்று விளங்கினார். இதன் காரணமாகவே, 'தமிழ்த் தாத்தா உ.வே.சாமிநாத ஐயர், தான் பதிப்பிக்கும் நூல்களில் ஏற்படும் குழப்பங்களையும் ஐயங்களையும் தெளிவுபடுத்திக்கொள்ள 'இலக்கணத் தாத்தா' மே.வீ.வேணு கோபாலப் பிள்ளையையே நாடினார் என்பது குறிப்பிடத்தக்க விஷயமாகும்.

தலைவர்களுக்கும், நடிகர்களுக்கும், எழுத்தாளர்களுக்கும், கவிஞர் களுக்கும் அரசு விழா எடுப்பதைப் பார்த்திருக்கிறோம். ஆனால் உலகிலேயே 'ரசிகர்' ஒருவருக்கும் அரசு விழா எடுத்தது எனில் அந்தப் பெருமை ரசிகமணி டி.கே.சிதம்பரநாத முதலியார் ஒருவரையே சேரும். திருநெல்வேலி வண்ணார்பேட்டையில் இருந்த டி.கே.சியின் வீடே தமிழ் ஆர்வலர்கள் கூடும் இலக்கியச் சங்கமாகத் திகழ்ந்தது. வட்ட வடிவில் இருந்ததால் நாளடைவில் 'வட்டத்தொட்டி' என்றே அழைக்கப்பட்ட இதன் தலைவர் ரசிகமணி. தமிழை எப்படிச் சுவைப்பது, ரசிப்பது என்று என்பதைத் தெளிவாகக் காட்டியவர் என்பதுடன் தமிழ்க் கவிதைகளைக் குறிப்பாகக் கம்ப இராமாயணத்தை ஆங்கிலம் கற்ற அறிஞர் உலகில் விளையாடச் செய்தவர் ரசிகமணி டி.கே.சி. ஸ்ரீவில்லிப்புத்தூர் ஆண்டாள் கோபுரத்தைத் தமிழ்நாடு அரசின் சின்னமாக்க விரும்பி டி.கே.சி, அப்போதைய முதல்வரும் தனது நண்பருமான ஓமந்தூர் ராமசாமி ரெட்டியாரைப் பரிந்துரைக்கச் செய்ததுடன், ஜவாஹர்லால் நேருவின் ஒப்புதல் பெறவும் காரணமாக இருந்தார்.

தவமாய்த் தவமிருந்து பெற்ற டி.கே.சியின் ஒரே மகன் தீத்தாரப்பன் (செல்லையா) 32 வயதில் இறைவனடி சேர்ந்தார். அவன் இறந்த செய்தி கேட்டவுடன் கவிமணி தேசிக விநாயகம் பிள்ளை வெண்பா இலக்கணத்தில் இரங்கற்பாவை எழுதி அனுப்பிவைத்தார். கவிமணி எழுதிய இரங்கற்பாவைக் கையில் வைத்துக் கொண்டு, சோகத்தையும் இழப்பையும் மனத்தில் தேக்கி வெளியே கட்டாமல், தமிழ் இன்பத்தில் மூழ்கித் திளைத்தார். 'இப்படி ஓர் அருமையான இரங்கற்பா தமிழுக்குக் கிடைக்குமெனில் உயிரைக் கொடுத்தும்கூட அதைப் பெறலாம்' என்று பாட்டின் அருமையை ரசித்த டி.கே.சியின் தமிழ்ப் பற்றை என்னவென்று சொல்வது?

இலக்கியம், இலக்கணம், மொழியியல், ஒப்பிலக்கணம், அரசியல், ஆட்சியியல், அறிவியல், சமுதாயவியல், சமயம், தத்துவம் உள்ளிட்ட பல்வேறு துறைகளில் வித்தகராகவும், விடுதலைப்

போராட்ட வீரராகவும், தொழிற்சங்கத் தலைவராகவும் விளங்கியவர் தெ.பொ.மீனாட்சிசுந்தரம் பிள்ளை. சமஸ்கிருதம், தமிழ் உள்பட பன்மொழிப் புலவராகவும், வரலாற்று ஆய்வாளராகவும் இருந்த காரணத்தால், எது முதலில் தோன்றியது, எது உயர்ந்தது என்ற உணர்ச்சி வாதங்களில் தீவிரம் காட்டாமல், வரலாற்று ஆய்வு நோக்கில், அறிவு வழிப்பட்ட நடுநிலைக் கருத்தையே கொண்டிருந்தார். வடமொழிக் கருத்துகள் தமிழில் இருப்பதுபோல், பல தமிழ் மொழிக் கருத்துகள் வடமொழியிலும் இருப்பதை நிரூபித்தார்.

கோபால கிருஷ்ண பாரதி தமிழில் எழுதிய 'நந்தனார்' சரித்திரத்தில் அந்தண நிலக்கிழார் என்னும் மூலத்தில் இல்லாத புதிய கதாபாத்திரத்தை, கன்னட நூலைத் தழுவியே அவர் உருவாக்கி யுள்ளார் என்பதையும் தக்க ஆதாரங்களுடன் நிரூபித்தார். மூலத்தில் இல்லாத அந்தண நிலக்கிழார் கதாபாத்திரத்தை கோபால கிருஷ்ண பாரதி தமிழில் மொழிபெயர்த்த 'நந்தனார்' சரித்திரத்தில் தவறாகப் படைத்துள்ளதாக காஞ்சி காமகோடி பீடாதிபதி பரமாச்சார்ய ஸ்வாமிகளும் குறிப்பிட்டது பதிவு செய்யத்தக்கது.

தெ.பொ.மீ வலியுறுத்திய தமிழ் எழுத்து / வரி வடிவ சீர்திருத்தத்தை யாருமே கடைப்பிடிக்காத நிலையில், தந்தை பெரியார் தனது 'விடுதலை' நாளிதழில் அறிமுகப்படுத்தியதை மனதார வரவேற்றார். அதே நேரம் மொழிவாரிப் பிரிவினையின் போது தெலுங்கர்கள் நம் பூர்வீக மண்ணான தலைநகர் சென்னையைக் கைப்பற்ற முனைந்த போது அதைப் பற்றிக் கவலைப்படாமலும், கண்டு கொள்லாமலும் இருந்த அதே பெரியாரைப் பல்வேறு கட்டுரைகள் மூலம் கண்டிக்கவும் தெ.பொ.மீ. தவறவில்லை.

'கல்வித் துறையில் எங்கும் எதிலும் தமிழே பயிற்று மொழியாவதுடன், மழலையர் பள்ளிகள் தமிழ்வழிப் பள்ளிகளாக வேண்டும்' என்னும் கொள்கையைப் பரப்பும் நோக்கில் வ.சுப.மாணிக்கம் 'தமிழ் வழிக் கல்வியகத்தை' நிறுவினர். 'ஆங்கிலமே வெளியேறு! அன்னைத் தமிழே வேலை பெறு' என்று முழங்கியதுடன் 'மெல்லத் தமிழ் இனி வாகை சூடும்' என்றும் அறைகூவல் விடுத்தார். கம்பனின் இராமாயணத்தை 'மொழி பெயர்ப்புக் காப்பியம்' என்று கூறுவதைவிட 'மொழிபிறப்புக் காப்பியம்' என்று கூறுவதே சரியாகும் என்று வாதிட்டார்.

'கள்ளிருக்கும் மலர்க்கூந்தல் சானகியை மனச்சிறையிற் கரந்த காதல்

உள்ளிருக்கும் எனக் கருதி உடல் புகுந்து தடவியதோ ஒருவன் வாளி'

என்பது மண்டோதரியின் முடிவுப் புலம்பலாக வரும் புகழ் பெற்ற பாடல் வரிகள். இதில் வரும் 'வாளி' என்ற சொல்லுக்குப் பொருள் 'அம்பு'. இதை 'ஒருவன் வாளி' என்று படித்தால் 'ஒருவனது அம்பு' என்றே பொருள்படும். சாதாரண 'அம்பு' ஒருவனுடைய உடலைத்தான் துளைக்கும். ஆனால் இராமன் விடுத்த அம்பு இராவணனின் புற உடலை மட்டும் துளைக்காமல், அக மனத்தையும் துளைத்துக் காதல் எண்ணத்தையும் தடவிப் பார்த்த காரணத்தால், அது 'ஒருவன் வாளி' அல்ல 'ஒரு வன்வாளி' அதாவது 'ஒரு வலிமையான அம்பு' என்று புது விளக்கம் தருகிறார் வ.சுப.மாணிக்கனார்.

பாரதத் தாய்க்குத் தேசியப் பாடல் (ஜனகனமன), தேசியக் கொடி (மூவர்ணம்), தேசியப் பறவை (மயில்), தேசிய விலங்கு (புலி) ஆகியவை இருப்பதுபோல் 'தேசிய நூல்' ஒன்றும் இருக்க வேண்டும். அந்த வகையில் சாதி, மதம் கடந்து மக்களுக்கு உள்ளொளியும், ஆட்சியாளர்களுக்கு உண்மை நெறியும் காட்டி, இடித்துரைத்து வழிகாட்டும் ஒரே நூல் 'திருக்குறள்' மட்டுமே என்பதால் அதையே தேசிய நூலாக அறிவிக்கவேண்டும் என்றும் வ.சுப.மாணிக்கனார் வலியுறுத்துகிறார்.

தமிழ்க்கல்வியைக் கட்டாயமாக்கி, வேலை வாய்ப்பில் முன்னுரிமை அளித்து, நல்ல வருமானம் கிடைப்பதையும் உறுதிப்படுத்தினால், ஒருவர் மீது ஒருவர் மோதி இடித்துக்கொண்டு தமிழ் படிக்க இடம்வேண்டும் என்று ஓடி வருவார்கள்' என்னும் அவரது கருத்தை இன்றைய ஆட்சியாளர்களேனும் நடைமுறைப் படுத்தினால் தமிழ் ஏற்றம் பெறுவது திண்ணம்.

'நாவலர்' என்று தமிழ்கூர் நல்லுலகம் அன்புடன் அழைத்த இருவருள் ஒருவர் சோமசுந்தர பாரதியார். மற்றொருவர் நாவலர் ந.மு.வேங்கடசாமி நாட்டார். பிழையான பாட்டை எழுதியது பரமனே என்றாலும் தயங்காது சுட்டிக்காட்டிய நக்கீரனைப்போல், நூல்களில் பிழை இருப்பின் துணிச்சலாகச் சுட்டிக்காட்டும் இயல்புடையவர். குருவுக்கு முன்னால் உட்காரக்கூடாது என்ற அடக்கத்துடன் சீடனைப் போன்று இவர் முன்பு நின்றுகொண்டே சிலப்பதிகாரத்திலும் தொல்காப்பியத்திலும் சில ஐயங்களைக் கேட்டுத் தெளிந்தார் மகாகவி பாரதியார் எனில் இவரது புலமைக்கு வேறு சான்று வேண்டாம்.

பள்ளிப்பருவத்திலேயே காந்தியக் கொள்கைகளால் ஈர்க்கப்பட்டு கதராடைகளையே இறுதிவரை உடுத்தினார். பிறப்பால் இஸ்லாமிய ராக இருந்தாலும் அசைவத்தை விட்டுச் சைவத்துக்கு மாறினார். இலக்கியச் சுவைக்காகக் கம்ப இராமாயணத்தை விரும்பிப் படித்ததுடன், அதைவிட உயர்ந்த இலக்கியம் இருக்க முடியாது

என்று தீவிரமாக நம்பியதுடன் பரப்புரையும் செய்தார். கம்ப இராமாயணத்தின் மீதுள்ள தீவிர ஈடுபாடு காரணமாகச் 'சென்னை கம்பன் கழகத்தை' நிறுவி அதன் தலைவராகவும் செயல்பட்டார். சென்னை உயர்நீதி மன்றத்தின் தலைமை நீதிபதியாகப் பதவியேற்ற முதல் இஸ்லாமியர் என்ற பெருமையையும், தமிழகத்தின் பொறுப்பு ஆளுநர் என்ற கௌரவத்தையும் பெற்றவர் நீதியரசர் மு.மு.இஸ்மாயீல். இவர் எழுதிய 'மூன்று வினாக்கள்' நூலைப் பாராட்டி காஞ்சி காமகோடி பரமாச்சார்ய மகாஸ்வாமிகள் பொன்னாடை அணிவித்துப் பாராட்டியது மத நல்லிணக்கத்துக்கான சிறந்த உதாரணமாகும்.

சிவனின் உடுக்கை நாதத்திலிருந்து பிறந்த மொழிகள் சமஸ்கிருதம் மற்றும் தமிழ் என்று சொல்வார்கள். ஆனால் பெரியார் வடமொழியை மட்டுமின்றித் தமிழையும் எதிர்த்தார் என்பதே நிஜம். தமிழைக் காட்டுமிராண்டி பாஷை என்று தூற்றியிருக்கிறார். கம்ப இராமாயணம், பெரிய புராணம் உள்ளிட்ட பக்தி இலக்கியங் களைக் கொளுத்துவோம் என்றதுடன் ஐம்பெரும் காப்பியங்களுள் ஒன்றான சிலப்பதிகாரத்தையும் கண்ணகியையும் பழித்துள்ளார்.

தொடக்கத்தில் காங்கிரஸிலும் பின்னர் நீதிக்கட்சியிலும் பின்னாளில் திராவிடர் கழகம் என்னும் தனிக் கட்சி கண்ட போதும், அவர் செல்வந்தராக மட்டுமின்றிச் செல்வாக்கோடும் இருந்தார். பெரும்பாலான தமிழறிஞர்களுடன் அவருக்கு நெருங்கிய தொடர்பும் இருந்திருக்கிறது. அவர் நினைத்திருந்தால் செல்வத்தை யும் செல்வாக்கையும் பயன்படுத்தித் தமிழுக்கு ஏற்றம் தரும் வகையில் தமிழ்க் கல்லூரிகளையோ, பிரத்தியேகப் பல்கலைக் கழகத்தையோகூட உருவாக்கியிருக்க முடியும். ஆனால் அவற்றில் கவனம் செலுத்தவில்லை என்ற வருத்தம் தேவநேயப் பாவாணர், பன்மொழிப் புலவர் அப்பாதுரையார், தெ.பொ.மீனாட்சிசுந்தரனார் உள்ளிட்ட தமிழறிஞர்களுக்கு இருந்தாலும் பெரியாரின் ஈடு இணையில்லாச் சமூகப் பணி காரணமாக, தமிழ் நூல்கள், தமிழ் மொழி மீதான அவரது வெறுப்பைப் பெரிதாக எடுத்துக்கொள்ள வில்லை.

பெரியாரின் அப்பா வெங்கடசாமி நாயக்கருக்கும் தமிழ்த் தாத்தா உ.வே.சாமிநாத ஐயருக்கும் இடையே நெருங்கிய நட்பு இருந்திருக்கிறது. அந்தவகையில் சில தமிழ் நூல்களைப் பதிப்பிக்க அவரிடம் உதவி பெற்றதாக உ.வே.சா அவர்களே குறிப்பிட்டுள்ளது மிக முக்கியச் செய்தியாகும். அப்பா வழியில் சமூகப் பணியுடன், தமிழ் மொழி வளர்ச்சியிலும், பெரியார் போதிய அக்கறை செலுத்தியிருக்கலாம் என்ற ஆதங்கம் அவருடன் நெருங்கிப் பழகிய

தமிழறிஞர்களுக்கு உண்டானதைப் போல் நமக்கும் ஏற்படுவதைத் தவிர்க்க முடியவில்லை.

இந்த நூலில் இடம் பெற்றுள்ள தமிழறிஞர்களின் எண்ணிக்கை கையளவு எனில் விடுபட்டவர்கள் கடலளவு உள்ளனர். யாழ்பாணம் ஆறுமுக நாவலர், அருட்பெருஞ்சோதி வடலூர் இராமலிங்க அடிகளார், திருக்குறளைத் திருத்த முயன்ற ஆங்கிலேயே துரையைக் கண்டித்த பூவாளூர் தியாகராச செட்டியார், வண்ணச் சரபம் தண்டபாணி ஸ்வாமிகள், வெள்ளக்கால் சுப்பிரமணிய முதலியார், சோழவந்தான் அரசன் சண்முகனார், செல்வகேசவராய முதலியார், சென்னிகுளம் அண்ணாமலை ரெட்டியார், வள்ளல் பாண்டித்துரைத் தேவர், மு.இராகவய்யங்கார், இரா.இராகவய்யங்கார், நா.கதிரைவேற் பிள்ளை, சதாவதானி செய்குத் தம்பி பாவலர், கா.நமச்சிவாய முதலியார், சிவக்கவிமணி சி.கே.சுப்பிரமணிய முதலியார், தமிழ்வேள் உமா மகேஸ்வரன் பிள்ளை, தணிகைமணி செங்கல்வராய பிள்ளை, பி.ஸ்ரீ.ஆச்சார்யா, கவிராயர் ஜெகவீர பாண்டியனார், அ.மு.சரவண முதலியார், கோவைக்கிழார் இராமச்சந்திரன் செட்டியார், சுத்தானந்த பாரதியார், அறிஞர் வையாபுரிப் பிள்ளை, சதாசிவப் பண்டாரத்தார், ந.சி.கந்தையா பிள்ளை, வெ.சாமிநாத சர்மா, தமிழ்க் கடல் ராய சொக்கலிங்கனார், ஆட்சி மொழிக் காவலர் கீ.இராமலிங்கனார், மயிலை சீனி வேங்கடசாமி, சாமி சிதம்பரனார், நா.சுப்பு ரெட்டியார் என விடுபட்ட தமிழறிஞர்களின் பட்டியல் நீண்டு கொண்டே போகும்.

மேற்கண்ட தமிழறிஞர்கள் இந்நூலில் அங்கம் வகிக்காமைக்குக் காரணம் இடப்பற்றாக்குறை என்ற ஒற்றைக் காரணத்தைத் தவிர வேறொன்றுமில்லை. ஏற்கனவே சொன்னதுபோல் வரவேற்பும் வாய்ப்பும் கிடைத்தால், இவர்களையும் உள்ளடக்கிய இரண்டாம் பாகத்தையும் எழுதுவதில் தயக்கமேதுமில்லை.

இந்நூலைத் தமிழ் அன்னையின் பாத கமலங்களில் சமர்ப்பிக்கிறேன்.

சென்னை

ஜனனி ரமேஷ்

அ.ச. ஞானசம்பந்தன்

அ.ச.ஞா. என்னும் மூன்று எழுத்துகளால் மதிப்போடும் மரியாதையோடும் அழைக்கப்பெறும் அ.ச.ஞானசம்பந்தன் பெரும் புலவர் அ.மு.சரவண முதலியார் - சிவகாமி அம்மையார் தம்பதிக்கு மூத்த மகனாக 1916 நவம்பர் 10 ஆம் தேதி திருச்சி, கல்லணையை அடுத்த அரசங்குடியில் பிறந்தார். அப்பா சரவண முதலியார் தொடக்கத்தில் துணிக்கடை நடத்திவந்தார். பிறகு அரசங்குடியை அடுத்த லால்குடியில் உள்ள பள்ளியில் தமிழாசிரியராகப் பணியாற்றினார். மலேசியா, சிங்கப்பூர், இலங்கை ஆகிய நாடுகளுக்குச் சென்று சொற்பொழிவாற்றும் அளவுக்கு ஆழ்ந்த தமிழறிவுடன் பக்தி இலக்கியங்களிலும் நிகரற்று விளங்கினார்.

தந்தையே தமிழாசிரியராக இருந்ததால் தொடக்கக் கல்வியை அவரிடமே பயின்றார். 1930வரை திருச்சியிலும் பின்னர் தந்தை பணியாற்றிய லால்குடி பள்ளியில் 1935-ல் பத்தாம் வகுப்பையும் முடித்தார். 'உரையைப் படிக்காமல் மூல நூலைப் பயின்று பொருள் கொள்ளவேண்டும்' என்பதே தந்தை சொல்லிக் கொடுத்த முதல் பாடம். தந்தையின் அறிவுரைக்கேற்ப இளம் வயதில் எழுத்து பிசகாமல் ஏற்ற இறக்கத்துடன் மேற்கொண்ட மனப்பாடப் பயிற்சியே, பின்னாளில் மடை திறந்த வெள்ளமெனப் பெருகிய பேச்சாற்றலுக்குப் பெருமளவு உதவியது. சரவண முதலியார் தான் சொற்பொழிவாற்றச் செல்லும் இடங்களுக்கெல்லாம் தன்னுடன் ஞானசம்பந்தனையும் அழைத்துச் செல்வது வழக்கம். இதன் காரணமாகத் தந்தையின் உரையை மட்டுமின்றிப் பல அறிஞர்களின் உரைகளையும் கேட்கும் கேள்வி ஞானம் சிறு வயது முதற்கொண்டே வாய்க்கப் பெற்றார்.

‘விளையும் பயிர் முளையிலேயே தெரியும்’ என்னும் பழமொழிக்கேற்ப ஞானசம்பந்தன் தனது ஒன்பதாவது வயதில் திருச்சியை அடுத்த துறையூரில் நடைபெற்ற சைவ சமய மாநாட்டில் முதல் முறையாக மேடையேறிப் பேசும் ஆற்றலைப் பெற்றதில் வியப்பேதுமில்லை. 1927-ல் ஞானசம்பந்தனின் பேச்சைக் கேட்டு மகிழ்ந்த ம.ரா.குமாரசாமிப் பிள்ளை, தாம் அணிந்திருந்த தங்கச் சங்கிலியை அவருக்கு அணிவித்துப் பாராட்டினார். 1931-ல் தூத்துக்குடியில் ‘செக்கிழுத்த செம்மல்’ வ.உ.சிதம்பரம் பிள்ளை ஏற்பாடு செய்திருந்த கூட்டத்தில் சொல்லின் செல்வர் ரா.பி. சேதுபிள்ளை உள்பட பல அறிஞர்கள் கலந்துகொண்டு உரையாற்றினர். இதில் குறிப்பிட வேண்டிய விஷயம் என்னவெனில் ‘சொல்லின் செல்வர்’ ரா.பி.சேதுபிள்ளை பேசி முடித்த உடனேயே அரங்கம் காலியாகிவிடுவது வழக்கம். அடுத்து வருபவரின் பேச்சைக் கேட்க ஆளிருக்காது என்பதால் எல்லா மேடைகளிலும் ரா.பி.சேதுபிள்ளையைக் கடைசியாகத்தான் பேசச் சொல்வார்கள். ஆனால், வ.உ.சி. கூட்டிய கூட்டத்தில் ஞானசம்பந்தன் கடைசியாகப் பேசும்படியாகிவிட்டது. ஆனால், என்ன ஆச்சரியம்... ரா.பி.சேதுபிள்ளையின் பேச்சைக் கேட்டு முடித்ததும் கலையத் தொடங்கிய கூட்டம் ஞானசம்பந்தனின் கணீர் குரலையும் நாவன்மையையும் கேட்டதும் அப்படியே திரும்பி வந்து உட்கார்ந்து கேட்டு மகிழ்ந்தது!

அண்ணாமலைப் பல்கலைக்கழகத்தில் கணிதம், இயற்பியல், வேதியியல் ஆகிய சிறப்புப் பாடங்களில் இடைநிலை வகுப்பில் தேர்ச்சி பெற்றதைத் தொடர்ந்து 1937-ல் பிஏ ஆனர்ஸ் (இயற்பியல்) வகுப்பில் சேர்ந்தார். அப்போது தமிழ்த் துறைத் தலைவராக இருந்த நாவலர் சோமசுந்தர பாரதியாரும் தந்தை சரவண முதலியாரும் தமிழை முதல் பாடமாக எடுத்துப் படிக்குமாறு ஆலோசனையும் அறிவுரையும் வழங்கவே இயற்பியல் துறையிலிருந்து தமிழுக்கு மாறினார். இவரது பட்டப் படிப்பு பாதி இயற்பியலாகவும் மீதி தமிழாகவும் இருந்தாலும் இந்த மாற்றம் தமிழுலகுக்குக் கிடைத்த ஏற்றம் எனில் மிகையில்லை.

ஞானசம்பந்தன் அண்ணாமலைப் பல்கலைக்கழகத்தில் பயின்ற காலத்தில் நாவலர் வேங்கடசாமி நாட்டார், பண்டிதமணி கதிரேசன் செட்டியார், நாவலர் சோமசுந்தர பாரதியார், மகாவித்வான் இராகவையங்கார், ரைட் ஆனரபிள் சில்வர் டங்க் சீனிவாச சாஸ்திரியார் ஆகியோர் பேராசிரியர்களாவும் வழிகாட்டிகளாகவும் திகழ்ந்தனர். கர்நாடக இசை மேதை எஸ் இராமநாதன், கம்யூனிஸ்ட் தோழர் கே பாலதண்டாயுதம், பேராசிரியர் க அன்பழகன், நாவலர்

நெடுஞ்செழியன் ஆகியோர் இவருடன் படித்தவர்களுள் குறிப்பிடத்தக்கவர்கள்.

தந்தையின் எதிர்ப்பையும் மீறி ராஜம்மாள் என்பவரைக் கலப்பு மணம் புரிய முடிவெடுத்தார். இதன் காரணமாக அவரது தந்தை பல்கலைக்கழகத் தேர்வுக் கட்டணத்தைக் கொடுக்க மறுத்ததுடன், நாவலர் வேங்கடசாமி நாட்டாரும் எந்த உதவியும் செய்யக்கூடாது என்று தடுத்துவிட்டார். எனவே வேறு வழியின்றி ராஜம்மாளின் தங்க வளையல்களை வங்கியில் அடகு வைத்தாவது அறுபது ரூபாய்த் தேர்வுக் கட்டணத்தைச் செலுத்த ஞானசம்பந்தன் முடிவெடுத்தார். சந்தேகப்பட்ட வங்கி அதிகாரி காவல் துறை அதிகாரிக்குத் தகவல் தெரிவிக்க, அவர் துணைவேந்தரிடம் விவரங்களைக் கூறினார். தேர்வுக் கட்டணத்தைத் துணை வேந்தராக இருந்த சீனிவாச சாஸ்திரியாரே கட்டி உதவினார். நன்றாகப் படிக்கும் மாணவனது படிப்பு கெடக் கூடாது என்பதற்காகத் துணை வேந்தரே தேர்வுக் கட்டணம் செலுத்தியது குறிப்பிடத்தக்கதாகும்.

பல்கலைக்கழகத் தேர்வுகள் முடிந்த பிறகு சென்னை தங்கசாலையில் டாக்டர் தர்மாம்பாள் வீட்டுக்கு அருகே தங்கிக் கொண்டார். நாள்கள் கடந்தனவே தவிர இவரது கலப்புத் திருமணத்துக்கு அப்பா ஒப்புக்கொள்ளவே இல்லை. இனி பொறுத்துப் பயனில்லை என்ற முடிவுடன் டாக்டர் தர்மாம்பாள் தலைமையில் தேவாரத் திருவாசகப் பதிகளை ஓதி திருமணம் செய்து கொண்டார். ஞானசம்பந்தன் - ராஜம்மாள் தம்பதிகளுக்கு மெய்கண்டான், சரவணன் ஆகிய மகன்களும் பங்கயச் செல்வி, சிவகாக சுந்தரி, அன்புச் செல்வி, மீரா ஆகிய நான்கு பெண்களும் பிறந்தனர்.

1942 முதல் 1956வரை பதினான்கு ஆண்டுகள் சென்னைப் பச்சையப்பன் கல்லூரியில் பணியாற்றியபோது 'இலக்கியத் திறனாய்வு' என்னும் பிரிவை அறிமுகப்படுத்தினார். அப்போது அமெரிக்கத் தகவல் மையம் 'ஹென்றி டேவிட் தொரோ' என்பவரின் வாழ்க்கை வரலாற்றைத் தமிழில் மொழிபெயர்க்கத் திட்டமிட்டு அதற்கான பணிகளைத் தமிழக அரசிடம் ஒப்படைத்தது. தமிழக அரசின் செயலராக இருந்த கா.திரவியம் தமிழிலும் - ஆங்கிலத்திலும் புலமை பெற்ற ஞானசம்பந்தனின் பெயரை முன்மொழிந்தார். நுனி நாக்கு ஆங்கிலத்தில் பிரிட்டிஷாரையே வியக்க வைத்த சீனிவாச சாஸ்திரியுடன் நெருங்கிப் பழகும் வாய்ப்பைப் பயன்படுத்தி ஞானசம்பந்தன் வளர்த்துக் கொண்ட ஆங்கிலப் புலமையே மேற்கூறிய பணியைச் செம்மையாகச் செய்து முடிக்க உதவியது. இந்நூலுடன் தாகூரின் 'அனைத்துலக மனிதனை நோக்கி', ஜான்

டூவியின் 'தத்துவச் சாத்திரப் புனரமைப்பு' ஆகியவற்றையும் தமிழில் மொழிபெயர்த்தார்.

பச்சையப்பன் கல்லூரியை விட்டு விலகி 1956 - 1959வரை சென்னை அகில இந்திய வானொலி நிலையத்தில் நாடகத் தயாரிப்பாளராகப் பணியாற்றியபோது சிலப்பதிகாரம், மணிமேகலை, கலிங்கத்துப் பரணி, கம்ப ராமாயணம் உள்ளிட்ட தமிழ் இலக்கியங்களை நாடகங்களாக்கினார். இசை மேதை எஸ் இராமநாதன் இசையமைப்பில் சிலப்பதிகாரத்தின் ஆய்ச்சியர் குரவையையும் தண்டபாணி தேசிகரைப் பாட வைத்துச் சிலப்பதிகார நாடகத்தையும் ஒலிபரப்பினர். இது தேசிய நாடகமாகத் தேர்வாகி இந்தியாவின் அனைத்து வானொலிகளிலும் மொழிபெயர்க்கப்பட்டு ஒலிபரப்பானது. இவரது தீவிர முயற்சிகள் காரணமாகவே தமிழ் இலக்கியங்கள் வானொலியில் ஒலிபரப்பாயின எனில் மிகையில்லை.

1959 - 1962-ல் அப்போதைய கல்வி அமைச்சர் சி சுப்பிரமணியம் வேண்டுகோளை ஏற்று மத்திய அரசின் வானொலி நிலையப் பணியிலிருந்து விடுவித்துக்கொண்டு, தமிழக அரசின் செய்திப் துறையில் மொழிபெயர்ப்புப் பிரிவு துணை இயக்குனரானார். பிறகு 1962 - 1965-ல் தமிழ் வெளியீட்டுத் துறையின் பொதுச் செயலராகவும் 1965-67-ல் தமிழக அரசு தமிழ் வளர்ச்சித் துறை இணை இயக்குனரகாவும் 1967-1970-ல் தமிழக அரசு தமிழ் வெளியீட்டுத் துறை இயக்குனராகவும் பல்வேறு பொறுப்புகளைத் திறம்பட வகித்தார். தமிழ்நூல் வெளியீட்டுப் பிரிவில் பணியாற்றியபோது சற்றேறக் குறைய 375க்கும் மேற்பட்ட அறிவியல் நூல்களைத் தமிழில் வெளிட்டார். 1970-73-ல் மதுரைப் பல்கலைக்கழகத் துணை வேந்தர் தெ.போ.மீனாட்சி சுந்தரனார் விருப்பத்துக்கு ஏற்பத் மதுரைப் பல்கலைக்கழகத் தமிழ்த் துறைத் தலைவர் பதவியை ஏற்றுக் கொண்டார்.

அண்ணாமலைப் பல்கலைக்கழகத்தில் படித்துக் கொண்டிருக்கும் போதே நாவலர் வேங்கடசாமி நாட்டாருடன் முதல் முறையாக இலங்கைக்குச் சென்று திருவாசகச் சொற்பொழிவு நிகழ்த்தினார். தொடர்ந்து மலேஷியா, சிங்கப்பூர், பர்மா, அமெரிக்க நாடுகளுக்கும் பயணித்தார். இவருடைய சொற்பொழிவுகள் 'கம்பன் புதிய பார்வை', 'திருவிக', 'சேக்கிழார் தந்த செல்வம்', 'பாரதியும் பாரதிதாசனும்', 'மணிவாசகர்', 'தமிழ் நாடக வரலாறும் சங்கரதாஸ் ஸ்வாமிகளும்', 'தொட்டனைத்தூறும் மணற்கேணி' என 7 நூல்களாக வெளிவந்துள்ளன. 'கம்பன் ஒரு புதிய பார்வை' என்ற நூல் அவருக்குச் சாஹித்ய அகாதமி பரிசைப் பெற்றுத் தந்தது.

‘நடைச்சித்திரம்’ என்னும் புதிய இலக்கிய வகையின் அடிப்படையில் ‘சான்றோர் ஆக்கிய பெற்றோர்’, ‘வாழ்க்கையை திசை திருப்பிய திரு.வி.க’, ‘தெ.பொ.மீ’, ‘நாவலர் வெங்கடசாமி நாட்டார்’, ‘விபுலாநந்த அடிகள்’, ‘கம்பன் அடிப்பொடி சா.கணேசன்’, ‘தினமணி ஏ என் சிவராமன்’, ‘ராஜாஜி’, ‘பெரியார்’, ‘மர்ரே ராஜம்’ உள்ளிட்ட முப்பதுக்கும் மேற்பட்ட பெருமக்கள் குறித்த பதிவே இவர் எழுதிய ‘நான் கண்ட பெரியவர்கள்’ என்னும் நூலாகும்.

எம்.ஜி.ஆர். முதல்வராக இருந்தபோது தமிழர்களின் நீண்ட காலக் கனவாக இருந்த ‘தமிழ்ப் பல்கலைக்கழகம்’ தஞ்சையில் நிறுவப் பட்டது. அதன் முதல் துணைவேந்தர் முதுமுனைவர் வ.அய்.சுப்பிரமணியம். வேதங்களுடன் ஒப்பிட்டுப் பெரிய புராணத்தை ஆய்வு செய்யும் மிகப் பெரிய பொறுப்பை அவர் அ.ச. ஞானசம்பந்தனிடம் ஒப்படைத்தார். வடமொழி வல்லுனர் கே ஆர் நஞ்சுண்டனுடன் உதவியுடன் ‘பெரிய புராணம் - ஓர் ஆய்வு’ என்னும் நூலை எழுதினார். தினமணி ஆசிரியர் ஏ.என். சிவராமனிடம் கேட்டறிந்து ‘ஸ்ரீ ருத்திரத்தின் பொருளையும், யாகம் செய்ய வேண்டிய முறைகளையும்’ இதில் பதிவு செய்துள்ளார்.

மனிதனாகப் பிறந்தவன் விலங்குகளைப்போல் வாழாமல் மனிதத் தன்மையுடன் வாழ வேண்டுமெனில் அவனுக்குக் ‘குறிக்கோள்’ வேண்டும் என்பதை வலியுறுத்த மாணிக்கவாசகர் ‘குறிக்கோள் இலாது கெட்டேன்’ என்று பாடுகிறார். இதை உறுதிப்படுத்தும் வகையில் 12ஆம் நூற்றாண்டில் வீழ்ந்து கொண்டிருந்த தமிழினத்தை நிமிர வைக்கவும், சமுதாய நோக்கமே பெரிது என்பதை வலியுறுத்தவும், சேக்கிழார் 63 நாயன்மார்கள் வரலாற்றைக் கூறப் ‘பெரிய புராணம்’ என்னும் நூலை இயற்றினார் என்பதை ஆய்வு முடிவாக வெளியிட்டார் அ.ச.ஞானசம்பந்தன்.

‘திருவாசகம் சில சிந்தனைகள்’ என்ற தலைப்பில் 5 தொகுதிகளாகப் படைத்துள்ளார். திருவாசகத்தை விஞ்ஞானக் கண்கொண்டு உரை எழுத வேண்டும் என்று தூண்டியவர் திரு.வி.க. வழக்கமான பதவுரை, தெளிவுரையாக இல்லாமல், அறிவியலின் துணை கொண்டு, அனுபவத்தின் அடிப்படையில், பரிணாம வளர்ச்சி (Theory of Evolution) என்ற கோட்பாட்டின் தந்தையாகக் கருதப்படும் சார்ல்ஸ் டார்வின் பல்வேறு இனங்களின் உடற்கூறை மட்டுமே ஆய்வு செய்தாரே தவிர அந்த உடலில் உறையும் உயிர் பற்றிச் சிந்திக்கவில்லை.

'புல்லாகிப் பூடாயப் புழுவாய் மரமாகிப் பல்விருகம் ஆகிப்
பறவையாப் பாம்பாகிக்
கல்லாய் மனிதராய்ப் பேயாய்க் கணங்களாய் வல்லசுரர் ஆகி
முனிவராய்த் தேவராய்
செல்லா நின்ற இத்தாவர சங்கமத்துள் எல்லாப் பிறப்பும் பிறந்து
இளைத்தேன் எம்பெருமான்.

ஆனால் 8ஆம் நூற்றாண்டில் பிறந்த மாணிக்கவாசகர் புல், பூண்டு, புழு, மரம், பறவை, பாம்பு, மிருகம், மனிதர், பேய், கணங்கள், அசுரர், முனிவர், தேவர் என உயிரின் வளர்ச்சியைக் மேற்கண்ட பாடல் மூலம் எடுத்துரைக்கிறார் என அசஞா தனது நூலில் குறிப்பிட்டுள்ளார்.

'குரைகழற்கே கற்றாவின் மனம்போல் கசிந்து உருக வேண்டுவனே' என்னும் திருவாசக வரிகளை விளக்குகையில் 'அனைத்து உயிர்களிலும் தாய்க்கும் சேய்க்கும் உள்ள உறவுகளில் 'கன்றுக்கும் பசுவுக்கும்' உள்ள உறவு ஈடு இணையற்றது, மிகவும் நெருக்கமானது. கன்றைப் பிரிந்து அதை நினைந்து வாடி மனம் உருகிக் கண்ணீர் விடும் பசுவின் நிலைபோல் கசிந்துருகும் மனநிலை தனக்கு வேண்டும்' என்று மாணிக்கவாசகர் உருகுவதாகக் கூறுகிறார்.

பெரிய புராணத்துக்கு வ.அய்.சுப்பிரமணியமும் திருவாசகத்துக்கு திரு.வி.கவும், தெ.போ.மீயும் உரை எழுதத் தூண்டுகோல்களாக இருந்ததுபோல், கம்ப இராமாயணத்தில் ஈடுபாடு கொள்ளக் காரணமாக இருந்தவர் மகாவித்வான் இரா.இராகவய்யங்கார் ஆவார். 'நீரிடை உறங்கும் சங்கம், நிலத்திடை உறங்கும் மேதி' என்னும் கம்ப இராமாயண வரிகளைத் தலைப்பாகக்கொண்டு அ.ச.ஞா. ஆற்றிய உரை கேட்டு மகிழ்ந்து அவர் அளித்த பாராட்டும் ஊக்கமுமே கம்பன் கவிதைகளில் மூழ்கக் காரணம் என்கிறார் அ.ச.ஞா.

இவர் எழுதிய மொத்த நூல்கள் 35. மொழிபெயர்ப்புகள் 3. ஒவ்வொன்றும் பலாச்சுளை என்றாலும், இவற்றுள் கம்ப இராமாயணத்தை ஆய்ந்து எழுதிய 8 நூல்கள் ('இராவணன் மாட்சியும் வீழ்ச்சியும்', 'கம்பன் கண்ட நாடும் மன்னனும்', 'அரசியர் மூவர்', 'தம்பியர் இருவர்', 'கம்பன் கலை', 'கம்பன் புதிய பார்வை', 'பன்முக நோக்கில் இராமன்', 'கம்பன் எடுத்த முத்துக்கள்'), பெரிய புராணத்தை ஆய்ந்து எழுதிய 3 நூல்கள் ('தேசிய இலக்கியம்', 'சேக்கிழார் தந்த செல்வம்', 'பெரிய புராணம் - ஓர் ஆய்வு') மற்றும் 'திருவாசகச் சிந்தனைகள்' ஆகியவை தேனில் ஊறிப் பாலில் வீழ்ந்த பலாச்சுளைகளாகும்.

கம்பனில் மூழ்கித் திளைத்தவர்கள் காப்பியத்தின் நாயகனான இராமனைப் பற்றியே பெரும்பாலும் எழுதுவார்கள். ஞானசம்பந்தன் சற்று வித்யாசமாகத் தனது வாழ்வின் முற்பகுதியில் காப்பியத்தின் எதிர்நிலைத் தலைவனான இலங்கேஸ்வரனின் ஆளுமைப் பண்புகளை விளக்கும் வகையில் எழுதிய நூல் 'இராவணன் மாட்சியும் வீழ்ச்சியும்' ஆகும். பின்னர் வாழ்வின் நிறைவுப் பகுதியில் எழுதியது 'இராமன் பன்முக நோக்கில்' என்னும் நூலாகும்.

1940-ல் ரசிகமணி டிகேசி, பேராசிரியர் ஸ்ரீநிவாசராகவன், ஏ.சி.பால் நாடார், ஞானசம்பந்தன் ஆகியோரின் ஆதரவுடன் கம்பன் அடிப்பொடி சா.கணேசன் காரைக்குடியில் கம்பன் விழாவை முதன் முதலில் கொண்டாடினார். 1940 - 1985வரை தொடர்ந்து நாற்பத்தி ஐந்து ஆண்டுகள் ஞானசம்பந்தன் கம்பன் விழாவில் கலந்து கொண்டார். சா.கணேசனின் கனவுத் திட்டமான கம்பர இராமாயாணத் திருத்திய பதிப்புப் பணியை சென்னைக் கம்பன் கழகம் மூலம் தெ.பொ.மீ.தலைமையில் செய்து முடித்தார்.

'எழுத்தைப் பொறுத்தவரை முழுச் சோம்பேறியாக இருந்த என்னை 1943-45 ஆண்டுகளில் இலக்கியச்சுவை மிகுந்த கட்டுரைகளை எழுதச் சொல்லிக் 'கலைமகளில்' வெளியிட்டவர் நண்பர் கி.வா.ஜகந்நாதன். அதேபோல் கரடு முரடான இலக்கியத் தமிழில் இருந்து ஜனரஞ்சகமான எளிய தமிழில் அனைவருக்கும் புரியும்படி எழுதத் தூண்டியவர் ஆனந்த விகடன் ஆசிரியரும் அதிபருமான எஸ்.எஸ்.வாசன்' என்று நெகிழ்கிறார் ஞானசம்பந்தன். 'எங்கள் வீட்டுப் பெண்கள் சாதத்தைக் கஞ்சி வடித்து நிமிர்வதற்குள் ஆனந்த விகடனைப் படித்துவிடுவார்கள். எனவே அவர்களுக்குப் புரியுமாறு எழுதுங்கள்' என்று சொன்னதற்கு இணங்க குறட்பாக்களை அடிப்படையாகக்கொண்டு 'குறள் கண்ட வாழ்வு' என்ற தலைப்பில் ஆனந்த விகடனில் தொடர் கட்டுரைகள் எழுதினார். 1949க்குப் பிறகு ஞானசம்பந்தன்வின் தமிழ் நடை எளிமையானதற்கு இதுவே முக்கியக் காரணம்.

ஞானசம்பந்தன்வின் தந்தை அ.மு.சரவண முதலியார் பெரிய புராணத்தில் புலமை மிக்கவர். தமிழகத்தின் பல பகுதிகளிலும், இலங்கை, மலேசியா, சிங்கப்பூர் நாடுகளிலும் பெரிய புராணச் சிறப்புகளைப் பேசி 'பெருஞ்ச்சொல் விளக்கனார்' என்னும் பட்டத்தைப் பெற்றதுடன், அந்நூல் தொடர்பான ஆதாரப்பூர்வ விளக்கங்களுக்கு 'Living Authority' என்னும் புகழையும் பெற்றவர். தந்தை வழியில் மேடை தோறும் சங்க இலக்கியம், திருக்குறள்,

கம்ப இராமாயணம், பெரிய புராணச் சொற்பொழிவுகள் நிகழ்த்திய ஞானசம்பந்தனுக்கு இராம காதையைத் தந்தருளியவருக்குக் 'கம்பன் விழா' எடுப்பது போன்று பெரிய புராணம் இயற்றிய வருக்குச் 'சேக்கிழார் விழா' எடுக்கவேண்டும் என்ற ஆவல் ஏற்பட்டது.

இது தொடர்பாக பலருக்குக் கடிதங்களும் எழுதினார். 1993-ல் சேக்கிழார் ஆய்வு மையத்தின் முதல் கூட்டம் நடைபெற்றது. பெரிய புராணத்தைத் திரு.வி.க உரையுடன் முழுமையாக ஒரே நூலாக வெளியிடுவது என்றும் ஒவ்வொரு ஆண்டும் சேக்கிழார் விழா எடுப்பதும் என்றும் கூட்டத்தில் முடிவு செய்யப்பட்டது. ஆனால் திடீரெனத் தேவையான உதவிகளைச் செய்து வந்த தொழிலதிபர் எம்.வி.ஜெயராமன் மரணமடையவே தனது எண்ணம் தடைபடுமோ என் ஞானசம்பந்தன் கலங்கினார். காஞ்சி மகா ஸ்வாமிகள் வாழ்த்துடனும், நீதிபதி எஸ் நடராசன் துணையுடனும், வங்கியின் நிதி உதவியுடனும் பணிகள் எந்தத் தடங்கலுமின்றித் தொடர்ந்து நடைபெற்றது. நிறைவாக அ.ச.ஞா. விரும்பிய வகையில் பெரிய புராணம் நூலும் கோலாகலமாக நடைபெற்ற விழாவில் வெளியானது. சேக்கிழார் ஆய்வு மையம் மூலம் ஒவ்வொரு ஆண்டும் சிறந்த அறிஞர் ஒருவருக்கும், ஓதுவார்கள் நால்வருக்கும் பத்தாயிரம் ரூபாய் வழங்கப்பட்டு வருகிறது. உடல் நலிவுற்ற நிலையிலும், மன உறுதியுடன், இறுதி மூச்சுவரை சேக்கிழார் விழாக்களில் அ.ச.ஞா. கலந்துகொண்டார்.

'நட்ட கல்லைத் தெய்வம் என்று கூறலாமா?' என்று கேட்ட நாத்திகர்களுக்கு ஞானசம்பந்தன் அளித்த பதில் அற்புதம். 'அமிலம், தண்ணீர் ஆகியவற்றில் அமுக்கி வைக்கப்படும் உலோகத் தகடுகளுக்கு எந்த சக்தியும் இல்லை. ஆனால் அவற்றில் 40 மணி நேரம் மின்சாரம் பாய்ச்சிய பிறகே ஆற்றலைப் பெற்று மின் கலன்களாக மாறுகின்றன. அதுபோல் கருங்கல்லில் செதுக்கப்படும் விக்கிரகங்கள் புனித நீரால் குடமுழுக்கு செய்யப்படும்போது தெய்வப் படிவங்களாக உருப்பெற்று உயர்ந்த நிலையை அடைகின்றன' என்று விளக்கம் அளித்தார்.

அதேபோல் தமிழ்மொழியில் சில கலைச்சொற்கள் கிடைக்கா விட்டால் வடமொழியில் இருந்து எடுத்துக் கொள்ளலாமே? என்று கேட்ட சில அறிஞர்களுக்கும் ஞானசம்பந்தன் அளித்த பதில் அறிவியல்ரீதியானது. மருத்துவத்தில் கிராஃப்டிங் (Grafting) என்னும் ஒட்டு அறுவை சிகிச்சை முறை பிரபலம். ஆனால் இவ்வகை சிகிச்சைக்கு உயிருடன் இருப்பவரின் உடலிலிருந்து

சதையை எடுத்து மற்றொரு இடத்தில் வைத்துத் தைப்பார்கள். ஆனால் இறந்தவரின் உடலில் உள்ள சதை எடுத்துத் தைக்க முடியாது. அதுபோல் இன்றைக்கு வழக்கு ஒழிந்த வடமொழியில் இருந்து கலைச் சொற்களை எடுத்துப் பயன்படுத்தினால், செத்த உடலிலிருந்து சதையை எடுத்து உயிருள்ள ஒருவரின் உடலில் தைப்பதற்குச் சமமாகும்' என்றார். இவ்விரு கேள்விகளுக்கும் ஞானசம்பந்தன் அளித்த பதில்கள் காலம் கடந்து நிற்கும். எந்தக் காலத்துக்கும் பொருந்தும்.

வானொலி மற்றும் தொலைக்காட்சியில் இடம் பெறும் இலக்கிய நிகழ்ச்சிகளைக் கேட்கும் / பார்க்கும் பழக்கம் கொண்டவர் அ.ச.ஞா. நிகழ்ச்சி சிறப்பாக இருந்தால் உடனுக்குடன் சம்பந்தப் பட்டவர்களை அழைத்துப் பாராட்டுவதுடன், குறைகள் இருந்தால் அவற்றைச் சுட்டிக் காட்டவும் தயங்க மாட்டார்.

ஐஏஎஸ் அதிகாரியும் எழுத்தாளருமான வெ.இறையன்பு தொலைக்காட்சியில் 'தெரிந்தும் தெரியாததும்' என்ற தலைப்பில் நடத்திக் கொண்டிருந்த அறிவியல் நிகழ்ச்சியைப் பார்த்துப் பாராட்டுவது அ.ச.ஞானசம்பந்தனின் வழக்கம். ஒரு முறை அவரை அழைத்து 'நீங்கள் சொன்ன விளக்கம் சரியில்லை. பரிமேலழகர் உரைதான் பொருத்தம்' என்றாராம். மற்றொரு முறை 'மனதில்' என்று சொல் அவரது நூலில் இடம் பெற்றபோது 'மனத்தில்' என்றுதான் எழுத வேண்டும். 'மனதில்' என்று எழுதுவது தவறு' என்று திருத்தம் சொன்னாராம்.

தனது நெருங்கிய நண்பரான டி.எஸ்.தியாகராஜன் பேர்த்தி மதிநிறை செல்வி திருமணம் தொடர்பான பத்திரிகையில் 'மதிநிறைச்செல்வி' என்று அச்சடித்தைச் சுட்டிக்காட்டி 'மதிநிறைசெல்வி' என்றுதான் இருக்கவேண்டும். நிறை செல்வி என்பது வினைத்தொகைபோல் நிறைந்த செல்வி, நிறையும் செல்வி, நிறையப்போகும் செல்வி என்று பொருள்வரும் சொல். எனவே 'ச்' ஒற்று போடுவது தவறு என்றாராம்.

தமக்கு மூத்தோர்களை வணங்கி, சம காலத்தவர்களைப் போற்றிய ஞானசம்பந்தன், இளைஞர் பலரையும் 'யான் கண்ட இளைஞர்' என்ற நூலில் வாழ்த்தியும் பாராட்டியும் உள்ளார். இவர் உவந்து பாராட்டிய அன்றைய இளைஞர்கள் இன்றைக்கு அனுபவமும் ஆற்றலும் மிக்க தலை சிறந்த பேச்சாளர்களாகவும் எழுத்தாளர் களாகவும் விளங்குவது குறிப்பிடத்தக்கது.

திரு.வி.கவுடன் அ.ச.ஞாவுக்கு இருந்த உறவு உணர்வுபூர்வமானது. திரு.வி.க அவரைத் தனது மகனாகவே பாவித்தார் எனில்

மிகையில்லை. தான் இறந்தால் தனக்குக் கொள்ளி வைக்க வேண்டும் என்று உயிருடன் இருந்தபோதே திரு.வி.க இருவருக்கு அன்புக் கட்டளையிட்டார். அவ்விருவருள் ஒருவர் டாக்டர் மு. வரதராசனார். மற்றொருவர் அ.ச.ஞானசம்பந்தன்.

பேச்சாளராக இருந்த அ.ச.ஞா. எழுத்தாளராக மாறியதற்கான காரணத்தை அவரே விளக்குகிறார். வழிகாட்டியாகவும் தந்தைக்கு நிகராகவும் திகழ்ந்த திரு.வி.க தனது இறுதிக் காலத்தில் என்னை அழைத்து 'என்னைப் போலவே நீயும் பேசிக் கொண்டே இருக்கிறாய். உன் வயது ஏற ஏறப் புதியவர்கள் வர வர உலகம் உன்னை ஒதுக்க ஆரம்பிக்கும். அதுவரை காத்திராமல் இப்போதே மேடைப் பேச்சுக்களைக் குறைத்துக்கொண்டு எழுதுவதில் கவனம் செலுத்தத் தொடங்கு' என்றார். அவரது அறிவுரைப்படியே எழுதுவதில் தீவிரமாகக் களமிறங்கி உள்ளேன்' என்கிறார்.

வயோதிகம் காரணமாக அ.ச.ஞாவுக்குக் கண் பார்வை மங்கத் தொடங்கியது. பார்வைத் திறன் குறைந்தாலும், சிந்திக்கும் திறனும், நினைவாற்றலும் குறையவே இல்லை. யாரெனும் சந்தேகம் கேட்டால் இந்த நூலில், இந்த பக்கத்தில் கேள்விக்கான பதில் இருக்கும் என்று துல்லியமாகச் சொல்லத்தக்க வகையில் ஞாபக சக்தியைப் பெற்றிருந்தார். அ.ச.ஞா. பார்க்க முடியாத நிலையிலும், வாய்மொழியாகச் சொல்லச் சொல்ல அவரது மகள் மீரா எழுதி நண்பர்கள் மெய்பூ திருத்திய பின்னர் பல நூல்கள் வெளியாகி உள்ளன.

'எனக்கு இலக்கண இலக்கியங்களில் ஏதேனும் சந்தேகம் வந்தால் கேட்டுத் தெளிந்து கொள்ளும் இருவர் கி.வ.ஜ.மற்றும் அ.ச.ஞா' என்று குன்றக்குடி அடிகளார் கூறியுள்ளார்.

சொற்பொழிவாளர், எழுத்தாளர், திறனாய்வாளர், படைப்பாளர், மொழிபெயர்ப்பாளர் எனப் பன்முகத் திறமை கொண்ட அ.ச. ஞானசம்பந்தன் 27.8.2002-ல் தனது 85 ஆவது வயதில் மறைந்தார். அவரது நினைவைப் போற்றும் வகையில் அடுத்த ஆண்டு அவருக்குச் 'சிறப்பு அஞ்சல் உறை' வெளியிட்டு அரசு பெருமைப்படுத்தியது.

‘உரை வேந்தர்’ ஔவை துரைசாமிப் பிள்ளை

நூலுக்கு நூலருமை காட்டுவதில் நுண்ணறிஞன்
மேலுக்குச் சொல்லவில்லை வேர்ப்பலாத் - தோலுக்குள்
உள்ள சுளைகொடுக்கும் உண்மை உழைப்பாளன்
அள்ளக் குறையாத ஆறு

என்றும் உரைவேந்தர் ஔவை துரைசாமிப் பிள்ளையின் தமிழ்த் தொண்டு குறித்துப் பாராட்டி மகிழ்கிறார் பாவேந்தர் பாரதிதாசன்.

தென்னாற்காடு மாவட்டம், திண்டிவனம் அருகேயுள்ள ஔவையார்குப்பம் என்னும் கிராமத்தில், கருணீகர் மரபில் தோன்றிய சுந்தரம் பிள்ளை - சந்திரமதி அம்மையார் தம்பதிகளுக்கு ஐந்தாவது குழந்தையாக 1902 செப்டம்பர் 5ஆம் தேதி பிறந்தார் ஔவை துரைசாமிப் பிள்ளை. உடன் பிறந்த மயிலாசலம், முத்துக்குமாரசாமி, சுப்பிரமணியம், பூமாதேவி ஆகியோரில் இவரும் பூமாதேவியும் இரட்டையர்கள். பிறந்த சில நாள்களில் பெண் குழந்தை இறந்து போனது.

உள்ளூரில் தொடக்கக் கல்வியும், வால்டர்ஸ் உயர்நிலைப் பள்ளியில் இறுதி வகுப்பையும் முடித்த பின்னர் வேலூர் ஊரிஸ் கல்லூரியில் இடைநிலை வகுப்பில் சேர்ந்தார். பள்ளியில் இவருக்குத் தமிழாசிரியராக இருந்தவர் சீர்காழி கோவிந்தசாமி ரெட்டியார். இருப்பினும் குடும்பப் பிரச்னை காரணமாகப் படிப்பைத் தொடர முடியாமல் போனது. நகராட்சி அலுவலகத்தில் சில காலம் சுகாதார ஆய்வாளர் வேலை பார்த்தார். இருப்பினும் தமிழை முழுவதுமாகக்

கற்கவேண்டும், தமிழ்ப் பேராசிரியராக வேண்டும் என்ற தணியாத தாகம் காரணமாக அங்கிருந்து விடுவித்துக்கொண்டு, தமிழ்ப் பணியில் தன்னை முழுவதுமாக ஈடுபடுத்திக்கொண்டார்.

அக்காலத்தில் தஞ்சையை அடுத்த 'கரந்தைத் தமிழ்ச் சங்கம்' தனித்தமிழ் பயில்வதற்கு ஏற்ற இடமாகத் திகழ்ந்தது. அதன் தலைவராக இருந்தவர் 'சிவமணக்கும் இன்சொல், உருமணக்கும் திருநீறு, இயலருள் ஒழுகும் கண்கள், அருள்மணக்கும் திருநோக்கு, இளநகை ஒளிர் செவ்வாய், சொற்பொறுக்கும் செவிகள், வீரவுரை நவிலும் நாக்கு, செம்பாகத் தமிழ்பேசிச் சிரிப்புக் காட்டும் முகம், எடுப்பான திருவுருவம்' எனச் சான்றோர் புகழும் 'தமிழ்வேள்' உமா மகேஸ்வரனார். இவர் தமிழில் மட்டுமின்றி ஆங்கிலத்திலும் புலமை மிக்கவர். அந்நாளைய சென்னை மாகாண ஆளுநர் சர் ஆர்தர் ஹோப்பின் ஆங்கிலப் பேச்சைத் தமிழில் மொழிபெயர்த்த பெருமையும் இவர்க்கு உண்டு.

'தமிழ்வேள்' உமா மகேஸ்வரனாருக்கு உறுதுணையாக இருந்தவர்கள் 'கரந்தைக் கவியரசு' வேங்கடாசலம் பிள்ளை, 'நாவலர்' ந.மு.வேங்கடசாமி நாட்டார் ஆகியோர். இவர்கள் இருவரிடமும் பயில வேண்டும் என்னும் விருப்பத்துடன், பழங்கள் நிறைந்த மரத்தை நாடிச் செல்லும் பறவைபோல், தமிழ் கற்பதற்கு ஏற்ற இடம் கரந்தைத் தமிழ் சங்கமே என்ற முடிவுடன், ஒளவை துரைசாமிப் பிள்ளை 1925-ல் தனது 22ஆவது வயதில் தஞ்சை நோக்கிப் புறப்பட்டார்.

திறமைக்கு ஏற்பத் தகுதியான பொறுப்பை வழங்கும் ஆற்றல் பெற்ற தமிழ்வேள், தம்மை நாடி வந்த ஒளவை துரைசாமிப் பிள்ளையைப் பார்த்தவுடன் அகமகிழ்ந்தார். தமிழ்ச் சங்கப் பள்ளியில் ஆசிரியர் பணியுடன், சங்க நூலகப் பணியையும் வழங்கினார். இவரது தமிழார்வத்தைக் கண்டுகளித்த தமிழ்வேள், தொல்காப்பியம் - தெய்வச் சிலையார் ஓலைச் சுவடிகளைப் படித்துப் பார்த்து எழுதும் முக்கியப் பணியைக் கொடுத்தார். ஒளவை துரைசாமி பிள்ளை இவ்விரு பணிகளையும் செம்மையாகச் செய்து ஏனையோரின் பாராட்டைப் பெற்றதுடன், குரு மெச்சும் சீடனாகவும் திகழ்ந்தார். பணிக்கு இடையே 1930-ல் சென்னைப் பல்கலைக்கழகத் தமிழ் 'வித்வான்' தேர்வு எழுதி வெற்றி பெற்றார். பின்னாளில் 'உரை வேந்தர்', 'சித்தாந்த கலாநிதி' ஆகிய பட்டங்களும், பெருமைகளும் பெறக் கரந்தைத் தமிழ்ச் சங்கப் பயிற்சியே காரணம் என்றாலும் மிகையில்லை.

அண்ணாபிள்ளை - இலட்சுமி ஆகியோரின் மகளான உலோகாம் பாளைக் கரம் பிடித்தார். இருவருக்கும் பிறந்த குழந்தைகளுள் பதினொன்று. இவர்களுள் மூன்றாவதாகப் பிறந்த ஔவை நடராஜன் தஞ்சைத் தமிழ்ப் பல்கலைக்கழகத் துணைவேந்தர் உள்ளிட்ட பல உயர் பதவிகளை வகித்த தமிழறிஞர் என்பது குறிப்பிடத்தக்கது.

கரந்தையில் உமா மகேஸ்வரனார், வேங்கடசாமி நாட்டார், வேங்கடாசலம் பிள்ளை ஆகியோரிடம் தமிழ் பயின்றதைத் தொடர்ந்து 1929-ல் வட ஆற்காடு மாவட்டக் கழக உயர்நிலைப் பள்ளியில் தமிழாசிரியராகச் சேர்ந்தார். காவேரிப்பாக்கம், செய்யாறு, போளூர், திருவந்திபுரம், திருவோத்தூர், செங்கம் உள்ளிட்ட பல ஊர்களில் தமிழாசிரியராகவும், தலைமைத் தமிழாசிரியராகவும் பணியாற்றினார். செய்யாறு உயர்நிலைப் பள்ளியில் தலைமைத் தமிழாசிரியராக இருந்தபோது இவரிடம் படித்த மாணவர்களுள் சட்டமன்ற முன்னாள் பேரவைத் தலைவரான புலவர் கா கோவிந்தன், கவிஞர் மீ ராஜேந்திரன் (மீரா) ஆகியோர் குறிப்பிடத்தக்கவர்கள்.

தமிழைக் கற்பிப்பதுடன் நில்லாமல், வேற்று மொழித் தாக்குதல்களில் இருந்து தமிழைக் காப்பதிலும் ஔவை தீவிர முனைவுகளை மேற்கொண்டார். 1938-ல் மதராஸ் மாகாணத்தில் இந்தி கட்டாயமாக்கப்பட்டபோது அதை எதிர்த்துத் தமிழ்வேள் உமா மகேஸ்வரனார், நாவலர் சோமசுந்தர பாரதியார், முத்தமிழ்க் காவலர் கி.ஆ.பெ.விசுவநாதம் ஆகியோர் தமிழகமெங்கும் சுற்றுப்பயணம் மேற்கொண்டு ஆதரவு திரட்டினர். அவர்கள் வட ஆற்காடு மாவட்டம் வந்தபோது ஔவை துரைசாமிப் பிள்ளை வரவேற்றுத் தேவையான உதவிகளை வழங்கியதுடன், கூட்டங்களிலும் பங்கேற்று முழங்கினார். இவரது பேச்சுக்கும் எழுத்துக்கும் இடையூறு ஏற்படுத்தும் வகையில் அப்போதைய அரசு, அவரது 12 ஆண்டு கால தமிழாசிரியர் வேலையில், பல ஊர்களுக்குப் பணி இடமாற்றம் செய்து உத்தரவிட்டது. பணி இடம் மாற்றினாலும் கொள்கைத் தடம் மாற மாட்டேன் என்னும் உறுதியுடன் தொடர்ந்து இயங்கினார்.

1939-ல் போளூரில் மாவட்டக் கழக உயர்நிலைப் பள்ளித் தலைமை ஆசிரியராக இருந்தபோது மாவட்டக் கல்வி அதிகாரி சச்சிதானந்தம் பிள்ளை ஆய்வு மேற்கொள்ள வந்திருந்தார். ஔவை துரைசாமிப் பிள்ளையின் இலக்கண, இலக்கியப் புலமை குறிப்பாகச் சைவ சித்தாந்தத்திலுள்ள ஈடுபாடு, மாணவர்களுக்குப் பாடம் சொல்லிக் கொடுக்கும் நேர்த்தி, ஆகியவற்றைக் கண்டு மகிழ்ந்ததுடன் அவரது பெருமைகளைப்பற்றிச் சைவச் சித்தாந்த நூற்பதிப்புக் கழக

உரிமையாளர் சுப்பையா பிள்ளையோடு பகிர்ந்துகொண்டார். பதிப்பகத்தின் சார்பில் நூல்கள் எழுத இவரைப் போன்ற தமிழறிஞர்கள் தேவை என்பதை உணர்ந்து கொண்ட சுப்பையா பிள்ளை உடனே போளூருக்குப் புறப்பட்டுச் சென்று ஔவை துரைசாமிப் பிள்ளையைச் சந்தித்துப் பேசினார். சைவ சித்தாந்த நூற்பதிப்புக் கழகத்துக்காக இவர் எழுதிய முதல் நூல் 'சீவக சிந்தாமணி சுருக்கம்'. இதற்குக் கிடைத்த மகத்தான வரவேற்பைத் தொடர்ந்து பல நூல்களை அப்பதிப்பகத்துக்காக எழுதிக் கொடுத்தார்.

1942-ல் திருப்பதி வேங்கடவன் கீழ்த்திசைக் கல்லூரியில் ஔவை துரைசாமிப் பிள்ளைக்குக் கிடைத்த ஆசிரியர் பணி அவரது ஆய்வுகளுக்குக் களம் அமைத்துக் கொடுத்தது. கூடவே வடமொழி, பாலிமொழி உள்பட பல்வேறு மொழி ஆசிரியர்களுடன் பழகும் வாய்ப்பையும் வழங்கியது. சிலப்பதிகாரத்துக்கு உரை எழுதும் வாய்ப்பு இவருக்குக் கிடைத்ததுபோல், மணிமேகலைக்கு உரை எழுதும் பொறுப்பு ந.மு.வேங்கடசாமி நாட்டாருக்குக் கிடைத்தது. ஆனால் திடீரென அவர் காலமாகவே, மணிமேகலைக்கு உரை எழுதும் பெரும் பணியும் ஔவை துரைசாமியையே தேடி வந்தது. பௌத்த சமயத்தின் தாக்கம் அதிகமுள்ள காப்பியம் என்பதால் வடமொழிப் பேராசிரியர் பிரபாகர சாஸ்திரியார், பாலி மொழிப் பேராசிரியர் ஐயாசாமி சாஸ்திரியார் ஆகியோருடன் கலந்தாலோசித்து மணிமேகலைக்கான உரையை நிறைவு செய்தார்.

தேன் சொரியும் மலர்தோறும் நாடிச் செல்லும் வண்டைப்போல், திறமைசாலிகளைத் தேடிக் கண்டுபிடித்துப் பொறுப்பான பதவிகளை வழங்குவதில் செட்டிநாட்டரசர் ராஜா சர் அண்ணாமலைச் செட்டியாருக்கு ஈடு இணையில்லை. அந்த வகையில் 1943-ல் உரைவேந்தருக்கும் ஆராய்ச்சித் துறையில் விரிவுரையாளராகப் பணியாற்றும் பேறு கிட்டியது. சற்றேறக்குறைய எட்டு ஆண்டுகள் அங்கு வேலை பார்த்தார். 'சைவ சமய வரலாறு', 'ஞானாமிர்தம்', 'புறநானூறு', உள்ளிட்ட ஆய்வு நூல்களை எழுதி வெளியிட்டார். காப்பியங்களுக்கும், தொகை நூல்களுக்கும் உரைகளைச் செம்மையாக எழுதி முடித்தார். அங்கு பணியாற்றிய காலத்தில் கல்வெட்டு அறிஞர் தி.வை.சதாசிவப் பண்டாரத்தார், இலக்கண வரலாற்று அறிஞர் வெள்ளைவாரணர் ஆகியோரின் நட்பு கிடைத்தது.

ராஜா அண்ணாமலைச் செட்டியாருக்கு இணையாக தமிழ் வளர்த்த செல்வந்தர்களுள் குறிப்பிடத்தக்கவர் மதுரை தியாகராஜர் கல்லூரி நிறுவனர் கருமுத்து தியாகராஜ செட்டியார் . தமிழில் புலமை பெற வேண்டும் என்பதற்காகவே வரத நஞ்சையப் பிள்ளை என்னும்

தமிழறிஞரைத் தமது இல்லத்தில் தங்க வைத்து அவரிடம் தமிழ் பயின்றார். சி இலக்குனார், அ.சிதம்பரநாத செட்டியார், மா.இராசமாணிக்கனார், அ.கி.பரந்தாமனார் ஆகியோரை வரவழைத்துத் தனது கல்லூரியில் பேராசிரியர்களாகப் பணியமர்த்தி அழகு பார்த்தார். அந்தவகையில் 1951-ல் துரை தியாகராசர் கல்லூரியில் பேராசிரியராகப் பணியாற்ற உரைவேந்தர் ஔவை துரைசாமிப் பிள்ளைக்கும் அழைப்பு வரவே மிகுந்த உவகையுடன் ஏற்றுக்கொண்டார்.

தனக்குத் தமிழ் சொல்லிக் கொடுக்க வரத நஞ்சைப் பிள்ளையை அமர்த்திக்கொண்டதுபோல், தன் மனைவி இராதா தியாகராஜனுக்குத் தமிழ் கற்றுக் கொடுக்கவேண்டும் என்று ஔவை துரைசாமிப் பிள்ளையைக் கேட்டுக்கொண்டார். அவருக்கு இலக்கண இலக்கியங்களையும், சைவ சித்தாந்தக் கருத்துகளையும் கற்றுக் கொடுத்த காரணத்தால் தமிழில் மிகச் சிறந்த புலமையும், இலக்கிய மற்றும் சமய மாநாடுகளில் மடை திறந்த வெள்ளமென உரையாற்றும் திறனும் பெற்றுத் திகழ்ந்தார். மகாவித்வான் மீனாட்சிசுந்தரம் பிள்ளைக்கு ஏற்ற சீடராக உ.வே.சாமிநாத ஐயர் கிடைத்தது போல், உரைவேந்தர் ஔவை துரைசாமிப் பிளைக்கு உற்ற சிஷ்யையாக இராதா தியாகராஜன் அமைந்தார் எனில் மிகையில்லை.

ஓலைச்சுவடி படித்தல், பெயர்த்து எழுதல் திறமைகளுடன், கல்வெட்டு அறிஞர் சதாசிவப் பண்டாரத்தாரிடம் கல்வெட்டு களைப் படிக்கவும், 'படி' எடுக்கவும் போதிய பயிற்சிகளை ஔவை துரைசாமிப் பிள்ளை எடுத்துக் கொண்டார். பின்னாளில் மாணவர்களுக்குத் 'தென்னிந்தியக் கல்வெட்டுக்கள்' தொடர்பான பாடம் எடுக்கும்போது, மதுரை ஒற்றைக்கடை மலையடிவாரத்தில் உள்ள நரசிங்கப் பெருமாள் கோயிலுக்கு அவர்களை அழைத்துச் சென்று, நேரடி செயல்முறைப் பயிற்சியாக செய்து விளக்கினார். இரண்டினிலும் உள்ள பயிற்சி காரணமாகவே தாம் எழுதிய பல்வேறு உரை நூல்களில் ஆங்காங்கே சொல்ல வந்த கருத்தை உறுதிப்படுத்தவும், பாட பேதங்களைச் சான்றுகளுடன் நிலை நிறுத்தவும் மெய்ப்பிக்கவும் முடிந்தது.

ஆனால், ஓலைச் சுவடிகளைப் படித்து உண்மையைக் கண்டறிவது எந்த அளவுக்குக் கடினம் என்பதை உ.வே.சா. தனது 'என் சரித்திரம்' நூலில் விளக்குகிறார். 'பாட பேதங்களுக்கு எல்லையே காண முடியாது. மனம் போன போக்கில் விளைந்த விபரீதம் எத்தனையோ ஏடுகளில் உண்டு. 'கொம்பு', 'சுழி' என்று வேறுபடுத்த முடியாது. மெய்யெழுத்துக்குப் புள்ளியே இருக்காது. 'ர' கரத்துக்கும் 'துணைகாலுக்கும் ('ா') வேற்றுமை இருக்காது.'சா' பம் என்ற சொல்லுக்கும் 'சர'பம் என்ற சொல்லுக்கும் வித்யாசமின்றித்

தோன்றும். இடையின 'ர' கரம் வருமிடங்களில் வல்லின 'ற' கரம் மாறிமாறி வரும். மூலம் இது, உரை இது, மேற்கோள் இது என்ற வேறுபாடுகள் தெரியாது' என்று ஓலைச் சுவடிகளைப் படிப்பதிலும், படியெடுப்பதிலும் உள்ள சிரமங்களை விவரித்துள்ளார்.

பழந்தமிழ் ஏடுகளைத் தேடுவதில் நேரத்தைச் செலவிடுவதற்குப் பதிலாக தமிழில் முதுகலை, முனைவர் என்று பட்டங்களைப் பெற்றிருந்தால் பல்கலைக்கழகத்தின் துணை வேந்தராகக் கூட ஆகியிருக்க முடியும். ஆனால் ஏனோ ஓலைச் சுவடிகள் படிப்பதிலும், படி எடுப்பதிலும், பழந்தமிழ் நூல்களுக்கு உரை எழுதுவதுமே அன்னைத் தமிழுக்குத் தொண்டு என்று குறிக்கோளுடன் தனது வாழ்நாள்களைக் கழித்தார். இருப்பினும் இக்குறையை நிறைவு செய்யும் வகையில், இவரது புதல்வர்களில் ஒருவரும், மிகச் சிறந்த தமிழறிஞருமான ஔவை நடராஜன் தஞ்சைத் தமிழ்ப் பல்கலைக்கழகத் துணை வேந்தர் உள்ளிட்ட பல உயர் பதவிகள் வகித்து தமிழுக்குப் பெருமை சேர்த்துள்ளார்.

'சங்க காலச் சோழர் பாண்டியருக்குப் பிறகு களப்பிரர் என்ற இனத்தவரின் கைபட்டுத் தமிழகம் தன் சீரும் திருவும் இழந்தது. வேற்றுமையின்றி ஒருமைச் சமுதாயமாக மேலை நாடுகளும் கீழை நாடுகளும் போற்றிப் பரவியிருந்த அதன் புகழ் மறைந்தது. அறவராகவும், மறவராகவும் மாண்பு பெற்ற தமிழர், மாற்றாருக்குப் பணிந்து அவருடைய அடிவருடும் அடியாராக அடிமை நிலை எய்தினர். தமிழ் இயலும், இசையும், கூத்தும் தமக்குரிய இடமிழந்து இறந்தொழிந்தன. அரசியல், வாணிகம், தொழில் முதலிய வாழ்க்கைக் கூறுகள் மறைந்து போயின' என்று தமிழகத்தின் வீழ்ச்சி குறித்து எழுதியுள்ளார்.

'தமிழ்நாட்டில் கற்றோர் எனப்படுவோர் இங்கு வாழ்ந்தார் என்றாலும், எண்ணங்களாலும், செயல்களாலும், வேற்று நாட்டவராகவே விளங்கினர். தாய்ப் பாலோடு உடன் ஊட்டிய தமிழ்ப்பாலை மறந்தனர். தமிழ் நினைவைக் கைவிட்டனர். தமிழ் வாழ்வைத் துறந்தனர். தமிழ்நடையைத் தாழ்த்தினர். தமிழ் உடையை மாற்றினர். தமிழ்க் கல்வியைத் தூற்றினர். தமிழ்ப் பண்பாட்டையும், தமிழ் மக்கட்குரிய சான்றாண்மையையும் கைவிட்டனர். தமிழர் அனைவரும் யாருக்கோ அடிமைப்பட்டு, உரிமை இழந்து, மானமில்லாத வற்றல் மரங்களாக தோன்றுகின்றனர்' என்று தமிழரின் இழிநிலை குறித்து வருந்தினார்.

'காணும் இடமெல்லாம் தமிழர் அறியா மொழிகள் காட்சி தருகின்றன. காணப்படும் ஒரு சில தமிழ்ச் சொற்களிலும், பெயர்களிலும், பிழையும் வழுவும் பெருகி உள்ளன. அரசியல்

நிலையங்களிலும், தொழில் வாணிக அலுவலகங்களிலும், புகைவண்டி முதலிய போக்குவரவுகளிலும், கோயில் வழிபாடுகளிலும், பிற துறைகளிலும், தமிழர்களின் தமிழ் இல்லை. தமிழ்க் கருத்தும், ஒழுக்க நெறியும் தக்கவாறு இல்லை' என்று தமிழ் மொழியின் அவல நிலை பற்றியும் உரை வேந்தர் ஔவை துரைசாமிப் பிள்ளை அறுபது ஆண்டுகளுக்கு முன்பு கவலையுடன் பதிவு செய்தது இன்றைக்கும் பொருந்துகிறது.

தமிழ் ஆசிரியர்களின் மாநாட்டில் கலந்துகொண்டு பேசுகையில் 'தமிழ்ப் புலவர்கள் சிந்தனைச் சிற்பிகள். அவர்கள் கையாளும் பொருள் சிந்தனை. ஏனையோர் கையாளும் மண்ணும் மரமும் இரும்பும்போல் அழியும் பொருள் அல்ல. நின்று பயன்படும் அறிவுப் பொருள். தமிழ்ப் புலமை பெற்றோர் அரசியல், வாணிகம், தொழில், சமுதாயம் ஆகிய துறைகளில் கருத்தைச் செலுத்தும் நேர்மையான தமிழாசிரியர்கள் ஆதல் வேண்டும். தமிழ் மனமும், தமிழ் அறிவும் கொண்டோர் அரசையும், வாணிகத்தையும், தொழிலையும், மேற்கொண்டால் மட்டுமே சூழ்நிலை மாறும். தமிழர்களின் அறிவுக்கும், அறியப்படும் பொருளுக்கும் இடையே தமிழ் அல்லாத வேறு மொழிகள் குறுக்கிட்டு நிற்கும் சூழ்நிலை இன்று உருவாகி உள்ளது. இது தமிழ் ஆசியர்களின் பணிக்கு மிகப் பெரிய இடையூறு. இதைத் தகர்த்து எறிய வேண்டியது தமிழறிஞர்களின் கடனாகும்' என்பதை ஒவ்வொரு தமிழாசிரியரும் நினைவில் கொள்ளவேண்டும்.

16/01/64 அன்று நடைபெற்ற மணிவிழாவின்போது தமிழ்வேள் பி.டி.இராஜன், இராதா தியாகராஜன், பேராசிரியர் வெள்ளைவாரணர் ஆகியோர் துரைசாமிப் பிள்ளையின் சீரிய தமிழ்ச் சேவையைப் போற்றும் வகையில் அவருக்கு 'உரைவேந்தர்' என்னும் பட்டம் பொறிக்கப்பட்ட தங்கப் பதக்கத்தை வழங்கிப் பாராட்டினர். அன்றுமுதல் அனைவராலும் அவர் 'உரை வேந்தர்' என்றே அழைக்கப்பட, காலப்போக்கில், உரைவேந்தர் என்றால் அது ஔவை துரைசாமிப் பிள்ளையை மட்டுமே குறிக்கும் அடைமொழியாக நிலைத்துவிட்டது.

1980 மார்ச் *29* அன்று தமிழக ஆளுநர் பிரபுதாஸ் பட்வாரி தலைமையில், மதுரை காமராசர் பல்கலைக்கழகத் துணை வேந்தராக இருந்த வ.சுப.மாணிக்கம் முன்னிலையில், ஔவை துரைசாமிப் பிள்ளைக்குத் 'தமிழ்ப் பேரவைச் செம்மல்' என்னும் பட்டம் வழங்கப்பட்டது.

1981 -ல் மதுரையில் நடைபெற்ற 'ஐந்தாம் உலகத் தமிழ் மாநாட்டில்' பிரதமர் இந்திரா காந்தி அம்மையார் முன்னிலையில் முதல்வர் எம்.ஜி.ஆர். ரூ 10,000/- பொற்கிழி வழங்கிச் சிறப்பித்தார்.

உரைவேந்தர் எழுதிய 34 நூல்களுள் புறநானூறு, ஐங்குறுநூறு உரை, பதிற்றுப்பத்து உரை, நற்றிணை உரை, ஞானாமிர்தம் உரை, சிலப்பதிகாரம் உரை, மணிமேகலை உரை, சீவகசிந்தாமணி உரை, சூளாமணி உரை, யசோதர காவியம் உரை, திருவருட்பா உரை, சைவ இலக்கிய வரலாறு, ஔவைத் தமிழ், சேரமன்னர் வரலாறு, சிவஞானபோதம் செம்பொருள், தமிழ்த் தாமரை, பெருந்தகைப் பெண்டிர், பாணர், மதுரைக் குமரனார் ஆகியவை குறிப்பிடத்தக்கவை.

இருப்பினும் இவற்றுள் கூடுதல் சிறப்பானதும், அதிக பக்கங்களைக் கொண்டதும் திருவருட்பா உரை ஆகும். மொத்தம் 6 திருமுறைகளையும், 5818 பாக்களையும் கொண்ட இந்நூலை அவரது வாழ்நாள் சாதனை என்றாலும் மிகையில்லை. இது பற்றி மூதறிஞர் வ.சுப.மாணிக்கனார் கூறுகையில் 'கடவுள் பற்றும், சைவத் தெளிவும், பொது நோக்கும் பொலிந்த நம் உரைவேந்தர், முதுமை மறப்பிக்கும் இளைய வீறு பெற்று இராமலிங்க வள்ளலார் சுவாமிகளின் 'திருவருட்பா' முழுமைக்கும் பேருரை கண்ட பெருஞ்செல்வம், தமிழ்ப் பேழைக்குத் தாங்கொணாச் செல்வமாகும். நூலுரை, திறனுரை, பொழிப்புரை என முவ்வரம்பாலும் தமிழ்க் கரையைத் திண்ணிதாக்கிய உரை வேந்தர் ஔவை துரைசாமி நெடும் புகழ் என்றும் நிலவுவதாக' என்று வாயார வாழ்த்திப் புகழ்கிறார்.

உரைவேந்தரின் மாணவரும் சிறந்த கவிஞருமான மீரா (மீ ராஜேந்திரன்) அவரது பிறந்தநாளை முன்னிட்டு எழுதிய வாழ்த்துக் கவிதை வளமான கற்பனை எனினும், உண்மையாக இருக்கக் கூடாதா என்று எண்ண வைக்கும்:-

ஆதியன்தான் இன்றில்லை இருந்தி ருந்தால்
    ஆடடாவோ ஈதென்ன விந்தை! இங்கே
புதியதொரு ஆண்ஔவை! எனவி யப்பான்
    பூரிப்பான், மகிழ்ச்சியிலே மிதப்பான், மற்றோர்
அதிமதுரக் கருநெல்லிக் கனிகொ ணர்ந்தே
    அளித்துங்கள் மேனியினைக் காத லிக்கும்
முதுமைக்குத் தடைவிதிப்பான், நமது கன்னி
    மொழிவளர்க்கப் பல்லாண்டு காத்தி ருப்பான்!

கவிஞர் மீரா விரும்பியவாறு ஔவைப் பாட்டிக்கு நெல்லிக்கனி தந்த அதியமான் இப்போது இல்லாமல் போனது தமிழினத்துக்குப் பேரிழப்பே. அன்னைத் தமிழுக்கும் ஆன்ற சைவத்துக்கும் இறுதி மூச்சுவரை உழைத்த உரைவேந்தர் துரைசாமிப் பிள்ளை 79ஆம் வயதில் 1981 ஏப்ரல் 3 ஆம் தேதி இயற்கை எய்தினார்.

பாவேந்தர் பாரதிதாசன்

நீடு துயில் நீக்கப் பாடி வந்த நிலா, காடு கமழும் கற்பூரச் சொற்கோ,
பைந்தமிழ்த் தேர்ப்பாகன், செந்தமிழ்த் தேனி, சிந்துக்குத் தந்தை
மண்டும் மதங்கள் அண்டா நெருப்பவன், அயலார் எதிர்ப்புக்கு
அணையா விளக்கவன்
தமிழால் பாரதி தகுதி பெற்றதும், தமிழ் பாரதியால் தகுதி பெற்றதும்
என்னென்று சொல்வேன் என்னென்று சொல்வேன்

மகாகவி பாரதியாரின் நினைவஞ்சலிக் கூட்டத்தில் அவருக்கு இதை விடச் சிறப்பாக வேறு யாரும் புகழஞ்சலி செய்திருக்க முடியாது. இளமையில் பக்திக் கவிஞராகவும், விடுதலைப் போராட்டத்தில் தேசியக் கவிஞராகவும், சுயமரியாதை இயக்கத்தில் புரட்சிக் கவிஞராகவும், நிறைவாக மனிதநேயக் கவிஞராகவும் முழுமை பெற்றார். தமிழ் வளர்ச்சி, பெண் விடுதலை, சமுதாய சீர்திருத்தம், மூட நம்பிக்கை ஒழிப்பு எனத் தனது கவிதைகளால் தொடாத துறையில்லை. அவர்தான் கனக சுப்புரத்தினம் என்ற தனது இயற்பெயரை பாரதியார் மீதுள்ள பற்று காரணமாக 'பாரதிதாசன்' என்று மாற்றிக்கொண்ட பெருமைக்குரியவர்.

கனகசபை முதலியார் - இலக்குமி அம்மையார் தம்பதிகளின் மகனாகப் பாண்டிச்சேரியில் 1891 ஏப்ரல் 29 அன்று கனக சுப்புரத்தினம் பிறந்தார். ஆரம்பக் கல்வி திருப்புளிசாமி திண்ணைப் பள்ளிக் கூடத்தில் தொடங்கியது. திருக்குறள் உள்ளிட்ட நீதி நூல்களை மனப்பாடமாக ஒப்பிக்க வேண்டியது கட்டாயம். அவற்றுக்கான விளக்கமும் சொல்லித் தரப்பட்டதால், சிறு வயது முதற்கொண்டே மூலச் செய்யுள்களுடன், அர்த்தத்தையும் தெளிவாகக் கற்றுக்

கொண்டார். பன்னிரு வயதுக்குள் திருக்குறளின் 1330 பாக்களும் அவருக்கு மனப்பாடம்.

திண்ணைப் பள்ளிக்கூடப் படிப்பைத் தொடர்ந்து சுப்பராயச் செட்டியாரின் கல்வே கல்லூரியில் உயர்கல்வி பெற்றார். தமிழ், ஆங்கிலம், பிரஞ்ச் ஆகிய மூன்று மொழிகளையும் கற்றுக் கொண்டார். படிப்பில் சிறந்து விளங்கியதால் அரசாங்கத்தின் உதவித் தொகை கிடைத்தது. இவரது தமிழாசிரியர் தமிழ்க்கடல் பெரியசாமிப் புலவர். தமிழ்ப் புலவர் தேர்வில் முதலாவதாக வெற்றி பெற்றதால் பதினெட்டு வயதிலேயே கனக சுப்புரத்தினத்துக்கு அரசுப் பள்ளியில் ஆசிரியர் வேலை கிடைத்தது. ஆங்கிலம் அல்லது பிரெஞ்ச் ஆசிரியர் என்றால் கௌரவமாகவும், தமிழ் ஆசிரியர் என்றால் இளக்காரமாகவும் கருதும் சூழல் பாண்டிச்சேரியில் நிலவியது. இவரது இளம் வயது காரணமாக மூத்த தமிழ் ஆசிரியர்களும் மதிக்கவில்லை.

இவர் பணியாற்றிய ஊரில் விஸ்வலிங்கம் பிள்ளை என்பவர் முக்கியப் பிரமுகர். ஒருநாள் அவரைச் சந்திக்க வந்த இராமசாமிப் புலவருடன் பேசிக்கொண்டிருந்தபோது கனகசுப்புரத்தினம் அவரது வீட்டின் வழியாகச் செல்ல நேர்ந்தது. 'இந்தப் பையன் தான் எங்கள் ஊர்ப் பள்ளியின் தமிழ் வாத்தியர்' என்று சொல்லி விஸ்வலிங்கம் பிள்ளை அறிமுகப்படுத்த, இராமசாமிப் புலவர் சற்று மிடுக்கான தோரணையில் கனக சுப்புரத்தினத்தை அருகே அழைத்தார். அவர் அழைத்தவிதம் கனக சுப்புரத்தினத்துக்குப் பிடிக்கவில்லை என்றாலும் எழுபது வயது முதியவர் என்ற முறையில் அடக்கமாக நின்றார்.

இலைபடர்ந்த பொய்கை யிடத்தழுதல் கண்டு
முலைசுரந்த அன்னையோ முன்னின் - நிலைவிளம்பக்
கொங்கை சுரந்தவருட் கோமாளோ சம்பந்தா
இங்குயர்ந்தாள் ஆர்சொல் எனக்கு?

என்னும் பாடலில் இருவர் ஞானசம்பந்தரின் அன்னையர்களாகக் குறிப்பிடப்படுகின்றனர். ஒருவர் இறைவி உமா தேவி. மற்றொருவர் பாண்டிமாதேவியான மங்கயர்க்கரசி. இருவரில் யார் சிறந்த அன்னை?' என்று புலவர் கேட்டார்.

சற்றும் தாமதிக்காமல் 'மங்கையர்க்கரசிதான். குழந்தை அழும் முன்பே பால் நினைந்து ஊட்டும் அன்னை 'தலை' அன்புடையவள்.

குழந்தை அழுவதைக் காதால் கேட்ட பின்பு முலை சுரந்து ஊட்டுபவள் 'இடை' அன்புடையவள். குழந்தை அழுவதைக் கண்ணால் கண்ட பிறகே பால் ஊட்டுபவள் 'கடை' அன்புடையவள். குழந்தை பொய்கைக் கரையில் பாலுக்காக அழுவதைக் கண்ணால் கண்ட உடனே உமா தேவியார் பாலூட்டவில்லை. இறைவன் உணர்த்திய பின்பே பாலூட்டினாள். ஆனால், சீர்காழியில் குழந்தை பாலுக்காக அழுதது என்ற இறந்த கால நிகழ்வை எதிரில் நின்றவர்கள் கூறிய உடனேயே மங்கையர்க்கரசியின் மார்பகங்கள் விம்மிப் பரந்து பாலைச் சுரந்தன. மேலும் இப்பாடலில் உமா தேவியை 'முலை சுரந்த அன்னை' என்று சாதாரணமாகவும், மங்கையர்க்கரசியை 'கொங்கை சுரந்த அருள் கோமகள்' என்று குறிப்பிடப்பட்டுள்ளது. இதில் 'அருள்' என்னும் அடைமொழியே அவள்தான் 'சிறந்த' அன்னை என்பதற்கான சான்று' என்று பதிலளித்தார். இளவயது கனக சுப்புரத்தினத்தை மடக்கிவிடலாம் என்று இறுமாப்புடன் கேள்வி கேட்ட புலவர் இராமசாமி தனது செயலுக்கு வருந்தி மன்னிப்புக் கோரினார்.

ஆங்கிலேய ஆட்சி நடைபெற்றுக் கொண்டிருந்த தமிழ்நாட்டில் எவ்வாறு தமிழாசிரியர்களை விடவும் ஆங்கில ஆசிரியர்களுக்கு மதிப்பும் சம்பளமும் அதிகமோ அதுபோல் பிரெஞ்ச் ஆளுகைக்கு உட்பட்டிருந்த பாண்டிச்சேரியில் பிரெஞ்ச் ஆசிரியர்களுக்கு மதிப்பும் சம்பளமும் அதிகம். இருப்பினும் வருமானத்துக்காகத் தாய்மொழியை விட்டுக் கொடுக்காமல் தமிழ்த் தொண்டில் தீவிர கவனம் செலுத்தி வந்தார் கனக சுப்புரத்தினம்.

தமிழ் ஆர்வத்துடன் கனக சுப்புரத்தினத்துக்கு அரசியல் ஈடுபாடும் உண்டு. பாண்டிச்சேரி ஆளும் கட்சித் தலைவர் கெப்ளேவை எதிர்த்துப் போட்டியிட்ட சபாபதி பிள்ளை என்பவரை கனக சுப்புரத்தினம் ஆதரித்து வெற்றி பெறவைத்தார். இருப்பினும் காழ்ப்புணர்ச்சி காரணமாக பொய் வழக்கு தொடரப்பட்டு சிறையில் அடைக்கப்பட்டு பின்னர் விடுதலையானார்.

புதுவை அரசியல் அமைப்பில் இரு வகை வாக்குச் சீட்டுகள் உண்டு. பிரெஞ்சுக்காரர்களும், தங்களைப் பிரெஞ்ச்சுக்காரர்கள் என்று பதிவு செய்து கொண்ட கலப்பினத்தவரும் முதல் வகுப்பைச் சேர்ந்தவர்கள். பிரான்ஸின் ஆளுகைக்கு உட்பட்ட பகுதிகளில் வசிக்கும் இந்தியர்கள் இரண்டாம் வகுப்பைச் சேர்ந்தவர்கள். இந்த அநீதியை எதிர்த்துக் களமிறங்கிய கனக சுப்புரத்தினம் எழுதிய பாடல் வரிகள் புதுவை அரசியலில் மிகப் பெரிய மாற்றத்தை ஏற்படுத்தின.

ஏவலர் இந்தியர் இரண்டாம் தொகுதி என்றார்
மேலோர் என்றோர் தொகுதி மீதிப் பெயர்கோர் தொகுதி
மேன்மைக் குடியரசில் இதுவோ கதி?
ஒரு குடைக்கீழ் நின்றவருள் சிலருக்கு நிழல், சிலருக்கு வெயிலோ?
குவிந்த பொருளோ விஷமோ சமமாக அடையாதது
எவ்வகையிலோ?

பட்டிதொட்டி எங்கும் இப்பாடல்கள் எதிரொலித்து மக்கள் மத்தியில் மிகப் பெரிய எழுச்சியை ஏற்படுத்தியதன் காரணமாக இருபது ஆண்டுகளுக்கு மேலாக ஆட்சியில் இருந்த கட்சி படுதோல்வி அடைந்தது. கனக சுப்புரத்தினம் புகழ் இன்னும் ஓங்கியது.

1908-ல் பாண்டிச்சேரி வந்த பாரதியாரை, இரு ஆண்டுகளுக்குப் பிறகே சந்திக்கும் வாய்ப்பு கனக சுப்புரத்தினத்துக்குக் கிடைத்தது. பக்கத்துத் தெருவில் குடியிருந்த பாரதியார் இவரது வீட்டு வழியே போவது வழக்கம். தமிழ் நாட்டிலிருந்து வந்த ஒரு 'சுதேசி' என்ற அளவில் மட்டுமே பரிச்சயம். 'ரவிவர்மா ஓவியத்தில் வரும் பரமசிவன்போல் இருக்கிறாரே' என்றும் வியந்துள்ளார். சிலம்பப் பயிற்சிக் கூடம் வைத்திருந்த வேணு நாயக்கருக்கு நடைபெற்ற திருமண விருந்தில் நண்பர்கள் ஆடியும் பாடியும் மகிழ்ச்சியில் திளைத்துக் கொண்டிருந்தனர்.

'சுப்பு நீ ஏதாவது ஒரு பாட்டு பாடேன்' என்று வேணு நாயக்கர் வேண்டுகோள் விடுக்க 'வீர சுதந்திரம் வேண்டி நின்றார் பின்னர் வேறொன்று கொள்வாரோ? என்ற பாடலையும் 'தொன்று நிகழ்ந்த தனைத்தும்' என்ற பாடலையும் உரத்த குரலில் உணர்ச்சி பொங்கப் பாடினார் கனக சுப்பு ரத்தினம். இவர் பாடப்பாட அருகில் இருந்தவர்கள் சற்று தள்ளி அமர்ந்து கொண்டிருந்த ஒருவரையே அடிக்கடி பார்த்துக் கொண்டிருந்தனர். வேணு நாயக்கர் பாட்டை இடைமறித்து 'சுப்பு நீ பாடிய பாட்டு யாருடையது தெரியுமா? அதோ அங்கே உட்கார்ந்திருக்கிறாரே அவருடையதுதான். அவர் பெயர் பாரதியார்' என்று சொல்லி அறிமுகப்படுத்திவைத்தார். அப்போது கனக சுப்பு ரத்தினம் அடைந்த மகிழ்ச்சிக்கு அளவே இல்லை. தான் பார்த்து வியந்த 'ரவிவர்மாவின் பரமசிவம்தான்' பாரதியாரா என்று பரவசப்பட்டார்.

'பொருள் உணர்ந்து நன்கு பாடினீர்கள். தமிழ் வாசிச்சிருக்கீங்களா?' என்று கேட்க 'கொஞ்சம்' என்று அடக்கமாகப் பதிலளித்தார் கனக சுப்பு ரத்தினம். 'இவரை ஏன் இதுவரை நம்ம வீட்டுக்கு அழைத்து வரவில்லை. இனியும் தாமதிக்க வேண்டாம். அடுத்த முறை

வரும்போது உடன் அழைத்து வரவும்' வேணு நாயக்கரைப் பார்த்துச் சொன்னார் பாரதியார். அப்போது தொடங்கிய இருவரது நட்பு பாரதியார் இறக்கும்வரை தொடர்ந்தது. பாரதியாரின் மிடுக்கும், நன்நடையும், நேரிய பார்வையும், உறுதியான பேச்சும், பார்த்த உடனேயே அவரை ஈர்த்ததுடன் எண்ணத்திலும், செயலிலும் மாற்றங்களையும் ஏற்படுத்தின. அதுவரை கனக சுப்பு ரத்தினமாக இருந்தவர் பாரதியாரைச் சந்தித்த பிறகு 'பாரதிதாசன்' ஆனார்.

பாரதியாரின் வீட்டில் நண்பர்கள் கூடி பேசிக் கொண்டிருந்தனர். அப்போது கனக சுப்பு ரத்தினம் ஏதோ எழுதிக் கொண்டிருப்பதைப் பார்த்த ஒருவர் 'அய்யர் மாதிரியே சுப்புவும் ஏதோ எழுதுகிறாரப்பா' என்று சொல்ல பாரதியார் உடனே 'சுப்பு ரத்தினம் கவி எழுதக் கூடியவன்' என்று பதிலளித்தார். 'அப்படியானால் ஒரு கவிதை எழுதச் சொல்லுங்கள் பார்ப்போம்' என்று விடாப்பிடியாக நண்பர்கள் கூற கனக சுப்பு ரத்தினம் அப்போதே ஒரு பாடலை எழுதி அனைவரையும் ஆச்சரியத்தில் மூழ்கடித்தார்:

எங்கெங்குக் காணினும் சக்தியடா - தம்பி
ஏழு கடல் அவள் வண்ணமடா - அங்குத்
தங்கும் வெளியினிற் கோடியண்டம் - அந்தத்
தாயின் கைப்பந்தென ஓடுமடா - ஒரு
கங்குலில் ஏழு முகிலினமும் - வந்து
கர்ச்சனை செய்வது கண்டதுண்டோ - எனில்
மங்கை நகைத்த ஒலியெனலாம் - அவள்
மந்த நகையங்கு மின்னுதடா

தனது பாணியிலேயே கவிதை எழுதியிருப்பதைக் கண்டு மகிழ்ந்த பாரதியார் சீட்டை வாங்கி அதில் 'ஸ்ரீ சுப்பிரமணிய பாரதி கவிதா மண்டலத்தைச் சேர்ந்த கனக சுப்பு ரத்தினம் எழுதியது' என்ற குறிப்புடன் அதை அச்சிட 'சுதேசமித்திரன்' ஏட்டுக்கு அனுப்பி வைத்தார். பாரதியார் முன்னிலையில் பாரதிதாசன் எழுதிய முதல் பாடல் என்ற பெருமையை இது பெறுகிறது.

மகாகவி பாரதியாரும் செல்லம்மாளும் வறுமையை எவ்வாறு மகிழ்ச்சியுடன் ஏற்றுக்கொண்டார்கள் என்பதைப் 'பட்டினித் திருநாள்' என்ற தலைப்பில் ஆனந்த விகடனில் பாரதிதாசன் எழுதிய கட்டுரை சிரிக்கவும் சிந்திக்கவும் வைத்தது. ஆரம்பத்தில் பாரதிதாசன் பக்திப் பாடல்களுள் குறிப்பிடத்தக்கது 1926-ல் எழுதிய 'ஸ்ரீ மயிலம் சுப்பிரமணியர் துதியமுது'. இதுவே அவரது முதல் நூலும் ஆகும். வண்ணம், இலாவணி வகைப் பாடல்களையும்

எழுதி வந்தாலும், பாரதியாரைச் சந்தித்த பிறகு முழுக்க முழுக்க இலட்சியக் கவிஞராகவே மாறிவிட்டார்.

ஒரு முறை பாரதியார் இல்லத்துக்குச் சென்றபோது அவர் எழுதி வந்த 'பாஞ்சாலி சபதம்' கையெழுத்துப் பிரதியைக் காணும் வாய்ப்பு பாரதிதாசனுக்குக் கிடைத்தது. சிலேடை, யமகம், திரிபு, கடினமான யாப்பில் அமைந்த பாடல்களைப் படித்துப் பழகிய நிலையில், எளிமையான சொற்களில், தெளிவான கருத்துகளுடன், கற்பனை வளத்துடன், சுலபமாகப் புரியும் வகையில் பாரதி எழுதிய பாடல் வரிகள் அவரது உள்ளத்தைக் கொள்ளை கொண்டன. 'பாடலில் பழமுறை பழநடை யென்னும் காடு முழுவதும் கண்டபின் கடைசியாய்ச் சுப்பிரமணிய பாரதி தோன்றியென் பாடற்குப் புதுமுறை புதுநடை காட்டினார்' என்று அதைப் பதிவு செய்துள்ளார்.

பாரதியாரின் எளிய பாடல் வரிகளைப் பாரதிதாசன் வியந்து பாராட்டினாலும், அவரது ஆசிரியர் பங்காருபத்தர் உள்ளிட்ட பல புலவர்கள் இதை ஒப்புக் கொள்ளவில்லை. 'சுட்டுக்கு முன் வல்லெழுத்து வந்தால் ஒற்று மிகும்' என்னும் அடிப்படை இலக்கணம் கூடத் தெரியாமல் 'அங்குப் போனான்' என்பதற்குப் பதிலாக 'அங்கு போனான்' என்று 'ப்' போடாமல் எழுதுகிறாரே என்று விமர்சித்தனர். பாரதி இலக்கணம் அறியாதவரில்லை. இருப்பினும் இது பற்றி பாரதிதாசன் கேட்டதற்கு 'அங்கு'ப்' போனான் என்று 'ப்' போட்டால் கேட்பதற்கு நன்றாகவா இருக்கிறது?' என்று பதில் கேள்வி எழுப்புவாராம். 'கேட்பதற்கு நன்றாக இருக்கிறதோ இல்லையோ, இலக்கணப் பிழையுடன் எழுதுவது தவறுதானே' என்று பாரதிதாசனும் விடாமல் மீண்டும் கேட்க, பாரதியார் பதிலேதும் சொல்லாமல் சிரித்துக்கொண்டே சென்றுவிடுவாராம்.

பெரியாரின் சீடராகவும் பகுத்தறிவாதியாகவும் அறியப்பட்டாலும் தொடக்கத்தில் பாரதிதாசன் முருக பக்தராகவும், தேசியவாதியாகவும், காந்தி பக்தராகவும் இருந்துள்ளார். காந்தியடிகளின் கொள்கை களால் ஈர்க்கப்பட்டுச் சத்தியாகிரகப் போராட்டங்களிலும் பங்கேற்றிருக்கிறார். 'நாலு திசை முழுதும் கொள்கை நாற்பதி னாயிரத்தார், ஆலின் கிளையவைகள் எனில் ஆக்கும் மரம் இவள்தான்' என்று இந்திய இனத்தின் கிளைகளைத் தாங்கும் அடிமரமாகப் பாரதத் தாயை உருவகப்படுத்துகிறார். 'சுதந்திரம் பெற்றவர் எவ்வெவரேனும் அன்னவர் தேவர்கள் ஆவர் - அஃது அற்றவர் யாவரும் வாடும் புழுக்கள்' எனச் சுதந்தரமற்ற அடிமைகள் புழுக்களைப் போன்றவர்கள் என்று இழித்துரைக்கிறார். ஆத்திகராக

இருந்த பாரதிதாசனுக்கு மகாத்மாவின் பிறப்பு ஓர் அவதாரமாகவே தோன்றியதை 'இறைவன் அருளின் காந்தி எழுந்தது புவியில் நெஞ்சே' என்கிறார்.

பாண்டிச்சேரிக்கும் மதுபானங்களுக்கும் உள்ள தொடர்பு பல நூற்றாண்டுகள். வெளிநாட்டு மதுவகைகளுக்குப் புகழ் பெற்ற பாண்டிச்சேரியில் வாழ்ந்துகொண்டே மதுவிலக்குப் பிரசாரம் செய்யும் துணிச்சல் பாரதிதாசனைத் தவிர வேறு யாருக்கும் வரும்:-

அம்மா இனி குடிக்க மாட்டோம் அதன் தீமை
கைமேல் கனிபோலக் கண்டுவிட்டோம் ஏழைகள்
பொய்மானைப் பின்பற்றி இராமன் புரிந்ததுபோல்
இம்மதுவின் மாயம் கண்டிடறித் தலை கவிழ்ந்தோம்

1937-ல் 'புரட்சிக் கவி' என்ற தலைப்பில் பாரதிதாசன் எழுதிய குறுங்காப்பியத்தின் நாயகனான கவிஞன் தனது கவிதைகளாலும், பேச்சாற்றலாலும், முடியாட்சியைக் கவிழ்த்துக் குடியாட்சிக்கு வழிவகுத்தான். தமிழக மக்களிடையே அக்குறுங்காப்பியம் பெரும் வரவேற்பைப் பெற்ற காரணத்தால் அப்போதுமுதல் அவர் 'புரட்சிக் கவிஞர்' பாரதிதாசன் என்றே அழைக்கப்பட்டார். இவர் புரட்சிக் கவிஞராக மாற பாரதியார், பிரஞ்சுப் பாண்டிச்சேரி மற்றும் ஈ வெ ரா பெரியார் ஆகிய மூன்றுமே முக்கியக் காரணங்கள் ஆகும்.

பெரியாரின் 'குடியரசு' மற்றும் 'பகுத்தறிவு' ஏடுகளில் பாரதிதாசன் பல்வேறு புரட்சிகரமான பாடல்களையும், கட்டுரைகளையும் எழுதினார். குறிப்பாக 'குடும்பக் கட்டுப்பாட்டை' வலியுறுத்தி 'காதலுக்கு வழிவிட்டுக் கருப் பாதை சாத்தக் கதவு ஒன்று கண்டறிவோம் இதில் என்ன குற்றம்' என 1937ஆம் ஆண்டிலேயே எழுதி மக்கள் தொகை குறைப்பு தொடர்பான கவிதையை எழுதிய முதல் கவிஞர் என்னும் பெருமையையும் பெறுகிறார்.

'நாங்கள் தமிழில் கவிதைகள் எழுத வேண்டும். உங்களின் அறிவுரை என்ன?' என பாரதிதாசனிடம் கேட்டபோது 'ஆழ்வார் பாசுரங்களைப் படியுங்கள். பாசுரங்களைப் படிக்காமல் எப்படி தமிழ்க் கவிதைகள் எழுத முடியும்?' என்று பதிலளித்துள்ளார். பகுத்தறிவு ஈடுபாடு என்பது வேறு, தமிழறிவை வளர்த்துக் கொள்ள பக்தி இலக்கியங்களைப் படிப்பது என்பது வேறு என்பதில் பாரதிதாசன் தெளிவாக இருந்துள்ளார்.

பெரியார் ரஷ்யப் பயணம் மேற்கொண்டு திரும்பிய பிறகு பொதுவுடமைத் தத்துவத்தின் மீது ஈர்ப்பு ஏற்பட்டது. இதைத்

தொடர்ந்து பாரதிதாசனுக்கும் கம்யூனிசக் கொள்கைகள் மீது பெருகிய ஆர்வம் காரணமாக 'எல்லார்க்கும் எல்லாம் என்றிருப்பதான இடம் நோக்கி நடக்கின்றது இந்த வையம்' என்று பாடுகிறார்.

ஓடப்பராய் இருக்கும் ஏழையப்பர் உதையப்பர் ஆகிவிட்டால் ஓர்
நொடிக்குள்
ஓடப்பர் உயரப்பர் எல்லாம் மாறி ஒப்பப்பர் ஆய்விடுவார்,
உணரப்பா நீ

என்று ஏழைகளுக்காக வாதாடும் கவிஞர் தொடர்ந்து அவர்களைத் துன்புறுத்தி வந்தால் ஒரு நாள் ஓடப்பர் உதையப்பராகி விடுவார் என்றும் எச்சரிக்கிறார்.

பாரதியார் தாலாட்டுப் பாடல்களை ஏனோ இயற்றவில்லை. ஆனால், பாரதிதாசனோ 'கொள்ளை நோய்போல் மதத்தைக் கூட்டியழும் வைதீகத்தைப் பூக்காமல் காய்க்காமல் வேரோடு போக்க வந்த வீரா இள வீரா' என்று ஆண் குழந்தைகளுக்கும், 'வேண்டாத சாதி இருட்டு வெளுப்பதற்குத் தூண்டா விளக்காய்த் துலங்கும் பெருமாட்டி' என்று பெண் குழந்தைகளுக்கும் தாலாட்டுப் பாடல்களிலும் சாதி, மத மூடப் பழக்கங்களை ஒழிக்க வேண்டும் என்கிறார்.

திருமுருக கிருபானந்த வாரியார் முருக பக்தர். ஆத்திகர். பாரதிதாசனோ பெரியார் சீடர். நாத்திகர். இருப்பினும் இருவரையும் இணைப்பதும், பொதுவாக இருப்பதும் 'தமிழ்' மொழிதான். 'நான் உங்களுக்குத் தமிழை வாரித் தருகிறேன். ஆனால் என்னைப் போன்றவர்களுக்குத் தமிழை வாரித் தருபவர் பாரதிதாசன்' என்று சொன்னதுடன்

கனியிடை ஏறிய சுளையும், முற்றல் கழையிடை ஏறிய சாறும்,
பனிமலர் ஏறிய தேனும், காய்ச்சுப் பாகிடை ஏறிய சுவையும்,
நனிபசு பொழியும் பாலும், தென்னை நல்கிய குளிரிள நீரும்,
இனியன என்பேன் எனினும், தமிழை என்னுயிர் என்பேன் கண்டீர்

என்ற பாடலையும், இன்னும் குறிப்பாகத் 'தமிழுக்கும் அமுதென்று பேர் அந்தத் தமிழ் இன்பத் தமிழ் எங்கள் உயிருக்கு நேர்' வரிகளையும் மேற்கோள் காட்டிப் பாராட்டினார் வாரியார்.

'ஒருபெட்டை தன்ஆண் அன்றி வேறொன்றுக்கு உடன்படாதாம்
ஒருபெட்டை மத்தாப்பைப் போல ஒளிபுரிந்திட நின்றாலும்

திரும்பியும் பார்ப்பது இல்லை வேறொரு சேவல்! தம்மில்
ஒருபுறா இறந்திட்டால்தான் ஒன்று மற்றொன்றை நாடும்'

என்னும் ஆழமான கருத்துள்ள பாடல், மனிதர்களிடம் காணப்படும் பலதார மணத்தை புறாக்கள் மற்றும் சேவல்களிடம் காணப்படும் இல்லற ஒழுக்கத்துடன் ஒப்பிட்டு இயற்றியுள்ள பாடல் சிந்திக்கத்தக்கதாகும்.

பெண்களின் முன்னேற்றத்துக்காகப் பாடிய பாரதியின் வழிவந்த பாரதிதாசனும் பெண்ணுரிமைக்காக இயற்றிய பாடல்கள் ஏராளம். குறிப்பாகக் கைம்பெண் துன்ப நிலையையும், மறுமணம் பற்றியும் கவிஞர்

'கோரிக்கை அற்றுக் கிடக்குதண்ணே இங்கு வேரில் பழுத்த பலா
மிகக் கொடியது என்று எண்ணிப் பட்டதண்ணே குளிர் வடிகின்ற
வட்ட நிலா' என்றும்
'காதல் சுரக்கின்ற நெஞ்சத்திலே கெட்ட கைம்மையைத் தூர்க்காதீர்
ஒரு கட்டழகன் திருத்தோளினைச் சேர்ந்திடச் சாத்திரம் பார்க்காதீர்'

என்னும் பாடல் வரிகள் கண்களைக் குளமாக்குவதுடன் இன்றைக்கும் பல மேடைகளில் மேற்கோள் காட்டப்படுகின்றன.

'கிளையினில் பாம்பு தொங்க விழுதென்று பாம்பு தொட்டு
விளக்கினைத் தொட்ட பிள்ளை வெடுக்கெனக் குதிப்பதைப் போல்
கிளைதொறும் குதித்துத் தாவிக் கீழுள்ள விழுதை எல்லாம்
ஒளிப் பாம்பாய் எண்ணி எண்ணி உச்சி போய்த் தன்வால் பார்க்கும்

என்று மரத்திலிருந்து தொங்கும் விழுதையும், தனது வாலையும் பாம்பு என்றெண்ணி குரங்கு போடும் குதியாட்டத்தை அழகாக வர்ணிக்கிறார்.

'எங்கள் வாழ்வும், எங்கள் வளமும்,மங்காத தமிழென்று சங்கே முழங்கு, 'திங்களொடும், செழும் பரிதி தன்னோடும், விண்ணோடும், உடுக்களோடும், மங்கும் கடல் இவற்றோடும், பிறந்த தமிழுடன் பிறந்தோம்', 'தமிழுக்கும் அமுதென்று பேர்' எனத் தமிழர்களின் உணர்வுகளோடு கலந்துவிட்ட பல கவிதை வரிகளை எழுதியவர் பாவேந்தர்தான். 1942-ல் அண்ணா 'திராவிட நாடு' ஏட்டைத் தொடங்கிய போது, 'தமிழுக்கும் அமுதென்று பேர் அந்தத் தமிழ் எங்கள் உயிருக்கு நேர்' என்ற கவிதை வரிகளைத்தான் அதன் முகப்பு வரியாகப் போட்டார்.

1934-ல் 'இரணியனை' காப்பிய நாயகனாகக்கொண்டு பெரியார் தலைமையில் நாடகத்தை அரங்கேற்றினார். குமரகுருபரர்,

தமிழச்சியின் சக்தி, கற்கண்டு, நல்ல தீர்ப்பு, லதாக்ருகம், சௌமியன், அமிழ்து எது, சமணமும் சைவமும், அம்மைச்சி, தலைமலை கண்ட தேவர், கோயில் இரு கோணங்கள், குடும்ப விளக்கும் குண்டுக் கல்லும், அமைதி, பிசிராந்தையார் உள்பட 48 நாடகங்களை எழுதியுள்ளார். இவற்றுள் 'பிசிராந்தையார்' சாகித்ய அகாடமி விருது பெற்ற நாடகமாகும்.

1937-ல் வெளியான 'பாலாமணி அல்லது பக்காத் திருடன்' திரைப் படத்தின் பாடல்களையும், தொடர்ந்து 'இராமானுஜர்', 'ஆயிரம் தலை வாங்கிய அபூர்வ சிந்தாமணி', 'சுபத்திரா', 'சுலோசனா', 'வளையாபதி', 'காளமேகம்' படங்களுக்கான திரைக்கதை, வசனங்களையும் எழுதினார். 1946-ல் 'முல்லை' மற்றும் 1958-ல் 'குயில்' இதழ்களைத் தொடங்கிப் பத்திரிகை ஆசிரியராகத் தனது புரட்சிகரமான கருத்துகளையும் பாடல்களையும் எழுதி வெளியிட்டார்.

திரைப்படங்களுக்கான பாடல், திரைக்கதை, வசனம் ஆகிய வற்றுடன் நிறுத்திக்கொண்டு பாரதிதாசன் நிறைவடைந்திருக் கலாம். ஆனால், ஏனோ திடீரென அவருக்குத் திரைப்படத் தயாரிப் பாளராகவேண்டும் என்னும் ஆசை உண்டானது. 'பாரதிதாசன் பிக்சர்ஸ்' என்ற பெயரில் முதல்வர் காமராஜர் தலைமையில் திரைப்பட நிறுவனத்தைத் தொடங்கினார். 'பாண்டியன் பரிசு' என்ற தனது காப்பியத்தை சிவாஜி கணேசன், சரோஜா தேவி, எம்.ஆர்.ராதா ஆகிய நடிகர்களைக்கொண்டு பீம்சிங் இயக்கத்தில் மிகப் பெரிய திரைப்படமாகச் சொந்தமாகத் தயாரிக்க வேண்டும் என்பதே அவரது விருப்பம். சிவாஜி கணேசன், எம்.ஆர்.ராதா, பீம்சிங் ஆகியோர் திரைப்படம் எடுப்பது சுலபம் இல்லை என்பதால், அந்தத் திட்டத்தைக் கைவிடுமாறு வேண்டுகோள் விடுக்க வேறு வழியின்றி ஏற்றுக் கொண்டார்.

கவிஞராகவும் எழுத்தாளராகவும் கொடி கட்டிப் பறந்த பாரதிதாசனால் ஏனோ திரைப்படத் துறையில் சோபிக்க முடியவில்லை. தான் 'பாண்டியன் பரிசு' நாடகத்தை மிகப் பெரிய திரைப்படமாக உருவாக்க வேண்டும் என்று கனவு கண்டார். ஆனால் அந்த ஆசை கருவிலேயே சிதைந்ததை அவரால் ஜீரணிக்க முடியவில்லை. மன உளைச்சலும் இடைவிடாத எழுத்துப் பணியும், அவரது உடல் நிலையை பாதித்தன. திடீரென ஏற்பட்ட கடுமையான மாரடைப்பு காரணமாகச் சென்னை அரசு பொது மருத்துவமனை யில் அனுமதிக்கப்பட்டார். தீவிர சிகிச்சை அளித்தும் பயனின்றி 1964 ஏப்ரல் 20 அன்று காலமானார்.

பாரதியார் இறுதி ஊர்வலத்தில் அவரது முகத்தில் மொய்த்த ஈக்களின் எண்ணிக்கை அளவுகூட பொது மக்கள் பங்கேற்கவில்லை என்று அவரது நண்பர் நீலகண்ட பிரம்மச்சாரி வருத்தப்பட்டார். ஆனால் பாரதிதாசன் இறுதி ஊர்வலத்தில் 10,000க்கும் மேற்பட்டோர் கலந்து கொண்டனர். புதுவையில் நல்லடக்கம் செய்யப்பட்ட மயானத்தில் நடைபெற்ற இரங்கல் கூட்டத்தில் ம.பொ.சிவஞானம், ஈ.வெ.கி. சம்பத், இரா.நெடுஞ்செழியன், மு.கருணாநிதி, என்.வி.நடராசன், கவிஞர் கண்ணதாசன், கவிஞர் கா.மு.ஷெரீஃப் ஆகியோர் பங்கேற்று அஞ்சலி செலுத்தினர்.

புரட்சிக் கவிஞர், பத்திரிகை ஆசிரியர், பகுத்தறிவுச் சிந்தனையாளர், திரைப்பட வசனகர்த்தா, பாடலாசிரியர், தயாரிப்பாளர் என்ற பன்முகம்கொண்ட பாரதிதாசன், புதுவை சட்டமன்ற உறுப்பினராகவும் இருந்தவர் என்பது பலருக்குத் தெரியாது. இந்தியாவிலேயே மிக உயர்ந்த இலக்கியப் பரிசான 'ஞான பீடம்' விருதைத் தமிழகத்தில் முதன் முதலாகப் பெற்ற பெருமை பாரதிதாசனையே சேர்ந்திருக்கவேண்டும். இவருக்கே 1964-ல் அந்த விருதும் பரிந்துரைக்கப்பட்டது. ஆனால் அந்த விருது குறித்த இறுதி முடிவு அறிவிக்கப்படுவதற்கு முன்பாகவே பாரதிதாசன் இயற்கை எய்தி விட்டார். ஞான பீட விருது உயிருடன் இருக்கும் கவிஞர்களுக்கு மட்டுமே என்ற விதி இருப்பதால், மலையாளக் கவிஞர் சங்கர் குரூப் அந்த ஆண்டுக்கான விருதைப் பெற்றுக் கொண்டார்.

மகாகவி பாரதியார்

'ஆடுவோமே பள்ளு பாடுவோமே ஆனந்த சுதந்திரம் அடைந்துவிட்டோம்' என்று இந்தியத் திருநாட்டுக்கு விடுதலை கிடைப்பதற்கு முன்பாகவே ஆனந்தக் கூத்தாடிப் பாட்டுப் பாடியவர் பாரதியார் ஒருவராகத்தான் இருக்க முடியும். அடிமை விலங்கொடியப் பாரதத் தாய் விரைவில் விடுதலை பெறுவாள் என்று அத்துணை அசாத்திய நம்பிக்கை. அவருடைய தேசியப் பாடல்கள் விடுதலை வேட்கையைத் தூண்டின. பாஞ்சாலி சபதம் இந்தியத் தாய்மார்களின் வீர உணர்ச்சியின் பிரவாகம் எனில் குயில் பாட்டு கற்பனைக் களஞ்சியம். அரசியல், ஆன்மிகம், இலக்கியம் கலந்த வசன கவிதைகளும் கட்டுரைகளும் படித்துச் சுவைக்கத் தக்க பலாச் சுளைகள் என்பதுடன் சிந்திக்கவும் வைக்கும் கருத்துப் பேழைகள்.

தேச பக்தி, சமூக நலன், தெய்வ சிந்தனை, தமிழ் மொழிப் பற்று ஆகியவை தொடர்பான பாடல்களை எழுதியவர், 'ஓடி விளையாடு பாப்பா நீ ஓய்ந்திருக்கலாகாது பாப்பா' என்று குழந்தைகளையும் மகிழ்வித்தவர், 'தாலாட்டுப்' பாட்டு மட்டும் பாடவே இல்லை. ஆம். தனது தாலாட்டைப் பாட்டைக் கேட்டு மக்கள் தூங்கிவிட்டால் விடுதலை வேட்கைத் தடைப்படுமே என்ற காரணத்தால் தாலாட்டுப் பாடல்களை மட்டும் தவிர்த்துவிட்டார் என்றே தோன்றுகிறது.

திருநெல்வேலி மாவட்டம், எட்டையபுரம் சின்னசாமி ஐயர் - லட்சுமி அம்மாள் தம்பதிக்கு மகனாக 1882 டிசம்பர் 11 ஆம் தேதி பிறந்தார் சுப்பிரமணியம். குழந்தை பிறந்த கொஞ்ச காலத்திலேயே லட்சுமி அம்மாள் காலமானார். சின்னசாமி ஐயருக்கு எட்டையபுரம் ஜமீனில் பணி. எப்போது வேண்டுமானாலும் மன்னரைச் சந்திக்கும் அளவு செல்வாக்குப் பெற்றவர். கணித சாஸ்திரத்திலும் எந்திரங்களைக்

கையாள்வதிலும் வல்லவர் என்பதால் மகனைக் கணிதத்தில் நிபுணனாக்க வேண்டும் என்றும் விரும்பினார். எல்லா அப்பாக்களையும் போலவே அவரும் தனது மகன் வெளிநாட்டில் படிக்கவேண்டும், கை நிறைய சம்பாதிக்கவேண்டும், அரசு அதிகாரியாகவோ, வெள்ளைக்காரன் நிறுவனத்தில் பொறி யாளனாகவோ, இன்னும் சொல்லப் போனால் ஜில்லா கலெக்டராகவோ ஆகவேண்டுமென விரும்பினார்.

கணக்குச் சொல்லிக் கொடுக்கச் சுப்பிரமணியனை அழைத்தால் 'கணக்கு, பிணக்கு, வணக்கு, மணக்கு, ஆமணக்கு' என்று அடுக்குத் தொடரில் பதிலளிப்பாரம். கணக்கைப் போடாமல் ஏன் 'முழித்துக்' கொண்டிருக்கிறாய் என்று கேட்டால் 'விழி, சுழி, பழி, கழி, அழி, வழி' என்று மீண்டும் விடையளிப்பாராம். பிறந்த ஐந்தே வருடங்களில் அம்மாவை இழந்த காரணத்தால் தாயில்லாத பிள்ளையைக் கண்டித்தும், அடித்தும், பாடம் சொல்லித் தர சின்சாமிக்கு மனம் வரவில்லை. ஆண்டவன் விட்ட வழி என்றும் அவரும் கணிதம் படி என்று தொந்தரவு செய்வதை விட்டு விட்டார். மகனைப் பெரிய அதிகாரியாக்கிப் பார்க்க வேண்டும் என்ற அவரது ஆசை நாளுக்கு நாள் குறைந்து கடைசியில் நிராசையாகிப் போனது.

சுப்பிரமணியனுக்கோ ஆங்கிலத்தை விடவும் தாய்மொழியான தமிழில்தான் ஆர்வம் மிகுந்திருந்தது. அரசு அதிகாரியாகவோ, நிறுவனத்தில் பொறியாளனாகவோ, அடுத்தவரிடம் கைகட்டி வேலை பார்ப்பதைவிடச் சுதந்திர மனிதனாக இருக்கவே ஆசைப் பட்டார். படிப்பிலும் அதிக அக்கறை செலுத்தவில்லை. ஆனால், தமிழ் மீதிருந்த பற்றோ நாளுக்கு நாள் அதிகரித்துக் கொண்டே இருந்தது. பத்து வயதுக்குள் செய்யுள் புனையும் அளவுக்கு அசாத்தியப் புலமை பெற்றது இறையருளே என்றுதான் சொல்லவேண்டும்.

சுப்பிரமணியனின் நண்பரும் உடன் பயின்ற மாணவருமான நாவலர் சோமசுந்தர பாரதியார் கூறுகையில் 'சுப்பிரமணியம் ஏழு வயது முதற்கொண்டே அருமையான தமிழ்க் கவிதைகளை விளையாட்டாக விரைந்து புனைவதைக் கண்ட வித்வான்கள் இது குறித்து அவரது தந்தையிடம் பெருமையாகப் புகழ்ந்து பேசியதை நான் நேரில் அறிவேன். எட்டு, ஒன்பது வயதில் அற்புதக் கவிதைகளைப் புனைந்து பெரிய புலவர் கூட்டங்களையும் பிரமிக்கச் செய்த கால கட்டங்களில் நான் உடனிருந்திருக்கிறேன்' என்று நெகிழ்கிறார்.

சுப்பிரமணியத்தின் கவிதைத் திறன் குறித்த பாராட்டுகள் சின்னச்சாமி ஐயருக்கு மகிழ்ச்சியைத் தரவில்லை. ஏற்கனவே

சொன்னதுபோல் தனது மகன் பெரிய அதிகாரியாக வர வேண்டும் என்றே விரும்பினார். உள்ளூரில் இருந்தால் படிப்பதை விட்டு விட்டுக் கவிதை, பாட்டு என்று அலைந்து கொண்டிருப்பான் என்று கருதி மகனைத் திருநெல்வேலி டவுனில் உள்ள உயர்நிலைப் பள்ளியில் சேர்த்துவிட்டார். பாட்டுத் திறத்தாலே பூவுலகை ஆள நினைத்தவனுக்கு ஏட்டுக் கல்வியில் மனம் லயிக்கவில்லை. 'கணக்கு எனக்குப் பிணக்கு' என்று சொல்லத்தக்கவகையில் 'கணக்குப்' பாடம் எட்டிக் காயாகக் கசந்தது. அந்த ஆண்டு நடைபெற்ற மெட்ரிகுலேஷன் தேர்வில் தோற்றுப் போனார்.

எட்டையபுரம் திரும்பிய சுப்பிரமணியனுக்கு ஜமீனிலேயே வேலை கிடைத்தது. என்ன வேலை தெரியுமா 'எட்டையபுரம் மன்னரைப் பாட்டுப் பாடியும், கதை சொல்லியும் மகிழ்விக்க வேண்டும்' அவ்வளவே. மன்னரின் தோழனாகவே சமஸ்தானத்தில் வலம் வந்த காரணத்தால், சுப்பிரமணியத்தின் ஆரம்ப கால வாழ்க்கை சிக்கலின்றி வசதியாகவே இருந்தது. பதினைந்து வயதில் செல்லம்மாள் என்ற பெண்ணை அவருக்குத் திருமணம் செய்து வைத்தனர்.

ஏனைய பாடங்களில் ஆர்வமின்றி இருந்தாலும், இளம் வயதிலேயே தமிழில் ஈடு இணையற்ற புலமை பெற்றிருந்தார். வித்வான் அண்ணாத்துரை ஐயர், தொல்காப்பியம் இருளப்பிள்ளை, கோடி நாராயண ஐயங்கார், பல்லவி சுப்பராமய்யன், கம்ப இராமாயணம் முத்திருளுத்தேவர் உள்ளிட்ட புலவர்களைக் கொண்ட எட்டையபுரம் சமஸ்தானத்தில் சுப்பிரமணியத்தின் கவித்திறன் சோதிக்கப்பட்டது. கற்றறிந்த அவையோர் அவரது தமிழையும் கவிதை புனையும் ஆற்றலையும் வியந்து போற்றிப் பாராட்டியதுடன் 'பாரதி' என்ற பட்டத்தையும் வழங்கிக் கௌரவித்தனர். 'எட்டையபுரம் சுப்பையா' என்று அழைக்கப்பட்டவர் அன்று முதல் 'சுப்பிரமணிய பாரதி' ஆனார். 'பாரதி' என்ற பட்டப் பெயரே அவருக்கு அடையாளமானது.

போற்றுவதற்குப் பலர் இருந்தால், தூற்றுவதற்கும் சிலர் இருக்கத்தான் செய்வார்கள். அவர் மீது பொறாமை கொண்ட காந்திமதிநாதப் பிள்ளை என்னும் புலவர் 'பாரதி சின்னப் பயல்' என்னும் ஈற்றடியைக் கொடுத்து வெண்பாவை இயற்றச் சொன்னார். 'பாரதி சின்னப் பயல்' என்று முடியும் வெண்பாவை இயற்றினால் பாரதி தன்னைத் தானே மட்டம் தட்டிக் கொள்ளும் வகையில் அமையும். அவ்வாறின்றி மறுத்தாலோ வெண்பாவில் பயிற்சி இல்லை என்று சொல்லி 'பாரதி' பட்டத்தைத் தகுதி இழக்கச்

செய்யலாம். ஆக எப்படிப் பார்த்தாலும் பாரதிக்கு இழப்புதான் என்பதுதான் அவரது திட்டம். ஆனால் பாரதியோ அதிரடியாகக்

காரதுபோல் நெஞ்சிருண்ட காந்திமதி நாதனைப்

பார்அதி சின்னப் பயல்

என்று வெண்பாவைப் பாடி முடித்தார். 'பாரதி' என்ற சொல்லை 'பார்அதி' என்றும் பிரித்தும், வெண்பா தளை தட்டாமலும், 'காந்திமதிநாதனைப் பார் அதி சின்னப் பயல்' என்று அவர் வீசிய பந்தை அவருக்கே திருப்பிப் பாடல் வரிகளால் அடித்தார். காந்திமதிநாதன் வெட்கத்தில் தலை குனிந்தார்.

முதல் மனைவி லட்சுமி அம்மாள் காலமானதைத் தொடர்ந்து சின்னசாமி ஐயர் மறுமணம் செய்து கொண்டார். இரண்டாவது மனைவி மூலம் ஒரு ஆண் குழந்தையும், பெண் குழந்தையும் பிறந்தன. எந்திரத் துறையில் நிபுணராக இருந்த சின்னசாமி பல தொழிற்சாலைகளை நிறுவி எட்டையபுரத்தை எந்திரமயமாக்க வேண்டுமென விரும்பினார். ஆனால் சொத்துக்களை இழந்து தெருவுக்கு வந்ததுதான் மிச்சம். அவர் ஆசைப்பட்டதுபோல் எதுவுமே நடைபெறவில்லை. மனம் நொந்து மரணத்தைத் தழுவினார்.

சின்னசாமி ஐயரின் மறைவைத் தொடர்ந்து வருமானம் இன்றிக் குடும்பம் தத்தளித்தது. கணவனை இழந்த நிலையில் குழந்தைகளை அழைத்துக்கொண்டு இரண்டாவது மனைவி தனது பெற்றோர் வீட்டுக்குச் செல்ல, பாரதியார் வேறு வழியின்றி எட்டையபுரத்தை விட்டுக் காசியில் வசிக்கும் தனது அத்தை குப்பாம்மாள் அவரது கணவர் ஸ்ரீகிருஷ்ண சிவன் குடும்பத்தினருடன் சேர்ந்துகொண்டார். குழந்தை மற்றும் பதின் பருவங்கள் எட்டையபுரத்தில் கழிய, காசி வாழ்க்கை பாரதியின் வாழ்க்கையில் பல்வேறு திருப்பங்களுக்கும் மாற்றங்களுக்கும் காரணமானது.

காசி செண்ட்ரல் இந்து கல்லூரியின் உயர்நிலைப் பள்ளியில் படித்தார். அலகாபாத் பல்கலைக்கழகத்தில் இந்தியும் வடமொழியும் கற்றுக் கொண்டார். முகத்தை நன்றாக மழித்துக் குடுமி வைத்துக் கொள்ளும் அக்ரஹார வழக்கத்துக்கு மாறாக, மீசையும், தலைப்பாகையும் அணிந்துகொண்டார். படிப்பு நேரம் போக வருமானத்துக்காகக், காசியில் உள்ள ஒரு பள்ளியில் மாதம் ரூ 20 சம்பளத்தில் வேலைக்கும் போனார்.

ஒரு கட்டத்தில் பாரதியாருக்கு காசியும் பிடிக்கவில்லை. படிப்பிலும் விருப்பமில்லை. அந்த நேரம் பார்த்து எட்டையபுரம்

மன்னர் அவருக்குக் கடிதம் எழுதி மீண்டும் ஊருக்கு வரச் சொன்னார். இதுதான் சாக்கு என்று பாரதியும், 1901-ல் மீண்டும் இந்தியா திரும்பி எட்டையபுரம் ஜமீனில் வேலைக்குச் சேர்ந்தார். தமிழ், ஆங்கில இலக்கியங்களைப் படிப்பதில் பொழுதைப் போக்கினார். இப்படியே இரண்டு ஆண்டுகள் கழிந்தன.

ஜமீனாகவே இருந்தாலும், சம்பளம் கை நிறையவே கிடைத்தாலும், மன்னர் முன் கைகட்டி, தலை குனிந்து, கூண்டுக் கிளியாகப் பாரதியால் வேலை பார்க்க இயலவில்லை. மன்னருடன் பழகுவது நெருப்போடு தோழமை வைத்துக் கொள்வதற்கு சமம் என்றே நினைத்தார். நெருப்போடு நெருங்கினால் சுட்டுவிடும், தள்ளி இருந்தாலோ பயனற்றுப் போகும், கொதிநிலை அளவில் தொடர்பு இருந்தால் மட்டுமே பயனிருக்கும். அதுபோல்தான் மன்னருடனான உறவு என்பதை அறிந்தே இருந்தார்.

மன்னரின் சிருங்கார மோகம், ஆடம்பரமான வாழ்க்கை, காமக் களியாட்டங்கள், நிலையில்லாத தயவு, வேலையில்லாமல் ஊதியம், உடன் பணியாற்றுவோரின் பொறாமை ஆகியவை காரணமாகவும், தன்னுடைய தனித்தன்மையை விட்டுக் கொடுக்க இயலாததாலும், சமஸ்தானத்தை விட்டு வெளியேற முடிவெடுத்தார். மன்னரைக் கிண்டலடிக்கும் வகையில் பாட்டெழுதி அவருக்கே அனுப்பிவைத்துவிட்டு, யாரிடமும் சொல்லாமல் மதுரைக்குப் புறப்பட்டுச் சென்றார்.

1904-ல் மதுரை சேதுபதி உயர்நிலைப் பள்ளியில் தமிழ் ஆசிரியர் பணி கிடைத்தது. அதிகபட்சம் மூன்று மாதங்கள் மட்டுமே வேலை பார்த்திருப்பார். ‘விவேகபானு’ இதழில் ‘தனிமை இரக்கம்’ என்ற தலைப்பில் வெளியான கவிதையே அச்சேறிய பாரதியாரின் முதல் கவிதை. பள்ளியில் பணியாற்றிக் கொண்டிருந்தபோது ‘சுதேசமித்திரன்’ ஜி.சுப்பிரமணிய ஐயருடன் பழக்கம் ஏற்பட்டது. அவரது அழைப்பின் பேரில் 1904-ல் சென்னைக்கு வந்து சுதேசமித்திரன் பத்திரிகையில் உதவி ஆசிரியரானார். உதவி ஆசிரியர் பணி கடுமையானது என்பதுடன் எதிர்பார்க்கும் சம்பளமும் கிடைக்காது என்று தெரிந்தே வேலையில் சேர்ந்தார்.

இது குறித்து ஜி.சுப்பிரமணிய ஐயர் தன்னிலை விளக்கமாகப் பாரதியாரிடம் ‘நீ அருமையாகத் தமிழ் எழுதுகிறாய். உனக்கு அட்சர லட்சம் கொடுக்கலாம். நீ காளிதாஸனைப்போல் பெரும் புலவன்தான். சந்தேகமே இல்லை. ஆனால், உனக்கு சம்பளத்தை வாரி வழங்க நான் போஜ ராஜன் இல்லையே. என்ன செய்வது?’ என்று சொல்வாராம். ‘கையில் காசு இல்லாததை எவ்வளவு

நாசூக்காகச் சொல்கிறார்' என்று பாரதி மனதில் நினைத்துக் கொண்டாலும், பத்திரிகைத் தொழிலைக் கற்றுக் கொடுத்த குருவாகவே அவரை மதித்தார்.

குறைந்த சம்பளம் என்றாலும் பாரதியாருக்கு வேலை பிடித்துப் போகக் காரணம், தமிழ் இலக்கியங்களைப் படிக்கவும், ஸ்ரீ அரவிந்தர், ஸ்வாமி விவேகானந்தர், பகவான் இராமகிருஷ்ணர், பால கங்காதர திலகர், கம்பர், திருவள்ளுவர், இளங்கோ ஆகியோரைப் பற்றித் தெரிந்து கொள்ளவும் அவருக்குப் போதிய நேரம் கிடைத்தது. வேற்று மொழியில் படித்தவற்றைத் தமிழில் மொழிபெயர்த்தார். புலவர்களுக்கு மட்டுமே புரிந்த தமிழைப் பாமரனும் புரிந்து கொள்ளும் வகையில் எளிய தமிழில் எழுதினார். கவிதைகளில் மட்டுமின்றிக் கட்டுரைகளிலும் பாரதி நடை என்று கூறத்தக்க அளவில் தமிழில் புதிய நடையை உருவாக்கினார். பாரதியின் பாடல்கள் எளிமையாகவும் இனிமையாகவும் இருந்ததால் விரைவில் தமிழர் நெஞ்சங்களில் இடம் பிடித்தார்.

எஸ் துரைசாமி ஐயர், சுரேந்திரநாத் ஆர்யா, சர்க்கரைச் செட்டியார், மண்டையம் திருமலாச்சாரியார், மண்டையம் ஸ்ரீநிவாசாச்சாரியார், டாக்டர் நஞ்சுண்ட ராவ், கிருஷ்ணசாமி ஐயர் ஆகியோர் பாரதியாரின் நெருங்கிய நண்பர்களாகவும் அவரது பாடல்களுக்கு ரசிகர்களாகவும் இருந்தனர்.

1905-ல் ஆங்கிலேய அரசாங்கம் வங்காளத்தை மேற்கு வங்காளம், கிழக்கு வங்காளம் என்று இரண்டாகப் பிரித்தபோது இந்தியா முழுவதும் கலவரம் வெடித்தது. 'சுயராஜ்யம்' கிளர்ச்சியும் தோன்றியது. பிரிவினையைக் கண்டிக்கும் வகையில் ஆண்டு இறுதியில் காசியில் நடைபெற்ற காங்கிரஸ் மாநாட்டில் பாரதியார் கலந்துகொண்டு திரும்பும் வழியில் கல்கத்தாவில் வசிக்கும் நிவேதிதாவைச் சந்தித்து உரையாடினார். நிவேதிதாவை ஆத்ம குருவாக ஏற்று கொண்ட பாரதி, தேச விடுதலை, சாதி ஏற்றத் தாழ்வுகளை அகற்றுதல், பெண் முன்னேற்றம் ஆகியவற்றில் தீவிர கவனம் செலுத்தத் தொடங்கினார்.

1906-ல் சூரத்தில் நடைபெற்ற காங்கிரஸ் மாநாட்டில் இந்திய விடுதலைக்காகப் போராடிக் கொண்டிருந்த வீரர்கள் கோகலே தலைமையில் மிதவாதம் என்றும் திலகர் தலைமையில் தீவிரவாதம் என்றும் பிரிந்தனர். வீரத்துடனும் துடிப்புடனும் நெஞ்சுறத்துடனும் நெருப்பாக இருந்த பாரதியார் தீவிரவாதிகளை ஆதரித்ததில் வியப்பேதும் இல்லை. லாலா லஜ்பதி ராய், பால கங்காதர திலகர் ஆகியோர் இவரது ஆதர்ஷ புருஷர்களானார்கள். இதன் காரணமாக

மிதவாதப் போக்கைக் கடைப்பிடித்த ஜி.சுப்பிரமணியர் 'சுதேசமித்திரனில்' பாரதியாரின் அனல் பறக்கும் கட்டுரைகளைப் பிரசுரிக்கத் தயங்கினார். எனவே அவருக்குத் தர்ம சங்கடத்தை ஏற்படுத்த மனமின்றி, வேறு வழியில்லாமல் பாரதியார் 'சுதேசமித்திரன்' பத்திரிகையை விட்டுத் தாமாகவே விலகினார். இருப்பினும் பரஸ்பரம் ஒருவர் மீது ஒருவர் கொண்ட அன்பு மட்டும் கடைசிவரை குறையவேயில்லை.

தனது கவிதைகளையும் கட்டுரைகளையும் மக்களிடம் கொண்டு செல்லப் பத்திரிகை இல்லையே என்று தவித்துக் கொண்டிருந்த நிலையில், பாரதியாருக்காகவே 1906-ல் மண்டயம் சகோதரரர்கள் என்று அழைக்கப்படும் திருமலாச்சாரியாரும் ஸ்ரீநிவாசாச்சாரி யாரும் 'இந்தியா' வாரப் பத்திரிகையைத் தொடங்கினார்கள். குகை விட்டுக் கிளம்பும் அரிமாவென, புகை விட்டுக் குமுறும் எரிமலையென, அந்நியப் பகையை இந்திய மண்ணிலிருந்து விரட்டி அடிக்க, பாரதியின் கவிதைகளும் கட்டுரைகளும் பொங்கும் புனலாகவும் தகிக்கும் அனலாகவும் வெளியாயின. 'இந்தியா' பத்திரிகை ஆங்கிலேயே அரசுக்கு எச்சரிக்கை விடும் அறிகுறியாக 'சிவப்புத்' தாளில் வெளியானது.

வி.கிருஷ்ணசாமி ஐயர் மிதவாதியாக இருந்தாலும், பாரதியாரின் கவிதைகளால் ஈர்க்கப்பட்டு, 'ஸ்வதேச கீதங்கள்' என்ற தலைப்பில் முதன் முதலாகப் பாரதியாரின் கவிதைகளை வெளியிட்டுப் பெருமை தேடிக் கொண்டார்.

தீவிரவாதத்தில் நம்பிக்கை கொண்ட சில விடுதலைப் போராட்ட வீரர்களின் இளமைத் துடிப்பு காரணமாக ஆங்காங்கே வன்முறை வெடிக்க, ஆங்கிலேய அரசு இதைக் காரணம் காட்டி, பாலகங்காதர திலகர், வ.உ.சிதம்பரம் பிள்ளை, அரவிந்த கோஷ், பாரதியார் ஆகியோர் மீது கடுமையான நடவடிக்கைகளை மேற்கொண்டது. அரவிந்த கோஷும், வ.உ.சியும் சிறையில் அடைக்கப்பட, திலகர் பர்மாவுக்கு நாடு கடத்தப்பட்டார். 'இந்தியா', 'வந்தேமாதரம்' ஆகிய பத்திரிகைகள் கடுமையான தணிக்கைக்கும் நெருக்கடிக்கும் உள்ளாகின.

தீவிரவாத ஆதரவாளரான பாரதியாரின் கருத்துகளை 'இந்தியா' வெளியிட்ட காரணத்தால் அதன் பொறுப்பாசிரியர் பதவியில் இருந்தவர் மீது ஆங்கிலேயே அரசு வழக்குத் தொடுத்து தண்டித்தது. பாரதியார் மீதும் கைது வாரண்ட் பிறப்பிக்கப்பட்டது. அப்போது பாரதியார் நோய்வாய்ப்பட்டிருந்தார். அந்நிலையில் அவர் கைதாகிச் சிறைக்குச் சென்றால் உடல் நிலை இன்னும்

மோசாமாகும் என்றெண்ணிய அவரது நண்பர்கள் சென்னையை விட்டுப் ஃப்ரெஞ்ச் ஆளுகைக்கு உட்பட்ட பாண்டிச்சேரிக்குச் செல்லுமாறு வலியுறுத்தினர்.

பாரதியின் நெருங்கிய நண்பர்களான மண்டயம் சகோதரர்களும் தமிழகத்திலிருந்து வெளியேறிப் பாண்டிச்சேரியில் இருந்து 'இந்தியா' உள்பட 'விஜயா', 'கர்மயோகி', 'பால பாரதா' ஆகிய பத்திரிகை களையும் அச்சிட முடிவெடுத்தனர். பாரதியாரின் கவிதைகளும் கட்டுரைகளும் தொடர்ந்து வெளியான நிலையில் அரசுக்கு எதிரான குற்றவாளியாக பாரதியார் கருதப்பட்டார். இதற்கு 'இந்தியா' பத்திரிகையில் அவர் எழுதிய 'என்று தணியும் இந்த சுதந்திர தாகம், என்று மடியும் எங்கள் அடிமையின் மோகம்' என்ற பிரபலமான கவிதை வரிகளே காரணமாயின. வேறு வழியின்றி நான்கு பத்திரிகைகளும் 1910-ல் நிறுத்தப்பட்டன.

புதுவைக்கு வந்த பாரதியாருக்கு அங்கிருந்த அரவிந்தர், வ.வே.சு. ஐயர், குவளைக்கிருஷ்ணமாச்சாரியார் ஆகியோரின் நட்பு கிடைத்தது. இன்னும் குறிப்பாக புலமை பெற்றிருந்த இளைஞர் கனக சுப்பு ரத்தினத்தின் தோழமை கிடைத்தது. இருவருக்கும் வயது வித்யாசம் பத்தாண்டுகள்கூட இருக்காது. இருப்பினும் பாரதியாரைத் தனது வழிகாட்டியாகவும் குருவாகவும் ஏற்றுக்கொண்டு கனக சுப்பு ரத்தினம் என்ற தனது பெயரைப் 'பாரதிதாசன்' என்றும் மாற்றிக் கொண்டார். பாரதியாரின் மற்றொரு நண்பர் கிருஷ்ணசாமிச் செட்டியாருக்குப் பாண்டிச்சேரி முத்தியாலுப்பேட்டை அருகே ஒரு தோட்டம் இருந்தது. இதுதான் பாரதியாரின் 'குயில் பாட்டு'க்கான களம்.

மண்டயம் சகோதரர்கள் தொடங்கிய பத்திரிகைகள் வாழ்க்கையில் வசந்தத்தை வீசும் என்றும் எண்ணியதற்கு மாறாக அவை நிறுத்தப்படவே பாரதி வறுமையில் வீழ்ந்தார். 'சேர்ந்தே இருப்பது புலமையும் வறுமையும்' என்பதற்கு ஏற்ப வேலையும் இல்லாமல், வருமானமும் கிடைக்காமல் பாரதி ஏழ்மையில் வாடினார். 1910 தொடங்கி அடுத்த எட்டு ஆண்டுகள் பாரதி பட்ட துன்பங்கள் ஏராளம். இருப்பினும் பல்வேறு துன்பங்களுக்கு இடையேயும் 'பாஞ்சாலி சபதம்', 'குயில் பாட்டு', 'கண்ணன் பாட்டு', பாப்பா பாட்டு' ஆகியவற்றை எழுதினார். மனைவி மற்றும் இரு குழந்தைகளுடன், கையில் காசில்லாமல், சோற்றுக்கும் வழியில்லாமல், திண்டாடிப் பரிதவித்தார். இந்தத் துயரத்திலும் 'காக்கை, குருவி எங்கள் சாதி' என்று பாடியவாறே பானையில் மிச்சம் மீதமிருந்த அரிசி மணிகளைப் பறவைகளுக்குத் தூவி அன்னமிட்டார்.

'பாரதியார் எழுதிய 'சின்ன சங்கரன் கதையின்' ஐந்து அல்லது ஆறு அத்யாயங்களை விடுதலைப் போராட்ட வீரர் சுப்பிரமணிய சிவா தனது 'ஞான பானுவில்' வெளியிட்டார். அது கிட்டத்தட்ட 30 அத்யாயங்களைக் கொண்ட அருமையான நூல் என்றாலும் நமக்குக் கிடைத்தவை அவ்வளவே. எப்படியோ அதன் கையெழுத்துப் பிரதி பாரதி எழுதி முடித்த கொஞ்ச காலத்திலேயே காணாமல் போய்விட்டது. 'ஹாஸ்யம் நிறைந்த அந்த நூல் தமிழர்களின் வாழ்க்கை வரலாறு. அது காணாமல் போனது தமிழுலகுக்குப் பெரும் இழப்பு' என்கிறார் பாரதியாரின் உற்ற நண்பர் வ.ரா. என்னும் வ.ராமசாமி.

ஒரு சமயம் பாரதியார், வ.வே.சு.ஐயர், வ.ரா ஆகியோர் பாண்டிச்சேரி கடற்கரையில் காற்று வாங்கிக் கொண்டிருந்தபோது அவர்களுடன் வ.வே.சு.வின் நண்பரும் கலந்து கொண்டார். பேச்சுவாக்கில் 'ஏன் சார்? எங்கே உங்க டிலக்? ரொம்ப நாளாகவே காணோம்? எங்கே அவன் இருக்கான்?' என்று ஏக வசனத்தில் கேட்க ஆரம்பித்தார். வ.வே.சு. ஐயர் நட்பு காரணமாக அமைதி காக்க வெகுண்டெழுந்த பாரதியோ ''ஏண்டா! நீ தமிழன் இல்லையா? வெள்ளைக்காரனாடா? என்னடா 'டிலக்' வேண்டியிருக்கு? ஒழுங்காகத் 'திலகர்' என்று சொல். அவர் எங்கள் தலைவர். உங்கள் வீட்டு வேலைக்காரனா... மாட்டுக்காரனா... அவன் இவன் என்று மரியாதை இல்லாமல் ஏக வசனத்தில் பேசுகிறாய். முழு மூடா'' என்று திட்டித் தீர்த்துவிட்டார். தெரியாமல் பேசிவிட்டேன் என்று மன்னிப்புக் கேட்ட பிறகே பாரதி சமாதானமானார்.

பாண்டிச்சேரி அரவிந்தர் ஆஸ்ரமத்தில் இருந்து பாரதியாரின் வீட்டுக்கு வந்த வ.ரா அங்கு கண்ட காட்சியை அப்படியே வர்ணிக்கிறார் 'வீட்டின் நடுக்கூடத்தில் ஹோமம் வளர்க்கப்பட்டுப் புகைந்து கொண்டிருக்கிறது. வேத மந்திரங்கள் ஜபிக்கப்பட, ஒரு பக்க ஆசனத்தில் பாரதியும் மறு பக்கம் தாழ்த்தப்பட்ட வகுப்பைச் சேர்ந்த கனகலிங்கமும் அமர்ந்திருந்தனர். புரொஃபசர் சுப்பிரமணிய ஐயர் உள்ளிட்ட சில பிரபலங்களும் அங்கிருந்தனர். நான் மெதுவாக சுப்பிரமணிய ஐயரிடம் விவரம் கேட்க அவர் 'கனகலிங்கத்துக்குப் பூணூல் போட்டு காயத்திரி மந்திரத்தை பாரதி அவனுக்கு உபதேசசித்துக் கொண்டிருக்கிறார்' என்று கூறினார்.

அடுத்த சில நிமிடங்களில் மந்திர உபதேசம் முடிவடைய 'கனகலிங்கம், நீ இன்றிலிருந்து பிராமணன். எதற்கும் அஞ்சாதே. யாருக்கும் பயப்படாதே. யார் உனக்குப் பூணூல் போட்டுவிட்டது என்று கேட்டால் 'பாரதி போட்டுவிட்டான்' என்று தைரியமாகச்

சொல். என்ன நேர்ந்தாலும் சரி பூணூலை மட்டும் கழற்றி விடாதே' என்றார் பாரதியார்.

'நீங்களும் பூணூல் போடுவதில்லை. என்னுடைய பூணூலையும் கழற்றச் சொல்லிவிட்டீர்கள். இப்போது திடீரென கனகலிங்கத்துக்கு எதற்காக உபநயனம்' என்று வ.ரா கேட்டதற்கு 'நாடறிந்த பார்ப்பானுக்குப் பூணூல் எதற்கு என்பதால் எனக்கும், உனக்கும் அது தேவையில்லை. ஆனால் கனகலிங்கம் புது பார்ப்பான். ஆகவே அவனுக்கு அது அவசியம். தாழ்ந்த சாதி என்று சொல்லி இனி யாரும் அவனை உதாசீனப்படுத்தமாட்டார்கள்' என்றார் பாரதியார்.

1914-ல் தொடங்கிய உலக மகா யுத்தத்தால் இந்தியாவுக்குப் பல நன்மைகள் ஏற்படலாம் என்று பாரதியார் நம்பினார். ஆனால் எதுவும் ஏற்படாததால் ஏமாற்றம் அடைந்தார். பாண்டிச்சேரி வாசமும் அலுத்துப் போனதால் மீண்டும் பிரிட்டிஷ் ஆளுகையில் இருந்த மதராஸ் செல்ல முடிவெடுத்தார். 1918-ல் பாண்டிச்சேரியை விட்டு மீண்டும் தமிழ் மண்ணில் காலடி வைத்தவுடன், இதற்காகவே காத்திருந்ததுபோல் ஆங்கிலேயே அரசு கைது செய்து கடலூர் சப்-ஜெயிலில் அடைத்தது. பின்னர் சில நிபந்தனைகளுடன் விடுதலை செய்தது. நெல்லையில் உள்ள கடையத்தில் சில காலம் தங்கிவிட்டு மீண்டும் சென்னை திருவல்லிக்கேணிக்குக் குடிவந்தார்.

ரௌலத் சட்டத்தை ரத்து செய்வது தொடர்பான கிளர்ச்சிக்குத் தலைமை தாங்க 1919 பிப்ரவரில் மகாத்மா சென்னை வந்து கத்தீட்ரல் சாலையிலுள்ள இராஜாஜியின் வீட்டில் தங்கியிருந்தார். அறையில் இராஜாஜி, சத்தியமூர்த்தி, ரங்கசாமி ஐயங்கார், சேலம் பாரிஸ்டர் ஆதி நாராயண செட்டியார் ஆகியோர் உடனிருந்தனர். அப்போது யாரும் எதிர்பாராத வகையில் தீடீரென உள்ளே நுழைந்த பாரதியார் 'மிஸ்டர் காந்தி இன்று மாலை திருவல்லிக்கேணியில் நடைபெறம் கூட்டத்தில் நான் பேசப் போகிறேன். நீங்கள் தலைமை வகிக்க முடியுமா?' என்று கேட்க 'இன்றைய நிகழ்ச்சிகளுக்கு ஏற்கனவே ஒப்புக்கொண்டு விட்டேன். நாளை வைத்துக் கொள்ள இயலுமா?' என்றும் மகாத்மா பதிலளித்தார். அதற்கு பாரதி 'முடியாது. நான் போய்வருகிறேன். மிஸ்டர் காந்தி. நீங்கள் ஆரம்பிக்கப் போகும் இயக்கத்தை நான் ஆசீர்வதிக்கிறேன்' என்று சொல்லிவிட்டு வந்த வேகத்தில் புயலெனத் திரும்பிச் சென்றார். வந்தவர் யாரென மகாத்மா வினவ 'அவர் எங்கள் தமிழ்நாட்டுக் கவி' என்று இராஜாஜி சொல்லவும் 'அப்படியானல் இவரைப் பத்திரமாகப் பாதுகாக்கவேண்டும். அதற்குத் தமிழ்நாட்டில் ஒருவரும் இல்லையா?' என்று கேட்க அங்கே மௌனம் நிலவியது.

'அவர் தொடாத துறையில்லை. தொட்டது எதையும் அழகுபடுத்தாமல் விட்டதில்லை' என்று கோல்ட் ஸ்மித் என்ற எழுத்தாளரின் திறமை குறித்து டாக்டர் ஜான்சன் குறிப்பிட்டுள்ளார். இந்தப் பாராட்டு பாரதிக்கும் முழுக்க முழுக்கப் பொருந்தும். 'பாப்பா முதல் பாட்டி வரை, காதலன் முதல் காதகன் வரை, குரங்கு முதல் குயில் வரை, பதிதன் (ஒழுக்கமற்றவன்) முதல் பக்தன் வரை, காலி முதல் கவி வரை, கசடன் முதல் காந்தி வரை, அன்பன் முதல் அரக்கன் வரை, வம்பன் முதல் கம்பன்வரை பாரதியார் யாரைத் தொடவில்லை, எவரைத் தொட்டு அழகுபடுத்தவில்லை' என்று ஒப்பீடு செய்கிறார் வ.ரா.

'இயன்றவரை தமிழே பேசுவேன், தமிழிலே எழுதுவேன், சிந்தனை செய்வது தமிழிலே செய்வேன்' என்று முழங்கிய பாரதி, 'தமிழ்!தமிழ்!தமிழ்! என்று எப்போதும் தமிழை வளர்ப்பதே கடமையாகக் கொள்க! ஆனால் புதிய புதிய செய்தி, புதிய புதிய சிந்தனை, புதிய புதிய உண்மை, புதிய புதிய இன்பம், தமிழில் ஏறிக் கொண்டே போக வேண்டும். தம்பி நான் ஏது செய்வேனடா? தமிழை விட இன்னொரு பாஷை சுகமாக இருப்பதைப் பார்க்கும் போது எனக்கு வருத்தம் உண்டாகிறது' என்று தனது நண்பர் பரலி சு நெல்லையப்பருக்கு எழுதிய கடிதத்தில் பாரதி குறிப்பிட்டுள்ளார்.

''சொல்லவுங் கூடுவ தில்லை - அவை சொல்லுந் திறமை
தமிழ்மொழிக் கில்லை
மெல்லத் தமிழினிச் சாகும் - அந்த மேற்கு மொழிகள் புவிமிசை
யோங்கும்
என்றந்தப் பேதை உரைத்தான் - ஆ இந்த வசையெனக் கெய்திட
லாமோ!
சென்றிடுவீ ரெட்டுத் திக்கும் - கலைச் செல்வங்கள் யாவுங்
கொணர்ந்திங்குச் சேர்ப்பீர்''

'மெல்லத் தமிழ் இனி சாகும்' என்று யாரோ ஒரு பேதை அவதூறு செய்ததை எண்ணி வருந்தினார். இந்த அவதூறைப் போக்க வேண்டும் என்று உறுதி பூண்டு, உயிர் பிரியும்வரை தமிழையே மூச்சாகக்கொண்டு வாழ்ந்தார். பாரதியின் எழுத்துகள் மனித நேயத்துக்கு வழிகாட்டும் கைகாட்டிகள். கருத்துகள் மறுமலர்ச்சிக்கு உயிர்ப்பூட்டும் ஆதவனின் செங்கதிர்கள். எண்ணங்கள் வானவில்லின் வண்ணக் கோலங்கள்.

'வாழ்க நிரந்தரம்! வாழ்க தமிழ்மொழி!,
வாழிய வாழியவே

வானம் அளந்த அனைத்தும் அளந்திடும்
        வண்மொழி வாழியவே
எங்கள் தமிழ்மொழி! எங்கள் தமிழ்மொழி!
        என்றேன்றும் வாழியவே
சூழ்கலி நீங்கத் தமிழ்மொழி
        ஓங்கத் துலங்குக வையகமே
வானம் அறிந்த அனைத்தும்
        அறிந்து வளர்மொழி வாழியவே'

'யாமறிந்த மொழிகளிலே தமிழிமொழிபோல்
        இனிதாவது எங்கும் காணோம்
பாமரராய் விலங்குகளாய் உலகனைத்தும்
        இகழ்ச்சி சொலப் பான்மை கெட்டு
நாமமது தமிழரெனக் கொண்டிங்கு
        வாழ்ந்திடுதல் நன்றோ! நன்றோ!
தேமதுரத் தமிழோசை உலகெலாம்
        பரவும்வகை செய்தல் வேண்டும்

யாமறிந்த புலவரிலே கம்பனைப்போல்
        வள்ளுவர்போல் இளங்கோ வைப்போல்
பூமிதனில் யாங்கணுமே பிறந்ததில்லை;
        உண்மை வெறும் புகழ்ச்சி இல்லை
ஊமையராய்ச் செவிடர்களாய்க் குருடர்களாய்
        வாழ்கின்றோம்; ஒரு சொற் கேளீர்
சேமமுற வேண்டுமெனில் தெருவெல்லாம்
        தமிழ்முழக்கம் செழிக்கச் செய்வீர்!

தமிழ்த்திரு நாடுதன்னைப் பெற்ற
        எங்கள் தாயென்று கும்பிடடி பாப்பா!
அமிழ்தில் இனியதடி பாப்பா
        நம் ஆன்றோர்கள் தேசமடி பாப்பா!
சொல்லில் உயர்வு தமிழ்ச் சொல்லே
        அதைத் தொழுது படித்திடடி பாப்பா!

செந்தமிழ் நாடென்னும் போதினிலே
        இன்பத்தேன் வந்து பாயுது காதினிலே - எங்கள்
தந்தையர் நாடென்ற பேச்சினிலே
        ஒரு சக்தி பிறக்குது மூச்சினிலே

சிந்து நதியின் மிசை நிலவினிலே
சேர நன்நாட்டிளம் பெண்களுடனே
சுந்தரத் தெலுங்கினில் பாட்டிசைத்து
தோனிகள் ஓட்டி விளையாடி மகிழ்வோம்

பாரதநாடு பழம் பெரும் நாடு நீரதன்புதல்வர் இந்நினைவகற்றாதீர்

ஆகிய பாரதியாரின் கவிதைகள் தாய் மொழிப் பற்றும் தாய் நாட்டுப்பற்றும் மின்னும் வைரங்கள். தேசியம், வேதாந்தம், சித்தாந்தம், நகைச்சுவை, மகிழ்ச்சி, சோகம், அற்புதம், ஆத்திரம், ஆறுதல் என அவரது கவிதைகளில் அனைத்து அம்சங்களும் உண்டு. துணிவற்ற, பொறுப்பற்ற, சுதந்திரமற்ற, சோம்பல் வாழ்வைச் சுகமான வாழ்வாக எண்ணி மக்கள் அகமகிழ்வதை எண்ணிப் புழுங்கினார். தமிழர்களைத் தாய்மொழியாம் தமிழ் மூலம் தேசப் பற்று மிக்கவர்களாக உயர்த்த முடியும் என்னும் உண்மையை ஓர்ந்தார். தமிழுக்குத் தம்மை முழுமையாக அர்ப்பணித்துக் கொண்டார். மக்களிடம் கல்வி பெருகாவிட்டால், எழுத்தறிவு பரவாவிட்டால், தமிழ் எப்படி வளரும் என்று எண்ணித்தான் 'அன்ன சத்திரங்கள் ஆயிரம் வைத்தல், ஆலயங்கள் பதினாயிரம் நட்டல், அன்ன யாவினும் புண்ணியம் கோடி ஆங்கோர் ஏழைக்கு எழுத்தறிவித்தல்' என்று முழங்கினார்.

கவிஞன் தனது சிந்தனை, சுய அனுபவம், உணர்ச்சி ஆகியவற்றை அடித்தளமாகக்கொண்டு புனையும் தன்னுணர்ச்சிப் பாடல்களே ஆங்கிலத்தில் பிரபலமான லிரிக் (Lyric) வகை ஆகும். ஷெல்லி, கீட்ஸ், பைரன் ஆகியோர் இதில் பிரபலம். இதைத் தமிழில் முதன் முதலில் முயற்சி செய்தவர் பாரதியார். இதற்கான சிறந்த உதாரணம் 'குயில் பாட்டு'. அவர் தொடங்கி வைத்த 'வசன கவிதையே' இன்றைக்குப் பிரபலமாக உள்ள 'புதுக்கவிதை' என்னும் புதிய துறை. அந்த வகையில் அதன் மூல கர்த்தா பாரதியாரே.

'தனியொருவனுக்கு உணவில்லை எனில் ஜகத்தினை அழித்திடு வோம்'; 'பெண்ணடிமை நீங்க வேண்டும், பட்டங்கள் ஆள்வதும் சட்டங்கள் செய்வதும் பாரினில் பெண்கள் நடத்த வேண்டும்' என்ற பாரதியின் பாடல் வரிகள் வைர வரிகள்.

திருவல்லிக்கேணியில் இருந்தபோது எதிரே உள்ள பார்த்தசாரதி கோயிலுக்கும் செல்வதும் அங்குள்ள யானைக்குப் பழங்கள், தேங்காய் கொடுப்பதையும் வழக்கமாகக் கொண்டிருந்தார். எப்போதும் அமைதியாக இருக்கும் யானைக்கு அன்று என்ன

நேர்ந்ததோ தெரியவில்லை. திடீரென மதம் பிடிக்க, அந்த யானை பாரதியாரை அப்படியே தும்பிக்கையால் வாரிச் சுருட்டிக் கீழே போட்டது. கண் இமைக்கும் நேரத்தில் எல்லாம் நடந்து முடிந்து விட்டது.

பாரதியார் அப்போதைக்கு உயிர் பிழைத்தார் என்றாலும், யானை தும்பிக்கையால் தூக்கிப் போட்டதில் ஏற்பட்ட பலமான ஊமைக் காயங்களால் மரண வேதனையில் துடிதுடித்திருக்க வேண்டும். இந்த நிகழ்வுக்குப் பிறகு அவர் நீண்ட காலம் உயிரோடு இருக்கவில்லை. 1921 செப்டம்பர் 11 ஆம் நாள் பாட்டுக்கு ஒரு புலவன் பாரதி பூவுலகு விட்டு விண்ணுலகு சென்றான். நீடு துயில் நீக்கப் பாடி வந்த நிலா மீளாத் துயில் கொண்டான்.

‘குயில் பாட்டு’, ‘கண்ணன் பாட்டு’, ‘பாஞ்சாலி சபதம்’ ஆகிய மூன்று குறுங்காவியங்களை மட்டுமே பாரதி இயற்றி உள்ளார். ஆனாலும் பெருங்காவியங்களை இயற்றிய இளங்கோ, கம்பர் ஆகியோர் வரிசையில் பாரதியாரும் இடம் பெறுகிறார்.

மகாகவி பாரதியார், கணக்கு மேதை ராமானுஜன் இருவருமே இளம் வயதில் காலமானவர்கள். பாரதிக்கு ‘கணக்கு’ என்றாலே ‘பிணக்கு’. ஆனால் ராமானுஜனோ ‘கணக்கு’ புலி. ஏனைய படிப்புகள் ‘கிலி’.

‘மாகாண பாஷைகளில் அதாவது வங்காளம், மலையாளம், கன்னடம், தெலுங்கு, குஜராத்தி, மராத்தி ஆகியவற்றில் கடந்த முந்நூறு ஆண்டுகளில் ‘பாரதி’ போன்று ஒரு கவிஞன் தோன்ற வில்லை. அவர் தமிழ்நாட்டில் அவதாரம் செய்தது தமிழர்கள் செய்த பாக்கியம்’ என்று இராஜாஜியும் ‘இது பாரதி சகாப்தம். தமிழர்கள் உள்ளத்திலும், வாழ்க்கையிலும் பாரதியார் உன்னதமான புரட்சியை ஏற்படுத்திவிட்டார். தாகூரின் கீதாஞ்சலியைக் காட்டிலும் பாரதியின் கவிதை உயர்ந்தது. பாரதி உலக மகாகவி’ என்று திரு வி கலியாணசுந்தரனாரும் போற்றி உள்ளனர். பாரதியின் கண்ணன் பாட்டை ‘அட்சரம் லட்சம் பெறுமான பாக்கள். அவை மனத்தை ஈர்க்கும் மாணிக்கங்கள்’ என்று பாராட்டுகிறார் வ.வே.சு. ஐயர்.

கவிமணி தேசிக விநாயகம் பிள்ளை

இந்தியாவின் தென் கோடி முனையான கன்னியாகுமரி மாவட்டத்தின் அகஸ்தீஸ்வரம், தோவாளை, சுசீந்திரம் வட்டங்கள் 'நாஞ்சில் நாடு' என்று தொன்றுதொட்டே அழைக்கப்பட்டு வருகின்றன. சுசீந்திரத்துக்கு ஒரு மைல்கல் வடக்கே உள்ள தேரூரில் நாஞ்சில் நாட்டு வேளாளர் பிரிவைச் சேர்ந்த சிவதாணுப் பிள்ளை - ஆதிலட்சுமி தம்பதிகளின் மகனாக 1876 ஜூலை 27 அன்று பிறந்தார் தேசிக விநாயகம் பிள்ளை. 'மங்கையராய்ப் பிறப்பதற்கே நல்ல மாதவம் செய்திட வேண்டும்' என்ற பிரபலமான பாடல் வரிகளுக்குச் சொந்தக்காரர்.

1940-ல் சென்னை மாகாணத் தமிழ் சங்கம் தமிழ்வேள் உமா மகேஸ்வரன் தலைமையில் 'தமிழ்க் கவிமணி' என்ற பட்டத்தை வழங்கிப் பெருமைப்படுத்தியதைத் தொடர்ந்து 'கவிமணி தேசிக விநாயகம் பிள்ளை' என்றே அழைக்கப்பட்டார். 'கவிமணி' என்றால் அது இவர் ஒருவரை மட்டுமே குறிக்கும் வகையில் பிரபலமடைந்தார்.

தந்தை அரசு ஊழியராக இருந்ததால், இயல்பாகவே தேசிக விநாயகம் பிள்ளை தேரூரில் தொடக்கக் கல்வியையும் கோட்டாற்றில் உயர்நிலைக் கல்வியையும் பெற்றார். ஆனால் திருவாங்கூர் சமஸ்தானத்தின் கட்டுப்பாட்டில் நாஞ்சில் நாடு இருந்த காரணத்தால் பாடங்கள் அனைத்தும் மலையாள மொழியிலேயே கற்பிக்கப்பட்டன. எனவே தாய்மொழியான தமிழ் மொழியை அங்குள்ள திருவாவடுதுறை ஆதீனத்துத் தம்பிரான் சாந்தலிங்கம், சங்கரலிங்கம்

ஸ்வாமிகளிடம் குறைவறக் கற்றுத் தெளிந்தார். 9ஆவது வயதில் தந்தையார் காலமாகவே குடும்பப் பொறுப்பை இளம் வயதிலேயே சுமக்க வேண்டிய கட்டாயம் ஏற்பட்டது.

சிறந்த புலவர்கள் தமிழில் எழுதும் வரிகளுக்கு அழிக்கும் சக்தியும் ஆக்கும் ஆற்றலும் உண்டு என்பதற்கு விநாயகம் பிள்ளை எழுதிய இரு பாடல்களைச் சான்றாகக் கூறுலாம். தம்பிரானிடம் தமிழ் கற்றுக் கொண்டிருந்தபோது போற்றிக்கண்ணு என்பவன் பணம் பெற்றுக்கொண்டு ஏமாற்றி விட்டான். அவனிடம் பணம் கேட்டுக் கவிதை நடையில் கடிதம் எழுதுமாறு பணிக்கப்படவே 'சஞ்சலமே செய்திடவே சனித்திட்டாய் சாபோற்றிக்கண்ணு நீயே' என்ற இறுதி வரிகளை உள்ளடக்கிய கடிதத்தை எழுதினார் விநாயகம் பிள்ளை. ஆனால் கடிதம் அவனைச் சென்றடையும் முன்பே போற்றிக்கண்ணு மரணத்தைத் தழுவினான். 'சா' என்பது அவனது தந்தை பெயரின் முதலெழுத்து என்பதால் பாட்டில் 'சாபோற்றிக்கண்ணு' என்று குறிப்பிட்டிருந்தார். ஆனால் 'சா' என்றால் 'சாவாய்' என்றும் பொருள்படும்படியும் விநாயகம் பிள்ளை 'அறம்' பாடியதாலேயே இறந்தான் என்றெண்ணி அறிஞர் பெருமக்கள் அதிர்ந்தனர். அதிசயித்தனர்.

தம்பிரானிடம் மற்றொரு உணர்வுப்பூர்வமான பிரச்னை வருகிறது. பெண்ணொருத்தி பூப்பெய்தும் முன்னரே மணமுடித்துக் கொடுக்கப் படுகிறாள். இதன் காரணமாக மாப்பிள்ளைக்கு அப்பெண்ணிட மிருந்து எதிர்பார்த்த இல்லற சுகம் கிடைக்காததால் கோபித்துக் கொண்டு அயலூர் செல்கிறான். சில காலம் கழித்து அப்பெண் பருவமடைகிறாள். மாப்பிள்ளைக்கு விவரத்தைச் சொல்லி மீண்டும் குடும்பம் நடத்த வருமாறு அழைக்கும் கடிதத்தை எழுதும் பொறுப்பை மீண்டும் விநாயகம் பிள்ளைக்கு அளிக்கிறார் தம்பிரான். மலரும் வண்டும், கொம்பும் கொடியும், நிலவும் வானும், நதியும் நாணலும் என கணவனும், மனைவியும் சேர்ந்தே இருக்க வேண்டிய அவசியத்தையும், இளம் மணமகளின் ஏக்கத்தையும் வலியுறுத்தி, முற்றிலும் உருவகங்களால் அமைந்த பாடலைக் கடிதமாக வரைந்து அனுப்புகிறார். கடிதம் கிடைத்த மாப்பிள்ளை உடனடியாகத் திரும்பி வந்து மனைவியுடன் இணைந்தான் என்று சொல்லவும் வேண்டுமோ?

'வெள்ளையர்களால் ஆளப் பெறாமல் திருவனந்தபுரத்தைத் தலைநகரமாகக்கொண்டு மன்னரால் ஆளப்பட்ட சமஸ்தானம் திருவிதாங்கூர். ஆனால் ஏனைய வடநாட்டு சமஸ்தானங்களைப் போல் திருவிதாங்கூர் மன்னர்கள் ஆடம்பரமும், அதிகாரத்

தோரணையும் இன்றி, கடவுள் பக்தியுடன், மக்களை நேசித்து, ஆட்சி புரிந்தனர்' என்று பதிவு செய்கிறார் திருவிதாங்கூர் சமஸ்தானக் காங்கிரஸ் தலைவர் சிவன் பிள்ளை. வெள்ளையரின் கொடுங்கோல் வெப்பம் திருவிதாங்கூர் சமஸ்தான மக்களை அதிகம் பாதிக்காத காரணத்தால், இந்தியாவின் ஏனைய பகுதிகளில் நடைபெற்ற விடுதலைப் போராட்டங்களின் தீவிரத்துடன் ஒப்பிடும் போது இங்கு காண முடியவில்லை. அங்கு தங்கியிருந்த வரை, பாரதியின் பாடல்களில் காணப்படும் சுதந்திர வேட்கையின் வீரியமும் ஆவேசமும், தேசிக விநாயகம் பிள்ளையின் படைப்புகளில் சற்றுக் குறைவாகவே உள்ளதற்கு இதுவே முக்கியக் காரணம்.

உமையம்மையுடன் திருமணம் நடைபெற்ற அதே 1901-ல் அவர் படித்த கோட்டாறு அரசுப் பள்ளியில் ஆசிரியர் வேலை கிடைத்தது. 1902-ல் திருவனந்தபுரம் மகாராஜா பயிற்சி கல்லூரியிலும், 1904-ல் உயர்நிலைப் பள்ளியில் தமிழாசிரியராவும், பின்னர் பெண்கள் கல்லூரியில் விரிவுரையாளராகவும் பதவி உயர்வு பெற்றார். திருவனந்தபுரத்தில் இருந்தபோது தமிழன்பர்கள் நீதிபதி சேஷய்யர், பேராசிரியர் வையாபுரிப் பிள்ளை, பேராய்வாளர் சிவராஜபிள்ளை, பண்டித முத்துசாமிப் பிள்ளை ஆகியோரின் நட்பு கிடைத்தது. அவர்களுடைய நட்பிலும் தமிழ் இன்பத்திலும் திளைத்த விநாயகம் பிள்ளை, 25 ஆண்டுகள் பணியாற்றிய பிறகு விருப்ப ஓய்வில் 1931-ல் நாஞ்சில் நாடு திரும்பினார்.

மனைவியின் சொந்த ஊராகிய நாகர்கோயிலுக்கு அருகேயுள்ள புத்தேரிக்குக் குடியேறிய பிறகே அதுவரை குடத்திலிட்ட விளக்காக இருந்த விநாயகம் பிள்ளையின் வாழ்க்கை குன்றிலிட்ட விளக்காகப் பட்டை தீட்டப்பட்ட வைரமாக ஒளி வீசத் தொடங்கியது. மூதறிஞர் இராஜாஜிக்கு இவர் மீது பெரு மதிப்பு உண்டு. ரசிகமணி டிகேசி 'கண்ணாரக் காண ஒரு கவிஞர்' என்று அறிமுகப்படுத்துகிறர். 'மலரும் மாலையும்' என்ற நூலுக்கு 'தி இந்து' பத்திரிகையில் பேராசிரியர் ஸ்வாமிநாதன் எழுதிய மதிப்புரையில் இவரை 'அசல் கவிஞர்' என்று பாராட்டுகிறார். இவர் இயற்றிய கீர்த்தனங்கள் கி.வ.ஜகந்நாதனை ஆசிரியராகக்கொண்ட 'கலைமகள்' இதழின் முதல் பக்கத்தில் பொருத்தமான ஓவியங்களுடன் வெளிவந்து இவரைப் பட்டி தொட்டி எங்கும் பிரபலப்படுத்தின.

நாஞ்சில் கவிஞரின் கவிதைகள் இல்லாமல் பத்திரிகைகளின் ஆண்டு விழா 'மலர்கள்' வருவது அரிது என்று சொல்லத்தக்க அளவில் அனைத்துப் பத்திரிகைகளும் அவரது படைப்புகளைப் போட்டி போட்டு வெளியிடத் தொடங்கின' என்கிறார் தமிழ்ப் பத்திரிகை

உலக ஜாம்பவான் டி.எஸ் சொக்கலிங்கம். ‘கவிமணியின் பாடல்களில், சில குழந்தைகளின் சிவப்பூறிய மலர் வாயினின்றும் தேனினும் இனித்துச் சுரக்கின்றன, பெண்களின் இனிய குரலுக்கு இனிமை அளிக்கின்றன, இளைஞர்களின் உள்ளத்தைக் கவர்கின்றன, அறிஞர்களின் ஆன்மாவைக் குழைவிக்கின்றன’ என்று அனுபவித்துச் சிலாகிக்கிறார் வையாபுரிப் பிள்ளை.

பாராட்டு பெறுவோருக்குப் பொன்னாடை போர்த்துவது இன்றைக்கு வழக்கமான நடைமுறை. ஆனால் ஐம்பது ஆண்டுகளுக்கு முன்பு கலை மற்றும் இசைத் துறையைச் சேர்ந்தவர்களுக்கு மட்டுமே இந்தச் சிறப்பு செய்யப்பட்டது. இலக்கியத் துறையினருக்குப் பொன்னாடை போர்த்தும் வழக்கம் அப்போது இல்லை. ஆனால் 1943 -ல் செட்டிநாட்டு ஆத்தங்குடியில் நடைபெற்ற விழாவில் செட்டிநாட்டரசர் அண்ணமலை செட்டியார் கவிமணிக்குப் பொன்னாடை போர்த்திப் பாராட்டி மகிழ்ந்தார். பொன்னாடை அணிவிக்கப்பட்ட முதல் கவிஞர் கவிமணி தேசிக விநாயகம் பிள்ளையே. அன்று தொடங்கி இலக்கியத் துறையைச் சேர்ந்தவர் களுக்கும் பொன்னாடை அணிவிக்கும் பழக்கம் நடைமுறைக்கு வந்தது.

கவிமணிக்குப் பொற்கிழி வழங்க செட்டி நாட்டரசர் முடிவெடுத்து அவருக்குத் தகவல் தெரிவித்தபோது அதை நாகரிகமாக மறுத்து ‘வறுமையின்றி வாழும் வசதியை ஆண்டவன் எனக்கு அளித்துள்ளதால் இப்போது செல்வத்துக்கு ஒரு அவசியமும் இல்லை. பிள்ளையோ, குட்டியோ, பிய்த்துப் பிடுங்கலோ ஏதுவும் இல்லாததால், இதுவே போதும். எனவே, உங்கள் முயற்சியைக் கைவிடும்படி அன்பு உரிமையால் வேண்டிக் கேட்டுக் கொள்கிறேன்’ என்று கடிதம் எழுதினார். வசதி படைத்தவர்களே பணமுடிப்போ பொற்கிழியோ யாரேனும் கொடுக்க வந்தால் வேண்டாம் என்று மறுக்காமல் பெற்றுக் கொள்வது வழக்கம். இந்நிலையில் செட்டிநாட்டரசர் தானாக வழங்க முன் வந்த பொறிகிழியை வேண்டாம் என்று மறுக்கும் மனப்பக்குவம் வேறு யாருக்கும் வரும்! பணம் வேண்டாம் என்று சொன்ன அதிசய மனிதர் இவர் ஒருவராகத்தான் இருக்கக் கூடும்!

எந்த அறநெறியைக் கடைப்பிடிக்கிறோமோ அதை மட்டுமே அறிவுரையாகச் சொல்லவேண்டும் என்ற உறுதியான கொள்கை உடையாவர் கவிமணி. கதர் ஆடை அன்பர்கள் ஒரு முறை அவரிடம் கதர் துணியை மட்டுமே அணிய வேண்டிய அவசியத்தையும் பயன்பாட்டையும் உள்ளடக்கி ஒரு பாடல் இயற்றித் தருமாறு

கோரினர். ஆனால் கவிமணி சற்றுக் காலம் தாழ்த்தித் தாமதமாகவே எழுதிக் கொடுத்தார். இதற்குக் காரணம் அவர் மில் துணி அணியும் பழக்கம் உள்ளவர். எனவே, பாடல் எழுதுவதற்கு முன்பாக இராட்டையை வாங்கி நூல் நூற்கவும், கதராடை நெய்யவும் கற்றுக் கொண்டார். கதராடையை உடுத்திய பிறகே அது குறித்த பாடலை எழுதிக் கொடுத்தார்.

'மகள் சகுந்தலா பாரதி பிறந்த பிறகே (1908) மகாகவி பாரதியார் பாப்பாப் பாட்டு பாடத் தொடங்குகினார். ஆனால் கவிமணியோ 1901-ல் முதலே குழந்தைப் பாடல்கள் புனைய ஆரம்பிக்கிறார். எனவே, முதன் முதலில் குழந்தைப் பாடல்கள் பாடிய பெருமை கவிமணியையே சாரும்' என்று மு.பி.பாலசுப்பிரமணியனும், 'பிறமொழிப் பாடல்களை முதன் முதலில் சிறுவர்களுக்காக மொழிபெயர்த்த கவிஞரும் கவிமணிதான்' என்று பூவண்ணனும் பூரிக்கின்றனர். பேசப் பழகும் பாப்பாவிலிருந்து பதினைந்து வயது சிறுவர் சிறுமியர்வரை பாடுவதற்கு ஏற்ற வகையில் 60க்கும் அதிகமான பாடல்களை இயற்றியுள்ளார். 'தோட்டத்தில் மேயுது வெள்ளைப்பசு - அங்கே துள்ளிக் குதிக்குது கன்றுக் குட்டி' என்ற பாடல் வரிகள் பாடும் குழந்தைகளின் உள்ளத்தைக் கொள்ளை கொண்டு உவகையுடன் துள்ளிக் குதிக்க வைக்கும். 'மலரும் மாலையும்' என்ற தலைப்பில் வெளியான இவரது முதல் கவிதைத் தொகுப்பை யாருக்குக் காணிக்கை ஆக்கியிருக்கிறார் தெரியுமா? ஆம். குழந்தைகளுக்குத்தான்!

ஒரு முறை திருச்சி வானொலி நிலையத்தின் சார்பில் மீ.ப.சோமுவும், 'சாந்தி' இதழுக்காகச் சுந்தர ராமசாமியும் கவிமணியைப் பேட்டி எடுத்தனர். 'இலக்கியத்தைத் தவிரத் தாங்கள் விரும்பிக் கற்கும் விஷயங்கள் என்ன?' என்று கேட்டதற்கு 'கவிதைகளைத் தவிர்த்து நான் விரும்பிக் கற்கும் விஷயங்கள் தென்னிந்தியக் கல்வெட்டுகளும் தென்னிந்திய வரலாறும்' எனப் பதிலளித்துள்ளார். 'எந்தவொரு இலக்கியமும் பாமர மக்களுக்கும் புரியும் வகையில் அமையவேண்டும். தமிழகத்தில் விடுதலை உணர்வு காரணமாக பரமரர் வரை தமிழ் பரவியது. மக்கள் இயக்கத்துடன் ஒட்டியிருந்தால்தான் மொழியும், இலக்கியமும் வளரும் என்பதில் ஐயமில்லை. அதே சமயம் அறிவியலில் சரியான சொற்கள் தமிழில் கிடைக்காவிட்டால் வேற்று மொழியில் இருந்து அவற்றை அப்படியே ஏற்றுக் கொள்வதில் ஆட்சேபணை இல்லை' என்கிறார்.

எழுத்தாளனுக்கு நிதி திரட்டிக் கொடுக்கும் நிலையில் அவனை வைத்திருப்பது 'மகா கேவலம்' என்று வருத்தப்படுகிறார்.

விமர்சனங்கள் அவசியம்தான். ஆனால் ஆங்கிலம் அறிந்தவனுக்குத் தமிழ் தெரியவில்லை. தமிழ் தெரிந்தவனுக்கு ஆங்கிலம் புரியவில்லை. இரு மொழிகளிலும் தேர்ச்சி பெற்றவர்கள் மிகக் குறைவு என்ற நிலையில் தகுதியான விமர்சனம் எளிதல்ல என்னும் அவரது ஆதங்கம் நியாயமானதே. ஆங்கிலம் தெரியாதவர்கள் ஆங்கில இலக்கியத்தையும், தமிழில் பயிற்சி இல்லாதவர்கள் தமிழ் இலக்கியத்தையும் விமர்சிப்பது நகைமுரண் அல்லவா?

தேவாரம் பாடிய அப்பர், சுந்தரர், சம்பந்தர் ஆகியோருக்கு முற்பட்டது மாணிக்கவாசகர் காலம் என்பது சில தமிழறிஞர்கள் வாதம். ஆனால் கவிமணியோ மாணிக்கவாசகர் காலம் சுந்தரர் காலமான கிபி 825க்குப் பிற்பட்டது என்பதை ஆதாரங்களுடன் நிறுவுகிறார். கவிஞன் காலத்துக்குக் கட்டுப்பட்டவன்தான். காலத்தை மீறியவன் அல்லன். பாரதி பதினேழாம் நூற்றாண்டில் பிறந்திருந்தால் சுதந்திரப் பாடல்களைப் பாடியிருப்பாரா? என்றும் வினா எழுப்புகிறார்.

சுந்தரம் பிள்ளை எழுதிய 'மனோன்மணியம்' நாடகத்தின் இரண்டாம் பதிப்பு வெளியானபோது 'மனோன்மனியத்தின் மறுபிறப்பு' என்ற தலைப்பில் 11.3.1922-ல் 'திராவிடன்' இதழில் விமர்சனம் எழுதினார் கவிமணி. 'இந்நூலைத் தொட்டாலும் கைமணக்கும், சொன்னாலும் வாய் மணக்கும் என்பது வெறும் புனையுரை அல்ல. உரிமையுரை. சுந்தரம் பிள்ளை பாடியிருக்கும் 'தமிழ்த்தாய் வாழ்த்தை' எடுத்தாளாத தமிழரும் உண்டோ? அது ஒன்றே தமிழும் தமிழ்நாடும் உள்ளவரை ஆசிரியர் பெயரை நிலை பெறச் செய்யும்' என்று கூறியிருப்பது அவரது தொலைநோக்குச் சிந்தனையை வெளிப்படுத்துகிறது. சொன்ன வாய்க்குச் சர்க்கரை போட வேண்டும் என்பதுபோல் அவர் சொல்லிச் சற்றேறக் குறைய ஐம்பது ஆண்டுகளுக்குப் பிறகு மனோண்மணியம் நாடகத்தில் சுந்தரம் பிள்ளை எழுதிய தமிழ்த்தாய் வாழ்த்து தமிழக அரசு அங்கிகாரம் பெற்று இன்றளவும் தமிழக அரசு சார்பில் நடைபெறும் அனைத்து நிகழ்ச்சியிலும் பாடப்பட்டு வருவது குறிப்பிடத்தக்கது.

'மங்கையராகப் பிறப்பதற்கே நல்ல மாதவம் செய்திட வேண்டும்' எனப் பெண்மையின் பெருமையைப் போற்றும் வைர வரிகளுக்கான சொந்தக்காரர் கவிமணி. 'அன்பிற்காகவே வாழ்பவர் பெண்கள். அது ஈசன் அளித்த உரிமை என்பதால் அதைச் சமுதாயம் வழங்கியே ஆக வேண்டும். பெண் கல்விக்கு முன்னுரிமை தருவதிலும், ஆணும் பெண்ணும் சரி நிகர் சமானம் என்பதிலும் வாழ்நாள் முழுவதும் உறுதிடன் இருந்தார். மதுவிலக்கு கன்னியாகுமரி மாவட்டத்தில்

அமலானபோது அதை வரவேற்று 'கள் அரக்கா நீ ஒழிந்து தொலைந்திடுவாய்' என்று சாபமிட்டு அரசு முடிவை வரவேற்கிறார்.

வசதியற்ற நிலையிலும் 'உமர்கயாம்' பாடல்களை வெளியிடும் உரிமையைக் கவிக்குயில் நிலையம் பெருமாளுக்கு இலவசமாகவே கவிமணி வழங்கினார். அதேபோல் சிவாஜி கணேசன் நடித்த 'கள்வனின் காதலி' திரைப்படைத்தில் இவரது பாடல்கள் பயன்படுத்தப்பட்டபோது அதற்குச் சன்மானமாகக் குறிப்பிட்ட தொகையைச் சிவாஜி கணேசன் அனுப்பி வைத்தார். ஆனால் கவிமணியோ அதை வாங்க மறுத்து 'பணத்துக்காக நான் பாடல்களை எழுதவில்லை' என்று திருப்பிக் கொடுத்து விட்டாராம்.

கவிமணியில் நெஞ்சில் ஈரம் உள்ள அளவு சுயமரியாதையைப் பேணும் வீரமும் உண்டு. 1954-ல் பஷிராஜா ஃபிலிம்ஸ் ஸ்ரீராமுலு நாயுடு தயாரித்து எம்.ஜி.ஆர். நடித்த 'மலைக் கள்ளன்' படத்தில் அவரது அனுமதி இல்லாமல் 'நல்ல சகுனம் நோக்கிச் செல்லடி' என்ற பாடலைப் பயன்படுத்தியதற்காக வழக்கறிஞர் மூலமாக கடிதம் அனுப்பினார். கல்கி கிருஷ்ணமூர்த்தி மற்றும் சாதாசிவம் ஆகியோரை ஸ்ரீராமுலு நாயுடு சந்தித்துப் பாடலாசிரியர் யார் என்று தெரியாத நிலையில் ஏற்பட்ட தவறு என்றும் அதற்கு ஈடாக ரூபாய் ஆயிரத்துக்குக் காசோலை வழங்குவதாகவும் உறுதி அளித்தார். ஸ்ரீராமுலு நாயுடுவின் உண்மையான நோக்கத்தை கவிமணியிடம் தெரிவித்து அவரைக் கல்கி சமாதானப்படுத்திய பிறகே கவிமணி தனது வழக்கைத் திரும்பப் பெற்றுக் கொண்டார்.

பல்வேறு பொறுப்புகளும் அரசுப் பதவிகளும் தேடி வந்தாலும் சிலவற்றை மட்டுமே தேர்ந்தெடுத்து ஏற்றுக்கொண்டார். திருவிதாங்கூர் பல்கலைக்கழகத் தமிழ்ப்பாடத் திட்டக் குழு உறுப்பினர், அரசுப் பள்ளிப் புத்தகங்களைத் திருத்தும் குழு உறுப்பினர், மதராஸ் பல்கலைக்கழகத் தமிழ்ப் பேரகராதிக்கு நாஞ்சில் நாட்டில் வழங்கும் பேச்சுத் தமிழ்ச் சொற்களைத் தொகுக்கும் ஆலோசகர், பாரதி பாடல்களில் பாட பேதங்களைப் பரிந்துரைக்கும் குழு உறுப்பினர் எனப் பல்வேறு பொறுப்புக்களை மனமுவந்து ஏற்றுக் கொண்டார். ஆனால், மூதறிஞர் இராஜாஜி கேட்டுக் கொண்டும் 'அரசவைக் கவிஞர்' மற்றும் அண்ணமலைப் பல்கலைக்கழக 'மதிப்புறு தமிழ்ப் பேராசிரியர்' பதவிகளை ஏற்றுக் கொள்ள ஏனோ மறுத்துவிட்டார். இவ்விரண்டுமே பெருமை வாய்ந்த மிகப் பெரிய பதவிகள்.

‘உள்ளத்து உள்ளது கவிதை இன்பம் உருவெடுப்பது கவிதை, தெள்ளத் தெளிந்த தமிழில் உண்மை தெரிந்து உரைப்பது கவிதை. பொருள் என்னும் சரட்டிலே சொற்களைக் கோக்கின்ற கோப்புதான் கவிதை என்றாலும், சொல்லும் பொருளும் இரண்டறக் கலந்து புதுமணம் தருவதாக இருக்க வேண்டும். சொல் அமைப்பாலும், சேர்க்கையாலும், பொருட் பொலிவாலும், இன்ப மணம் தந்து உயிர்த் துடிப்பு உடையதாக வீறுடன் நிற்பதே உண்மைக் கவிதைக்கு அடையாளம். கவிதை பொங்கி வரும் கங்கையைப் போன்றது. இன்ப ஊற்றாக அமைந்து, ஓசையால், பொருளால், உணர்ச்சியால், உள்ளத்துள் இன்பத்தைத் தேக்கி எவரையும் ஆனந்தப் பெருக்குடன் ஆழ்த்திவிடும்’ என்று கவிதைக்கு இலக்கணம் வகுத்துள்ளார் கவிமணி ‘பண்டிதத் தமிழோ, அம்மாஞ்சித் தமிழோ இல்லாமல், காலத்துக்கு ஏற்றவாறு எளிய சொற்களால் அமைந்த பாடல்களை எழுதவேண்டும், புத்தம் புதிய கருத்துகளை உள்ளடக்க வேண்டும், சொற்கள் உயிர்த்தன்மையுடன் இருக்கவேண்டும்’ என்று கவிதைக்கான பண்புகளையும் விளக்குகிறார்.

இலக்கியத்துக்கும், இலக்கணத்துக்கும் கவிமணி கொடுத்த விளக்கம் ஆபாரம். ‘பழமை இலக்கணங்கள் நின்று நிலவ வேண்டுமெனில் அவை புதுமையை ஏற்றால் மட்டுமே சாத்தியம் என்று கூறும் கவிமணி ‘இலக்கணம் வேட்டைக்குச் செல்லும் நாய்போல் மொழியை முன்னுக்கு இழுத்துச் செல்ல வேண்டும். இலக்கியத்துக்கு வேலைக்காரியைப்போல் இலக்கணம் இருக்க வேண்டுமே அல்லாமல் நாயகியாக இருந்து ஏவுமாறு விடக் கூடாது. மனிதனின் அறிவு, சிந்தனை ஆகியவற்றை வெளிப்படுத்த உதவும் வகையில் மொழிக்கு வளைந்து கொடுக்கும் தன்மையும், நெகிழ்வும், எளிமையும் இருக்க வேண்டும்’ என்கிறார்.

திருக்குறளை தமிழ் மாதின் இனிய உயிர்நிலை என்றும், சிலப்பதிகாரத்தை தேனிலே ஊறிய செந்தமிழ்ச் சுவை என்றும், கம்ப இராமாயணத்தைப் பாவின் கனவுக் கடல் என்றும் பாராட்டுகிறார். மொழி இலக்கியம் தொடர்பான சிந்தனைகளிலும், தமிழ் இலக்கிய இலக்கணங்களிலும், மரபைப் போற்றிய போதிலும் அவற்றில் புதுமையும், மாற்றமும், புதிய பார்வையும் தேவை என்று கூறும் கவிமணியை ‘நவம் மிகப் பழமை பேசும் நயம் பெற்றவர்’ என்று நாமக்கல் இராமலிங்கம் பிள்ளை பாராட்டுகிறார்.

இசை அரங்குகளில் தமிழ்ப் பாடல்களைப் பாட வேண்டும் என்னும் கோரிக்கையை முன்வைத்து தமிழ் இசையின் சிறப்பு குறித்து 1940-ல் கவிமணி எழுதிய வெண்பா தமிழறிஞர்களின் பாராட்டைப்

பெற்றதுடன் இது தொடர்பான கூட்டங்களிலும் தவறாமல் பாடப்பட்டது:-

வெந்தழல் நீராகும் வெள்ளெலும்பு பெண்ணாகும்
வந்தமத வேழம் வணங்கிடுமே - சந்தமெழப்
பாடுவா ருள்ளுருகிப் பாடும் தமிழிசைக்கு
நீடுலகி லுண்டோ நிகர்

தமிழ்நாட்டில் தமிழ் மொழியே அனைத்துத் துறைகளிலும் ஊடகமாகப் பயன்படுத்தப்படவேண்டும். ஆணவம்கொண்டு எந்த மொழி வந்தாலும் வெற்றி நம் சந்தத் தமிழ் மொழிக்கே. பள்ளி கல்லூரிகளில் பயிற்சி மொழியாகத் தமிழே விளங்க வேண்டும். இன்றைய அரசு மாகாண மொழியான தாய்மொழியாம் தமிழையும், பொது மொழியான ஆங்கிலத்தையும் கற்பதற்கு வழிவகை செய்து கொடுத்தாலே போதும்' என்று 1939-ல் 'சக்தி' இதழுக்கு அனுப்பிய கட்டுரையில் பதிவு செய்துள்ளார்.

கவிமணி எழுதிய மொத்த படைப்புகளின் எண்ணிக்கை 52. இவற்றுள் தமிழ் நூல்கள் 6. தமிழ்க் கட்டுரைகள் 31, ஆங்கில நூல்கள் 15 ஆகும். 'இவர் ஒரு வாழ்த்துக்கவி என்று போற்றும் அளவுக்கு பல்வேறு வாழ்த்துக் கவிகளைப் பாடி உள்ளார் கவிமணி' என்று வியக்கிறார் தமிழறிஞர் வ.அய்.சுப்பிரமணியன். 117 தலைப்புகளில் 30 தனி மனிதர்கள் வாழ்த்தாக, 23 நிறுவனங்கள் வாழ்த்தாக, 29 பத்திரிகைகள் வாழ்த்தாக, 29 நூல்கள் வாழ்த்தாக, 6 தனிநபர்கள் வாழ்த்தாக இடம் பெற்றுள்ளன. மொத்தம் 339 பாடல்களில் 191 வெண்பா வகைப் பாடல்களாகும். வெண்பா யாப்பில் கவிமணிக்கு உள்ள புலமைக்கும் விருப்பத்துக்கும் இவை சிறந்த எடுத்துக்காட்டாக விளங்குகின்றன.

இவருடைய படைப்புகளுள் கவிதை நூல்கள் (மலரும் மாலையும், ஆசிய ஜோதி, உமர் கய்யாம் பாடல்கள், நாஞ்சில் நாட்டு மருமக்கள் வழி மான்மியம்), இசைப் பாடல்கள் (தேவியின் கீர்த்தனங்கள்), சொற்பொழிவுகள் (கவிமணியின் உரைமணிகள்) ஆகியவை குறிப்பிடத்தக்கவை.

திருவிதாங்கூர் தமிழர்களைத் தாய்த் தமிழகத்துடன் இணைக்க நடைபெற்ற பல்வேறு போராட்டங்களில் கவிமணிக்கு முக்கியப் பங்குண்டு. 1948-ல் நாகர்கோயிலில் நடைபெற்ற எழுத்தாளர் சங்க மாநாட்டில் உரையாற்றுகையில் 'திருவிதாங்கூரின் தென் பகுதி தமிழ்நாடே' என்று முழங்கியதுடன் அதற்கான சான்றுகளையும் பட்டியலிட்டார். 'தமிழகத்துடன் இணைந்திருந்த தெலுங்கர்கள் வாழும் பகுதிகளைப் பிரிக்க ஆந்திரர்களின் பாணியையே பின்பற்ற

வேண்டும். மயிலே மயிலே என்றால் இறகு போடாது. மெள்ள இழுத்து எடுக்க வேண்டியதுதான். இங்குள்ள தமிழர்கள் மீது கேரள அரசு கட்டவிழ்த்துவிடும் கொடுமைகளை நினைத்து அழுகிறேன். எப்படியேனும் இவர்களைத் தமிழ்நாட்டுடன் சேர்த்து விடுங்கள்' என்று சிலம்புச் செல்வர் ம.பொ.சிவஞானத்திடம் சாகும் தறுவாயிலும் தமிழும் தமிழரும் நலம் பெற வேண்டுகோள் விடுத்தார்.

ஏற்கனவே ஆஸ்த்மா மற்றும் எக்ஸிமா நோய்களால் அவதிப்பட்டுக் கொண்டிருந்த கவிமணிக்கு 1952 இறுதியில் சிறுநீர் கழிப்பதில் பிரச்னை ஏற்பட்டது. இதற்காக மேற்கொண்ட அறுவை சிகிச்சை காரணமாக அவரது உடல் ஆரோக்கியம் நலிவடையத் தொடங்கியது. 1954 ஆகஸ்ட் 11-ல் திருவிதாங்கூர் தமிழ்ப் பேராளிகள் மீது நடைபெற்ற துப்பாக்கிச்சூடு அவரது மனத்தையும் உடலையும் இன்னும் பாதித்தது. உடலும் மனதும் கடுமையாகத் தளரவே 1954 செப்டம்பர் 26 அன்று உயிர் பிரிந்தது. புத்தேரி சுடுகாட்டில் அருமை நண்பர் வையாபுரிப் பிள்ளை தலைமையில் நடைபெற்ற இரங்கல் கூட்டத்தில் ஏராளமான தமிழறிஞர்கள் கலந்துகொண்டனர். 'தே.வி. தேவரானார்' என்று கல்கியும், 'குமரிக் குயில் இனி கூவாது' என்று முரசொலியும் செய்தி வெளியிட்டு அஞ்சலி செலுத்தின.

மொழி ஞாயிறு
தேவநேயப் பாவாணர்

பழந்தமிழ் ஏடுகளைத் தேடிப் படியெடுத்துப் பதிப்பித்தவர் உ.வே.சாமிநாத ஐயர், தமிழர் தொன்மையை உலகுக்கு அறிவித்தவர் கால்ட்வெல், தனித்தமிழுக்கு வித்திட்டவர் பரிதிமாக் கலைஞர், செடியாகத் தழைக்கச் செய்தவர் மறைமலை அடிகள், அதை மரமாக வளர்த்தவர் தேவநேயப் பாவாணர். சொல்லாய்வில் நிகரற்று விளங்கியதுடன், தாமே இயக்கமாகத் திகழ்ந்து 'உலகத் தமிழ்க் கழகம்' என்னும் இயக்கத்தை உருவாக்கியவர். பல சொல்லாய்வு அறிஞர்கள் உருவாக வழிகாட்டியவர். சொற்பிறப்பியல் அகரமுதலியை உருவாக்கப் பாடுபட்டவரும் இவரே ஆவார்.

'பிறவிக்கு நோக்கமுண்டு. அதிலும் மனிதப் பிறவிக்கு சிறப்பான நோக்கமுண்டு' என்பதற்கு விளக்கமாக திகழ்ந்தவர். 'மனித இனம் தோன்றிய இடம் குமரிக் கண்டம். தமிழே அவன் பேசிய மொழி என்பதால் தமிழே உலகின் முதல் மொழி. தமிழ் திராவிடத்துக்குத் தாய், ஆரியத்துக்கு மூலம் என்பதால் வடமொழியின் ஆதிக்கத்தி லிருந்து தமிழை மீட்கவேண்டும் என்னும் குறிக்கோள்களைக் கொண்டே ஆய்வுகளை மேற்கொண்டவர். சொற்பிறப்பியல் பணிக்கென்றே என்னை இறைவன் படைத்தனன்' என்று உரைத்ததுடன் தமிழுக்காகவே தன்னை அர்ப்பணித்த தமிழறிஞர் தேவநேயப் பாவாணர்.

நெல்லை மாவட்டம் சங்கரன் கோயில் ஞானமுத்து - பரிபூரணம் தம்பதிகளுக்கு ஆறு பெண்கள், நான்கு பிள்ளைகள். இவர்களுள் பத்தாவது குழந்தையாக 1902 பிப்ரவரி 7 ஆம் தேதி பிறந்தார்.

இவருக்கு பெற்றோர் இட்ட பெயர் தேவநேசன். இவர் பிறந்த சில வருடங்களில் தந்தையும் தாயும் அடுத்தடுத்து இறக்கவே வட ஆற்காடு மாவட்டம் ஆம்பூரில் உள்ள அத்தையின் பராமரிப்பில் வளர்ந்தார். ஆம்பூரில் எட்டாம் வகுப்பை முடித்த பிறகு மேற்படிப்புக்கு அங்கு வசதி இல்லாததால், நெல்லை மாவட்டம் பாளையங்கோட்டையில் படிப்பைத் தொடர விரும்பினார். இருப்பினும் அவரைப் படிக்க வைக்க அவரது சகோதரர்களுக்குப் போதிய வசதி இல்லாத நிலையில் அடுத்து என்ன செய்வது என்று தவித்தார் பாவாணர்.

திக்கற்றவர்களுக்குத் தெய்வமே துணை என்ற முதுமொழியை உறுதிப்படுத்தும் வகையில் பாவாணருக்குக் கைகொடுக்க 'யங்' (Young) என்னும் ஆங்கிலேயர் முன் வந்தார். இவர் ஸ்ரீவில்லிபுத்தூர் - சங்கரன் கோயில் நடுவே உள்ள முறும்பு என்னும் சியோன் மலையில் உயர்தரப் பள்ளியை உருவாக்கி அதன் தாளாளராகச் செயல்பட்டதுடன், ஏழை மாணவர்களுக்கு உண்ண உணவும், இருக்க இடமும், கல்வி அறிவையும் வழங்கி வந்தார். தேவநேயன் ஏழ்மையையும், படிப்பில் உள்ள ஆர்வத்தையும் தெரிந்து கொண்ட 'யங்' படிப்பதற்கான கடன் உதவியை வழங்க முன்வந்தார். இதனைத் தொடர்ந்து பாவாணர் பாளையங்கோட்டை திருச்சபை விடையூழியக் கழக (சிஎம்எஸ்) உயர்நிலைப் பள்ளியில் சேர்ந்து 4, 5, 6 ஆம் படிவங்களில் (9, 10 மற்றும் 11 ஆம் வகுப்புகளில்) அதிக மதிப்பெண்களுடன் தேர்ச்சி பெற்றார்.

படித்து முடித்த பிறகு தனக்கு உதவிய 'யங்' துரைமகனார் கொடுத்த கடனை அடைக்க அவரது பள்ளியிலேயே பதினேழாவது வயதில் தமிழ் ஆசிரியராகச் சேர்ந்தார். அந்த காலத்தில் ஒருவரைத் தமிழ் ஆசிரியராகப் பணியமர்த்த 'இவர் தமிழ்க் கற்பிக்கத் தக்கார்' என்று ஒருவருக்கு நாடறிந்த புலவர் சான்று வழங்கினாலே போதும். அதைக் கொண்டே அவரைப் பள்ளியிலும், கல்லூரியிலும், பல்கலைக் கழகத்திலும் தமிழாசிரியர் பணியில் அமர்த்தும் வழக்கம் இருந்தது. அந்த வகையில் பண்டிதர் மாசிலாமணி என்பவர் 'தேவநேசக் கவிவாணன் தமிழாசிரியர் பணிக்குத் தகுதியானவர்' என்று சான்றளித்தார். 'தேவநேசக் கவிவாணன்' என்னும் பெயரிலுள்ள 'நேசன்' மற்றும் 'கவி' ஆகியவை வடமொழிச் சொற்கள் என்பதால் தனது பெயரைத் தூய தமிழில் 'தேவநேயப் பாவாணன்' என்று மாற்றிக்கொண்டார். காலப்போக்கில் அப்பெயர் 'பாவாணர்' என்று சுருங்கிப் பாவாணர் என்றாலே அது தேவநேயப் பாவாணர் என்றானது.

'தமிழ் கற்றதாலும் இசைப்பாட்டும் செய்யுளும் இயற்றி வந்ததாலும் தமிழ்ப்பித்தன் ஆனதாலும், இறைவன் என் மனப்பாங்கை மாற்றியதாலும், தமிழ் ஆசிரியப் பணி மேற்கொண்டேன்' என்று தனது தமிழ்த் தொண்டு குறித்து விளக்குகிறார் பாவாணர். தலைமைத் தமிழாசிரியர் பணிக்கு விண்ணப்பிக்க மதுரைத் தமிழ்ச் சங்கப் பண்டிதர் தேர்வில் வெற்றி பெற வேண்டும். முதல், இடை, நிறைவு என மூன்று நிலைகளாக நடைபெறும் தேர்வில் தேவநேயப் பாவாணர் நேரடியாக நிறைவு நிலைத் தேர்வெழுதி வெற்றி பெற்றார். அந்த ஆண்டு நடைபெற்ற மதுரைத் தமிழ்ச் சங்கப் பண்டிதர் தேர்வில் வெற்றி பெற்ற ஒரேயொருவர் பாவாணர் மட்டுமே ஆகும். ஆம்பூரில் மூன்றாண்டுகள் பணியாற்றிய பிறகு தனது தமிழ் ஆர்வத்துக்கும் ஆய்வுக்கும் ஏற்ற இடம் தலைநகரே என்ற முடிவுடன் சென்னையை வந்தடைந்தார்.

பெரம்பூர் கலவல கண்ணையன் உயர்நிலைப்பள்ளி, திருவல்லிக்கேணி கெல்லட் உயர்நிலைப்பள்ளி, தாம்பரம் கிருத்தவக் கல்லூரி உயர்நிலைப்பள்ளி, மன்னார்குடி ஃபின்லே கல்லூரி உயர்நிலைப் பள்ளி ஆகியவற்றில் தமிழாசிரியராகச் சேர்ந்தார். திருநெல்வேலி தென்னிந்திய தமிழ்ச் சங்கத் தனிப் புலவர் தேர்வு, சென்னைப் பல்கலைக்கழக வித்வான் தேர்வு, கீழைக் கலை இளவல் (BOL) தேர்வு ஆகியவற்றிலும் வெற்றி பெற்றார்.

இசைப்பா இயற்றுதலிலும், இசைக் கருவி இயக்குவதிலும், தேவநேயப் பாவாணருக்கும் இருந்த ஆர்வம் காரணமாக மன்னார்குடி இசைப்புலவர் இராசகோபாலனிடம் முறையாக இசை பயின்றார். இவருக்கு இருந்த இசைப் புலமை காரணமாக 'இசைத் தமிழ்ச் சரித்திரம்' என்னும் நூலையும் எழுதி வெளியிட்டார். அவ்வூர் காவல் துறை ஆய்வாளரும் தொல்காப்பியப் பெரும்புலவருமான சோமசுந்தம் என்பவரிடம் இலக்கணப் பாடங்களைக் கற்றுத் தெளிந்தார்.

மன்னார்குடியில் வாழ்ந்தபோது இரு முக்கிய நிகழ்வுகள் நடந்தன. முதலாவது 1930-ல் தேவநேயர் - நேசமணி திருமணம் நடைபெற்றது. இந்த இனிய இல்லறம் மூலம் அவர்களுக்கு ஐந்து மகன்கள், ஒரு மகள் என அறுவர் பிறந்தனர். மற்றொன்று 1931-ல் சைவ சித்தாந்த நூற்பதிப்புக் கழகத்தின் சுப்பையாப் பிள்ளையுடன் பாவாணருக்கு நெருங்கிய தொடர்பு ஏற்பட்டது. இந்தத் தொடர்பே பாவாணர் இறுதிக் காலம்வரை சற்றேறக் குறைய ஐம்பது ஆண்டு காலம் நீடித்து அவரது கைவண்ணத்தில் பல நூல்களைத் தமிழுலகுக்கு வழங்கியது.

பல்வேறு காரணங்களால் இவர் பணியாற்றிக் கொண்டிருந்த மன்னார்குடி கல்லூரியில் ஆசிரியர்களைப் பதவியிறக்கமும் வெளியேற்றமும் செய்ய வேண்டிய நிர்பந்தம் ஏற்பட்டது. கோபால கிருஷ்ணன் என்னும் பிராமண சமூகத்தைச் சேர்ந்த ஆசிரியர் வெளியேற வேண்டிய சூழல் ஏற்பட்டது. வேலை பறிபோனால் ஏற்கனவே ஏழ்மையில் வாடிக் கொண்டிருக்கும் அவரது குடும்பம் நடுத்தெருவுக்கு வந்துவிடும் அபாயத்தை பாவணர் அறிந்து மனம் நொந்தார். அவருக்குப் பதிலாகத் தான் வெளியேறுவதாகவும், தன்னுடைய இடத்தில் கோபால கிருஷ்ணனை அமர்த்தி அவரது பணியை உறுதிப்படுத்துமாறும் வேண்டுகோள் விடுத்து அவரை மட்டுமின்றி குடும்பத்தையும் கொடிய வறுமையிலிருந்து காப்பாற்றினார்.

தன்னுடைய வேலையை கோபாலகிருஷ்ணனுக்காக விட்டுக் கொடுக்கும் அளவுக்கு பாவாணர் வசதியானவரா என்று பார்த்தால் அதுவுமில்லை. காசு இல்லாவிட்டால் அடுத்த வேளைக்கு என்ன செய்வது என்று அல்லாடும் நிலையில்தான் அவரும் இருந்தார் என்பதுதான் பரிதாபத்துக்கு உரிய விஷயம். தனது நூல்களை வெளியிட்ட சைவ சமய சித்தாந்த நூற்பதிப்புக் கழகத்தின் சுப்பையாப் பிள்ளைக்கு 1931 பிப்ரவரி 2 எழுதிய கடிதத்தில் 20 ஆம் தேதிக்குள் ரூ 10/- அனுப்பி உதவுக. பணத்துக்கு பெரிய முடை. காகிதத் தாள் வாங்கவும், தபால் செலவுக்கும் கூடப் பணமில்லை. என் கடன் தொலைந்துவிட்டால் உங்களைத் தொந்தரவு செய்ய மாட்டேன்' என்று குறிப்பிட்டுள்ளார். 1931 ஜுலை 10 ஆம் தேதி தனது நண்பருக்கு எழுதிய கடிதத்தில் 'இம்மாதம் 15 ஆம் தேதிக்குள் ரூ 10/- அனுப்ப முடியுமானால் அனுப்புக. கடன் கழுத்தை நெருக்குகிறது. இன்னும் 3 மாத காலத்துக்குள் எனது ரூ 100/- கடனையும் தொலைப்பீர்களே ஆயின் அதுவே எனக்குப் பேருபகாரமாக இருக்கும்' என்று தனது வறுமையை வருத்தமுடன் பதிவு செய்துள்ளார்.

ஏழ்மை நிலையிலும் தன்னுடைய ஆசிரியர் பணியை மற்றவருக்குக் கொடுத்துவிட்டு பாவாணர் வேலையிலிருந்து விலகினார் எனில் அவரது நற்குணத்தை என்னவென்று போற்றிப் புகழ்வது? ஆறாண்டு காலம் அதன் வளர்ச்சிக்காக உழைத்த பாவாணர் அங்கிருந்து வெளியேறிய பின்னர் கவனிக்க ஆளின்றிக் கல்லூரி நிலையிலிருந்து உயர்நிலைப் பள்ளியாகச் சுருங்கியது.

1938-ல் இராஜாஜி தமிழக முதல்வராக இருந்தபோது உயர்நிலைப் பள்ளிகளில் இந்தி கட்டாயப் பாடமாகப் புகுத்தப்பட்டது. தமிழ்

ஆர்வலர்களிடையே கிளம்பிய எதிர்ப்பு கிளர்ச்சியாக மாறி அதில் பாவாணரும் பங்கேற்றார். இது பற்றி அவர் எழுதியிருப்பதாவது 'நான் திருச்சி புத்தூர் ஈஃபர் உயர்நிலைப் பள்ளியில் இந்திச் சொற்களின் தமிழ் மூலம் / வேர்ச் சொற்கள் பற்றி 6 ஆம் படிவ (11 ஆம் வகுப்பு) மாணவர்களுக்கு விளக்கிக் கொண்டிருந்தேன். பின்னர் அவர்களை நோக்கி இன்னும் எத்தனை பாடம் எடுக்க வேண்டும் என்று வினவியதற்கு ஒருவன் 'ஐந்து பாட்' என்று சொன்ன பதிலைக் கேட்டு அதிர்ந்தேன். 'பாடம்' என்பதற்கு இணையான இந்தி சொல் 'பாட்' ஆகும். இந்தி அறிந்தவனாகவோ, வழக்கமாக மாணவர்களிடம் காணப்படும் குறும்புத்தனத்தையோ அவனிடம் காணவில்லை. எங்கோ எப்போதோ கேட்ட இந்திச் சொல் அவன் மனதில் ஆழமாகப் பதிந்ததே இதற்குக் காரணம். இந்நிலையில் இந்தி தமிழ்நட்டின் பொதுமொழி ஆனால் தமிழ்மொழி அடையும் நிலையை எண்ணி வருத்தப்பட்டேன். இந்த அச்சத்தின் வெளிப்பாடாகவே 'இந்தியால் தமிழ் எவ்வாறு கெடும்' என்ற நூலையும் எழுதினேன்.

இந்தி எதிர்ப்புப் போராட்டம் குறித்துப் பின்னாளில் கூறுகையில் 'தமிழ்க் காப்புப் போராட்டம், வகுப்பு வேற்றுமைக் கிளர்ச்சியாகத் திரிக்கப்பட்டு அரசியலாக்கப்பட்டது. சிறைத் தண்டனை பெற்ற தமிழ்த் தொண்டர்களின் செலவுகளுக்காக 'ஒப்பியன் மொழி நூல் முதல் புத்தகம் முதல் பாகம்' நூலை நானே எழுதினேன். ஆனால் எந்தத் தமிழ்ச் செல்வரும், தமிழ்க் கட்சித் தலைவரும் அந்த நூலை வெளியிட முன்வரவில்லை. பண உதவியும் செய்யவில்லை. தமிழ்ப் பற்று காரணமாக என் சொந்தப் பணம் மூலமே அதை வெளியிட்டேன். எதிர்பார்த்த அளவு யாரும் வாங்காததால் பெரும் இழப்புக்கு உள்ளானேன்' என்று மனம் வருந்தினார்.

'ஒப்பியன் முதல் நூல்' பாவாணருக்கு இழப்பையும் மன வருத்தத்தையும் ஏற்படுத்தினாலும், தமிழாசிரியர் என்ற நிலையிலிருந்து வேறுபடுத்தி அவரை மொழிநூல் பேரறிஞராக உலகுக்கு உணர்த்தியது. இருப்பினும் தொல்காப்பியம் குறித்த அவரது கருத்துகள் தமிழறிஞர்களிடையே சலசலப்பையும் உண்டாக்கத் தவறவில்லை. வீரமாமுனிவர் என்னும் கிருத்தவப் பாதிரியார், இத்தாலி நாட்டிலிருந்து தமிழகம் வந்து, தமிழ் பயின்று 'தொன்னூல் விளக்கம்' எழுதியதியது போல், தொல்காப்பியர் என்னும் ஆரியர், வட இந்தியாவிலிந்து தமிழகம் வந்து, தமிழ் பயின்று 'தொல்காப்பியம்' எழுதினார் என்பது பாவாணரின் இறுதியான முடிவு. தமிழர்கள் தலைமேல் வைத்துக் கொண்டாடும் தமிழ் இலக்கணமான தொல்காப்பியம், சமஸ்கிருத பாணினிக்கும்

மேலானது, மூத்தது என்று வாதிடும் நிலையில், பாவாணரின் கருத்தைக் கேட்ட தமிழறிஞர்கள் அதிர்ந்தனர், உடன்பட மறுத்தனர். குறிப்பாக மறைமலை அடிகளார் மனம் வருந்தினார்.

திருச்சி பிஷப் ஈஃபர் பள்ளியில் 1934-43வரை ஒன்பது ஆண்டுகள் தமிழாசிரியராகப் பணியாற்றினார். மன்னார்குடியில் பணியாற்றிய போது இசைத்தமிழ், இலக்கணம், மொழிநூல் பயிற்சி ஆகியவற்றில் ஆர்வம் செலுத்திய பாவாணர் திருச்சியில் பன்மொழிகள் கற்கவும், நூல்கள் எழுதுவதிலும் கவனத்தைத் திருப்பினார். ஒப்பியன் மொழி நூல், மாணவர்களுக்குப் பயன்படும் கட்டுரை நூல், நீண்ட ஆய்வின் பயனாக வேர்ச்சொல் சுவடி என்ற தலைப்பில் 100 சொற்களுக்கான விளக்க நூல் ஆகியவற்றையும் எழுதினார். 'வாரத்தில் ஐந்து நாள்கள் பள்ளிப்பணி; சனி ஞாயிறு கலைச் சொல்லாக்கப் பணி' என்று திட்டமிட்டு சைவ சித்தாந்த நூற்பதிப்புக் கழகத்துக்காகத் தொல்காப்பியம் சொல் மற்றும் எழுத்து அதிகாரங்களுக்கான குறிப்புரைகளையும், கலைச் சொல்லாக்கப் பணியிலும் தன்னை ஈடுபடுத்திக் கொண்டார் பாவாணர்.

எம்ஓஎல் பட்டத்துக்காக 'திராவிட மரபு தோன்றிய இடம் குமரி நாடே' என்ற தலைப்பில் ஆய்வறிக்கையைச் சென்னைப் பல்கலைக்கழகத்துக்குச் சமர்ப்பித்தார். ஆனால் ஏனோ பல்கலைக்கழகம் அதை ஏற்றுக் கொள்ளாததால் 'இது எனக்கு வியப்பாக இல்லை. இன்றைய தமிழ்நிலை என்ன என்பதை மட்டும் தெரிவிக்கின்றது' என்று கூறியதுடன் 'இனிமேல் இந்தியாவுக்குள் எனக்கு எந்தவொரு தேர்வும் இல்லை. ஆகவே எனது நூல்களை எல்லாம் ஒவ்வொன்றாக வெளியிடப் போகிறேன்' என்று முடிவெடுத்தாகவும் குறிப்பிட்டுள்ளார். மறைமலை அடிகள் அவர் எழுதிய 'தமிழர் மதம்' என்னும் நூலைத் தன்னிடம் தந்து 'இந்து' ஆங்கில ஏட்டுக்கு அதன் மதிப்புரை எழுதி அனுப்புமாறு வேண்டினாராம். ஆனால், ஆங்கிலத்தில் எழுதி சற்றேறக் குறைய பத்தாண்டுகளுக்கு மேல் ஆனதால், தான் பெரிதும் மதிக்கும் மறைமலை அடிகளின் விருப்பத்தை நிறைவேற்ற இயலாமல் போனதற்குப் பெரிதும் வருந்தியதாகவும் பதிவு செய்துள்ளார்.

பாடத்துக்கு இடையூறாக மாணவர்கள் பேசிக் கொண்டே இருந்தால் ஆசிரியர்கள் 'சைலன்ஸ்' என்ற ஆங்கிலச் சொல்லைப் பயன்படுத்துவது வழக்கம். தமிழ் வகுப்புகளின் போதும் ஆசிரியர்கள் இந்த ஆங்கிலச் சொல்லையே பயன்படுத்தினர். சென்னை முத்தியாலுப்பேட்டை உயர்நிலைப் பள்ளியில் தமிழாசிரியராகச் சேர்ந்த பாவாணர் முதன் முதலாக வகுப்புக்குள்

நுழையும் போதே, பேசிக் கொண்டிருந்தவர்களைக் கட்டுப்படுத்த 'அமைதி' என்ற அழகான தமிழ்ச் சொல்லைப் பயன்படுத்தியவுடன் மாணவர்கள் ஒரு கணம் ஆச்சரியத்தில் மூழ்கினர். காரணம் அதுவரை அவர்களுக்கு வகுப்பெடுத்த எந்த ஆசிரியரும் 'அமைதி' என்று தமிழில் சொல்லாலமல் 'சைலன்ஸ்' என்றுதான் சொல்லி வந்தனர். இதன் மூலம் மாணவர்களுடனான முதல் சந்திப்பிலேயே பாவாணர் தன்னை வித்யாசமானவராக அறிமுகப்படுத்திக் கொண்டார்.

பாவாணரின் 'ஒப்பியன் மொழிநூலைப்' படித்த தமிழ்வேள் உமா மகேஸ்வரன் அவரைப் பாராட்டியதுடன் சேலம் நகராட்சிக் கல்லூரியில் அவருக்குத் தலைமைச் தமிழாசிரியர் பணியை வழங்குமாறும் கல்லூரி முதல்வர் இராமசாமிக்குப் பரிந்துரைத்தார். இதனைத் தொடர்ந்து 1944-ல் பாவாணர் அக்கல்லூரியில் தலைமைத் தமிழாசிரியராகவும், பிறகு தமிழ்ப் பேராசிரியராகவும் பன்னிரண்டு ஆண்டுகள் பணியாற்றினார்.

சேலம் கல்லூரியிலிருந்து தம்மை விடுவித்துக்கொண்டு 1956 -ல் அண்ணாமலைப் பல்கலைகழகத் திராவிட மொழி ஆய்வுத் துறையின் துணைப் பேராசிரியராக மிகுந்த எதிர்பார்ப்புகளுடன் வேலைக்குச் சேர்ந்தார். ஆனால் அங்கு அவருக்கு ஏமாற்றமே மிஞ்சியது. பாவாணரைப் பணியமர்த்திய அதே சமயம் அவரது பணிகளை மேற்பார்வையிட வங்க நாட்டு வடமொழிப் பேராசிரியர் சுநீதிகுமார் சாட்டர்ஜியை நியமித்தனர். அவருக்குத் தமிழ் பேசவோ, எழுதவோ தெரியாது. தமிழை ஆங்கிலத்தில் எழுதி வைத்துக்கொண்டு படிப்பார். சங்க இலக்கியமான 'பத்துப் பாட்டை' ஆங்கிலத்தில் PATU PATU என்று எழுதி 'பட்டு பட்டு' என்று படித்ததாகக் கேள்விப்பட்டு பாவாணர் நொந்தார். இருப்பினும் பாவாணருக்கு அப்போது வயது 54. சேலம் கல்லூரியில் தொடர்ந்தால் ஓரிரு ஆண்டுகளில் ஓய்வு பெற வேண்டும். அண்ணாமலைப் பல்கலையில் வேலைக்குச் சேர்ந்தால் ஐந்து அல்லது ஆறு ஆண்டுகள் பணியாற்றலாம். இந்த வாய்ப்பைப் பயன்படுத்திக்கொண்டு தமிழ் வேர்ச்சொல் அகரமுதலியைத் தொகுத்துவிடலாம். அதற்குப் பிறகு வேலை இருந்தாலும், இல்லா விட்டாலும், பரவாயில்லை என்ற முடிவுடன் பல்கலைப் பணியை ஏற்றுக்கொண்டார்.

சொல்லுதலின் வகைகளைக் குறிக்க 'அசைத்தல், அறைதல், இசைத்தல், இயம்புதல், உரைத்தல், உளறுதல், என்னுதல், ஓதுதல், கத்துதல், கரைதல், கழறுதல், கிளத்தல், கிளத்துதல், குயிலுதல், குமுறுதல், கூறுதல், சாற்றுதல், செப்புதல், நவிலுதல், நுவலுதல், நொடித்தல், பகர்தல், பறைதல், பன்னுதல், பனுவுதல், புகலுதல்,

புலம்புதல், பேசுதல், மொழிதல், மாறுதல், மிழற்றுதல், மொழிதல், வலத்தல், விடுதல், விதத்தல், விள்ளுதல், விளத்துதல், விளம்புதல்' என ஏறத்தாழ 40 சொற்களைத் தமிழில் பட்டியலிடுகிறார் பாவாணர்.

மலர் தோன்றும் நிலை அரும்பு, மலரத் தொடங்கும் நிலை போது, மலர்ந்த நிலை மலர், கீழே விழுந்த நிலை வீ, வாடிச் சிவந்த நிலை செம்மல் என்று மலரின் நிலை ஐந்து வகைப்படும் என்றும் இளங்காய் பிஞ்சு, முதிர்ந்தது காய், பழுத்தது பழம் / கனி என்றும், தென்னை / பனை ஆகியவற்றின் பிஞ்சு குரும்பை, மாம்பிஞ்சு வடு, பலாப்பிஞ்சு மூசு, வாழைப் பிஞ்சு கச்சல் என்றும் வகைப்படுத்துகிறார் பாவாணர்.

1957 ஏப்ரல் 8 சாட்டர்ஜி தலைமையில் நடைபெற்ற திராவிட மொழிநூல் துறையில் முதல் கூட்டத்திலேயே அவருடைய கருத்தை பாவாணர் எதிர்த்துப் பேசினார். 'இந்திய நாகரிகம் முதன் முதலில் சமஸ்கிருத இலக்கியத்தில் எழுத்தப்பட்டுள்ளதால் இந்திய நாகரிகம் ஆரியர்க்கானதே' என்று சாட்டர்ஜி பேசியதை மறுத்துப் பாவாணர் 'இந்திய நாகரிகம் முதன் முதலில் தமிழ் இலக்கியத்தில்தான் எழுதப்பட்டது. ஆனால் அந்த இலக்கியம் முழுவதும் அழிந்த காரணத்தால், அதன் மொழிபெயர்ப்பான சமஸ்கிருத இலக்கியமே மூலம்போல் காட்சி அளிக்கிறது' என்றார்.

பாவாணர் தொகுத்துக் கொண்டிருந்த சொற்பிறப்பியல் அகர முதலியைப் படித்துப் பார்த்தார் சாட்டர்ஜி. எடுத்த எடுப்பிலேயே 'தமிழர் குமரிக் கண்டத்திலிருந்து வந்தவர்' என்றும், 'அச்சன் என்பது அத்தன் என்பதன் திரிபே' என்ற ஆய்வுக் குறிப்புகளை ஏற்க மறுத்து 'You are fighting a lonely fight' (நீ தன்னந்தனியாகப் போர் புரிகின்றாய்) என்று கூறியதுடன் பாவாணரின் விளக்கத்தையும் ஏற்க மறுத்தார். இதனைத் தொடர்ந்து பாவாணர் மொழிநூல் துறையிலிருந்து தமிழ் ஆய்வுப் பொதுத் துறைக்கு மாற்றப்பட்டார்.

இலெ.ப.கரு.இராமநாதன் செட்டியார் உள்ளிட்ட தமிழறிஞர்கள் அவரைச் சமாதானம் செய்தபோது 'தமிழைப் பற்றிய உண்மைகளை எடுத்துச் சொல்ல ஏன் அஞ்ச வேண்டும். எத்தனை நாளைக்குத்தான் அஞ்சியஞ்சி அடிமைத்தனத்தில் தமிழன் மூழ்கிக் கிடப்பது. கருங்காகத்தை வெள்ளைக் காகம் என்று சொன்னால் அதை ஏற்பது அறியாமை அல்லாவா?' என்று பொங்கி எழுந்தார்.

ஐந்தாண்டு காலம் முடிவுறும் நிலையில் மேலும் ஓராண்டு பதவி நீட்டிப்பு தந்தால் சொற்பிறப்பியல் அகரமுதலியை முடித்துத் தருவதாகக் கூறினார் பாவாணர். அப்போது பொறுப்பில் இருந்த

துணை வேந்தரும் ஒப்புக்கொண்டார். ஆனால் திடீரென அவர் மாற்றப்பட்டதால் புதிதாக வந்தவர் பாவாணருக்கு பதவி நீட்டிப்பு வழங்க மறுக்கவே 1961 செப்டம்பர் 23 -ல் அண்ணாமலை பல்கலைக் கழகத்தை விட்டு விலகினார். 'அண்ணாமலை நகரை விட்டு வெளியேறினேன். தமிழும் என்னோடு வெளியேறியது' என்று நொந்தார் பாவாணர்.

'பாவாணரைப் போற்றுவதே பைந்தமிழைப் போற்றுவது' என்று அவரது ஆய்வுப் பணிக்கு ஏற்பட்ட தடங்கல் பற்றிப் பல்கலைக் கழகத்துக்கு உணர்த்த, செட்டிநாட்டின் அப்போதைய இளவரசர் முத்தையா செட்டியாருக்குத் தனது 'குயில்' ஏடு மூலம் பல கடிதங்களையும், கட்டுரைகளையும், கவிதைகளையும் எழுதினார். பாவேந்தர் எழுதிய வெண்பா பின்வருமாறு:

> நாவலந் தீவுக்கு நந்தமிழே தாயென்று
> கூவும் அதுவுமோர் குற்றமா? - பாவிகளே!
> தேவநே யர்க்குச் செயுந்தீமை செந்தமிழர்
> யாவர்க்கும் செய்வதே யாம்

இருப்பினும் பாவாணருக்குப் பதவி நீட்டிப்பு கிடைக்கவில்லை. உழைக்க ஆர்வம், அதற்கான மன உறுதி, உடல் நலம், பொறுப்பான பணி, அதனை அவரை அன்றி வேறெவரும் செய்ய இயலாத நிலை, இவை அனைத்தும் இருந்தும், கட்டாய ஓய்வில் அனுப்பி வைக்கப் பட்டார். 'ஓர் உண்மை ஆராய்ச்சியாளன் ஒரு நாளும் ஆராயாது இருக்க முடியாது. அவன் ஆராய்ச்சி செய்யாவிட்டாலும் உள்ளம் ஆய்வு செய்யும். அதற்குக் கனவென்றும், நனவென்றும், ஓய்வென்றும், உறக்கமென்றும் ஏதுமில்லை. சொல் ஆய்வும், மொழி ஆய்வும் எனக்கு இயல்பாகவே இன்பம் தரும் கலைகள்' என்று பல்கலைக்கழக வேலை பறிபோன நிலையிலும் கலங்காமல் ஆய்வுப் பணிகளைத் தொடருவேன்' என்று தெளிவுபடுத்தினார் பாவாணர். தனித் தமிழ்க் கழகம், தென்மொழி, உலகத் தமிழ்க் கழகம், பாவாணர் நூல் வெளியீட்டுக் குழு, செந்தமிழ்ச் சொற்பிறப்பியல் அகரமுதலி என அவரது தனிப்பட்ட முயற்சியில் ஒன்றன்மேல் ஒன்றாக உருவாயின.

பல்கலைக்கழகப் பணியிலிருந்து விடுவிக்கப்பட்ட பின்னர் பாவாணர் 1963 பிப்ரவரியில் பாவலரேறு பெருஞ்சித்திரனாரின் 'தென்மொழி' இதழின் சிறப்பாசிரியராகப் பொறுப்பேற்றுக் கொண்டார். அவர் தொடர்பான செய்திகளும், கட்டுரைகளும் அதிக அளவில் இடம் பெற்றன. 1965-ல் தமிழகத்தில் வெடித்த இந்தி எதிர்ப்புப் போராட்டம் தென்மொழி இதழுக்கும், பாவாணருக்கும்

பல்வேறு பிரச்னைகளை ஏற்படுத்தின. எருமை ஒன்று குத்துவாள் வீச்சுக்கு ஆட்பட்டுக் குருதி சிந்த ஓடுவதாக முகப்புப் படமும் அது தொடர்பான கட்டுரையும் தென்மொழியில் வெளியானது. அரசுக்கு எதிரான கருத்துகளை வெளிப்படுத்தும் வகையில் படத்தையும், கட்டுரையையும் வெளியிட்டதற்காக, தென்மொழி சிறப்பாசிரியர் பாவாணரை முதல் குற்றவாளியாகச் சேர்த்து, இந்தியப் பாதுகாப்பு சட்டப்படி இரு வழக்குகள் தொடரப்பட்டன. கட்டுரையைத் தானே எழுதியதாகப் பெருஞ்சித்திரனார் கூறவே பாவாணர் வழக்கிலிருந்து விடுவிக்கப்பட்டார்.

பாவாணர் உருவாக்கிய 'உலகத் தமிழ்க் கழகத்தின்' முதல், இரண்டு, மூன்று மற்றும் நான்காம் வருட விழாக்கள் 1969 தொடங்கி 1978வரை பரமக்குடி, மதுரை, தஞ்சை மற்றும் சென்னையில் கோலாகலமாக நடைபெற்றன. பாட்டரங்கம், அரசியலரங்கம், வரலாற்றரங்கம் எனக் களைகட்ட, தமிழறிஞர்கள் மறைமலை அடிகள், இலக்குவனார், பன்மொழிப் புலவர் கா அப்பாதுரையார், தவத்திரு குன்றக்குடி அடிகளார், வ.சுப மாணிக்கம், புலவர் குழந்தை, பெருஞ்சித்திரனார் ஆகியோர் கலந்துகொண்டு சிறப்பித்தனர்.

மாநாட்டில் நிறைவுரை ஆற்றிய பாவாணர் 'உலகத் தமிழ்க் கழகத்துக்கு மதக் கொள்கை ஏதுமில்லை. அதேபோல் தனித் தமிழ்நாட்டுப் பிரிவினையும் ஏற்புடையது இல்லை. தமிழின் மேன்மையையும், தமிழரின் பண்பாட்டையும் விரிவடையச் செய்ய வேண்டும் என்பது மட்டுமே நோக்கமாகும். கடவுளை நம்புவோரும், நம்பாதவரும், ஒருவரை ஒருவர் குறை கூறாமல் உறுப்பினர்களாக இருக்கலாம். ஆட்சியைக் கைப்பற்றாமல் நாம் தனித் தமிழை வளர்க்கவோ, வடமொழியினின்று தமிழை மீட்கவோ, சின்ன பின்னமாகச் சிதறிக் கிடக்கும் தமிழினத்தை மீண்டும் ஒன்று சேர்த்து முன்னேற்றவோ முடியவே முடியாது' என்று சூளுரைத்தார்.

1974 மே 8 -ல் செந்தமிழ்ச் சொற்பிறப்பியல் அகர முதலித் திட்ட இயக்குனராக தமிழக அரசால் மாதம் ரூ 1500/- சம்பளத்தில் நான்கு ஆண்டுகளுக்கு அமர்த்தப்பட்டார். 'உடனடியாக அலுவலகமோ, தனி உதவியாளரோ, அலுவலக உதவியாளரோ நியமிக்கப்பட வில்லை. ஆய்வுப் பணிக்கு ஆயிரமாயிரம் நூல்கள் வேண்டும். ஆனால், அரசோ யானைப் பசிக்குச் சோளப் பொரி என்ற கதையாக ஆண்டுக்கு ரூ 200/- நூல் வகைக்கு ஒதுக்கியது ஐந்து மாதங்கள் கழித்தே சம்பளமும் கைக்கு வந்தது. கைப்பணத்தைச் செலவு செய்தே தேவையான நூல்களை வாங்கினேன். காலமெல்லாம் இந்நிலையே நீடித்தது' என்று வருத்தினார் பாவாணர்.

1955-ல் தந்தை பெரியார் 'திராவிட மொழிநூல் ஞாயிறு' என்றும், 1960-ல் தமிழக அரசு 'செப்புப் பட்டயமும்', 1964-ல் பேரசிரியர் இலக்குவனார் 'தமிழ்ப் பெருங்காவலர்' என்றும் பாவாணரைப் பாராட்டிப் பட்டங்கள் வழங்கினர். 1967-ல் கி.ஆ.பெ.விஸ்வநாதம் தலைமையில் நடைபெற்ற அவரது மணிவிழாவில் மு.கருணாநிதி, கருமுத்து தியாகராஜ செட்டியார், குன்றக்குடி அடிகளார் ஆகியோர் வாழ்த்துரை வழங்கினர். 1979-ல் முதல்வர் எம்.ஜி.இராமச்சந்திரன் தலைமையில் நடைபெற்ற திருவள்ளுவர் விழாவில் 'செந்தமிழ்ச் செல்வர்' என்ற விருது வழங்கிக் கௌரவிக்கப்பட்டார்.

தந்தை பெரியாருக்கு எழுதிய கடிதத்தில் 'அரை நூற்றாண்டு காலமாகச் சமுதாயத்துக்கு நீங்கள் செய்த தொண்டு அனைவரும் அறிந்ததே. ஆயினும் தமிழ் மொழி வளர்ச்சிக்காக ஒன்றுமே செய்யவில்லை. நாட்டு மக்கள் முன்னேற ஒரே வழி அவர்களது தாய்மொழியே. ஆசிரியர் பயிற்சிக் கல்லூரி நிறுவியுள்ளீர்கள். ஆங்கிலக் கலைக் கல்லூரிக்காக மானியம் தந்துள்ளீர்கள். ஆனால் தமிழ் மொழியை வளர்க்க ஒரு கல்லூரியைக் கூட நிறுவவில்லை. எனவே உங்கள் பெயர் என்றென்றும் நிலைத்து நிற்க 'பெரியார் தென்மொழிக் கல்லூரி' என்ற பெயரில் சென்னையில் கல்வி நிலையத்தை நிறுவ வேண்டுமென வேண்டுகிறேன்' என்று குறிப்பிட்டுள்ளார். ஆனால், பாவாணர் எதிர்பார்த்ததுபோல் எந்த உதவியும் தந்தை பெரியாரிடமிருந்து கிடைக்கவே இல்லை.

'இந்தியப் பெருங்கடலில் 50,000 ஆண்டுகளுக்கு முன்பு மூழ்கிய குமரிக்கண்டமே உலகில் மனிதன் தோன்றிய இடமாகும். அவன் பேசிய மொழி உலகின் முதல் உயர்தனிச் செம்மொழியான தமிழாகும். எனவே வடமொழிக்கு மூலம் தமிழே ஆகும். தேவ மொழி என்று புகுத்தப்பட்ட காரணத்தாலேயே தமிழும் தமிழனும் தாழ்த்தப்பட்டான். ஆகவே தமிழ் உயர்ந்தால்தான் தமிழ் உயர முடியும். இதற்கான முதல் முனைவு தமிழர் அனைவரும் தமிழ்ப் பெயர்களையே சூட்டிக் கொள்ள வேண்டும். வருடத்துக்கு ஒரு நாள் 'பெயர் மாற்றத் திருநாள்' என்று கொண்டாடப்பட வேண்டும். வடமொழிப் பெயரைத் தாங்கிக் கொண்டவர் அன்றைக்கு அழகான தமிழ்ப் பெயராக மாற்றிக் கொள்ளலாம். யாருக்கு உண்மையான தமிழ்ப் பெயர் உள்ளதோ அவரே உண்மையான தமிழர் ஆவார்' என்றார்.

'மறைமலை அடிகளும் தானும் தனிப்பிறவிகள்;' என்றும், 'அவருக்குப் பின் தமிழ்த் தூய்மை பேணும் பேராசிரியன் தான் ஒருவனே' என்றும் 'யான் எழுதியவை பிறரால் எழுதப்பெறும்

திறத்தன அல்ல' என்றும் தனது ஆய்வுகளின் மீது பாவாணருக்கு எப்போதுமே பெருமிதம் உண்டு. இதைச் செருக்காக எடுத்துக் கொள்ளக்கூடாது. புலவர், பண்டிதர், வித்வான் போன்ற பட்டங்களைப் பெயருடன் குறிப்பதைத் தவிர்த்தார். பாவாணர் என்று அழைக்காமல் தேவநேயன் என்றுதான் கூப்பிடவேண்டும் என்றும் வலியுறுத்தினார். எனது படைப்புகள் மூலமே மக்கள் என்னை நினைவில் நிறுத்திக்கொள்ள வேண்டுமே தவிர நிழற்படத்தாலோ, பாராட்டாலோ அல்ல என்பதில் கடைசிவரை உறுதியாக இருந்தார்.

தன்னை முன்னிலைப்படுத்திக் கொள்ளவோ, விளம்பரப்படுத்திக் கொள்ளவோ மறுத்த பாவாணர், பிறரைப் பாராட்டுவதில் தயக்கம் கொள்ளாமல் கொடை வள்ளலாகவே திகழ்ந்தார். தனக்கு வழிகாட்டியாக விளங்கிய அயல்நாட்டுக் கிருத்தவரான கால்ட்வெல், பிராமணர் பரிதிமாக் கலைஞர் மற்றும் சிவனடியார் மறைமலை அடிகள் ஆகிய மூவருக்கும் என்றென்றும் நன்றிக் கடன் பட்டவன் என்கிறார். அதேபோல் 'காவிரி வெள்ளத்திலும், கரையான் அரிப்பிலும் அழியவிருந்த கடைச் சங்க ஏட்டுச் சுவடிகளை, ஊர் ஊராக, தெருத் தெருவாக, வீடு வீடாகத் திரிந்து, அலைந்து தேடி எடுத்து, விறகுத் தலையணைபோல் தலை சுமந்து கொண்டு, அல்லும் பகலும் கண் பார்வை கெடக் கூர்ந்து நோக்கி, அரிய ஆய்வுக் குறிப்புகளுடன் வெளியிட்ட தகைசால் பேராசிரியர் உ.வே.சாமிநாத ஐயர்' என்று உள்ளமுருகப் பாராட்டுகிறார்.

மதத்திலும் இனத்திலும் அடையாளப்படுத்திக் கொள்ளாமல் தன்னைத் 'தமிழன்' என்றே முன்னிலைப்படுத்திக் கொண்டார் பாவாணர். 'மனிதன் முதலில் தோன்றிய இடம் ஈடன் தோட்டம் என்பது கிருத்தவர்களின் நம்பிக்கை என்பதால் அவர்கள் மனிதன் முதலில் தோன்றிய இடம் குமரிக் கண்டம் என்பதை ஒப்புக் கொள்ளமாட்டார்கள். எனவே கிருத்தவர் அல்லாதார் மனிதன் முதலில் தோன்றிய இடம் குமரிக்கண்டம் என்று கூறுவதை விடவும், கிருத்தவனான நானே மனிதன் முதலில் தோன்றிய இடம் குமரிக் கண்டம் என்று கூறுவதே வாதத்துக்கு வலுவும், சிறப்பும் சேர்க்கும். இந்த ஒரேயொரு காரணத்துக்காக மட்டுமே இறைவன் என்னைக் கிருத்தவனாகப் படைத்தான்' என்கிறார் பாவாணர்.

'தொடக்கக் கல்வி அந்தந்த மாநிலத்தின் ஆட்சி மொழியில், தாய் மொழியில்தான் இருக்கவேண்டும். அங்கு வாழும் சிறுபான்மை மொழியினர் அந்தந்த மாநில மொழியில்தான் படிக்க வேண்டும். தெலுங்கரும், கன்னடரும் தமிழகத்தில் இருந்தால் தமிழையும்,

இதே தமிழரும், தெலுங்கரும் மராட்டிய மாநிலத்தில் இருந்தால் மராட்டிய மொழியைத்தான் பயில வேண்டும்' என்று தெளிவுபடச் சொன்னார்.

1981 ஜனவரி 5 ஆம் தேதி மதுரையில் கோலாகலமாக நடைபெற்ற உலகத் தமிழ் மாநாட்டில் கலந்துகொண்டு கடல் மடை திறந்த வெள்ளமென பாவாணர் சொற்பொழிவு நிகழ்த்திக் கொண்டிருந்த போது திடீரென உடல் நலம் குன்றியது. மருத்துவர்களின் கடுமையான முயற்சிகள் பலனளிக்காது ஜனவரி 15 அன்று இயற்கை எய்தினார்.

கட்டாய இந்திக் கல்விக்குக் கண்டனம், தமிழன் எப்படிக் கெட்டான், தமிழர் சரித்திரச் சுருக்கம், வேர்ச் சொல் சுவடி, இயற்றமிழ் இலக்கணம், ஒப்பியன் மொழி நூல், தொல்காப்பியம் எழுத்து, சொல் விளக்கவுரை, உயர்தரக் கட்டுரை இலக்கணம், பழந்தமிழாட்சி, தமிழர் திருமணம், இசைத்தமிழக் கலம்பகம், தமிழ் வரலாறு, வடமொழி வரலாறு, தமிழின் தலைமையை நாட்டும் தனிச் சொற்கள், தமிழ் இலக்கிய வரலாறு, செந்தமிழ்ச் சொற்பிறப்பியல் அகரமுதலி, சொல்லியல் நெறிமுறை எனப் பாவாணர் எழுதிய மொத்த நூல்களின் எண்ணிக்கை 50.

சென்னைப் பல்கலைக்கழக நூற்றாண்டு விழா மண்டபத்தில் நடைபெற்ற இரங்கல் கூட்டத்தில் முதல்வர் எம்.ஜி.ஆர். பேசுகையில் 'தமிழ் மொழி ஆய்வில் பாவாணர் விளக்கம் நம்மைத் தலை நிமிரச் செய்கிறது. தமிழ்ச் சொற்பிறப்பியல் பணிக்காகத் தனது வாழ்நாளையே அர்பணித்துள்ளார். அவரைத் தமிழ் தெய்வமாகவே கருதுகிறேன். அரசு நூலகங்களுக்கு இதுவரை எந்தத் தனிப்பெயரும் சூட்டப்படவில்லை. அவருக்கு மரியாதை செய்யும் வகையில் இனி அரசு நூலகங்கள் 'தேவநேயப் பாவாணர் அரசு நூலகம்' என்றே அழைக்கப்படும்' என்றார்.

ஜி.யு.போப்

உலகளவில் அதிகமான மொழிகளில் மொழிபெயர்க்கப்பட்ட நூல்களுள் பைபிளுக்கு அடுத்த இடம் வகிப்பது வள்ளுவர் இயற்றிய திருக்குறளே. இதற்குப் பல்வேறு காரணங்களைப் பட்டிய லிட்டாலும், திருக்குறளை ஆங்கிலத்தில் மொழிபெயர்த்து உலகறியச் செய்ததே முக்கியமாகக் கருதப்படுகிறது. அந்தப் பெரும் பணியைச் செய்த பெருமைக்குரியவரும், தான் இறந்த பின் தனது கல்லறையில் 'தமிழ் மாணவன்' (A Student of Tamil) என்று பொறிக்கப்பட வேண்டும் என்ற வேண்டுகோளையும் முன் வைத்த வருமான பெருந்தகை ஜி.யு.போப் என்னும் ஆங்கிலேயத் தமிழறிஞர் ஆவார். இருபது வயதில் தமிழகம் வந்தவர் சற்றேறக் குறைய அறுபது வயது வரை, அதாவது நாற்பது ஆண்டுகள், இங்கேயே தங்கியிருந்து தமிழ்த் தொண்டாற்றினார் எனில் அவரது அளப்பரிய தமிழ் ஆர்வத்தை என்னென்று சொல்வது? எப்படிப் பாராட்டி மகிழ்வது?

கனடா நாட்டின் நோவா ஸ்கோஷியோவை ஒட்டிய பிரின்ஸ் எட்வர்ட் தீவில் ஜான் போப் - கேத்தரின் யுக்ளோ தம்பதிகளுக்கு மகனாக 1820 ஏப்ரல் 24 அன்று ஜி.யு.போப் (ஜார்ஜ் யுக்ளோவ் போப்) பிறந்தார். உடன் பிறந்த ஒன்பது சகோதர சகோதரிகளுள் இவரே மூத்த மகனாவார்.

ஜி.யு.போப்புக்கு ஆறு வயதான போது, பணி நிமித்தம் காரணமாக ஜான் போப் குடும்பம் குழந்தைகளுடன் இங்கிலாந்தில் குடியேறியது. பள்ளியில் படித்துக் கொண்டிருக்கும் போதே அவருக்கு கிருத்தவ சமயத்தில் நாட்டம் அதிகரிக்கத் தொடங்கியது. கல்லூரிப் படிப்பு முடிந்தவுடன் தேவாலயப் பணிகளில் தன்னை

முழுமையாக ஈடுபடுத்திக்கொண்டு, மத போதகராகவும் இயேசுவின் மெய்யடியாராகவும் திகழ வேண்டும் என்பதே இவரது திட்டம். ஹீப்ரூ, கிரேக்க மொழிகளில் எழுத்தப்பட்ட பைபிளின் புதிய ஏற்பாட்டை ஆழ்ந்து கற்கவேண்டும் என்ற விருப்பத்தால் அவ்விரு மொழிகளையும் கற்றார். சமயப் பணியாற்ற இந்தியாவுக்கும், குறிப்பாகத் தென் இந்தியாவுக்குச் செல்ல வேண்டும் என்பதில் தீவிரமாக இருந்த காரணத்தால் தமிழை ஆர்வத்துடன் படிக்கத் தொடங்கினார்.

கிருத்தவ சமயத்தை ஐரோப்பிய மொழிகள் வழியே பரப்பிக் கொண்டிருந்த பாதிரியார்கள் நடுவே, சம்பந்தப்பட்ட மக்களின் தாய்மொழியில் உரையாற்றினால், மதத்தை மிக எளிதாகப் பரப்ப முடியும் என்று நம்பினார். தமிழகத்துக்குத்தான் செல்லவேண்டும் என்று முடிவெடுத்த பிறகு, பதினான்காம் வயதில் தமிழைக் கற்றுக் கொள்ளத் தொடங்கியதாக, திருவாசக ஆங்கில மொழிபெயர்ப்பு முன்னுரையில் குறிப்பிட்டுள்ளார். தென் இந்தியாவில் கிருத்தவ சமயத்தைப் பரப்புவதற்காக வெஸ்லியன் சமயப் பணிக்குழு அவரை அனுப்பி வைத்தது. எட்டு மாதக் கப்பல் பயணம் தமிழுடன், தெலுங்கு மற்றும் வடமொழியையும் கற்றுக் கொள்ள வாய்ப்பாக அமைந்ததாகக் குறிப்பிட்டுள்ளார்.

சென்னை துறைமுகத்தை அடைந்ததும் அங்குள்ள மீனவர்கள் பேசும் தமிழைக் கேட்டுத் தமிழைத் தமிழர்கள்போல் பேசினால் மட்டுமே அவர்கள் மனதில் இடம் பிடிக்க முடியும் என்று தெரிந்து கொண்ட ஜி.யு.போப் அதற்கான பயிற்சியையும் மேற்கொண்டார். சாந்தோம் தேவாலயத்தில் நடைபெற்ற நிகழ்ச்சியில் தமிழிலேயே உரையாற்ற, ஓர் ஆங்கிலேயர் தமிழில் பேசுவதைக் கேட்டு அனைவரும் அதிசயித்தனர்.

தூத்துக்குடி அருகேயுள்ள சாயர்புரம் கிராமத்தைக் கிருத்தவமய மாக்க வேண்டும் என்னும் முனைப்புடன், தேவாலயம், நூல் நிலையம், பள்ளி ஆகியவற்றை நிறுவினார். இதன் காரணமாக ஊர் மக்கள் அவரைச் ‘சாயர்புரம் போப் ஐயர்’ என்று அன்புடன் அழைக்கத் தொடங்கினர் (இங்கே ‘ஐயர்’ என்பது சாதியைக் குறிக்காமல் ‘பெரியவர்’ என்றும் ‘பெருமைக்கு உரியவர்’ என்றும் பொருள்படும்). தூத்துக்குடி வெப்பமிக்க பகுதி என்பதால், கோடைக் காலங்களில் அகலமான தொட்டி அமைத்து அதில் கழுத்தளவு தண்ணீரை நிரப்பி வெப்பத்தைத் தணித்துக் கொள்வார். அப்போதும்கூட அவரது கைகளில் தமிழ் நூல்கள் இருக்கும். வெயிலோ, மழையோ, குளிரோ எதுவும் அவரது தமிழார்வத்தை இம்மியளவும் குறைக்கவில்லை.

சமயப் பணியையும், கல்விப் பணியையும், மொழிப் பணியையும் தனது கொள்கைகளாகக் கருதிய ஜி.யு.போப், வாழ்நாள் முழுவதும் கிருத்தவத்தைப் பரப்புவதும், மாணவர்களுக்குக் கல்வி புகட்டுவதும், தமிழ் மொழியைக் கற்பதுமே தலையாய கடமையாகக் கொண்டிருந்தார். ஆங்கிலம், ஹீப்ரு, இலத்தீன், வடமொழி, தமிழ், தெலுங்கு ஆகிய மொழிகளிலும், வரலாறு, கணிதம், மெய்யியல் ஆகிய துறைகளிலும் இணையற்று விளங்கினார். சமயப் பணியிலும், தமிழ்ப் பணியிலும் சிறந்த விளங்கினாலும், ஆசிரியப் பணியில் மாணவர்களிடம் சற்றுக் கடுமையாக நடந்துகொண்டார் என்று அவரைப் பற்றிய குறிப்புகள் தெரிவிக்கின்றன.

ஒழுக்கத்தைக் கடைப்பிடிப்பதுடன், நேர்மையுடனும் நடந்து கொள்வதால், தன்னைப் போலவே மற்றவர்களும் அவ்வாறே இருக்கவேண்டும் என்று கட்டாயப்படுத்தினார். ஒரு சில ஆசிரியர்கள், வேறு வேலை இல்லாத காரணத்தால், தகுதியின்றி அத்தொழிலுக்கு வந்ததையும் கண்டு வருந்தினார். இத்தகைய ஆசிரியர்களால் மாணவர்கள் எதிர்காலம் பாதிக்கப்படும் என்று எண்ணிய ஜி.யு.போப் அவர்களை நல்வழிப்படுத்த உணவு, படிப்பு மற்றும் பிரம்படி ஆகிய மூன்று விஷயங்களில் தீவிரம் காட்டினார். வயிற்றுப் பசிக்கு உணவையும், அறிவுப் பசிக்குப் படிப்பையும் வழங்கியதுடன் தவறு செய்யும் மாணவர்களைத் தண்டிக்கப் பிரம்பால் அடிக்கவும் தலைப்பட்டார். மாணவர்கள் ஒழுக்கத்தைப் பேணவேண்டும் என்னும் நோக்கத்துடனேயே போப் கடுமையாக நடந்து கொண்டார், எனினும், இந்தச் செயலால் பல்வேறு தொல்லைகளுக்கும் உள்ளானார்.

இது குறித்து சம காலத்தில் வாழ்ந்த கால்ட்வெல் கூறுகையில் 'ஜி.யு.போப் ஒழுக்கத்தையும், நேர்மையையும் வலியுறுத்த பிரம்படி உள்ளிட்ட கடுமையான தண்டனைகளை வலியுறுத்தியதால் வெஸ்லியன் சமயப் பணிக்குழு அவரைத் திரும்ப அழைத்துக் கொள்ளும்படி ஆனது' என்றார். ஆனால் ஓயாத சமயப் பணியும், தமிழ்ப் பணியும் ஆற்றிக் கொண்டிருந்ததால், அவருக்கு சிறிது காலம் ஓய்வு அளிக்கவே இங்கிலாந்துக்கு திரும்ப அழைக்கப் பட்டார் என்றும் கூறப்படுகிறது. காரணம் எதுவாக இருப்பினும், சமயம் மற்றும் கல்விப் பணிகளில் சிறிது தொய்வு ஏற்பட்டாலும், தமிழ்ப் பணியில் முழு மூச்சுடன், முன்பை விடவும் இன்னும் தீவிரமாகவே ஈடுபட்டார். 1849-ல் இங்கிலாந்து திரும்பிய ஜி.யு.போப் திருமணம் செய்துகொண்டார். இலண்டன் ஆக்ஸ்ஃபோர்ட் பல்கலைக்கழகத்தில் அவர் ஆற்றிய சிறப்பான உரையே, தமிழின்

மேன்மையை வெளிநாட்டவர்கள் புரிந்து கொள்ள வழியமைத்துத் தந்தது.

ஈராண்டுகள் கழித்து 1851-ல் மீண்டும் தமிழகம் வந்தார். தஞ்சையில் தங்கியிருந்து தூய பீட்டர் பள்ளியைத் தொடங்கிய போது, மாயூரம் வேதநாயம் பிள்ளை உள்ளிட்ட தமிழறிஞர்களைச் சந்திக்கும் வாய்ப்பு கிடைத்தது. இவர்களுடனான நட்பு தமிழ் இலக்கண, இலக்கியங்களைக் கற்றுக்கொள்ள அவருக்கு உதவியது. தொல்காப்பியம், நன்னூல் ஆகிய இலக்கண நூல்களை மாணவர்கள் சுலபமாகக் கற்கும் வகையில் சிறு நூல்களாக எளிமைப்படுத்தி வெளியிட்டார். ஐரோப்பியர்கள் தமிழ் கற்க வசதியாக 1855-ல் A Handbook of tamil language (தமிழ்க் கையேடு) என்னும் ஆங்கில நூலில் கீழ்க்கண்டவாறு குறிப்பிட்டுள்ளார் 'தமிழிய மொழிக் குடும்ப மொழிகள், சமஸ்கிருத மொழியை ஒத்த தொன்மை உடையதும், அது தோன்றிய காலத்திலேயே தோன்றிய மொழியின் பிரிவுகளே ஆகும். கிரேக்கம், கோதிக் (ஜெர்மன்), பாரசீகம் போன்ற இந்தோ - ஐரோப்பிய மொழிகளோடு சமஸ்கிருதம் தன் உறவைக் காட்ட இயலாத பல விஷயங்களிலும், தமிழ் மொழிகளுக்குத் தெளிவான உறவு உள்ளதை இன்றும் காணலாம்' என்கிறார்.

தென்னிந்தியாவில் வழங்கிய தமிழிய மொழிகளை ஒரே இனம் என்று காலட்வெல் 1855-ல் நிறுவியதை ஜி.யு.போப் ஏற்றுக் கொண்ட போதிலும், அக்குடும்பத்துக்கு 'திராவிடம்' என்ற புதுப் பெயரைச் சூட்டியதை ஒப்புக் கொள்ளவில்லை. Journal of Royal Asiatic Society of Great Britain and Ireland என்ற சஞ்சிகையில் On the Study of South Indian Vernaculars என்ற தலைப்பில் எழுதிய கட்டுரையில் 'திராவிட மொழிகள்' என்ற பெயரைப் பயன்படுத்தாமல் 'தென் இந்திய மொழிகள்' என்றே குறிப்பிட்டுள்ளார். இன்னும் முக்கியமாக 1886-ல் வெளியிட்ட திருக்குறள் ஆங்கில மொழி பெயர்ப்பு நூலின் முன்னுரையில் 'தென் இந்திய மொழிக் குடும்பத்தை 'திராவிட' மொழிக் குடும்பம்' என்று சொல்லாமல் 'தமிழிய மொழிக் குடும்பம்' என்று அழைப்பதே மிக மிகப் பொருத்தம் என்று குறிப்பிட்டுள்ளார். தெலுங்கு, கன்னடம், மலையாளம் உள்ளிட்ட பிற எந்த மொழியின் மொழியியல் ஆய்வுக்கும் 'தமிழ்தான் வழிகாட்டுவதாகும்' என்று ஆணித்தரமாக வலியுறுத்தி உள்ளார் (TAMIL is the mother of the South Indian languages. I prefer to call the family of South Indian language, the Tamilian, as it is certain that for the study of each dialect of them, TAMIL must be the language of reference).

ஜி.யு.போப் மேலும் கூறுகையில் 'பள்ளிக் கூட்டங்களில் பயிலும் மாணவர்கள் தாய்மொழி வழியாகவே அனைத்துத் துறைக் கல்வியையும் பெறுதலே முறையாகும். அத்தகைய கல்வியே பயனளிக்கும்' என்றதுடன் 'தனிச் செய்யுள் கலம்பகம்' என்ற தலைப்பில் திருக்குறள், நாலடியார், பழமொழி, இனியவை நாற்பது ஆகிய நூல்களிலிருந்து ஒழுக்க நெறி உணர்த்தும் அரிய பாடல்களை ஆய்வு செய்து தேர்ந்தெடுத்து தொகை நூலாக வெளியிட்டார். இந்நூலின் முகவுரையில் 'ஒழுக்கத்தைப் பற்றித் தமிழ்ப் புலவர்கள் உரைத்திருக்கும் பாடல்களைப் போன்று, தென் இந்தியாவிலுள்ள மற்ற மொழிகளில் பாடல்கள் இல்லைவே இல்லை' என்று உறுதிபடக் குறிப்பிட்டுள்ளது நமக்குப் பெருமையான விஷயம்.

1860-ல் ஏற்பட்ட சமயப் பிரச்னைகள் காரணமாக பெங்களூரிலும், ஊட்டியிலும் சில காலம் வசித்தார். ஊட்டியில் இருந்தபோது ஆங்கிலேயர்களின் குழந்தைகளுக்காகப் பள்ளியை நிறுவி இவரே வகுப்புகள் எடுத்தார். இந்திய நாட்டு வரலாற்று நூல்கள் இரண்டையும், தோடர் மொழி தொடர்பான இலக்கண நூலையும் எழுதி முடித்தார். 1871-ல் பெங்களூரிலுள்ள பிரபல பிஷப் காட்டன் பள்ளி முதல்வராகச் சில ஆண்டுகள் பணியாற்றினார். 1880-ல் ஓய்வு பெற்றதைத் தொடர்ந்து இங்கிலாந்து திரும்பினார். இருப்பினும் தனது தமிழ்ப் பணிக்கு ஓய்வு தராமல் வாழ்நாள் முழுவதும் தமிழையே சுவாசித்துக் கொண்டிருந்தார் இந்த ஆங்கிலேயர்.

கவிதையை மொழிபெயர்ப்பது இயலாது என்பது பொதுவான கருத்து. அதிலும் திருக்குறளைக் கவிதையாக மொழிபெயர்ப்பது இன்னும் கடினம். இருப்பினும் தமிழ் மொழி, தமிழரின் பண்பாடு மற்றும் திருக்குறளின் உயர்ந்த நோக்கம் ஆகியவை குறித்து ஜி.யு.போப் தான் மொழிபெயர்த்த திருக்குறள் ஆங்கில நூலின் முன்னுரையில் 'தமிழ் மொழி பண்பட்ட மொழி. சொற்சுவையும், பொருட்சுவையும் நிறைந்த தனி மொழி. தமிழர்களுக்கு மட்டுமின்றித், தென்னிந்திய மொழிகளுக்கே தாய்மொழி. இதன் இலக்கிய இலக்கணங்கள், ஒழுக்கத்தையும், அறநெறியையும், ஊட்டுவதற்கென்றே உருவானவை. திருக்குறள் இதற்கான சிறந்த உதாரணம். ஒழுக்கத்தையும் பண்பையும் உயிரைவிட மேலாகக் கருதும் உயர்ந்த நாட்டில்தான் இதுபோன்ற நீதி நூல்கள் உருவாகும். உருவாக்கவும் இயலும். அழுக்கில்லாத தூய நீரூற்று போன்று திருக்குறள் விளங்குகிறது. உலகின் அழுக்கைப் போக்க வந்த உயர் தனித் திருநூல் திருக்குறள். நான் தமிழ் மொழியைக் குறிப்பாகத் திருக்குறளைப் படிக்கத் தொடங்கிய உடனேயே திருக்குறளை

ஐரோப்பியர்களும் படித்துப் பயன் பெறவேண்டும் என்னும் நோக்கத்தில் ஆங்கிலத்தில் மொழிபெயர்க்க ஆரம்பித்தேன். நீண்ட கால உழைப்பின் பயனாக திருக்குறளின் ஆங்கில வடிவம் நிறைவடைந்துள்ளது' என்று குறிப்பிட்டுள்ளார்.

1886-ல் வெளியான திருக்குறளுக்குப் பிறகு 1894-ல் அவர் மொழி பெயர்த்த மற்றொரு நீதி நூல் 'நாலடியார்' ஆகும். 'குறள் வெண்பா' யாப்பில் அமைந்தது திருக்குறள் எனில் 'வெண்பா' யாப்பில் அமைந்தது நாலடியார் ஆகும். நாலடியார் வெண்பாக்களை ஒவ்வொன்றாக முதலில் அச்சிட்டு, பின்னர் அதன் ஆங்கில மொழிபெயர்ப்பு, விரிவுரை, பாட்டு முதற்குறிப்பு அகராதி, சொற்பொருள் அகராதி, பொது அகராதி, மொழியியல் தன்மை, இலக்கணக் குறிப்புகள், வேர்ச் சொற்கள், தோற்றம், வளர்ச்சி என்று முழுமையாக வெளியிட்டார்.

நீதி நூல்கள் மொழிபெயர்ப்புகளைத் தொடர்ந்து தமிழரின் சைவ சமய நெறிகளையும் வெளிநாட்டினர் தெரிந்துகொள்ள மாணிக்கவாசர் அருளிய 'திருவாசகம்' நூலை 1900-ல் ஆங்கிலத்தில் மொழிபெயர்த்தார். கிருத்தவ மதத்தைப் பரப்ப இந்திய வந்த ஜி.யு.போப், தமிழ் நூல் என்றாலும், சைவ சமய நூலான திருவாசகத்தை மொழிபெயர்த்தது விந்தையிலும் விந்தை; ஆனாலும் உண்மையும்கூட. திருவாசகப் பதிகங்களின் மொழி பெயர்ப்புடன், மாணிக்கவாசகரின் வரலாற்றையும், சைவ சமயம் கொள்கைகளையும் விளக்கி, நிறைவாக உலக சமயங்களில் சைவ சமய சித்தாந்தம் மிகச் சிறந்த இடம் வகிக்கிறது என்ற தனது கருத்தையும் நிறுவினார். 'திருவாசகத்துக்கு உருகாதார் ஒரு வாசகத்துக்கும் உருகார்' என்பதை மெய்ப்பிப்பது போல், அதன் பொருள் இனிமையுடன், சித்தாந்தத்தின் மெய்ப்பொருள் நுட்பத்தையும் படிப்போர் உணர்ந்து உருகும் வகையில் அவரது ஆங்கில மொழிபெயர்ப்பு அனைவரின் பாராட்டையும் பெற்றது. திருவாசகத்தை முதன் முதலாக மொழிபெயர்த்த பெருமை போப்பையே சேரும்.

திருவாசகத்தை ஜி.யு.போப் ஆங்கிலத்தில் மொழிபெயர்த்தபோது அவரது வயது எண்பது. உடல் தளர்ந்த போதும், உள்ளம் தளராமல், தமிழ் மீதுள்ள பற்று காரணமாக, முதுமைக் காலத்திலும், இளமை வேகத்துடன் மொழிபெயர்ப்பை நிறைவு செய்து தனது எண்பதாவது வயதில் (1900 ஏப்ரல் 24) வெளியிட்டார். நூலின் முன்னுரையில் 'எனது 17 ஆவது வயதிலிருந்து (1837 -லிருந்து) தமிழ் கற்று வருகிறேன். பல்வேறு நூல்களைப் படித்ததுடன் ஆராய்ச்சி

செய்தும் வருகிறேன். திருவாசக மொழிபெயர்ப்புடன் எனது தமிழ்ப் பணி நிறைவு பெறுகிறது' என்று குறிப்பிட்டுள்ளார்.

வயது முதிர்வு காரணமாகத் திருவாசக மொழிபெயர்ப்புடன் தனது தமிழ்ப் பணி முடிந்துவிடும் என்றும் அதற்கு மேல் உழைக்க உடல் ஒத்துழைக்காது என்றும் ஜி.யு.போப் எண்ணினார். ஆனால் தமிழ்ப் பணிக்காக அவரது ஆயுளை மேலும் எட்டு ஆண்டுகள் தமிழ் அன்னை நீட்டித்ததைத் தொடர்ந்து பழமொழி நானூறு, புறப்பொருள் வெண்பா மாலை, புறநானூற்றில் சில செய்யுள்கள், சிவஞான போதம், திருவருட்பயன் ஆகியவற்றை மொழி பெயர்த்ததுடன், மணிமேகலையை உரைநடையாகவும் மொழி பெயர்த்துள்ளார்.

யாப்பு, அணி தொடர்பான நூல்களைத் தொகுத்து இலக்கணக் கலம்பகமாகவும் வழங்கியுள்ளார். இவர் எழுதிய 'தமிழ் இலக்கண வினா - விடை' பத்தொன்பதாம் நூற்றாண்டு இடைக்காலத்தில் அதிக விற்பனையான நூலாகக் கருதப்படுகிறது. இவரது தமிழ் இலக்கண வினா விடை நூல் பற்றி திரு.வி.க. கூறுகையில் 'டாக்டர் ஜி.யு.போப்பின் பெருமை பத்தொன்பதாம் நூற்றாண்டில் தமிழகமெங்கும் பரவியது. அவருடைய இலக்கண நூல் ஒவ்வொரு மாணாக்கர் கையிலும் இருப்பது மகிழ்ச்சி தருகிறது. நான் முதன் முதலில் பயின்ற இலக்கண நூல் டாக்டர் ஜி.யு.போப் எழுதியதே' என்றார். 'போப் எழுதிய ஆங்கில மொழிபெயர்ப்பைப் படித்த பின்பே திருக்குறள் இன்பத்தை ஆழ்ந்தறிந்தேன்' என்று யோகி சுத்தானந்த பாரதியாரும் குறிப்பிட்டுள்ளார். இவ்விரு பெரும் தமிழறிஞர்களும் ஜி.யு.போப்பின் எழுத்துகளைப் பாராட்டியிருப்பது அவருக்குப் பெருமை தரும் விஷயமாகும்.

1859-ல் சென்னைப் பல்கலைக்கழகம் 'ஃபெலோஷிப்' (Fellowship) மற்றும் 1864-ல் காண்டர்பர்ரி ஆர்க்பிஷப் 'தெய்வீக டாக்டர் பட்டம்' (Doctor of Divinity) ஆகியவற்றை வழங்கிப் பெருமைப்படுத்தின. 1870-ல் லெப்ஷிக் ஓரியண்டல் கழகம் மற்றும் 1872-ல் ராயல் ஏஷியாடிக் கழக உறுப்பினராக நியமிக்கப்பட்டார். 1906-ல் விக்டோரியா மகாராணியின் பவள விழாவை முன்னிட்டுத் தங்கப் பதக்கம் வழங்கிக் கௌரவிக்கப்பட்டார். விக்டோரியா மகாராணி இவர் எழுதிய திருவாசக ஆங்கில மொழிபெயர்ப்பைப் படித்ததாகவும் செய்தி உள்ளது.

ஆங்கிலேயனாகப் பிறந்து வாழ்நாள் முழுவதும் தமிழ் மொழியையே சுவாசித்துக் கொண்டிருந்த ஜி.யு.போப் தனது 88 ஆவது வயதில் 1908 பிப்ரவரி 11 ஆம் தேதி காலமானார். இவரது மறைவை ஒட்டி1908 -ல் சித்தாந்த தீபிகை இதழில் ஆசிரியர் ஜே.எம்.

நல்லசாமிப் பிள்ளை வெளியிட்ட கட்டுரையில் ஜி.யு.போப் 1900 அக்டோபர் 10 ஆம் தேதி தனக்கு எழுதிய கடிதத்தை மீள் பதிவு செய்துள்ளார். அதில் "Whenever I die "A Student of Tamil' will be inscribed on my monument' என்ற வரி காணப்படுகிறது. ஜி.யு.போப் தான் இறந்த பிறகு தன்னுடைய கல்லறையில் 'தமிழ் மாணவன்' என்று பொறிக்கப்பட வேண்டும் என்ற அவரது விரும்பியதைத் தெரிந்து கொண்ட பச்சையப்பன் கல்லூரித் தமிழ்ப் பேராசிரியர் திருமணம் செல்வகேசவராய முதலியார் அதற்கான நிதியைத் திரட்டி இலண்டனுக்கு அனுப்பி வைத்தார்.

ஜி.யு.போப் இறந்த பிறகு அவரது ஆசைப்படி ஆக்ஸ்ஃபர்ட் நகரம், வால்டன் தெரு, புனித செபல்சர் இடுகாட்டில் அவரது உடல் திருக்குறள், திருவாசகம், பைபிள் ஆகிய நூல்களுடன் நல்லடக்கம் செய்யப்பட்டது. மேலும் கல்லறையில் அவர் விரும்பியபடி "A Student of Tamil' என்றும் பொறிக்கப்பட்டது. 1961 நவம்பரில் இதை நேரில் கண்டதாகச் சோமு என்பவர் தான் எழுதிய 'அக்கரைச் சீமையில்' நூலில் குறிப்பிட்டுள்ளார். இந்தச் செய்தியை 1964 நவம்பர் 2 ஆம் தேதி 'மெயில்' இதழ் வெளியிட்டுள்ளது.

வெளிநாடுகளில் கிருத்தவ மதத்தைப் பரப்ப வேண்டுமெனில் அவரவர் தாய்மொழியில் கற்றுத் தெளிந்தால் மட்டுமே சாத்தியம் என்ற எண்ணத்தில்தான் ஜி.யு.போப் தமிழ்நாட்டுக்கு வருகை தந்து தமிழைக் கற்றுக் கொண்டார். தமிழைப் படிக்கத் தொடங்கிய போப் அதன் செழுமையான இலக்கிய, இலக்கணத்தின் மீது தீராத பற்றுக்கொண்டு தன்னை முழுமையாக ஈடுபடுத்திக்கொண்டார். வெளிநாட்டில் இருந்து தமிழகம் வந்து கிருத்த சமயத்தைப் பரப்ப வந்த ஜி.யு.போப், காலப்போக்கில் சங்கம் கண்டு தமிழின் மேன்மையை உணர்ந்து உலகம் அதை உணர வேண்டும் என்னும் நோக்கில் தமிழைப் பரப்பத் தொடங்கினார் என்பதே உண்மை.

தமிழ் மொழியில் ஆர்வம் கொள்வதே அரிதாகி வரும் சூழலில், ஆங்கிலேயர் ஒருவர் தனக்குத் தொடர்பே இல்லாத ஒரு வேற்று மொழியில் ஈடுபாடுகொண்டு அதன் இலக்கியம், இலக்கணம் ஆகியவற்றிற்காகத் தனது வாழ்க்கையை முழுவதுமாக அர்ப்பணித்தார் என்பது கற்பனை செய்துகூடப் பார்க்க முடியாத விஷயமாகும். ஆனால் இதற்கு விதிவிலக்காகவும், சான்றாகவும் திகழ்ந்த ஒரு சிலருள் ஜி.யு.போப் குறிப்பிடத்தக்கவர். இவரது மறைவு குறித்து தமிழ்த் தென்றல் திரு வி.க. தனது இரங்கல் உரையில் 'கன்னித் தமிழை வளர்க்கக் கடவுளால் படைக்கப்பட்ட செஞ்ஞாயிறுகள் சில. அவர்களுள் குறிப்பிடத்தக்கவர் ஜி.யு.போப் ஆவார்' என்று சொன்னது நூற்றுக்கு நூறு விழுக்காடு உண்மை.

ஹெச்.ஏ.கிருட்டிண பிள்ளை

தமிழ் மொழி இலக்கிய வரலாற்றிலும் அதன் வளர்ச்சியிலும் பிற சமயத்தவர்களும் கணிசமாகப் பங்களித்துள்ளனர். குறிப்பாகத் தமிழ் இலக்கண, இலக்கியங்களில், சமணர்களின் படைப்புகள் ஏராளம். அதேபோல் வெளிநாட்டு மற்றும் உள்நாட்டுக் கிருத்தவர்களும் புனித நூலான விவிலியத்தை அடிப்படையாகக்கொண்டு பல்வகையான கிருத்தவ இலக்கியங்களைப் படைத்துள்ளனர். தமிழகத்தைச் சேர்ந்த ஹெச் ஏ கிருஷ்ண பிள்ளை இவர்களுள் குறிப்பிடத்தக்கவர்.

திருநெல்வேலி, பாளையங்கோட்டைக்கு அருகே உள்ள இரட்டியாபட்டி கிராமத்தில் சங்கர நாராயணப் பிள்ளை - தெய்வநாயகி அம்மாள் தம்பதிகள் வாழ்ந்து வந்தனர். வைணவ பக்தரான சங்கர நாராயணன் இராமாயணம், மகாபாரதம், நாலாயிரத் திவ்வியப் பிரபந்தம், அஷ்டப் பிரபந்தம் ஆகிய வைணவ இலக்கியங்களை முழுமையாகக் கற்றுத் தெளிந்தவர். மனைவி தெய்வநாயகி அம்மாள் கவி பாடுவதில் சிறந்து விளங்கினார்.

இவர்களுக்கு முதலில் பிறந்த பெண் குழந்தை சில காலம் கழித்துத் திடீரென இறந்துவிட்டது. நீண்ட வருடங்களாகக் குழந்தை இல்லாததால், குழந்தைப் பேறு உண்டாகக் கோயில் குளமாக ஏறி இறங்கினர். 1827-ல் சங்கர நாராயணன் இரட்டியாபட்டியில் இருந்து கரையிருப்பு என்னும் கிராமத்துக்குப் பணி நிமித்தம் காரணமாக மாற்றலாகிக் குடியேறினார். இறைவன் அருளால் 1827 ஏப்ரல் 23-ல் ஆண் குழந்தை பிறந்தது. தனது தாத்தா வேங்கட கிருஷ்ண பிள்ளை நினைவாக கிருஷ்ண பிள்ளை என்று பெயர்சூட்டினர். சில ஆண்டுகள் கழித்து மீண்டும் ஒரு பெண் குழந்தை பிறந்தது. ஆனால் அதுவும்

ஒரே ஆண்டில் இறந்து விட்டது. மிஞ்சியது கிருஷ்ண பிள்ளை என்னும் ஆண் குழந்தை மட்டுமே.

1831-ல் சங்கர நாராயணனுக்குத் தென்காசியில் தோட்ட மேற்பார்வையாளர் வேலை கிடைக்கவே குடும்பம் திப்பணம் பட்டியில் குடியேறியது. கிருஷ்ண பிள்ளைக்கு ஐந்து வயது நிறைவடைந்ததை ஒட்டி, ஓர் அமாவாசை அன்று குலதெய்வம் கோயிலுக்குக் குடும்பத்துடன் பயணப்பட்டார். மழைக்காலம் என்பதால் தாமிரபரணி ஆற்றில் வெள்ளம் கரை புரண்டு ஓடியது. ஆற்றின் குறுக்கே பாலம் இல்லாததால், மிதப்புக் கட்டையில் ஆற்றைக் கடக்க முயன்றபோது பாரம் தாங்காமல் புரளவே அனைவரும் தண்ணீரில் விழுந்தனர். உடன் இருந்தவர்கள் ஆற்றில் குதித்து மூவரையும் காப்பாற்றி ஒரு வழியாகக் கரை சேர்த்தனர். எட்டு ஆண்டுகள் கழித்து 1835-ல் இவர்களுக்கு மீண்டும் ஒரு ஆண் குழந்தை பிறந்தது. குல தெய்வம் கோயிலுக்குச் சென்ற பிறகு பிறந்ததால் அதற்கு முத்தையா பிள்ளை என்று பெயர் சூட்டினர்.

சங்கர நாராயண பிள்ளை தானே குருவாக இருந்து கிருஷ்ண பிள்ளை, முத்தையா பிள்ளை ஆகிய இரு மகன்களுக்கும் தமிழ் கற்பித்தார். இதன் காரணமாகச் சிறுவர்களாக இருக்கும்போதே இருவரும் திருவாய்மொழி, சடகோபர் அந்தாதி, திருவரங்கக் கலம்பகம் ஆகியவற்றை மனப்பாடமாக ஒப்பிக்கும் திறன் பெற்றிருந்தனர். கம்ப இராமாயணச் சொற்பொழிவுகளுக்குச் செல்லும்போது கிருஷ்ண பிள்ளையையும் உடன் அழைத்துச் சென்றதால் இள வயது முதற்கொண்டே மூலப் பாடல்களுடன் அவற்றுக்குப் பொருள் சொல்லும் ஆற்றலையும் பெற்றிருந்தார். மாணிக்கவாசகத் தேவர் மூலம் முறையாக இலக்கணத்தையும் கற்றுக்கொண்டார். விளையும் பயிர் முளையிலே தெரியும் என்பதற்கேற்பப் பின்னாளில் கவிஞராவதற்கு இவை பெரிதும் உதவின.

கிருஷ்ண பிள்ளைக்குப் பதினான்கு வயது நிரம்பியவுடன் திருச்செந்தூரைச் சேர்ந்த ஒன்பது வயது முத்தம்மாளை 1842 ஆகஸ்ட் 22 அன்று திருமணம் செய்து வைத்தனர். மகனின் திருமணத்தைப் பார்த்த நிறைவுடன் சங்கர நாராயண பிள்ளை காலமாகவே, குடும்ப பாரம் முழுவதையும் சுமக்கும் பொறுப்பு பதினான்கே வயதான கிருஷ்ண பிள்ளையின் மீது விழுந்தது. தந்தை பார்த்து வந்த தோட்ட வேலை கிடைக்கவே அதில் கிடைத்த வருமானத்தில், குடும்பச் செலவுகளை ஒருவாறு சமாளித்தார்.

வைணவ சம்பிரதாய முறைகளில் தீவிரப் பற்று கொண்டிருந்த கிருஷ்ண பிள்ளை, அதன் அடையாளமாகத் தனது தோள்களில் சங்கு, சக்கர முத்திரைகளைப் பதித்துக் கொண்டார். வெங்கு முதலியாரிடம் இலக்கியங்களையும், திருப்பாற்கடநாதக் கவிராயரிடம் யாப்பு முதலிய இலக்கணங்களையும் சகோதரர்கள் இருவரும் கற்றுக் கொண்டனர். இவர்களுடன் ரேனியஸ் போதகர், க்ளார்க் போதகர் ஆகிய இரு கிருத்தவப் பாதிரியார்களும் பாடம் கற்றனர்.

திருநெல்வேலியில் கிருத்தவப் பாதிரியார்களின் சமயப் பிரச்சாரம் தீவிரமாக நடைபெற்றுக் கொண்டிருந்த தருணம் அது. கிருத்தவப் பாதிரியார்களின் மதமாற்றப் பிரசாரத்தை விரும்பாத சிலருடன், தீவிர வைஷ்ணவரான கிருஷ்ண பிள்ளையும் அவரது உறவினர்களும் பாதிரியார்களைத் துன்புறுத்தினர். விவரம் அறிந்த மாவட்ட ஆட்சித் தலைவர் கலகம் விளைத்தவர்களைக் கைது செய்து சிறையில் அடைக்க உத்தரவிட்டார். ஆனால் அதிர்ஷ்டவசமாகக் கிருஷ்ண பிள்ளை மட்டும் சிக்கவில்லை. இருப்பினும் கிருத்தவப் பாதிரியார்களின் வீடுகளில் இருந்து எடுத்து வந்த உப்பு மூட்டைகளைக் காவல் துறையினர் கண்டுபிடித்தால் தண்டனை நிச்சயம் என்பதைத் தெரிந்து கொண்ட கிருஷ்ண பிள்ளை உடனே அவற்றை கிணற்றில் போட்டு விட்டுத் தப்பித்துக் கொண்டார். இதனால் கிணற்றில் இருந்த நல்ல தண்ணீர், உப்புத் தண்ணீராக மாறிக் கரிக்கத் தொடங்கியது.

சாயர்புரம் எஸ்ஜிபி பள்ளியில் தமிழாசிரியர் பதவிக்குத் தகுதியான நபரை நேர்காணலுக்கு அனுப்பி வைக்கும்படி அருள்திரு சத்தியநாத போதகருக்கும், வித்வான் திருப்பாற்கடநாத கவிராயருக்கும், பேரருள் கால்ட்வெல் கடிதம் எழுதினார். கிருஷ்ண பிள்ளையிடம் நெருங்கிப் பழகியவர் என்ற முறையிலும், அவரது தமிழ்ப் பற்றையும், புலமையையும், நன்கு அறிந்தவர் என்ற முறையிலும், சத்தியநாத போதகர் அவரையே தமிழ் ஆசிரியர் பணிக்கான நேர்காணலுக்குப் பரிந்துரைத்து அனுப்பி வைத்தார். இவருடன் சேர்த்து மொத்தம் மூவரிடமும் கால்ட்வெல் நேர்காணல் நடத்தினார். நேர்காணலில் சிறப்பாகத் தேறியதன் மூலம் கிருஷ்ணப பிள்ளை மாதம் ரூ 17/- சம்பளத்தில் 1852 மே 27 அன்று சாயர்புரம் எஸ்ஜிபி பள்ளியில் தமிழாசிரியராகப் பணியமர்த்தப்பட்டார்.

கிருஷ்ண பிள்ளை தமிழாசிரியராக வேலை பார்த்த பள்ளியில் படித்துக் கொண்டிருந்த 90 மாணவர்களும் கிருத்தவர்கள். தமிழ் இலக்கிய, இலக்கணங்களை மாணவர்களுக்கு மட்டுமின்றி தலைமை ஆசிரியர் அருள்திரு அகஸ்டபிளுக்கும் கற்றுக்

கொடுத்தார். இயேசுவின் நற்செய்திகளை விளக்கியதுடன், பைபிளையும், அருள் பீட்டர் பெரிசிவல் எழுதிய 'அருளவதாரம்' என்னும் நூலையும் கொடுத்துப் படிக்கச் சொன்னார்கள். பைபிளைப் படிக்கப் படிக்கக் கிருஷ்ண பிள்ளையின் தீவிர வைணவப் பற்று தளரத் தொடங்கியது. மனதளவில் ஏதோ மாற்றத்துக்கான உணர்வு ஏற்படவே, அச்சம் அடைந்தவராக, கிருத்தவர்களிடம் பழகுவதை யும், இயேசு பற்றிய நூல்களைப் படிப்பதையும் நிறுத்திக் கொண்டார்.

கிருஷ்ண பிள்ளையின் தம்பி முத்தையாப் பிள்ளை, நண்பர்கள் தனுக்கோடி ராஜு, மனக்காவலப் பெருமாள் ஆகியோர் இயேசுவின் நற்செய்திகளால் ஈர்க்கப்பட்டு 1857 மார்ச்சில் அருள்திரு சார்ஜெண்ட் மூலம் கிருத்தவ மதத்தைத் தழுவினர். ஏற்கெனவே அச்சத்தில் இருந்த கிருஷ்ண பிள்ளைக்குத் தனது சகோதரன் மதம் மாறியது தெரிய வந்ததும் குழப்பம் இன்னும் அதிகமானது. இதைப் பயன்படுத்திப் பள்ளித் தலைமை ஆசிரியர் அகஸ்டபிள் 'உன் தம்பி கிருத்தவராகி விட்டார். நீ மதம் மாற என்ன தயக்கம்?' என்று கேட்க 'இப்போதைக்கு நான் எந்த முடிவையும் எடுக்கவில்லை. என்னைத் தொடர்ந்து கட்டாயப்படுத்துவதாக இருந்தால் ஆசிரியர் பணியே வேண்டாம்' என்று கோபத்துடன் ராஜிநாமா கடிதத்தை எழுதிக் கொடுத்தார் கிருஷ்ண பிள்ளை. தலைமை ஆசிரியரும் நிலையை உணர்ந்துகொண்டு 'சரி! சரி! கிருத்துவாக மாறுவது பற்றி எதுவும் பேச மாட்டேன்' என்று உறுதியளித்த பிறகே வேலையில் தொடர சம்மதித்தார்.

குடும்ப நிகழ்ச்சியில் பங்கேற்க கிருஷ்ண பிள்ளை பாளையங் கோட்டைக்குச் சென்றபோது சகோதரனின் நண்பர் தனுக்கோடி ராஜுவைச் சந்தித்தார். பேச்சுக்கு இடையே இளமைப் பத்தி, ஆத்தும விசாரம் தீர்த்தல், இருதயக் காவல், பரதேசியின் மோட்சப் பிரயாணம் ஆகிய நூல்களை கொடுத்து கிருஷ்ண பிள்ளையைப் படிக்கச் சொன்னர். அவற்றைப் படித்ததுடன், தனக்கு எழுந்த சந்தேகங்களையும் கேட்டுத் தெளிவுபடுத்திக் கொண்டார். மதமாற்றம் தொடர்பாக அதுவரை ஊசலாடிக் கொண்டிருந்த அவரது உள்ளம் திடீரென ஒரு நிலைக்கு வந்தது. கிருத்தவராக மாறுவது என்ற முடிவுக்கு வந்தார். இது குறித்து 'நான் கிருஸ்துவைக் கண்ட வரலாறு' என்ற நூலில்

'அன்றைக்கே நான் கிருத்தவனாக வேண்டுமென்று தீர்மானத்தேன். அன்றைக்கே ஞாபகார்த்தமாக ஒரு செய்யுள் எழுதி வைத்தேன். அன்றே இயேசு என் இதயத்தையும் அவரைத் துதிக்க என் வாயையும் திறந்தார்'.

மேற்கண்டவாறு பதிவு செய்ததுடன் கீழ்க்காணும் பாடலையும் எழுதியுள்ளார். இதுவே அவரது முதல் பாடலாகவும் கருதப்படுகிறது:

'கருணையங் கடலே! அந்தகாரமாம் வினையைப் போக்கும்
அருணனே! அடியேற்காக ஆருயிர் விடுத்த தேவே!
பொருணையந் தெரியாத் தீய புல்லிய எனை ஆட்கொள்ளத்
தருணம் என் இதயம் நிற்கே சமர்ப்பணம், தரும மூர்த்தி'

கிருத்தவராக மாறுவதில் ஏற்பட்ட மனப் போராட்டம் ஒரு கட்டத்தில் நிலைபெற்றாலும், அதை குடும்பத்தாருடன் பகிர்ந்து கொள்ள முடியாமல் மீண்டும் தவித்தார். எனவே மதமாற்றம் குறித்து வீட்டில் ஒருவருடனும் பேசவில்லை. இருப்பினும் சந்தேகப்படும் படி அவருடைய அன்றாட நடவடிக்கைகளில் பல மாற்றங்கள் தென்பட்டன. யாராவது கேட்டால் மழுப்பலாகப் பதிலளித்துச் சமாளித்தார். இரவு படுக்கைக்குச் செல்வதற்கு முன்பாக மண்டியிட்டு ஜெபம் செய்வதை வழக்கமாக்கிக் கொண்டார். ஜெபம் செய்வதை ஒரு முறை பார்த்துவிட்ட அவரது மனைவி 'நீங்கள் கிருத்தவராக மாறினால் நான் செத்துவிடுவேன்' என்று அழுது புலம்பத் தொடங்கினார். தாயும் இவர் கிருத்தவனாக மாற உடன்படவில்லை.

கிருத்தவராக மாறியது தெரிந்தால் உயிரை விட்டுவிடுவேன் என்று மனைவி சொன்னதைக் கேட்டு கிருஷ்ண பிள்ளை அதிர்ந்தார். ஐந்து வயதுக்கு உட்பட்ட மூன்று பெண் குழந்தைகள், 55 வயது அம்மா ஆகியோர் நிலை என்ன ஆகும் என்று எண்ணி அஞ்சினார். அவரால் கிருத்தவராக மாறாமல் இருக்கவும் முடியவில்லை. அதே சமயம் கிருத்தவராக மாறிக் குடும்பத்ினரை விட்டுப் பிரிய மனமும் இன்றித் துணிவும் இன்றித் தவித்தார். மன வருத்தத்துடன் அமைதி காத்தார்.

ஆனால், கிருஷ்ண பிள்ளையால் நீண்ட காலம் அமைதியாக இருக்க இயலவில்லை. கிருத்துவாக மாற வேண்டும் என்னும் விருப்பம் கொழுந்து விட்டு எரியத் தொடங்கியது. சகோதரர் முத்தையா பிள்ளையுடனும், தனுக்கோடி ராஜுவுடனும் மதம் மாறுவது குறித்து விவாதித்தார். சாயர்புரத்தில் மதம் மாறினால் அனைவருக்கும் தெரிவதுடன், பிரச்னையும் ஏற்படும் என்பதால், சென்னைக்குச் சென்று ஞானஸ்தானம் பெறுவது என்று முடிவானது. அதே நேரம் அகஸ்டபிள் போதகர் தனது மிஷன் பொறுப்புக்களை பிரதர்டன் போதகரிடம் ஒப்படைத்துவிட்டு சொந்த நாட்டுக்குத் திரும்பினார். எனவே புதிதாகப் பொறுப் பேற்றுக் கொண்ட பிரதர்டன் போதகரிடம் பரிந்துரைக் கடிதம்

பெற்றுக்கொண்டு கிருஷ்ண பிள்ளை சென்னைக்குப் புறப்பட்டார். மனைவியையும், குழந்தைகளையும், சகோதரன் முத்தையா பிள்ளை குடும்பத்தின் ஆதரவில் விட்டுச் சென்றார். ஆனால், பல்வேறு காரணங்களால் அவரால் உடனடியாக சென்னையில் ஞானஸ்தானம் பெற்றுக் கிருத்தவராக மாற முடியவில்லை.

சென்னை மாநில உயர்நிலைப் பள்ளியின் (Madras Presidency School) பதிவாளராகப் பணியாற்றி வந்த அருள்திரு பீட்டர் பெர்சிவலைச் சந்தித்தார். பிரதர்டன் போதகரின் பரிந்துரை மற்றும் கிருஷ்ண பிள்ளையின் தமிழ்ப் புலமையைக் கண்டு மகிழ்ந்த பெரிசிவல் அவரது தகுதிக்கேற்ற பொறுப்புகளை வழங்க விரும்பினார். தான் பதிவாளராகப் பணியாற்றும் பள்ளியில் தமிழ்த் துணை ஆசிரியராகவும், தான் நடத்தி வந்த 'தினவர்த்தமானி' இதழின் துணை ஆசிரியராகவும் பணி அமர்த்தியதுடன் தனக்குத் தமிழ் கற்றுத் தரவும் வேண்டினார். கிருஷ்ண பிள்ளை, தமிழ் இலக்கிய, இலக்கணங்களுடன் கம்ப இராமாயண வகுப்புகளையும் எடுத்தார்.

சென்னையில் புதிதாகப் பொறுப்பேற்றுக் கொண்ட அருள்திரு சிமாண்ட்ஸ் போதருடன் பழகுவதற்கான வாய்ப்பு கிருஷ்ண பிள்ளைக்குக் கிடைத்தது. மனதளவில் கிருத்தவராக மாறியிருந்தாலும், ஊர் அறிய மாறுவதற்கு இவருடனான சந்திப்பே முக்கிய கரரணமாகும். அவர் கிருத்தவ சமயக் கொள்கைகளையும் ஞானஸ்தானம் பற்றியும் கிருஷ்ண பிள்ளைக்கு விரிவாக எடுத்துரைத்தார். இதன் தொடர்ச்சியாக திருவல்லிக்கேணி வீட்டை விட்டு விலகி, இராயப்பேட்டை சல்லிவன் தோட்டக் கிருத்தவர் களுடன் தங்கிக்கொண்டு ஞாயிறுதோறும் நடைபெறும் இராயப்பேட்டை மெதாடிஸ்ட் தேவாலய வழிபாடுகளில் கலந்து கொண்டார்.

முப்பதாவது வயதில் 1858 ஏப்ரல் 18 அன்று அருள்திரு ஜான் கெஸ்ட் போதகரிடம் மயிலை தூய தாமஸ் திருச்சபையில் 'ஹென்றி ஆல்ஃப்ரெட் கிருஷ்ண பிள்ளை' என்ற புதிய பெயருடன் ஞானஸ்தானம் பெற்றுக் கிருத்தவரானார். தனது நீண்ட நாள் விரும்பம் இனிதே நிறைவேறிய மகிழ்ச்சியுடனும், தனது குடும்பத்தினரையும் கிருத்தவர்களாக மாற்றவேண்டும் என்னும் எண்ணத்துடனும், சென்னையை விட்டுப் பாளையங் கோட்டைக்குத் திரும்பினார்.

வீட்டுக்குத் திரும்பிய கிருஷ்ண பிள்ளை தனது சகோதரன் முத்தையா பிள்ளையிடமும், மனைவியிடமும் தான் கிருத்தவராக மாறிய விஷயத்தைச் சொன்னார். தன்னப்போல் அண்ணனும் கிருத்தவராக

மாறியதைக் கேட்ட முத்தையா மட்டும் மகிழ்ந்தார். ஆனால், மனைவி முத்தம்மாள் கோபத்தில் குழந்தைகளுடன் புறப்பட்டு அம்மா வீட்டுக்குச் சென்றுவிட்டார். 'மதம் மாறினால் செத்து விடுவேன் என்று சொன்ன மனைவி, இப்போது கோபித்துக் கொண்டுதானே அம்மா வீட்டுக்குப் போனாள். அந்த வகையில் பரவாயில்லை. காலப்போக்கில் அவளை மாற்றிவிடலாம்' என்று கிருஷ்ண பிள்ளை நம்பிக்கையுடன் மனதைத் தேற்றிக் கொண்டார்.

1858-ல் அருள்திரு சார்ஜெண்ட் பாளையங்கோட்டை திருச்சபைத் திருத்தொண்டர் கழகக் கல்விக் கூடத்தில் கிருஷ்ண பிள்ளைக்குத் தமிழாசிரியர் வேலை பெற்றுத் தந்தார். ஐந்து மாதங்களுக்கு மேலாகக் குழந்தைகளுடன் வீட்டுக்குள் முடங்கிக் கிடந்த முத்தம்மாள் திடீரென ஒரு நாள் தனது கணவரைச் சந்தித்தார். கணவர் மதம் மாறியதைத்தான் ஜீரணித்துக் கொள்ள முடியவில்லையே தவிர மற்றபடி அவர் மீது முத்தம்மாளுக்கு எந்த வருத்தமும் இல்லை. எனவே, பிரிந்தவர் மீண்டும் சேரத் தடையும் எழவில்லை.

1860-ல் கிருஷ்ண பிள்ளைக்கு மகன் பிறந்தான். கொஞ்சம் கொஞ்சமாக மதமாற்றம் தொடர்பான முத்தம்மாளின் உறுதியும் கரையத் தொடங்கியது. அதே ஆண்டு இறுதியில் மனைவி, தாய், குழந்தைகள் ஆகியோர் பாளையங்கோட்டை திருச்சபை தேவாலயத்தில் அருள்திரு சார்ஜெண்ட் அவர்களால் ஞானஸ்தானம் செய்து வைக்கப்பட்டு கிருத்தவர்களாக மதம் மாறினர். தான் மட்டும் கிருத்தவனான நிலையில், தாய், மனைவி, குழந்தைகள் மதம் மாறாததால் ஏற்பட்ட வருத்தம் ஒருவாறு நீங்கியதில் கிருஷ்ண பிள்ளை மகிழ்ந்தார்.

1864-ல் சாயர்புரம் திருமறைக் கல்லூரியில் கிருஷ்ண பிள்ளை தலைமைத் தமிழாசிரியராகச் சேர்ந்தார். 1866-ல் இரண்டாவது மகனும் இரு ஆண்டுகள் கழித்து மூன்றாவது மகனும் பிறந்தான். அதே ஆண்டு மூத்த மகள் தெய்வநாயகிக்கும், காந்திமதிநாத பிள்ளைக்கும் திருமணம் இனிதே நடந்தேறியது. 1874-ல் நான்காவது மகன் பிறந்தான். இத்துடன் சேர்ந்து அவருக்குப் பிறந்த மொத்த குழந்தைகள் பத்து. அதே ஆண்டு தாயார் மறைந்தார். இரண்டாவது மகளுக்கும் அந்த வருடத்திலேயே திருமணம் செய்து வைத்தார். தமிழாசிரியாகப் பணியற்றி வந்தவருக்கு, 1876-ல் பாளையங்கோட்டை திருச்சபைத் திருத்தொண்டர் கல்லூரியில் தமிழ்ப் பேராசிரியராகப் பதவி உயர்வு கிடைத்தது.

மாணவர்களுக்குப் பாடம் சொல்லித் தரும் நேரம் தவிர்த்து, மற்ற தருணங்களில் தேவனுக்குத் திருப்பணி செய்வதிலேயே முழு

கவனத்தையும் செலுத்தினார். தமிழாக்கம் செய்யப்பட்ட ஜான் பனியன் எழுதிய மோட்சப் பயணம் (Pilgrims Progress) இவருக்குப் பிடித்தமான நூலாகும். அதில் காணப்பட்ட அனுபவங்கள் தனது சொந்த அனுபவங்களுடன் ஒத்துப் போனதைக் கண்டு வியந்த கிருஷ்ண பிள்ளை அதை அடிப்படையாகக்கொண்டு 'இரட்சணிய யாத்ரீகம்' என்னும் காப்பியத்தை பாளையங்கோட்டையில் இருந்து வெளியாகும் 'நற்போதகம்' என்னும் கிருத்தவ இதழில் எழுதத் தொடங்கினார்.

சற்றேறக்குறையப் பதினோரு ஆண்டுகள் அங்கு பணியாற்றிய பிறகு 1887-ல் திருவனந்தபுரம் திருவிதாங்கூர் மகாராஜா கல்லூரியில் தமிழ்ப் பேராசிரியர் வேலை கிடைத்தது. அப்போது அக்கல்லூரியில் பணியாற்றிக் கொண்டிருந்த மனோன்மணியம் சுந்தரம் பிள்ளையும் இவரும் நெருங்கிய நண்பர்கள் ஆனார்கள்.

தமிழாசிரியர் பணியில் தொடர்ந்து வளர்ச்சியையும் புகழையும் பெற்று வந்தாலும், தனிப்பட்ட குடும்ப வாழ்க்கையில் பல்வேறு சோதனைகளையும் துன்பங்களையும் சந்திக்க நேர்ந்தது. 1889-ல் நான்காவது மகளின் கணவர் சென்னையில் காலமானார். இன்னொரு மகள் பாளையங்கோட்டையில் இயற்கை எய்தினார். குடும்பத்தில் ஏற்பட்ட திடீர் மரணங்கள் அவரை நிலை குலைய வைத்தன.

அவரது நெருங்கிய நண்பர் தனுக்கோடி ராஜு குலசேகரன் பட்டணத்தில் உப்பளம் நிறுவி உள்ளதாகவும், அதன் மேற்பார்வை யாளர் பணிக்கு வர இயலுமா என்றும் கிருஷ்ண பிள்ளையைக் கேட்டார். அவரது வேண்டுகோளைத் தட்ட முடியாமலும், குடும்பத்தினருடன் சேர்ந்திருக்க விரும்பியதாலும், மீண்டும் ஊருக்குத் திரும்ப முடிவெடுத்தார். திருவனந்தபுரம் கல்லூரி தமிழ்ப் பேராசிரியர் பணியை விட்டு விலகி 1890-ல் உப்பள மேற்பார்வை யாளர் வேலையில் சேர்ந்தார். இடி மேல் இடியாக அடுத்த வருடம் அவரது மனைவி முத்தம்மாள் காலமானார்.

கிருஷண பிள்ளையின் தமிழ்ப் புலமையை அறிந்த கிருத்தவ இலக்கியத் சங்கத்தின் தலைவர் ஜான் மர்டாக் அவரைத் தமிழ்ப் பதிப்பின் ஆசிரியராகவும், கிருத்தவ திருமறைப் பட்டத் தேர்வுக்கும், திருத்தொண்டர்கள் தமிழ்த் தேர்வுக்கும் தேர்வாளராகவும் நியமித்தார். கிடைக்கும் நேரத்தில், இடையிலே தடைப்பட்ட, 'இரட்சணிய யாத்ரீகம்' நூலையும் தொடர்ந்து எழுதிக் கொண்டிருந்தர். 1892-ல் தனது இரண்டாம் மகனுக்குத் திருமணம் செய்து வைத்தார். 1894-ல் இரட்சணிய யாத்ரீகம் நூலை கிருத்தவ

இலக்கியச் சங்கம் வேப்பேரி எஸ்பிசிகே அச்சகத்தில் ஆயிரம் படிகள் அச்சிட்டு வெளியிட்டது. அருள்திரு உவாக்கர் ஆங்கிலத்திலும், கிருஷ்ண பிள்ளை தமிழிலும் எழுதிய முன்னுரை மற்றும் முகவுரை மூலம் இதன் வரலாற்றைத் தெரிந்துகொள்ளலாம்.

தனது இலட்சியக் கனவான நூல் வெளியீடு, புதிய பொறுப்புகள், பிள்ளைகளின் திருமணம் என சுப நிகழ்ச்சிகள் ஒரு பக்கம் நடைபெற்றுக் கொண்டிருந்தாலும், துன்பங்களின் பட்டியல் இவற்றை விட நீளமாக இருந்தது. 1893-ல் இரண்டாவது மகளின் கணவரும், 1895-ல் தம்பி முத்தையா பிள்ளையும், 1896-ல் மற்றொரு மகளும், 1897-ல் நான்காம் மகளும் மறைந்தனர். மூன்றாம் மகளும், மூத்த மற்றும் மூன்றாவது மகன்களும் அடுத்தடுத்து நோய் வாய்ப்பட்டு படுத்த படுக்கை ஆனார்கள். பல்வேறு சோதனைகளும் கஷ்டங்களும் வந்த நிலையிலும் கிருஷ்ணபிள்ளை கிருத்துவின் மீதான நம்பிக்கையை மட்டும் விடவில்லை.

வீரமாமுனிவர், கிருஷ்ண பிள்ளை ஆகியோரின் படைப்புகளுக்கும், நம் நாட்டவரின் படைப்புகளுக்கும் சைவ மற்றும் வைணவ இலக்கியங்களே ஆதாரமாக இருந்தன. அதிலும் கிருஷ்ண பிள்ளை தொடக்கத்தில் இந்து சமயத்தைப் பின்பற்றுபவராக, சைவ வைணவ இலக்கியங்களைக் கற்றுத் தேர்ந்திருந்ததால், அவற்றின் தாக்கம் அவரது படைப்புகளில் இயல்பாகவே அமைவதைத் தவிர்க்க முடியவில்லை. இதன் காரணமாகவே அவர் இயற்றிய இரட்சணிய மனோகரம் என்னும் நூலில், திருக்குறள், தேவாரம், திருவாசகம், நாலாயிரத் திவ்வியப் பிரபந்தம், கம்ப இராமாயணம், தாயுமானவர் பாடல்களின் தாக்கம் பரவிக் கிடக்கின்றன.

தமிழ்த் தாத்தா உ.வே.சாமிநாத ஐயரின் ஆசிரியர் மகாவித்வான் மீனாட்சி சுந்தரம் பிள்ளை, மாயூரம் வேதநாயம் பிள்ளை ஆகியோர் கிருஷ்ண பிள்ளையின் சமகாலத்துப் புலவர்கள் ஆவர். இவ்விரு வருடனும் கிருஷ்ண பிள்ளைக்கு நெருங்கிய நட்பும், பழக்கமும் உண்டு. கிருஷ்ண பிள்ளை 'இரட்சணிய யாத்ரீகம்' எழுதிக் கொண்டிருந்த அதே காலகட்டத்தில்தான், பேராசிரியர் சுந்தரம் பிள்ளை 'மனோன்மணியம்' நாடகத்தை எழுதிக் கொண்டிருந்தார்.

1899 டிசம்பரில் கடுமையான நோயால் பாதிக்கப்பட்டு சிகிச்சை பலனளிக்காமல் 1900 பிப்ரவரி 3 ஆம் தேதி 73 ஆவது வயதில் மரணத்தைத் தழுவினார். போற்றித் திரு அகவல், இரட்சணிய யாத்திரிகம், இரட்சணிய மனோகரம் ஆகிய 3 செய்யுள் நூல்களும், இலக்கணச் சூடாமணி, நான் கிருத்துவைக் கண்ட வரலாறு, இரட்சணிய சமய நிர்ணயம் ஆகிய 3 உரைநடை நூல்களும், காவிய

தரும சங்கிரகம் (சுருக்கம்) என்னும் தொகுப்பு நூல் ஆகியவற்றை மட்டுமே கிருஷ்ணபிள்ளை இயற்றியிருந்தாலும், கிருத்தவக் கம்பர் என்றும் மீட்புக் கவிஞர் என்றும் மகாகவி என்றும் கிருத்தவ இலக்கியவாதிகளால் கொண்டாடப்படுகிறார். அவரது நூல்களுள் புகழைத் தேடித் தந்தது 'இரட்சணிய யாத்திரிகம்' எனில் மிகையில்லை. தமிழ் இலக்கியத்துக்குக், குறிப்பாக கிருத்தவ இலக்கியத்துக்குத், தமிழ்ப் புலவர்களின் பங்களிப்பு பற்றி ஆய்வு செய்வோர் எவரும் ஹெச்.ஏ.கிருஷ்ண பிள்ளையைத் தவிர்த்துத் தங்கள் பணியை நிறைவு செய்ய இயலாது என்பதே நிஜம்.

கா.சுப்பிரமணிய பிள்ளை

தமிழர்களின் சொல்லிலும் செயலிலும் மட்டுமின்றி, உள்ளத்திலும் உறைந்து கிடக்கும் தாழ்வு மனப்பான்மையை நீக்கவும், கல் தோன்றி மண் தோன்றாக் காலத்தே வாளொடு முன் தோன்றிய மூத்த குடியாம் தமிழ் மக்களின் அறிவு தொன்று தொட்டே பல்வேறு துறைகளில் மேலோங்கி இருந்ததைத் உணரவும், தாய் மொழியாம் தமிழ் மொழி குறித்த பெருமையுடன் தலை நிமிர்ந்து வாழவும், உறுதுணையாக நின்றவர். 'பல்வகையாகப் பிரிந்து கிடக்கும் தமிழர் யாவரையும் ஒற்றுமைப்படுத்தும் சிறந்த கருவி தமிழ் மொழிப் பற்றே ஆகும். தாய்மொழிப் பற்றே இல்லாத தாய்நாட்டுப் பற்று உயிர் இல்லாத உடம்பு' என்று தமிழர்களுக்கு உணர்த்தியவர் பல்கலைப் புலவர் கா.சுப்பிரமணியப் பிள்ளை ஆவார்.

'தமக்கு முன்பிருந்த பல புலவர்களின் கருத்துகளைத் தொல்காப்பியர் தொகுத்து உரைத்திருப்பதால், அவர் காலத்துக்கு முன்பே பல்வகைத் தமிழ் இலக்கியங்கள் தழைத்து ஓங்கியிருக்க வேண்டும். எனவே, அறிவு வளர்ச்சியில் வேறு எந்த நாட்டினருக்கும் முன்னதாகவே தமிழர்கள் சீரும் சிறப்பும் அடைந்தனர் என்பது உள்ளங்கை நெல்லிக்கனி' என்று ஆணித்தரமாக எடுத்துரைக்கிறார் கா.சு.பிள்ளை. தமிழ் மற்றும் தமிழினத்தின் தொன்மையை வரலாற்று அடிப்படையில் நிறுவியதுடன், வடமொழியின் ஆதிக்கத்துக்குத் தமிழின் தொன்மை அறியாத தமிழரின் தாழ்வு மனப்பான்மையே முழு முதற் காரணம் என்றும், எந்த வகையிலும் தமிழ் மொழி வடமொழிக்குத் தாழ்ந்ததல்ல என்றும் தமிழின் மேன்மையை ஆதாரங்களுடன் நிரூபித்தார்.

திருநெல்வேலி காந்திமதிநாத பிள்ளை - மீனாட்சி அம்மையார் தம்பதிகளுக்கு மகனாக 1888 நவம்பர் 5 ஆம் தேதி பிறந்தார் கா.சுப்பிரமணிய பிள்ளை. படித்தவர்கள் அதிகம் இல்லாத சூழலில், காந்திமதிநாத பிள்ளை அந்தக் காலத்திலேயே பி.ஏ. பட்டதாரி என்பதால் அவ்வூரில் உள்ள அனைவரும் அவரை அன்புடன் பி.ஏ.பிள்ளை என்றே அழைப்பார்களாம். புலிக்குப் பிறந்தது பூனை ஆகுமா என்ற பழமொழிக்கு ஏற்ப கா.சு.பிள்ளையும் தனது பெயருக்குப் பின்னால் பட்டங்களைப் படித்துக் குவித்தார்.

திண்ணைப் பள்ளிக்கூடத்தில் மூன்று ஆண்டுகாலமும், பின்னர் வயக்காட்டில் உள்ள பள்ளியிலும் படிப்பையும் தொடர்ந்தார். 1905-ல் மதுரைத் தமிழ்ச் சங்கத் தேர்வில் முதல் மாணவனாக வெற்றி பெற்றார். 1906-ல் மெட்ரிக் தேர்விலும், 1908-ல் எஃப்ஏ தேர்விலும் மாகாணத்திலேயே முதல் மாணவனாக வெற்றி பெற்றார். 1910-ல் வரலாற்றைச் சிறப்புப் பாடமாக எடுத்து பி.ஏ. பட்டப் படிப்பில் முதல் மாணவனாக தேர்வானதால், பவர் மூர்கெட் என்னும் ஆங்கிலேயர் தமிழுக்கென நிறுவிய பரிசு இவருக்குக் கிடைத்தது. 1913-ல் ஆங்கிலம் பின்னர் தமிழ் எஃப்ஏ. பட்டப் படிப்புகளில் முதல் வகுப்பில் தேர்வானார். சென்னை சட்டக் கல்லூரியில் பி.எல். எம்.எல். பட்டங்களையும் பெற்றார். தமிழ், ஆங்கிலம், சட்டம் என மூன்று பிரிவுகளிலும் முதுநிலைப் பட்டங்களை முதல் வகுப்பில் பெற்ற ஒரு சிலருள் இவர் குறிப்பிடத்தக்கவர்.

இதனைத் தொடர்ந்து ஊர் மக்கள், பி.ஏ.பிள்ளை என்று அப்பாவை அழைத்ததுபோல், 'எம்.எல்.பிள்ளை' என்று இவரை அழைக்கத் தொடங்கினர். மேலும் இவர் தங்கிப் படித்த இடங்களில் அன்றாடம் அதிகாலை மணி அடித்துச் சிவ பூஜை செய்து வந்ததால் உடன் படித்த மாணவர்கள் இவரை அன்புடன் 'பூஜை பிள்ளை' என்றும் அழைத்தார்கள்.

மாநிலக் கல்லூரியில் தமிழ்த் பேராசிரியராக இருந்த தமிழ்த் தாத்தா உ.வே.சாமிநாத ஐயர் 'சுப்பிரமணியனுக்கு (கா.சு.பிள்ளை) பாடப் புத்தங்களே தேவையில்லை' என்று தனது நண்பர்களிடமும், ஏனைய மாணவர்களிடமும் புகழ்ந்து பேசுவாராம். காரணம் 1000 பக்கங்கள் கொண்ட நூலாக இருந்தாலும், கா.சு.பிள்ளை ஒரு சில மணி நேரங்களில் முழுவதையும் படித்து முடித்துவிடுவதுடன், படித்தவற்றை மறக்காமல் நினைவில் வைத்துக்கொள்வாராம். இதனால் அவருக்கு 'ஃபோடோகிராஃபிக் மைண்ட்' (Photographic mind) என்றும் நண்பர்கள் பெருமையாகப் பாராட்டி மகிழ்ந்தனர்.

நீதியரசர் சேஷகிரி ஐயருடைய அன்பினால் சென்னைச் சட்டக் கல்லூரியில் விரிவுரையாளரான கா.சு.பிள்ளை, பின்னர் நீதிக் கட்சியை உருவாக்கிய முன்னோடிகளில் ஒருவரான சர் பி. டி.தியாகராயச் செட்டியார் உதவியினால் சட்டப் பேராசிரியரானார். 1918 - 1927வரை சென்னைச் சட்டக் கல்லூரியில் ஒன்பது ஆண்டுகள் கா.சு.பிள்ளை பேராசிரியராகப் பணியாற்றினார். 1920-ல் கல்கத்தா பல்கலைக் கழகத்தில் 'குற்றவியல் சட்ட நெறிமுறைகள்' என்னும் தலைப்பில் தாகூர் சட்டச் சொற்பொழிவுகளை நிகழ்த்திப் பாராட்டைப் பெற்றதுடன் 'தாகூர் சட்ட விரிவுரையாளர்' என்னும் மதிப்பு மிக்க விருதையும் பெற்றார். அப்பல்கலைக்கழகம் நடத்திய போட்டியில் வெற்றி பெற்றதால் பத்தாயிரம் ரூபாய் ரொக்கப் பரிசும் இவருக்கே கிடைத்தது.

சென்னைச் சட்டக் கல்லூரியில் திடீரென உருவாக்கப்பட்ட சில விதிமுறைகள் காரணமாக கா.சு.பிள்ளையால் பேராசிரியராகத் தொடர இயலவில்லை. எனவே 1927-ல் அப்பதவியில் இருந்து விலகித் திருநெல்வேலியில் தங்கியிருந்தவாறே 'தமிழ் இலக்கிய வரலாறு', 'இந்து சமயங்களின் வரலாற்றுச் சுருக்கம்', 'திரு நான்மறை விளக்கம்', 'முருகன் பெருமை', 'சைவச் சடங்கு விளக்கம்', 'மெய்கண்ட நூல்களின் உரைநடை', 'அப்பர், சுந்தரர், சம்பந்தர், மாணிக்கவாசகர் வரலாறுகள்', 'சேக்கிழார் சரிதமும் பெரிய புராண ஆராய்ச்சியும்' உள்பட பல அரிய நூல்களை எழுதினார்.

சென்னை மாகாண அரசு அமைத்த கலைச் சொல்லாக்கக் குழுவின் உறுப்பினர்களுள் ஒருவராக நியமிக்கப்பட்டார். பிறமொழி கலவாத தனித் தமிழ் நூல்களை வெளியிடுவதற்காக நிறுவப்பட்ட திருநெல்வேலி தென்னிந்திய சைவ சித்தாந்த நூற்பதிப்புக் கழகத்தின் ஆட்சிக் குழு உறுப்பினராகவும் தேர்வாகிப் பொறுப்பைத் திறம்பட வகித்தார். 1929-ல் ஒப்பந்த அடிப்படையில் ஓராண்டு அண்ணாமலைப் பல்கலைக்கழகத்தில் தமிழ்த் துறைப் பேராசிரியராக வேலைக்குச் சேர்ந்தார். ஓராண்டுப் பணி முடிந்ததும் மறுபடியும் திருநெல்வேலிக்குத் திரும்பி நகராட்சி உறுப்பினராகச் சமூகப் பணியும், ஸ்வாமி நெல்லையப்பர் திருக்கோயில் தர்மகர்த்தாவாக ஆன்மிகப் பணியும் ஆற்றினார். தர்மகர்த்தாவாக இருந்தபோது பல்வேறு இடங்களில் தேவார, திருவாசக ஆகமப் பாடசாலைகளைத் தோற்றுவித்தார்.

1937-38-ல் இசைமணி சுந்தரமூர்த்தி ஓதுவாருடன் காஞ்சிபுரத்தில் சில ஆண்டுகள் தங்கியிருந்து 'பழந்தமிழர் நாகரிகம் அல்லது பொருளதிகாரக் கருத்து' என்ற தலைப்பில் ஆய்வு நூலையும், வான சாஸ்திரம் தொடர்பான நூலையும் எழுதி முடித்தார்.

பண்டிதமணி கதிரேசன் செட்டியார் முயற்சியில் மீண்டும் அண்ணாமலைப் பல்கலைக்கழகத்தில் 1940-ல் தலைமைப் பேராசிரியராகப் பதவி ஏற்றுக் கொண்டார். இக்கால கட்டத்தில் இவரிடம் பயின்ற மாணவர்களுள் திராவிட முன்னேற்றக் கழகத்தைச் சேர்ந்த நாவலர் நெடுஞ்செழியனும் பேராசிரியர் அன்பழகனும் குறிப்பிடத்தக்கவர்கள்.

'உலகின் மிகப் பழமையான மானுட இனங்களுள் ஒன்றான தமிழினம் பல்வேறு சிறப்புகளைப் பெற்றிருந்தாலும், உலக அரங்கில் அதற்குரிய இடம் கிடைத்துவிட்டதா என்றால் இன்னும் இல்லை என்பது சிந்திக்க வேண்டிய விஷயம். இதற்கான அடிப்படைக் காரணம் தமிழினம் தனது வரலாற்றை முழுமையாகவும், முறையாகவும், பதிவு செய்யாமையே ஆகும்' என்கிறார் கா.சு.பிள்ளை.

ஆனால் தமிழர் வரலாறு முறையாக எழுதப்படவில்லை என்று எல்லோரையும்போல் வருத்தப்பட்டுக் கொண்டிருக்காமல், இடைவெளியை நிறைவு செய்ய, தமிழர் பெருமை கொள்ளும் வகையில் தாமே 'தமிழ் மொழியின் இலக்கிய வரலாற்றை' எழுதி முடித்தார். கா.சு.பிள்ளை இரு பாகங்களாக உருவாக்கிய இப் பெருநூல்கள், திருநூல்களாகப் பூத்ததுடன், 'தமிழ் மக்கள் யார்?' என்னும் முதல் அத்தியாயம் தொடங்கி, இருபத்தி ஐந்தாவது அத்தியாயமான 'தற்காலம் வரை' சிறப்பாக எழுதப் பெற்றன. தமிழ் இலக்கிய வரலாற்றைப் பின்னாளில் எழுதியவர்களுக்கு இவை முன் மாதிரியாகவும் வழிகாட்டியாகவும் அமைந்தன.

சைவ சித்தாந்தத்தில் கொண்ட ஈடுபாடு காரணமாக மெய்கண்ட சாஸ்திரம் மற்றும் சமரச சன்மார்க்க மாநாடுகளில் பங்கேற்றுச் சைவ சித்தாந்த நெறி தமிழையே மூலமாகக் கொண்டது என்பதை ஆதாரங்களுடன் விளக்கினார். சென்னை மாகாணத் தமிழ் சங்கம், சைவ சித்தாந்தச் சங்கம், நண்பர்கள் சங்கம், திருவள்ளுவர் கழகம் ஆகிய அமைப்புகளை உருவாக்கித் தமிழ்ப் பணியிலும், சமயப் பணியிலும் முழுமையாக ஈடுபட்டார். சென்னை மாகாணத் தமிழ்ச் சங்கத் தலைவராக 1934-38வரை நான்கு ஆண்டுகள் சிறப்பாகச் செயல்பட்டார்.

அப்பர் பெருமான் திருத்தண்டகத்தில் 'ஆரியன் கண்டாய்! தமிழன் கண்டாய்! என்று எழுதிய அடியில் மொழி வேறுபாடே குறிப்பிடப் பட்டது என்று கொண்டாலும், ஆரிய மொழி பேசும் மக்கள் வேறு, தமிழ் மொழி பேசும் மக்கள் வேறு என்பது தெளிவு என்கிறார் கா.சு.பிள்ளை.

'இந்து சமயத்தின் மூலாதார மொழி வடமொழியே என்னும் தவறான கருத்தே தமிழ் மீது சமஸ்கிருதம் தனது ஆதிக்கத்தைச்

செலுத்துவதற்கான காரணமாகத் திகழ்கிறது. இதுவொரு மாயை' என்று கூறும் கா.சு.பிள்ளை தனது கருத்தை மேலும் வலியுறுத்துகையில் 'உலகிலுள்ள பல்வேறு மதங்களுக்கு வழிபடும் தெய்வங்கள் (சிவன் எனின் சைவம் என்றும், திருமால் எனின் வைணவம் என்றும்) அல்லது வழிகாட்டும் மதத் தலைவர்கள் (இயேசு கிருஸ்து - கிருத்தவம், புத்தர் - பௌத்தம், சமணம், கன்ஃபூஷியஸ் - கன்ஃபூஷியஸ்) அல்லது பிரமாண அல்லது சான்று நூல்களைப் பொருத்தாவது அமைவதே அன்றி, நாட்டு மக்கள் இனத்தின் பெயரால் அமைவதில்லை.

ஆனால் 'இந்து' மதத்தைப் பொருத்தவரை சமஸ்கிருதம் அல்லது தமிழ்ப் பண்டைய இலக்கியங்களில் 'இந்து' என்ற சொல் எங்கேயும் காணப்படவில்லை. தெய்வம், வழிகாட்டி, சான்று நூல் ஆகியவற்றிலிருந்து பெற்றதாகவும் தெரியவில்லை. 'சிந்து' நதிக்கரையை ஒட்டி வாழும் மக்களை அந்த நதியின் பெயரைக் கொண்டே 'சிந்து' என்றும் 'ஹிந்து' என்றும் கிரேக்கர்களும், ரோமானியர்களும், பாரசீகர்களும் அழைக்க அதுவே நாளடைவில் 'இந்து' என்றும் பின்னர் 'இந்தியா' என்றும் மருவியது. 'இந்துக்கள்' என்று அழைக்கப்பட்டவர்களுக்குள் பல மதங்கள் இருப்பதை அறியாத மேலை நாட்டினர் 'இந்து' மதம் என்ற புதிய பெயரைத் தோற்றுவித்தனர். 'இங்கிலாந்து மதம்', 'அமெரிக்க மதம்', 'ஜப்பானிய மதம்' என நாடுகளின் பெயர்களைத் தாங்கிய மதங்கள் இருக்குமாயின் 'இந்து மதம்' என்ற ஒரு மதம் உண்டு எனலாம். அவை இல்லாததால், 'இந்து மதமும்' கிடையவே கிடையாது.

வடமொழி வேதத்தைப் பிரமாணமாகக் கொண்ட வைதீகர்கள், தங்கள் மதமே 'இந்து மதம்' என்றும், அதுவே இந்தியாவிலுள்ள எல்லா மதங்களுக்கும் சொந்தமான மதம் என்றும் கூறுகின்றனர். வேதத்தையும், ஸ்மிருதியையும் சான்றாகக் கொண்ட மதமே 'இந்து மதம்' என்றால் அதை இந்தியாவில் உள்ள பல்வேறு மதங்களில் ஒரு மதம் என்றே கருத வேண்டுமே தவிர இந்தியர்கள் அனைவருக்கும் உரிய பொது மதமாகக் கருத முடியாது. எனவே இந்தியாவில் தோன்றிய சைவம், வைணவம், பௌத்தம், சமணம், வைதீகம், ஸ்மார்த்தம் முதலிய சமயங்களையும் 'இந்து' சமயம் என்று கூறுவது பொருந்தாது.

தமிழ்நாட்டில் உள்ள சைவ, வைணவக் கோயில்கள் தமிழருக்கே உரியனவாம். வைதிகச் சார்பு இங்கு வருவதற்கு முன்பாகவே தமிழர் கோயில்களில் சைவ / வைணவ சமய ஆசாரியார்கள் தமிழிலேயே பாடி இறைவனை வணங்கியது போன்று இனி தமிழிலேயே பூஜைகளும் துதிகளும் நடைபெற வேண்டும். கோயில் பணத்தைப்

பிற மொழிப் பாராயணத்துக்கும் பிறமொழியில் பூஜை முறைகளைக் கற்பிப்பதற்கும் செலவு செய்யக்கூடாது.

'ஆரியர்கள் இந்தியாவுக்கு வருவதற்கு பல்லாயிரம் ஆண்டுகளுக்கு முன்பே தமிழர்கள் நாகரிகத்துடன் வாழ்ந்து வந்தனர் என்பதே வரலாற்று ஆசிரியர்களின் ஏகோபித்த முடிவு. குமரி ஆறும், பஃறுளி ஆறும் ஓடிய, கடல் கொண்ட தென்னாடு எனப்படும், லெமூரியா கண்டத்தில், தென் மதுரையில், பாண்டியர்கள் சங்கம் அமைத்துத் தமிழ் வளர்த்த வரலாற்றை முதன் முதலாகத் தெரிவிப்பது இறையனார் அகப் பொருளில் அமைந்துள்ள களவியல் உரையே ஆகும். முதல் சங்கத்தில் சிவபெருமானும் முருகப் பெருமானும், அகத்தியனும், முரஞ்சியூர் முடி நாகராயரும் உள்பட 4449 புலவர்கள் இடம் பெற்றிருந்த காலத்தில் ஆரியத் தொடர்பு ஏற்படவே இல்லை. ஆனால், கபாடபுரத்தில் அமைந்த இடைச் சங்கப் புலவராகிய தொல்காப்பியர் காலத்தில்தான் ஆரியத் தொடர்பு தமிழர்களுக்கு ஏற்பட்டது.

ரிக், யஜுர், சாம, அதர்வண வடமொழி வேதங்களை வியாசர் வகுப்பதற்கு முன்பே, தொல்காப்பியம் முழு முதல் நூலாக விளங்கியது என்பது தொல்காப்பியப் பாயிரத்துக்கு உரை எழுதிய நச்சினார்க்கினியர் வாக்கு. வடமொழி இலக்கண நூலாகிய பாணினீயம் கிமு எட்டாம் நூற்றாண்டுக்கு முற்பட்டது என்றால் தமிழ் மொழி இலக்கண நூலாகிய தொல்காப்பியம் அதற்கும் முற்பட்டதாகும். பண்டை இலக்கண நூல்கள் எல்லாவற்றை விடவும் பழமையும் பெருமையும் கொண்டது தொல்காப்பியமே.

மாதங்களை எண்ணும் வழக்கம் சற்றேறக்குறைய ஐயாயிரம் ஆண்டுகட்கு முன் தொடங்கியிருக்க வேண்டும் என்பது வான அறிவியல் ஆய்வாளர்களின் கருத்து. அந்த வகையில் தொல்காப்பியப் பொருளதிகாரத்தில் ஆவணி உள்ளிட்ட மாதங்களை எண்ணுவது காணப்படுவதால் இதன் காலம் ஆய்வாளர்கள் குறிப்பிடும் காலத்துக்கும் முந்தியது. தொல்காப்பியர் தனக்கு முன்பு வாழ்ந்த புலவர்களின் கருத்துகளைத் தொகுத்துரைப்பதால், அவர் காலத்துக்கு முன்பே தமிழ் இலக்கியங்கள் தழைத்து, ஓங்கியிருக்க வேண்டும்.

ஏனைய நாட்டினர் காடுகளிலும் மலைகளிலும் நாகரிகமின்றி ஆதிவாசிகளாக வாழ்ந்த காலத்தில் தமிழர்கள் சீரும் சிறப்புடனும் வாழ்ந்து வந்துள்ளனர். பெரும்பான்மை நாட்டு மக்கள் ஒலிகளை எழுப்பியும் சமிஞைகள் செய்தும் ஒருவருடன் ஒருவர் தொடர்பு கொண்டிருந்த காலத்தில் தமிழ் மொழி இலக்கிய, இலக்கணத்துடன் செழித்திருந்தது. சித்தர்கள் வழங்கிய மருத்துவம், தொல்காப்பியம் கூறும் 'முதுமொழி' என்ற பெயரில் நீதிநூல்களும் பாரம்பரியப் பெருமை கொண்டவை. 'எண்ணும் எழுத்தும்', 'எண்ணென்ப

ஏனை எழுத்தென்ப' ஆகிய தொடர்கள் வணிகத்திலும் தமிழர்கள் நிகரற்று விளங்கியதற்குச் சான்றாக உள்ளன' என்கிறார்.

'தமிழர் யார்?' என்ற கேள்விக்கு கா.சு.பிள்ளை விளக்கம் அளிக்கையில் 'தமிழ்நாட்டில் பிறந்தும், தமிழைத் தாய் மொழியாகக் கொண்டிருந்தும், தமிழைத் தாய் மொழியாகக் கருதாதவர் தமிழர் இல்லை. ஆனால் தமிழ்நாட்டில் பிறவாதிருந்தும், தமிழைத் தாய்மொழி போலப் போற்றித், தமிழ் நாகரிகமே உயர்ந்தது என்று கருதுவோர் அனைவரும் தமிழரே' என்றார்.

தமிழர்கள் சாதி சமய வேற்றுமை மறந்து, ஓரினமாக, ஒற்றுமையுடன் வாழந்து, தமிழின் பெருமையை உலகறியச் செய்ய வேண்டும் என்பதை விளக்கும் வகையில் எழுதிய நூலே 'தமிழர் சமயம்' ஆகும். 'தொல்காப்பியப் பொருளதிகாரக் கருத்து அல்லது பழந்தமிழர் நாகரிகம்', 'திருக்குறள் பொழிப்புரை', 'சேக்கிழார், அப்பர், சுந்தரர், ஞானசம்பந்தர், மாணிக்கவாசகர்' ஆகியோரின் வாழ்க்கை வரலாறுகளையும் பதிவு செய்துள்ளார். உலகளாவிய பெருமக்கள் பற்றியும் தமிழர்கள் தெரிந்து கொள்ள வேண்டும் என்பதற்காக 'உலகப் பெருமக்கள்' என்ற தலைப்பில் சிறந்தொரு நூலைப் படைத்துள்ளார்.

சட்ட நூல்கள் வரிசையில் 'பொருள் சட்டம்', 'குற்றவியல் சட்டம், 'பதிவு விதி', 'இந்திய தண்டனைத் தொகுதி' ஆகியவற்றையும், அறிவியல் துறையில் 'வான நூல்', 'உடல் நூல்' முதலியவற்றையும் எழுதி உள்ளார். 'திருக்குறள், 'திருவாசகம்', 'கந்தர் கலிவெண்பா', 'திருமுருகாற்றுப்படை', 'தனிப்பாடல் திரட்டு' ஆகியவற்றுக்கு உரை நூல்களும், 'சிவப்பிரகாசம்', 'நீதிநெறி விளக்கம்', 'புறநானூற்றில்' சில பாடல்களையும் ஆங்கிலத்தில் மொழி பெயர்த்துள்ளார். சைவ சித்தாந்தத்தின் பெருமையை உலகறியச் செய்ய வேண்டும் என்னும் நோக்கத்துடன் Metaphysics in Saiva Sidhantha System *(சைவ சித்தாந்தத்தில் மீ மெய்யியல் தத்துவம்)*, A Short Sketch of the Hindu Religion *(இந்து சமயங்களின் சுருக்க வரலாறு)*, Nature in Thevaram and Ancient Tamil Scripture *(தேவாரத்திலும் பழைய தெய்வப் பனுவல்களிலும் இயற்கை)* ஆகிய நூல்களை ஆங்கிலத்தில் எழுதி உள்ளார். 'செந்தமிழ்ச் செல்வி', 'மணிமாலை' ஆகிய இதழ்களில் தமிழின் தொன்மையையும், பெருமையையும் ஆதரங்களுடன் விளக்கியதுடன், தமிழரின் நாகரிகத்தைப் போற்றியும் பல கட்டுரைகளைத் தீட்டியிருக்கிறார்.

'தமிழ் நூல்களில் உள்ள வடமொழிச் சொற்களை கூர்ந்து ஆய்வு செய்ததில், கம்பர் காலத்தில் அவை குறைவாகவும், திருக்குறளில் ஐம்பதுக்கும் குறைவாகவும் சங்க இலக்கியங்களில் மிக மிகக்

குறைவாகவுமே உள்ளன. அப்படி இடம் பெற்றிருக்கும் சொற்களில் வேர்களையும் மூலத்தையும் ஆராய்ந்ததில், அவை கூடத் தமிழிலிருந்து வடமொழிக்குச் சென்றுள்ளனவோ என்னும் சந்தேகத்துக்கும் இடமளிக்கின்றன. எனவே கடைச் சங்கக் காலத்தில் மிகக் குறைவாகக் காணப்படும் வடமொழிக் கலப்பு, இடை மற்றும் முதல் சங்கக் காலங்களில் அறவே இல்லாதிருக்க வேண்டும்' என்பதே எனது தெளிவான முடிவு என்கிறார் கா.சு.பிள்ளை.

'ஆனால் தமிழின் பழம் பெருமை பேசியே காலத்தை வீணடிப்பதில் அர்த்தமில்லை. தமிழைப் புதிய கலைக்கண்கொண்டு ஆய்வுகளை மேற்கொள்ளத் தவறினால், வருங்காலத்தில் தமிழுக்கு இடமே இல்லாமல் போய்விடும். புதிய முறையில் ஆராய்ச்சி செய்தால் மட்டுமே, நமது பழைய இலக்கண ஆசிரியர்களின் பெருமையும், அறிவின் நுட்பமும் புலப்படும். புதிய படைப்புச் சிந்தனைகளுக்கு வடிகாலாக அமைய வல்ல சொல் அமைப்பும், சொல்லாக்க வளமும் தமிழுக்கு உள்ளது' என்று மொழியியல் சிந்தனையுடன் விளக்குகிறார் கா.சு.பிள்ளை.

நாவலர் சோமசுந்தர பாரதியார், நா.மு.வேங்கடசாமி நாட்டார், மறைமலை அடிகள், பண்டிதமணி கதிரேசன் செட்டியார் ஆகியோருடன் நெருங்கிப் பழகும் வாய்ப்பைப் பெற்றதுடன் அவர்களது நன்மதிப்பையும் பெற்றார் கா.சு.பிள்ளை. 1940-ல் செட்டிநாட்டு அரசரது அழைப்புக்கு இணங்க அண்ணாமலைப் பல்கலைக்கழகத்தில் மீண்டும் வேலைக்குச் சேர்ந்தார்.

கலப்புத் திருமணம், விதவை மறுமணம், ஆண்களைப் போன்றே பெண்களுக்கும் சொத்தில் சம உரிமை, தமிழ் நாட்டில் தமிழ் மொழி ஒன்றே கட்டாயப் பயிற்று மொழி, தமிழிலேயே கடவுள் வழிபாடு, தமிழில் சமயச் சடங்குகள், கோயில்களிலும், மடங்களிலும் முடங்கிக் கிடக்கும் பொருட்களை ஏழைகளின் கல்வி நலனுக்கே பயன்படுத்த வேண்டும் உள்ளிட்ட முற்போக்குக் கருத்துகளைக் கொண்டிருந்ததுடன் அவற்றை நடைமுறைப்படுத்தவும் வலியுறுத்தினார்.

ஆனால், அவரது உள்ளத்தின் வேகத்துக்கு உடல் ஆரோக்கியம் ஒத்துழைக்கவில்லை. திடீரென வாத நோய் தாக்கியது. நோயால் பாதிக்கப்பட்ட நிலையிலும், உதவியாளர் மூலம் தனது தமிழ்ப் பணியைத் தொடர்ந்தார் நுண்மாண் நுழைபுலச் செல்வர், பல்கலைப் புலவர், பைந்தமிழ்க் காசு எனப் பல்வேறு பட்டங்களைப் பெற்ற கா.சுப்பிரமணியப் பிள்ளை தனது 57 ஆவது வயதில் 1945 ஏப்ரல் 30-ல் இறைவனடி சேர்ந்தார். அவரது நினைவாகத் திருநெல்வேலி சந்திப்பு, கைலாசபுரம் அருகேயுள்ள நகர மன்றப் பூங்காவில் நடுகல் நாட்டப்பட்டது.

பன்மொழிப் புலவர் கா.அப்பாதுரையார்

பட்டம் பதவிகளுக்காக ஆய்வு செய்வோரிடையே, நுணுக்கமான ஆய்வையே வாழ்க்கையின் உயிர் மூச்சாகக் கொண்ட சிலருள் இவர் குறிப்பிடத்தக்கவர். இலக்கிய ஆய்வுடன் வரலாறு, பண்பாடு, சமயம், தத்துவம், ஆகியவற்றிலும் தீவிர கவனம் செலுத்திய தமிழறிஞர். கடவுள் மறுப்பை வலியுறுத்தும் திராவிட இயக்கத்தில் இருந்துகொண்டே கடவுளை நம்பியவர். இந்தித் திணிப்பை எதிர்த்தவர் என்று அறியப்பட்டாலும், இந்தி மொழி ஆசிரியராக, இந்தியைப் பரப்பும் அலுவலராகவே பணியைத் தொடங்கியவர். தமிழைத் தனக்குப் பயன்படும் கருவியாகக் கொண்டாரே அன்றி, உணர்வுபூர்வமாக பெரியார் நோக்கவில்லை என்ற காரணத்தால் அவரை விட்டு விலகிய உண்மையான சுயமரியாதைக்காரர். அவர்தான் சற்றேறக் குறைய நாற்பது மொழிகள் அறிந்த 'பன்மொழிப் புலவர் கா.அப்பாதுரையார்'.

கன்னியாகுமரி மாவட்டம் ஆரல் வாய்மொழியில் 1907 ஜூன் 24 அன்று காசிநாதப் பிள்ளை - முத்துலக்ஷ்மி அம்மாள் தம்பதிகளுக்கு மகனாகப் பிறந்தார். இவரது இயற்பெயர் 'நல்லசிவம்' என்றாலும் 'அப்பாதுரை' என்றே தமிழுலகம் அழைத்து மகிழ்ந்தது. திண்ணைப் படிப்பை ஆரல் வாய்மொழியிலும், பள்ளிப் படிப்பை நாகர்கோயிலிலும், கல்லூரிப் படிப்பைத் திருவனந்தபுரத்திலும் முடித்தார். பன்மொழிப் புலவராக அறியப்படும் கா.அப்பாதுரையார் முதன் முதலில் ஆங்கில இலக்கியத்தில்தான் முதுகலைப் பட்டம் பெற்றார்

1920-21-ல் அப்பாதுரையார் நாகர்கோயிலில் பாரதியாரைக் கண்டு தரிசித்திருக்கிறார். 'செந்தமிழ் நாடென்னும் போதினிலே' என்ற பாடலை அவரே பாடவும் கேட்டிருக்கிறார். பெல்ஜியத்தின் வீழ்ச்சியைப் பாடிய அவரது கவிதைக்கு நிகரான ஒன்றை உலக இலக்கியத்தில் காண முடியாது என்றும் பாரதியை உலகப் பெரும் கவிஞன் என்றும் பாராட்டுகிறார். சிலப்பதிகாரமும் மணிமேகலையும் போல் பாரதியும் பாரதிதாசனும் ஒற்றுமைப் போக்குடையவர்கள் என்பது அவருடைய கருத்து.

ஆங்கில இலக்கியத்தில் முதுகலைப் பட்டத்தோடு சென்னைக்கு ரயிலேறிய அப்பாதுரையார் 'திராவிடன்', 'ஜஸ்டிஸ்' ஏடுகளில் தலா ஆறு மாதங்களும் பச்சையப்பன் கல்லூரியில் இரண்டு மாதங்களும் பணியாற்றினார். அவ்வப்போது 'இந்தியா', 'பாரத தேவி, 'சினிமா உலகம்', 'லோகோபகாரி', 'தாருல் இஸ்லாம்' பத்திரிகைகளில் கதை, கவிதை, கட்டுரைகளும் எழுதி வந்தார். இருப்பினும் நிரந்தர ஊதிய வாய்ப்புகள் சரியாக அமையாத நிலையில், சென்னையை விட்டுக் காரைக்குடி சுப்பிரமணிய குருகுலத்தில் தலைமை ஆசிரியராக ஓராண்டும், பின்னர் 'குமரன்' இதழின் ஆசிரியராகவும் சில மாதங்கள் வேலை பார்த்தார்.

பணியில் இருந்து கொண்டே தட்சிண பாரத் இந்தி பிரச்சார சபை நடத்தும் இந்தி தேர்வுகளில் 'விஷாரத்'வரை படித்தார். இதனைத் தொடர்ந்து 1937-39-ல் திருநெல்வேலி எம்டிடி இந்துக் கல்லூரியில் இந்தி ஆசிரியராகவும், இந்தி மொழி பரப்புனராகவும் வேலை பார்த்தார். இவர் இந்தி ஆசிரியராக பணியாற்றிய காலத்தில்தான் தமிழகத்தில் இந்தித் திணிப்பை எதிர்த்துப் மிகப் பெரிய போராட்டம் நடைபெற்றது. எந்தவொரு மொழி மீதும் ஆர்வம் தானாக வரவேண்டும் என்றும், திணிக்கப்படக் கூடாது என்று தெரிவித்தார். இந்தி ஆசிரியன் என்ற முறையில், தான் இந்தி மொழிக்கு எதிரி இல்லை என்றும், ஆனால் இந்தி திணிப்புக்குத்தான் எதிரி என்று உறுதிபடக் கூறியதுடன் பெரியார், அண்ணா, மறைமலை அடிகள், நாவலர் சோமசுந்தர பாரதியார் ஆகியோருடன் இணைந்து இந்தி எதிர்ப்பு இயக்கத்தில் தீவிரமாகப் பங்கெடுத்தார்.

பாவேந்தர் பாரதிதாசன் பன்மொழிப் புலவர் அப்பாதுரையின் நெருங்கிய நண்பர். 1940-41-ல் பாண்டிச்சேரியில் அவரது இல்லத்தில் இரு நாள்கள் தங்கியிருந்து உரையாடியிருக்கிறார். சென்னையில் இதழ் ஆசிரியர் மற்றும் பள்ளி ஆசிரியர் பணிகளைப் பெற பாவேந்தரே பரிந்துரை செய்திருக்கிறார். அப்பாதுரையார் எழுதிய 'வருங்காலத் தமிழகம்' என்னும் நூலுக்கு முன்னுரையும் எழுதித்

தந்துள்ளார். 'தந்தையைப்போல் தன்னிடம் பரிவு காட்டினார்' என்று பாரதிதாசன் குறித்து நெகிழ்கிறார் அப்பாதுரையார். கவிமணி தேசிக விநாயகம் பிள்ளை தன்னுடைய ஊரைச் சேர்ந்தவர் என்ற முறையில் அவர் மீது அப்பாதுரைக்குத் தனி பாசம் உண்டு. 'ஆங்கிலக் கவிஞர்களான ஷெல்லிக்கும், கீட்ஸுக்கு மட்டுமே கைவந்த அழகியல் புனைவைக் கவிமணியிடமும் காணலாம்' என்று மனமுவந்து பாராட்டுகிறார் அப்பாதுரையார்.

மகாத்மா காந்தி *1915*-ல் இந்தியாவுக்கு வருவதற்கு முன்பே அப்பாதுரையின் உள்ளத்தில் தேசிய உணர்வு ஆழமாக வேரூன்றி இருந்தது. கடவுளை வணங்காத அப்பாதுரையார் மனத்தில் மகாத்மா வழிபாட்டுக்கு உரிய தலைவராக உருவெடுத்தார். 'காந்தி ரத்தினத் திருப்புகழ்', 'காந்தி புராணம்', 'தாழ்த்தப்பட்டோர் கோயில் நுழைவு விழா' என அவர் மீது ஏராளமான பாடல்களை எழுதினார். இருப்பினும் ஒரு கட்டத்தில் தாய்மொழிப் பற்றும், காங்கிரஸின் இந்தி மொழித் திணிப்பும், அவரது தேசிய உணர்வை திராவிட தேசியமாக மாற்றியது. ஒத்துழையாமை இயக்கத்தின்போது தனது பள்ளி மற்றும் ஆங்கில முதுகலைச் சான்றிதழ்களைத் தீயிட்டுப் பொசுக்கும் அளவிற்கு தேசியவாதியாக இருந்த அப்பாதுரையார், காங்கிரஸில் இருந்து விலகி திராவிட இயக்கத்தை ஈ.வெ.ரா. தொடங்கியபோது தன்னை பெரியாருடன் இணைத்துக் கொண்டார்.

அப்பாதுரையார் சற்றேறக்குறைய நாற்பது மொழிகள் கற்றிருந்தார். இவற்றில் சில ஆப்பிரிக்க மொழிகளும் அடங்கும். பன்மொழி அறிவு பற்றி அவரிடம் கேட்டதற்கு 'பல மொழிகள் கற்கும் சூழலைக் குடிமரபு வழங்கியது. எனது முன்னோர் கல்வித் தேடலில் ஆதிசங்கரருடன் போட்டியிடும் அளவுக்கு இருந்தமையால், அவரைப் போலவே உலகப் பன்மொழி, பல்கலை, பல்சமயம் ஒப்பீட்டு மூலம் வளர்த்துக்கொண்ட உலக ஞானம் என்னை ஆட்கொண்டது' என்று பகிரங்கமாகக் கூறினார். திராவிட இயக்க உறுப்பினராக பெரியாரின் அணுக்கத் தொண்டராக, உள்ள ஒருவர் இவ்வாறு தன்னை அடையாளப்படுத்திக்கொண்டது அவரது துணிவைக் காட்டுகிறது.

அண்மைக் கால அரசியல் நடப்புகளின் பிழிவே 'திராவிட சித்தாந்தம்' என்று கூறுவோர் மத்தியில் பகுத்தறிவு வாயிலாகத் துருவி ஆராய்ந்து, தன் எல்லைக்கு உட்பட்ட அறிவு மூலங்களுடன் அடங்கி விடாமல், உலகின் பிறமொழி பண்பாட்டு அறிவுகளோடு நம்முடையவற்றை உரசிப் பார்க்கும் போக்கே, உண்மையான

திராவிட சித்தாந்தம் என்பதற்கு அப்பாதுரையாரே சிறந்த எடுத்துக்காட்டு. திராவிட சித்தாந்தத்தின் தனித்தன்மையை நிறுவுவதற்கு விரிந்த பல்துறைப் பன்மொழி அறிவு தேவைப் பட்டது. இதனை அப்பாதுரையார் முழுமையாகப் பெற்றிருந்தார். இவரைப் பற்றி அண்ணா கூறுகையில் 'தமிழின் மூலத்தையே ஆராய முனைந்தவர். தமிழ் இனத்தின் வரலாற்றைத் துருவித் துருவி ஆய்வு செய்ததன் மூலம் தமிழ் இனத்துக்கும், மற்ற இனத்துக்கும் இடையே, பகை மூட்ட அல்ல, தோழமையை ஏற்படுத்தும் நற்பணியைச் செய்துள்ளார்' என்று பாராட்டுகிறார்.

முதல் மனைவி நாச்சியார் திருமணமான இரண்டே ஆண்டுகளில் மரணமடைந்தார். அடுத்த சில ஆண்டுகளில் தந்தையும் காலமானார். கடுமையான எதிர்ப்பு காரணமாகக் கட்டாய இந்திக் கல்வியும் நிறுத்தப்பட்டது. வாழ்க்கைத் துணையையும், தந்தையையும் பறிகொடுத்த நிலையில், இந்தி ஆசிரியர் வேலை போனதால் வருமான இழப்பும் ஏற்பட்டது. இருப்பினும் மனம் தளராமல், உள்ள உறுதியுடன் மீண்டும் படிக்கத் தொடங்கி ஆங்கில இலக்கியத்தில் முதுகலை மற்றும் ஆசிரியர் பயிற்சிப் பட்டங்களைப் பெற்றார். செட்டிநாடு அமராவதிப்புதூர், கோனாப்பட்டு பள்ளிகளிலும் சில காலம் ஆசிரியராகப் பணியாற்றிய பின்னர் மீண்டும் சென்னை வந்தார். 'லிபரேடர்' ஆங்கில ஏட்டின் உதவி ஆசிரியராகவும், பெரியாரின் 'விடுதலை' ஏட்டில் உதவியாளராகவும் பதினாறு மாதங்கள் வேலை பார்த்தார்.

அப்பாதுரையின் பன்மொழிப் புலமை பெரியாரை மிகவும் ஈர்த்தது. அவர் தலைமையில் நடைபெற்ற இந்தி எதிர்ப்புப் போராட்டத்தில் அப்பாதுரை தனது இரண்டாவது மனைவி அலமேலுவுடன் கலந்து கொண்டார். பெரியாரிடமும், அப்பாதுரையாரிடமும் பேரன்பு கொண்டிருந்த பாவேந்தர் பாரதிதாசனுக்குத் திராவிடர் கழகத்தின் பொதுச் செயலாளராக அப்பாதுரையை நியமிக்கும் எண்ணம் இருந்ததாகவும் தெரிகிறது.

1949-ல் திராவிடர் கழகத்திலிருந்து பிரிந்து அண்ணா திராவிட முன்னேற்றக் கழகத்தைத் தொடங்கியபோது, இருவரின் ஆதரவாளர்களும் ஒருவரை ஒருவர் கடுமையாகத் தாக்கி அறிக்கை விட்டுக் கொண்டும், பேசிக் கொண்டும் இருந்தனர். ஆனால் அப்பாதுரையார் நடுநிலை வகித்து இருவரையும் சம அளவில் போற்றிப் பாராட்டிக் கொண்டிருந்தார். இருப்பினும் ஒரு கட்டத்தில் தமிழை உணர்வுடன் நோக்காமல், தேவைப்படும்போது பயன்படுத்திக் கொள்ளும் கருவியாக மட்டுமே பெரியார் கருதினார்

என்ற வருத்தம் இருந்த காரணத்தால் அவரை விட்டு விலகிய உண்மையான தமிழ்ப் பற்றுள்ள சுயமரியாதைக்காரர் அப்பாதுரையார்.

1947 - 49வரை அப்பாதுரையார் மத்திய அரசின் செய்தித் தொடர்புப் பிரிவில் முக்கியப் பொறுப்பில் இருந்தபோது ‘இந்தியாவின் மொழிச் சிக்கல்’ (INDIA'S LANGUAGE PROBLEM) என்ற தலைப்பில் ஆங்கிலத்தில் புத்தகம் எழுதினார். அரசுப் பணியில் இருந்து கொண்டே அரசுக்கு எதிராக இவர் எழுதிய நூல் மிகப் பெரிய சர்ச்சையை ஏற்படுத்தவே பதவியை இழந்தார். 1949 முதல் 1959வரை சுமார் பத்தாண்டுகள் எந்த வேலையும் கிடைக்காமல் மீண்டும் கஷ்டப்பட்டார். இருப்பினும் நேரத்தை வீணடிக்காமல் ஏராளமான நூல்களை எழுதிக் குவித்தார். அலுவலக அன்றாடப் பயன்பாட்டுக்காக 1952-ல் இவர் எழுதிய ஆங்கிலம் - தமிழ்க் கையகராதியை சைவ சித்தாந்த நூற்பதிப்புக் கழகம் வெளியிட்டது.

1959 - 1965வரை சென்னை பல்கலைக்கழகம் ஆக்ஸ்ஃபோர்டு அகராதியைத் தமிழ்ப்படுத்த முடிவெடுத்து அதன் தயாரிப்புப் பணியில் இணை ஆசிரியராகப் பணியமர்த்தியது. இது குறித்து அவர் கூறுகையில் ‘பல்கலைக்கழக அகராதித் தொகுப்பில் பெரும்பாலான சொற்களை நானே உருவாக்கினேன். வீட்டுக்கு வந்தாலும் அதே சிந்தனையுடன், இரவு ஒரு மணி இரண்டு மணிவரை கூட சிந்திப்பதும், எழுதுவதுமாக இருந்தேன். ஒரு முறை மயங்கி விழுந்ததில் மண்டையில் இரத்தக் காயமும் ஏற்பட்டுப் பின்னாளில் கருப்பு வடுவானது’ என்று குறிப்பிட்டுள்ளார். இவரால் உருவாக்கப் பட்ட இந்த அகராதி இன்றுவரை சென்னைப் பல்கலைக் கழகத்துக்குப் பெருமை சேர்த்து வருகிறது. 1975-79 -ல் தமிழக வரலாற்றுக் குழு உறுப்பினராக நியமிக்கப்பட்டார்.

வரலாறுகள், வாழ்க்கை வரலாறுகள், மொழிபெயர்ப்புகள், திறனாய்வுகள், சிறுகதைகள், நாடகங்கள், பொது அறிவு நூல்கள், அகராதிகள், குழந்தை இலக்கிய நூல்கள் எனப் பல்வேறு தலைப்புகளில் அப்பாதுரை எழுதிய நூல்களின் எண்ணிக்கை 170. இவர் எழுதிய முதல் நூல் ‘குமரிக் கண்டம் அல்லது கடல் கொண்ட தென்னாடு’. கால்ட்வெல் எழுதிய திராவிட மொழிகளின் ஒப்பிலக்கண நூலின் முன்னுரையைத் தமிழில் மொழி பெயர்த்தார். கார்ல் மார்க்ஸ் எழுதிய ‘மூலதனம்’ நூலைத் தமிழில் முதன் முதலில் மொழிபெயர்த்த பெருமையும் இவரையே சேரும். கடைசியாக எழுதிய நூல் ‘கொங்குத் தமிழக வரலாறு’.

அப்பாதுரையாரின் ஆய்வு நூல்கள் குறிப்பிடத்தக்கது 'குமரிக் கண்டம் அல்லது கடல் கொண்ட தென்னாடு' ஆகும். ஜெர்மன் நாட்டைச் சேர்ந்த ஹெக்கல் என்பவர் குமரி முனைக்குத் தெற்கே உள்ள ஞாலத்தின் நடுக்கோட்டின் இரு பக்க இடங்களே மக்கள் வாழத் தகுதியான பகுதிகள் என்றும், இங்குதான் மனித நாகரிகம் முதன் முதலில் தோன்றியது என்றும் பதிவு செய்துள்ளார். ஸ்காட் எலியாட் எழுதிய 'அழிந்த லெமூரியா' (LOST LEMURIA) என்னும் நூலை அப்பாதுரையார் தமிழில் மொழிபெயர்த்து, குமரிக் கண்டம் என்னும் பெரு நிலப்பரப்பு இருந்த செய்தியை வரலாறு, நிலநூல், மொழிநூல் ஆகிய மூன்று பிரிவுகளில் ஆய்வு செய்துள்ளார்.

முதல் கடல் கோளால் பஃறுளி ஆறும், குமரிக் கோடும் கடலில் மூழ்கின. பஃறுளி ஆற்றின் கரையிலிருந்த தென் மதுரையே பாண்டியன் தலைநகரும், தலைச் சங்கம் அமைந்த இடம். கடல் கோள் நடந்தபோது மன்னனாக இருந்தவன் பாண்டியன் நெடியோன் என்று புறநானூறும் நிலத்தரு திருவிற்பாண்டியன் என்று தொல்காப்பியப் பாயிரச் செய்யுளும் குறிக்கின்றன. கடல் கோளுக்குப் பிறகு வடக்கே சென்று தலைநகராக்கிக் கொண்ட கபாடபுரம்தான் இடைச் சங்கம் அமைந்த இடமாகும். தலைச் சங்க நாள்களில் பஃறுளி மற்றும் குமரி ஆறுகளுக்கு இடைப்பட்ட பகுதி, அளவிலும், சிறப்பிலும், பாண்டி நாட்டின் மிகச் சிறந்த பாகமாக இருந்திருக்க வேண்டும். அது 49 நாடுகளாக வகுக்கப்பட்டிருந்தது என்றும், இரண்டு ஆறுகளுக்கும் இடையே 700 காத அளவு அகன்று கிடந்தது' என்றும் அப்பாதுரையார் தெரிவிக்கிறார்.

தமிழ் ஆண்டின் தொடக்கம் 'தை' மாதமா 'சித்திரை' மாதமா என்ற குழப்பம் இன்னும் நீடிக்கிறது. தமிழ் அறிஞர்கள் தங்கள் முடிவில் பிரிந்து கிடக்கின்றனர். காலங்காலமாகத் தமிழ் வருடப் பிறப்பு 'சித்திரை' மாதத்தில் கொண்டாடப்பட்டே வந்தது. ஆனால் கருணாநிதியின் அரசு அதை 'தை' மாதத்துக்கு மாற்றியதும் பின்னர் வந்த ஜெயலலிதாவின் அரசு மீண்டும் 'சித்திரை' மாதத்துக்கு மாற்றியதும் தெரிந்த கதை. ஆனால் பன்மொழிப் புலவர் கா.அப்பாதுரையார் தனது 'தென்னாடு' நூலில் 'தமிழ் ஆண்டைப் போல சிந்துவெளி மக்கள் ஆண்டு 'தை'மாதத்திலேயே தொடங்கிற்று. சிந்து வெளி நாகரிகத்தின் பழமை கிமு 5610வரை எட்டுவதால் சுமேரிய நாகரிகம் பிறப்பதற்கு ஆயிரக்கணக்கான ஆண்டுகள் முற்பட்ட நாகரிகமாகும். மனித நாகரிகத்தின் பிறப்பும் வளர்ப்பும் எகிப்தோ, பாபிலோனியவோ அல்ல. சிந்து வெளியும், தென்னாடுமே என்பதை அறுதியிட்டுக் காட்டுகிறது' என்கிறார். ஆக

தமிழ் ஆண்டின் தொடக்கம் 'தை' மாதம் என்பதை அப்பாதுரையும் உறுதிப்படுத்துகிறார்.

அப்பாதுரையார் குமரிக் கண்ட நிலப்பரப்பு குறித்துப் பண்டைத் தமிழுடன், வடமொழி, கிரேக்க, இலத்தீன் மொழி நூல்களையும், இராமாயண, மகாபாரதக் காப்பிய நூல்களையும், பயணிகளின் குறிப்புகளையும், கல்வெட்டுகளையும், ஆய்வுகளுக்கு உட்படுத்தி உள்ளார். இந்தியாவில் இருநூற்று முப்பது வகைப் பாம்புகள் உள்ளன என்றும் அவை லெமூரியாக் கண்டத்தில் இருந்து வந்தவை என்றும், ஆஸ்திரேலியாக் கண்டம் சூரிய வெடிப்பிலிருந்து விழுந்த ஒரு துண்டு என்றும், கடல் கோளுக்கும் இதுவே காரணம் என்னும் அறிவியல் அறிஞரின் கருத்துகளைத் தெள்ளு தமிழில் அழகாக மொழிபெயர்த்துள்ளார். இன்றைய உலக அமைப்புடன் ஒப்பு நோக்கினால் ஆப்பிரிக்காவின் ஒரு பகுதி, இந்து மாக்கடல், தெற்கு ஆசியப் பசிஃபிக் கடலின் தென் பகுதி, ஆஸ்திரேலியா ஆகிய அனைத்தும் இணைந்த பகுதிதான் மெலூரியாக் கண்டம் என்பது அவரது ஆய்வின் முடிவாகும்.

உலகின் பல மொழிகளுடன் தமிழை ஒப்பிட்டு அதற்குள்ள சிறப்புகளைப் பட்டியலிடுகிறார்:

- கிரேக்கம், இலத்தீன், அரபு, சமஸ்கிருத்தம், ஹீப்ரூ ஆகியவற்றில் மொழிக்கே இலக்கணம் அமைந்த நிலையில், மொழிக்கும், இலக்கியத்துக்கும் ஒருங்கே இலக்கணம் தமிழில் மட்டுமே உண்டு

- உலக வழக்கும், செய்யுள் வழக்கும், இலக்கணத்துக்கு இலக்கியமாகக் குறிக்கப் பெற்றது தமிழில் மட்டுமே

- யாப்பும் அணியும் சமஸ்கிருதத்தில் அலங்கார சாஸ்திரமாக வகுப்பட, இவ்விரண்டும் இலக்கணத்தின் ஒரு பகுதியாக தமிழில் மட்டும் உள்ளன

- ஆங்கிலம் உள்ளிட்ட மொழிகளில் எழுத்துகளின் ஒலிப்பும் சொல்லின் ஒலிப்பும் மாறியுள்ளன. ஆனால் தொடக்கத்தில் இருந்தே எழுத்துகளின் ஒலிப்பும் சொல்லின் ஒலிப்பும் தமிழில் வேறாக இருந்ததே இல்லை.

கிருஷ்ண தேவராயர், நேதாஜி சுபாஷ் சந்திர போஸ், டேவிட் லிங்க்ஸ்டன், அரங்கநாத முதலியார், ஓவியர் ரவிவர்மா, சங்க காலப் புலவர்கள், வின்ஸ்டன் சர்ச்சில், பெர்னாட்ஷா, ஐன்ஸ்டீன், ஹைதர் அலி ஆகியோரின் வாழ்க்கை வரலாறுகளை எழுதியதுடன்,

'தமிழர்கள் ஒப்பற்ற அறிஞரான திருவள்ளுவரைப் போற்றவில்லை. ஆனால் ஆங்கிலேயனோ, சூரிய அஸ்தமிக்காத நாடாகப் பேரரசாக விளங்கிய போதும், பெருஞ் செல்வத்தை விடவும், ஷேக்ஸ்பியரை உயர்வாக மதித்துப் போற்றியுள்ளான்' என்று தனது ஆதங்கத்தையும் வெளிப்படுத்தியுள்ளார்.

'நாடு தந்தையின் தோள் என்றும், மொழி தாயின் மடி' என்றும் ஒரு கட்டுரையில் எழுதியுள்ள அப்பாதுரையார், நாற்பது மொழிகளைக் கற்றறிந்த நிலையிலும், தமிழையே உயிர் மூச்சாகக்கொண்டு வாழ்ந்தார். 'ஜெர்மன் மொழிக்கு நயம், இத்தாலி மொழிக்கு இனிமை, சமஸ்கிருதம் மொழிக்கு வீறமைதி, இந்துஸ்தானி மொழிக்கு ஆண்மை, பாரசீகம் மொழிக்குச் சந்தம், தெலுங்கு மொழிக்கு இன்னோசை, கன்னடம் மொழிக்கு மென்மை, மலையாளம் மொழிக்கு கவர்ச்சி, தமிழ் மொழிக்கு நுண்ணயம் என ஒவ்வொரு மொழிக்கும் தனிப் பண்பு உண்டு என்று பட்டியலிடுகிறார்.

'பிறமொழிக் கலப்பு மேற்கூறிய பண்புகளைச் சற்றுக் குறைக்கலாமே தவிர முற்றிலுமாக அழிக்க முடியாது. தனித் தமிழ் இயக்கத்தின் மூலவர் பரிதிமாக் கலைஞர் எனில் அதற்கு மேலும் வலு சேர்த்து உறுதுணையாக இருந்தவர்கள் மறைமலை அடிகள் மற்றும் தேவநேயப் பாவாணர் ஆகியோரே. பரிதிமாக் கலைஞர் தனித் நமிழ் இயக்கத்தைத் ''தமிழ் வளர்க்கும்'' இயக்கமாகக் கண்டார். ஆனால் மறைமலை அடிகள் அதைத் ''தமிழரையும் வளர்க்கும்'' இயக்கமாகக் கண்டதால் தனித் தமிழ் இயக்கத்தின் தந்தையாகப் போற்றப்படுகிறார்' என்பது அப்பாதுரையாரின் கருத்து.

சிலப்பதிகார ஆய்வில் அப்பாதுரையாரின் நடுநிலைமை பாராட்டத்தக்கது. வி.ஆர்.இராமச்சந்திர தீட்சதரின் சிலப்பதிகார நோக்கு தவறு என்று சுட்டிக்காட்டும் அதே நேரம், பெரியாரின் சிலப்பதிகார நோக்கையும் தவறு என்று சுட்டிக் காட்டும் நெஞ்சுரம் அவருக்கு இருந்தது. 'வறண்ட பகுத்தறிவு நூலாக இல்லாத காரணத்தால், கலைப் பொருளான சிலப்பதிகாரம் மருள் நூலன்று. அது சிறந்த அருள் நூலே ஆகும். இங்கே தம் குழியில் தாமே விழுபவர்கள் திராவிடப் பற்று அல்லது தனித் தமிழ்ப் பற்று கொண்டவர்களே. முதலில் அவர்கள் விரும்பாததை எல்லாம் ஆரியம் என்று தூற்றிப், பின்னர் ஆரியம் என்பதற்காகவே வெறுத்து ஒதுக்கி, அவற்றை ஆரியர்கே உரிமையாக்கி விடுகின்றனர்' என்று 'சிலம்பு வழங்கும் செல்வம்' என்னும் நூலில் கற்புக்கரசி கண்ணகி குறித்து பெரியார் கூறிய கருத்துகளுக்கு பதிலடி கொடுத்ததுடன்,

சிலப்பதிகாரத்தின் உண்மையான சிறப்புகளைச் சிலர் மூடி மறைப்பது குறித்தும் வருத்தப்படுகிறார்.

தொல்காப்பியம், திருக்குறள், சிலப்பதிகாரம் ஆகிய மூன்று நூல்களும் தமிழின் நிகரற்ற, ஈடு இணையில்லாத செல்வங்கள்; உலக அறிவுப் பேழையின் மூல முதலாகக் கருதத் தக்கன என்கிறார் அப்பாதுரையார். திருக்குறள் மீது கொண்ட தீவிர ஆர்வம் காரணமாகப் பல ஆண்டுகள் ஆய்வு செய்து உலகப் பொதுமறை என்று போற்றத்தக்க பெருமை பெற்றதென்று விளக்குகிறார். தொடக்கத்தில் 'தென்றல்' பத்திரிகையில் இருநூறு பாக்களுக்கு உரை எழுதினார். ஒரு கட்டத்தில் திருக்குறள் உரைக்கெனத் தனி இதழ் தொடங்குவது என்ற முடிவுடன் 'முப்பால் ஒளி' என்ற ஏட்டைத் தொடங்கி அதில் எழுதியதுடன், 'திருக்குறள் மணி விளக்க உரை' என்ற தலைப்பில் ஆறு பகுதிகளாகத் தனி நூலாகவும் வெளியிட்டார்.

திரை உலகில் பெரும் புகழ் பெற்றுத் திகழ்ந்த கவியரசு கண்ணதாசன் இவரது மாணவர் என்பதும், அவரது பத்திரிகைதான் 'தென்றல்' குறிப்பிடத்தக்கது. 1941-ல் செட்டிநாட்டு அமராவதிப் புதூரில் அமைந்த குருகுலப் பள்ளியில் அப்பாதுரையார் தலைமை ஆசிரியராகப் பணியாற்றியபோது, கண்ணதாசன் அவரது மாணவராக அங்கு பயின்றார். அப்பாதுரையார் சென்னையில் தங்கி இருந்தபோது அவரிடம் நிரம்பக் கற்றுக்கொண்டார்.

பணம் மட்டுமே முக்கியம் என்று எண்ணியிருந்தால், ஏதாவது ஒரு நிரந்தர வேலையில் ஒட்டிக் கொண்டிருக்கலாம். ஆனால் அவருக்கு ஒரு தேடல் இருந்தது. சுவைத் தேனைச் சேகரிக்கும் வண்டு மலர்களைத் தேடிச் செல்வதுபோல், தமிழ்த் தேனைத் தேடி ஒவ்வொரு வேலையாக மாறிக்கொண்டே இருந்தார். 'இப்படிச் செய்வது சரியா என்ற கேள்வி அவரது எண்ணத்தில் ஊடுருவி நிற்பதால் பள்ளி ஆசிரியர், பத்திரிகை ஆசிரியர், ஆங்கிலம் - தமிழ் அகராதி தயாரிப்பு, தமிழக வரலாற்றுக் குழு உறுப்பினர், தமிழ்ப் பாதுகாப்பு என மாறிக் கொண்டே இருப்பார். எந்த நேரத்தில் எது தோன்றுகிறதோ அதில் ஈடுபடுவார்' என்று கூறுகிறார் அண்ணா.

பிரபல சிறுகதை மன்னன் புதுமைப்பித்தன் அப்பாதுரையின் பெரியப்பா சுப்பிரமணியப் பிள்ளையின் மருமகன் ஆவார். அப்பாதுரையார் பற்றிக் கூறுகையில் 'இந்தி மொழி ஆசிரியர். இந்தியைப் பரப்பும் பணியையும் மேற்கொண்டவர். ஆனால் இந்தித் திணிப்பை எதிர்த்துப் போராடியவர். சாதி மதக்

கட்டுப்பாடுகளைப் பொருட்படுத்தாதவர். சாத்திரங்களில் நம்பிக்கை இல்லாதவர். கலப்பு மணம் புரிந்தவர். திராவிட இயக்க உறுப்பினர். ஆனாலும் கடவுள் நம்பிக்கை உள்ளவர். பக்தி இலக்கியங்களில் ஈடுபாடு கொண்டவர். சைவ, வைணவ இலக்கியங்களைப் போற்றியவர். திராவிட இயக்கத்தில் இருந்து கொண்டே பன்மொழிப் பயிற்சியில் தம் குல மரபு ஆதி சங்கரர் மரபோடு உறவுடையது என்று துணிச்சலுடன் கூறியவர். மேலோட்டமாகப் பார்த்தால் அவரது கருத்துகளில் முரண்பாடுகள் தெரியும். ஆனால் ஆழகடலின் அசைவற்ற தன்மையும், அமைதியும் போன்று, அவரது ஆய்வின் அடித்தளம் பல அரிய கருத்துக்களைக் குழப்பமின்றித் தெளிவுடன் காட்ட வல்லது' என்கிறார்.

வாழ்வின் இறுதிக்கட்டத்தில் நிலபுலன்கள் இல்லை, பொன்னில்லை, பொருளில்லை, வசதியான வாழ்க்கையில்லை என்று வருந்தவில்லை. ஆதரிக்கும் தலைவர்களோ புரவலர்களோ இல்லை என்றும் குறைபடவில்லை. பட்டம், பதவிகள், விருதுகள், பாராட்டுகள், பணமுடிப்புகள் கிடைக்கவில்லை என்றும் வாடவில்லை. ஆனால் உள்ளத்தில் தேக்கி வைத்த உயர்ந்த கருத்துகளைத் தான் சொல்லச் சொல்லக், கேட்டு எழுத யாரும் இல்லையே என்றுதான் கவலைப்பட்டார். காரணம் என்ன தெரியுமா? எண்ணத்தில் எழுந்த கருத்துகளை ஏட்டில் பதிவு செய்ய இயலாமல், விழிகள் இரண்டும் பார்வைத் திறனை இழந்திருந்தன. 1989 மே 26 ஆம் நாள் அப்பாதுரையார் காலமானார். சுயமாக எழுதவும் இயலாமல், சொல்லி எழுத ஆட்களும் இல்லாமல், சிந்தனையில் தோன்றிய கருத்துகள், அச்சாகாமல் அவருக்குள்ளேயே கரைந்து போயின. இது தமிழுக்கும் தமிழருக்கும் பேரிழப்பு என்பதைத் தவிர வேறென்ன சொல்ல முடியும்?

திராவிடர் கழகத்தில் இருந்து கொண்டே பெரியாரின் சில கருத்துகளுக்கு உடன்படாமல் துணிச்சலுடன் எதிர்த்தார். திராவிடர் கழகத்திலிருந்து அண்ணா பிரிந்தபோது, யாரையும் முழுமையாக ஆதரிக்காமல், சம அளவில் இருவருடன் நட்பு பாராட்டினார். ஒளிவு மறைவு இன்றி, உள்ளதை உள்ளபடி கூறும் நல்ல குணமே இவரது வளர்ச்சிக்குத் தடையாகிப் போனதோ என்றும் எண்ணத் தோன்றுகிறது.

பண்டிதமணி
மு.கதிரேசன் செட்டியார்

மூன்று வயதில் பக்கவாதம் தாக்கியதால் ஏழு வயதுவரை பள்ளிக்குச் செல்லவில்லை. அதன் பிறகு திண்ணைப் பள்ளிக் கூடத்தில் அரிச்சுவடிப் பாடம். பதினான்கு வயதில் மீண்டும் இளம்பிள்ளை பக்கவாதம் தாக்கவே, இடது காலும், இடது கையும் வலிமை இழந்து ஊன்றுகோல் இல்லாமல் நடக்க முடியாத நிலை. பல்கலைக்கழகப் பேராசிரியராகப் பன்னிரு ஆண்டுகள் அருந்தமிழ்த் தொண்டாற்றிய இவர் பள்ளிக்கூடத்தில் படித்த மொத்த காலம் ஏழு மாதங்கள் மட்டுமே என்றால் நம்ப முடியுமா? உள்ளத்தில் உறுதி இருந்தால், இலக்குகளை எட்டவும், சாதிக்கவும், உடல் ஊனம் தடையே இல்லை என்பதற்குச் சான்றாகத் திகழ்ந்த அப்பெருந்தகை பண்டிதமணி மு.கதிரேசன் செட்டியார்.

உவேசா அவர்களைப் 'பதிப்புத் தந்தை' என்றும், மறைமலை அடிகளை 'உரைநடைத் தந்தை' என்றும் அழைப்பதுபோல், பண்டிதமணி கதிரேசன் செட்டியாரை 'தமிழ் நயத் தந்தை' என்றும் அழைத்தாலும் மிகையில்லை என்கிறார் தமிழறிஞர் வ.சுப மாணிக்கம். பண்டிதமணி இலக்கியச் சுவையில் நயம் காண்பதையே வாழ்வின் குறிக்கோளாகக் கொண்டிருந்தார். பிறர் காண்பதற்கு அரிய இலக்கிய நயங்களை அவரால் காணவும், அவ்வாறு கண்டுணர்ந்த நயங்களை எழுத்திலும், பேச்சிலும், எடுத்துரைக்கவும் முடிந்தது. விழுமிய இலக்கியங்களின் பொருள் உணர்ந்து பயில்வதால் கிடக்கும் உயரிய இன்பத்தை நுகர வேண்டும் என்பதே அவரது விருப்பம். 'கொங்குதேர் வாழ்க்கை அஞ்சிறைத் தும்பி போல்', பண்டிதமணி 'நயங்காண் இலக்கியத் தும்பி' யாகத் திகழ்ந்தார்.

பண்டிதமணிக்குக் கிடைத்த நட்பு வட்டம் மிகப் பெரிது. உ.வே.சா., மறைமலை அடிகள், நாவலர் சோமசுந்தா பாரதியார், பன்மொழிப் புலவர் தெ.பொ.மீனாட்சிசுந்தரனார், ஔவை துரைசாமிப் பிள்ளை, வெள்ளக்கால் சுப்பிரமணிய முதலியார் ஆகியோர் குறிப்பிடத்தக்கவர்கள்.

'பூங்குன்றம்' என்னும் பெயரைக் கேட்டவுடன் நம் நினைவுக்கு வரும் பெயர் 'யாதும் ஊரே யாவரும் கேளிர்' என்று ஈராயிரம் ஆண்டுகளுக்கு முன்னர் பாடிய கணியன் பூங்குன்றனார். இதே ஊரைச் சேர்ந்தவர்தான் பண்டிதமணி கதிரேசன் செட்டியார். 'பூங்குன்றம்' 25 கிராமங்களைக் கொண்ட பாண்டிய நாட்டின் உட்பகுதியாகும். அதில் ஒரு பகுதியான நாட்டுக்கோட்டை நகரத்தார்களின் 96 ஊர்களுள் ஒன்றான மகிபாலன்பட்டியைச் சேர்ந்த முத்துக்கருப்பன் செட்டியாருக்கும், சிவப்பி ஆச்சிக்கும் மகனாக 1881 அக்டோபர் 16-ல் பிறந்தார்.

ஏழு வயதில் திண்ணைப் பள்ளிக்கூடத்தில் ஆத்திச்சூடி, உலகநீதி, கொன்ற வேந்தன் ஆகியவற்றைப் பயின்றபோது அவற்றின் கருத்தும் நடையும் உள்ளத்தைக் கொள்ளை கொண்டன. பொருளும் தெளிவாகப் புரியவே, மனப்பாடம் செய்து கொண்டேன். இவற்றைப்போல் இன்னும் எத்தனை தமிழ் நூல்கள் உள்ளனவோ? அவற்றைப் பயிலுதல் எத்துணை இன்பம் தரும்? நீண்ட தேடலுக்குப் பிறகு திருத்தொண்டர் புராணம், கம்ப இராமாயணம், சிற்சில பிள்ளைத் தமிழ் நூல்கள் ஆகியவை மட்டுமே கிடைத்தன. ஆசிரியர் உதவியின்றி அவற்றை நான் பயின்றபோது, ஏற்கனவே படித்த பழைய பாடங்கள் போன்றே, எனக்கு விளக்கமாகப் பொருள் புலப்பட்டது' என்கிறார் பண்டிதமணி. உடல் நிலை பாதிப்பு, குடும்பச் சூழல் ஆகியவை காரணமாக அவரால் தொடர்ந்து பள்ளிக்குச் சென்று படிக்க முடியவில்லை. இருப்பினும் தாமகவே முயன்று பல நூல்களைக் கற்றுத் தெளிந்தார்.

'திரைகடல் ஓடி திரவியம் தேடும்' செட்டி நாட்டு மக்கள் வழக்கத்தின்படி பதினொரு வயதில் கதிரேசன் செட்டியார் இலங்கைக்கு அனுப்பி வைக்கப்பட்டார். கம்பளை - நுவரேலியா பகுதியில் ஏராளமான தோட்டத் தொழிலாளர்கள் பணியாற்றி வந்தனர். அவர்களுக்குத் தேவையான அரிசி, புடவை ஆகியவற்றை விற்பனை செய்து வந்த ஒரு கடையில் கதிரேசன் வேலைக்குச் சேர்ந்தார். மூன்று ஆண்டுகள் கடுமையாக உழைத்தார். திடீரென ஒரு நாள் அவரது தந்தை காலமான செய்தி வரவே தமிழகம் திரும்பி குடும்பப் பொறுப்புகளை ஏற்றுக் கொண்டார். மூன்று வயதில்

அவரைத் தாக்கிய பக்கவாதம் பள்ளிப்படிப்புக்கு முற்றுப்புள்ளி வைத்தது. பதினான்காம் வயதில் மீண்டும் தாக்கிய அதே பக்கவாதம் அவரது இடது காலையும், இடது கையையும் வலுவிழக்க வைத்தது. இதன் காரணமாக உடலின் ஒரு பக்கம் முழுவதும் செயலிழந்த நிலையில் ஊன்றுகோல் இல்லாமல் நிற்கவோ, நடக்கவோ முடியாத கொடுமையான நிலைக்குத் தள்ளப்பட்டார்.

ஊனமுற்ற காரணத்தால் கதிரேசனால் பள்ளிக்கூடத்துக்குச் சென்று படிக்க உடல் ஒத்துழைக்கவில்லையே தவிர, படிக்கவேண்டும் என்னும் ஆர்வமும், உள்ள உறுதியும் சற்றும் குறையவே இல்லை. கற்றுக் கொடுக்க ஆசிரியர்கள் இல்லாத நிலையில் தாமாகவே பயின்றார். சந்தேகங்களைத் தெளிந்து கொள்ள அறிஞர்களின் உதவியை நாடினார். 'சான்றோர் சான்றோர் பாலர் ஆகுப; சாலார் சாலார் பாலர் ஆகுபவே' என்னும் புறநானூற்றுப் பாடல் மற்றும் 'கற்றாரைக் கற்றாரே காமுறுவர்' என்னும் வரிகளுக்கு ஏற்ப கதிரேசன் செட்டியாருடன் நட்புகொண்டு அவரது இல்லத்தைத் தேடி வந்த கற்றோரும் சான்றோரும் ஏராளம். இவர்களுள் மதுரை சோழவந்தான் அரசன் சண்முகனார், கந்தசாமிக் கவிராயர் ஆகியோர் குறிப்பிடத்தக்கவர்கள்.

மதுரைக்கு அருகிலுள்ள ஊர் சோழவந்தான். இந்த ஊரைச் சேர்ந்த அரசன் சண்முகனார் என்னும் அறிஞரே கதிரேசச் செட்டியாரின் உற்ற தோழராக விளங்கினார். தொல்காப்பியம் உள்ளிட்ட பழந்தமிழ் நூல்களின் நுணுக்கங்களை ஆய்ந்து உணர்த்தும் புலமை படைத்த சான்றோர்களில் ஒருவராகத் திகழ்ந்தார். பண்டிதமணியுடன் இவருக்கு ஏற்பட்ட தொடர்பு சுவாரஸ்யமானது. பொன்னமராவதியில் உள்ள மருத்துவமனையில் சிகிச்சை பெறக் கதிரேசன் செட்டியார் வந்திருந்தார். மருத்துவர் வேணுகோபால் நாயுடு வெளியே சென்றிருந்த நிலையில் புலவர் அரசன் சண்முகநானாரும் அங்கே சிகிச்சை பெற வந்திருந்தார். முன்பின் அறிமுகம் இல்லாததால் ஒருவரை ஒருவர் அடையாளம் காண முடியவில்லை. மேல் சட்டையின்றிக் குடுமியுடன் காணப்பட்ட சண்முகனாரை மருத்துவமனைப் பணியாள் என்றே எண்ணிய கதிரேசன் செட்டியார் உண்ண இட்லியும் தண்ணீரும் கிடைக்குமா என்று சண்முகனாரிடம் கேட்க அவரும் முகம் சுளிக்காமல் அவற்றைப் பெற்றுத் தந்தார்.

இதற்கிடையே வெளியே சென்றிருந்த மருத்துவர் நாயுடு இருவரையும் பார்த்து 'இவர்தான் சோழவந்தான் அரசன் சண்முகனார். இவர்தான் கதிரேசன் செட்டியர். நான் அறிமுகப்படுத்தி வைப்பதற்கு முன்பாகவே பெரும் தமிழறிஞர்களாகிய நீங்கள் ஒருவருக்கு ஒருவர்

பரிச்சயமானது குறித்து மகிழ்ச்சி' என்று சொன்ன பிறகே தனக்கு உதவி செய்தவர் சோழவந்தான் அரசன் சண்முகனார் என்று தெரிந்து கொண்ட கதிரேசன் செட்டியர் அதிர்ந்தார். யார் என்று தெரியாமல் அவரை இட்லியும் தண்ணீரும் எடுத்து வரச் சொன்னதற்கு மன்னிப்புக் கேட்டார். எதிர்பாராத சந்திப்பும், நிகழ்வுமே இருவருக்கும் இடையே நெருக்கமான நட்புக்குக் காரணமாக அமைந்தன.

அரசன் சண்முகனார் பெரும் அறிஞராகத் திகழ்ந்தும் அவருடன் சம காலத்தில் வாழ்ந்தவர்கள் அவரது திறமையைப் போற்றவில்லை. புலமையை வெளிப்படுத்தப் போதிய வாய்ப்பும் கிடைக்காததால் வறுமையில் வாடினார். அவரது பெருமை உணர்ந்த பண்டிதமணி தன்னால் இயன்ற உதவிகளைச் செய்து அவரை ஆதரித்தார். தமிழறிஞரான அரசன் சண்முகனாரின் நட்பு தனக்குக் கிடைத்த பேறெனப் பண்டிதமணி புகழ, வறுமை நிலையில் தனது துன்பம் களைந்த உற்ற நண்பர் பண்டிதமணி என்று சண்முகனார் நெகிழ்ந்தார். இவ்வாறு இருவரும் பரஸ்பரம் ஒருவர் மேல் ஒருவர் கொண்ட ஆழமான அன்பையும் பாசத்தையும் வெளிப்படுத்திக் கொண்டனர்.

இலக்கியச் செய்யுள்களுக்கு நான் இயற்கையாகவே பொருளை உணர்ந்து கொண்டேன் என்றாலும், இலக்கண நூல்களான தொல்காப்பியமும் சேனாவரையர் உரையும் என் அறிவுக்கு எட்டாத ஆழமுடையனவாக இருந்தன. அவற்றில் காணப்பட்ட பல செய்திகள் எனக்கு விளங்காப் புதிராகத் தோன்றவே தெளிவாகக் கற்றாலன்றிப் புலமை பெறமுடியாது என்று உணர்ந்து கொண்டேன். இந்நூல்களின் பெயரை அறிந்தவர்கள்கூட அக்காலத்தில் மிகக் குறைவே. இந்நிலையில் அவற்றைக் கற்றுக் கொள்ள ஆசிரியர் வேண்டுமே? அவர் எங்கே கிடைப்பார் என்று தேடிக்கொண்டிருந்த தருணம் திருவருளின் உதவியால், சோழவந்தான் அரசன் சண்முகனாரை யான் காண நேர்ந்தது? அவருடன் அளவளாவி நட்புரிமையும் கொண்டேன். அப்புலவர் பெருமானும், யானும், ஒத்த தகுதியுடைய நட்புரிமையே கொண்டிருந்தோம், என்றாலும் அவரை எனது ஆசிரியராகவே ஏற்றுக்கொண்டேன். அவருடைய நுண்மாண் நுழைபுலத்தையும், இலக்கிய, இலக்கண அறிவையும் கண்டு வியந்தேன். என் இல்லத்திலேயே பல நாள்கள் தங்கி என் ஐயங்களைப் போக்கினார். இப்புலவர் பெருமானின் நட்பு கிடைத்த காரணத்தால், தொல்காப்பியம் உள்ளிட்ட இலக்கண நூல்களும், இலக்கியம் போன்றே இன்புற்றுப் பயிலும் இனிய நூல்கள் ஆயின. 'உற்றுழி உதவியும், உறுபொருள் கொடுத்தும், பிற்றைநிலை முனியாது கற்றல் நன்றே' என்னும் புறநானூற்று வரிகளுக்கு ஏற்ப

புலவரின் நட்பைப் பெற்றுத் தமிழ் இலக்கிய இலக்கணங்களைக் கற்றுக் கொண்டேன்' என்று அரசன் சண்முகனாரின் நட்பு கிடைத்ததையும், அவரிடம் பாடம் பயின்றதை விளக்குகிறார் பண்டிதமணி.

தமிழ் இலக்கிய இலக்கணங்களில் சிறந்து விளங்கிய பண்டிதமணி, சைவ சமய சாத்திரங்களையும், சிவாகம நூல்களையும், காரைக்குடி சொக்கலிங்கையாவிடமும், வடமொழி இலக்கியங்களையும், பாணினி, வியாகரணம் உள்ளிட்ட இலக்கணங்களையும், தருவை நாரயண சாஸ்திரியாரிடம் கற்றுக் கொண்டார்.

மு.ரா.கந்தசாமிக் கவிராயர் 'வித்யாபானு' என்ற பெயரில் மதுரையில் அச்சகம் வைத்திருந்தார். 'குமண சரித்திரம்' உள்பட பல நூல்களையும் எழுதியுள்ளார். அவரது நட்பைப் பெற்ற பண்டிதமணி 'வித்யாபானு' இதழில் கட்டுரைகளையும் எழுதி உள்ளார். ஒரு முறை அவரது இல்லத்தில் தங்கியிருந்தபோது 'இராவ் சாஃகிப்', 'முதுபெரும் புலவர்', 'தமிழ்ப் பெருங்கவி' எனப் போற்றப்படும் வெள்ளாக்கால் சுப்பிரமணிய முதலியாரும் அங்கு வரவே கவிராயர் அவரைப் பண்டிதமணிக்கு அறிமுகப்படுத்த இருவரும் மனமொத்த நட்பு கொண்டனர்.

செட்டிநாட்டு வழக்கப்படி ஐப்பசி மாதம் முழுவதும் இராமாயண ஏடு படித்தல் என்பது பாரம்பரியமாகப் பின்பற்றப்படும் வழக்கமாகும். செட்டி நாட்டு மக்கள் கம்பன் கவிச் சுவையைப் படித்து இன்புறும் வகையில், வெள்ளக்கால் சுப்பிரமணிய முதலியாருடனான நட்பைப் பயன்படுத்தி அவர் எழுதிய கம்பராமயணச் சாரத்தின் பதிப்பு கிடைக்கவும், படித்து மகிழவும் பண்டிதமணி கதிரேசன் செட்டியார் வழி வகுத்தார்.

அரசன் சண்முகனாரிடமிருந்து ஓர் அறிமுகக் கடிதத்தைப் பெற்றுக் கொண்ட பண்டிதமணி நாகப்பட்டினத்தில் வாழ்ந்து கொண்டிருந்த மறைமலை அடிகளாரைச் சந்தித்து உரையாடினார். முதல் சந்திப்பிலேயே மறைமலை அடிகளாரின் உள்ளத்தைக் கொள்ளை கொண்டார் பண்டிதமணி. இதனைத் தொடர்ந்து பண்டிதமணிக்கு எழுதிய முதல் கடிதத்திலேயே 'உங்களது அரும் பெரும் குணமும், சிவ பக்தியும், செந்தமிழ்ப் புலமையும் என்னை மகிழ்ச்சியில் ஆழ்த்தின. உங்களை நண்பராகப் பெற்ற எனது புண்ணியத்தை வியந்து, எழுமை எழு பிறப்பும் நட்பின் கெழுதகைமை செழிப்புறத் திருவருளை வேண்டுகின்றேன்' என்று மறைமலை அடிகளார் நெகிழ்ந்துள்ளார்.

திருப்பாதிரிப் புலியூர் மடத்துத் தலைவரான ஞானியார் அடிகள் இலக்கிய, இலக்கணத்திலும், சைவ சாத்திரப் புலமையும் பெற்றவர். மறைமலை அடிகளார் மூலம் ஞானியாரைச் சந்தித்து ஆசி பெற்றதுடன் அவரது சொற்பொழிவுகளைக் கேட்கும் வாய்ப்பையும் பெற்றார். பொது மேடைகளில் பேசும் அவரது ஆற்றொழுக்கான பேச்சும், கருத்தாழமும், இனிமையும் பண்டிதமணியைக் கவர்ந்தன. ஞானியாரின் பேச்சைக் கேட்ட பிறகே, தானும் அதுபோல் மடை திறந்த வெள்ளமெனப் பேசும் கலையைக் கற்றுக்கொள்ள வேண்டும் என்ற ஆர்வம் பிறந்ததாகக் குறிப்பிடுகிறார்.

'அறிவிப்பு, அவையினரை விளித்துப் பேசுதல், அவையினரை உளப்படுத்திப் பேசுதல், அவையினரை முன்னிலைப்படுத்திக் கூறுதல், தன்வெளிப்பாடு, நன்றியறிவைப் புலப்படுத்துதல், தொகுப்பும் வாழ்த்தும் கூறி முடித்தல்' என ஏழு நிலைகளை ஒவ்வொரு சொற்பொழிவாளரும் தங்களது பேச்சில் கடைப்பிடித்தால் மிக எளிதாக மக்களைக் கவரலாம் என்கிறார் பண்டிதமணி.

திருப்பாதிரிப் புலியூர் மடத் தலைவர் ஞானியாரிடமிருந்து விடை பெற்று ஊர் திரும்பும் வழியில், கும்பகோணம் கல்லூரியில் தமிழ்ப் பண்டிதராக வேலை பார்த்துக் கொண்டிருந்த தமிழ்த் தாத்தா உ.வே.சாமிநாத ஐயரைச் சந்தித்தார். 1903-ல் முதல் இருவருக்கும் இடையே கடிதத் தொடர்பு இருந்ததாகத் தெரிகிறது.

மகன் பண்டிதமணிக்கு விரைவில் திருமணம் நடைபெற வேண்டி அவரது அன்னை சிவப்பி ஆச்சி இராமேஸ்வரத்துக்குத் தல யாத்திரை மேற்கொண்டார். இதை இலக்கிய யாத்திரையாக மாற்றிய பண்டிதமணி வழியில் இராமநாதபுரத்தில் தங்கியிருந்த மகாவித்வான் ரா.இராகவையங்காரைச் சந்தித்தார். உரையாடலின் போது இராகவையங்கார் சீவக சிந்தாமணியில் சில கேள்விகளைக் கேட்க பண்டிதமணி தெளிவாக விளக்கமளித்தார். அவரது இலக்கிய, இலக்கணத் திறமையக் கண்டு வியந்த ரா.இராகவையங்கார், அவரைப் பாண்டித்துரைத் தேவரிடம் அறிமுகப்படுத்த, மதுரைத் தமிழ் சங்கத்தை நடத்தும் புலவர்களுள் ஒருவராக பண்டிதமணியை நியமித்து அவரது பெருமைக்குப் புகழ் சேர்த்தார்.

சைவ சமயத்தின் மீது தீராத பற்றுகொண்ட பண்டிதமணி தொடக்கத்தில் அதன் சாத்திரங்களையும், ஆகம நூல்களையும் தாமாகவே கற்றுக் கொண்டார். இருப்பினும் அதன் நுணுக்கங் களையும் ஆய்ந்து அறிந்து கொள்ள சைவ சமயப் பெரும் புலவராக விளங்கிய காரைக்குடி சொக்கலிங்கையாவிடம் இரு ஆண்டுகள்

குறையின்றிப் பயின்றார். தமிழையும் சைவத்தையும் இரு கண்களாகப் போற்றிய பண்டிதமணி வடமொழியை வெறுக்க வில்லை. இரு மொழித் தேர்ச்சி அறிவை வளர்த்துக் கொள்ள உதவும் என்பதால் சமஸ்கிருதத்தில் புலமை பெற்றிருந்த தருவை நாராயண சாஸ்திரியாரிடம் ஐந்து ஆண்டுகள் அதன் இலக்கிய, இலக்கணங்களை கற்றுக் கொண்டார். வடமொழிக் இலக்கியங் களைத் தமிழில் மொழிபெயர்க்க இருமொழிப் புலமை பண்டித மணிக்குப் பெரிதும் கைகொடுத்தது.

மதுரையிலும், நாகையிலும் உள்ள தமிழ் சங்கங்களைப் போன்று செட்டிநாட்டிலும் தொடங்க வேண்டும் என்று பண்டிதமணி தனது விருப்பத்தை வள்ளல் வ.பழ.சா. பழநியப்பச் செட்டியாரிடம் தெரிவிக்க அவரது முனைவின் பயனாக 1909 மே 13 அன்று 'சன்மார்க்க சபை' தொடங்கப்பட்டது. சோழவந்தான் அரசன் சண்முகனார் தலைமை தாங்க, மு ரா கந்தசாமிக் கவிராயர், சொ வேற்சாமிக் கவிராயர், வேந்தன்பட்டிப் புலவர் ஆகியோர் சொற் பொழிவுகளுடன் விழா கோலாகலமாக நடைபெற்றது. ஒவ்வொரு மாதமும் சிறந்த தமிழறிஞரை வரவழைத்துச் சொற்பொழி வாற்றுதல், மாணவர்களுக்குத் தமிழ் இலக்கிய இலக்கணங்கள் பயிற்றுவித்தல், வடமொழி நூல்களைத் தொகுத்துரைத்தல், ஆண்டு தோறும் நூல் வெளியீட்டுடன் விழா எடுத்தல் ஆகியவை சபை ஆற்றிய தொண்டுகளாகும்.

'நாட்டுக்கோட்டை நகரத்தார் சீர்திருத்தம்' என்னும் பண்டித மணியின் முதல் நூல் இங்குதான் வெளியானது. 'சுலோசனை', 'உதயன சரிதம்', 'சுக்கிர நீதி', 'பிரதாப ருத்ரீயம்', 'மாலதி மாதவம்', மண்ணியல் சிறுதேர்', 'கௌடலீயம்' ஆகியவற்றையும் வடமொழியிலிருந்து தமிழில் மொழிபெயர்த்து வெளிட்டார். குறிப்பாக சுக்கிர நீதியில் வரும் 'அந்தணராதலும், அரசராதலும், வணிகராதலும், சூத்திரராதலும், பிறப்பினால் இல்லை, குணம் செய்கைகளாலேயே வேறுபட்டனர்' என்ற கருத்தைப், பிறப்பொக்கும் எல்லா உயிர்க்கும்' என்னும் திருக்குறளுடன் ஒப்பிட்டுச் சிறப்பாக மொழிபெயர்த்துள்ளார்.

மகனுக்கு நல்ல வரம் அமைய வேண்டி பண்டிதமணியின் தாயார் தலயாத்திரை மேற்கொண்டதன் பயனாக 1912-ல் பண்டிதமணிக்கும் - மீனாட்சி அம்மையாருக்கும் திருமணம் இனிதே நடைபெற்றது. இத்தம்பதிகளுக்கு நான்கு ஆண் குழந்தைகளும், மூன்று பெண் குழந்தைகளும் பிறந்தன. 'காதல் ஒருவனைக் கைப்பிடித்து அவன் காரியம் யாவினும் கைகொடுத்து' என்று பாரதியாரும், 'மனைவி

அமைவதெல்லாம் இறைவன் கொடுத்த வரம்' என்று கண்ணதாசனும் கூறியதற்கு ஏற்ப மீனாட்சி அம்மையார் விளங்கினார். இவரது சிறந்த குணம் குறித்துக் கவியரசு முடியரசன் தனது 'ஊன்றுகோல்' காப்பியத்தில் 'கண்ணகியைக் கண்ணெதிரே கண்டதில்லை, கதிர்மணியார் வீட்டில் கண்டோம்' என்று நெஞ்சாரப் புகழ்ந்துள்ளார். பெரும் புலவர் தெ.பொ.மீனாட்சி சுந்தரனாரோ இன்னும் ஒரு படி மேலே சென்று மீனாட்சி அம்மையாரைத் 'தமிழன்னை' என்றே வாழ்த்துகிறார்.

பிழையான கவிதைகளைக் கண்டால் நக்கீரனைப் போன்று பொங்கி எழுவார் பண்டிதமணி. முறைப்படி தமிழ் இலக்கிய, இலக்கணங் களைக் கற்காமல், பீமகவி என்னும் புலவர் தப்பும், தவறுமாகப் பிழைகளுடன் நூல்களை எழுதி வந்தார். 'நான் கலைமகள் அருளைப் பெற்றவன். யார் மீதாவது சினந்து பாடல் பாடினால் அவர் இறந்து போவார். போற்றினாலோ செல்வச் செழிப்புடன் வாழ்வார். தூற்றினாலோ ஏழ்மையில் கிடந்து ஒழிவார்' என்று ஆணவத்துடன் அனைவரையும் மிரட்டிப் பணம் பெற்றுக் கொண்டிருந்தார். இவரது இழிவான செயலைக் கண்டு மனம் வருந்திய பண்டிதமணி நல்லவிதமாகச் சொல்லிப் பிழைகளையும் சுட்டிக் காட்டினார். ஆனாலும் அவர் திருத்திக் கொள்ளாததால், 'பீமகவி எழுதிய கீழைச்சீவல்பட்டித் தல புராணப் பிழைகள்' என்ற தலைப்பில் நூல் எழுதி பண்டிதமணி வெளியிட்டார்.

இதன் காரணமாக இருவருக்கும் பகை மூண்டது. பண்டிதமணி மீது மான நஷ்ட வழக்கு தொடர்ந்தார் பீமகவி. தனக்காக வாதாட சிறந்த வழக்கறிஞரைத் தேடிக் கொண்டிருந்தபோது நாவலர் சோமசுந்தர பாரதியாரைப் பலர் பரிந்துரைக்க அவரையே தனக்காக வாதாட ஏற்பாடு செய்து வழக்கில் வெற்றியும் பெற்றார் பண்டிதமணி. தூத்துக்குடியில் நிகழ்த்திய சொற்பொழிவைத் தொடர்ந்து தன்னைப் பாராட்டிய முதல் புலவர் பண்டிதமணியே என்றும், அவர் தந்த ஊக்கம் காரணமாகவே 'தசரதன் குறையும் கைகேயி நிறையும்' என்ற நூலை எழுதியதாகவும் சோமசுந்தர பாரதியார் குறிப்பிட்டுள்ளார். இருவருக்கும் இடையே அன்று தொடங்கிய அன்பும் நட்பும் பண்டிதமணியின் மறைவு வரை நீடித்தன.

சைவ சமய நூற்புலமையும், தமிழ் இலக்கிய இலக்கண அறிவும் ஒருங்கே பெற்ற பண்டிதமணி பேரறிஞராகவே திகழ்ந்தார். அவர் பங்கேற்றுச் சொற்பொழிவு ஆற்றாத முக்கிய இலக்கிய விழாக்களும், சைவ சித்தாந்த மாநாடுகளும் மிகக் குறைவே என்று கூறத்தக்க வகையில் சென்னை சைவ சித்தாந்த அமைப்பின்

வெள்ளிவிழா, கரந்தைத் தமிழ்ச் சங்க ஆண்டு விழா, மதுரைத் தமிழ்ச் சங்க ஆண்டு விழா, தூத்துக்குடி சைவ சித்தாந்த சபை பொன் விழா, துறையூர் மாநாட்டுத் திறப்பு விழா, பூவாளூர் சைவ சித்தாந்த சபை விழா, சென்னைத் தமிழ்ப் புலவர் மாநாடு, குறுந்தொகை மாநாடு ஆகியவற்றில் பங்கேற்றுத் தலைமைச் சொற்பொழிவாற்றினார்.

பண்டிதமணி கதிரேசன் செட்டியார் தொடங்கிய ‘சன்மார்க்க சபை’ நாளொரு மேனியும் பொழுதொரு வண்ணமுமாக வளர்ந்து மிகக் குறுகிய காலத்தில் பெரும் புகழ் பெற்றது. 19.08.1925-ல் நடைபெற்ற இதன் பதினாறாவது ஆண்டு விழாவில் தமிழ்த் தாத்தா உ.வே.சாமிநாத ஐயர், மகாவித்வான் இரா.இராகவையங்கார், தூத்துக்குடி சிவகுருநாத பிள்ளை, தஞ்சை தமிழ்வேள் உமா மகேஸ்வரன் பிள்ளை, ஔவை துரைசாமிப் பிள்ளை உள்பட ஏராளமான தமிழறிஞர்களும் புலவர்களும் பங்கேற்றுப் ‘பண்டிதமணி’ என்னும் சிறப்புப் பட்டத்தை வழங்கிக் கௌரவித்தனர். ‘பண்டிதர்கள் உலகில் பற்பலர் இருப்பினும், அவர்களுள் நம் கதிரேசனார் மணி போலத் திகழ்வதால், அவருக்குப் பண்டிதமணி என்னும் சிறப்புப் பெயரைச் சூட்டுகிறோம்’ என்று பாராட்டி மகிழ்ந்தார் உ.வே.சாமிநாத ஐயர். அன்று முதல் ‘பண்டிதமணி’ என்றாலே அது ‘கதிரேசன் செட்டியாரைக்’ குறிக்கும் சொல்லாகவே மாறியது.

1929-ல் செட்டி நாட்டரசர் ராஜா சர்.அண்ணாமலைச் செட்டியார் கும்பகோணத்தில் இருந்த உ.வே.சாமிநாத ஐயரைச் சந்தித்து அண்ணமலைப் பல்கலைக்கழகத்தில் தமிழ்ப் பேரசிரியராகப் பொறுப்பேற்றுக் கொள்ளுமாறு வேண்டினார். ஆனால் தமிழிலும் சமஸ்கிருதத்திலும் புலமை பெற்ற பண்டிதமணி கதிரேசன் செட்டியார் மற்றும் இரா.இராகவையங்கார் ஆகிய இருவருமே அப்பதவிக்குத் தகுதியானவர்கள் என்பதால், அவர்களைப் பேராசிரியர்களாகப் பணியமர்த்த உ.வே.சா.. பரிந்துரைத்தார். 1934-ல் தனது 53 வயதில் பேராசிரியராகப் பதவியேற்றுக் கொண்ட பண்டிதமணி 1946-ல் ஓய்வு பெறும்வரை பன்னிரண்டு ஆண்டுகள் அப்பணியில் தொடர்ந்தார். செட்டிநாட்டு இளவரசர் தலைமையில் நடைபெற்ற விழாவில் பண்டிதமணிக்கு ‘முதுபெரும் புலவர்’ என்ற பட்டம் வழங்கப்பட்டது

பண்டிதமணியும், கவிமணியும், பரஸ்பரம் ஒருவர் பெருமையை ஒருவர் அறிந்திருந்தாலும், 1938-ல் திருவனந்தபுரம் பல்கலைக் கழகப் பாடத் திட்டக் குழுவின் கூட்டம் நடந்தபோது தான் முதல் முறையாக நேரடியாகச் சந்தித்தனர். பல்கலைக்கழகத்

துணைவேந்தர் பரமேஸ்வர பணிக்கர், பன்னிருகைப் பெருமாள் முதலியார், கவிமணி தேசிக விநாயகம் பிள்ளை ஆகியோர் விருப்பத்துக்கு ஏற்பத் திருவாசகச் சொற்பொழிவு நிகழ்த்தினார். பண்டிதமணியின் திருவாசகப் பேருரை குறித்துக் கவிமணி வாழ்த்திப் பாடிய பாடல் பின்வருமாறு:

சிந்தைக் கினிய செவிக்கினிய திருவா சகத்தின் உட்பொருளை
முந்தும் அறிவால் ஆராய்ந்து முத்தே வர்க்கும் முதற்றேவன்
எந்தை சிவனே யாமென்ன எவர்க்கும் நன்றாய் எடுத்தோத
வந்த பெரும்பே ராசிரியன் வாழ்க வாழ்க வாழ்கவே!

சிறந்த முறையில் மொழிப்பணி ஆற்றுவோருக்கு அரசு வழங்கும் 'மகாமகோபாத்யாய' என்னும் உயரிய பட்டத்தை 1942 ஜூன் 11 ஆம் தேதி பண்டிதமணிக்கு வழங்கிப் பெருமைப்படுத்தியது. பல ஆண்டுகளுக்கு முன்பே வழங்கப்பட்டிருக்க வேண்டும். தாமதமாக வழங்கப்பட்டதைச் சுட்டிக்காட்டும் வகையில், இப்போதாவது பட்டமளித்துச் சிறப்பித்ததற்கு 'ஒருவாறு' மகிழ்ச்சி கொள்கிறோம்' என்று வாழ்த்தினார் உரைவேந்தர் ஔவை துரைசாமிப் பிள்ளை. 'தமிழர் மனம் இன்றுதான் குளிர்ந்தது. பண்டிதமணிக்குப் பட்டம் வழங்கியதன் மூலம் 'மகாமகோபாத்தியாயர்' பட்டமே இன்று பெருமை பெற்றது' என்று பாராட்டினார் பன்மொழிப் புலவர் தெ.பொ.மீனாட்சிசுந்தரனார்.

பண்டிதமணியிடம் பாடம் பயின்ற மாணவர்களுள் அ.சிதம்பரநாதன் மற்றும் வ.சுப.மாணிக்கம் ஆகியோர் குறிப்பிடத்தக்கவர்கள். சிலேடை நயத்துடனும் நகைச்சுவை உணர்வுடனும் நண்பர்கள் மற்றும் புலவர் பெருமக்களுடன் உரையாடிய நிகழ்வுகளைச் சுவைபடப் பட்டியலிடுகின்றனர். பணியாள் ஒருவன் பண்டிதமணியிடம் குவளையில் பால் கொடுக்க அதை அவர் சிறிது நேரம் உற்றுப் பார்த்துவிட்டு 'பாற்கடலில் சீனிவாசன் பள்ளி கொண்டிருக்கிறான்' என்றார். அருகில் இருந்தவர்கள் இவர் எந்தப் பாடலுக்கு விளக்கம் தருகிறார் என்று எண்ணத் தொடங்கினர். இன்னும் சிலரோ திருமாலின் படம் எங்கேனும் தென்படுகிறதா என்று தேடிப் பார்த்தனர். 'பாலில் செத்துக் கிடக்கும் எறும்பைக் குறிப்பிடும் வகையில் பாற்கடலில் சீனி-வாசன் பள்ளி கொண்டிருக்கிறன்' என்று பண்டிதமணி சொல்ல அவரது சிலேடை நயத்தை எண்ணி வியந்தனர்.

ஒரு முறை பண்டிதமணி பேசிக்கொண்டிருந்த கூட்டத்தில் பங்கேற்ற பெண்கள் சொற்பொழிவுக்கு இடையூறு அளிக்கும் வகையில் பேசிக்கொண்டே இருந்தனர். 'அமைதி! அமைதி' என்று

கூட்ட நிர்வாகிகள் சொல்லியும் கேட்கவில்லை. ‘அவர்கள் பெண் மணிகள் அல்லவா? அதனால்தான் ஒலித்துக் கொண்டே இருக்கின்றனர்’ என்று பண்டிதமணி சொல்லவும், சுற்றியிருந்தவர்கள் இடையூறை யும் மறந்து சிரித்தனர். அரட்டை அடித்துக் கொண்டிருந்த பெண்களோ நாணிச் சிவந்தனர்.

திருவாவடுதுறை மகாசந்நிதானத்தைக் காண்பதற்குச் சென்றார் பண்டிதமணி. அவரை வணங்க முற்படுகையில் ஊன்றுகோல் வழுக்கிக் கீழே விழ்ந்து விட்டார். மகாசந்நிதானம் அவரைத் தாங்கிப் பிடிக்கத் தனது இருக்கையில் இருந்து எழுந்து வந்தபோது ‘பக்தர்களாகிய நாங்கள் தவறுவதும் (தவறு செய்வதும்), மகா சந்நிதானங்கள் தாங்குவதும் (அடைக்கலம் தருவதும்) இயல்பு தானே’ என்று கீழே விழுந்த நிலையிலும் சிலேடையாகக் குறிப்பிட்டார்.

பண்டிதமணி பங்கேற்ற கூட்டத்தில் அமைச்சர் ஒருவர் பேசுகையில் ‘தமிழ் ஆசிரியர்களுக்கு ‘க’ மற்றும் ‘கா’ அதாவது ‘கடவுள்’ மற்றும் ‘காதல்’ ஆகிய இரண்டுக்கு மேல் வேறு எதுவும் தெரியாது என்று கிண்டலாகப் பேசினார். பின்னர் பேசிய பண்டிதமணி ‘அமைச்சர் கூறியதில் தவறேதும் இல்லை. உண்மைதான். கடவுளுக்கும், காதலுக்கும் மேலாக உலகில் வேறு எதுவுமே இல்லை. கடவுளுக்கும், காதலுக்கும் மேலாக ஒரு பொருள் உண்டு என்று தமிழாசிரியர்கள் மட்டுமல்ல, அறிஞர்கள், அரசியல் நிபுணர்கள் உள்பட உலகில் யாரைக் கேட்டாலும் விளக்கம் தர முடியாது. ஆனால், இதை அறியாதார் கூட்டத்தில் இங்கு வீற்றிருக்கும் அமைச்சரும் ஒருவர்’ என்று கூறியபோது அமைச்சர் முகத்தில் ஈயாடவில்லை.

தூத்துக்குடி சைவ சித்தாந்த மன்றத்தில் பண்டிதமணியின் சொற்பொழிவுக்கு ஏற்பாடானது. அப்போது அவர் மீது பொறாமை கொண்ட புலவர் ஒருவர் ‘சைவ சித்தாந்த சபையில் வைணவக் காப்பியமான கம்ப இராமாயணம் பற்றிப் பேசக் கூடாது’ என்று பேசியது பண்டிதமணியின் காதுகளுக்கு எட்டியது. இதை உறுதிப்படுத்திக் கொள்ள சொற்பொழிவு ஆற்றுவதற்கு முன்பாக அவரை அழைத்து அவ்வாறு சொன்னது உண்மைதானா என்று கேட்க அவரும் மேடையேறி ‘ஆமாம். சைவ சித்தாந்த சபையில் வைணவக் காப்பியமான கம்ப இராமாயணத்தைப் பற்றிப் பேசுவது குற்றமே’ என்ற தன் கருத்தை மீண்டும் வலியுறுத்தினார்.

பண்டிதமணி புன்னகைத்தவாறே ‘சைவ சித்தாந்த அவையில் கம்ப இராமாயணத்தைப் பற்றிப் பேசுவது குற்றமாகாது. காரணம்

சிவனடியார்களில் முதல் அடியார் இராமபிரான்தான். அவர் இராமேஸ்வரத்தில் பூஜை செய்த லிங்கமே இன்று இராமலிங்கமாக விளங்குகிறது. இராமபிரான் என்னும் முதல் சிவனடியார் பற்றிச் சைவ சித்தாந்த மன்றத்தில் பேசுவது குற்றம் எனில், வேறு எந்தச் சிவனடியார் குறித்தேனும் இங்கு பேசுவது முறையாகுமா?' என்று கேட்டார். கூடியிருந்த மக்கள் 'பேசுங்கள் பேசுங்கள்' என்று கரவொலி எழுப்பப் பண்டிதமணி மீது குற்றம் கண்ட புலவர் தலை குனிந்தார்.

'கம்பர் யார்' என்ற கேள்வியோடும், 'கம்ப இராமாயணம்' மீதான வெறுப்பொடும், ஒரு கூட்டத்தின் கிளர்ச்சி தமிழகத்தில் நடைபெற்றுக் கொண்டிருந்த தருணம் அது. இது பற்றிச் சிறிதும் அச்சப்படாத பண்டிதமணி 'கம்பை உடையவன் கம்பன். அந்த வகையில் என்னைத் தாங்கும் இந்த ஊன்று கோலை அதாவது கம்பை வைத்துக்கொண்டிருக்கும் நானே கம்பன்' என்று நகைச்சுவை ததும்பக் கூறினார்.

உடல் நலம் குன்றி மனைவி மீனாட்சி அம்மையார் மறைந்ததைத் தொடர்ந்து சிதம்பரத்தை விட்டு சொந்த ஊரான மகிபாலன் பட்டியில் குடியேறினார். மனதளவில் பாதிகப்பட்ட அவரை உடல் நோயும் வாட்டி எடுத்தது. சைவத்தையும் தமிழையும், இரு விழிகளாகப் போற்றிய பண்டிதமணி, உபாதைகளைப் பற்றி கவலைப்படாமல், திருச்சதகம், நீத்தல் விண்ணப்பம், திருவெம்பாவை ஆகியவற்றுக்கு 'கதிர்மணி விளக்கம்' என்ற தலைப்பில் உரை எழுதி முடித்தார்.

ஏழாண்டு கடுமையான உழைப்பில் வெளியான பண்டிதமணியின் 'கதிர்மணி விளக்கம்' குறித்து அவரது மாணவர் வ.சுப.மாணிக்கம் 'செந்தமிழுக்கு உறுதியான செல்வம். நுண்மையால், ஒண்மையால், நடை நயத்தால், நடைத் தூய்மையால், உரைநடையாளர் அனைவருக்கும் வழிகாட்டி. சிவஞான முனிவர்க்குப் பின்னர், சைவ மெய்யியலை, நன்னடையில் புலப்படுத்தும் சொல்வளம் மிக்க பேருரை' எனப் புகழாரம் சூட்டுகிறார். 'பண்டிதமணியின் திருவாசகச் சொற்பொழிவையும், அதன் சில பகுதிகளுக்குக் கூறிய நயங்களையும் கேட்டவர்கள், இவர் ஓர் உரை எழுதி வெளியிட மாட்டாரா? என்று விரும்பிய விருப்பம் இன்று நிறைவேறு வருவது கண்டு எந்தத் தமிழன் மனந்தான் மகிழாது' என்று பூரிக்கிறார் பேரறிஞர் தெ.பொ.மீனாட்சி சுந்தரனார்.

'வட மொழியிலிருந்து தோன்றியதுதான் தமிழ் மொழி என்பது எக்காலத்துக்கும் பொருந்தாத கருத்து. ஒரு நாடு தனக்குரிய

மொழியை ஆக்கமுற ஓம்பிப் பாதுகாக்காவிட்டால் சிறந்த நிலையை எட்டுவது அரிது. மொழியின் வளர்ச்சியைக் கொண்டே அது வழங்கும் நாட்டின் நலத்தை உணரலாம். எந்த நாடு தனது மொழிச் சுவையை உணர்தலில் பின்னடைகிறதோ, அது மற்ற எல்லா வளங்களாலும் பிற்பட்டதாகும்' என்று தாய் மொழியாம் தமிழ் மொழியைப் பேணிக் காக்க வேண்டிய அவசியத்தைப் பண்டிதமணி வலியுறுத்துகிறார்.

ஏற்கனவே உடலை வருத்திக் கொண்டிருந்த பல்வேறு பிரச்னைகளுடன் இரத்த அழுத்தமும் சேர்ந்து கொள்ளவே மூச்சுத் திணறல் ஏற்பட்டது. 'சிவாயநம' என்னும் ஐந்தெழுத்து மந்திரத்தை முணுமுணுத்துக் கொண்டே 1953 அக்டோபர் 24 ஆம் தேதி 73 வயதில் மண்ணுலகை விட்டுச் சிவலோகப் பிராப்தி அடைந்தார்.

வாகீச கலாநிதி
கி.வா.ஜகந்நாதன்

கி.வா.ஜ. என்னும் மூன்று எழுத்துகளால் அன்புடன் அழைக்கப்படும் கி.வா.ஜகந்நாதன் சிறுகதை, கட்டுரை, கவிதை, உரைநடை, விளக்கம், சொற்பொழிவு, பத்திரிகை ஆசிரியர் எனப் பல்துறை வித்தகராகத் திகழ்ந்ததுடன், சிலேடை மொழியில் சொற்சிலம்பம் ஆடுவதிலும் வல்லவர். இறைவனின் திருவருளும் ஆசிரியரின் குருவருளும் நிரம்பப் பெற்றவர். எளிமையின் வடிவமாக, அடக்கத்தின் விளக்கமாக, அமைதியின் உறைவிடமாக வாழ்ந்தவர். எழுத்திலும் பேச்சிலும் சிறந்து விளங்கிய கி.வா.ஜவைப் பல்வேறு பெருமைகளும் பாராட்டுகளும் தேடி வந்தன. எனினும் ஆசிரியருக்கு ஊழியம் செய்வதே தனது பிறவிப் பயன் என்று பணிவுடன் வாழ்ந்தார். அவரது நற்குணம், நட்பு வட்டத்தையும் அன்பர்கள் ஆதரவையும் விரிவுபடுத்தியதுடன், புகழையும் பெற்றுத் தந்தது.

1906 ஏப்ரல் 11 ஆம் நாள் கரூர் அருகேயுள்ள கிருஷ்ணராஜபுரத்தில் வாசுதேவ ஐயர் - பார்வதி அம்மாள் தம்பதிகளுக்கு மகனாகப் பிறந்தார் கி.வா.ஜகந்நாதன். குழந்தைப் பருவத்தில் இவர் உயிர் பிழைத்த அதிசய நிகழ்ச்சியொன்று நடைபெற்றது. வீட்டில் யாரும் கவனிக்காத நிலையில், தவழ்ந்தும், தட்டுத் தடுமாறி தளிர் நடை போட்டும் தெருவுக்கு வந்த கி.வா.ஜ., நடு வீதியில் இருந்த சிறு குழிக்கு அருகே குவிக்கப்பட்டிருந்த மண்ணில் விளையாடிக் கொண்டிருந்தார். அப்போது எதிர்த்திசையில் படு வேகத்தில் ரேக்ளா வண்டியொன்று வந்து கொண்டிருந்தது. ரேக்ளாவின் சத்தம் கேட்டு

வெளியே வந்தவர்கள் நடுத்தெருவில் குழந்தையைக் கண்டு அலறினார்கள். ஆனால் கி.வா.ஜ. என்ன நினைத்தாரோ தெரியவில்லை. குழிக்குள் குப்புறப் படுத்துக் கொள்ள ரேக்ளா வண்டி அவரைக் காயப்படுத்தாமல் கடந்து சென்றது. சுற்றியிருந்தவர்கள் நிம்மதிப் பெருமூச்சு விட்டுக் குழந்தையை வாரி அணைத்து முத்தமிட்டனர். பின்னாளில் மிகப் பெரிய தமிழறிஞராகச் சேவை செய்யவே ஆண்டவன் இக்குழந்தையைக் காப்பாற்றி தமிழன்னையின் கரங்களில் ஒப்படைத்திருப்பான் போலும்!

சூழல் காரணமாகக் குடும்பம் கிருஷ்ணராஜபுரத்திலிருந்து சேலம் மோகனூருக்குக் குடி பெயர்ந்தது. மோகனூர் காந்தமலை முருகன் மீது இளம் வயது முதற்கொண்டே கி.வா.ஜவுக்கு அளவற்ற அன்பு உண்டு. இதன் காரணமாகவே திருவாசகம், திருப்புகழ், கந்தர் அலங்காரம், கந்தர் அனுபூதி ஆகியவற்றை சிறு பிராயம் முதற்கொண்டே ஆழ்ந்து படிக்கத் தொடங்கினார். எட்டாம் வகுப்பை முடித்த பிறகு குளித்தலை உயர்நிலைப் பள்ளியில் படிப்பைத் தொடர்ந்தார். கணிதத்தையும் இயற்பியலையும் விருப்பப் பாடங்களாக எடுத்ததால், ஒன்பதாம் வகுப்புக்குப் பிறகு தமிழைக் கற்க வாய்ப்பின்றிப் போனது. இருப்பினும் தமிழ் மீதுள்ள தணியாத ஆர்வத்தால், இலக்கிய மற்றும் சமய நூல்களைத் தாமாகவே தேடிப் பிடித்துப் படிக்கத் தொடங்கினார். சிற்றுண்டி சாப்பிடக் கொடுத்த பணத்தைச் செலவழிக்காமல், கொஞ்சம் கொஞ்சமாகச் சேமித்து நல்ல இலக்கிய நூல்களை வாங்கினார்.

செய்யுட்களைப் படித்ததோடு நில்லாமல் செய்யுள் எழுதவும் முற்பட்டார். தில்லை நடராஜன் மீது இவர் எழுதிய 'போற்றிப் பத்து' என்னும் பதிகம் 'ஒற்றுமை' என்ற இதழில் வெளியானது. அவர் எழுதிய முதல் கவிதை இதுதான். இதை அறிந்த தமிழாசிரியர் கொங்கணாம்பட்டி நரசிம்மய்யர் மாணவர்களிடம் விவரத்தைச் சொல்லி கி.வா.ஜ.வின் திறமையைப் பாராட்டி மகிழ்ந்தார். உடன் படித்துக் கொண்டிருந்த வகுப்பு மாணவன் ஒருவன் 'இளம்பூரணன்' என்று கி.வா.ஜவை அழைக்க, அப்போது முதல் பள்ளி மாணவர்கள் நடுவில் அந்தப் பெயரே நிலைத்து விட்டது.

கவிதை இலக்கணத்தை முழுமையாகக் கற்றுத் தெளிவதற்கு முன்பே, பன்னிரு வயதிலேயே கவிபாடும் திறனைப் பெற்ற இவரது கவிதைகளைக் 'கற்பகம்', 'ஆத்மசக்தி', 'பராசக்தி', 'லட்சுமி' ஆகிய பத்திரிகைகள் வெளியிட்டன. வரகவியாக, நினைத்த நொடிப் பொழுதில் கவிதை எழுதும் ஆற்றல் பெற்ற கி.வா.ஜ. பின்னாளில் 'ஜோதி' என்ற புனைப் பெயரில் கவிதைகள் எழுதினார்.

கி வா.ஜாவை எஸ்.எஸ்.எல்.சி. பள்ளி இறுதி வகுப்பு எழுத விடாமல் பல்வேறு பிரச்னைகளும் தடைகளும் தடுத்தன. வயது குறைவைச் சுட்டிக்காட்டியதால் முதலாண்டு அவரால் எழுத முடியவில்லை. அடுத்த ஆண்டு முடக்கு வாத நோய் தாக்கியதால் சில மாதங்கள் வகுப்புகளுக்குச் செல்ல இயவில்லை. பள்ளிக்கு வர வேண்டிய நாள்கள் போதவில்லை என்பதால் அந்த வருடமும் அவரால் எஸ்.எஸ்.எல்.சி தேர்வெழுத முடியாமல் போனது. எனவே, வேறு வழியின்றி குளித்தலையிலிருந்து மோகனூருக்குத் திரும்பினார்.

விடுதலைப் போராட்டம் தீவிர நடைபெற்றுக் கொண்டிருந்த காலகட்டத்தில் மகாத்மாவின் கொள்கைகளால் ஈர்க்கப்பட்ட கி.வா.ஜ, சுதந்திர வேள்வியில் தன்னை ஐக்கியப்படுத்திக் கொண்டார். கைராட்டையில் நூல் நூற்று, வாழ்க்கையின் இறுதிவரை கதர் ஆடைகளையே அணிவது என்று உறுதி பூண்டார். திலகர் வாசகசாலைக்கு வரும் பத்திரிகைகளில் இடம் பெறும் தேச பக்திப் பாடல்களைப் படிப்பதுடன், ‘சுதந்திர தேவி திருப்பள்ளி எழுச்சி’, ‘திருக்கோயில்’ போன்ற பாடல்களையும் இயற்றினார். சேலத்திலிருந்து வெளியான ‘தமிழ்நாடு’ இதழில் இவரது கவிதைகள் வெளியாயின.

சேந்தமங்கலம் ஸ்ரீ சுயப்பிரகாச பிரம்மேந்திர சரஸ்வதி ஸ்வாமிகள் மீது கொண்ட அளவற்ற ஈடுபாடு காரணமாக கி.வா.ஜ.ஒரு கட்டத்தில் துறவு வாழ்க்கை மேற்கொள்ள விரும்பினார். ஆனால் பெற்றோருக்கு ஒரே மகனாக இருந்ததால் அவருக்கு சன்யாசம் வழங்க முடியாது என்று ஸ்வாமிகள் அன்புடன் மறுத்துவிட்டார். பிறகு கி.வா.ஜா. ஊர்ப் பஞ்சாயத்து அலுவலகத்தில் மாதம் ரூ 20/- சம்பளத்தில் கணக்கராக வேலை பார்த்துக்கொண்டே இஷ்ட தெய்வமான ‘காந்தமலை முருகன்’ மீது பாடல்களையும் இயற்றிக் கொண்டிருந்தார்.

ஒவ்வொரு வருடமும் காந்தமலை முருகன் கோயிலில் அருணகிரி நாதரின் ஜெயந்தி விழா சிறப்பாக நடைபெறும். முதல் முறையாக ‘அன்பு’ என்ற தலைப்பில் முருகனைப் பற்றி கி.வா.ஜ.ஆற்றிய சொற்பொழிவு அவரது ‘கன்னிப்’ பேச்சு என்பதுடன், ‘கனிந்த’ பேச்சும்கூட. மந்திரம்போல் ஒலிக்கும் தன்மை கொண்ட சொற்கள், மணி மணியாக அடுக்கியவை போல், இசை நயத்துடன் அவரது பேச்சில் துள்ளி நடமாடின. சேந்தமங்கலத்தின் முக்கியப் பிரமுகரான கிச்சு உடையாரின் அறிமுகம் கிடைத்த பிறகு, தொடர்ந்து சொற்பொழிவுகள் ஆற்றும் வாய்ப்பு கிடைத்தது. ஆன்மிகப் பணியுடன் அங்குள்ள குழந்தைகளுக்கு மட்டுமின்றி,

கிருத்தவ மதகுருவான த்ரோவர் துரைக்கும் அவரது மனைவிக்கும் தமிழ் கற்றுக் கொடுத்தார்.

திருப்பாதிரிப் புலியூர் ஸ்ரீலஸ்ரீ சிவசண்முக மெய்ஞான சிவாச்சார்ய ஸ்வாமிகள் சொற்பொழிவாற்ற சேந்தமங்கலம் வந்திருந்தபோது அவரது பேச்சால் ஈர்க்கப்பட்ட கி.வா.ஜ. அவரிடம் தமிழ் கற்க விரும்பினார். ஆனால் சிதம்பரத்தில் தங்கியிருந்த தமிழ்த் தாத்தா உ.வே.சா.. அவர்களிடம் தமிழ் கற்பதே சாலச் சிறந்தது என்று கி.வா.ஜவின் அன்பர்களும் நலம் விரும்பிகளும் கருத்துத் தெரிவித்தனர். இதனைத் தொடர்ந்து உ.வே.சா.. அவர்களைச் சந்தித்து கி.வா.ஜவுக்குத் தமிழ் கற்றுக் கொடுக்குமாறு வேண்டுகோள் விடுத்தனர்.

'நான் இன்னும் சில நாள்களில் சென்னைக்குச் சென்றுவிடுவேன். இங்கே கல்லூரியில் சேர்ந்து தமிழ் படிக்க விருப்பமா என்னுடன் சென்னைக்கு வருகிறாயா என்று உ.வே.சா..அவர்கள் கேட்கச் 'சென்னைக்கு வந்து உங்களிடமே தமிழ் படிக்க விரும்புகிறேன்' என்று பதிலளித்தார் கி.வா.ஜ. அப்படியானால் ஏதேனும் ஒரு பாடலைப் பாடு என்ற சொன்னவுடன்

ஆடவர் நகையுற ஆண்மை மாசுறத்
தாடகை எனும்பெயர்த் தைய லாள்படக்
கோடிய வரிசிலை இராமன் கோமுடி
சூடுவன் நாளைவாழ் விதெனச் சொல்லினான்

என்ற கம்ப இராமாயணப் பாடலைப் பொருளுடன் சொன்னதைக் கேட்டு மகிழ்ந்தார் உ.வே.சா... சென்னைக்குப் பயணித்த கி.வா.ஜா. 1927 டிசம்பர் மாதம் உ.வே.சா..அவர்களிடம் மாணவராகச் சேர்ந்தார். பல மாணவர்கள் ஐயர் அவர்களிடம் பாடம் கற்றாலும், தமிழ்த் தாத்தாவின் உள்ளம் கவர்ந்த சீடராகத் திகழ்ந்தவர் கி.வா.ஜ. மட்டுமே. அந்த வகையில் இந்நிகழ்வு அவரது வாழ்க்கையில் ஏற்பட்ட திருப்புமுனை எனில் மிகையில்லை. 1927 தொடங்கி தமிழ்த் தாத்தா 1942-ல் மறையும்வரை சற்றேறக் குறைய 15 ஆண்டுகள் அவரிடம் தமிழைக் கற்றதுடன், ஏட்டுச் சுவடிகளை ஒப்புநோக்குவதுடன் பதிப்பிக்கும் முறைகளையும் முழுமையாகத் தெரிந்துகொண்டார்.

சென்னையில் உ.வே.சா.. அவர்களின் வீட்டுக்கு எதிரே ஓர் அறையில் கி.வா.ஜ. தங்கிக்கொண்டு நாளொன்றுக்குப் பதினோரு மணி நேரம் அவரிடம் சங்க இலக்கியங்கள், இலக்கணங்கள், பிரபந்தங்கள், சிற்றிலக்கியங்கள் எனப் பலவற்றைப் பாடம்

கேட்டார். 1930-ல் உ.வே.சா அவர்களுக்கு காலில் புண் ஏற்பட்டு அறுவை சிகிச்சை செய்து கொண்டதால், வெளியே செல்ல முடியாமல் முழு ஓய்வில் இருக்க வேண்டியதாயிற்று. குருகுலத்தில் படிக்கும் மாணவன்போல் கி.வா.ஜ. நாள் முழுவதும் அவருடனேயே தங்கியிருந்து பாடம் கேட்டதுடன், தேவையான பணிவிடைகளையும் செய்து கொடுத்தார். இதன் காரணமாகத் தமிழ்த் தாத்தாவுடன் நெருக்கமாகிக் குடும்ப உறுப்பினர்களுள் ஒருவராகவே ஆனார்.

கி வா.ஜவின் தமிழ் ஆர்வத்தையும் பதிப்புப் பணிகளில் அவருக்கு இருந்த ஈடுபாட்டையும் அங்கீகரித்துப் பாராட்டும் வகையில் 'தக்கயாகப் பரணி' நூலின் முகவுரையில் உ.வே.சா.. அவர்கள் கீழ்க்கண்டவாறு குறிப்பிட்டுள்ளார் 'இந்நூலைப் பரிசோதித்துப் பதிப்பித்து வரும் நாள்களில், உடனிருந்து எழுதுதல், ஆராய்தல், ஒப்பு நோக்குதல் முதலிய உதவிகளை அன்புடன் செய்தவர் மோகனூர் தமிழ்ப் பண்டிதர் சிரஞ்சீவி கி.வா.ஜகந்நாத ஐயர். இவரது உழைப்பு பாராட்டத்தக்கது' என்று குறிப்பிட்டுள்ளார். கி.வா.ஜ.வின் புலமையைப் போற்றும் வகையில் 'நச்சினார்க்கினியர்' என்றே அழைப்பாராம். ஆசிரியர்பிரானிடமிருந்து மாணவனான எனக்குக் கிடைத்த மிகப் பெரிய அங்கீகாரம்' என உருகுகிறார் கி.வா.ஜ.

1929-ல் மதுரைத் தமிழ்ச் சங்க ஆண்டு விழா நடைபெற்றது. தலைமை தாங்கும் கவர்னர் மார்ஷ் பாங்கஸுக்குச் சந்தப் பாக்களாலான வரவேற்புரையை அமைத்துத் தருமாறு உ.வே.சா. அவர்கள் கி.வா.ஜவைப் பணித்தார். அத்துடன் 'சமணர்களை திருஞான சம்பந்தர் கழுவேற்றினார் என்று சில நூல்களில் தவறாகக் குறிப்பிடப்பட்டுள்ளது. அது தவறு என்று விளக்கிச் சொற்பொழிவு நிகழ்த்துமாறும் கட்டளை இட்டார். 'போட்டியில் தோற்ற சமணர்களைத் திருஞானசம்பந்தர் கழுவேற்றினார் என்பது தவறான கருத்து. ஆனால் திரு ஆலவாயுடையார் திருவிளையாடல் புராணத்திலும், தக்கையாப்பரணியிலும் இது பற்றிய உண்மையான செய்தி உள்ளது. போட்டியில் தோற்ற சமணர்களைப் பார்த்து திருஞானசம்பந்தர் 'நீங்கள் அனைவரும் சைவ சமயத்தில் சேருங்கள்' என்று அருள சிலர் சைவமானார்கள். ஆனால் பலரோ 'வாதத்தில் தோற்றாலும் எங்கள் சபதத்தில் தோற்க மட்டோம்' என்று சொல்லி அவர்களே கழுவேறினார்கள் என்பதே நிஜம்' என்று மேற்கோள் களைக் காட்டி, குறிப்பாகத் தக்கையாப் பரணியிலுள்ள செய்திகளை ஆதாரமாக வைத்து சொற்பொழிவு நிகழ்த்தினார் கி.வா.ஜ. 'மக்களிடையே நிலவி வந்த தவறான கருத்துக்கு உன்

சொற்பொழிவு முற்றுப்புள்ளி வைத்துவிட்டது' என்று மனங்குளிர வாழ்த்தினார் உ.வே.சா..அவர்கள்.

1930-ல் சில மாதங்கள் திருவல்லிக்கேணி இந்து உயர்நிலைப் பள்ளியில் தமிழ்ப் பண்டிதராகப் பணியாற்றினார். அரசு கையெழுத்து நூலகத்தில் வேலை கிடைத்த போதும் அதை ஏற்க மறுத்து 'அரசு வேலையை விடவும் தங்களிடம் தமிழ் கற்பதே லட்சியம்' என்று கூறி அவரது தமிழ்ப் பணியுடன் தன்னை ஐக்கியப்படுத்திக் கொண்டார் கி.வா.ஜ. 'வயதான காலத்தில் எனக்கு உறுதுணையாக இருக்க ஆண்டவன்தான் உன்னை என்னிடம் அனுப்பிவைத்தான்' என்று நெகிழ்ந்த உ.வே.சா. அவர்கள் தன் குடும்பத்தில் ஒருவராகவே கி.வா.ஜவை ஏற்றுக் கொண்டதுடன். *1932* ஜூன் *13* அன்று அவரே பெண் பார்த்து அலமேலு என்பவருடன் கி.வா.ஜவுக்குத் திருமணத்தையும் இனிதே நடத்திவைத்தார். இவர்களுக்கு சாமிநாதன், முருகன், குமரன் ஆகிய மூன்று மகன்களும் உமா என்னும் மகளும் பிறந்தனர்.

1932-ல் கலைமகள் பத்திரிகை தொடங்கப்பட்டபோது அதன் பதிப்பு வேலைகளுக்கு கி.வா.ஜவைப் பரிந்துரை செய்தார் தமிழ்த் தாத்தா. அப்போது முதல் கி.வா.ஜ-வின் பணிகள் பல மடங்கு அதிகரித்தன. காலையில் உ.வே.சா.. அவர்களுடன் பதிப்புப் பணிகள், பிற்பகலில் கலைமகள் அலுவலகப் பணிகள், மாலையில் மீண்டும் உ.வே.சா.. அவர்களுக்கு உதவுதல், இரவில் காஞ்சி காமகோடி பீடாதிபதி பரமாச்சார்ய ஸ்வாமிகள் உள்ளிட்ட ஆன்மீகப் பெரியவர்களின் சொற்பொழிவுகளைக் கேட்டுக் குறிப்பெடுத்துக் கட்டுரைகள் எழுதுவது எனக் கடுமையாக உழைத்தார்.

1933-ல் தமிழ் வித்வான் தேர்வில் கி.வா.ஜ. முதல் மதிப்பெண் எடுத்துத் தேர்ச்சி பெற்றதை ஒவ்வொரு வருடமும் திருப்பனந்தாள் ஸ்ரீகாசி மடாலயத் தலைவர் ஸ்ரீலஸ்ரீ காசிவாசி ஸ்வாமிநாத ஸ்வாமிகள் முதல் மாணவருக்கு வழங்கும் ரூ *1000/-* ரொக்கப் பரிசையும் பெற்றார். உ.வே.சா..அவர்களின் மேற்பார்வையில் சென்னைப் பல்கலைக்கழகத்தில் மூன்று ஆண்டுகள் ஆராய்ச்சி மாணவராகக் காப்பியங்கள் தொடர்பான ஆய்வுகளையும் மேற்கொண்டார்.

இதற்கிடையே *1934*-ல் கலைமகள் ஆசிரியராக இருந்த டி.எஸ். இராமச்சந்திர ஐயர் காலமானதைத் தொடர்ந்து ஆர்.வி.சாஸ்திரி ஆசிரியர் பொறுப்பை ஏற்றுக்கொண்டார். ஆனால் எதிர்பார்த்த அளவு பத்திரிகை விற்பனையாகவில்லை. நாராயணசாமி ஐயர் ஒரு முடிவுக்கு வந்தவராக, உதவி ஆசிரியராக இருந்த கி.வா.ஜவை

கலைமகளின் ஆசிரியராகப் பொறுப்பேற்க அனுமதி வழங்கும்படி உ.வே.சா..அவர்களை வேண்டினார். அவரது ஆசியுடன் கி.வா.ஜ. அன்று தொடங்கி மறையும் வரை, சற்றேறக் குறைய ஐம்பது ஆண்டுகளுக்கும் மேலாக கலைமகள் ஆசிரியராக, அதன் தரத்தையும் விற்பனையையும் பெருக்கிச் சாதனை படைத்தார்.

அண்ணாமலைப் பல்கலைப்பழகத் தமிழ் ஆராய்ச்சித் துறைத் தலைவராக இருந்த சேது சமஸ்தான மகாவித்வான் இரா.இராகவைய்யங்கார் ஓய்வு பெற இருந்த நிலையில் அந்தப் பொறுப்புக்கு கி.வா.ஜவை நியமிக்கலாம் என்று பரிந்துரைக்கப் பட்டது. தனது மாணவனுக்கு நல்ல வேலை கிடைத்ததில் உ.வே.சா. அவர்கள் ஒருவகையில் மகிழ்ச்சி அடைந்தாலும், கி.வா.ஜவைப் பிரியவேண்டுமே என்றும் வருந்தினார். ஆனால் கி.வா.ஜவுக்கோ அந்த வேலையில் நாட்டமே இல்லை. ஆசிரியருடன் இருக்கவே விரும்பி அண்ணாமலைப் பல்கலைக்கழகத் தமிழ் ஆராய்ச்சித் துறைத் தலைவர் பதவியை ஏற்றுக்கொள்ள மறுத்தார்.

1935-ல் தமிழ்த் தாத்தாவின் எண்பதாவது சதாபிஷேகம் சீரும் சிறப்புமாகக் கொண்டாடப்பட்டது. தமிழுக்காகவே ஓயாது உழைத்த அவரது உடல் மெலிந்து, தளரத் தொடங்கியது. நோயில் வீழ்ந்த நிலையிலும், வாயிலிருந்து வந்த வார்த்தைகளும், எண்ணமும், தமிழன்னைக்குச் செய்ய வேண்டிய பணிகளை முழுவதுமாக முடிக்க வேண்டும் என்றே, பேசியும், சிந்தித்துக் கொண்டும் இருந்தன. கி.வா.ஜ.அவர் அருகிலேயே இருந்து பணிவிடை செய்ததுடன், அவரது விருப்பங்களையும், எண்ணங்களையும் நிறைவு செய்து கொண்டிருந்தார்.

''1937-ல் பாரதிய சாஹித்ய பரிஷத்தின் மாநாட்டுக்குத் தலைமை ஏற்க மகாத்மா காந்தியடிகள் சென்னைக்கு வருகை தந்தார். வரவேற்புக் குழுவின் தலைவரான தமிழ்த் தாத்தா உ.வே.சா.அவர்கள் என்னையும் உடன் அழைத்துச் சென்றார். மகாத்மா காந்தியுடன் வந்த மகாதேவ் தேசாயைப் பார்த்தவாறே 'அவர் யார்?' என்று இராஜாஜியிடம் கேட்டார் உ.வே.சா..அவர்கள். அதற்கு இராஜாஜி அருகில் நின்று கொண்டிருந்த என்னைச் சுட்டிக் காட்டி 'உங்களுக்கு இவர் (கி.வா.ஜ) எப்படியோ, அப்படித்தான் மகாத்மாவுக்கு அவர் (மகாதேவ் தேசாய்)' என்று கூறினார். அப்போது ஆசிரியர் பெருமானின் முகம் மலர்ந்தது. மகாத்மாவுக்கு மகாதேவ் தேசாய்போல் உ.வே.சா.. அவர்களுக்கு நான் என்று என்னை உதாரணம் காட்டி இராஜாஜி பெருமைப்படுத்தியது உள்ளபடியே மகிழ்ச்சி அளித்தது' என்று மகாத்மாவைச் சந்தித்த நினைவலைகளை கி.வா.ஜ. பகிர்ந்து கொள்கிறார்.

1942-ல் ஏப்ரல் 25-ல் கி.வா.ஜவின் தந்தை காலமானார். தந்தையை இழந்த துக்கத்தில் வருந்திக் கொண்டிருந்தவரை அடுத்த மூன்றாவது நாள் அதாவது ஏப்ரல் 28-ல் ஞானத் தந்தையான உ.வே.சா. அவர்களின் மரணம் இடிபோல் தாக்கியது. அடுத்தடுத்து நிகழந்த இரு சோகங்களும் கி.வா.ஜவைக் கடுமையாக பாதித்தன. இருப்பினும் தனது ஆசிரியர் பிரானுக்குச் செய்யும் உண்மையான அஞ்சலி அவரது எண்ணங்களை நிறைவு செய்வதுதான் என்ற முடிவுடன் மனதைத் தேற்றிக்கொண்டு தமிழ்ச் சேவையைத் தொடர்ந்தார்.

உ.வே.சா. அவர்களின் மகன் கலியாண சுந்தரம் ஐயர் 'என் தந்தையார்' என்ற பெயரில் தமிழ்த் தாத்தாவின் வரலாற்றை எழுத எண்ணினார். ஆனால் அவர் திடீரென மறைந்த காரணத்தால் அவரது மகனும், உ.வே.சா.. அவர்களின் பேரனுமான க.சுப்பிரமணிய ஐயரின் வேண்டுகோளை ஏற்று கி.வா.ஜ.' என் ஆசிரியர் பிரான்' என்ற தலைப்பில் தமிழ்த் தாத்தாவின் வாழ்க்கை வரலாற்றை எழுதி முடித்தார். உ.வே.சா.. தனது ஆசிரியர் திரிசிரபுரம் மீனாட்சிசுந்தரம் பிள்ளையின் வரலாற்றை எழுதியதுபோல், கி.வா.ஜ. தனது ஆசிரியர் உ.வே.சா.. அவர்களின் வரலாற்றை எழுதும் பாக்கியத்தைப் பெற்றார். கிரேக்க நாட்டில் சாக்ரடீஸ், பிளேட்டோ, அரிஸ்டாட்டில் என ஆசிரியர் - மாணவர் (ஆசிரியர்) - மாணவர் தலைமுறை தொடர்ந்ததுபோல் தமிழகத்திலும் மீனாட்சி சுந்தரம் பிள்ளை - உ.வே.சா..- கி.வா.ஜ.என்ற குரு சிஷயப் பரம்பரை தொடர்ந்தது தமிழ் மண் செய்த பேறாகும்.

தமிழ்த் தாத்தாவின் மறைவைத் தொடர்ந்து 'கலைமகள்' பத்திரிகையின் ஆசிரியர் பணியில் கி.வா.ஜ. தம்மை முழுமையாக ஈடுபடுத்திக் கொண்டார். எழுத்தாளராகவும், பேச்சாளராகவும் தன்னை நிலைநிறுத்திக் கொண்டதுடன், புதிய எழுத்தாளர்கள், கவிஞர்கள், கட்டுரையாளர்கள், சிறுகதை / நாவலாசிரியர்கள் பலரையும் கலைமகள் மூலம் அறிமுகப்படுத்தினார். கற்றவர்க்கும் படிக்கக் கடினமாகத் திகழும் சங்க இலக்கியங்களை எல்லோரும் படித்து இன்புறும் வகையில் எளிமையான கட்டுரைகள் மூலம் விளக்குவதில் கி.வா.ஜ. வல்லவர். தமிழில் ஏற்படும் ஐயங்களைத் தீர்க்க 'விடையவன் விடைகள்' என்ற கேள்வி-பதில் பகுதி பின்னர் நூலாக வெளியானது.

இளமை முதற்கொண்டே முருகன் மீது தீராத பற்று கொண்ட கி.வா.ஜ. ஆயுள் முழுவதும் கந்தவேளின் பெருமையைப் பேசுவதையும் எழுதுவதையுமே நோக்கமாகக் கொண்டிருந்தார். 'வழிகாட்டி' என்ற தலைப்பில் இவர் எழுதிய பத்துப்பாட்டு

நூல்களுள் ஒன்றான திருமுருகாற்றுப்படைக்கான உரைநூலுக்கு மக்களிடையே மிகப் பெரிய வரவேற்பு கிடைத்ததால் 'திருமுருகாற்றுப்படை அரசு' மற்றும் 'வாகீச கலாநிதி' ஆகிய பட்டங்களை காஞ்சி காமகோடி பீடாதிதிபதி பரமாச்சாரியார் வழங்கினார். சிருங்கேரி ஆச்சாரியர்கள் 'தமிழ்க் கவி பூஷணம்', புஷ்பகிரி மடாதிபதி 'உபன்யாஸ் கேசரி' தருமை ஆதீனகர்த்தர் 'செந்தமிழ்ச்செல்வர்' மதுரை ஞானசம்பந்தர் மடம் 'திருநெறித் தவமணி' ஆகிய பட்டங்களையும் வழங்கி கி.வா.ஜவைப் பெருமைப் படுத்தினார்கள். 'வீரர் உலகம்' என்னும் நூலுக்குச் சாகித்ய அகாதமி பரிசளித்துப் போற்றியது. தமிழக அரசு 'கலைமாமணி' விருது வழங்கி கௌரவித்தது.

உ.வே.சா. அவர்களுக்கு நாட்டுப்புறப் பாடல்களில் இருந்த ஆர்வத்தை உணர்ந்த கி.வா.ஜ. அவரது எண்ணங்களை நிறைவு செய்யும்வகையில் நாடோடிப் பாடல்களின் நண்பராகவும் பழமொழிகளின் பாதுகாவராகவும் விளங்கினார். நாற்று நடுவோர், களை பறிப்போர், ஏற்றம் இறைப்போர், ஓடம் செலுத்துவோர், மீன் பிடிப்போர் உள்பட பல்வேறு பிரிவினர் அவரவர் தொழில்களில் ஈடுபடும்போது களைப்பும், அலுப்பும் தெரியாமல் இருக்கப் பாடும் பாடல்களே நாட்டுப்புறப் பாடல்கள் ஆகும். இவற்றுள் தாலாட்டுப் பாடல்கள், கதைப் பாடல்கள், சிறுவர் பாடல்கள், தெம்மாங்குப் பாடல்கள், ஒப்பாரிப் பாடல்கள் ஆகியவையும் முக்கிய அங்கம் வகிக்கும். இவற்றில் காதல், வீரம், அன்பு, நகைச்சுவை, இலக்கியம், ஓசை நயம், சோகம், மகிழ்ச்சி அனைத்தும் பொதிந்து கிடக்கும்.

ஏற்றப் பாட்டுக்குக் கவிச்சக்கரவத்தி கம்பரே மயங்கினார் எனில் அதன் எழிலுக்கு வேறு சான்று வேண்டுமா என்ன? 'மூங்கில் இலை மேலே - துங்கும் பனி நீரே' என்று ஏற்றம் இறைப்பவன் அதே வரிகளை நாள் முழுவதும் பாடிக் கொண்டிருந்தான். அடுத்த வரி என்னவாக இருக்கும் என்று ஆவலுடன் காத்திருக்க அவனோ வேலையை முடித்துவிட்டுக் கிளம்பிவிட்டான். அடுத்த வரிகளைத் தெரிந்து கொள்ள கம்பர் மறுநாள் காலை மீண்டும் ஏற்றம் இறைக்கும் இடத்துக்குச் சென்று அவன் வருகைக்காகக் காத்துக் கிடந்தாராம். 'தூங்கும் பனி நீரை - வாங்கும் கதிரோனே' என்று பாடி முடித்தவுடன் 'அடடா! என்ன கற்பனை வளம்? இரவெல்லாம் யோசித்தும் இந்த வரிகள் நம் வசப்படவில்லையே?' என்று கம்பரே வியந்ததாகக் கதை உண்டு.

'நாட்டினிலுங் காட்டினிலும் நாளெல்லாம் நன்றொலிக்கும் பாட்டினிலும் நெஞ்சைப் பறிகொடுத்தேன் பாவியேன்' என்று

பாடிய மகாகவி பாரதியாரரும் நாட்டுப்புறப் பாடல்களில் உள்ளத்தைப் பறிகொடுத்தவர்தான். நாட்டுப்புறப் பாடல்களைப் போன்று, கிராமங்களில் புழங்கும் பழமொழிகளும் ஆழ்ந்த அர்த்தம் உள்ளவை. சற்றேறக் குறைய நாற்பது ஆண்டுகள் அரும் பாடுபட்டு ஆயிரக்கணக்கான நாடோடிப் பாடல்களையும், 22,000 பழமொழி களையும் கி.வா.ஜ.தொகுத்துத் 'தமிழ்ப் பழமொழிகள்' என்ற தலைப்பில் வெளியிட்டார். இவை ஏற்றப் பாடல்கள், திருமணப் பாடல்கள், தெய்வப் பாடல்கள் மற்றும் தமிழ்ப் பழமொழிகள் என நான்கு தொகுதிகளாக வெளியாகி உள்ளன. மலைவாழ் மக்கள் மற்றும் தோட்டத் தொழிலாளர்களின் பாடல்களை 'மலையருவி' என்ற தலைப்பிலும் எழுதினார்.

வ.வே.சு.ஐயர் எழுதிய 'லைலா மஜ்னு' சிறுகதையைப் படித்த பிறகே தனக்கும் சிறுகதை எழுதவேண்டும் என்னும் ஆர்வம் பெருகியது' என்கிறார் கி.வா.ஜ. கலைமகள் பத்திரிகை ஆசிரியராகப் பொறுப்பேற்ற பிறகு சிறுகதை எழுதுவதற்கான வாய்ப்பு அதிகரிக்கவே கலைமகள், ஆனந்த விகடன், தினமணி, சுதேசமித்திரன், பாரதமணி, லோகோபகாரி ஆகியவற்றில் தொடர்ந்து எழுதினார். 'கலைஞன் தியாகம்', 'அறுந்த தந்தி', 'பவழ மல்லிகை', 'நீலமணி', 'கலைச்செல்வி', 'வளைச்செட்டி', 'அசையா விளக்கு', 'குமரியின் மூக்குத்தி', 'பூக்காரி', 'சின்ன ராஜா' என பத்து தொகுதிகளாக இவரது சிறுகதைகள் வெளியாகி உள்ளன.

இலக்கியக் கலையின் உயிர் கவிதை எனில் உள்ளம் கட்டுரை. நீல வானத்துக்கு எழில் சேர்க்கும் சூரியனும் சந்திரனும் போன்று இலக்கிய வானத்துக்கு அழகு சேர்ப்பவை கவிதையும், கட்டுரையும். அந்த வகையில் கி.வா.ஜ. சிறந்த கட்டுரை ஆசிரியராகவும் திகழ்ந்தார். தொல்காப்பியம் தொடங்கி இக்கால இலக்கியம்வரை அவர் எழுதிய பல்வேறு இலக்கிய, இலக்கணக் கட்டுரைகளும், நூல்களும் படித்து இன்புறத்தக்கவை. மேலும் அனைவருக்கும் புரியும் வகையில் கடினமான சங்க நூல் பாடல் கருத்துகளை எளிமையாக்கல், பிற மொழியினருக்குப் பழந்தமிழ் நூல்களை அறிமுகப்படுத்துதல், இலக்கியத்தில் ஆர்வம் பிறக்கத் தனித்தனிப் பாடல்களின் திறனை வெளிப்படுத்துதல், குழந்தைகளுக்காகப் பெரியவர்களின் குழந்தைப் பருவ நிகழ்வுகளைத் தொகுத்தல் எனத் தனது கட்டுரைகளை நான்கு தலைப்புகளாகப் பிரித்து எழுதியுள்ளார். தொல்காப்பியம் எழுத்து மற்றும் சொல் அதிகாரங்களை எளிமையாக விளக்கப் 'பயப்படாதீர்கள்' மற்றும் 'வாழும் தமிழ்' ஆகிய தலைப்புகளில் நூல்களை எழுதினார்.

கி வா.ஜவின் கன்னிப் பேச்சு அவருடைய இருபதாவது வயதில் சொந்த ஊரான காந்தமலை முருகன் கோயிலில் நடைபெற்ற அருணகிரிநாதர் பிறந்தநாள் விழாவில் 'அன்பு' என்ற தலைப்பில் தொடங்கியது. அன்று தொடங்கிய அவரது இலக்கிய முழக்கம், போகாத ஊரில்லை, பேசாத பேச்சில்லை என்று மெச்சத்தக்க அளவில், நாடு கடந்து தமிழர் வாழும் பகுதியெங்கும் விரிவடைந்தது. இவரது சொற்பொழிவுகள், மேடை மற்றும் வானொலிப் பேச்சுகளின் தொகுப்புகளாகப் பிரிக்கப்பட்டு வெளியாகி உள்ளன.

சொற்பொழிவுகளில் மட்டுமின்றி மற்றவர்களுடன் இயல்பாக உரையாடும்போதுகூடச் சரளமாக உதிரும் சிலேடைகளே கி.வா.ஜவின் தனி அடையாளமானது. 1928-ல் ஆசிரியர் பிரான் தமிழ்த் தாத்தாவுடன் திருப்பனந்தாள் மடாதிபதியைப் பார்க்கச் சென்றிருந்தார். கி.வா.ஜாவின் கவி பாடும் திறனைச் சோதிக்க ஓர் ஈற்றடி கொடுத்து வெண்பா பாடச் சொன்னார். உடனே வெண்பா இயற்ற, மகிழ்ந்த மடாதிபதி ஸ்ரீலஸ்ரீ சொக்கலிங்கத் தம்பிரான் கி.வா.ஜவின் திறமையை மெச்சி 'மாசம் பத்தாக ரு 120/- வைத்துக் கொள்ளுங்கள். ஒவ்வொரு ஆண்டும் இத்தொகை கிடைக்கும்' என்று வாழ்த்தினார். 'மாசம் பத்து மா சம்பத்து (பெரிய செல்வம்) அல்லவா அது' என்று நெகிழ்வுடன் நன்றி தெரிவித்தார் கி.வா.ஜ. அப்போது தொடங்கிய அவரது சிலேடை சொற்சிலம்பம் வாழ்நாள் முழுவதும் நீடித்தது.

கவிஞராக, எழுத்தாளராக, உரையாசிரியராக, கட்டுரையாளராக, பத்திரிகை ஆசிரியராக, சொற்பொழிவாளராக, தொகுப்பாளராக, ஆய்வாளராகப் பன்முகம் கொண்ட கி.வ.ஜா. எழுதிய நூல்களின் எண்ணிக்கை 75க்கும் அதிகம். 82 ஆண்டுகள் வாழ்ந்த கி.வா.ஜ.1988 நவம்பர் 4 ஆம் நாள் மறைந்தார்.

தவத்திரு குன்றக்குடி அடிகளார்

சமய நெறியில் சமுதாய நலம் பேணித் தொண்டு புரிந்தவர், மானுடத்தைப் பாடுபொருளாகக்கொண்டு நேயம் வளர்த்த சீலர் என்பதுடன் கவிதை, சிறுகதை, கட்டுரை, நாடகம், தன் வரலாறு, கடிதம் என இலக்கியத் துறையிலும் முத்திரை பதித்தவர். குறிப்பாக ஆத்திகப் பெரியார்களுடனும், நாத்திகப் பெரியாருடனும், ஒரே நேரத்தில் சம அளவு அன்பும் நட்பும் பாராட்டிய வகையில், இரண்டு துருவங்களுக்கு இடையே பாலமாகத் திகழ்ந்த பெருமைக்கு உரியவர் குன்றக்குடியிலுள்ள திருவண்ணாமலை ஆதீனத்தின் 45ஆவது குருமகா சந்நிதானமாகத் திகழ்ந்த ஸ்ரீலஸ்ரீ தெய்வசிகாமணி அருணாசலத் தேசிகப் பரமாச்சார்ய ஸ்வாமிகள் (எ) தவத்திரு குன்றக்குடி அடிகளார்.

'உலகிலுள்ள மத பேதங்களை வேருடன் களைந்து சர்வ சமரசக் கொள்கையை நிலைநாட்டத் தமிழ்நாடே சிறந்த களம். உலகம் முழுவதும் மத விரோதங்கள் இல்லாமல், ஒரே தெய்வத்தைத் தொழுது வாழும்படிச் செய்யவல்ல மகான்கள் இப்போது நம் நாட்டில் தோன்றி உள்ளார்கள். அது பற்றிய புதிய விழிப்பு தமிழகத்தில் தொடங்கும் என்கிறோம்' என்கிறார் மகாகவி பாரதியார். இதை உறுதிப்படுத்தும் வகையில் தவ வாழ்க்கைக்கு உதாரணமாகத் திகழ்ந்தவர் தவத்திரு அடிகளார்.

கவிச்சக்கரவர்த்தி கம்பன் பிறந்த தேரழுந்தூருக்கு அருகேயுள்ள திருவாளப்புத்தூரை ஒட்டிய நடுத்திட்டு கிராமத்தில் செல்வச் செழிப்புடன் வாழ்ந்தவர் இராமகிருஷ்ணன் பிள்ளை. ஆனால் ஏனோ அவரது வாரிசுகள் காலத்தில் சொத்துப் பிரச்னை காரணமாகப் பரம்பரை செல்வமும், செல்வாக்கும் குறைந்து,

பொருளாதாரரீதியாகப் பாதிக்கப்பட்டனர். இவரது புதல்வர் சீனுவாசம் பிள்ளைக்கும் - சொர்ணத்தம்மாளுக்கும் பிறந்தவர்கள் மூன்று மகன்கள் மற்றும் மகள். இவர்களுள் 1925 ஜுலை 11ஆம் தேதி கடைசி பிள்ளையாகப் பிறந்தவர் அடிகளார். இவரது பூர்வாசிரமப் பெயர் அரங்கநாதன்.

மூத்த பிள்ளை கோபால கிருஷ்ணன் படிப்புக்காக குடும்பம் நடுத்திட்டு கிராமத்தைவிட்டு வெளியேறி அண்ணாமலைப் பல்கலைகழகம் அமைந்துள்ள சிதம்பரம் அருகே உள்ள திருவேட்களம் கிராமத்தில் குடியேறியது. அது திருஞானசம்பந்தர் வாழ்ந்த திருத்தலமாகும். குடும்பத்தைப் பராமரிக்க பால் வியாபாரத்தில் ஈடுபட்டனர். அண்ணாமலைப் பல்கலைக்கழகப் பேராசிரியர்களுக்கு அன்றாடம் பால் ஊற்றும் பொறுப்பு அரங்கநாதனுக்குத் தரப்பட்டது. இதன் காரணமாகப் பால் ஊற்றும் வேலையோடு ந.மு.வேங்கடசாமி நாட்டார், சர்க்கரைப் புலவர், ரா.பி.சேதுபிள்ளை, நாவலர் சோமசுந்தர பாரதியார், அருட்திரு விபுலானந்த அடிகள் ஆகிய பல்கலைக்கழகத் தமிழ்ச் சான்றோர் களுடன் நெருங்கிப் பழகும் வாய்ப்பு இளம் வயது முதற்கொண்டே அரங்கநாதனுக்குக் கிடைத்தது இறையருள் என்பதுடன் தமிழுலகுக்குக் கிடைத்த பேறு என்றே கூற வேண்டும்.

அரங்கநாதனுக்குத் தமிழ் கற்கும் ஆர்வத்தைப் பெரிதும் வளர்த்தவர் ரா.பி.சேதுபிள்ளை. பால் ஊற்றும்போது தினம் ஒரு திருக்குறளை மனப்பாடமாக ஒப்பிக்க அதை ஊக்குவிக்கும் வகையில் அவரும் காலணா கொடுப்பார். ஒரு முறை சாரணர் இயக்கத்தில் சேர ஐம்பது ரூபாய் கொடுத்து உதவியதுடன் அரங்கநாதன் குடும்ப நிலையையும் கேட்டறிந்தார். சொத்துத் தகராறு காரணமாக பாரம்பரிய நிலத்தை இழக்க நேரிட்ட கதையைக் கேட்டறிந்த ரா.பி.சேதுபிள்ளை அவற்றை நீதிமன்ற வழக்கு மூலம் மீட்டுக் கொடுத்ததுடன் பணமும் கொடுத்து உதவினார்.

சமயப் பற்றிலும் சமுதாயப் பணியிலும் பின்னாளில் நாட்டம் ஏற்படச் சிறு வயதில் நடைபெற்ற நிகழ்வை அடிகளார் பதிவு செய்துள்ளார். அது சரியில்லை, இது சரியில்லை, ஏன்று குறை கூறிக் கொண்டும், மற்றவர்களைக் கைகாட்டிக் கொண்டும் இருப்பதற்கு பதிலாகத் தானே களமிறங்கிப் பிரச்னைக்குத் தீர்வு காண வேண்டும் என்ற உறுதி இளம் வயது முதற்கொண்டே அவருக்கு இருந்தது. சொந்த ஊரில் சிறு வயதில் நடந்த ஒரு நிகழ்ச்சியே இதற்கு அடிப்படை.

நன்றாக இருந்த ஊர்க் குளம் ஒரு நாள் திடீரென துர்நாற்றம் வீசத் தொடங்கியது. நாளுக்கு நாள் துர்நாற்றம் அதிகரிக்கவே ஊர் மக்கள் குளத்தில் குளிப்பதை விட்டுவிட்டு அவரவர் வீடுகளில் உள்ள கிணற்றைப் பயன்படுத்த ஆரம்பித்தனர். குளம் ஏன் நாறுகிறது என்பதைக் கண்டறிய யாருமே ஆர்வம் செலுத்தவில்லை. இந்நிலையில் சிறுவன் அரங்கநாதன் தன் நண்பர்களுடன் சேர்ந்து கொண்டு துர்நாற்றத்தின் காரணத்தைக் தேடத் தொடங்கினான். குளத்தை ஒட்டிய, பூஜை புனஸ்காரம் ஏதுமற்ற பாழடைந்த பிள்ளையார் கோயிலில் இருந்துதான் வாடை வீசுகிறது என்பதைத் தெரிந்துகொண்டனர்.

உள்ளே நுழைந்து பார்த்தால் துர்நாற்றம் குடலைப் புரட்டும் வகையில் பிள்ளையார் சிலைக்குப் பின்புறம் உடல் புழுத்துப் போன நிலையில் ஒரு தெரு நாய் செத்துக் கிடந்தது. சற்றும் தாமதிக்காமல் அரங்கநாதனும், அவரது நண்பர்களும் இணைந்து அதை அப்புறப் படுத்தியதுடன், கோயிலைச் சுத்தப்படுத்தி வழிபாட்டுக்கு உகந்த இடமாக மாற்றினார்கள். பூ அலங்காரம், விளக்கேற்றுதல், அபிஷேகம், மணி அடித்தல், தீப ஆராதனை எனப் பணிகளைத் தங்களுக்குள் பகிர்ந்துகொண்டனர்.

குளத்தின் துர்நாற்றம் நீங்கியதுடன், பிள்ளையார் கோயில் மீண்டும் வழிபடும் இடமாக மாறியதுகண்டு ஊர் மக்கள் வியந்தனர். இதனைத் தொடர்ந்து முக்கியஸ்தர்களும் தர்மகர்த்தாவும் கோயில் புனரமைப்புப் பணிகளில் கவனம் செலுத்திக் குடமுழுக்கையும் நடத்தி முடித்தனர்.

மேற்கண்ட செய்திகளுடன் இன்னொன்றையும் அடிகளார் கூறுகிறார் ‘மக்கள் நடமாட்டமின்றிக் கேட்பாரற்று இருந்த கோயிலையும், துர்நாற்றம் வீசிக் கொண்டிருந்த கோயிலையும், நானும் நண்பர்களும் மட்டுமே சுத்தப்படுத்தினோம். ஆனால் கும்பாபிஷேஷம் முடிந்த பிறகு பிள்ளையாருக்கு அன்றாடம் பூஜை செய்யப் பூசாரியை நியமித்து அதுவரை அந்த வேலையைச் செய்து கொண்டிருந்த எங்கள் உரிமைகளைப் பறித்துவிட்டனர். இருந்தாலும் எங்கள் பக்தி உணர்வு குறையவில்லை. பின்னாளில் சமயம் சார்ந்த என் அறநெறி வாழ்க்கைக்கு வித்திட பிள்ளையார் கோயில் நிகழ்வே முக்கியக் காரணமாகும்’ என்கிறார்.

அரங்கநாதனின் உள்ளத்தில் தமிழ்ப் பற்றை ஊட்டியவர் ரா.பி.சேதுபிள்ளை எனில் அவரது மனத்தில் தீண்டாமை எதிர்ப்பு உணர்வையும், மனித நேயத்தையும் வளர்த்த பெருமை இலங்கை விபுலானந்த அடிகளையே சேரும். மயிலாப்பூர் இராமகிருஷ்ண

மடத்தின் துறவியான இவரை 1931-ல் ராஜா அண்ணாமலைச் செட்டியார் பல்கலைக்கழகப் பேராசிரியர் பணியை வழங்கிக் கௌரவித்தார். வகுப்புகள் முடிந்த பிறகு மாலை நேரங்களில் அரங்நாதன் இவரது வீட்டுக்குச் சென்று பணிவிடை செய்வது வந்தான். ஒவ்வொரு வாரமும் வெள்ளிக்கிழமை திருவேட்டகளம் ஆதி திராவிடக் குடியிருப்புகளுக்குச் சென்று வழிபாட்டுக் கூட்டம் நடத்துவதுடன், அவர்களுக்குப் பாடம் சொல்லிக் கொடுப்பது விபுலானந்தரின் வழக்கம். அப்போது அரிக்கேன் விளக்கை ஏந்திக்கொண்டு அரங்கநாதன் உடன் சென்ற காரணத்தால், சிறு வயது முதற்கொண்டே தீண்டாமை ஒழிப்பு, மனித நேயம், சகோதரத்துவம், ஏற்றத் தாழ்வுகளற்ற சமுதாயம் ஆகியவற்றில் ஈடுபாடு ஏற்பட்டது.

அண்ணன் கோபாலகிருஷ்ணனுக்கு புதுக்கோட்டை கடியாப் பட்டியில் தமிழ் ஆசிரியர் வேலை கிடைக்கவே அரங்கநாதனும் அவ்வூரிலேயே படிப்பைத் தொடர நேர்ந்தது. இந்திய சுதந்திரப் போர் தீவிரமாக நடைபெற்றுக் கொண்டிருந்த தருணமது. விடுதலை முழக்கமிட்ட தலைவர்களின் பேச்சு பள்ளி மாணவனாக இருந்த அரங்கநாதனின் உள்ளத்திலும் சுதந்திர உணர்வை ஊட்டின. ஒவ்வொரு வருடமும் மகாத்மாவின் பிறந்தநாளின்போது நடைபெறும் சமபந்தி போஜனத்துக்குத் தேவையான அரசி, பருப்பு, உப்பு, புளி உள்ளிட்ட மளிகை சாமான்களைச் சேகரித்துத் தருவதிலும் ஆர்வத்துடன் ஈடுபட்டான்.

1942-ல் ‘வெள்ளையனே வெளியேறு’ போராட்டம் கடியாப் பட்டியிலும் தீவிரமாக நடைபெற்றது. அரங்கநாதன் படித்த பள்ளி மாணவர்கள் பறக்கவிட்ட இந்திய தேசியக் கொடியை இரவோடு இரவாகப் பள்ளி நிர்வாகிகள் இறக்கிவிட்டதைத் தொடர்ந்து போராட்டம் நடைபெற்றது. பேச்சுவார்த்தை சுமுகமாக முடிந்து தேசியக் கொடி மீண்டும் பட்டொளி வீசிப் பறந்த பிறகே மாணவர்கள் அமைதி அடைந்தனர். இந்தப் போராட்டத்தில் அரங்கநாதனும் கலந்துகொண்டான். பாரதியாரின் எழுச்சி மிகு பாடல்கள் ஏற்படுத்திய மிகப் பெரிய தாக்கம் காரணமாகப் பல்வேறு போட்டிகளில் பங்கேற்றுப் பரிசுகளும் பாராட்டுகளும் பெற்றான். எந்த நிகழ்ச்சியில் கலந்து கொண்டாலும் பாரதியாரின் பாடல்களைப் பாடுவதை வழக்கமாகக் கொண்டிருந்தான்.

பாடப் புத்தகங்களுடன், சுதேசமித்ரன், ஹனுமான், ஆனந்த விகடன், ஹரிஜன் உள்ளிட பல்வேறு இதழ்களையும் படிக்கும் பழக்கம் அரங்கநாதனுக்கு ஏற்படக் காரணம் கடியாப்பட்டியில் இயங்கிக்

கொண்டிருந்த 'ஜோதி க்ளப்' வாசகசாலை. ஒருமுறை அந்த இடத்தில் வ.உ.சி. - விஞ்ச் உரையாடல் பற்றி பாரதியார் பாடல்களை மையமாக வைத்து அரங்கநாதன் பேசியது பெரும் சர்ச்சையை ஏற்படுத்திக் காவல்துறை அவனது பேச்சுக்களைக் கண்காணிக்கும் நிலைக்குப் போய்விட்டது. வசதி படைத்தவர் களால் அமைக்கப்பட்ட ஜோதி க்ளப் நிர்வாகம் பயந்துபோய் இனி அதன் உறுப்பினர்களுக்கு மட்டுமே அனுமதி என்று அறிவித்தது. அதற்காக அரங்கநாதன் சோர்ந்து போய்விடவில்ல. ஊர்ப் பெரியவர்களின் ஒத்துழைப்புடன் 'ஆச்சார்ய வினோபா பாவே' பெயரில் வாசகசாலையை நிறுவி சந்தா கட்டிப் பத்திரிகைகள் வரவழைத்தார்.

பள்ளிப் படிப்பு முடிந்த பிறகு வேலை தேடும் படலம் ஆரம்பமானது. ராணுவத்தில் சேர முயன்றபோது வயது குறைவு என்று சொல்லி அனுப்பிவிட்டார்கள். பேருந்து நடத்துனருக்கான உரிமம் கிடைத்தும் வேலை கிடைக்கவில்லை. தாள் உற்பத்தி செய்யும் குடிசைத் தொழில்கூடத்தில் சம்பளம் இல்லாமல் வேலையைக் கற்றுக் கொண்டான். பிறகு ஊனியூர் கிராமத்தில் தற்காலிக ஆசிரியப் பணி கிடைத்தது. இருப்பினும் நிரந்தர வருமானத்துக்கு நிலையான வேலை எதுவும் கிடைக்கவில்லை.

தருமபுர ஆதீனத்தில் எழுத்தர் வேலை காலியாக இருப்பதை அறிந்த அரங்கநாதனின் தந்தை அவனை அங்கு அனுப்பி வைத்தார். திருமடத்தின் 25ஆவது குருமகா சந்நிதானம் தவத்திரு சுப்பிரமணிய தேசிக ஞானசம்பந்த பரமாச்சாரிய சுவாமிகளைச் சந்தித்து ஆசி பெற்ற பிறகு உடனடியாகப் பணியிலும் சேர்ந்து கொண்டான். கடுமையான உழைப்பு மூலம் அனைவரின் பாராட்டுகளையும் பெற்றான். இவனது நேர்மைக்கும் நாணயத்துக்கும் சவால் விடும் வகையில் எதிர்பாராத சோதனையைச் சந்திக்க வேண்டியிருந்தது.

தினசரி திருமடத்திலிருந்து முக்கியஸ்தர்களுக்கும் மடத்தின் அன்பர்களுக்கும் ஏராளமான கடிதங்கள் அனுப்பப்படும். அவற்றைக் கண்காணிப்பாளர் சரி பார்த்த பிறகே சம்பந்தப் பட்டவர்களுக்கு அவை போய்ச் சேரும். அவ்வாறு கடிதங்களை பரிசோதித்துக் கொண்டிருக்கும்போது ஒரு உறையில் பிளேட் (Blade) இருப்பதைக் கண்டுபிடித்தார்கள். ஆனால் அந்தத் தவறை அரங்கநாதன் செய்யவில்லை. முன்பு பணியில் இருந்தவனின் கவனக்குறைவு காரணமாக ஏற்பட்ட தவறு என்றாலும், அவனைக் காட்டிக் கொடுக்காமல், அரங்கநாதன் அந்தப் பழியை ஏற்றுக் கொண்டு மன்னிப்புக் கேட்டான். இருப்பினும் கண்காணிப்பாளர்

சமாதானம் அடையாததால், பணியிலிருந்து விலகிக் கொள்வதாகச் சொல்லிவிட்டுக் கோபத்துடன் அரங்கநாதன் வெளியேறினான்.

விஷயத்தைக் கேள்விப்பட்ட குரு மகா சந்நிதானம் அரங்கநாதனை அழைத்து விசாரிக்க அழுது கொண்டே உண்மையை விளக்கினான். நேர்மையாக இருப்பதுடன், தவறு செய்தவர்களைக் காட்டிக் கொடுக்காமல் குற்றத்தை ஏற்றுக் கொள்ளும் குணமும், நிதானமும், பக்குவமும், சந்நிதானத்தைச் சிந்திக்க வைத்தது. அலுவலகப் பணியிலிருந்து விடுவித்து ஆன்மிகப் பணியில் ஈடுபடுத்த அவனைத் துறவு மேற்கொள்ள வேண்டினார். இதைக் கேட்டதும் அரங்கநாதனின் பெற்றோர்கள் அலறித் துடித்தனர். மகன் திருமணம் செய்துகொண்டு குழந்தைகளுடன் குடும்பம் நடத்த வேண்டிய பருவத்தில் சந்நியாசி ஆவதை விரும்பவில்லை. இருப்பினும் அரங்கநாதன் உறுதியாக இருந்ததால் அவர்களால் ஏதும் செய்ய இயலவில்லை. தனது பதினேழரை வயதில் 'கந்தசாமிப் பரதேசி' என்னும் தீஷாநாமத்துடன் மகா சந்நிதானத்திடம் 'யாத்திரைக் காஷாயம்' வாங்கிக் கொண்டான். இந்த நிகழ்வு அரங்கநாதனின் வாழ்க்கையில் ஏற்பட்ட மிகப் பெரிய திருப்பம்.

திருமடங்களின் மரபுப்படி 'யாத்திரை காஷாயம்' மேற்கொள்வோர் பூஜை செய்யப்பட்ட காவித் துணியை உடுத்திக்கொண்டு புண்ணிய இடங்களுக்கு நடந்தே யாத்திரை செல்ல வேண்டும். வயிற்றுப் பசிக்குப் பிச்சை எடுத்து மட்டுமே உண்ண வேண்டும். எதுவும் கிடைக்காவிட்டால் பட்டினிதான். இதனைத் தொடர்ந்து 'மந்திர காஷாயம்' வழங்கப்படும். பின்னரே மடத்துத் தம்பிரான் ஆக முடியும். 47 நாள்கள் மதுரை, திருப்பரங்குன்றம், கன்னியாகுமரி எனப் பல்வேறு ஊர்களில் உள்ள கோயில்களுக்குப் புனிதப் பயணம் மேற்கொண்டு கந்தசாமிப் பரதேசியாகத் திருமடம் திரும்பியவுடன், மந்திர காஷாயம் பெற்றுக் கந்தசாமித் தம்பிரான் ஆனார். 1945-ல் தருமபுர ஆதினத்தின் கட்டளைத் தம்பிரானாக நியமிக்கப்பட்டார். திருமடத்தில் உயர் பொறுப்புகளில் இருப்பவர்கள் தமிழைக் கசடறக் கற்றிருக்கவேண்டும் என்பதால் முறையான பயிற்சி பெற்று வித்வான் பட்டம் பெற்றார்.

ஆத்திக நாதம் ஒருபுறம் ஒலித்துக் கொண்டிருக்கையில், நாத்திக வாதமும் பரவிக் கொண்டிருந்தது. சாதி வேற்றுமைக்கு இந்து மதமே காரணம் என்ற கருத்து வலுப்பெறத் தொடங்கி பக்தி இலக்கியங்கள் மீதான காழ்ப்புணர்வு பெருகத் தொடங்கியது. இத்தருணத்தில் டாக்டர் மா.இராசமாணிக்கனார் எழுதிய 'பெரிய புராண ஆராய்ச்சி' என்னும் நூலை எதிர்மறையாக விமர்சித்து 'அன்பரது ஆராய்ச்சியும்

அறைகூவல்களும்' என்ற தலைபில் 'திராவிட நாடு' ஏட்டில் அண்ணா கட்டுரை எழுதினார்.

கந்தசாமித் தம்பிரான் (அரங்கநாதன்) அண்ணாவின் 'திராவிட நாடு', 'காஞ்சி' உள்பட அனைத்து இதழ்களையும் படிக்கும் வழக்கம் உடையவர். திராவிட நாடு இதழில் மா.இராசமாணிக்கனார் எழுதிய கட்டுரைக்கு எதிர்மறையான விமர்சனம் எழுதிய அண்ணாவின் கட்டுரையையும் படித்தார். சாதி ஒழிப்பில் கந்தசாமித் தம்பிரானுக்கும் உடன்பாடு எனினும், தமிழ் பக்தி இலக்கியங்களே சாதிகளைக் காப்பாற்றுகின்றன என்னும் அண்ணாவின் கருத்தை ஏற்க மறுத்தார். அதற்கு பதிலடியாக ஜகந்நாதாச்சாரியாரின் 'தார்மிக இந்து' என்ற ஏட்டில் 'அறிஞரின் ஆராய்ச்சியும் விளக்கமும்' என்ற தலைப்பில் அண்ணாவின் கட்டுரைக்கு மறுப்பு எழுதினார். கம்ப இராமயணத்தைக் கண்டித்துக் 'கம்ப ரசம்' எழுதிய அண்ணா 'பெரிய புராணத்தைக் கொளுத்துவோம்' என்ற தலைப்பிலும் கட்டுரைகள் தீட்டி வந்தார். நாத்திக வாதம் கொழுந்துவிட்டு எரிந்த காலகட்டத்தில் ஆத்திகத்துக்கு ஆதரவாகக் குரல் கொடுத்தது கந்தசாமித் தம்பிரானின் துணிச்சலுக்கு ஓர் எடுத்துக்காட்டு.

'நெற்றிக் கண்ணைத் திறப்பினும் குற்றம் குற்றமே' என்பது நக்கீரன் வாதம். ஆனால் சிவபெருமான் 'நெற்றிக் கண்ணைத் திறந்ததே குற்றம்' என்பது கந்தசாமித் தம்பிரான் முடிவு. தருமபுர ஆதீனத் திருமடத்தில் ஆவணி மூலத் திருநாளில் 'தருமிக்குப் பொற்கிழி அளித்த வரலாற்றில் 'குற்றம் செய்தவர் சிவபெருமானா? நக்கீரரா?' என்ற தலைப்பில் பட்டிமன்றம் நடைபெற்றது. நடுவர் புலவர் மு.ஆறுமுக தேசிகர். நக்கீரன் அணிக்காக வாதிட்ட கந்தசாமித் தம்பிரான் 'நக்கீரன் குற்றவாளி அல்ல. சிவபெருமானே குற்றவாளி. முதல் பிழை மற்றொரு பெயரில் பினாமிக் கவிதை எழுதுவது. அடுத்தது வாதத்துக்கு வாதம், புலமைக்குப் புலமை என்றுதான் மோதவேண்டுமே தவிர, நெற்றிக் கண்ணைக் காட்டி மிரட்டக் கூடாது' என்று சொன்னபோது நடுவர் உள்ளிட்ட அவையோர் அதிர்ந்தனர். தொடர்ந்து பேசிய கந்தசாமித் தம்பிரான் 'எனை ஆட்கொண்ட எம்பெருமான் ஈசன் நிச்சயம் இவ்வாறு தவறு செய்திருக்கமாட்டார். பக்தி முற்றி இறைவனுக்குப் பெருமை சேர்க்கப் புராணம் இயற்றிய ஆசிரியர் உணர்ச்சிப் பெருக்கில் செய்த தவறாகும்' என்று சொன்னபோது கூட்டம் ஒருவழியாக சமாதானம் அடைந்தது. இருப்பினும் ஈசனைக் குற்றவாளி ஆக்கியதை திருமடத்துப் பெரியவர்கள் ஏற்கவில்லை. தர்மசங்கடத்தைத் தவிர்க்க, இனி தருமபுர மடங்களில் பட்டிமன்றங்கள் நடைபெறாது என்ற ஏகோபித்த முடிவுக்கு வந்தார்கள்.

நாடு சுதந்திரம் அடைந்த 1948-49 ஆண்டுகளில் நடைபெற்ற தேர்தல்களில் காங்கிரஸும் நீதிக்கட்சியும் போட்டியிட்டன. ஆன்மிகத்தையும், தேசியத்தையும் இரு கண்களாக பாவித்த கந்தசாமித் தம்பிரான் பெருந்தலைவர் காமராஜரை ஆதரித்து 'மஞ்சள்' பெட்டிக்கு வாக்களிக்குமாறு பிரச்சாரம் செய்தார். ''மஞ்சள் பெட்டியில் இருப்பது விடுதலைப் போராட்ட வீரர்களின் 'தியாக ரத்தக் கறை' எனவே அதற்கு வாக்களிப்பதே முறை'' என்று விளக்கம் அளித்தார். 1967வரை காமராஜருடனான அவரது அரசியல் ஈடுபாடு தொடர்ந்தது. காங்கிரஸ் அந்த ஆண்டு நடைபெற்ற தேர்தலில் தோல்வி அடைந்த பிறகு அரசியலை விட்டு ஒதுங்கிக் கொண்டார்.

கந்தசாமித் தம்பிரான் திருக்கடவூரில் பணியாற்றிக் கொண்டிருந்த போது குன்றக்குடி மடத்தைச் சேர்ந்த கைலாசத் தம்பிரான் திடீரென இவரைச் சந்திக்க வந்தார். 'குன்றக்குடி திருமடத்தில் உங்களுக்குப் பட்டம் கட்ட ஆர்வத்துடன் காத்திருக்கிறார்கள். உடனே வாருங்கள்' என்று அழைத்தபோது மறுத்துவிட்டார். ஆனால் மீண்டும் மீண்டும் வற்புறுத்தவே 'தருமை ஆதீன மகா சந்நிதானம் உத்தரவு கொடுத்தால் குன்றக்குடி வருவதில் ஆட்சேபணை இல்லை' என்று கூறினார்.

தருமை ஆதீன மகா சந்நிதானம் பெருந்தன்மையுடனும் மகிழ்ச்சியுடனும், அருளாசி வழங்கி அனுப்பி வைத்தார்.

1949 செப்டம்பர் 5ஆம் தேதி குன்றக்குடி 44ஆவது ஆதீனகர்த்தர் மகாசந்நிதானம் ஆறுமுக தேசிக பரமாச்சாரிய ஸ்வாமிகள் தனது திருமடத்தின் ஆதீன இளவரசராகக் கந்தசாமித் தம்பிரானை நியமித்து அவருக்குத் 'தெய்வசிகாமணி அருணாசல தேசிகப் பரமாச்சாரிய ஸ்வாமிகள்' என்ற பட்டப் பெயரையும் சூட்டினார். இதன் தலைமை அலுவலகம் இன்றைக்கு குன்றக்குடியில் இருந்தாலும், 14ஆம் நூற்றாண்டில் தெய்வ சிகாமணி தேசிகர் திருவண்ணாமலையில்தான் நிறுவினார். ஆனால் கிபி 1700-ல் திருக்கொடுங்குன்றம் உள்பட ஐந்த கோயில்களின் நிர்வாகத்தை ஏற்றுக்கொள்ளவேண்டும் என்னும் இராமநாதபுரம் சேதுபதி மன்னரின் வேண்டுகோளுக்கு இணங்க ஆதீனகர்த்தர் நாகலிங்க தேசிகர் திருமடத்தை சிவகங்கையிலுள்ள பிரான்மலைக்கு மாற்றினார். கிபி 1800-ல் மீண்டும் திருமடம் குன்றக்குடிக்கு இடம் மாற்ற அன்றுமுதல் குன்றக்குடி அண்ணாமலை ஆதீனம் என்ற பெயர் நிலை பெற்றது.

சிவகங்கையை ஆண்ட மருது பாண்டியர்கள் 1780-1800-ல் குன்றக்குடி ஆதீனகர்த்தராக இருந்த சங்கரலிங்க முனிவர் தம்பிரானுக்குப்

பொற்காசுகளை வாரி வழங்கினர். ஆனால் ஆதீனகர்த்தர் அவற்றைப் பெற்றுக் கொள்ளாமல், ஆங்கிலேயர்களுக்கு எதிரான விடுதலைப் போராட்டத்துக்குத் தங்களின் பங்களிப்பு என்று சொல்லித் திருப்பிக் கொடுத்தார். எனவே, மருது சகோதர்கள் பொற்காசுகளுக்குப் பதிலாக ஒரு கிராமத்தை வாங்கி அதை திருமடத்தின் பெயருக்குக் கட்டளைச் சொத்தாக எழுதிக் கொடுத்தனர்.

44ஆவது ஆதீனகர்த்தர் மகாசந்நிதானம் ஆறுமுக தேசிக பரமாச்சாரிய ஸ்வாமிகள் பரிபூணரம் அடைந்ததைத் தொடர்ந்து சுமார் 33 மாதங்கள் இளைய சந்நிதானமாக இருந்த தெய்வசிகாமணி அருணாசல தேசிகப் பரமாச்சாரிய ஸ்வாமிகள் 16.06.1952 அன்று குன்றக்குடி ஆதீனத்தின் 45 ஆவது குருமகா சந்நிதானமாகப் பொறுப்பேற்றுக் கொண்டார். அன்று முதல் 'குன்றக்குடி அடிகளார்' என்றே அனைவராலும் அன்புடன் அழைக்கப்பட்டார். பெரும் பாலும் குரு மகா சந்நிதானங்களின் பயணங்கள் பண்டாரங்கள் சுமக்கும் பல்லக்கில்தான் நடைபெறும். உயர்ந்தோர், தாழ்ந்தோர் என்ற பேதமில்லை, எல்லோரும் சமம் என்பதை வெறும் பேச்சாக மட்டுமின்றி நடைமுறையிலும் செய்து காட்டினார் அடிகளார். மனிதரை மனிதர் சுமக்கும் பல்லக்கு இனி வேண்டாம் என்று முடிவெடுத்து இறைவன் திருவடிகளைச் சரணம்டையும் காலம்வரை பல்லக்கில் ஏறவே இல்லை. சமயப் பணிகளுடன் சமூகப் பணிகளிலும் தீவிரமாக ஈடுபட்டார்.

குன்றக்குடி அடிகளார் உள்ளிட்ட சமயப் பெரியோர்களால் ஆத்திகம் தழைத்துக் கொண்டிருந்த அதே தருணம், பெரியார் நாத்திகவாதத்தை தமிழகத்தின் மூலை முடுக்கெங்கும் முழங்கிக் கொண்டிருந்தார். இதன் உச்சக்கட்டமாக 1952 ஆகஸ்ட் 2ஆம் தேதி பிள்ளையார் சிலைகளை உடைக்கும் போராட்டத்துக்கு அழைப்பு விடுக்கவே அடிகளாரும், தமிழறிஞர்களும் அதிர்ச்சி அடைந்தனர். திராவிடர் கழகத்தின் நாத்திக அறிக்கைகளுக்குப் பதிலடி கொடுக்கும் வகையில் அடிகளாரைத் தலைவராகவும், கம்பன் அடிப்பொடி கணேசன் மற்றும் ஈரோடு மீனாட்சி சுந்தரம் ஆகியோரைச் செயலாளர்களாகவும் கொண்ட தமிழ்நாடு அருள்நெறித் திருக்கூட்ட அமைப்பு தொடங்கப்பட்டது. திராவிடர் கழகத்தின் கொள்கைகளை விமர்சித்ததுடன், கூட்டம் நடைபெறும் இடங்களில், அமைப்பைச் சேர்ந்த தலைவர்கள் எதிர்ப்புப் போராட்டங்களையும், கண்டன ஆர்பாட்டங்களையும் நடத்தினர். இதனைத் தொடர்ந்து மோதல்களும் ஆங்காங்கே ஏற்பட்டன. அடிகளார் மறுத்துப் பேசிய திருவில்லிப்புத்தூர் கூட்டத்தில் சரமாரியாகக் கற்கள் வீசப்பட்டதில் காயமடைந்தார்.

1954 ஜூலை 10ஆம் தேதி அருள்நெறித் திருக்கூட்ட அமைப்பின் முதல் மாநாடு தேவகோட்டையில் நடைபெற்றது. மூதறிஞர் இராஜாஜி தொடக்கவுரை ஆற்ற அப்போதைய கல்வி அமைச்சர் சி.சுப்பிரமணியன் மகாத்மா காந்தியடிகளின் திருவுருவப் படத்தைத் திறந்துவைத்தார். அடிகளார், சா.கணேசன், எஸ் மீனாட்சிசுந்தரம், அ.ச.ஞானசம்பந்தன், நீலாவதி அம்மையார் ஆகியோர் வாழ்த்துரை வழங்கினர்.

மாணிக்கவாசகர் கட்டிய திருப்பெருந்துறை கோயிலுக்குச் சென்று வழிபாடு நடத்துவதை குன்றக்குடி அடிகளார் வழக்கமாகக் கொண்டிருந்தார். கோயில் வாசலுக்கு எதிரிலேயே திராவிடர் கழகத்தினர் கருப்புக்கொடி ஏற்றிருப்பதைப் பார்த்து அதிர்ந்த அடிகளார் அதை உடனே அப்புறப்படுத்தினார். தாங்கள் ஏற்றிய கொடியை அடிகளார் அகற்றுவதா என்று வெகுண்ட திராவிடர் கழகத்தினர் அதே இடத்தில் மீண்டும் கருப்புப் கொடியை ஏற்ற முயன்றனர். அடிகளாரின் சமரசப் பேச்சுவார்த்தைகளத் தொடர்ந்து கொடியேற்றம் தவிர்க்கப்பட்டது.

அருள்நெறித் திருக்கூட்டம் சார்பில், கம்பன் அடிப்பொடி சா.கணேசன் தலைமை தாங்கப், பசும்பொன் முத்துராமலிங்கத் தேவர் சிறப்புரை ஆற்றும், திருவாசக மாநாட்டுக்கு, அடிகளார் ஏற்பாடு செய்திருந்தார். வழக்கம்போல் திராவிடர் கழகத்தினர் கூட்டம் நடைபெறாமல் தடுக்க பல்வேறு முயற்சிகளை மேற்கொண்டனர். இருப்பினும் அடிகளார் ஒருவழியாகப் பிரச்னையைச் சமாளிக்க, பசும்பொன் தேவர் திருமகனின் எழுச்சி உரையுடன் மாநாடு சிறப்பாக நடந்தேறியது.

ஆத்திக, நாத்திகக் கருத்து வேற்றுமை, பெரியாருக்கும் அடிகளாருக்கும் இடையேயான தனிப்பட்ட மோதலாக உருவெடுக்குமோ என்று அஞ்சிய தமிழறிஞர்களும் சான்றோர்களும் இருவரும் சந்தித்து மனம்விட்டுப் பேச ஏற்பாடு செய்தனர். யார் யாரை எங்கு வந்து பார்ப்பது என்ற சிக்கல் எழுந்தபோது ‘மகாசந்நிதானத்தின் இடத்துக்கு நானே சென்று பார்ப்பதுதான் முறை’ என்று பெருந் தன்மையுடன் திருமடத்துக்கு வந்ததுடன், தள்ளாத வயதிலும் மாடிப்படி ஏறி வந்து அடிகளாரைச் சந்தித்தார். மகாசந்நி தானத்துடன் ஒரே இருக்கையில் அமர்வது முறையல்ல என்ற இன்னொரு நாற்காலியில் அமர்ந்துகொண்டு உரையாடினார். 1956-ல் நடைபெற்ற இந்தச் சந்திப்பு வரலாற்று முக்கியத்துவம் வாய்ந்தது.

‘சமயமும் கடவுளும் தீண்டாமையை ஒழிக்கவில்லை. சாதி வேற்றுமையை அகற்றவில்லை. இதற்கான பரிகாரத்தையும் மதங்கள் தேடவில்லை. ஆண்டவன் பெயரில்தானே இவை அனைத்தும் அரங்கேறுகின்றன’ என்று பெரியார் கேட்டார்.

‘இவற்றை கடவுள் செய்யவில்லை’ என்று அடிகளார் பதிலளிக்க மீண்டும் பெரியார் ‘அப்படியென்றால் கடவுள் ஏன் தட்டிக் கேட்கவில்லை’ என்று மீண்டும் வினா எழுப்பினார்.

பரஸ்பர வாத விவாதங்களுக்குப் பிறகு ‘மனிதனை மனிதன் இழிவுபடுத்தும் நிலையை அகற்ற இருவரும் இணைந்து உழைப்போம்’ என்ற முடிவுக்கு வந்தனர். பெரியார் விடை பெறும்போது அடிகளார் எழுந்திருக்க முயல ‘மகாசந்நிதானம் அமர வேண்டும். எழுந்திருக்கக் கூடாது. திருமடத்தின் மரபுகள் எனக்கும் தெரியும்’ என்றார். சமயக் கொள்கைகளில் இரு துருவங்களாக இருந்தாலும், மனித நேயத்திலும், சாதிகளற்ற சமுதாயத்தை அமைக்கவேண்டும் என்பதிலும், இருவருக்கும் ஒரே கருத்துதான். ‘கடவுளை மற, மனிதனை நினை’ என்றார் பெரியார். ‘கடவுளைத் தொழு, மனிதனை நினை’ என்பது அடிகளார் வாக்கு.

மதுரையில் நடைபெற்ற ஔவை டி.கே சண்முகம் சகோதரர்களின் ‘இராஜ இராஜ சோழன்’ நாடகத்துக்கு பெரியாரும் குன்றக்குடி அடிகளாரும் முக்கிய விருந்தினர்களாகக் கலந்துகொண்டனர். சிறப்பாக நடித்த டி.கே.எஸ்.சகோதர்களைப் பாராட்டிப் பேசியர் பெரியார் ‘இத்தனை அற்புதமான கலைத்திறன், வௌவால்கள் அடையும் கோயிலைப் பற்றியதாக அமைந்துவிட்டதை எண்ணி வருந்துகிறேன்’ என்றார். அடுத்துப் பேசிய அடிகளார் தனது வாழ்த்துரையில் ‘பெரியாரும் அவரைச் சார்ந்தவர்களும் கோயிலுக்குள் வராத காரணத்தால்தான் வௌவால்கள் குடியேறிவிட்டன. பெரியார் கோயிலுக்குள் நுழைந்தால் வௌவால்கள் தாமாகவே வெளியேறிவிடும்’ என்று விளக்கமளித்தார்.

1963-ல் அடிகளார் தலைமையில் கூட்டப்பட்ட தமிழ்ப் பாதுகாப்பு மாநாட்டில் ம.பொ.சிவஞானம், சி.இலக்குவனார், கி.ஆ.பெ.விஸ்வநாதம் உள்ளிட்ட தமிழ் அறிஞர்கள் பங்கேற்றனர். ‘‘தமிழக அரசியல் மட்டத்தில் தமிழ் எல்லா இடங்களிலும் இடம் பெறவேண்டும். நாடாளுமன்ற நடவடிக்கைகள் தமிழ் உள்பட அனைத்து தேசிய மொழிகளிலும் நடைபெறவேண்டும். மைய அரசின் தேர்வுகளைச் சம்பந்தப்பட்ட மாநில மக்கள் அவரவர் மொழியில் எழுத வழிவகை செய்யவேண்டும். தமிழின்

வளர்ச்சிக்காகத் 'தமிழ் அகாடமி' தொடங்கப்படவேண்டும். உலகப் பொதுமறையான திருக்குறளைத் தேசிய இலக்கியமாக ஏற்றுக்கொண்டு தேசிய நூலாக அறிவிக்க வேண்டும்' உள்ளிட்ட பல தீர்மானங்களை நிறைவேற்றினர்.

திருக்கோயில்களில் சமஸ்கிருதத்தில் மட்டுமே அர்ச்சனை நடைபெற்று வந்த நிலையில், தமிழில் அர்ச்சனை நடைபெறக் காரணமாக இருந்தவர் அடிகளார். அகோபில மட ஜீயர் 'வடமொழி மட்டுமே அர்ச்சனை மொழி' என்றார். இதை மறுத்த அடிகளார் 'வடமொழியும், தென் தமிழும், மறைகள் நான்கும் ஆனவன் காண்' என்று திருநாவுக்கரசர் பாடலைச் சுட்டிக் காட்டி அரச்சனைக்கு இரு மொழிகளுமே ஏற்றவை என்றார்.

மற்றொரு தருணத்தில் முதல்வர் பக்தவச்சலம் 'தமிழ் அர்ச்சனை கோருபவர்கள் பண்பாடு இல்லாதவர்கள்' என்று தெரிவிக்க தமிழறிஞர்கள் கொதித்தெழுந்தனர். தமிழ் அர்ச்சனை தொடர்பான விளக்கங்களை அளிக்கும் 52 நூல்களைத் திரட்டி, திருமுறைகளை உணர்த்தும் எண்ணிக்கையான 12 வாகனங்களில், நாயன்மார்களின் எண்ணிக்கையைத் தெரிவிக்கும் 63 நபர்களைக் கொண்ட குழுவாக, அடிகளார் தலைமையில், முதல்வரைச் சந்தித்து விளக்கினர். எந்தவொரு வாத விவாதமும் இல்லாமல் 'திருமறைத் தமிழ் அர்ச்சனை எனக்கு உடன்பாடே' என்று ஒப்புக் கொள்ள, மதுரை மீனாட்சி அம்மன் கோயிலில் முதல்வர் தலைமையிலேயே தமிழ் அரச்சனை தொடங்கப் பெற்றது. ஆயிரக்கணக்கான ஆண்டுகளுக்குப் பிறகு திருக்கோயில் கருவறைக்குள் தமிழ் மொழிக்கு நுழைவு கிடைத்தற்குக் காரணம் அடிகளார் எனில் மிகையில்லை.

கம்யூனிஸ்ட் கட்சித் தோழர் ஜீவாவுடனான நட்பு காரணமாகக் காவிக்கும் சிவப்புக்கும் இடையே நெருங்கிய உறவு மலர்ந்தது. கடவுள் நம்பிக்கையைத் தவிர்த்து மார்க்சியத்திலும், சைவ சித்தாந்தத்திலும் பல்வேறு பொதுவான கொள்கைகள் இருப்பதைக் கண்ட அடிகளார் 'சமய அடிப்படையில் மனிதகுல ஒருமைப் பாட்டை நிறுவுதல் மற்றும் பொதுவுடமைக் கொள்கை மூலம் எல்லார்க்கும், எல்லாமும் கிடைப்பதை உறுதிப்படுத்துவது' ஆகியவற்றையே தமது விருப்பமாகப் பதிவு செய்துள்ளார்.

1967-ல் திருச்சியில் நடைபெற்ற ஜீவானந்தத்தின் மகள் திருமணத்தில் அடிகளாரும் பெரியாரும் அண்ணாவும் கலந்துகொண்டு சிறப்பித்தனர். சிறப்புரை ஆற்றிய அண்ணா 'பொதுவுடமைத் தோழர் ஜீவாவின் மகள் திருமணத்தை முன்னிட்டு இரு

துருவங்களான ஆத்திகக் குன்றக்குடி அடிகளாரும் நாத்திகத் தந்தை பெரியாரும் வாழ்த்த வந்திருப்பது மகிழ்ச்சியான தருணம். தமிழர் தலைவர்கள் புழுக்கமின்றி இணைந்திருக்கும் இந்த விழா, தமிழினத்துக்கு நம்பிக்கையுட்டும் விழா. மனித நேயம் என்னும் மாண்புறு தளத்தில், கருப்பும், சிகப்பும், காவியும், இணைந்து தீட்டிய ஓவிய நிகழ்வு' என்று நெகிழ்ந்தார்.

மூதறிஞர் இராஜாஜி, ஆச்சார்ய வினோபா பாவே, தந்தை பெரியார், பேரறிஞர் அண்ணா, பெருந்தலைவர் காமராஜர், கலைஞர் கருணாநிதி, எம்.ஜி.ஆர்., கம்யூனிஸ்ட் தோழர்கள் இ.எம்.எஸ்.நம்பூதிபாட், ஜீவா, இராமமூர்த்தி, கல்யாணசுந்தரம் எனக் குன்றக்குடி மடத்துக்குக் கட்சி பேதமின்றி எல்லாத் தலைவர்களும் வருகை தந்துள்ளனர்.

தமிழகத்தில் உள்ள ஏனைய சைவ ஆதீனங்களைப் போலவே குன்றக்குடி ஆதீனமும் சைவமும் தமிழும் தழைக்கத் தமிழ் நூல்கள் இயற்றுதல், இயற்றுவித்தலுடன் இசைக் கலைஞர்களையும் ஆதரித்து வந்துள்ளது. ஆதீனகர்த்தர்களும் இத்துறைகளில் விற்பன்னர்களாக இருந்துள்ளனர். அந்த வகையில் இத்திருமடத்தின் 45 ஆவது சந்நிதானமாகப் பொறுப்பேற்ற அடிகளாரும் பல்வேறு பணிகளுக்கு இடையே நூல்கள் எழுதுவதிலும் ஆர்வம் செலுத்தினார். இருப்பினும் எழுதுவதற்கு நேரம் ஒதுக்க முடியாத நிலையில், தனது எண்ணங்களையும், கருத்துகளையும், பதிவு செய்யத் தனி எழுத்தரை நியமித்தார். தேனூறிய பலாச் சுளையாகக் கருத்துகளை, மடை திறந்த வெள்ளமென அடிகளார் சொல்லச் சொல்ல அவர் எழுதிக் குவித்தார்.

'பாண்டியன் நெடுஞ்செழியன் செய்த தவறுக்கு கண்ணகி மதுரையை எரிக்கலாமா?' என்ற கேள்விக்கு அடிகளார் பதிலளிக்கையில் 'மன்னனை இவ்வகைக் குற்ற நெறியில் செலுத்தியதற்கு அந்நகர மக்களும் பொறுப்பாவர். எனவே குற்றமுடைய ஓர் அரசு தோன்றி வளரக் காரணமாக இருந்த மதுரையை அழிப்பேன் எனக் கண்ணகி உறுதி பூணுகிறாள். ஆயினும் கண்மூடித்தனமாக அவளுடைய சினம் செல்லவில்லை. தீத்திறத்தார் மட்டுமே அழியுமாறு அழிக்கின்றாள். தீத்திறத்தாரை அழிப்பது பாவமா? கழனியில் களை பிடுங்குவது தவறா? ஆகவே கண்ணகி மதுரையைத் தீக்கு இரையாக்கியது அரசியல் நீதி, சமூக நீதி' என்று கண்ணகியின் செயலை நியாயப்படுத்தினார்.

''கம்பனின் குறிக்கோள் 'மானுடம் வென்றதம்மா' என்பதுதான். ஆனால், சேக்கிழார் எழுதிய பெரிய புராணத்தில் பல்வேறு சாதிகளைச் சேர்ந்த அடியார்கள் பேசப்படுகின்றனர். அவரது காலத்தில் சாதி வேற்றுமைகள் அதிகரித்த காரணத்தால், பெரிய புராணமே ''சாதிகளைக் கடிந்தெழுந்த முதல் வரலாற்று நூல்''. மேலும்

இதில் இடம்பெறும் திருநாளைப் போவார் கதை ''திருக்கோயில் நுழைவுப் போராட்டம்'' என்பதால், இன்றைக்கு பல நூறு ஆண்டுகளுக்கு முன்பே கோயில் நுழைவுப் போராட்டத்துக்கு முன்னோடியாகத் திகழ்ந்தது' என்பது அடிகளாரின் முடிவு.

குன்றக்குடி அடிகளார் 6000 பக்கங்களில் எழுதிய 52 நூல்கள் 16 தொகுதிகளாக வெளியாகி உள்ளன. முதல் நான்கு தொகுதிகள் (திருக்குறள்), ஐந்தாம் தொகுதி (சங்க இலக்கியம், சிலப்பதிகாரம், இராமாயணம்), ஆறாம் தொகுதி (பாரதி, பாரதிதாசன், அண்ணாதுரை, பட்டுக்கோட்டை கல்யாணசுந்தரம், வல்லிக்கண்ணன், ஜெயகாந்தன், குலோத்துங்கன்), ஏழு, எட்டு, ஒன்பதாம் தொகுதிகள் (அப்பர், சுந்தரர், சம்பந்தர், மாணிக்கவாசகர்), பத்தாம் தொகுதி (திருவருட் சிந்தனை என்ற தலைப்பில் அடிகாளாரின் ஆன்மிகச் சிந்தனைகள்), பதினொன்று, பன்னிரண்டாம் தொகுதிகள் (அடிகளாரின் சமயம் மற்றும் சமயம் சார்ந்த சிந்தனைகள்), பதின்மூன்றாம் தொகுதி (நாடு, மொழி, சமுதாயம்), பதினான்காம் தொகுதி (கவிதைகள், கதைகள்), பதினைந்தாம் தொகுதி (கல்வியியல், சமயவியல், பொதுவியல்), பதினாறாம் தொகுதி (அடிகளாரின் இதழியல் பணிகள் மற்றும் அவரது நூல்களுக்கு அறிஞர்கள் வழங்கிய முன்னுரைகள்).

ஓயாத அலைச்சல், கடுமையான உழைப்பு காரணமாக அடிகளார் நோய்வாய்ப்பட்டார். பரிசோதித்த மருத்துவர்கள் அறுவை சிகிச்சை அவசியம் என்று கூற, அமெரிக்க அன்பர்கள் அங்கு வந்து சிகிச்சை பெறுமாறு அழைத்தனர். ஆனால் அடிகளார் மறுத்துவிட்டார். மதுரை மீனாட்சி மருத்துவமனையில் அனுமதிக்கப்பட்ட அடிகளாரின் உடல் நிலை மேலும் மோசமடைந்தது 1995 ஏப்ரல் 14 யுவ வருடம் தமிழ்ப் புத்தாண்டன்று பரிபூரணம் அடைந்தார்.

'நேருவின் சோஷியலிசமும் வினோபா பாவேவின் சர்வோதயமும் குன்றக்குடி அடிகளாருக்கு விருப்பமானவை. காந்தியத்தையும் மார்க்சியத்தையும் இணைத்தவர் திரு.வி.க. எனில், சைவ சித்தாந்தத்தையும், மார்க்சியத்தையும் இணைத்தவர் குன்றக்குடி அடிகளார். சைவம், தமிழ், சோஷியலிசம், சர்வோதயம், மார்க்சியம் ஆகிய ஐந்தின் கலவை அடிகளார்' என்று புகழ்கிறார் வடலூர் ஊரன் அடிகள்.

'அந்நாளில் தமிழறிஞர்களின் வீடுகளுக்கு
ஆவின் பால் வார்த்த அவர்
பின்னாளில் ஞாலம் முழுமைக்கும்
ஞானப் பால் வார்த்தார்'

என்னும் வாலியின் வைர வரிகள் அவர் பெருமையைப் பறைசாற்றும்.

சிலம்புச் செல்வர் ம.பொ.சிவஞானம்

மிக எளிய குடும்பத்தில் பிறந்து, பள்ளிக் கல்வியின்றி, விடா முயற்சியால், ஊக்கத்தால், உழைப்பால், தானே கற்றுப் பண்டிதராக, எழுத்தாளராக, பேச்சாளராகத் திகழலாம், அரசியல் இயக்கத் தலைவராக உயரலாம் என்பதற்கு உதாரணமாகத் திகழ்ந்தவர் சிலம்புச் செல்வர் என்று அன்புடன் அழைக்கப்படும் ம.பொ.சிவஞானம். மடை திறந்த வெள்ளமெனப் பொங்கும் இவரது உரைவீச்சில் மயங்கி, ம.பொ.சிவஞானம் என்றால் '(தமிழை) **ம**ழைபோல் **பொ**ழியும் சிவஞானம் என்று பாராட்டி மகிழ்ந்தார் மறைந்த முதல்வர் எம்.ஜி.ஆர்.

வீரபாண்டிய கட்டபொம்மனையும் செக்கிழுத்த செம்மல் வ.உ.சிதம்பரம் பிள்ளையையும் தமிழகத்துக்கு அறிமுகப்படுத்திய பெருமை ம.பொ.சியையே சேரும். வெள்ளையரை எதிர்த்துப் போரிட்ட இவ்விருவரின் தியாகத்தைக் காவியமாக்கித் தந்தவரும் இவரே ஆவார். பின்னாளில் அவை திரை ஓவியமாகவும் மிளிர்ந்தன. இவர் இல்லாவிட்டால் அவ்விருவரின் சுதந்திர வேள்விகள் அடையாளம் தெரியாமலேயே போயிருக்கும்.

சென்னை ஆயிரம் விளக்கு பகுதியிலுள்ள சால்வன் குப்பத்தில் 1906 ஜூன் 26 ஆம் நாள் பொன்னுசாமி கிராமணி - சிவகாமி தம்பதிகளுக்கு மகனாகப் பிறந்தார் ம.பொ.சிவஞானம் (மயிலாப்பூர் பொன்னுசாமி சிவஞானம்). டி.கே.சி, வ.உ.சி வரிசையில் ம.பொ.சி என்ற மூன்றெழுத்தும் மக்கள் மனதில் நீக்கமற நிறைந்தது. கள் இறக்கும் தொழிலாளியான தந்தையின்

குடிப்பழக்கமும் வறுமையும் குடும்பத்தைக் கடுமையாகப் பாதிக்க, அன்னையின் தேவாரம், திருவாசகம், திருவருட்பா உள்ளிட்ட பக்திப் பாடல்களே இளம் வயதில் ம.பொ.சிக்கு ஆறுதலாகவும் போதனையாகவும் வழித்துணையாகவும் அமைந்தன.

மூன்றாம் வகுப்பு படிக்கும்போது புத்தகங்கள் வாங்கப் பணம் இல்லாததால் ஏழ்மை அவரது பள்ளிப் படிப்புக்கு முற்றுப்புள்ளி வைத்தது. 'படிப்பாளியாக ஆசைப்பட்ட நான், வறுமை காரணமாகப் பாட்டாளியானேன்' என்று கல்வி பயில வேண்டிய பச்சிளம் பருவத்தில், பத்து ரூபாய் பணத்துக்காகப், பத்து வயதிலேயே வேலைக்குச் சென்றதை வேதனையுடன் குறிப்பிடுகிறார் ம.பொ.சி. கள் இறக்கும் தொழில் தவிர்த்து, கட்டட சித்தாள், பீடி சுற்றுதல், நெசவாளி என கிடைத்த வேலைகளைச் சில காலம் செய்தார். கடைசியாகவும், நிரந்தரமாகவும் அவர் ஈடுபட்டது அச்சுக் கோர்க்கும் தொழில். கடமைக்காகவும், பணத்துக்காகவும் வேலை பார்த்த தொழில்களுடன் ஒப்பிடுகையில் அச்சு கோர்க்கும் பணி அவருக்குப் பிடித்துப் போனது. ஒரு வகையில் ம.பொ.சியின் வாழ்க்கையில் திருப்பத்தை ஏற்படுத்திய தொழில் என்றும் சொல்லலாம். 'மரக் குடிசையில் இருந்து (வெள்ளை) மாளிகை வரை' என்று அமெரிக்க ஜனாதிபதி ஆப்பிரஹாம் லிங்கனைச் சொல்வார்கள். அதுபோல் அச்சுக் கோர்க்கும் தொழிலாளியாக வாழ்க்கையைத் தொடங்கி தமிழகத்தின் புகழ் பெற்ற அரசியல் தலைவராக உயர்ந்தார் ம.பொ.சி.

அச்சுக் கோர்க்கும் பணியை ஏதோ கூலிக்குக் கிடைக்கும் வேலையாகப் பார்க்காமல், அச்சுக்கு வரும் எழுத்துகளைக் ஊன்றிக் கற்றுத் தனது தமிழார்வத்தை வளர்த்துக் கொண்டார். ம.பொ.சி பணியாற்றிய 'விநோதினி' மற்றும் 'தமிழ்நாடு' அச்சுக் கூடங்களைத் தனது தமிழையும் அறிவையும் வளர்க்கும் கல்விக் கூடங்களாக மாற்றிச் சுயமாகவே கற்றுக்கொண்டார்.

ஒரு முறை விடுதலைப் போராட்ட வீரரும் பெரியாரின் நெருங்கிய நண்பருமான டாக்டர் பி.வரதராஜுலு நாயுடுவின் 'தமிழ்நாடு' பத்திரிகையில் பணியாற்றும்போது நடைபெற்ற வேலைநிறுத்தப் போராட்டத்தில் சக ஊழியர்களுடன் இணைந்து இவரும் கலந்து கொண்டார். சமரசத்துக்கான முக்கிய அம்சமாக மன்னிப்புக் கடிதம் எழுதிக் கொடுக்கும் பட்சத்தில் அனைவரையும் திரும்ப வேலையில் சேர்த்துக் கொள்வதாக நிர்வாகம் அறிவித்தது. ஏனைய ஊழியர்கள் மன்னிப்புக் கோரி வேலைக்குத் திரும்பினார்கள். அதேபோல் ம.பொ.சியையும் மன்னிப்புக் கடிதம் எழுதிக் கொடுக்கச்

சொன்னார் டாக்டர் நாயுடு. ஆனால் வருமானத்துக்காகத் தன்மானத்தை அடகு வைக்கமுடியாது என்று மன்னிப்புக் கடிதம் எழுதிக் கொடுக்க மறுத்ததுடன், அன்று முதல் ஊதியத்துக்காக யாரிடமும் வேலை பார்க்கமாட்டேன் என்று விலகிக்கொண்டார்.

தென் ஆப்பிரிக்காவிலிருந்து மகாத்மா காந்தி இந்தியா திரும்பியதைத் தொடர்ந்து விடுதலைப் போரில் காந்தி சகாப்தம் என்னும் புதிய அத்யாயம் தொடங்கியது. 1923-ல் தனது பதினேழாவது வயதில் ம.பொ.சி. சுதந்திர வேள்வியில் தன்னை முழுமையாக ஈடுபடுத்திக் கொண்டார். அப்போது நடைபெற்ற இந்திய மற்றும் சென்னை மாகாண சட்டமன்றத் தேர்தல்களில் ஒரு சாதாரண தொண்டனாகக் காங்கிரஸின் உட்பிரிவான சுயராஜ்யக் கட்சி வேட்பாளர்களை ஆதரித்துப் பிரசாரம் செய்தார். 1927-ல் ஆண்டு சந்தா செலுத்தி காங்கிரஸ் உறுப்பினரானார். இந்தியாவுக்குச் சுதந்திரம் தருவது பற்றி ஆய்வு செய்ய 1928-ல் பிரிட்டிஷ் அரசு சைமன் பிரபு தலைமையில் அமைத்த கமிஷனை புறக்கணிக்குமாறு மகாத்மா வேண்டுகோள் விடுத்ததைத் தொடர்ந்து நாடு முழுவதும் நடைபெற்ற போராட்டத்தில் பங்கேற்றார். 1930-ல் சென்னை திருவல்லிக்கேணி கடற்கரையில் ஆந்திர கேசரி டி.பிரகாசம் தலைமையில் நடைபெற்ற உப்பு சத்தியாகிரகத்தில் கலந்து கொண்டார்.

ம.பொ.சி தனது குடிப்பிறப்பு பற்றி 'என் போராட்டம்' என்ற தனது நூலில் பின்வருமாறு குறிப்பிடுகிறார் 'சாதியில் எனக்கு நம்பிக்கை இல்லாவிட்டாலும், நானும் ஒரு குறிப்பிட்ட சாதியைச் சேர்ந்தவன் என்பதை மறுக்கமுடியாது. ஆந்த வகையில் 'சான்றோர்' என்றழைக்கப்பட்ட எங்கள் சாதி நாளடைவில் 'சாணர்' என்று மருவி, 'கிராமணி' என்றும் 'நாடார்' என்றும் இரு பிரிவுகளாகப் பிரிந்தது. எல்லா சாதிச் சங்கங்களின் கூட்டங்களிலும் பங்கேற்று சம்பந்தப்பட்ட மக்களுக்கு ஆலோசனை சொல்வதுபோல், எனது 'கிராமணி' குல மகாஜன சங்கத்தின் செயலாளராக அதன் முன்னேற்றத்துக்கும் பாடுபட்டேன். ஆனால் 'கள் இறக்குவது' குலத்தொழில் என்றாலும் அதைக் கடுமையாக எதிர்த்துக் காங்கிரஸின் மதுவிலக்குக் கொள்கையைத் தீவிரமாக ஆதரித்தேன். இதன் காரணமாக எங்கள் இன 'கிராமணி' மக்களாலேயே 'குலத் துரோகி' என்று முத்திரை குத்தப்பட்டேன்' என்று வருத்தத்துடன் பதிவு செய்துள்ளார்.

1927-ல் தாய் மாமன் மகள் திலோத்தமையை மணந்து கொண்டார். ஆனால் இதய நோய் காரணமாக அவர் திடீரென மரணமடையவே, ம.பொ.சியின் இல்லற வாழ்க்கை ஓர் ஆண்டே நீடித்தது. ஒன்பது

ஆண்டுகளுக்குப் பிறகு 1937-ல் இராஜேஸ்வரியை மறுமணம் செய்து கொண்டார். மகாத்மா காந்தியடிகள் தமிழகம் வந்திருந்தபோது வட சென்னையில் நடைபெற்ற பாராட்டு விழாவில் அவருக்கு வரவேற்பு மடல் வாசித்து உபசரிக்கும் வாய்ப்பு கிடைத்தது. 1923-ல் காங்கிரஸில் இணைந்த ம.பொ.சி 1954-ல் அக்கட்சியிலிருந்து விலகும்வரை பல்வேறு பொறுப்புகளை வகித்தார். 1936-37 -ல் சென்னை மாவட்ட காங்கிரஸ் துணைச் செயலர், 1937-47 சென்னை மாவட்ட காங்கிரஸ் செயலர், 1947-48-ல் சென்னை மாவட்ட காங்கிரஸ் கமிட்டி துணைத் தலைவர், 1951-52-ல் தமிழ்நாடு காங்கிரஸ் கமிட்டி உறுப்பினர் உள்ளிட்ட பல்வேறு பொறுப்புகளை வகித்தார்.

1928 முதல் 1947 வரையில் நடைபெற்ற சுதந்திரப் போராட்டங்களில் பங்கேற்று ஆறு முறை சிறைவாசம் அனுபவித்தார். குறிப்பாக 1942-ல் நடைபெற்ற 'வெள்ளையனே வெளியேறு' போராட்டத்தில் கலந்துகொண்டு 17 மாதங்கள் சிறையில் அடைக்கப்பட்டார். 1946-47-ல் காங்கிரஸிலிருந்து விலகிய ம.பொ.சி 'தமிழரசுக் கழகம்' என்ற பெயரில் புதிய அமைப்பைத் தொடங்கினார். திராவிட இயக்கங்களின் பிரிவினை மற்றும் இனவாதங்களுக்கு எதிராகவும், தமிழ் மொழி சிறக்கவும், தமிழர் வாழ்வு மேம்படவும் உழைக்கப் போவதாகத் தெரிவித்ததுடன் கீழ்க்காணும் கொள்கைகளையும் அறிவித்தார். 'மாநில சுயாட்சி - மத்தியில் சமஷ்டி (கூட்டாட்சி)' என்ற முழக்கத்தை முதன் முதலில் முழங்கியவர் ம.பொ.சிதான்.

- தமிழைத் தாய்மொழியாகவும் தமிழ் நாட்டைத் தாய் நாடாகவும் கொள்ளும் தமிழகத்தின் நிரந்தரக் குடிகள் தமிழராகவே கருத்தப்படுவர்.

- வடக்கே திருப்பதிக்கும் தெற்கே குமரிக்கும் இடைப்பட்ட நிலப்பரப்பு தமிழகமாகும்.

- மேற்கூறிய புதிய தமிழகத்தை சுதந்திர நாடாகச் செய்வதுடன், உழைப்பாளிகளுக்கு முன்னுரிமை அளிக்கும் சோஷியலிசக் குடியரசை நிறுவுதல்

- தமிழ் மொழியை அரசியல் மற்றும் ஆட்சி மொழியாக அறிவித்து எல்லாத் துறைகளிலும் தமிழுக்கே முன்னுரிமை தருதல்

- தமிழினத்துக்குத் தீங்கற்ற வகையில் இந்திய ஒற்றுமையைப் பாதுகாக்கத் தமிழ் சோஷியலிசக் குடியரசு, இந்தியக் கூட்டரசில் இணைய வேண்டும்.

‘தமிழினமே ஒன்றுபடு’, ‘எங்கும் தமிழ் எதிலும் தமிழ்’ என்னும் கொள்கை முழக்கங்களை முதன் முதலில் எழுப்பியது ம.பொ.சியின் சாதனைகளில் ஒன்றாகும். சாதி, சமயம், கட்சி வேறுபாடின்றித் ‘தமிழினமே ஒன்றுபடு’ என்னும் முழக்கத்துக்குச் செயல் வடிவம் தரப் ‘பொங்கல் திருநாளைத்’ தமிழினத்தின் தேசியத் திருநாளாகக் கொண்டாட வேண்டும் என்று முதன் முதலில் குரல் கொடுத்ததுடன், நிகழ்ச்சிகளுக்கு ஏற்பாடு செய்ததும் ம.பொ.சியின் தமிழரசுக் கழகமே.

1946 ஜனவரி *14*-ல் சென்னை கோகலே மண்டபத்தில், இராஜாஜி, காமராஜர், ப.ஜீவானந்தம், திரு.வி.க, தெ.பொ.மீனாட்சி சுந்தரனார், ரசிகமணி டி.கே.சி. ஆகியோரின் பங்கேற்புடன் ‘பொங்கல் நன்நாள்’ முதன் முதலாகத் ‘தமிழர் திருநாளாகக்’ கொண்டாடப் பட்டது. *1947*-ல் திரு.வி.க, கல்கி கிருஷ்ணமூர்த்தி, டி.கே.சி, காமராஜர், பாரதிதாசன், தெ.பொ.மீனாட்சி சுந்தரனார் உள்ளிட்ட பன்னிரு தலைவர்கள் கையெழுத்திட்ட அறிக்கையை ம.பொ.சி வெளியிட்டுத் தமிழகம் முழுவதும் பொங்கலைத் தமிழர் திருநாளாகக் கொண்டாடுமாறு வேண்டினார். இன்றைக்குப் ‘பொங்கல் பண்டிகை’ உலகெங்கும் வாழும் தமிழர் இல்ல மெல்லாம் ‘தமிழர் திருநாளாகக்’ கொண்டாடப்படுவதற்குக் காரணமானவர் ம.பொ.சி.யே.

நாடு விடுதலை பெற்ற பிறகு சென்னை மாநகராட்சியின் கொடியை மாற்ற வேண்டுமென தமிழக அரசு விரும்பியபோது அதற்காக அமைக்கப்பட்ட குழுவில் ம.பொ.சியும் இடம் பெற்றிருந்தார். மூவேந்தர் மரபின் சின்னங்களான புலி (சோழன்), மீன் (பாண்டியன்), வில் (சேரன்) ஆகியவற்றை உள்ளடக்கி மாநகராட்சிக் கொடியை உருவாக்கலாம் என்று ம.பொ.சி தெரிவித்த யோசனையைத் தமிழக அரசு ஏற்றுக் கொண்டது.

1946-ல் ம.பொ.சி தொடங்கிய ‘தமிழ் முரசு’ மாத இதழாகவும், மாதம் இருமுறையாகவும் மாறி மாறி வெளிவந்து கொண்டிருந்தது. கடவுளை மறுத்த மற்றும் கம்ப இராமாயணம், பெரிய புராணம் உள்ளிட்ட பக்தி இலக்கியங்களைப் பழித்த திராவிடர் மற்றும் திராவிட முன்னேற்றக் கழகங்களுக்குப் பதிலடி கொடுக்கும் வகையில் ஏராளமான கட்டுரைகளை ம.பொ.சி தீட்டினார். தவிர்க்க இயலாத சில காரணங்களுக்காக ‘தமிழ் முரசு’ பின்னர் நிறுத்தப்பட்டது.

1951 ஏப்ரல் இதழில் ‘கண்ணகியைப் பழிக்கும் கருஞ்சட்டைத் தலைவர்’ என்னும் தலைப்பில் பெரியாரின் சிலப்பதிகார

எதிர்ப்பைத் தருக்க ரீதியாக மறுத்து எழுதிய கட்டுரை அக்காலத்தில் மிகப் பெரிய பரபரப்பை ஏற்படுத்தியது. 'சிலப்பதிகாரம்' கற்பனைக் காப்பியமல்ல. இரண்டாயிரம் ஆண்டுக்கு முற்பட்ட தமிழ்ச் சமுதாயத்தின் கலாசார மேம்பாட்டையும் வாழ்க்கை நெறிமுறையையும் கண் முன்னே நிறுத்தும் வரலாற்று நூல். அழியவிருந்த அந்தக் காப்பியத்தின் ஓலைச் சுவடிகளைத் தனது அயராத ஊக்கத்தாலும் தளராத உழைப்பாலும் தேடிக் கண்டுபிடித்துப் புத்துயிர் அளித்த பெருமை தமிழ்த் தாத்தா உ.வே.சா..அவர்களையே சேரும்' என்றார்.

கம்ப இராமாயணத்தைப் பட்டி தொட்டியெங்கும் பரப்பிய பெருமை கம்பன் அடிப்பொடி சா.கணேசனைச் சேருமெனில், இளங்கோவடிகளின் சிலப்பதிகாரத்தை பரப்பிய பெருமை சிலம்புச் செல்வர் ம.பொ.சியையே சாரும். மேலும் தமிழிலக்கிய வரலாற்றிலேயே 'சிலப்பதிகாரக்' காப்பியத்துக்காக மாநாடு நடத்திய பெருமை தமிழரசுக் கட்சியையும் அதன் தலைவர் ம.பொ.சியையே சேரும். 24.3.1951-ல் சென்னை இராயப்பேட்டையில் டாக்டர் மு.வரதராசனார் தலைமையில், தெ.பொ.மீனாட்சி சுந்தரனார், ரா.பி.சேதுபிள்ளை, ந.சஞ்சீவி ஆகியோர் பங்கேற்றுச் சிறப்புரை ஆற்ற, சிலப்பதிகாரத்துக்காக முதன் முதலில் ஒரு மாநாட்டுக்கு ஏற்பாடு செய்தவர் ம.பொ.சிதான்.

ம.பொ.சியின் சிலப்பதிகார மாநாட்டைப் பாராட்டி அண்ணா விடுத்த அறிக்கையில் 'பெரியாரும் நானும் கம்ப இராமாயணத்தை எரிக்கின்ற கிளர்ச்சியில் ஈடுபட்டுக் கொண்டிருந்த போது, கம்ப இராமாயணம் தமிழனுக்கு வேண்டாத கருத்துகளை அளிக்கிறது என்பதற்காக அதை நீக்குவதானால், அவனுக்குப் பற்றுக் கோடாக இருப்பதற்குத் தனிப் பெரும் தமிழ்க் காப்பியமான சிலப்பதிகாரத்தை வழங்கவேண்டும் என்று சொன்னேன். இதைக் கேட்ட பெரியார் கடுங்கோபத்துடன் அதே மேடையில் அரை மணி நேரம் கண்ணகியை வசைபாடித் தூற்றினார். ஆகவே எந்தச் சிலப்பதிகாரத்தை மக்கள் மன்றத்தில் வைக்க ஆசைப்பட்டு, பெரியாரின் எதிர்ப்பு காரணமாக நிறைவேற்ற இயலாமல் போனதோ, அந்தப் பணியைச் சிலம்புச் செல்வர் ம.பொ.சிவஞானம் செய்தற்காக உளமாறப் பாராட்டுகிறேன்' என்று வாழ்த்தினார்.

1955 தொடங்கி 1995-ல் மறையும்வரை நாற்பது ஆண்டுகள் 'செங்கோல்' பத்திரிகையின் ஆசிரியராக இலக்கியம், அரசியல், சமூகம் எனப் பல்வேறு தலைப்புகளில் அவர் எழுத்தி குவித்த கட்டுரைகள் ஆயிரத்தைத் தாண்டும். குறிப்பாகச் 'சைவமும்

தமிழும்' என்ற தலைப்பில் '7ஆம் நூற்றாண்டில் தோன்றிய திருநாவுக்கரசரும் திருஞானசம்பந்தரும் சைவ சமயத்தைக் கருவியாகக்கொண்டு தெய்வ நெறியை வளர்க்கவில்லை எனில், அந்த தெய்வ நெறியின் துணைகொண்டு தமிழ் மொழியில் பக்தி இலக்கியத்தைப் படைக்கவில்லை எனில், அந்த பக்தி இலக்கியத்தைப் போர்க் கருவியாகக்கொண்டு அரசு மதமாகிய சமணத்தை வெற்றி கொள்ளவில்லை எனில், இன்றைக்கு தமிழ் ஏது? தமிழ் இனம் ஏது? தமிழ்நாடுதான் ஏது' என்ற வரிகள் காலத்தால் அழியாத கல்வெட்டுப் போன்றவை.

1955 நவம்பர் 29-ல் கூடிய தமிழரசுக் கழகச் செயற்குழு 'மெட்ராஸ்' என்பதைத் 'தமிழ்நாடு' என்று மாற்றி மத்திய அரசு அறிவிக்க வேண்டும் என்று தீர்மானம் போட்டது. இதன் பின்னரே 1956-ல் சங்கரலிங்க நாடார் 'தமிழ்நாடு' என்று பெயர் வைக்கக் கோரி உண்ணாநோன்பு இருந்து உயிர்நீத்தும், அப்போதைய காமராஜர் தலைமையிலான காங்கிரஸ் அரசு கண்டு கொள்ளவில்லை. இத்தனைக்கும் சங்கரலிங்க நாடாரும் ஒரு காங்கிரஸ்காரர்தான்.

1956-ல் மொழிவாரியாக மாநிலங்கள் பிரிக்கப்பட்டபோது தமிழகத்தின் வட எல்லை கிளர்ச்சியில் கலந்துகொண்டு ஆறு வார காலம் கடுங்காவல் தண்டனை பெற்றார். 'வட வேங்கடம் தென் குமரி ஆயிடைத் தமிழ் கூறும் நல்லுலகம்' என்னும் தொல்காப்பியச் சிறப்புப் பாயிரத்துக்கேற்ப தமிழகத்தின் வடக்கு எல்லையான திருப்பதியைத் தமிழகத்துடன் இணைக்கப் போராடினார். திருப்பதி கிடைக்காவிட்டாலும், திருத்தணியையும் அதைச் சுற்றியுள்ள 320 கிராமங்களும் தமிழகத்துடன் இணையக் காரணமாக இருந்தவர்களுள் ம.பொ.சி குறிப்பிடத்தக்கவர். சென்னையை ஆந்திரத்துடன் இணைக்கவேண்டும் என்று பொட்டி ஸ்ரீராமுலு உண்ணாவிரதம் இருந்தபோது 'தலையைக் கொடுத்தேனும் தலைநகரைக் காப்போம்' என்று சூளுரைத்து இராஜாஜி ஆதரவுடன் ஆந்திராவுடன் இணையாமல் சென்னையைப் பாதுகாத்தார். 'மாலவன் குன்றைக் கேட்டார், வேலவன் குன்றாவது கிடைக்க' அவரே காரணம். குமரியும் செங்கோட்டையும் தமிழகத்துடன் இணைந்ததற்கு ம.பொ.சியும் ஓர் காரணம் என்றாலும், அவர் கோரியபடி தமிழர்கள் அதிகம் வாழும் தேவிகுளம், பீர்மேடு பகுதிகளையும் தமிழகத்துடன் இணைத்திருந்தால் 'முல்லைப் பெரியாறு' இன்றக்கு மிகப் பெரிய பிரச்னையாக உருவெடுத்திருக்காது.

1959-ல் தமிழகக் கல்வி அமைச்சராக இருந்த சி.சுப்பிரமணியம் தமிழைப் பயிற்று மொழியாக்கத் திட்டம் வகுத்து அடுத்த

ஐந்தாண்டுகளில் படிப்படியாக அனைத்துக் கல்லூரிகளுக்கும் விரிவுபடுத்த முடிவெடுத்தார். ஆனால், 1962-ல் அவர் மத்திய அமைச்சரானதைத் தொடர்ந்து அடுத்து பதவிக்கு வந்த பக்தவச்சலமோ முதல்வர் காமராஜரோ தமிழைப் பயிற்று மொழி ஆக்குவதில் போதிய ஆர்வம் செலுத்தவில்லை. இந்நிலையில் கிடப்பில் போடப்பட்ட தமிழைப் பயிற்று மொழியாக்கும் திட்டத்தை நடைமுறைப்படுத்த ம.பொ.சி கிளர்ச்சியில் ஈடுபட்டார். இராஜாஜியின் சுதந்திராக் காட்சி, திமுக மற்றும் கம்யூனிஸ்ட் கட்சிகள் ஆதரவு தெரிவித்தன.

இந்நிலையில் 1965 ஜனவரி 26-ல் இந்தி மட்டுமே மத்திய அரசின் ஆட்சி மொழி என்ற அறிவிப்பைத் தொடர்ந்து தமிழகத்தில் 'இந்தி எதிர்ப்பு' கொழுந்து விட்டு எரியத் தொடங்கியது. இதன் காரணமாக 'இந்தி வேண்டாம், ஆங்கிலமே இணைப்பு மொழியாக வேண்டும்' என்று போராட்டம் திசை மாறியதால் 'தமிழ் பயிற்று மொழியாக' வேண்டும் என்னும் உயரிய நோக்கத்துடன் ம.பொ.சி தொடங்கிய கிளர்ச்சி சுவடு தெரியாமல் மறைந்தது.

ம.பொ.சி காலகட்டத்தில் வாழ்ந்த பெரும்பான்மை தமிழறிஞர்கள் வடமொழியை எதிர்த்த நிலையில், தமிழ் - சமஸ்கிருதம் தொடர்பாகத் தமிழரிடையே நிலவி வரும் தவறான எண்ணங்களைப் போக்க வேண்டும் என்ற நோக்கில் அவர் எழுதிய நூல்தான் 'தமிழும் சமஸ்கிருதமும்'. 'நான் ஆங்கிலத்தில் புலமை பெறவில்லையே என்பதற்காக வருந்தவில்லை. ஆனால் சமஸ்கிருதத்தில் புலமை பெறவில்லையே என்பதற்காக வருந்துகிறேன். சமஸ்கிருதத்தில் புலமை பெற்றிருந்தால் தமிழுக்கு இன்னும் அதிக அளவில் தொண்டு செய்திருக்க முடியுமென நம்புகிறேன்' என்று அந்நூலில் குறிப்பிட்டுள்ளார்.

1967-ல் நடைபெற்ற தமிழக சட்டமன்றத் தேர்தலில் திராவிட முன்னேற்றக் கழகம் மற்றும் சுதந்திரா கட்சிகளுடன் தமிழரசுக் கட்சியும் கூட்டணி வைத்து காங்கிரஸைத் தோற்கடித்தது. ம.பொ.சி தியகராயநகர் தொகுதியில் வெற்றி பெற்றார். 1967-ல் அண்ணா தலைமையில் திமுக ஆட்சி அமைந்த போதுதான் 'தமிழ்நாடு' என்ற பெயர் மாற்றத் தீர்மானம் சட்டசபையில்கொண்டு வரப்பட்டது. 18.07.1967-ல் 'மெட்ராஸ் ஸ்டேட்' என்பதற்குப் பதிலாகத் 'தமிழ்நாடு' என்று பெயர் மாற்றும் தீர்மானத்தில் ஆங்கிலத்தில் TAMIL NAD என்று குறிப்பிட்டிருந்ததை முதல்வர் அண்ணாவிடம் சுட்டிக்காட்டி அதை TAMIL NADU என்று திருத்தவேண்டும் என்று ம.பொ.சி கோரினார். அவரது திருத்தம் ஏற்றுக்

கொள்ளப்பட்டதைத் தொடர்ந்து அன்று முதல் தமிழ்நாடு (TAMIL NADU) என்றே நமது மாநிலம் அழைக்கப்பட்டு வருகிறது. அந்த வகையில் 'தமிழ்நாடு' என்ற பெயர் உலகெங்கும் ஒலிக்கக் காரணமாக இருந்தவர் ம.பொ.சி எனில் மிகையில்லை.

அடுத்ததாக 23.01.1968-ல் மத்திய ஆட்சி மொழிச் சிக்கல் பற்றிய தமிழக அரசு தீர்மானத்துக்குக் கீழ்க்கண்ட திருத்தத்தைக்கொண்டு வந்தார் ம.பொ.சி 'ஆங்கில ஆதிக்கத்தை உடனடியாக அகற்றிடத் தமிழர் வாழ்வில் எங்கும் எதிலும் தமிழுக்கே முதலிடம் அளிக்கப்படும் வகையில் அரசின் மொழித் தீர்மானம் எதையும் கூறவில்லை. எனவே, அடுத்து வரும் ஐந்தாண்டு காலத்துக்குள் அரசு அலுவலகங்கள் அனைத்திலும் தமிழே ஆட்சி மொழியாகவும், அனைத்துப் பள்ளிகள் மற்றும் கல்லூரிகளில் தமிழே பயிற்சி மொழியாகவும் வருவதற்கு அரசு ஆவன செய்ய வேண்டும்' என்று இவரது திருத்தத்துடன் அரசின் தீர்மானம் சட்டமன்றத்தில் நிறைவேறியது. 'எனது திருத்தத்துடன் அரசின் தீர்மானம் ஒருமனதாக நிறைவேறியது எனது வாழ்வின் மகிழ்ச்சியான தருணங்களில் முதன்மையானது' என்று குறிப்பிடுகிறார் ம.பொ.சி.

அரசின் தீர்மானம் ம.பொ.சியின் திருத்தத்துடன் நிறைவேற்றப் பட்டாலும், ஆட்சி மொழித் தீர்மானம் இந்தியை அகற்றுவதிலும் ஆங்கிலத்தை நிலை நிறுத்துவதையுமே நோக்கமாகக்கொண்டு அமல்படுத்தப்பட்டது. ஆனால் எங்கும், எதிலும் தமிழுக்கே முதலிடம் தரப்படும் என்ற பகுதி இதுவரை அமலாக்கப்பட வில்லை' என்று 1986-ல் ஆதங்கத்துடன் பதிவு செய்துள்ளார். ம.பொ.சி இந்தக் கருத்தைக்கூறி 32 ஆண்டுகள் கடந்தும், தமிழின் நிலை இன்னும் அப்படியேதான் நீடிக்கிறது என்பதுதான் வருத்தப்பட வேண்டிய விஷயம்.

1967-71-ல் சட்டமன்றப் பேரவை, 1972 முதல் 1986வரை சட்டமன்ற மேலவை என ம.பொ.சி சற்றேறக் குறைய இருபது ஆண்டுகள் இரு அவைகளிலும் உறுப்பினராக இருந்த பெருமை இவருக்கு உண்டு. 'தமிழைக் காக்கத் தமிழக சட்டமன்ற மேலவையில் தமிழ்ப் பெரியாரை உட்கார வைத்திருக்கிறோம். சிவஞானம் என்ற பெயரில் தமிழ் அமர்ந்திருக்கிறது' என்ற முதல்வர் எம்.ஜி.ஆரின் வாழ்த்துகளுடன், மேலவை நடவடிக்கைகளைச் சிறப்பாக, தமிழில் பெருவாரியாக நடத்தி அனைவரின் பாராட்டுகளைப் பெற்றார். அண்ணா, கருணாநிதி, எம்.ஜி.ஆர். ஆகிய மூன்று முதல்வர்களின் அன்பைப் பெற்றவர் ம.பொ.சி என்பது குறிப்பிடத்தக்கது.

சென்னை, மதுரை, அண்ணாமலை மற்றும் தஞ்சைத் தமிழ்ப் பல்கலைக்கழகங்களின் செனேட் மற்றும் சிண்டிகேட் உறுப்பினராகப் பதவி வகித்தார். பல்கலைக்கழக நடவடிக்கை களில் தமிழ் மொழி பயன்படுத்தப்படவும் ஆண்டறிக்கையில் ஒரு பகுதி தமிழில் மொழிபெயர்க்கப்படவும் காரணமாக இருந்தார். தமிழ் உள்ளிட்ட மொழிப் பாடங்கள் பயின்று தேர்வு பெறுவோருக்கு ஆங்கில மொழிக் கல்விக்கு வழங்கப்படுவது போல் 'பட்டம்' வழங்காமல் 'பட்டயம்' மட்டுமே வழங்கப்பட்டு வந்தது. மொழிப் பாடங்களுக்கு 'பி.லிட்' என்னும் பட்டத்தை வழங்கியதுடன் அதை பி.ஏ. பட்டத்துக்கு நிகராக உயர்த்திய பெருமையும் ம.பொ.சியையே சேரும். தமிழ் இலக்கியத்தில் முனைவர் (PhD) பட்டம் பெறுவோர் அக்காலத்தில் அதை ஆங்கிலத்தில்தான் சமர்ப்பிக்க வேண்டும். அதை மாற்றித் தமிழில் முனைவர் பட்டம் பெறுவோர் தங்கள் ஆய்வுகளைத் தமிழிலேயே வழங்க வழிவகை கண்டதும் ம.பொ.சிதான்.

மன்னர்களுக்கு இடையே நடைபெற்ற விற்போர்களில் செங்குருதி வழிந்தது எனில், தமிழறிஞர்களுக்கு இடையே நடைபெற்ற சொற்போர்களில் இலக்கியத் தேன் பொழிந்தது. ரா.பி.சேதுபிள்ளைக்கும் அண்ணாவுக்கும் இடையே நடைபெற்ற 'கம்ப இராமாயணம்' தொடர்பான இலக்கிய விவாதம் சர்க்கரைப் பாகு எனில், ம.பொ.சிவஞானத்துக்கும் மா.இராசமாணிக் கனாருக்கும் இடையே 'தமிழர் திருமணத்தில் தாலி' தொடர்பான இலக்கிய விவாதம் வெல்லப் பாகு.

மதுரை திருவள்ளுவன் கழகத்தில் மா.இராசமாணிக்கனார் சொற்பொழிவு நிகழ்த்தியபோது 'சங்க காலம் தொடங்கி கிபி 10 ஆம் நூற்றாண்டு வரையில் தமிழர் திருமணத்தில் தாலி கட்டும் வழக்கம் இருந்தமைக்குச் சான்று இல்லை. கிபி 11ஆம் நூற்றாண்டில் தோன்றிய கந்தபுராண காலத்தில் இருந்துதான் தமிழர் திருமணத்தில் மங்கல நாண் கட்டுதல் தோன்றியிருக்கவேண்டும். பெரியபுராணம், தக்கையாகப்பரணி, கம்பராமாயணம், திருவிளையாடல் புராணம் ஆகிய இலக்கியங்களாலும் தாலி குறித்து அறியப்படுகிறது' என்பது அவருடைய வாதம்.

சிலம்புச் செல்வரும் தமிழரசுக் கட்சியின் தலைவருமான ம.பொ.சி இதை மறுத்து 'இராசமாணிக்கனார் கூறியிருப்பது உண்மைக்கு மாறான கருத்து. சிலப்பதிகாரத்தின் கதாநாயகி கண்ணகி தாலி அணிந்திருந்ததற்கு சான்றுள்ளது என்றார். 'மங்கல அணியிற் பிறிதணி மகிழாள்' என்ற சிலப்பதிகார வரிகளை மேற்கோள் காட்டி,

'கண்ணகி கோவலனைப் பிரிந்திருந்த காலத்திலே தாலி ஒன்றைத் தவிர மற்ற அணிகளை எல்லாம் துறந்திருந்தாள்' என்று இளங்கோவடிகள் கூறுவதாகக் கூறினார்.

ம.பொ.சியின் கருத்தை மறுத்த இராசமாணிக்கனார் 'மங்கல அணி, மாங்கல்ய சூத்திரமில்லை என்பதை அடியார்க்குநல்லார் உரையால் அறியலாம்' என்று வாதிட்டார். 'மங்கல அணி என்றால் இயற்கை அழகு. கணவன் பிரிவால் வாடிய கண்ணகி எவ்வித நகையும் இல்லாமல் இயற்கை அழகோடு இருந்தாள்' என்பதே அவ்வரியின் பொருள் என்று விளக்கினார்.

மா.இராசமாணிக்கனார் கருக்துக்குக் கவியரசு கண்ணதாசன் தனது 'தென்றல்' இதழ் மூலம் ஆதரவளிக்க, ம.பொ.சியின் கருத்தை ரா.பி.சேதுபிள்ளை வழிமொழிந்தார். மா.இராசமசணிக்கனார் தனது கருத்தை வலியுறுத்தி மதுரையிலிருந்து வெளியாகும் 'தமிழ்நாடு' பத்திரிகையில் ஒன்பது கட்டுரைகள் எழுதினார். அவரது கருத்துகளை மறுத்து 'தினத்தந்தி' மற்றும் 'செங்கோல்' பத்திரிகைகளில் ம.பொ.சி பதில் எழுதினார்.

'கோவலன் - கண்ணகியின் திருமணத்தில் நடந்தேறிய பிற சடங்குகளைப் பதிவு செய்திருக்கும் இளங்கோவடிகள், தாலி கட்டுவதைப் பதிவு செய்யவில்லை. கோவலன் இறந்த பிறகு கண்ணகி தன் கைவளையல்களை உடைத்த வரிகளே சிலப்பதிகாரத்தில் காணப்படுகின்றன. தாலியை அகற்றினாள் என்ற செய்தி எங்கும் பெறவில்லை' என்பது ம.இராசமாணிக்கனார் வாதம்.

'சிலம்பில் திருமணத்தைக் காட்சிப்படுத்தும் இடத்தில், கண்ணகி கழுத்தில் தாலி அணிவிப்பதைக் கூறாமல் விட்டது, அது வேத வழிபாட்டாக அல்லாமல் தமிழர் வழிபாட்டாக இளங்கோ கருதியதால்தான்'' என்றார். சங்க இலக்கியமான புற நானூறு, நெடுநல்வாடையிலும் தாலி குறித்த தகவல்கள் உண்டு என்பது ம.பொ.சி மீண்டும் மறுத்தார்.

ஆனால் 'புலிப்பல் கோத்த புலம்புமணித் தாலி கற்கெழு சிறுகுடிக் கானவன் மகளே' என்ற அகநானூற்றுப் பாடலில் வரும் தாலிக்கும், மகளிர் அணியும் தாலிக்கும் வேறுபாடு உண்டு. 'புலியை வென்ற வீரத் தமிழ்மகன் அதன் பற்களை அழகு செய்து நூலிற் கோத்துத் தானும் அணிந்ததோடன்றி தன்பால் அன்புகொண்ட மனைவி மக்களுக்கும் அணிந்து மகிழ்ந்தான்' 'தாலி' என்றால் 'தொங்கும்' தலையுடையது. தாலி என்றால் பனைமரம் என்ற பொருளும் உண்டு. தாலி என்பது தொங்கும் நகையைக் குறிக்குமே அன்றி அந்த அணி

கோர்க்கப்பட்ட நூல் அல்லது சரடு ஆகியவற்றைக் குறிக்காது' என்று மீண்டும் புயலைக் கிளப்பினார் இராசமாணிக்கனார்.

இந்த விவாதங்கள் பிற்காலத்தில் புத்தகங்களாக வெளியாகின. தன்னுடைய முன்னுரையில் 'இந்தத் துறையில் எனக்கு ஊக்க மூட்டியவர் அறிஞர் ம.பொ.சிவஞானம்' என்று பெருந்தன்மை யுடன் அவரது பெயரைப் பதிவு செய்திருக்கிறார் மா.இராசமாணிக்கனார்.

1944-ல் 38 வயதில் ம.பொ.சி எழுதிய முதல் நூல் 'கப்பலோட்டிய தமிழன்'. 1995-ல் 89 வயதில் அவர் எழுதிய 'எம்.ஜி.ஆருடன் எனக்கிருந்த தொடர்பு' அவரது கடைசி நூலாகும். மாநில சுயாட்சி 20, விடுதலைப் போர் 10, சிலப்பதிகாரம் 13, வாழ்க்கை வரலாறுகள் 9, பயண நூல்கள் 4, பாரதியார் 7, வள்ளலார் 8, காந்தியடிகள் 6, திருவள்ளுவர் 2, கம்பர் 4, மொழி சிந்தனைகள் 11, இனவழி ஆய்வுகள் 5, பேச்சுக்கலை 2, கட்டுரைத் தொகுப்புகள் 38, தன் வரலாறு 1 என பல்வேறு தலைப்புகளில் இவர் எழுதிய மொத்த நூல்களின் எண்ணிக்கை 140க்கும் அதிகம். 'எனது போராட்டம்', 'விடுதலைப் போரில் தமிழகம்', 'தமிழும் சமஸ்கிருதமும்', 'வள்ளலார் கண்ட ஒருமைப்பாடு', 'புதிய தமிழகம் கண்ட வரலாறு', 'விடுதலைக்குப் பின் தமிழ் வளர்ந்த வரலாறு' ஆகியவை குறிப்பிடத்தக்கவை. 1966-ல் இவர் எழுதிய 'வள்ளலார் கண்ட ஒருமைப்பாடு' என்னும் நூலுக்குச் சாகித்ய அகாதமி பரிசு வழங்கிப் பெருமைப்படுத்தியது.

1982-ல் வெளியான ம.பொ.சியின் 'விடுதலைப் போரில் தமிழகம்' என்ற நூலை அப்போதைய முதலமைச்சர் எம்.ஜி.ஆர் அரசுடைமை யாக்கி ரூ ஒரு லட்சம் வழங்கினார். 'ஒரு எழுத்தாளருடைய நூல் அவர் வாழும் காலத்திலேயே நாட்டுடைமை ஆக்கப்படுவது அதுவே முதல் முறையாகும்'. அந்த வகையில் அந்தப் பெருமையைப் பெற்ற முதல் மனிதர் ம.பொ.சிதான்.

'சிலம்புச் செல்வர்' என்று உலகத் தமிழர்களால் அன்புடன் அழைக்கப்படும் ம.பொ.சிக்கு அந்தப் பட்டத்தை 1950-ல் நாகர்கோயிலில் நடைபெற்ற சென்னைத் தமிழ் எழுத்தாளர்கள் சங்க மாநாட்டில் சொல்லின் செல்வர் பேராசிரியர் ரா.பி.சேதுபிள்ளை வழங்கிப் பாராட்டினார். 1966-ல் இவர் எழுதிய 'வள்ளலார் கண்ட ஒருமைப்பாடு' நூலுக்கு சாஹித்ய அகாதமி விருது கிடைத்தது. 1972-ல் மத்திய அரசு 'பத்மஸ்ரீ' விருது வழங்கிக் கௌரவித்தது. 1976-ல் தமிழ்நாடு இயல் இசை நாடக மன்றம் 'கலைமாமணி' பட்டம் அளித்தது. 1979-ல் சென்னை மற்றும் அண்ணாமலை

பல்கலைக்கழகங்கள் 'டாக்டர்' பட்டங்கள் தந்து பெருமைப் படுத்தின. 1985-ல் மதுரைக் காமராசர் பல்கலைக்கழகம் 'தமிழ்ப் பேரவைச் செம்மல்' என்ற பட்டத்தை அளித்ததுடன் அவரை செனட் அவையின் ஆயுள்கால உறுப்பினாராகவும் நியமித்தது.

பாட்டாளியாக, படிப்பாளியாக, அறிவாளியாக, சிந்தனையாளராக, படைப்பாளியாக, இலக்கிய ஆய்வாளராக, விடுதலைப் போராட்ட வீரராக, அரசியல்வாதியாகச் சாதனை படைக்க முடியும் என்பதற்கு ம.பொ.சி சிறந்த எடுத்துக்காட்டாக விளங்கினார். 1995 அக்டோபர் 3 ஆம் தேதி தனது 91 ஆவது வயதில் அமரரானார்.

மா.இராசமாணிக்கனார்

தமிழில் தனித்த ஈடுபாடோ தொடர்போ இல்லாத குடும்பத்தைச் சேர்ந்தவர். பிறந்தது ஆந்திரம் என்பதால், இளம் வயதில் தெலுங்கு மட்டுமே கற்க வேண்டிய நிலை ஏற்பட்டது. ஒன்பதாவது வயதில் தமிழ் பயிலும் வாய்ப்பைப் பெற்றுக் கடுமையான உழைப்பினால் பின்னாளில் தமிழறிஞராகத் திகழ்ந்தார். அவர்தான் மாணிக்கம் - தாயாரம்மாள் தம்பதிகளுக்கு மகனாக 1907 மார்ச் 12 ஆம் நாள் ஆந்திர மாநிலம் கர்நூலில் பிறந்த மா.இராசமாணிக்கனார்.

எழுவர் பிறந்த குடும்பத்தில் அடுத்தடுத்து உடன் பிறந்தவர்கள் இறக்க, எஞ்சியவர்கள் இவரும் தமையனார் இராமகிருட்டிணனாரும் மட்டுமே. தந்தைக்கு நில அளவை அலுவலகத்தில் வட்டாட்சியர் பணி. அலுவல் மாற்றல் காரணமாக ஆந்திராவின் பல்வேறு ஊர்களிலேயே தொடர்ந்து இருக்க நேரிட்டதால் இவரது தொடக்கக் கல்வி முழுவதும் தெலுங்கு மொழியிலேயே அமைந்தது. ஆந்திராவை விட்டுக் குடும்பம் தமிழகம் வரும்வரை தமிழைப் பயிலும் வாய்ப்பே இராசமாணிக்கனாருக்குக் கிடைக்கவில்லை.

1916 -ல் மதுரை மாவட்டம் நிலக்கோட்டைக்குக் குடும்பம் மாற்றலான பிறகே மா.இராசமாணிக்கனார் தமிழ் கற்கத் தொடங்கினார். 'அல்லி அரசாணி மாலை, பவளக் கொடி, பஞ்ச பாண்டவர் வனவாசம் முதலிய கதைப் பாடல்களையும், தாலாட்டு, கும்மி, நொண்டிச் சிந்து முதலிய நூல்களையும் அக்கம் பக்கம் உள்ளோர் படிக்கச் சொல்லிக் கொடுப்பார்கள். அவர்கள் பொழுது போக்குக்காகக் கொடுத்தவையே என் தமிழறிவை வளர்த்தன என்று ஆரம்ப நாள்களில் தமிழ் கற்றதை நினைவுகூர்கிறார் மா.இராசமாணிக்கனார். 1917-ல் தந்தையார் மறையவே தமையனார் இராமகிருட்டிணனார்

குடும்பத்துடன் பக்கத்து ஊரான திண்டுக்கல்லில் குடியேற, இராசமாணிக்கனாரும் உடன் சென்றார்.

திண்டுக்கல் மௌன சாமியார் மடத்து இளம் துறவியுடன் மா.இராசமாணிக்கனாருக்கு பழக்கம் ஏற்பட்டது. அவர் சித்தர் பாடல்களையும், இராமலிங்க ஸ்வாமிகள் அருளிய திருவருட் பாவையும் கற்றுக் கொடுத்தார். அருட்சுவையுடன் அவற்றில் இருந்த பொருட்சுவையையும் விளக்கினார். சாதிகள் யாவும் மனிதன் படைத்தவை அன்றிக் கடவுள் படைத்தவை அல்ல. ஆண்டவன் படைப்பில் உருவானவை ஆண் பெண் ஆகிய இரு சாதிகள் மட்டுமே என்ற பேருண்மை இளம் வயது முதற்கொண்டே இராசமாணிக் கனாரின் உள்ளத்தில் ஆழமாகப் பதிந்தது. பின்னாளில் எழுத்திலும் பேச்சிலும் செயலிலும் சாதி வேறுபாடுகளைக் கண்டித்துடன், சாதி ஒழிப்பு மாநாடுகளில் பங்கேற்று, ஏற்றத் தாழ்வற்ற சமுதாயம் உருவாகவேண்டும் என்று பாடுபட அத்துறவியின் வழிகாட்டுதல்கள் பெரிதும் உதவின.

'தமிழ் ஆர்வம் வளரக் காரணமானவர்களுள் எனது அண்ணியாருக்கும் முக்கியப் பங்குண்டு. முருக பக்தையான அவர் அன்றாடம் தேவாரம், திருவாசகம், திருப்புகழ் பதிகங்களைப் பாடிக் கொண்டிருப்பார். இதனால் அவற்றை மிகுதியாகப் படிக்கும் வாய்ப்பு கிட்டியது. அதே போன்று எதையும் வரலாற்றுக் கண்ணோட்டத்துடன் அணுகவேண்டும் என்னும் உணர்வை ஊட்டியவர் திண்டுக்கல் நகரசபைப் பள்ளி உடற்பயிற்சி ஆசிரியர். திப்பு சுல்தானுடன் இணைத்துக் கூறப்படும் திண்டுக்கல் குன்றின் மீதுள்ள கோட்டைக்கு அழைத்துச்சென்று அதன் வரலாற்றுப் பின்னணியை விளக்குவார். மாணவர்கள் எந்த இடத்துக்குச் சென்றாலும் அதன் வரலாறு, கட்டடங்கள், வேளாண்மை, தொழில், சிறப்பு, இலக்கியங்களுடனான தொடர்பு ஆகியவற்றைத் தெரிந்துகொள்ளவேண்டும் என்று அறிவுறுத்துவார். இந்த அறிவுரையே பின்னாளில் நான் ஒரு வரலாற்று அறிஞராகவும் மாறக் காரணமானது. எந்த ஊருக்குச் சென்றாலும் அது பற்றிய விவரங்களைத் திரட்டுவதை வழக்கமாக்கிக்கொண்டேன்' என்கிறார் மா.இராசமாணிக்கனார்.

தந்தையைப் போலவே தமையனாரும் நிலக்கோட்டை, திண்டுக்கல், நன்னிலம், தஞ்சாவூர் என அடிக்கடி பணியிட மாற்றலுக்கு ஆளாகவே மா.இராசமாணிக்கனார் தொடர்ந்து படிக்க இயலாமல் கல்வி தடைப்பட்டது. பதினைந்து வயது நிரம்பிய நிலையில் எந்தவொரு வகுப்பையும் நிறைவாக முடிக்கவில்லை. இனிமேல்

இவன் எங்கே படித்துத் தேறப் போகிறான் என்றெண்ணிய தமையனார், படிப்பு இல்லாவிட்டாலும் கைத்தொழில் காப்பாற்றும் என்ற நம்பிக்கையில், அவரைத் தையற்கடையில் வேலைக்குச் சேர்த்துவிட்டார். 'பதினைந்து நாள்களில் காஜா எடுக்கவும், சிறிய பைகளைத் தையல் எந்திரத்தில் தைக்கவும் கற்றுக்கொண்டேன். வேலை முடித்து வீடு திரும்பும்போது கடைக்காரர் எனக்குக் காலணா சம்பளமாகக் கொடுப்பார்' என்று தையல்கடை நினைவுகளை விவரிக்கிறார்.

விடுபட்ட படிப்பைத் தொடர வேண்டும் என்னும் ஆர்வம் காரணமாகத் தையல் வேலையில் இராசமாணிக்கனாரின் மனம் செல்லவில்லை. தொடர்ந்து தனது விருப்பதைத் தமையனாரிடம் கூறவே தஞ்சாவூர் புனித பீட்டர்ஸ் பள்ளியில் 1921-ல் முதல் படிவத்தில் (ஆறாம் வகுப்பு) சேர்த்துவிட்டார். எல்லாப் புத்தகங்களையும் வாங்க வசதி இல்லாததால் ஆங்கிலம் மற்றும் கணித நூல்களை மட்டுமே பணம் கொடுத்து வாங்கிக் கொள்ள, மீதி நூல்களைச் சனி, ஞாயிறு மற்றும் விடுமுறை நாள்களில் நண்பர்களிடம் இரவல் வாங்கிக்கொண்டார். பள்ளித் தலைமை ஆசிரியரும் சில நூல்களைப் பெற்றுத் தந்து உதவினார். ஒவ்வொரு வருடமும் அனைத்துப் பாடங்களிலும் நல்ல மதிப்பெண்களைப் பெற்றுத் தேர்ச்சி பெறவே, ஆறாம் படிவம் (பதினோராம் வகுப்பு) வரை அவரது உயர்நிலைப் பள்ளிப் படிப்பு தடையின்றித் தொடர்ந்தது.

தமையனாருக்குத் தமிழகத்திலிருந்து ஆந்திராவுக்கு மாற்றலானது. இருப்பினும் படிப்பைத் தொடர்வதற்காக மா.இராசமாணிக்கனார் தாயுடன் தஞ்சாவூரிலேயே தங்கிவிட்டார். தமையனார் மாதந்தோறும் அனுப்பிவைத்த பதினைந்து ரூபாய் குடும்பச் செலவுகளுக்கே போதாத நிலையில் தனது படிப்புச் செலவு களுக்காகச் சுயமாகச் சம்பாதித்துப் பொருளீட்ட வேண்டிய கட்டாயம் ஏற்பட்டது. சிறந்த மாணவராக விளங்கியதால் படித்துக் கொண்டிருக்கும்போதே, இரண்டாம் மற்றும் மூன்றாம் பருவ மாணவர்களுக்கு இவரே தனியாகப் பாடம் எடுத்தார். அவர்கள் வழங்கிய தொகையைக் கொண்டே தனது கல்விக்கான செலவு களைச் சமாளித்தார்.

தஞ்சாவூரில் மா.இராசமாணிக்கனார் படித்துக் கொண்டிருந்தபோது இவருக்குத் தமிழாசிரியராக இருந்தவர் கரந்தைக் கவியரசு இரா வேங்கடாசலம் பிள்ளை ஆவார். இவரது தமிழார்வத்தைப் புரிந்துகொண்டு மூன்றாண்டுகள் இலக்கண, இலக்கியங்களைக்

கற்றுக் கொடுத்ததுடன், கரந்தைத் தமிழ்ச் சங்கத்துடனான தொடர்பை வலுப்படுத்திக் கொள்ளவும் உதவினார். இதன் காரணமாக ந.மு.வேங்கடசாமி நாட்டார், தமிழ்வேள் உமா மகேஸ்வரம் பிள்ளை ஆகியோருடன் மா.இராசமாணிக்கனார் நெருங்கிப் பழகும் வாய்ப்பைப் பெற்றார். மேலும் கரந்தைத் தமிழ் சங்கத்தில் உரையாற்ற வருகை தந்த தமிழ்த் தாத்தா உ.வே.சாமிநாத ஐயர், மகாவித்வான் இரா.இராகவையங்கார், உலகநாதப் பிள்ளை, பண்டிதமணி கதிரேசன் செட்டியார், சோமசுந்தரம் பிள்ளை உள்ளிட்ட தமிழ்ச் சான்றோர்களின் சொற்பொழிவுகளைக் கேட்டு மகிழ்ந்தார். அவரது நெஞ்சில் ஏற்கனவே நீறு புத்த நெருப்பாகக் கனன்று கொண்டிருந்த தமிழ்ப்பற்று இதன் மூலம் மேலும் தீவிரமடைந்தது.

1927 பள்ளி இறுதி வகுப்பில் நல்ல மதிப்பெண்களுடன் தேர்வாகிப் 'பியர்ஸ்' பரிசைப் பெற்றார். 4,5,6 ஆம் படிவங்களில் தமிழ் மன்றச் செயலாளராக இருந்து பல போட்டிகளில் வெற்றி பெற்றுப் பரிசுகள் வாங்கி உள்ளார். மதுரைத் தமிழ்ச் சங்கத்தார் நடத்திய பள்ளி இறுதித் தமிழ்த் தேர்வில் முதலாவதாகத் தேர்வானார்.

ஒவ்வொரு ஆண்டும் கரந்தைத் தமிழ்ச் சங்கமும், தஞ்சாவூர் தேவாரக் குழுவும் இணைந்து 'ஏழூர் விழாவைச்' சிறப்பாக நடத்தும். ஏழூர் விழா என்பது திருநெய்த்தானம், திருச்சோற்றுத்துறை, திருக்கண்டியூர், திருப்பூந்துருத்தி, திருப்பழனம், திருவேதிகுடி, திருவையாறு ஆகிய ஏழு ஊர்களுக்கும் தேவாரம் பாடிக்கொண்டே கால்நடையாகப் பக்தர்கள் செல்லும் நிகழ்வாகும். மா.இராசமாணிக்கனாருக்கு இள வயது முதற்கொண்டே இவ்விழாவில் கலந்து கொள்ளும் வழக்கம் இருந்ததால் மொழி உணர்வுடன், சமய உணர்வும் நீக்கமற அவர் உள்ளத்தில் இடம் பெற்றன.

பள்ளி இறுதி வகுப்பில் தமிழில் முதல் மாணவராகத் தேர்வானதைத் தொடர்ந்து ஒரத்தநாடு போர்ட் உயர்நிலைப் பள்ளியில் மா.இராசமாணிக்கனாருக்கு எழுத்தர் வேலை கிடைத்தது. அங்கு ஓர் ஆண்டு பணியாற்றினார். சென்னை பின்னி நிறுவனத்தில் மொழிபெயர்ப்பாளராகப் பணியாற்றிய தந்தையின் நண்பரான திருவேங்கடம் நாயுடுவின் பரிந்துரையில் 1928 - 1936வரை சென்னை வண்ணரப்பேட்டை தியாகராயர் நடுநிலைப் பள்ளியில் தமிழாசிரியராகச் சேர்ந்தார். ஆசிரியர் பணியை விரும்பி ஏற்றுக் கொண்டுபுரியும் வகையில் சொல்லிக் கொடுத்ததால், மாணவர்கள் இவரது வகுப்புகளைத் தவற விடாமல் ஆர்வத்துடன் பாடம் கேட்பார்கள்.

பணியாற்றிக்கொண்டே மாணவர்களுக்குத் துணைப்பாட நூல்களையும், பாடல் நூல்களையும் எழுதினார். *1930*-ல் இவர் எழுதிய முதல் நூல் 'நாற்பெரும் வள்ளல்கள்'. அப்போது இவருக்கு வயது *23* மட்டுமே. தமிழில் அதிக அனுபவமோ ஆழ்ந்த பயிற்சியோ உயர் கல்வித் தகுதியோ இல்லாத ஒருவரால் எழுதப் பட்டது என்று கருத முடியாதபடி இளம் வயதில் மா.இராசமாணிக்கனார் பெற்றிருந்த புலமைக்குச் சான்றாக இந்நூல் அமைந்துள்ளது.

1930 செப்டம்பர் *9*-ல் துரைசாமி - ஜெயலட்சுமி தம்பதிகளின் மகளான கண்ணம்மாளைக் கைப்பிடித்தார். இவரது மனைவியும் தமிழில் வித்வான் பட்டம் பெற்று சென்னையிலும் மதுரை ஃபாத்திமா கல்லூரியிலும் தமிழாசிரியராகப் பணியாற்றினார். இத்தம்பதிகளுக்கு எட்டுக் குழந்தைகள் பிறந்தன.

*1928 - 1936*வரை எட்டு ஆண்டுகள் தியாகராயர் நடுநிலைப் பள்ளியில் தமிழாசிரியராகச் பணியாற்றினார். *1935*-ல் வித்வான் பட்டம் பெறுவதற்கு முன்பாகவே 'பொற்கால வாசகம்' *(1930)*, 'ஹர்ஷவர்தன்' *(1930)*, 'முடியுடை மூவேந்தர்' *(1931)*, 'நவீன இந்திய மணிகள்' *(1934)*, 'தமிழ்நாட்டுப் புலவர்கள்' *(1934)* ஆகிய நூல்களை எழுதி முடித்தார். பிறகு *1936*-ல் சென்னை முத்தையாலுப்பேட்டை உயர்நிலைப் பள்ளியில் தமிழாசிரியரானார். பணியாற்றிக் கொண்டே பிஓஎல், எல்டி, எம்ஓஎல் ஆகிய பட்டங்களைப் பெற்றதுடன், 'மொஹஞ்சதாரோ அல்லது சிந்து வெளி நாகரிகம்' *(1941)*, 'பல்லவர் வரலாறு' *(1941)*, 'சேக்கிழார் ஆராய்ச்சி நூல்' *(1945)*, 'சோழர் வாலாறு' *(1947)* உள்ளிட்ட நூல்களை வெளியிட்டார். எம்ஓஎல் பட்டத்துக்காக 'பெரிய புராண ஆராய்ச்சி' என்ற தலைப்பில் ஆய்வேட்டைச் சமர்ப்பித்தார். பின்னாளில் இதே தலைப்பில் நூலாகவும் வெளியானது.

சிந்துவெளி நாகரிகம் பற்றித் தமிழில் முதன் முதலில் எழுதிய பெருமை இவரையே சேரும். 'பல்லவர் வரலாறு' என்ற தலைப்பிலான இவரது நூல் அவர்களைக் குறித்த முதல் மற்றும் முழுமையான பதிவாகும். அதேபோல் சேக்கிழாரை வரலாற்று அறிஞராக அறிமுகம் செய்த முதல் ஆய்வாளரும் இவர்தான். ஆன்மீகத்தில் ஊறித் திளைத்தாலும், சுய மரியாதை இயங்கங்களில் பங்கேற்று, மூட நம்பிக்கைகளைக் கண்டிக்கத் தவறியதே இல்லை. தமிழர் திருமணங்களில் சடங்குகள் பெருகிச் செலவுகள் மிகுந்த காரணத்தால் பல குடும்பங்கள் வறுமை நிலைக்குத் தள்ளப் பட்டத்தைக் கண்ட மா.இராசமாணிக்கனார் பழந்தமிழர் எளிய

திருமண முறைகளை ஆய்வு செய்து 1939-ல் 'தமிழர் திருமண நூலை' வெளியிட்டார்.

சென்னை முத்தையாலுப்பேட்டை உயர்நிலைப் பள்ளியில் பதினோரு ஆண்டுகள் தமிழாசிரியர் பணியைத் தொடர்ந்து, 1947ஜூலை முதல் 1953வரை சென்னை விவேகானந்தர் கல்லூரியில் தமிழ் விரிவுரை யாளராக வேலைக்குச் சேர்ந்தார். விவேகானந்தர் கல்லூரியில் பணியாற்றிய காலத்தில் 1951-ல் 'சைவ சமய வளர்ச்சி' என்னும் தலைப்பில் ஆய்வுகளை மேற்கொண்ட முனைவர் பட்டம் பெற்றார்.

சைவ சமயத் துறையில் இவர் ஆற்றிய பணிகளைப் பாராட்டித் திருவாடுதுறை ஆதீனம் 'சைவ வரலாற்று ஆராய்ச்சிப் பேரறிஞர்' (1951), மதுரை திருஞான சம்பந்தர் ஆதீனம் 'ஆராய்ச்சிக் கலைஞர்' (1956), சைவ சித்தாந்த சமாஜம் 'சைவ நெறிக் காவலர்' (1959), தருமை ஆதீனம் 'சைவ இலக்கியப் பேரறிஞர் (1963) ஆகிய பட்டங்களை வழங்கிப் பெருமைப்படுத்தின. 1956-ல் கோவை திருவள்ளுவர் கழகம் சார்பில் நடைபெற்ற பாராட்டு விழாவில் இராஜா சர் முத்தையா செட்டியார், அமைச்சர் சி.சுப்பிரமணியம், தவத்திரு குன்றக்குடி அடிகளார், திருக்குறள் வி.முனுசாமி ஆகியோர் கலந்துகொண்டு மா.இராசமாணிக்கனாரின் தமிழ்த் தொண்டைப் பாராட்டிப் பேசினர். 1966-ல் மலேசியத் தலைநகர் கோலாலம்பூரில் நடைபெற்ற உலகத் தமிழ் மாநாட்டில் பங்கேற்கத் தமிழக அரசின் பிரதிநிதியாக அனுப்பி வைக்கப்பட்டார்.

1928 முதல் 1952வரை சென்னையில் தமிழ்ப்பணி ஆற்றிய இராசமாணிக்கனாரை 1953-ல் மதுரை வரவேற்றது. 1953 - 1959வரை மதுரை தியாகராசர் கல்லூரியில் தமிழ்த்துறைத் தலைவராகப் பொறுப்பு வகித்தார். அங்கு தங்கியிருந்த காலத்தில் எழுத்தாளர் மன்றத்தை உருவாக்கி அதன் தலைவராகவும் பொறுப்பு வகித்தார். மதுரைத் தமிழ்ச் சங்கத்தின் பாடத் திட்டங்களை மாற்றி அமைத்து அதன் சார்பில் சென்னைப் பல்கலைக்கழக வித்வான் தேர்வுக்கு மாணவர்களை அனுப்பிவைத்தார். ஏராளமான தமிழர் திருமணங் களை நடத்திவைத்ததுடன், நாற்பதுக்கும் அதிகமான நூல்களை இங்கு வாழ்ந்தபோது எழுதி முடித்தார்.

1959 - 1967வரை சென்னை பல்கலைக்கழகத்தில் மா.இராசமாணிக்கனார் துணைத் தமிழ்ப் பேராசிரியராக நியமிக்கப்பட்டார். பழந்தமிழ் நாகரிகத்துக்கும், பண்பாட்டுக்கும் விளக்கமாகத் திகழும் நூல் சங்க இலக்கிய எட்டுத் தொகை நூல்களுள் ஒன்றான 'பத்துப்பாட்டு' ஆகும். பல்கலைக்கழகத் தமிழ் ஆராய்ச்சித் துறைத் தலைவராக இருந்த ரா.பி.சேதுபிள்ளை வேண்டுகோளுக்கு இணங்க, பணியில்

இருந்த முதல் ஐந்து ஆண்டுகள், சங்க இலக்கிய எட்டுத் தொகை நூல்களுள் ஒன்றான 'பத்துப்பாட்டை' ஆய்வு செய்து 'பத்துப்பாட்டு ஆராய்ச்சி' என்னும் நூலை 35 தலைப்புகளில் 781 பக்கங்களாக எழுதி முடித்தார்.

'திருமுருகாற்றுப்படை சுட்டும் பழமுதிர்ச்சோலை மலை எல்லோரும் கருதுவதுபோல் மதுரையிலுள்ள அழகர் மலையைக் குறிக்கவில்லை. பழமுதிர்சோலை மலை என ஒரு மலை முருகனுக்கு உரியது என்பதற்கோ, அம்மலை அழகர்மலை என்பதற்கோ, அங்கு முருகன் கோயில் இருந்தது என்பதற்கோ, சங்க இலக்கிய நூல்களிலும், கல்வெட்டுகளிலும் சான்று இல்லை' எனத் தனது ஆய்வுகளின் ஒரு பகுதியாகத் தெளிவுபடக் கூறியுள்ளார் மா.இராசமாணிக்கனார்.

மணிமேகலை (1940), ஆய்வுக் கட்டுரைகள் (1947), திருவள்ளுவர் காலம் யாது? (1954), கம்பர் யார் (1955), தமிழர் திருமணத்தில் தாலி (1955), இலக்கிய அறிமுகம் (1955), இலக்கிய அமுதம் (1958) எனப் பல்வேறு தலைப்புகளில் இவர் எழுதிக் குவித்த நூல்கள் தமிழ் இலக்கிய ஆளுமையையும், ஆய்வுத் திறமையும் வெளிப்படுத்து கின்றன. அறுபதாண்டுகள் வாழ்ந்த மா.இராசமாணிக்கனார் 23 தொடங்கி 60 வயதுவரை 37 ஆண்டுகளில் தமிழில் 109 மற்றும் ஆங்கிலத்தில் 1 என மொத்தம் 110 நூல்களை எழுதினார்.

இவர் எழுதிய நூல்களுள் 'தமிழர் திருமணத்தில் தாலி' மிகுந்த சர்ச்சையை ஏற்படுத்தியது. தமிழரசுக் கட்சித் தலைவர் ம.பொ.சிவஞானதுக்கும் இவருக்கும் இடையே 'தாலி' குறித்து எழுந்த வாதத்தின் விளைவாகவே இந்நூலை மா.இராசமாணிக்கனார் எழுதினார். 1954 செப்டம்பரில் மதுரைத் திருவள்ளுவர் கழகத்தில் 'தென்னிந்திய வரலாறும் தமிழிலக்கியமும்' என்ற தலைப்பில் மா.இராசமாணிக்கனார் உரையாற்றுகையில் 'சங்க காலம் முதல் கிபி 10 ஆம் நூற்றாண்டுவரை தமிழர் திருமணங்களில் தாலி கட்டும் பழக்கம் இருந்தமைக்குச் சான்று இல்லை என்றும் மங்கல நாணும், தாலியின் பின்னர் ஏற்பட்ட வழக்கங்கள்' என்று பேசினார். இந்தச் செய்தி 'தினத்தந்தி'யில் வெளியானது.

இதற்குப் பதிலளிக்கும் வகையில் தமிழரசுக் கட்சித் தலைவர் ம.பொ.சிவஞானம் தினத்தந்தி தீபாவளி மலரில் 'மா.இராசமாணிக்கனார் கருத்து உண்மைக்கு மாறானது' என்று மறுப்புக் கட்டுரை எழுதினார். மா.இராசமாணிக்கனார் கருக்துக்குக் கவியரசு கண்ணதாசன் தனது 'தென்றல்' இதழ் மூலம் ஆதரவளிக்க, மபொசியின் கருத்தை ரா பி சேதுபிள்ளை வழிமொழிந்தார்.

மா.இராசமசணிக்கனார் தனது கருத்தை வலியுறுத்தி மதுரையிலிருந்து வெளியாகும் 'தமிழ்நாடு' பத்திரிகையில் ஒன்பது கட்டுரைகள் எழுதினார். அவரது கருத்துக்களை மறுத்து தினத்தந்தி மற்றும் செங்கோல் பத்திரிகையில் ம.பொ.சி பதில் எழுதினார்.

தமிழறிஞர்கள் இரு அணிகளாகப் பிரிந்து தங்கள் வாதங்களுக்கு வலு சேர்க்கும் வகையில் சான்றுகளை எடுத்து வைக்க பத்திரிகை களைப் படிப்போர் மற்றும் உரை வீச்சுகளைக் கேட்போர் நெஞ்சங்களில் தமிழ்த்தேன் ஆறாகப் பெருகி ஓடியது. மக்களும் தங்களது கருத்துகளை முன் வைக்க இதனை 'மக்கள் ஆய்வுக் கருத்தரங்கம்' (People's Seminar) என்றும், இதுபோன்ற ஒரு சர்ச்சை இதற்கு முன்பு நிகழ்ந்ததாக நினைவில்லை என்ற இந்த ஒரேயொரு கருத்தில் மட்டும் தமிழறிஞர்கள் ஒன்றிணைந்தனர்.

'தால்' என்பதற்குத் 'தொங்குதல்' என்று பொருளாகும். 'தால் + இ = தாலி' அதாவது 'தொங்கும் நகை' என்பதைக் குறிக்குமே அன்றி கோர்க்கப்பட்ட நூலையோ, சரடையோ, பொருளையோ குறிக்காது. சங்க இலக்கியங்களில் காணப்படும் அருங்கல அணி, ஈகை அரிய இழை, சின்மணித்தாலி, மாணிக்கத்தாலி ஆகியவை மங்கல நாணைக் குறிக்கவில்லை அவை அணிகலன்களைக் குறிக்கும் சொற்களே' என்று சான்றுகளுடன் விளக்கினார். மேலும் 'கிபி 11 ஆம் நூற்றண்டிற்குப் பிறகே தாலி எனப்படும் மங்கல நாண் கட்டும் பழக்கம் தோன்றியிருத்தல் வேண்டும் என்பதை அக்கால கட்டத்தில் வெளியான கந்தபுராணம், பெரிய புராணம், தக்கையாகப் பரணி, கம்ப இராமாயணம், திருவிளையாடல் ஆகிய நூல்கள் மூலம் அறிய முடிகிறது' என்கிறார் மா.இராசமாணிக்கனார்.

பண்டைக் காலங்களில் தமிழர் திருமணங்களில் தாலி கட்டும் பழக்கம் இல்லை என்பதை இலக்கியச் சான்றுகளுடன் பதிவு செய்யவே இந்நூலை எழுதினேன். மற்றபடி நான் தாலி கட்டும் வழக்கத்துக்கு எதிரானவன் என்றோ, இதுவரை கட்டியது தவறு என்றோ, இனி எவரும் கட்ட வேண்டாம் என்றோ யான் கூறவில்லை என்று தன்னிலை விளக்கம் அளித்ததைத் தொடர்ந்து சர்ச்சை முடிவுக்கு வந்தது. 'தால்' என்றால் 'தொங்குதல்' என்று பொருளில் கழுத்தில் தொங்கும் தன்மை உடைய எல்லா அணிகலன்களுமே தாலி என்று பொதுவாக சங்க இலக்கியங்களில் கூறப்பட்டன என்று இராசமாணிக்கனாரும், 'தாலி' என்பது கழுத்தில் தொடங்கும் மங்கல நாணை மட்டுமே குறிக்கும் என்று சிலம்புச் செல்வர் ம.பொ.சிவஞானமும் இணைந்து ஆடிய சொற்சிலம்பம் தமிழிலக்கிய வரலாற்றில் குறிப்பிடத்தக்க நிகழ்வாகும்.

‘சேக்கிழார்’ எழுதிய பன்னிரண்டாம் திருமுறையாகப் போற்றப்படும் ‘திருத்தொண்டர் புராணம்’, தேவராம் பாடிய மூவருள் ஒருவரான சுந்தரரின் வரலாற்றில் தொடங்கி, நாயன்மார்கள் வரலாற்றை உள்ளடக்கி, சுந்தரரிடமே நூலை நிறைவு செய்யும் நூல் ‘பெரிய புராணம்’ ஆகும். சங்க நூல்களில் நாயன்மார்களில் ஒருவர் பெயர் கூடக் குறிப்பிடப்படவில்லை என்பதால் சங்கத்தின் இறுதிக் காலமாகிய கிபி 300 ஆம் ஆண்டை அறுபத்து மூவர் காலத்தின் மேல் எல்லையாகவும், சுந்தரர் பாடிய பல்லவ மன்னர் மூன்றாம் நந்திவர்மரின் காலமான கிபி 840 - 865 யே சுந்தரரின் காலமாகக் கொண்டு, அதையே நாயன்மார்களின் கீழ் எல்லையாகக் கொள்ள வேண்டும். எனவே சேக்கிழார் பாடிய பெரிய புரணத்தில் இடம் பெற்ற நாயன்மார்கள் வாழ்ந்த காலம் கிபி 300 முதல் கிபி 865வரை ஆகும். பெரிய புரணாத்தில் சேக்கிழார் தாம் வாழ்ந்த காலத்து மன்னராகக் குறிப்பிடும் ‘குலோத்துங்கன்’ பெற்ற பட்டம் ‘அநபாயன்’ ஆகும். இந்த ‘அநபாயன்’ இரண்டாம் குலோத்துங்கன்’ என்றும் அவன் அரசாண்ட காலம் கிபி 1133 - 1150 என்பதால் சேக்கிழாரும் அந்த கால கட்டத்தில்தான் வாழ்ந்தார் என்று தனது பெரிய புராண ஆராய்சியில் நிறுவுகிறார் மா.இராசமாணிக்கனார்.

‘தமிழ் மொழி இழந்த செல்வாக்கை மீட்டெடுக்கத் தமிழர்கள் முனைந்து செயல்படும் தருணத்தில், அரசியல் செல்வாக்குடன் வடநாட்டு இந்தி மொழியைத் திணிப்பது தாய் மொழியின் வளர்ச்சிக்குத் தடையாக இருப்பதுடன் பெருங்கேட்டுக்கே வழிவகுக்கும். பிறமொழி நுழைவை வரவேற்பது தமிழ் மொழியை நாமே கொல்வதற்குச் சமமாகும். ஒரு பொருளை உணர்த்த தமிழ்ச் சொல் இல்லாத போதுதான் வேற்று மொழிச் சொல்லைப் பயன்படுத்த வேண்டும் என்னும் திடமான கொள்கை ஒவ்வொரு தமிழரிடமும் இருத்தல் அவசியம். அடிப்படை இல்லாத கட்டடம் நீண்ட நாள் நிலைத்து நிற்காது. அதுபோல் தமிழறிவு இல்லாத தமிழ்ப் பற்று உள்ளத்தில் வேரூன்றி நிற்காது. எனவே தமிழ் மண்ணில் பிறந்த ஒவ்வொருவரும் தமிழ் கற்றே ஆக வேண்டும். தமிழ் ஆசிரியர்கள் சிலரே தம்மிடம் கற்கும் மாணவர்களுக்குத் தமிழ்ப் பற்றை ஊட்டுவதில்லை’ என்று வேதனைப்படுகிறார் மா.இராசமாணிக்கனார்.

‘பிறமொழிச் சொற்களைக் கலந்து எழுதுவதே எளிய நடை என்பது சிலரது கருத்து. அது முற்றிலும் தவறாகும். பேச்சுத் தமிழே எழுத்துத் தமிழுக்கு அடிப்படை. எனவே, பேச்சுத் தமிழ் பெரும்பாலும் தூய தமிழ்ச் சொற்களைக் கொண்டதாக இருத்தல்வேண்டும். அப்போது தான் நாம் எழுதும் தமிழ் நல்ல தமிழ் நடையில் இருக்க முடியும்.

இந்த உண்மையை தமிழ் மக்கள் நினைவில்கொண்டு பேச்சுத் தமிழைத் திருத்திக் கொள்ளவேண்டும் என்பதே என் விருப்பம்' என்றார்.

'ஒரு தமிழன் மற்றொரு தமிழனைச் சந்திக்கும்போது தமிழில் பேசுவதை வழக்கமாகக் கொள்ளவேண்டும். வங்காளிகளிடமும், மலையாளிகளிடமும் உள்ள இந்த உறுதிப்பாடு நம்மவரிடையே இல்லை என்பதுதான் வருத்தம். சேர, சோழ, பாண்டியர்கள் சண்டையால் பண்டைய தமிழினம் பிளவுபட்டது. இன்றைக்கும் அதே நிலைதான் நீடிக்கிறது. தமிழகத்துத் தமிழர்கள் வாய்ச்சொல் வீரர்களாக இருக்கிறார்கள். செயல் வீரர்களாக மாற வேண்டும். கட்சி வேறுபாடு காரணமாக ஒருவரை ஒருவர் தாக்கிப் பேசுகின்றனர். கட்சி பேதம் மறந்து அடிக்கடி சந்தித்து உரையாடி, ஒரு தாய் மக்களாக ஒற்றுமையுடன் இருக்கவேண்டும். கொள்கையால் மாறுபட்டாலும் மொழியால் ஒன்றிணைந்தால் மட்டுமே தமிழ் வாழும் என்பதே மா.இராசமாணிக்கனாரின் தெளிவான கருத்தாகும். ஐம்பதுகளிலும், அறுபதுகளிலும், தமிழர் மற்றும் தமிழக அரசியல் வாதிகள் குறித்து மா.இராசமாணிக்கனார் வருத்தமுடன் பதிவு செய்த கருத்துகள், அறுபது ஆண்டுகள் கடந்த நிலையில் இன்னும் மாறாமல் நீடிப்பதுதான் சோகம்.

'சாதி பாகுபாடுகள் இயற்கையில் உண்டானவை இல்லை. செயற்கையாக மனிதன் ஏற்படுத்திய தீங்காகும். தமிழினத்தின் உயிர் நாடிக்கு உலை வைக்கும் இந்தச் 'சாதியை' வாழ்க்கையில் இருந்து அகற்றுவதே தமிழர் நலத்துக்கும் முன்னேற்றத்துக்கும் அடிப்படையாகும். சமுதாயம் உயர கட்டாயக் கலப்பு மணச் சட்டம் அமலாலக்கப்பட வேண்டும். பிரசாரத்தாலோ, அன்பு மொழியாலோ சாதி வேறுபாடு ஒழியாது. மணப் பெண்ணைத் தேர்ந்தெடுக்கும் போது குணத்தை முதலாகக் கொண்டு, அறிவை அடுத்து எண்ணி, அழகைப் பிறகே நினைக்கும் நிலை வர வேண்டும். ஊரைக் கூட்டித் தேர் இழுப்பதுபோல் நூற்றுக் கணக்கானவர்களை அழைத்து விருந்து வைத்து ஓட்டாண்டி ஆவதைத் தவிர்க்கச், செலவைக் குறைத்துச் சிக்கனமாகத் திருமணத்தை நடத்த வேண்டும். திருமணம் இனிதே நடந்தேறியது என்பதை உற்றார் உறவினர் களுக்கு அஞ்சல் வாயிலாகத் தெரிவித்தாலே போதும்' என்று தமிழர் திருமணங்கள் எளிமையாக நடத்தப்பட வேண்டிய அவசியத்தை வலியுறுத்துகிறார்.

மூட நம்பிக்கையையும், சாதி ஒழிப்பையும் தீவிரமாக எதிர்த்த மா.இராசமாணிக்கனார் பகுத்தறிவாதி என்ற போர்வையில் நாத்திக

வாதம் பேசவில்லை. 'சைவர் கோயில்களில் தேவாரமும், திருவாசகமும், வைணவக் கோயில்களில் நாலாயிரத் திவ்வியப் பிரபந்தமும் அன்றாடம் ஓதப்பட வேண்டும். இவற்றின் வழிதான் மக்கள் தங்கள் சமய நெறிகளை நன்கறிதல் இயலும். தேவாரமும், திவ்வியப் பிரந்தமும் தொடர்ந்து கோயில் நடைமுறைகளில் இடம் பெற்றால் மட்டுமே தமிழ் தழைக்கும். மேலும் கோயில் அறங்காவலர்களாக நியமிக்கப்படுவோர் பிஓஎல் பட்டத்துடன், தமிழ் ஆர்வலர்களாகவும், சைவ / வைணவ நம்பிக்கை உள்ளவர் களாகவும் இருத்தல் அவசியம்' என்று உறுதிபடத் தெரிவித்தார்.

'ஒழுக்கம் உடையவனும், பொது மக்களுக்கு உழைப்பவனுமே சமயவாதி' என்ற கருத்தில் வாழ்நாள் முழுவதும் உறுதியாக இருந்தார். கல்வியாளராக, சமூகச் சீர்திருத்தச் சிந்தனையாளராக, சாதி மறுப்பாளராக, பேராசிரியராக, கல்வெட்டு ஆராய்ச்சியாளராக, சிவநெறிச் செல்வராகத் திகழ்ந்த மா.இராசமாணிக்கனார் 1967 மே 26 ஆம் தேதி இதய நோய் காரணமாக மரணத்தைத் தழுவினார்.

மனோன்மணீயம் சுந்தரம் பிள்ளை

நீராருங் கடலுடுத்த நிலமடந்தைக் கெழிலொழுகும்
சீராரும் வதனமெனத் திகழ்பரத கண்டமிதில்
தக்கசிறு பிறைநுதலும் தரித்தநறுந் திலகமுமே
தெக்கணமும் அதிற்சிறந்த திராவிடநல் திருநாடும்
அத்திலக வாசனைபோல் அனைத்துலகும் இம்பமுற
எத்திசையும் புகழ்மணக்க இருந்தபெருந் தமிழணங்கேயுன்
சீரிளமைத் திறம்வியந்து செயல்மறந்து வாழ்த்ததுமே!

'மனோன்மணீயம்' நாடகத்தின் பாயிரமாக, 'தமிழ்த் தெய்வ வணக்கமாக' எழுதப்பட்ட இந்தப் பாடலே இன்று தமிழக அரசு விழாக்களில் 'தமிழ்த்தாய் வாழ்த்தாகப்' பாடப்படும் பெருமையைப் பெற்றுள்ளது. இத்தகைய மகத்தான அங்கீகாரம் பெற்ற பாடல் இடம் பெற்ற மனோன்மணீயம் நாடகத்தை இயற்றியவர் ராவ்பகதூர் சுந்தரம் பிள்ளை ஆவார். பின்னாளில் அவரது படைப்பான மனோன்மணீயமே அடையாளமாகி 'மனோன்மணீயம் சுந்தரம் பிள்ளை' என்றே அழைக்கப்பட்டார்.

முக்கடல் சங்கமிக்கும் தென்கோடிப் பகுதியான கன்னியாகுமரி மாவட்டம் இந்திய விடுதலை பெற்று மொழிவாரி மாநிலங்களாகப் பிரிக்கப்படுவதற்கு முன் 'நாஞ்சில் நாடு' என்ற பெயருடன் திருவிதாங்கூர் சமஸ்தானத்துடன் இணைந்திருந்தது. இதன் முக்கிய ஊர்களில் ஒன்று ஆலப்புழை (இப்போது கேரளத்தில்) ஆகும். வேளாளர் பிரிவைச் சேர்ந்த துணி வணிகரான பெருமாள் பிள்ளை - மாடத்தி தம்பதிகளுக்கு நீண்ட காலமாகப் பிள்ளைப் பெறு இல்லை. தமிழில் புலமை பெற்ற பெருமாள் பிள்ளையைப் போலவே அவரது மனைவி மாடத்தி அம்மையாரும் தேவாரம், திருவாசகம்,

திருக்குறள், திருவிளையாடற் புராணம் முதலிய நூல்களை மனப்பாடமாகச் சொல்லும் திறம் பெற்றவராக விளங்கினார்.

செல்வச் செழிப்பும் அறிவும் ஆற்றலும் இறைப் பற்றும் இருந்தும், பேர் சொல்லப் பிள்ளை இல்லை என்னும் பெருங்குறை இருவரையும் வாட்டி எடுக்கவே, கோயில் கோயிலாகச் சென்று ஆண்டவனிடம் முறையிட்டனர். நிறைவாக மதுரை மாநகரில் எழுந்தருளியிருக்கும் தங்கள் குலதெய்வமாகிய சோமசுந்தரக் கடவுளே கதி என்றெண்ணித் தவம் கிடந்து மனமுருகி வழிபட்டனர். அதன் பயனாக 1855 ஏப்ரல் 4 ஆம் நாள் இவர்களுக்கு ஆண் குழந்தை பிறந்தது. சோமசுந்தரனின் திருவருளால் பிறந்த குழந்தை என்பதால் ‘சுந்தரம்’ என்னும் அவரது திருநாமத்தையே மகனுக்கு இட்டனர்.

ஐந்து வயது நிரம்பியதும் ஆலப்புழை பள்ளியில் சேர்ந்து தமிழும் ஆங்கிலமும் பயின்றார். பள்ளிப் பாடங்களுடன் தந்தையார் மூலம் தேவாரம், திருவாசப் பதிகங்களையும், திருவிளையாடல் புராணம், பெரிய புராண பக்தி இலக்கியங்களையும், திருக்குறள் நாலடியார், ஆத்திச்சூடி, கொன்றை வேந்தன், நல்வழி உள்ளிட்ட அறநூல் பாக்களையும் கற்கத் தொடங்கினார். இவரது அறிவு நுட்பம், சுறுசுறுப்பு, தமிழ் மற்றும் ஆங்கிலப் புலமை கண்டு வியந்த பீலே என்னும் துரைமகனார் எதிர்காலத்தில் பெரும் புகழ் பெறுவார் என்று கூறியது பின்னாளில் உண்மையாயிற்று.

உயர்நிலைக் கல்விக்காக திருவனந்தபுரம் மகாராஜா கல்லூரியில் சேர்ந்து பத்தாம் வகுப்பில் முதல் மாணவராகத் தேர்வு பெற்றார். இதன் காரணமாக அரசு மாதம் ரூ 8/- உதவித் தொகை வழங்கியது. இந்த உதவித் தொகை பி.ஏ. பட்டம் பெறும்வரை கிடைத்தது. 1876 -ல் பி.ஏ. பட்டப் படிப்பில் திருவனந்தபுரத்தில் முதல் மாணவராகவும் சென்னை மாகாணத்தில் நான்காம் மாணவராகவும் தேர்வானார். படிக்கும்போதே தமிழ் இலக்கியங்களைப் படிப்பதிலும் தத்துவ நூல்களை ஆய்வு செய்வதிலும் தீவிர கவனம் செலுத்தினார்.

சுந்தரத்தின் கல்வித் திறனையும் கூர்ந்த அறிவையும் கண்டு மகிழ்ந்த திருவனந்தபுரம் மகாராஜா கல்லூரி முதல்வர் ராஸ் இவரை பிஏ மற்றும் எஃப்ஏ. மாணவர்களுக்கு வரலாறு மற்றும் தத்துவப் பிரிவுப் பாடங்களை எடுக்கும் பேராசிரியராகப் பணி அமர்த்தினார். கற்பதில் சிறந்த மாணவராக விளங்கியதுடன், கற்பிப்பதிலும் தேர்ந்த ஆசிரியராகத் திகழ்ந்தார். 1877 -ல் இருபத்தி இரண்டாம் வயதில் சிவகாமி என்னும் மங்கை நல்லாளுடன் திருமணம் நடைபெற, இருவரின் இல்வாழ்க்கை இனிதே தொடர்ந்தது.

சென்னைக் கல்வித் துறைத் தலைவராக இருந்த டாக்டர் டங்கன், திருநெல்வேலி ஆங்கிலத் தமிழ் உயர்நிலைப் பள்ளிக்குத் தகுதியான தலைமை ஆசிரியரைப் பரிந்துரைக்கும்படி திருவனந்தபுரம் மகாராஜா கல்லூரி முதல்வர் ராஸிடம் வேண்டுகோள் விடுத்தார். அப்போது ராஸ் மனதில் உதித்த ஒரே பெயர் சுந்தரம் பிள்ளை மட்டுமே. இதனைத் தொடர்ந்து சுந்தரம் பிள்ளை 1877-ல் திருநெல்வேலி ஆங்கிலத் தமிழ் உயர்நிலைக் பள்ளியின் தலைமை ஆசிரியர் பொறுப்பை ஏற்றுக்கொண்டு திறம்பட பணியாற்றினார். பத்தாவது வகுப்புவரை மட்டுமே இருந்த அப்பள்ளி இவரது பெரு முயற்சியின் பயனாக எஃப்ஏ வகுப்புவரை 'இந்து கல்லூரியாக' விரிவடைந்து இன்றைக்கும் சிறப்புடன் திகழ்கிறது.

திருநெல்வேலி வாழ்க்கை பேராசிரியர் சுந்தரம் பிள்ளைக்கு மட்டுமின்றி தமிழ் ஆர்வலர்களுக்கும், தமிழுக்கும் பேறாக அமைந்தது. தமிழ் இலக்கியங்களில் பெரும் புலமை பெற்றிருந்த பிள்ளை பேச்சாற்றலிலும் சிறந்து விளங்கினார். சுந்தரம் பிள்ளையின் சொற்பொழிவுகள் தமிழகமெங்கும் நடைபெற்றன. பல்வேறு இதழ்களில் வெளியான அவரது ஆய்வுக் கட்டுரைகள் தமிழறிஞர்களிடம் மகத்தான வரவேற்பைப் பெற்றன.

தமிழ்த் தாத்தா உ.வே.சா.அவர்கள் ஐம்பெரும் காப்பியங்களுள் ஒன்றான 'சிலப்பதிகாரத்தைப்' பதிப்பித்தபோது தமிழுலகம் உவகையில் துள்ளி மகிழ்ந்தது. அதே தருணம் அதில் வருகிற 'கானல் வரி', 'வேட்டுவ வரி', 'ஆய்ச்சியர் குரவை', 'குன்றக் குரவை', 'ஒருமுக எழினி', 'பொருமுக எழினி' ஆகிய நாடக அமைப்பு முறை தொடபான செய்திகளையும், உரையாசிரியர் அடியார்க்கு நல்லார் குறிப்பிடும் 'முறுவல்', 'சயந்தம்', 'செயிற்றியம்', 'குணநூல்', 'கூத்த நூல்' ஆகிய நாடக இலக்கண நூல்களையும் படிக்கும் பேறு கிடைக்கவில்லையே என்றும் வருந்தினார்கள். அனல் வாதமென்றும், புனல் வாதமென்றும் ஏடுகளை ஆற்றில் வீசியும், தீயிட்டுக் கொளுத்தியும், தமிழின் செழுமையைப் பாதுகாக்கத் தவறிய தமிழர்களை எண்ணி வெதும்பினர். பெரும் பாலான தமிழறிஞர்கள் அக்காலத்தில் கவிதை மற்றும் உரைநடை வடிவில் பல்வேறு நூல்களைப் படைத்துள்ள நிலையில், பேராசிரியர் சுந்தரம் பிள்ளை சற்று வித்யாசமாக நாடக வடிவில் 'மனோன்மணீயம்' நூலை எழுதியது கண்டு தமிழர்கள் உவகை கொண்டனர்.

'நாடக வழக்கினும், உலகியல் வழக்கினும், பாடல் சான்ற புலனெறி வழக்கம்' என்னும் தொல்காப்பிய சூத்திரத்தையும் 'நாடக

மகளிர் ஆடுகளத்து எடுத்து விசிவீங்கு இன்னியங் கடுப்ப' என்னும் குறுந்தொகை வரிகளையும், 'பாடல் ஓர்ந்தும் நாடகம் நயந்தும்' என்னும் பட்டினப்பாலை கருத்துகளையும் ஆழ்ந்து படித்த சுந்தரம் பிள்ளை தமிழின் சிறப்பை எண்ணிப் பெருமிதம் கொண்டார். நாடகத் தமிழ் இலக்கிய, இலக்கணங்கள் கிடைக்கப் பெறாமை குறித்துப் பேராசிரியர் சுந்தரம் பிள்ளை வருந்தியதுடன் நில்லாமல், அதற்கான தீர்வாக 'மனோன்மணீயம்' என்ற தலைப்பில் நாடக நூலை இயற்றவும் முடிவெடுத்தார்.

நெல்லைக்கு அருகே உள்ள கோடகநல்லூரைச் சேர்ந்த சுந்தர சுவாமிகளுடன் பழகி அவருடைய மாணவரானார் சுந்தரம் பிள்ளை. சமயம், வேதாந்தம், தத்துவம் ஆகியவற்றில் எழும் ஐயங்களைக் கேட்டுத் தெளிந்ததுடன், அவர் எழுதிய 'நிஜானந்த விலாஸம்' என்னும் நூலையும் அச்சிட்டு வெளியிட்டார். இக்காலத்தில்தான் மனோன்மணீயம், நூற்றொகை விளக்கம் ஆகிய அரிய நூல்களைப் படைக்கவும் முடிவெடுத்தார்.

1878-ல் சுந்தரம் பிள்ளையின் தாயார் காலமானார். 'தந்தை தாய் பேண்' என்னும் ஔவையின் முதுமொழிக்கு ஏற்ப, புறக்கண்ணால் காணும் பெற்றோரைப் பேணுவதே, அகக்கண்ணால் காணும் கடவுள் மீது வைக்கும் அன்புக்கு நிகர் என்பதை நன்கறிந்த காரணத்தால், தந்தையையின் இறுதிக் காலம்வரை உடனிருந்து கவனித்துக்கொண்டார்.

1879-ல் திருவனந்தபுரம் மகாராஜா கல்லூரி அறிவு நூல் பேராசிரியராக இருந்த டாக்டர் ஹார்வி தாய்நாடு திரும்புகையில், தான் வகித்த பதவிக்குப் பேராசிரியர் சுந்தரம் பிள்ளையின் பெயரைப் பரிந்துரைத்தார். திருநெல்வேலியை விட்டுப் பிரிய மனம் இல்லா விட்டாலும், டாக்டர் ஹார்வி தன் மீது வைத்த நம்பிக்கையைப் புறக்கணிக்க இயலாமல், மீண்டும் திருவனந்தபுரம் மகாராஜா கல்லூரியில் தத்துவத் துறைப் பேராசிரியர் பொறுப்பை ஏற்றுக் கொண்டார். ஆசிரியப் பணியுடன் கல்வியறிவைப் பெருக்கிக் கொள்ள எஃப்ஏ. முதுகலைப் படிப்பிலும் தேர்வு பெற்றார். திருநெல்வேலியில் இருந்தபோது எழுதத் தொடங்கிய மனோன்மணீயம் மற்றும் நூற்றொகை விளக்கம் ஆகிய இரு நூல்களையும் எழுதி முடித்தார். திருவிதாங்கூரில் இருந்த பாழடைந்தும் பாதுகாப்பின்றியும் கிடந்த கல்வெட்டுக்களைத் தனது செலவிலேயே ஆய்வு செய்யத் தொடங்கினார். இதன் மூலம் ஆசிரியராகவும் எழுத்தாளராகவும் மட்டுமே அறியப்பட்ட சுந்தரம் பிள்ளை, சிறந்த கல்வெட்டு ஆய்வாளராகவும் விளங்கினார் என்பது தெரிகிறது.

சுந்தரம் பிள்ளையின் கல்விப் பெருமையை அறிந்து கொண்ட விசாகத் திருநாள் மகாராஜா 1882-ல் தனது அரண்மனையில் ‘பிறவகை வருவாய் ஆணையர்’ (Commissioner for Separate Revenue) என்னும் உயர்ந்த பதவியை வழங்கிக் கௌரவித்தார். இப்பணிக்குச் சட்டக் கல்வியும் அவசியம் என்பதால் சட்டப் படிப்பையும் முடித்தார். பணியில் சேர்ந்து மூன்று ஆண்டுகள்கூட நிறைவடைய வில்லை. அரசுப் பணியைவிடவும் ஆசிரியப் பணியில் நாட்டம் அதிகம் இருந்ததால் மகாராஜாவின் அனுமதியுடன் 1885-ல் மீண்டும் திருவனந்தபுரம் மகாராஜா கல்லூரியில் பேராசிரியர் வேலைக்குத் திரும்பினார். இறுதிக்காலம்வரை அப்பணியிலேயே தொடர்ந்தார். அவரது விரிந்த எண்ணமும் நகைச்சுவை உணர்வும், மனத்தில் பதியும்படி கற்றுக் கொடுக்கும் திறனும் மாணவர்கள் மத்தியில் வரவேற்பைப் பெற்றன.

சைவ சமயத்தின் மீது கொண்ட தீவிரப் பற்று காரணமாக வழக்கறிஞர் சாமிநாத பிள்ளை, இசைப் புலவர் இலக்குமணப் பிள்ளை, திரவியம் பிள்ளை, சுப்பிரமணியப் பிள்ளை ஆகியோருடன் இணைந்து சுந்தரம் பிள்ளை சைவ சமய மற்றும் தமிழ் மொழி வளர்ச்சி ஆகியவற்றைக் கருத்தில்கொண்டு ‘சைவப் பிரகாச சபை’ என்னும் அமைப்பைத் தோற்றுவித்தார். சபைக்கு நிரந்தரமாக ஒரு கட்டடம் வேண்டும் என்பதால் தமிழ் ஆர்வலர்கள், செல்வந்தர்கள் மற்றும் நண்பர்களிடம் நிதி திரட்டியதுடன், தனது பங்களிப்பாக ரூ 500/- வழங்கினார். 1885-ல் ரூ 500 என்பது இன்றைக்கு எவ்வளவு கோடிகளைத் தாண்டும் என்பது சொல்லித் தெரிய வேண்டியதில்லை. திருவனந்தபுரத்தில் நிறுவப்பட்ட அந்தச் சபை இன்றைக்கும் இவரது பெருமையைப் பறைசாற்றிக் கொண்டிருக்கிறது. இது மட்டுமின்றி இன்னும் ஏராளமான பள்ளிகளுக்கும் கல்லூரிகளுக்கும் அவர் நன்கொடை வழங்கி ஊக்குவித்ததாக அக்கால திருவிதாங்கூர் கல்வி இலாகா அறிக்கைகள் மூலம் தெரியவருகிறது.

சைவ சமயம், தமிழ் மொழி, திருவிதாங்கூர் பண்டை அரசர் காலம் ஆகியவற்றின் ஆய்வுப் பணிகளில் பேராசிரியர் சுந்தரம் பிள்ளை முழுமையாக ஈடுபட்டு அவை தொடர்பான கட்டுரைகளை ஆங்கில ஏடுகளில் எழுதினார். திருவிதாங்கூர் சமஸ்தானம் நிறுவிய பொது மக்கள் சொற்பொழிவுக் குழுவில் அமைச்சர் பொறுப்பு வகித்துப் பல உரைவீச்சுகளையும் நிகழ்த்தினார். மேனாட்டுக் கருத்துகளை நம் நாட்டவரும், நமது பாரம்பரியப் பெருமை மிக்க கருத்துகளை மேனாட்டு அறிஞர்களும் அறிய இவரது நுண்ணிய ஆய்வுத் திறனே காரணமாகும்.

1888 மே மாதம் வெளியிட்ட 'நூற்றொகை' விளக்க நூலின் முகவுரையில் 'தற்கால நிலைமைக்கு ஏற்ப சாத்திரங்களை எத்தனை வகுப்புகளாகப் பிரிக்கலாம் என்பதுடன், அவற்றின் அமைப்பையும் பொருளையும் விளக்குவதே இந்நூலின் நோக்கமாகும்' என்று குறிப்பிட்டுள்ளார். திருவிதாங்கூர் அரசின் பிரசாரத் திட்டத்தின்படி, திருவனந்தபுரம் பல்கலைக்கழகத்தால் வெளியிடப்படுகிறது' என்று பேராசிரியர் பதிவு செய்துள்ளார். தமிழ் உரைநடை நூலுக்கு இது சிறந்த எடுத்துக்காட்டாகும்.

நூற்றொகை வெளியான மூன்றாவது ஆண்டு அதாவது 1891 மார்ச்சில் 'மனோன்மணீயம்' நாடக நூலைப் பேராசிரியர் சுந்தரம் பிள்ளை வெளியிட்டார். இந்த நாடகத்தில் தனது குருவான சுந்தர சுவாமிகளுக்கு நன்றிக் கடனைச் செலுத்தும்விதமாக, ஜீவக வழுதியின் குல குருவாக, 'சுந்தர முனிவர்' என்ற அவரது இயற் பெயரிலேயே, ஒளி வீசும் ஞான விளக்காக, துறவியாக, ஒரு சிறந்த கதாபாத்திரத்தை உருவாக்கி அவருக்கு அர்ப்பணித்துள்ளார்.

லிட்டன் பிரபு எழுதிய 'மறைவு வழி' (The Secret Way) என்னும் நூலைத் தழுவியதுதான் 'மனோன்மணீயம்' ஆகும். இருப்பினும் காட்சி அமைப்புகளின் மாட்சியும், செய்யுள்களின் ஓட்டமும், பாத்திரப் படைப்புகளின் ஊட்டமும், சங்க காலத்துக்குப் பிறகு தமிழில் நாடக நூல்கள் இல்லையே என்று வாட்டம் கொண்டிருந்த தமிழ் நெஞ்சங்களை அதன் மீது நாட்டம் கொள்ளவைத்தது எனில் மிகையில்லை. நீண்ட காலம் கழித்துத் தமிழில் நாடக நூலொன்று வெளியானது கண்டு மக்கள் மகிழ்ச்சியுடன் வரவேற்றுக் கொண்டாடினர்.

அக்காலத்தில் வெளியான தமிழ் நூல்களுள் மனோன்மணீயம் போற்றுதலுக்கும், பாராட்டுதலுக்கும் ஏற்ற தகுதியான நூல் என்பதற்கு டாக்டர் ஜி.யு.போப், அரங்கநாத முதலியார், சி.வை. தாமோதரம் பிள்ளை ஆகியோரின் மதிப்புரைகளே தக்க சான்றாகும். தன்னைத் தொடர்ந்து வருங்காலத்தில் நாடகத் தமிழ் தழைத்துச் செழிக்க பலர் நூல்களை இயற்றி அன்னைத் தமிழுக்குப் பெருமை சேர்ப்பார்கள் என்று நம்பினார். ஆனால் கவிதை, சிறுகதை, நாவல், உரைநடை, கட்டுரை ஆகியவற்றில் தமிழறிஞர்கள் கவனம் செலுத்திய அளவு நாடகத் தமிழ் நூல்கள் இயற்றுவதில் ஏனோ ஆர்வம் செலுத்தவில்லை.

மனோன்மணீயம் நாடக நூலின் சிறப்புப் பாயிரத்தில் 'தமிழ்த் தெய்வ வணக்கம்' என்னும் தலைப்பில் தமிழ் மொழியின் சிறப்பை எடுத்துக்காட்டி உள்ளார். 1970களில் முதல்வராக இருந்த

மு.கருணாநிதி இப்பாடலைத் தமிழக அரசின் 'தமிழ்த்தாய் வாழ்த்தாக' அறிவித்ததைத் தொடர்ந்து இன்றுவரை அரசு, தனியார், பள்ளி, கல்லூரி விழாக்களில் தொடக்கப் பாடலாகப் பாடப்பட்டு வருவது பேராசிரியர் சுந்தரம் பிள்ளைக்குப் பெருமை சேர்க்கும் செய்தியாகும்.

மனோன்மணீயம் வெளியீட்டைத் தொடர்ந்து சென்னைக் கிருத்தவக் கல்லூரி மாத இதழ்களில் 1894/95 -ல் களில் சங்க இலக்கியமான 'ஞானசம்பந்தர் காலம்', 'பத்துப் பாட்டு' மற்றும் 'திருவிதாங்கூர் பண்டை மன்னர் காலம்' தொடர்பான ஆராய்ச்சிக் கட்டுரைகளையும் ஆங்கிலத்தில் எழுதினார். இவரது ஆய்வுத் திறனைப் பாராட்டும் வகையில் ஜெர்மனியின் கோட்டிங்ஹாம் பல்கலைக்கழகம் முனைவர் பட்டத்தையும், இலண்டன் வரலாற்றுத் துறை ஆய்வுக் கழகம் எஃப்ஆர்ஹெச்எஸ் (FRHS) பட்டத்தையும், ஆசிய வரலாற்று ஆய்வுக் கழகம் எம்ஆர்ஏஎஸ் (MRAS) பட்டத்தையும் வழங்கிப் பெருமைப்படுத்தின. சென்னைப் பல்கலைக்கழகம் இவரை அதன் உறுப்பினராக எஃப்எம்யூ (FMU) நியமித்தது. சென்னை அரசு 'ராவ்பகதூர்' என்னும் உயரிய பட்டத்தை அளித்துக் கௌரவப்படுத்தியது.

ஒப்பிலக்கணம் கண்ட கால்ட்வெல் கி.பி. 9 ஆம் நூற்றாண்டுக்கு முன் தமிழில் இலக்கியம் இல்லை என்பதால் தேவார மூவர்களுள் ஒருவரான திருஞான சம்பந்தர் கி.பி. 12 ஆம் நூற்றாண்டுக்குப் பின் பிறந்தவர் என்று எழுதினார். சங்க இலக்கியங்களை முழுமையாக அவர் படிக்கவில்லை என்பது இதன் மூலம் தெளிவு. இதனை மறுத்து திருஞான சம்பந்தரின் காலம் கிபி 7 ஆம் நூற்றாண்டு என்று பேராசிரியர் சுந்தரம் பிள்ளை தனது ஆய்வில் நிலைநிறுத்தினார். ''திருஞான சம்பந்தர் தஞ்சாவூர் பற்றிக் குறிப்பிடுகிறார். தஞ்சை 8 ஆம் நூற்றாண்டுக்குப் பிறகே உருவானது என்பதால் அவரது காலத்தைக் கால்ட்வெல் தவறாக பதிவு செய்துள்ளார். ஆனால் திருஞான சம்பந்தர் குறிப்பிடும் தஞ்சாவூர், நாகப்பட்டினத்துக்கு அருகே உள்ள 'பொந்தைத்' தஞ்சாவூர் ஆகும். கோச்செங்கணான் என்ற சோழ மன்னர் கும்பகோணம் அருகிலுள்ள வைகல்லில் கோயில் கட்டியதை திருஞான சம்பந்தர் குறிப்பிடுகிறார். அம்மன்னனது காலத்தை மேல் எல்லையாகக்கொண்டு திருஞான சம்பந்தர் காலத்தை கிபி 7 ஆம் நூற்றாண்டு'' என்று உறுதிபடக் கூறுகிறார் சுந்தரம் பிள்ளை. அதே தருணம் கூன் பாண்டியன் காலம் இரண்டாயிரம் ஆண்டுகள் என்றும், திருஞான சம்பந்தரின் காலம் அதுவே என்ற சி.வை.தாமோதரம் பிள்ளையின் பதிவையும் மறுத்து, திருஞான சம்பந்தர் மடத்துத் தலைமை கால வரிசை 1500

ஆண்டுகளுக்குள் இருப்பதைச் சுட்டிக்காட்டி 7 ஆம் நூற்றாண்டு என்பதே சரி என்கிறார் சுந்தரம் பிள்ளை.

'மெய்யான இந்திய தீபகற்பம் என்பது விந்தியத்துக்கு தெற்கே உள்ள பகுதிதான்' என்பது சுந்தரம் பிள்ளையின் ஆழமான கருத்து. இது குறித்து 1896-ல் தனது நண்பர் ஜே எம் நல்லசாமிப் பிள்ளைக்கு எழுதிய கடிதம் 1897 டிசம்பர் 30 ஆம் தேதி மெட்ராஸ் ஸ்டாண்டர்ட் பத்திரிகையில் வெளியாகியுள்ளது (30-01-1897, Madras Standard) அதாவது, பொதுவாக ஆரியத் தத்துவம், ஆரிய நாகரிகம், என்றெல்லாம் சொல்லப்படுவனற்றில் பெரும் பகுதி, உண்மையில், அடித்தளத்தில், திராவிட அல்லது தமிழ்த் தத்துவம், நாகரிகம் ஆகும்.

சுந்தரம் பிள்ளை தனது இளமைக் காலத்தில் நாகப்பட்டினம் இயற்றமிழ் ஆசிரியர் புத்தகக் கடை நாராயணசாமிப் பிள்ளையிடம் தமிழ்க் கல்வி பயின்றார். வேதாசலம் பிள்ளையும் (மறைமலை அடிகள்) பின்னாளில் அதே ஆசிரியரிடம் தமிழ்க் கல்வி கற்றார். தான் கல்வி கற்கும் அதே ஆசிரியரிடம்தான் மனோன்மணீயம் சுந்தரம் பிள்ளையும் தமிழ் பயின்றார் என்பதை அறிந்த வேதாசலம் பிள்ளை, தன்னைப் பற்றியும், ஆசிரியர் நாராயணசாமிப் பிள்ளை பற்றியும், மனோன்மணியம் பற்றியும் விளக்கி, அகவற்பா இலக்கணத்தில் சுந்தரம் பிள்ளையைச் சந்திக்க விரும்புவதாகக் 1895-ல் கடிதம் எழுதினார்.

அகவற்பாவில் வேதாசலம் அமைத்த கடிதத்தைப் படித்து மகிழ்ந்த சுந்தரம் பிள்ளை அவரையும் நாராயணசாமிப் பிள்ளையையும் திருவனந்தபுரம் வரும்படி அழைத்தார். 'அகவற்பாவில் மிளிர்ந்த தமிழ் நடையைப் பார்த்து முதியவர் என்றல்லவா நினைத்தேன்' என்று இளைஞரான வேதாசலத்தைக் கண்டு வியந்தார் சுந்தரம் பிள்ளை. இருவரையும் அன்புடன் வரவேற்ற சுந்தரம் பிள்ளை தனது இல்லத்திலேயே சில காலம் தங்க வைத்து அவர்களை உபசரித்தார்.

சங்கத் தமிழ் இலக்கண, இலக்கியங்களிலும் பழந்தமிழ்க் காப்பியங் களிலும் தேர்ச்சி பெற்றிருந்த வேதாசலத்தின் திறமைக்கான அங்கீகாரமாக 1896-ல் திருவனந்தபுரத்தில் மார்த்தாண்டன் நம்பி நடத்தி வந்த பள்ளியில் தமிழாசிரியராகப் பணியமர்த்தி மகிழ்ந்தார். மேலும் அவரது அறிவுத் திறனையும், சிறந்த கல்வியையும், ஆய்வு நுட்பத்தையும் மெச்சி ஒரு நற்சான்றிதழையும் கைப்பட எழுதிக் கொடுத்தார். சென்னைக் கிருத்தவக் கல்லூரியில் வேதாசலம் பிள்ளைக்குத் (மறைமலை அடிகள்) தமிழாசிரியர் வேலை கிடைக்க இந்த நற்சான்றிதழே பெரிதும் உதவியது.

‘தினைத்துணை நன்றி செயினும் பனைத்துணையாக் கொள்வார் பயன் தெரிவார்’ என்ற குறளுக்கு ஏற்ப செய்நன்றி மறவாத குணமுடையவர் சுந்தரம் பிள்ளை. தொடக்க காலத்தில் தனது வளர்ச்சிக்குப் பெரிதும் உதவி செய்த டாக்டர் ஹார்விக்கு நன்றி பாராட்டும் வகையில் தனது வீட்டுத் தோட்டத்துக்கு ‘ஹார்விபுரம்’ என்று பெயரிட்டதுடன், தான் இயற்றிய ‘மனோன்மணீயம்’ நாடகத்தை அவருக்கே உரிமைப்படுத்தியும் வெளியிட்டார்.

திருமுருகாற்றுப்படை, நெடுநெல்வாடை ஆகிய பழந்தமிழ் நூல்களை வெளிநாட்டினரும் அறியும் வகையில் ஆங்கிலத்தில் எழுதியுள்ளார். திருஞான சம்பந்தர் காலம், பத்துப்பாட்டு, முற்காலத் திருவிதாங்கூர் அரசர்கள் காலம், ஆறாம் நூற்றாண்டுத் திருவிதாங்கூர் காலம், திருவிதாங்கூர் கல்வெட்டுகள், நம்பியாண்டார் நம்பி காலம் ஆகிய தலைப்புகளில் ஆய்வுக் கட்டுரைகளையும், நூற்றொகை விளக்கம், மனோன்மணீயம், பொதுப்பள்ளி எழுச்சி, நற்றாயின் புலம்பல், சிவகாமி சரிதம் ஆகிய நூல்களையும், ஜீவராசிகளின் இலக்கணமும் பிரிவும், மரங்களின் வளர்ச்சி, புஷ்பங்களும் அவற்றின் தொழில்களும் என்ற தலைப்பில் அறிவியல் நூல்களையும் எழுதி உள்ளார்.

நாடகம், கல்வெட்டு, வரலாற்று ஆய்வு எனப் பன்முகம் கொண்ட தமிழறிஞராகத் திகழ்ந்த சுந்தரம் பிள்ளை ஆய்வுப் பணிகளுக்காகத் தமிழகத்தின் திருக்கோயில்களில் உள்ள கல்வெட்டுகளை நேரடியாக ஆய்வு செய்வதை வழக்கமாகக் கொண்டிருந்தார். ஓய்வில்லாப் பயணம் மற்றும் கடுமையான உழைப்பு காரணமாக உடல் நலம் குன்றி 1897 ஏப்ரல் 2 ஆம் தேதி 42 ஆவது வயதில் இயற்கை எய்தினார்.

நான் பெற்ற மக்களில் சுந்தரன் சிறந்தவன்
  நற்றமிழ் காக்கத் தன்னலம் துறந்தவன்
தேன் போன்று தமிழை வளர்க்கப் பிறந்தவன்
  செந்தமிழுக்கு உழைத்தே இறந்தவன்

என்று பாவேந்தர் பாரதிதாசன் இரங்கற்பா எழுதியுள்ளார். பேராசிரியர் சுந்தரம் பிள்ளை எழுதிய நூல்கள் இருபதுக்கும் அதிகம் ஆனால் இந்த மண்ணில் வாழ்ந்த காலம் குறைவு. அவர் எழுதிய ‘மனோன்மணீயம்’ தமிழர் நெஞ்சமெல்லாம் நிலைத்து நிற்பதே இதற்குச் சான்று. தமிழக அரசு 1989-ல் திருநெல்வேலியில் ‘மனோன்மணீயம் சுந்தரனார் பல்கலைக்கழகம்’ என்ற பெயரில் பல்கலைக்கழகத்தைத் தொடங்கி அவரது நினைவைப் போற்றி உள்ளது.

மறைமலை அடிகள்
(வேதாசலம் பிள்ளை)

'**யா**ன் தமிழில் எழுதும் ஒவ்வொரு சொல்லையும் சொற்றொடரையும், நீங்கள் செம்மையாக கவனித்து வந்தால், தமிழில் பிழையின்றிப் பேசவும், எழதவும், ஆற்றல் பெறுவீர்கள். யான் ஐம்பது ஆண்டுகட்கு மேலாக ஏராளமான நூல்களை ஆராய்ந்து கண்ட முடிவுகளைப், பாற்கடலைக் கடைந்து அமுதம் எடுத்ததுபோல, நூல்களாக எழுதியிருக்கிறேன். எல்லா நூல்களில் உள்ள சிறந்த உண்மைகளைப் பிழிசாறாக யான் வடித்துள்ளதை மட்டுமே படித்தால் போதும். தமிழ் முழுவதையும் கற்ற பயனை அடையலாம்' என்னும் மறைமலை அடிகளின் கூற்று அவரது மொழிப் புலமைக்கும், பல்துறை அறிவுக்கும், எடுத்துக்காட்டாக விளங்குகின்றன. தனித் தமிழ் இயக்கம் காணும் அளவுக்கு தமிழ்ப் புலமை பெற்றிருந்த மறைமலை அடிகளின் படிப்பு ஒன்பதாம் வகுப்பு மட்டும் எனில் நம்புவது கடினமே.

'மறைமலை அடிகள் சமயத் துறையில், குறிப்பாக சைவத்தில் மிகுந்த பற்றுடையவர். அவர் மீது பெரு மதிப்புள்ள தாங்களும் அவரது நம்பிக்கையில் உடன்பாடு கொண்டுள்ளீர்களா?' என்று பகுத்தறிவாதியும், மிகப் பெரிய அரசியல் தலைவருமான ஒருவரிடம் கேட்டதற்கு 'அன்பும், அருளும், சைவ நெறியின் பண்பும், பயனுமாகத் திகழ்வதை மறைமலை அடிகளார் தாம் படைத்த நூல்கள் அனைத்திலும் வலியுறுத்தியுள்ளார். 'தமிழர் மதம்', 'கடவுள் நிலைக்கு மாறான கொள்கைகள் சைவம் ஆகா', 'பழந்தமிழ்க் கொள்கையே சைவ சமயம்', 'சாதி வேற்றுமையும்

போலிச் சைவரும்', 'சிவஞான போத ஆராய்ச்சி', 'சைவ சிந்தாந்த ஞானபோதம்' ஆகிய படைப்புகளிலும், திருவாசக உரை நூலிலும், சைவ நெறி குறித்த ஆழ்ந்த ஆய்வினை அடிகளார் வெளியிட்டுள்ளார். அன்பும், அருளுமே சைவம் எனில் நானும் மிகச் சிறந்த சைவனே' என்று பேரறிஞர் அண்ணாவையே அசர வைத்த பெருமை மறைமலை அடிகளாரையே சேரும்.

1876 ஜூலை 15ஆம் நாள் தந்தை சொக்கநாத பிள்ளைக்கும், தாயார் சின்னம்மையாருக்கும் மகனாக நாகப்பட்டினத்தை அடுத்த காடம்பாடி என்னும் ஊரில் வேதாசலம் பிள்ளை பிறந்தார். தந்தை மருத்துவர் என்பதால் வசதியான குடும்பம். இருப்பினும் நாகப்பட்டினம் வெஸ்லி பள்ளியில் ஐந்தாம் வகுப்பு படித்துக் கொண்டிருக்கும்போது தந்தையார் மறையவே, குடும்பத்தைச் சுமக்கும் முழுப் பொறுப்பும் தாயார் தாங்க வேண்டிய சூழல் ஏற்பட்டது.

கல்வியில் வேதாசலத்துக்கு ஆர்வமும் ஊக்கமும் இருந்தாலும் பள்ளியில் இரு குறைகள் இருப்பதை இளவயதிலேயே கண்டு வருந்தினார். முதலாவது பள்ளி நிர்வாகம் ஆங்கிலப் பாடத்தில் காட்டிய அக்கறையைத் தமிழ் மொழியில் செலுத்தவில்லை. இரண்டாவது கிருத்தவச் சமயம் பற்றித் தெரிந்து கொள்ள வாய்ப்பு கிடைத்ததே தவிர, சைவ சமயம் குறித்து அறிந்து கொள்ள வாய்ப்பு கிட்டவில்லை. எனவே தமிழையும், சைவத்தையும் பற்றித் தெரிந்து கொள்ளப், பள்ளி நேரம் போகத், தமிழ் நூல்களை வாங்கித் தானே கற்கத் தொடங்கினார். 'இந்து மத அபிமான சங்கம்' என்ற அமைப்பை உருவாக்கிச் சைவ சமய அறிவை மற்ற மாணவர் களுக்கு ஊட்டினார். இவ்வாறாகப் பள்ளிக் கல்வி, வீட்டில் தமிழ்க் கல்வி, வெளியே சைவ சமயக் கல்வி என மூன்றிலும் சிறந்து விளங்கினார்.

நாகப்பட்டினத்தில் நாராயணசாமிப் பிள்ளை என்பவர் புத்தகக் கடை நடத்திவந்தார். அவர் வணிகராக இருந்தாலும், மகாவித்வான் திரிசிரபுரம் மீனாட்சி சுந்தரம் பிள்ளை, உறையூர் முத்து வீரய்யன் ஆகியோரிடம் அரிய இலக்கிய, இலக்கண, சமய நூல்களைக் கற்றுத் தேர்ந்தவராக விளங்கினார். எனவே புத்தகங்களை விற்பதுடன், பைந்தமிழைக் கற்றுத் தரும் புலவராகவும் திகழ்ந்தார். இவரிடம் தமிழ் கற்றவர்களுள் 'மனோன்மணீயம்' சுந்தரம் பிள்ளையும் ஒருவராவார். இத்தகைய சீரும் சிறப்பும் பெற்ற நாராயணசாமிப் பிள்ளையுடன் ஏற்பட்ட தொடர்பு வேதாசலத்தைத் தமிழ்ப் புலமையில் இன்னும் ஓங்கி உயரச் செய்தது. தொல்காப்பியம்,

திருக்குறள், சிவஞானபோதம், சிவஞான சித்தியார், நன்னூல் விருத்தி, இறையனார் அகப்பொருள், தண்டியலங்காரம், சிலப்பதிகாரம், சீவகசிந்தமணி, மணிமேகலை, கலித்தொகை, பத்துப்பாட்டு, புறநானூறு, ஐங்குறுநூறு, அகநானூறு, பதிற்றுப்பத்து, நற்றிணை, குறுந்தொகை, பரிபாடல் ஆகியவற்றை இளம் வயதிலேயே தெளிவுறக் கற்றுத் தேர்ந்தார். தமிழ், ஆங்கிலம், வடமொழி ஆகிய மூன்று மொழிகளிலும் நிகரற்று விளங்கினார்.

வேதாசலம் பிள்ளை தனது சொந்த மாமன் மகளான சவுந்தரவல்லியை திருமணம் செய்துகொண்டார். மகன்கள் திருநாவுக்கரசு, திருஞானசம்பந்தம், மாணிக்கவாசம், சுந்தரமூர்த்தி, மகள்கள் நீலாம்பிகை, சிந்தாமணி மற்றும் திரிபுரசுந்தரி என ஏழு குழந்தைகள் பிறந்தன.

நாகை-நீலலோசனி, பாஸ்கர ஞானோதயம், திராவிட மந்திரி ஆகிய இதழ்களில் ஆய்வுக் கட்டுரைகள், மறுப்புக் கட்டுரைகள் ஆகியவை மூலம் தனது எழுத்தாற்றலையும் வளர்த்துக்கொண்டார். சைவ சமய சித்தாந்தத்தில் புலமை மிக்க சோமசுந்தர நாயகர் என்பவரின் கருத்தை மறுத்து 'ஸஜ்ஜனப் பத்திரிகா' என்னும் வார இதழில் ஒருவர் மறுப்புக் கட்டுரை எழுதியிருந்தார். ஆனால், அவரது உரையைக் கேட்ட வேதாசலத்துக்கு சோமசுந்தரரின் உரை சிறப்பாக இருந்தமையால், நாகை-நீலசோசனி பத்திரிகையில், முருகவேள் என்ற புனைப்பெயரில் மறுப்புக்கு மறுப்பு எழுதினார். தான் எழுதிய சொற்பொழிவை மறுத்து எழுதியவர் எழுத்தையும், அதனை மறுத்து நாகை நீலலோசனியில் எழுதிய முருகவேளின் கட்டுரையையும் படித்தார். முருகவேளின் நடை அழகிலும், மறுப்புத் திறத்திலும் வயப்பட்ட நாயகர் அதை எழுதியவரைக் காண ஆவல் கொண்டு, யார், எவர் என்று விசாரித்தார். சைவ சித்தாந்தத்தில் ஆழ்ந்த புலமை பெற்றவர் முதியவராகத்தான் இருக்க வேண்டும் என்ற சோமசுந்தர நாயகரின் எண்ணத்துக்கு மாறாக முருகவேள் என்ற பெயரில் எழுதிய வேதாசலத்தின் இளமைத் தோற்றத்தைக் கண்டு வியந்தார். அவரது அறிவும், திறனும் நாட்டுக்குப் பயன்பட வேண்டும் என்று அக்கணமே முடிவெடுத்து 'விரைவில் சென்னைக்கு உன்னை வருவிப்போம்' என்று உறுதிமொழி அளித்தார்.

திருவனந்தபுரம் அரசர் கல்லூரியில் பணியாற்றிக் கொண்டிருந்த பேராசிரியர் சுந்தரம் பிள்ளையின் அழைப்பை ஏற்று 1896-ல் அங்குள்ள பள்ளியில் தமிழாசிரியராக வேலைக்குச் வேதாசலம் பிள்ளை சேர்ந்தார். திருவனந்தபுரத்தில் இருந்த சைவச் சபைகள்

இவரது சைவப் பற்றுதலையும், புலமையையும் அறிந்துகொண்டு சொற்பொழிவுகளை நிகழ்த்த அழைத்தன. பேராசிரியர் சுந்தரம் பிள்ளை தலைமையில் 'நாடகத் தமிழ்' என்ற தலைப்பில் நிகழ்த்திய ஆய்வுரை அவரது புலமைக்கும் நாவன்மைக்கும் எடுத்துக்காட்டாக விளங்கின. ஆனால், அந்த இடத்தின் பருவநிலை ஒத்துக் கொள்ளாததால் உடல்நிலை பாதிக்கப்பட்டார். இன்னும் சில காலம் அங்கே தங்கி இருந்தால் மேலும் மோசமாகும் என்பதை உணர்ந்து கொண்ட வேதாசலம் பிள்ளை வேறு வழியின்றி திருவனந்தபுரப் பணியிலிருந்து விடுவித்துக்கொண்டு மீண்டும் நாகப்பட்டிணம் திரும்பினார்.

வேதாசலம் பிள்ளை நாகை திரும்பிய செய்தி அறிந்த சோமசுந்தர நாயகர் முன்பு அளித்த உறுதிமொழியை நிறைவு செய்யும் வகையில் அவரை சென்னைக்கு வருமாறு அழைத்தார். நாயகரின் மாணவர்களுள் ஒருவரான நல்லசாமி நடத்தி வந்த 'சித்தாந்த தீபிகை அல்லது உண்மை விளக்கம்' பத்திரிகையின் ஆசிரியர் பொறுப்பை ஏற்றுக்கொண்டு சைவ சமயம் தொடர்பான பல கட்டுரைகளை எழுதினார். துகளறு போதம், திருமந்திரம், சிவஞான சித்தியார், தாயுமானவர் பாடல்கள், குறிஞ்சிப்பாட்டு ஆகியவற்றுக்கு முழுமையாகவும் பகுதியாகவும் உரை எழுதினார்.

தீபிகையின் ஆசிரியராகப் பணியாற்றிக் கொண்டிருந்தபோது மீண்டும் நாயகரிடமிருந்து அழைப்பு வந்தது. இம்முறை சென்னை கிருத்தவக் கல்லூரியில் உதவித் தமிழாசிரியர் பணிக்கு விண்ணப்பிக்குமாறு கோரினார். கல்லூரியின் முதல்வர் வில்லியம் மில்லர். தமிழ்த்துறைத் தலைவர் பரிதிமாற் கலைஞர் என்று பெயரை மாற்றிக் கொண்ட வி.கோ.சூரியநாராயண சாஸ்திரியார். 'தமிழுக்குச் செம்மொழி' அந்தஸ்து வேண்டும் என்று முதன் முதலில் குரல் கொடுத்த பெருமகனாரும் இவரே என்பது குறிப்பிடத்தக்கது.

வேதாசலம் பிள்ளை சென்னை கிருத்தவக் கல்லூரியில் உதவித் தமிழ் ஆசிரியர் பணிக்கான நேர்காணலுக்கு வந்திருந்தார். தமிழ்த் துறை தலைமை ஆசிரியராக இருந்த சாஸ்திரியார் 'குற்றியலுகரத்துக்கும் முற்றியலுகரத்துக்கும் உதாரணம் தருக' என்று கேட்க 'எனக்குத் தெரியாது' என்று வேதாசலம் பதிலளித்தார். 'மிகச் சரியாகச் சொன்னீர். நாளைக்கே நீங்கள் வேலைக்குச் சேரலாம்' என்று மகிழ்ச்சியுடன் கூறினார் சாஸ்திரியார். மேலோட்டமாகப் பார்க்கும்போது 'எனக்குத் தெரியாது' என்று சொன்னவர்க்கு எப்படி வேலை கொடுக்கலாம் என்று தோன்றும். ஆனால் 'எனக்கு = குற்றியலுகரம். தெரியாது = முற்றியலுகரம்' என்ற சரியான

பதிலைத்தான் வேதாசலம் பிள்ளை கூறினார் என்பதைத் தமிழறிஞர்கள் மட்டுமே அறிவர்.

பங்கேற்றவர்களுள் 23 வயது வேதாசலம் பிள்ளையே இளைஞர். இருப்பினும் ஏனையோரை விடவும் அவரே திறமையானவர் என்பதை நடுநிலையோடு ஆய்வு செய்து அப்பொறுப்பில் அமர்த்தினார் பரிதிமாற் கலைஞர். 1898 தொடங்கி 1911வரை சற்றேறக் குறைய பதின்மூன்று ஆண்டுகள் அக்கல்லூரியில் பணியாற்றினார். கல்லூரி ஆசிரியர் பணியிலிருந்து விடுவித்துக் கொண்ட அதே ஆண்டு இல்லற வாழ்க்கையிலிருந்தும் விடுவித்துக் கொண்டு துறவறம் பூண்டார்.

1901 பிப்ரவரி 22-ல் சோமசுந்தர நாயகர் காலமாகும்போது அவர் நடத்திக் கொண்டிருந்த சைவ சித்தாந்த விளக்கத்தைத் தொடர்ந்து நடத்த வேண்டுமென வேண்டுகோள் விடுத்தார். இதனைத் தொடர்ந்தே 1902-ல் 'ஞானசாகரம்' என்னும் திங்கள் இதழை வேதாசலம் பிள்ளை தொடங்கினார். சகளோபாசனை, தமிழ் வடமொழியினின்றும் பிறந்ததா?, தமிழ்ச் சொல் உற்பத்தி, சைவம், சைவநிலை, காப்பியம், தொல்காப்பியப் பரிசீலனம், உள்ளது போகாது இல்லது வாராது, தொல்காப்பிய முழுதன்மை, கேநோபநிடத மொழிபெயர்ப்பு, சமயப் பெருமை, இலக்கண ஆராய்ச்சி, நெஞ்சறிவுறுத்தல், தமிழ் மிகப் பழைய மொழி, இறையனார் அகப்பொருள் உரை, ஆனந்தக் குற்றம், மணிவாசகர் கால நிருணயம், மெய்ந்நல விளக்கம், தமிழ் வேத பாராயணத் தடை மறுப்பு, நாலடியார் நூல் வரலாறு, முனி மொழிப் பிரகாசிகை, பரிமேலழகர் உரை ஆராய்ச்சி உள்பட பல்வேறு தலைப்புகளில் கட்டுரைகள் அந்த இதழில் இடம் பெற்றன.

திருவாசகத்தைத் தந்தருளிய மாணிக்கவாசகர் தேவாரம் பாடிய அப்பர், சுந்தரர், சம்பந்தர் ஆகிய மூவருக்கும் முன்னவர் என்பதை அவரது பதிகங்களில் காணப்படும் சொல் நடையை ஆய்வு செய்து அது சங்க கால நடையைச் சார்ந்து என்று உறுதிப்படுத்தினார். அவரது காலம் கிபி 3 ஆம் நூற்றாண்டே என்றும் முடிவு கட்டினார்.

வேதாசலம் பிள்ளை கிருத்தவக் கல்லூரியில் பணியற்றிய காலத்தில் அவரிடம் பயின்ற மாணவர்களுள் குறிப்பிடத்தக்கவர்கள் தணிகைமணி வ.சு.செங்கல்வராயப் பிள்ளை, இரசிகமணி டி.கே. சிதம்பரநாத முதலியார், திருப்புகழ் மணி டி.எம்.கிருஷ்ணசாமி ஐயர், நாவலர் சோமசுந்தர பாரதியார், வையாபுரிப் பிள்ளை, டாக்டர் சுப்பராயன் ஆகியோர் ஆவர்.

வள்ளலார் இராமலிங்க ஸ்வாமிகள் இயற்றிய பாடல்களுக்கு 'அருட்பா' என்று பெயர். மூவர் தேவாரம் மற்றும் மாணிக்கவாசகர் திருவாசகம் ஆகியவற்றை மட்டுமே அருட்பா என்று சொல்ல வேண்டும். தாயுமானவர் பாடல், குமரகுருபரர் பாடல், பட்டினத்தர் பாடல் என்று சொல்வதுபோல் இராமலிங்க சுவாமிகள் பாடல் என்றுதான் அழைக்கவேண்டுமே அல்லாமல் திருவருட்பா என்று சொல்லக்கூடாது எனச் சைவப் பற்று மிக்க சில அன்பர்கள் எதிர்ப்பு தெரிவித்தனர். இவர்களுள் முக்கியமானவர்கள் யாழ்பாணம் ஆறுமுக நாவலர் மற்றும் பேரறிஞர் நா.கதிரைவேற் பிள்ளை.

ஈழத்தைச் சேர்ந்த பேரறிஞர் நா.கதிரைவேற்பிள்ளை சென்னை இராயப்பேட்டை வெஸ்லி பள்ளியில் தலைமைத் தமிழாசிரியாகப் பணியாற்றிவந்தார். இராமலிங்கர் பாடல்கள் மருளினால் (மயக்கத்தால்) எழுந்தனவே அன்றி அருளினால் எழுந்தனவை அல்ல என்பதை விளக்கும் வகையில் 'மருட்பா' என்றொரு நூலை இயற்றியதுடன் அவரது பாடல்களை இகழ்ந்தும், மறுத்தும் பேசி வந்தார். இதனைத் தொடர்ந்து தமிழ்ப் புலவர்கள் 'அருட்பா' - 'மருட்பா' என இரு அணிகளாகப் பிரிந்து நின்றனர்.

வள்ளலார் இயற்றியவை 'அருட்பாக்களே' என்பதை வலியுறுத்தி மெய்ப்பிப்பதில் வேதாசலம் பிள்ளை தீவிர முனைவுகளை மேற்கொண்டார். அருட்பா - மருட்பா பற்றி இருவரும் வழக்காடி உண்மையை நிலைநாட்டுவது என்று தீர்மானிக்கப்பட்டது. **20.9.1903, 27.9.1903** மற்றும் **18.10.1903** ஆகிய நாள்களில் கற்றறிந்த ஆன்றோர் முன்னிலையில் நடைபெற்ற கூட்டங்களில் வள்ளலாரின் பாடல்கள் அருட்பாடல்களே என்பதை வேதசலம் பல்வேறு சான்றுகளுடன் வாதிட்டார். ஆனால் முதல் கூட்டத்துக்கு மட்டுமே மறுத்துப் பேச வந்த கதிரைவேற்பிள்ளை முறையாக எதிர்த்துப் பேசாமல் பொருந்தாத சில செய்திகளைக் கூறிப் பின்னொரு முறை பேசுவதாகக் கூறிக் கூட்டத்தில் இருந்து வெளியேறினார். ஆனால் ஏனைய இரு கூட்டங்களிலும் ஒப்புக் கொண்டபடி கதிரைவேற் பிள்ளை பங்கேற்காததால், வள்ளலார் அருளியவை அருட்பாக்களே என அவையோர் முடிவுக்கு வர வேதாசலம் பிள்ளை முக்கியக் காரணமெனில் மிகையில்லை. இருவரும் அவரவர் கருத்துகளை வலியுறுத்த சொற்கணைகளை வீசிக்கொண்டாலும், தனிப்பட்ட முறையில் நட்பு பாராட்டிக் கொண்டனர். வேதாசலம் பிள்ளை பணியாற்றும் அதே கல்லூரியில் தனக்கும் வேலை வாங்கித் தரவேண்டும் என்று கதிரைவேற்பிள்ளை கேட்டபோது மறுக்காமல் பெற்றுத் தந்தார்.

பண்டை தமிழ்ச் சங்கம் கண்ட மதுரையில் 1901-ல் பாண்டித்துரைத் தேவர் மீண்டும் நிறுவிய நான்காம் தமிழ்ச் சங்கத்தின் ஆண்டு விழாக்களில் தொடர்ந்து வேதாசலம் பிள்ளை பல்வேறு தலைப்புகளில் உரையாற்றினார். 1906-ல் நடைபெற்ற விழாவில் தலைமை உரையாற்றிய தமிழ்த் தாத்தா உ.வே.சாமிநாத ஐயர் 'ஸ்ரீமான் வேதாசலம் பிள்ளையின் சொற்பொழிவு இன்பத்தில் மூழ்கிவிட்டேன். அவரது இனிய பேச்சொலிகள் என் இரு காதுகளிலும் இன்ப முழக்கம் செய்கின்றன. என்ன பேசுவதென்றே தெரியவில்லை' என்று பாராட்டி மகிழ்ந்தார்.

வேதாசலம் பிள்ளை சொற்பொழிவுகள் நிகழ்த்த வெளியூர்களுக்குப் பயணிக்கும்போது விதிக்கும் சில நிபந்தனைகளை அவரது மகன் மறை திருநாவுக்கரசு பதிவு செய்துள்ளார். 'தமிழ் மற்றும் சிவத்தொண்டுகளை விவரிப்பதுடன், அவற்றால் மக்கள் பெறும் நலன்களையும் விளக்குவார். வேறு வகையில் வருவாய் இல்லை என்றும், நற்செயல்களை நிறைவுறவும், நாடு பயனுறவும், ஆய்வுக்காக பல நூல்கள் வாங்கவும், நூல்கள் எழுதவும், நூல்கள் அச்சிடவும், இத்தொண்டுகளைப் புரியும் தாமும், தமது குடும்பமும் வாழவும், நிகழ்ச்சிக்குத் தலைமை தாங்கும் முயற்சிக்கு முன் கூட்டியே ரூ 300 அனுப்ப வேண்டும் என்பார். மேலும் தமக்கு இரண்டாம் வகுப்புக் கட்டணமும், தமக்கு உதவியாக வரும் இருவருக்கு மூன்றாம் வகுப்புக் கட்டணமும் பின்னர் அனுப்பிடல் வேண்டும் என்று கடிதம் அனுப்புவார்.

மேலும் விழா நடைபெறும் மூன்று நாள்கள் மற்றும் அதற்கு முன்னும் பின்னுமாக நான்கு நாள்கள், ஆக மொத்தம் ஏழு நாள்கள் தாமும், தம்முடன் வருவோரும் தங்கியிருக்க வசதியான மாளிகையுடன், சமையலுக்கும், ஊழியத்துக்கும் போதிய ஆட்கள் தேவை என்னும் தகவலையும் சொல்லி வைப்பார். தங்கியிருக்கும் நாள்களில் சாப்பிடத் தேவையான உயர் ரக அரிசி, நெய், பால், தயிர், வாதுமை பருப்பு, துவரம் பருப்பு, உளுத்தம் பருப்பு, காய் கனிகள், பழுப்புச் சர்க்கரை, பிற மளிகைச் சாமான்கள் குறித்த விவரப் பட்டியலையும் தந்து விடுவார். இந்த ஏற்பாட்டில் பேரம் பேச உடன்பட மாட்டார். ஒப்புக் கொள்ளாவிடில் நிகழ்ச்சிக்கு வரச் சம்மதிக்கவும் மாட்டார்'.

'இருபது ஆயிரம் ரூபாய்க்கு நூல்கள் வாங்கி ஆய்வு செய்து, எழுதி, ஆயிரக்கணக்கில் செலவிட்டு அச்சிடுகிறேன். செலவு செய்ய வேறு வருவாய் இல்லாத நிலையில், குறைந்த தொகைக்காக உங்கள் நிகழ்ச்சிக்கு வந்தால், எனது வருவாய் குறையும். என் வாழ்க்கைச்

செலவுக்கும், ஆய்வுக்கும், அச்சுப் பணிகளுக்கும் யான் என் செய்வேன்? என் போன்ற ஆராய்ச்சியாளர்களுக்கு அரசாங்க உதவி ஏதுமில்லை. செல்வர்கள் பலர், ஆடம்பரம், ஆரவாரம், தன்னலம் மற்றும் பாழும் வழிகளில் பணத்தை வாரி இறக்கின்றனர். ஒரு சில மெய்யன்பர்கள் மட்டுமே என் அறிவுப் பணிக்கு உதவுகின்றனர். மேலை நாடுகளில் கற்றவர்களுக்கு ஏராளமாக உதவுகின்றனர். அவர்களின் நூல்களை ஆயிரக்கணக்கில் வாங்கிப் படிப்பதால் புலவர்கள் துன்பமின்றி வாழ்கின்றனர். அரிய நூல்களை மேலும் மேலும் எழுதுகின்றனர். ஆனால் தமிழ்நாட்டில் அப்படிப்பட்ட உதவிகள் ஏதும் இல்லையே?' என்று தனது தந்தை நிகழ்ச்சிகளுக்கு ஒப்புக் கொள்ளக் கண்டிப்புடன் இருந்ததற்கான காரணங்களை வேதனையுடன் பட்டியலிட்டதாகக் கூறினார்.

ஒருநாள் மகள் நீலாம்பிகையுடன் தோட்டத்தில் உலாவிக் கொண்டிருந்தார் வேதாசலம் பிள்ளை. அவரது திருவாயிலிருந்து அருட்பெருஞ்சோதி இராமலிங்க அடிகளாரின் திருவருட்பாவான 'பெற்ற தாய்தனை மகமறந்தாலும், பிள்ளையைப் பெறுதாய் மறந்தாலும், உற்ற தேகத்தை உயிர் மறந்தாலும்' என்ற அடியைப் பாடிக் கொண்டே வந்தவர் இடையில் நிறுத்தி 'நீலா! 'தேகத்தை' என்ற வடசொல்லுக்குப் பதிலாக 'யாக்கை' என்ற தமிழ்ச் சொல்லைப் பயன்படுத்தி இருந்தால் ஓசை இன்பம் கூடியிருக்கும். பிற மொழிச் சொற்கள் தமிழில் கலப்பதால், அதன் இனிமை குன்றிப் போகிறது. இதன் காரணமாக பிற மொழிச் சொற்களுக்கு இணையான தமிழ்ச் சொற்கள் காலப் போக்கில் மறைந்தல்லவா போய்விடும்' என்று ஆதங்கப்பட்டார்.

'உண்மைதான் அப்பா. அப்படியெனில் இன்றிலிருந்து ஒன்றை உறுதியாகக் கொள்வோம். வீட்டுக்குள் பேசுவதில் கூட வேற்று மொழிக் கலப்பில்லாமல் பேசுவோம். தாங்கள் ஆற்றுகிற பூசனை, பொது உரை, நூலாக்கம் அனைத்திலும் இத்தகைய நோக்கம் ஆக்கம் பெறுமாறு செய்யலாமே?' என்ற புதல்வியின் கருத்து வேதாசலம் பிள்ளையின் மனத்துள் ஒரு புதிய மலர்ச்சியை ஏற்படுத்தியது. அந்த மலர்ச்சி, உணர்ச்சியைத் தூண்டிடவே தனித் தமிழ்க் குறிக்கோளை உயிர்ப்பாக கொண்ட ஓர் இயக்கத்தை உருவாக்கும் முனைவுக்கு ஊக்கமளித்தது. அப்படித் தோன்றியதுதான் 1916-ல் வேதாசலம் பிள்ளையின் 'தனித் தமிழ் இயக்கம்'.

முதல் வேலையாக 'வேதாசலம்' என்ற தனது வடமொழிப் பெயரை 'மறைமலை' (வேதம் = மறை, அசலம் = மலை) என்றும், 'சமரச சன்மார்க்க நிலையம்' என்றிருந்த தனது அமைப்பை 'பொது நிலைக்

கழகம்' என்றும் தூய தமிழில் மாற்றிக் கொண்டார். தனது மகன்கள் திருஞான சம்பந்தனுக்கு 'அறிவுத் தொடர்பு' என்றும், மாணிக்கவாசகத்துக்கு 'மணிமொழி' என்றும், சுந்தரமூர்த்திக்கு 'அழகுரு' என்றும், மகள் திரிபுரசுந்தரிக்கு 'முந்நகரழகி' என்று தமிழ்ப் பெயர்களைச் சூட்டி மகிழ்ந்தார்.

வடமொழிப் பெயர் கொண்ட உறவினர்கள், நண்பர்கள் வேண்டு கோளுக்கு இணங்க அவர்களுக்கும், அழகிய தமிழ்ப் பெயர்களைச் சூட்டினார். தான் முன்பு எழுதிய நூல்களில் இடம் பெற்றிருந்த வட மொழிச் சொற்களை அகற்றி அவற்றுக்கு இணையான தமிழ்ச் சொற்களுடன் புதிய பதிப்புகளை வெளியிட்டார். தமிழ் மறைகளான தேவாரம், திருவாசகம், திருவாய்மொழி ஆகியவற்றை அன்றாடம் ஓதும் பழக்கத்தைக் கடைப்பிடித்தார். தான் நடத்தி வந்த 'ஞானசாகரம்' இதழின் பெயரையும் 'அறிவுக் கடல்' என்று மாற்றினார். அன்று முதல் வேதாசலம் பிள்ளையை அனைவரும் மறைமலை அடிகளார் என்றே அழைக்கத் தொடங்கினர்.

'நூற்றுக்கு எண்பது வடசொல்லும், இருபது தமிழ்ச் சொல்லும் எழுதினால், பேசினால், தமிழ் எப்படிப் பிழைக்கும்? எனவே தமிழ் உயிர்ப்புடன் இருக்கக் கடுமையாக உழைக்கவேண்டும். வடமொழி பயில வேண்டாம் என்று சொல்லவில்லை. மகிழ்வுடன் பயிலுங்கள். நானும் பயில்கின்றேன். ஆனால், தமிழ் மங்கையின் அழகிய திருமேனியில் வேற்று மொழிச் சொற்களை அம்மைத் தழும்புகள் போன்று புகுத்தாதீர்கள் ' என்று உருகினார் அடிகளார்.

இருப்பினும் *தனித் தமிழ்! தனித் தமிழ்!* என்று முழங்கிக் கொண்டிருந்தாலும், வீட்டுக் கதவைத் திடீரென்று தபால்காரன் தட்டிய போது 'யாரு போஸ்ட்மேனா? (POSTMAN) என்று மறைமலை அடிகளார் ஆங்கிலத்தில் கேட்ட போது அதிர்ந்து போனதாக உடனிருந்த கம்யூனிஸ்ட் கட்சித் தலைவரும், தமிழறிஞருமான ஜீவா கூறுகிறார். மேலும் அவரது ஆலோசனைக்கேற்பவே 'ஜீவா' என்னும் பெயரைத் 'தமிழின்பன்' என்று மாற்றிக் கொண்டதாகவும் பதிவு செய்துள்ளார்.

1937 ஜூலை 14 அன்று அன்று ராஜாஜி மதராஸ் மாகாணத்தின் முதல்வரானார். ஆட்சிக்கு வந்த சில நாள்களிலேயே 5,6,7 ஆம் வகுப்புகளில் இந்தியைக் கட்டாயம் படிக்க வேண்டும் என்னும் சட்டத்தைப் புகுத்தவே அதை எதிர்த்து தமிழ் அறிஞர்களும், கட்சித் தலைவர்களும் கடுமையான போராட்டத்தில் இறங்கினர். 'வடமொழி தமிழை வீழ்த்திவிட்டது. அதை மேலும் குற்றுயிர் ஆக்கியது ஆங்கிலம். இனி இந்தியும் புகுந்தால் தமிழ் ஒழிதல் திண்ணமே' என்று வருந்திய அடிகளார் இந்தி எதிர்ப்புக்குத் தனது

முழு ஆதரவை வழங்கினார். அடிகளார் தலைமையில் நடைபெற்ற பல்வேறு போராட்டங்களின் பயனாகக் கட்டாய இந்தித் திணிப்பு ஆணையை 1940-ல் அரசு திரும்பப் பெற்றுக் கொண்டது. நாடு சுதந்திரம் அடைந்த பிறகு 1948-ல் மீண்டும் இந்தியைப் புகுத்தும் நிலை வந்தபோது அதையும் எதிர்த்து அடிகளார் தலைமையில் நடைபெற்ற கூட்டத்தில் திரு.வி.கலியாணசுந்தரனார், பெரியார் ஈ வே.ராமசாமி, ம.பொ.சிவஞானம், அறிஞர் அண்ணா, பாவேந்தர் பாரதிதாசன் ஆகியோர் கலந்து கொண்டனர்.

அடிகளாரின் தமிழுக்கு ஆற்றிய பல்வேறு தொண்டுகளுள் 'திருவள்ளுவரின் ஆண்டைக்' கண்டது பதிவு செய்யத்தக்க மிக முக்கியப் பணியாகும். சிலப்பதிகாரம், மணிமேகலை ஆகிய நூல்களுக்கு முற்பட்டதும், சங்கநூல் ஆட்சியைக் கொண்டதும், தொல்காப்பிய நெறியில் அமைந்ததுமான திருக்குறளை இயற்றிய திருவள்ளூரின் காலம் கி.மு. 31 எனத் தீர்மானித்தார். அதாவது தற்போது நடைபெறும் கி.பி. ஆண்டுடன் 31 ஆண்டுகளைக் கூட்டினால் வரும் ஆண்டுகளே திருவள்ளுவர் காலமாகும். மேலும் அவரது பிறந்த திருநாளை வைகாசி மாதம் அனுஷ நட்சத்திரம் என்றும் உறுதிப்படுத்தினார். சென்னை பச்சையப்பன் கல்லூரி மண்டபத்தில் 1935 மே 19 ஆம் தேதி நடைபெற்ற திருவள்ளுவர் நினைவு நாள் பெருவிழாவில் 'திருவள்ளுவர், திருக்குறள்' குறித்த தனது ஆய்வுச் சொற்பொழிவை நிகழ்த்தினார். இதனைத் தொடர்ந்தே தமிழக அரசு நாட்குறிப்புகளில் திருவள்ளுவர் ஆண்டு குறிப்பிடப்பட்டு வருகிறது.

மருத்துவம், மறைபொருளியல், இலக்கியம், இதழ்கள், சங்க இலக்கிய ஆய்வு, பாடல், நாடகம், புதினம், கடிதம், கட்டுரை, சமயம், தத்துவம், வரலாறு, சமூக இயல் எனப் பதினாங்கு தலைப்புகளில் 54 நூல்களை அடிகளார் படைத்துள்ளார். 'பழந்தமிழ்க் கொள்கையே சைவ சமயம்', 'தமிழர் மதம்', 'சிவஞானபோத ஆராய்ச்சி', 'சைவ சித்தாந்த ஞான போதம்', 'தமிழ்த்தாய்', 'தமிழ்நாட்டவரும் மேல்நாட்டவரும்', 'முற்காலப் பிற்காலத் தமிழ்ப் புலவர்', 'திருக்குறள் ஆராய்ச்சி', 'அறிவுரைக் கொத்து', வேளாளர் நாகரிகம்' ஆகிய நூல்கள் குறிப்பிடத்தக்கவை.

'ஆரியரும், தமிழரும் நெருங்கி வாழ்ந்த காலத்தில் ஆரியச் சொற்கள் தமிழிலும் தமிழ்ச் சொற்கள் ஆரியத்திலும் கலந்தன. ஆனால் இரு பிரிவினரும் வேறு வேறாக இருந்த காலத்தில் எழுதப்பட்ட சங்க இலக்கிய நூல்களில் இக்கலப்பு நிகழவில்லை. ஆணி, அடவி, கடு, கலா, குடி, குண்டம், கூனி, குளம், கோட்டை, சவம், சாயா, பட்டினம், பாகம், மீனம், வளையம், நாரங்கம், முகம் முதலிய

செந்தமிழ்ச் சொற்கள் ஆரிய மொழியில் கலந்தன' என்று சான்றுகளுடன் தமிழின் சிறப்பை விளக்கினார் மறைமலை அடிகள்.

குணத்தை உணர்த்த 21 சொற்கள், உயர்வினை உணர்த்த 17 சொற்கள், வலிவினை உணர்த்த 34 சொற்கள், அச்சத்தினை உணர்த்த 19 சொற்கள், மலையினை உணர்த்த 28 சொற்கள் என தமிழில் ஒரு பொருளை உணர்த்தப் பல சொற்கள் உள்ளன. ஒரே பொருளை உணர்த்தும் இச்சொற்கள் ஒரே காலத்தில் பிறக்காமல், ஒவ்வொரு சொல்லும், ஒவ்வொரு காலத்தில் தோன்றி இருக்க வேண்டும். பழந்தமிழ் நூல்களை ஆய்வு செய்து, எந்தச் சொல் எந்தக் காலத்தில் எழுத்தப்பட்ட நூலில் உள்ளது என்ற கண்டெடுத்தால், தமிழ் மொழியின் காலத்தைக் கணக்கிடலாம்' என்றார்.

'ட், ண், ர், ல், ழ், ள், ற், ன்' ஆகிய எட்டு மெய் எழுத்துக்கள் தமிழ்ச் சொற்களுக்கு முதலில் வாரா என்பது இலக்கண விதி. இந்த எட்டு மெய் எழுத்துக்களையும் உச்சரிக்கும்போது 'நாக்கு' மேல் அண்ணத்தைத் தொடும் முயற்சியால் பிறப்பன ஆகும். நாக்கை மேலே சேர்ந்து உச்சரிக்கும் இந்த முயற்சி குழந்தைப் பருவத்தில் சிரமம் என்பதால், அந்த எழுத்துகளைக் கொண்ட சொற்கள் தமிழில் இல்லை. எனவே, தமிழ் மொழி உலகில் எப்போது மனிதன் தோன்றினானோ அப்போதே அவனுடைய முதல் பருவமாகிய குழந்தைப் பருவத்திலேயே தோன்றியது. ஆனால், வடமொழி உள்ளிட்ட ஏனைய மொழிகளின் சொற்களில் மேற்கண்ட எழுத்துகள் முதலில் நிற்பதால், அவை மனிதனுடைய பிற்பருவங்களில் தோன்றின என்றே கொள்ளவேண்டும். இதன் மூலம் தமிழ் மொழி மானுடத்துக்கு இணக்கமான, நெருக்கமான மொழி என்பதில் மாற்றுக் கருத்துக்கு இடமே இல்லை. ஆனால் வடமொழி நூல்களுக்கு 'ஸ்மிருதி' மற்றும் 'ஸ்ருதி' பெயர்களாக அமைந்ததால், அவை நினைக்கப்படும், கேட்கப்படும் நிலையில்தான் இருந்தன எழுதப்படவில்லை' என்று தமிழின் தொன்மையையும் மேன்மையையும் விளக்குகிறார் மறைமலை அடிகள்.

தமிழ் மொழிப் பற்றாளராக விளங்கிய அடிகளார் சீர்திருத்தச் செம்மலாகவும் விளங்கினார். குழந்தைத் திருமண எதிர்ப்பு, கலப்பு மணம், கைம்பெண் மறுமணம், ஆண் பெண் திருமண வயது முறையே 25 மற்றும் 20, கோயில்களில் அனைத்துச் சாதியினரும் நுழைய அனுமதி ஆகியவற்றில் உறுதியாக இருந்தார். குறிப்பாக 40 வயதைத் தாண்டிய ஆண்கள் மறுமணம் செய்யும்போது, இளம் பெண்களைத் திருமணம் செய்தல் கூடாது என்றும், அவர் வயதை ஒத்த கைம்பெண்களையே மணக்க வேண்டும் என்பதில் தெளிவாக

இருந்தார். 'மறைமலை அடிகளாரும், கா.சு.பிள்ளையும் எனது வலது கை, இடது கை போன்றவர்கள்' என்று கூறத்தக்க அளவில் பெரியார் ஈ.வெ.ராவின் அன்பைப் பெற்றிருந்தாலும், அவரது பொருந்தாத திருமணத்துக்காகத் தனது கொள்கையை மறைமலை அடிகளார் விட்டுக் கொடுக்கவில்லை.

கோயில் வழிபாடும், தமிழர் இல்லத் திருமணங்களும் தமிழிலேயே நடைபெற வேண்டும் என்பன அடிகளாரின் உயிர்ப்பான கொள்கைகள் ஆகும். முன் உதாரணமாகத் தனது குழந்தைகளின் திருமணங்களைத் தமிழ் மறை ஓதி, தமிழ் நெறியில் தாமே முன்னின்று நடத்தி வைத்தார்.

மகள் நீலாம்பிகையின் மகள் மங்கயர்க்கரசி பன்னிரண்டு வயதில் காலமானார். மகள் இறந்த துக்கம் தாளாமல் நீலாம்பிகை நோய் வாய்ப்பட்டார். அவருக்கு மருத்துவம் செய்து கொண்டிருக்கும் போதே கணவர் திருவரங்கர் திடீரென மரணமடைந்தார். மகள் மற்றும் கணவரின் அடுத்தடுத்த மரணங்கள் நீலாம்பிகையின் துயரத்தை அதிகப்படுத்தவே நோய் இன்னும் கடுமையாகி அவரும் இயற்கை எய்தினார். சில ஆண்டுகளில் அடிகளாரின் மனைவியும் காலமானார். பெயர்த்தி, மருமகன், மகள், மனைவி என அடுத்தடுத்து குடும்பத்தில் இறப்புகள் நிகழவே அடிகளார் பெரும் கவலைக்கு உள்ளாகிப் படுத்த படுக்கை ஆனார். அவரைப் பரிசோதித்த மருத்துவர்கள் ஈரப்பை வீங்கியிருப்பதால் பிழைப்பது கடினம் எனக் கைவிரித்தனர்.

தான் உருவாக்கிய நூலகத்துக்கு 'மறைமலை அடிகளார் நூலகம்' என்று பெயரிடப்படவேண்டும்' என்றும், நூல்கள் பதிப்பிப்பதன் மூலம் கிடைக்கும் வருவாய் தனது குடும்பத்தினருக்கு வழங்கப்பட வேண்டும் என்றும், இப்பணியை சைவ சிந்தாந்த நூற்புக்கழகம் மேற்கொள்ள வேண்டும் என்றும், உயில் எழுதினார். உடல் வலியும், மன வலியும் சேர்ந்து அழுத்தவே 1950 செப்டம்பர் 15 ஆம் தேதி மாலை 3.30 மணி அளவில் அமரரானார். நினைவேந்தல் கூட்டத்தில் டாக்டர் ரா.பி. சேதுபிள்ளை, டாக்டர் மு.வரதராசனார், கி.ஆ.பெ.விஸ்வநாதம், டாக்டர் தருமாம்பாள் ஆகியோர் இரங்கல் உரையாற்றினர். மறைமலை அடிகளாருடைய பணிகளைப் போற்றும் வகையில், சென்னை சைதாப்பேட்டை-கிண்டி அருகே உள்ள 'மார்மலாங் பாலம்' என்ற பெயர் 'மறைமலை அடிகளார் பாலம்' என்று பெயர் மாற்றப்பட்டது. 'மறைமலை நகர்' என்றும் பெயரில் சென்னை - செங்கல்பட்டு அருகே புதிய பகுதியும் உருவாக்கப்பட்டது.

‘இலக்கணத் தாத்தா’ மே.வீ.வேணுகோபாலப் பிள்ளை

தமிழ் இலக்கிய, இலக்கண நூல்களுக்கு உரை எழுதியவர்கள் பலருண்டு. இருப்பினும் தமிழ் இலக்கணத்தை அனைவருக்கும், குறிப்பாக மாணவர்களுக்கு எளிமையாகவும், இனிமையாகவும், புரியும் வகையில் நூல்களை எழுதிய தமிழறிஞர்களுள் குறிப்பிடத்தக்கவர். இதன் காரணமாகவே அறிஞர் பெருமக்கள் இவரை ‘இலக்கணத் தாத்தா’ என்று அன்புடன் அழைத்தனர். தொண்ணூறு வயதுவரை வாழ்ந்த இப்பெருமகன், தொண்டு வயதிலும், தமிழ்த் தொண்டே தம் தொண்டாகக்கொண்டு உழைத்த பேராசான் மே.வீ.வேணுகோபாலப் பிள்ளை ஆவார்.

‘பல நூற்றாண்டுகளுக்கு முன்பு வாழ்ந்து மறைந்த சான்றோர்கள் குறித்து மனிதன் அறிந்து கொள்வதற்குக் கருவியாய் அமைந்த நூல்களுக்குக் கருவாய் அமைந்தது மொழியே ஆகும். ஏனைய உயிர்களைவிடவும், மக்கள் உயிர் ஏற்றம் வாய்ந்தது என்று கொள்வதற்குக் கருவியாக அமைந்த பண்புகளுள் மொழித் திறமே முதலிடம் பெறுகிறது. இத்தகைய சீரிய நலம் பயக்கும் மொழியினை முறையாக வளர்த்துப் பாதுகாப்பதே மக்கள் ஆற்றும் செயல்களுள் மாண்புறு செயலாகும்’ என மொழியினைச் சிதைவுறாமல் பேணிப் போற்ற வேண்டியதன் அவசியத்தைப் வலியுறுத்துகிறார் பெரும்புலவர் மே.வீ.வேணுகோபாலப் பிள்ளை.

அச்சு எந்திரம் கண்டுபிடிக்கப்பட்டதைத் தொடர்ந்து பழந்தமிழ் ஏடுகளைத் தேடிக் கண்டுபிடித்து அச்சேற்றிப் பதிப்பிக்கும் பணியில் தங்களைத் தீவிரமாக ஈடுபடுத்திக் கொண்டவர்களுள் யாழ்பாணம்

ஆறுமுக நாவலர், சி.வை.தாமோதரம் பிள்ளை, உ.வே.சாமிநாத ஐயர், வையாபுரிப் பிள்ளை ஆகியோர் குறிப்பிடத்தக்கவர்கள். இவர்கள் முதல் தலைமுறைப் பதிப்பாசிரியர்கள் அல்லது முதல் தலைமுறை முன்னோடிகள் ஆவர். ஏடுகளில் இருந்த பெரும்பான்மை சங்க இலக்கியங்களும் இலக்கணங்களும் இவர்கள் காலத்திலேயே அச்சேறின.

அடுத்த தலைமுறையினர் மூலப் பதிப்பிலிருந்து பல பிரதிகளை அச்சடிப்பது, மூலத்துடன் ஒப்பிட்டுப் பதிப்புகளைத் திருத்துவது, விளக்கவுரை, தெளிவுரை, பொழிப்புரை, அடிக்குறிப்புகள் எழுதுவது ஆகியவற்றில் கவனம் செலுத்தினர். இத்தகைய பணிகள் 19ஆம் நூற்றாண்டு இறுதியிலும், 20 ஆம் நூற்றாண்டு தொடக்கத்திலும் அதிக அளவில் நடைபெற்றன. இவற்றில் கவனம் செலுத்தியவர்களுள் கா.ர.கோவிந்தராஜ முதலியார், சி.கணேசய்யர், மே.வீ.வேணுகோபாலப் பிள்ளை ஆகியோர் முக்கியமானவர்கள்.

சென்னை, சைதாப்பேட்டை, மேட்டுப்பாளையத்தில் வசித்த வீராசாமிப் பிள்ளை - பாக்கியம் அம்மையார் தம்பதிகளுக்கு மகனாக 1896 ஆகஸ்ட் 31-ல் வேணுகோபாலப் பிள்ளை பிறந்தார். சைதாப்பேட்டை மாதிரித் தொடக்கப் பள்ளியில் இவரது இளமைக் கல்வி ஆரம்பமானது. ஆனால் வறுமை காரணமாகப் படிப்பு பாதியிலேயே நிற்க, குடும்ப வருமானத்துக்காக சிறு வயதிலேயே வேலைக்குப் போகவேண்டிய கட்டாயம் ஏற்பட்டது. சென்னை வேப்பேரியில் உள்ள எஸ்.பி.சி.கே. அச்சகத்தில் அச்சுக் கோப்பாளர் பணியில் சேர்ந்தார்.

பள்ளிப் படிப்பு பாதியிலேயே நின்று போன வருத்தம் இருந்தாலும், படிப்பின் மீதிருந்த ஆர்வம் கொஞ்சம்கூடக் குறையவே இல்லை. பகலில் வேலையும் இரவுப் பாட சாலையில் படிப்பும் என்று தனது அறிவை வளர்த்துக்கொண்டார். படிக்க வேண்டுமென்று மே.வீ. வேணுகோபாலப் பிள்ளைக்கு இருந்த ஈடுபாட்டை அறிந்து கொண்ட வழக்கறிஞர்கள் புலவர் சேஷாசல ஐயர், கே.மாசிலாமணி, வி.ஆர்.அரங்கநாத முதலியார், எம்.தாமோதர நாயுடு, மோகனரங்கம் பிள்ளை, நமச்சிவாய முதலியார் ஆகியோர் அவருக்கு அடிப்படை ஆங்கிலத்தையும் தமிழையும் கற்றுக் கொடுத்தனர். இவர்களை அனைவரையும் 'என்னை வழிநடத்தியவர்கள்' என்று நெகிழ்ச்சியுடன் தனது மணிவிழா மலரில் குறிப்பிடுகிறார் மே.வீ.வே.

படிப்பறிவை வளர்த்துக் கொண்டதைத் தொடர்ந்து அஞ்சலகத்தில் உதவியாளராகவும் வழக்கறிஞரிடம் குமாஸ்தாவாகவும் ஒப்பந்த

அலுவலகத்தில் எழுத்தராகவும் பணியாற்றினார். இருப்பினும் தமிழை முறையாகக் கற்றுக் கொள்ள வேண்டும் என்னும் தணியாத தாகமும் ஆர்வமும் அன்றாடம் பெருகிக் கொண்டே இருந்தது.

கோ.வடிவேலு செட்டியார், பேராசிரியர் நமச்சிவாய முதலியார், வி.ஆர்.அரங்கநாத முதலியார், கோ.மாசிலாமணி முதலியார், கா.ர.கோவிந்தராச முதலியார். பசுபதி நாயக்கர், அப்பன் செட்டியார், இராமசாமி நாயுடு ஆகிய பெரும் புலவர்களிடம் மே.வீ.வேணுகோபாலப் பிள்ளை இலக்கிய, இலக்கணப் பாடங்களைக் குறைவறக் கற்றுக் கொண்டார்.

அந்தக் காலத்தில் பொதுவாகவே ஆசிரியர்களுக்குச் சம்பளம் குறைவு. அதிலும் தமிழ் ஆசிரியர்க்கு இன்னும் குறைவு. இருந்தாலும், எழுத்தர் பணியில் இருந்தால் முறையாகத் தமிழ் படிக்க முடியாது என்பதால் அதிக வருமானம் தந்து கொண்டிருந்த எழுத்தர் வேலையை விட்டுவிட்டுக் குறைந்த சம்பளத்தில் முத்தியாலுப் பேட்டை உயர்நிலைப் பள்ளியில் 1920 - 1923 வரையில் தமிழாசிரியர் வேலைக்குச் சேர்ந்தார். படித்துக் கொண்டே சென்னைப் பல்கலைக்கழக வித்வான் தேர்விலும் வெற்றி பெற்றார். பின்னர் புரசைவாக்கம் லூத்தரன் மிஷன் பெப்ரீஷியல் உயர்நிலைப் பள்ளியில் தலைமைத் தமிழாசிரியரானார்.

மே.வீ.வே.இங்கு பணியாற்றிக் கொண்டிருந்தபோது ஜெர்மன் நாட்டைச் சேர்ந்தவர்களுக்கும் தமிழ் கற்றுக் கொடுக்கும் வாய்ப்பு கிடைத்தது. இவரிடம் தமிழ் பயின்ற ஜெர்மானியர்களுள் டாக்டர் ஸ்டாலின், டாக்டர் கிராஃபே (இவர் பெரிய புராணத்தை ஜெர்மானியத்தில் மொழிபெயர்த்த எல்வினின் மகள்), ஹில்ட்கார்டு மற்றும் செக்கோஸ்லொவேகியா நாட்டு திராவிட மொழி ஆராய்ச்சியாளர் டாக்டர் கமில் சுவலபி ஆகியோர் குறிப்பிடத்தக்கவர்கள்.

தங்களுக்குத் தமிழ் கற்றுக் கொடுத்த மே.வீ.வேக்கு நன்றி பாராட்டும் வகையில் ஜெர்மன் தமிழ் மாணவர்கள், ஜெர்மனியின் கோல்டன் பல்கலைகக்கழகப் பண்பாட்டு மையத்தில் அவர் பெயரால் நூல் நிலையம் அமைத்ததுடன் அவர் எழுதிய மற்றும் பதிப்பித்த நூல்களை இடம் பெறச் செய்தனர்.

மே.வீ.வேயிடம் தமிழ் பயின்ற முக்கிய மாணவர்களுள் ஒருவரான கமில் சுவலபி என்பவர் தமிழின் மீதுள்ள ஆர்வத்தால் தனது பெயரைச் 'செம்பியன்' என்று மாற்றிக் கொண்டார். ஹாலந்து 'உட்ரிச்' பல்கலைக்கழகத்தில் தமிழ்ப் பணியாற்றி வரும் இவர்

‘முருகனின் புன்முறுவல்’ (Smile of Murugan) மற்றும் தமிழகச் சித்தர்களைப் பற்றிய "The Poets of the Powers' என்னும் நூல்களில் மே.வீ.வேணுகோபாலின் நிழற்படத்தை வெளியிட்டு ‘எனது குரு’ என்று தனது அன்பையும் நன்றியையும் பதிவு செய்துள்ளார்.

தேர்வுகளை மட்டுமே கருத்தில்கொண்டு இன்றைய ஆசிரியர்கள் பாடம் கற்றுக் கொடுக்கும் சூழலில், அறிஞர்களே வியக்கும் வகையில் தனது மாணவர்கள் புலமை பெற்று விளங்குவதுடன் அடுத்த தலைமுறையையும் உருவாக்கவேண்டும் என்று தொலை நோக்குச் சிந்தனையுடன் பாடுபட்டவர் மே.வீ.வேணுகோபாலப் பிள்ளை. தன்னிடம் படித்து வித்வான் பட்டம் பெற்ற மாணவர் களுடன் உரையாடுகையில் ‘உங்கள் கையில் இருப்பது தமிழ் வித்வான் பட்டம். இதை காற்றில் பறக்கும் பட்டமாக்கி விடாதீர்கள். ‘கற்றனைத்தூறும் அறிவு’ என்று வள்ளுவர் சொன்னது போல், தொடர்ந்து படித்துக் கொண்டே இருங்கள். அறிவை வளர்த்துக் கொள்ளுங்கள். பிறருக்கும் கல்வியை வழங்குங்கள். வழியில் கேட்ட ஐயத்துக்கு வீட்டில் விடை காணாதீர்கள். கேள்விக்குத் தக்க பொருளை உணர்ந்து கேட்டவரின் சந்தேகத்தைத் தெளிய வையுங்கள்’ என்றார்.

1938-ல் உடல்நலக் குறைவு காரணமாக பள்ளிப் பணியை விட்டு விலக நேர்ந்தாலும், தமிழ் ஆர்வம் அவரை விட்டு விலகவே இல்லை. தமிழிலும் ஆங்கிலத்திலும் பெரும் புலமை பெற்றிருந்த மே.வீ.வேணுகோபாலப் பிள்ளை மாணவர்களுக்குப் பாடம் புகட்டுவதிலும், பாடப் புத்தகங்கள் எழுதுவதிலும், பழைய நூல்கள் பதிப்பிலும் ஈடு இணையற்று விளங்கினார். இதன் காரணமாகவே, ‘தமிழ்த் தாத்தா உ.வே.சாமிநாத ஐயர் தான் பதிப்பிக்கும் நூல்களில் ஏற்படும் குழப்பங்களையும் ஐயங்களையும் தெளிவுபடுத்திக் கொள்ள ‘இலக்கணத் தாத்தா’ மே.வீ.வேணுகோபாலப் பிள்ளையையே நாடினார் என்பது குறிப்பிடத்தக்க விஷயமாகும்.

இரண்டாம் உலகப் போர் தீவிரமாக நடைபெற்றுக் கொண்டிருந்த தருணம். ஜப்பான்காரன் சென்னையில் குண்டு போடப் போகிறான் என்ற தகவல் மிக வேகமாகப் பரவிய காரணத்தால் சென்னை நகரமே காலியாகத் தொடங்கியது. குண்டு விழும் என்ற அச்சத்தில் பல குடும்பங்கள் சொந்த ஊர்களுக்கும் வேறு இடங்களுக்கும் பயணம் மேற்கொண்டனர். சைதாப்பேட்டையில் வசித்துக் கொண்டிருந்த மே.வீ.வேணுகோபாலப் பிள்ளையும் 1942-ல் சென்னையை விட்டு வெளியேறிக் காஞ்சிபுரத்தில் வீடு வாங்கிக் குடும்பத்துடன் குடியேறினார். ‘கச்சித் தமிழ்க் கழகம்’ என்னும்

அமைப்பை நிறுவி தனது வழக்கமான தமிழ்ப் பணியை அங்கிருந்து கொண்டே தொடர்ந்தார்.

மே.வீ.வேயின் தமிழ்ப் பற்றைக் கேள்விப்பட்ட சமணப் பெரியார் ஜீவபந்து ஸ்ரீபால் அவரது வீட்டுக்கு வருகை தந்தார். இருவரும் உரையாடிக் கொண்டிருந்தபோது ஐம்பெரும் காப்பியங்களுள் ஒன்றான 'சீவக சிந்தாமணி' பற்றி சொற்பொழிவுகள் நிகழ்த்த வேண்டும் என்ற வேண்டுகோளையும் முன்வைத்தார். சமணக் காப்பியம் தொடர்பாகச் சொற்பொழிவாற்றத் தனக்குக் கிடைத்த மிகப் பெரிய பெருமையாகக் கருதிய மே.வீ.வே. உடனே சம்மதம் தெரிவித்தார்.

ஒப்புக் கொண்டபடி காஞ்சிபுரத்தில், ஒவ்வொரு ஞாயிறும், தமிழறிஞர்கள் மற்றும் சமணப் பெரியார்கள் முன்னிலையில், இடைவிடாது தொடர்ந்து மூன்று ஆண்டுகள் 'சீவக சிந்தாமணி' குறித்த உரையாற்றினார் மே.வீ.வேணுகோபாலப் பிள்ளை. சொற்பொழிவின் நிறைவு விழா அறிஞர் பெருமக்களின் பங்கேற்புடன் கோலாகலமாக நடைபெற்றது. 'சொல்லின் செல்வர்' ரா.பி.சேதுபிள்ளை பொன்னாடை போர்த்திக் கௌரவித்தார். தமிழ்த் தென்றல்' திரு.வி.க தனது வாழ்த்துரையில் 'சீவக சிந்தாமணி பற்றி மே.வீ.வேணுகோபலப் பிள்ளை ஆற்றிய சொற்பொழிவுக்கு இணையாக இதுவரை நான் கேட்டதே இல்லை. எனவே, இன்று முதல் அவரைச் 'சிந்தாமணிச் செல்வர்' என்று அழைத்தாலும் மிகையில்லை என்று பாராட்டினார். அன்று தொடங்கி தமிழுலகம் மே.வீ.வேணுகோபாலப் பிள்ளையைச் 'சிந்தாமணிச் செல்வர்' என்றும் அழைத்து மகிழ்ந்தது.

'திருத்தமான செயல்களுக்கு அடிப்படை மொழியே. அந்த மொழி செப்பமாக இல்லாவிட்டால் கருதிய எந்தச் செயலும் கருதியபடி நடக்காது. எனவே, மொழியில் பிழை நேராதபடி எச்சரிக்கையுடன் செயல்பட்ட வேண்டியது கட்டாயம். தமிழ் நூல்கள் சிறியவையாயினும் பெரியவையாயினும் பிழையின்றித் திருத்தமான முறையில் கண்கவர் வனப்புடன் வெளிவருதல் வேண்டும் என்பதே என் வாழ்வின் குறிக்கோள்' என்று உரைத்ததுடன் செய்தும் காட்டினார் பெருந்தகை மே.வீ.வேணுகோபாலப் பிள்ளை.

தமிழ் மொழியைத் தொல்பொருள் ஆராய்ச்சியாக ஆய்வு செய்த மே.வீ.வே.தமிழக அரசின் இலக்கிய இலக்கணப் பாடநூல் குழுவிலும், சென்னைப் பல்கலைக்கழகத்தின் தமிழ்ப் பேரகராதி திருத்தக் குழுவிலும் தலைமைப் பதிப்பாசிரியராகத் தமது வாழ்நாளின் இறுதிவரை பணியாற்றினார். முத்தமிழ்க் காவலர் கி.ஆ.பெ.விசுவநாதம் நடத்திய தமிழகப் புலவர் குழுவின் தலைவராகவும் அண்ணாமலைப் பல்கலைக்கழகக் கம்பராமாயணப்

பதிப்புக் குழுவின் உறுப்பினராகவும், வைணவ மகா சங்கத்தின் தலைவராகவும், யதுகுல மகா சங்கத்தின் தலைவராகவும், புரசை சுந்தரர் தமிழ்க் கல்லூரி முதல்வராகவும் பல்வேறு பொறுப்புகளைத் திறம்பட வகித்தார்.

இறையனார் களவியலுரை, தொல்காப்பியம் சொல்லதிகாரம் (நச்சினார்க்கினியர் உரை), தஞ்சைவாணன் கோவை. வீரசோழியம், யாப்பருங்கலக்காரிகை, யாப்பருங்கலவிருத்தி, கூத்தநூல் ஆகிய இலக்கண நூல்களையும், இளைஞர் தமிழ்க் கையகராதி, நாலாயிரத் திவ்வியப் பிரபந்தம், அஷ்டபிரபந்தம், நீதி நூல்கள், யசோதர காவியம், குசேலோபாக்கியானம், தஞ்சைவாணன் கோவை, நளவெண்பா, விநோத ரச மஞ்சரி, பஞ்சதந்திர உரைநடை, பஞ்சதந்திரப் பாடல்கள், திருவாய்மொழி வியாக்கியானம், திருக்குறள் சொற்பொழிவுகள், பதினெண் சித்தர் ஞானக் கோவை ஆகிய இலக்கிய நூல்களையும் செம்மையான திருத்தங்களுடன் மே.வீ.வே. பதிப்பித்தார்.

தொல்காப்பியம் சொல்லதிகாரம் நச்சினார்க்கினியத்தைப் பதிப்பிக்கும்போது சி.வை.தாமோதரம் பிள்ளையின் பதிப்புடன் பல பிரதிகளை ஒப்பிட்டு ஆராய்ந்தேன் என்றும், உ.வே. சா. அவர்களிடமிருந்து ஏட்டுப் பிரதிகளையும் சென்னைப் பல்கலைகழக நூலகத்தில் சில பிரதிகளைப் பெற்றேன் என்றும், யாப்பருங்கலக்காரிகை விருத்தி உரைக்கு வையாபுரிப் பிள்ளையிடமிருந்து பெற்றேன் என்றும் மே.வீ.வே.தெரிவிக்கிறார். இவர் பதிப்பித்த 'யாப்பருங்கலக்காரிகை' இலக்கண நூல் இன்றைக்கும் தமிழறிஞர்களால் ஈடு இணையற்ற பதிப்பாகப் போற்றப்படுகிறது.

தமிழில் கோவை நூல்களுல் குறிப்பிடத்தக்கது தஞ்சைவாணன் கோவை ஆகும். ஏனைய நூல்களைவிடவும் அகப்பொருள் இலக்கணத்துக்கு ஏற்ற இலக்கியமாகத் திகழ்வது இந்நூல்தான். இதன் ஆசிரியராகிய பொய்யாமொழிப் புலவரின் மரபில் தோன்றிய சொக்கப்ப நாலவர் இயற்றிய பொழிப்புரையுடன் முதல் பதிப்பும், 1936-ல் யாழ்பாணம் வித்வான் ந.சுப்பையா பிள்ளையின் ஆராய்ச்சிக் குறிப்புடன் இரண்டாம் பதிப்பும் வெளியாயின. பழைய உரைகளை அப்படியே பதிப்பித்தால் மாணவர்களுக்கு எளிதில் விளங்காது என்று எண்ணிய மே.வீ.வேணுகோபலப் பிள்ளை 1937-ல் விளக்க உரை, அரும்பத அகராதி ஆகியவற்றுடன் செம்பதிப்பாக தஞ்சைவாணன் கோவையை வெளியிட்டார்.

பதிப்பாளராக மட்டுமன்றிச் சிறந்த படைப்பாளராகவும் மே.வீ.வே.இருந்துள்ளார். தமிழ் அன்றும் இன்றும், துருவன்,

பொது நலப் புரவலர்கள், விமலன், பத்திராயு (அ) ஆட்சிக்குரியோர், திருக்கண்ணபிரானார், அற்புதவிளக்கு, குணசாகரர் (அ) இன்சொல் இயல்பு, குணவீர சிகாமணி, கம்ப இராமாயண உரைநடை (4 பகுதிகள்), அரிச்சந்திர புராணச் சுருக்கம், அராபிக் கதைகள், அம்பலவாணன், இளங்கோவன் ஆகியவை இவர் எழுதிய நூல்களுள் குறிப்பிடத்தக்கவை.

மே.வீ.வேணுகோபாலப் பிள்ளையின் பதிப்பு மற்றும் படைப்புப் பணிகள் குறித்துத் தமிழ்த்தென்றல் திரு.வி.க. நவசக்தி ஏட்டில் ‘மே.வீ.வேணுகோபாலப்பிள்ளை விளம்பரமின்றி ஆரவாரமின்றி, அமைதியில் நின்று தமிழ்த்தாய்க்குத் தொண்டு செய்வோருள் ஒருவர். நூல்களைப் பிழையின்றிப் பதிப்பிப்பதில் பெயர் பெற்றவர். இவரது தமிழில் தமிழூர்தல் வெள்ளிடைமலை. தமிழறிஞர் வேணுகோபாலரின் பிழையற்ற உரைநடை, தற்போது கறைபட்டுள்ள தமிழுலகைத் தூய்மைச் செய்யும் பெற்றி வாய்ந்தது’ என்று பதிவு செய்துள்ளார்.

சில தமிழறிஞர்கள் தங்கள் எழுதிய நூல்களை மே.வீ.வேயிடம் கொடுத்து அவரது கருத்தைப் பெற்ற பின்னரே பதிப்பித்து வெளியிடும் வழக்கத்தைக் கொண்டிருந்தனர். எழுதியவர் யார் என்று பாராமல் யார் தந்தாலும், தமிழ் மக்களுக்குப் பயனளிக்கும் வகையில் அதைத் அதைச் செம்மையாகத் திருத்திக் கொடுப்பார் அப்பெருந்தகை. இன்னும் சிலர் தங்கள் நூல்களை அவர் திருத்தித் தருவதுடன் அவரே வெளியிட வேண்டும் என்று விரும்பியதால், மே.வீ.வேணுகோபாலப் பிள்ளை பதிப்பாளராகவும் புகழ் பெற்று விளங்கினார்.

சீவக சிந்தாமணி சொற்பொழிவுத் திறன் கண்டு வியந்த திரு.வி.க ‘சிந்தாமணிச் செல்வர்’ என்று பட்டம் வழங்கிக் கௌரவித்தார், திருப்பனந்தாள் ஆதீனம் சோமசுந்தரத் தம்பிரான் தலைமையில் நடைபெற்ற விழாவில் அறிஞர் அண்ணா ‘செந்தமிழ்க் களஞ்சியம்’ என்று பாராட்டிப் போற்றியதுடன், தான் தமிழக முதல்வராக ஆற்றிய தமிழ்ப் பணிகளில் இதுவே முதன்மைப் பணியெனச் சொல்லி மகிழ்ந்தார். தொடர்ந்து ‘கன்னித்தமிழ்க் களஞ்சியம்’, தமிழக அரசின் ‘கலைமாமணி’, மதுரை காமராசர் பல்கலைக் கழகத்தின் ‘தமிழ்ப் பேரவைச் செம்மல்’, அன்னைத் தமிழ் இலக்கிய நற்பணி மன்றத்தின் ‘இலக்கணத் தாத்தா’ மற்றும் ‘மகாவித்வான்’ ஆகியவற்றுடன், நியூயார்க் உலகப் பல்கலைக்கழகத்தின் ‘டாக்டர்’ பட்டமும், சுவாமி விபுலானந்த அடிகளின் ‘உமது தமிழறிவு நாட்டுக்குப் பயன்படுவதாகுக’ என்ற பாராட்டும், மே.வீ.வேணுகோபாலப் பிள்ளையின் தமிழ்ப் புலமைக்குச் சான்றாக விளங்குகின்றன.

இன்றைக்கும் பலர் 'நாள்' என்ற சொல்லின் பன்மையாக 'நாட்கள்' என்றே எழுதி வருகின்றனர். இதைத் தவறு என்று சுட்டிக் காட்டும் மே.வீ.வேணுகோபாலப் பிள்ளை 'நாள்' என்பதன் பன்மை 'நாள்கள்' என்று வலியுறுத்துகிறார். 'நாட்கள்' என்ற சொல்லைப் பிரித்தால் 'நாட்(பட்ட)கள்'' அதாவது 'பழைய கள்' எனறே பொருள் விரியும். எனவே இரு 'நாள்கள்', மூன்று 'நாள்கள்' என்று எழுதுவதே சரியாகும். இதுபோல் சிறு சிறு சொற்களின் உச்சரிப்பிலும், ஒருமை பன்மையிலும், நுணுக்கமான குறிப்புகளை எடுத்துக் காட்டித், தமிழைப் பிழையின்றித் திருத்தமுறத் தமிழர்கள் எழுத வேண்டும் என்று விரும்பினார்.

பொன்விழா, மணிவிழா, வைரவிழா, முத்துவிழா உள்பட அனைத்து விழாக்களையும் தமிழன்பர்கள் கொண்டாடி மகிழும் பெறு பெற்றவர் மே.வீ.வேணுகோபாலப் பிள்ளை. சற்றேறக் குறைய 90 ஆண்டுகள்வரை வாழ்ந்து தமிழ்ப் பணியாற்றியவர் 1985 பிப்ரவரி 4 ஆம் தேதி மறைந்தார். நன்னெறிகளைக் கடைப்பிடித்து வாழ்வோர் பிறப்பும் இறப்பும் நன்நாள்களிலேயே நடைபெறும் என்பதற்கு ஏற்ப கிருஷ்ணர் உதித்த கோகுலாஷ்டமியில் பிறந்து தமிழ்க் கடவுளான முருகனுக்கு உகந்த தைப்பூசத்தில் இயற்கை எய்தினார். தமிழக அரசு இவரது நூற்றாண்டு விழாவைக் விமரிசையாகக் கொண்டாடி மகிழ்ந்தது. கவியரசு கண்ணதாசன் உள்ளிட்ட பெரும் கவிஞர்களும் தமிழறிஞர்களும் எழுதிய 'பாவலர் போற்றும் மகாவித்துவான் மே.வீ.வே' என்னும் தொகுப்பு நூல் மே.வீயின் மேவிய புகழுக்குச் சான்றாகத் திகழ்கிறது.

மே.வீ.வேணுகோபாலப் பிள்ளை குறித்துப் பெருமளவு யாராலும் பேசப்படாத நிலையிலும், அவரது வாழ்க்கை வரலாறு முறையாகப் பதிவு செய்யப்படாத காரணத்தாலும், அவரைப் பற்றிக் கிடைக்கும் தகவல்கள் மிகவும் சொற்பமே. அவரது மணிவிழா மலர், 'இலக்கியச் சந்திப்பு' இதழில் வெளியான அவரது நேர்காணல், மா. சு.சம்பந்தன் மற்றும் தினமணியில் ப.சரவணன் எழுதிய கட்டுரைகள் மூலமே அவரைப் பற்றித் தெரிந்து கொள்ள முடிகிறது. இவை தவிர்த்து வேறு எந்த நூலிலும் அவரைப் பற்றிய பதிவுகளைக் காண முடியவில்லை. முப்பதைந்து ஆண்டுகளுக்கு முன்புவரை நம்மிடையே வாழ்ந்து மறைந்த ஒரு தமிழறிஞரின் வாழ்க்கைக் குறிப்பைக்கூட நம்மால் பதிவு செய்ய முடியவில்லை என்பதை எண்ணி ஒவ்வொரு தமிழரும் நிச்சயம் வெட்கப்படவேண்டும்.

மகாவித்வான் திரிசிபுரம் மீனாட்சி சுந்தரம் பிள்ளை

ஓலைச்சுவடி காலத்திலேயே ஒரு லட்சம் தமிழ் பாடல்களை மற்றவர் பாடக் கேட்டு மனப்பாடம் செய்து, அறிவில் தேக்கி, அடுத்த தலைமுறைகளுக்கு கற்றுத் தந்தவர். பத்தொன்பதாம் நூற்றாண்டில் வாழ்ந்த தலை சிறந்த தமிழறிஞர். 'கருவிலே திருவுடையார்' எனக் கூறுவதுபோல் இவர் 'கருவிலே தமிழுடையார்' எனப் போற்றப்படுபவர். 'தமிழ் இலக்கிய வரலாற்றில் கவிச்சக்கரவர்த்தி கம்பருக்கு பின் ஓராயிரம் ஆண்டு ஓய்ந்து கிடந்த பின்னர், வாராது வந்துதித்த புலமைக் கதிரவன்' என்றும் 'கவிக் கங்கை' என்றும் 'பொன்னாட்டில் சுவைமிகு நல்லமுதின் இன்கவி மாரி பொழியும் மேகம்' என்றும் 'தொல்காப்பியமும், பல்காப்பியமும் இலக்கிய இலக்கணம் என்னும் பெருங்கடலில் திளைத்து இனிதாகும் செந்தமிழ் குஞ்சரம்' என்றும் தமிழறிஞர்கள் வாழ்த்தி வணங்கும் செந்தமிழ்ப் பெரும் புலவர். அவர்தான் தமிழ்த் தாத்தா உ.வே.சா.வின் ஆசானும் 'மகாவித்துவான்' என அனைவராலும் போற்றப்படுபவருமான மகாவித்வான் திரிசிபுரம் மீனாட்சிசுந்தரம் பிள்ளை.

சைவ வேளாள மரபைச் சேர்ந்த கணக்காயர் சிதம்பரம் பிள்ளை - அன்னாத்தாச்சியார் தம்பதிகளுக்கு மகனாக 1815-ல் ஏப்ரல் மாதம் 6ஆம் நாள் திரிசிரபுரம் (திருச்சி) மேற்கே காவிரியின் தென்பாலுள்ள 'எண்ணெய்க் கிராமம்' என்ற சிற்றூரில் பிறந்தார் மீனாட்சி சுந்தரரனார். தந்தையார் பள்ளியிலேயே கல்வி பயிலத் தொடங்கினார். வேலாயுத முனிவர், காஞ்சிபுரம் சபாபதி முதலியார்

உள்பட பல புலவர்களை நாடிச் சென்று இலக்கிய, இலக்கியங்களைக் கற்றுக்கொண்டார். பன்னிரு வயதிலேயே கவி பாடும் திறன் பெற்ற இவரது நினைவாற்றாலும் கல்வியாற்றலும் எழுத்தாற்றலும் அனைவரையும் பிரமிக்க வைத்தது. பதினைந்து வயதில் தந்தை இறந்தபோது மனமுருகி.

முந்தை யறிஞர் மொழிநூல் பலநவிற்றும்
தந்தை யெனைப்பிரியத் தான்செய்த - நிந்தைமிகும்
ஆண்டே விரோதியெனு மப்பெயர்நிற் கேதகுமால்
ஈண்டேது செய்யா யினி

என்னும் வெண்பா மூலம் இரங்கற்பா பாடித் தமது துயரத்தை வெளிப்படுத்தினார்.

உரிய பருவத்தில் பெரியோர் நல்லாசியுடன் காவேரி என்ற நற்குணம் கொண்ட மங்கையை அவருக்குத் திருமணம் செய்து வைத்தனர். நெடிதுயர்ந்த மேனியும், முகப் பொலிவும், குஞ்சரக் குடுமியும், மூலக் கச்ச வேட்டியும், விபூதிப் பட்டையும், உத்திராட்சக் கொட்டையும், சைவப் பழமாக சிவக் கோலத்தில் இருந்த காரணத்தால், இளைய பருவம் தொட்டே அனைவரும் அவரை மீனாட்சி சுந்தரம் என்றழைக்காமல் 'மீனாட்சி சுந்தரம் பிள்ளை' என்றே அன்புடனும், மதிப்புடனும் அழைக்கத் தொடங்கினர். தமிழைக் கற்றுத் தெளிவதற்காக தமிழறிஞர்களைத் தேடி ஊர் ஊராகச் சென்றார். காஞ்சீபுரம் சபாபதி முதலியாரிடம் கந்த புராணத்தையும், திருத்தணிகைப் புராணத்தையும், திருவேங்கடாசல முதலியாரிடம் பாகவதம் பிரபந்தங்களையும் கற்றுக்கொண்டார்.

தண்டி அலங்காரம் கற்றுக் கொள்ள ஆசை. ஆனால், அதில் புலமை பெற்றவரை எங்கு தேடியும் கிடைக்கவில்லை. அப்போது நண்பர் ஒருவர் தண்டி அலங்காரத்தில் புலமை பெற்ற ஒருவரைத் தனக்குத் தெரியும் என்றும் ஆனால் துறைவறம் பூண்டு பண்டாரமாகத் திருச்சி வீதிகளில் திரிந்துகொண்டிருப்பதைப் பார்த்ததாகவும் கூறினார். இதனைக் கேட்டு உள்ளம் மகிழ்ந்த மீனாட்சி சுந்தரம் பிள்ளை அவரைத் தேடி திருச்சிக்குச் சென்றார். பல நாள் அலைச்சலுக்குப் பின் ஒருவழியாக அவரைத் தேடிக் கண்டுபிடித்துப் பிள்ளை அவரிடம் தண்டி அலங்காரம் பாடம் கேட்டார்.

திட்டக்குடியில் எழுந்தருளியுள்ள பெருமானைப்பற்றிப் பாடிய 'திட்டக்குடிப் பதிகமே' இவரது முதல் பதிகமாகும். திருவானைக்கா கோயிலுக்குச் சென்ற பிள்ளை அம்மடத்தின் தலைவர் வேளூர் சுப்பிரமணிய தேசிரிடம் சில காலம் பாடம் கேட்டார். கச்சியப்ப

முனிவர் உள்பட பலரது நூல்களைக் கற்றுத் தெளிந்தார். தொடர்ந்து இரட்டை மணி மாலை, திருவானைக்கா திருபந்தாதி, திருச்சீராமலை அந்தாதி, அகிலாண்ட நாயகி மாலை, அகிலாண்ட நாயகி பிள்ளைத் தமிழ் ஆகியவற்றை இயற்றினார். லால்குடி சென்றபோது அன்பர்கள் வேண்டுகோளுக்கு இணங்க பெருந்திருப் பிராட்டியார் பிள்ளைத் தமிழ், பூவாளூர் பதிற்றுப்பத்து அந்தாதி, திருவாரூரில் தங்கியிருந்தபோது தியாகராச லீலை ஆகிய நூல்களையும் இயற்றினார்.

பிள்ளையவர்களின் வாழ்க்கையில் மிகப் பெரிய திருப்பம் 15ஆவது குரு மகாசந்நிதானமாக விளங்கிய அம்பலவாண தேசிகரின் மாணாக்கரான பிறகே ஏற்பட்டது. ஆதீனத்தில் இருந்தபோது திருவெண்ணீற்றுமை பிள்ளைத்தமிழ், சீகாழிக் கோவை, திருத்தில்லை யமக அந்தாதி முதலான நூல்களை இயற்றியதைத் தொடர்ந்து 'ஆதீனப் புலவராக' நியமிக்கப்பட்டார். இவரது நுண்மாண் புலமையை அறிந்து 1854--ல் பல புலவர்கள் கூடிய சபையில் 'மகாவித்துவான்' என்னும் சிறப்புப் பட்டத்தையும் அளித்தனர். ஆசிரியரைப் பெருமைப்படுத்தும்விதமாகத் திருவாவடுதுறை ஸ்ரீ அம்பலவாண தேசிகர் பிள்ளைத் தமிழ், கலம்பகம் ஆகிய இரு நூல்களை இயற்றினார்.

அம்பலவாண தேசிகரின் மறைவுக்குப் பின் பதவிக்கு வந்த சுப்பிரமணிய தேசிகர், ஆதீனகர்த்தர் என்ற நிலையைக் கடந்து பிள்ளையுடன் நெருக்கமான நட்பு பாராட்டியதுடன், அவரது மாணாக்கர்கள் ஆதீனத்தில் தங்கியிருந்து பாடம் கேட்கத் தேவையான அனைத்து உதவிகளையும் வழங்கினார். காதில் அணிந்திருந்த இரு கடுக்கண்களை விற்று இலக்கண விளக்கங்களைப் பாடம் கேட்க மாதச் சம்பளமாக அவரிடம் வழங்கினார். இவரது கல்வியாற்றல், நினைவாற்றல், பணிவு, கவித்திறன் ஆகியவற்றைக் கண்டு வியந்த சுப்பிரமணிய தேசிகர் அகமகிழ்ந்ததுடன் அவர் இயற்றிய செவ்வந்திப் புராணம், குளத்தூர் கோவை உள்ளிட்ட நூல்களை வெளியிட்டுப் பெருமைப்படுத்தினார்.

தமிழ்க் கல்வி என்பது சில நூல்களின் சில பகுதிகளை மட்டுமே கற்பதன்று. நூல்களைக் கற்று உணர்ந்தவர்களிடம் முழுமையாகப் பாடம் கேட்டுத் தெளிவதுடன், அறிந்ததை மாணவர்களுக்கு உண்ணும், உறங்கும் நேரம் தவிர, நாளின் எல்லா நேரமும் பாடம் சொல்வதையே வாழ்வின் பயனாகக் கருதினார். படித்தல், பாடம் சொல்லுதல், நூல்கள் யாத்தல் ஆகியவற்றை வாழ்வின் நோக்கமாகக் கொண்டிருந்தார். மாணவர்கள் அவர் வீட்டோடு

தங்கியிருந்து காலமெல்லாம் தமிழ்க் கல்வியைப் பெற்றுக் கொண்டே இருந்தனர். உதட்டளவில் ஆசையுடன், நுனிப்புல் மேய்வதுபோல் கற்க வருவோரை அவர் அனுமதித்ததே இல்லை. தமிழைக் கற்கவேண்டும் என்னும் தணியாத தாகமும் உள்ளத்தில் பற்றும் அறிவுப் பசியும் ஊற்றெடுக்கவேண்டும். அத்தகைய ஆர்வம் மிக்கவர்களை மட்டுமே பிள்ளையவர்கள் தனது மாணாக்கர்களாகச் சேர்த்துக்கொண்டார். உண்ண உணவும் உடுக்க உடையும் இருக்க உறையும் அளித்து கட்டணம் ஏதும் பெறாமல் குருகுலவாச முறையில் தமிழிக் கல்வியைத் தழைக்கச் செய்து, தமிழுணர்வை செழிக்கச் செய்தார் பிள்ளை.

இதன் காரணமாகவே மகாவித்வானின் மாணாக்கர் என்றாலே அவர் வணக்கத்துக்கும் மரியாதைக்கும் உரியவராகப் போற்றப்பட்டார். இவரது நூற்றுக்கணக்கான மாணவர்களுள் தமிழ் தாத்தா உவேசா, மாயூரம் வேதநாயகம் பிள்ளை, பூவாளூர் தியாகராச செட்டியார், சுப்பராய செட்டியார், சவேரிநாதப் பிள்ளை, வல்லூர் தேவராசப் பிள்ளை ஆகியோர் குறிப்பிடத்தக்கவர்கள்.

புரசை எண் கவனகம் சபாபதியார் சேது யாத்திரை முடித்துத் திரும்பும் வழியில் பிள்ளையைச் சந்தித்தார். அவரது எண் கவனகத் திறமை கண்டு வியந்த பிள்ளை தனது மாணவர்களுக்கு அக்கலையைக் கற்றுத் தருமாறு வேண்டினார். இலக்கண, இலக்கியச் செய்யுள் களை மறவாதிருக்க நினைவாற்றல் முக்கியம் என்பதால் பிள்ளையவர்கள் தனது மாணவர்களுக்குக் கவனகக் கலை அவசியம் என்று எண்ணினார்.

மீனாட்சி சுந்தரம் பிள்ளை மீது பொறாமை கொண்ட சிலர் அவரைச் சிறுமைப்படுத்த எண்ணி களத்தூர் வேதகிரியார் என்னும் புலவரை அழைத்து வந்து 'இலக்கண இலக்கியங்களில் ஐம்பதாயிரம் இவருக்கு மனப்பாடம்' என்று அறிமுகப்படுத்தினர். பிள்ளையவர் கள் மிரண்டுவிடுவார் என்பதற்கு மாறாகத் தனது மாணவர் பூவாளூர் தியாகராஜ செட்டியாரைப் பார்த்து 'இவர் மனப்பாடம் செய்துள்ள நூற்பாக்களை அவர் சொல்லச் சொல்ல எழுது' என்றார். ஆனால், வேதகிரியாரால் அதிகபட்சம் ஆயிரம் நூற்பாக்களைத்தான் சொல்ல முடிந்தது. வேதகிரியார் வெட்கித் தலை குனிய, ஊர் மக்கள் அவரது வெற்று ஆரவாரத்தையும் பிள்ளையின் அடக்கத்தையும் மெச்சிப் போற்றினர்.

பிள்ளையவர்களின் மாணவராகப் பாடம் கேட்க வந்தபோது உ.வே.சா.அவர்களின் இயற்பெயர் வேங்கடராமன். சைவ

சமயத்தில் தீவிரப் பற்றாளரான பிள்ளையவர்கள் வைணவப் பெயரை மாற்றி அவருக்கு 'சாமிநாதன்' என்று பெயர் சூட்ட அன்றுமுதல் அவர் 'உ.வே.சாமிநாத ஐயர்' என்று அழைக்கப் பட்டார். மாணவர்களுக்குப் பாடம் சொல்லும் நேர்த்தியை 'எத்தகைய பெரு நூலும் எளிது உணர்த்தி பயனுறுத்தும் இணையிலாதோன்' எனப் போற்றுகிறார் தமிழ் தாத்தா உ.வே.சா. அவர்கள்.

மகாவித்வான் மீனாட்சி சுந்தரம் பிள்ளையின் பாடம் கேட்பதற்காகத் தனது தந்தையுடன் சென்ற தமிழ்த் தாத்தா உ.வே.சா. அவர்கள் தனது ஆசிரியர் பிரான் பற்றி விளக்குகிறார் 'அப்புலவர் பெருமான் வரும்போதே அவருடைய தோற்றம் என் கண்ணைக் கவர்ந்தது. ஒரு யானை மெல்ல அசைந்து நடந்து வருவதுபோல் அவர் வந்தார். நல்ல வளர்ச்சி அடைந்த தோற்றமும், இளம் தொந்தியும், முழங்கால்வரை நீண்ட கைகளும், பரந்த நெற்றியும், பின்புறத்துள்ள சிறிய குடுமியும், இடையில் உடுத்தியிருந்த தூய வெள்ளை ஆடையும், அவரை ஒரு பரம்பரைச் செல்வர் என்றே தோன்றச் செய்தன. ஆயினும் அவரது முகத்தில் செல்வர்களுக்கு உள்ள பூரிப்பு இல்லை. ஆழ்ந்து பரந்த சமுத்திரம் அலை அடங்கி நிற்பது போன்ற அமைதியே நிலவியது. கண்களில் எதையும் ஊடுருவிப் பார்க்கும் பார்வை இல்லை. அலட்சியமான பார்வையும் இல்லை. நம் முன்னே உள்ள பொருள்களில் மெல்ல மெல்லக் குளிர்ச்சியோடு செல்லும் பார்வைதான் இருந்தது. அவருடைய நடையில் ஓர் அமைதியும் வாழ்க்கையில் புண்பட்டுப், பண்பட்ட தளர்ச்சியும் இருந்தன. அவருடைய தோற்றத்தில் உற்சாகமும் இல்லை. சோம்பலும் இல்லை, படபடப்பும் இல்லை. அவர் மார்பிலே ருத்திராட்சக் கண்டி விளங்கியது' என்கிறார்.

பிரிட்டிஷ் அரசில் மொழிபெயர்ப்பாளராக இருந்த தேவராசர் என்னும் செல்வந்தர் மீனாட்சி சுந்தரம் பிள்ளையிடம் தமிழ் கற்க விரும்பிய சிலரை அவரிடம் அனுப்பிவைத்தார். மேலும் அவர் பெங்களூருக்கு வருகை தந்தால் இன்னும் பலருக்குக் கற்றுத் தரலாம் என்றும், அதற்கான முழுச் செலவையும் தானே ஏற்றுக் கொள்வதாகவும் கடிதம் கொடுத்து அனுப்பினார். ஆனால் பிள்ளையவர்களோ, தன்னுடன், தனது மாணவர்கள் அனைவரையும் பெங்களூருக்கு அழைப்பதாக இருந்தால், அனைவருக்கும் தமிழ் கற்றுத் தருவதில் ஆட்சேபணை இல்லை என்று தெரிவித்தார். தேவராசர் மிகுந்த உவகையுடன் அனைவரையும் பெங்களூருக்கு வரவேற்க, பிள்ளை சில காலம் அங்கே தங்கியிருந்து பாடம் கற்றுத் தந்தார்கள். இதற்கான குரு தட்சிணையாகக் தேவராசர் கொடுத்த பணத்தைப் பிள்ளையவர்கள் தனக்கென வைத்துக் கொள்ளாமல்,

மாணவர்களின் திருமணத்துக்கும் ஏழைகளுக்கு உதவுவதற்கும் செலவழித்தார்.

நெஞ்சில் நிறைந்த கருத்துகளை கொஞ்சு தமிழில், நினைத்த போதெல்லாம் செய்யுள் வடிவில் எடுத்துரைத்துக் கேட்போரின் செவி இனிக்கவும், சிந்தை மகிழவும் வைத்த பிள்ளையின் தமிழாற்றல் அறிஞர்களையே அதிசயிக்க வைத்தது. தமிழில் அதிக எண்ணிக்கையில் தல புராணங்களைப் பாடியவரும் இவரே. பதினோராம் நூற்றாண்டுக் கம்பர் பாடிய பாடல்களின் எண்ணிக்கை பன்னிரண்டாயிரம் ஆகும். மீனாட்சி சுந்தரம் பிள்ளையோ எழுபது புராணங்கள், பதினோரு அந்தாதிகள், பத்துப் பிள்ளைத் தமிழ், இரண்டு கலம்பகங்கள், ஏழு மாலைகள், மூன்று கோவைகள், உலா, லீலை, தூது, குறவஞ்சி எனப் பல்வேறு பா வகைகளில் பாடியருளிய பாடல்களோ சற்றேறக் குறைய இலட்சத்துக்கும் அதிகமாகும்.

பிள்ளையவர்கள் பாடிய திருநாகைக் காரோணப் புராணமும் மாயூரப் புராணமும் பெருங்காப்பியங்களுக்கு இணையாகப் போற்றப்பட்டு வருகின்றன. இவரது பெரிய புராணப் பிரசங்கத்தைக் கேட்டு மகிழ்ந்த செட்டிநாட்டு வன்றொண்டர் செட்டியார் என்பவர் பிள்ளைத் தமிழ் பாடும்படி வேண்ட அவர் தமிழுக்கு அளித்த கொடைதான் 'சேக்கிழார் பிள்ளைத் தமிழ்'. அவர் பாடிய பிள்ளைத் தமிழ் நூல்களுள் இதுவே இறுதியானதும், நிறைவானதும் ஆகும். பிள்ளைத் தமிழ் நூல்களுள் சீரியதும், சுவையின்பமும், பேரின்பமும் தருவதும் இதுவே என்றாலும் மிகையில்லை. பிள்ளைத் தமிழ் பாடுவதில் ஈடு இணையற்று விளங்கியதால் 'பிள்ளைத் தமிழ் மீனாட்சி சுந்தரம் பிள்ளை' என்றும் அழைக்கப்பட்டார்.

அவ்வப்போது பாடிய தனிப் பாடல்களும் ஆனந்தக் களிப்புக்களும் உண்டு. காசி ரகசியம், சூத சங்கிதை ஆகியவற்றைத் தமிழில் மொழி பெயர்த்தார். குசேலோபாக்கியனமும் பிள்ளையால் இயற்றப் பட்டதே என்றாலும், இவரது மாணவரான வல்லூர் தேவராசப் பிள்ளை அவர்களின் பெயரால் இது வெளிவந்துள்ளது. குமர குருபரரர், சிவஞான முனிவர் வரலாறுகளையும் செய்யுள்களில் பாடி உள்ளார்.

சீர்காழியில் நீதிபதியாகப் பதவி வகித்த மாயூரம் வேதநாயகம் பிள்ளை இவரது நெருங்கிய நண்பர். தமிழின் முதல் புதினமான 'பிரதாப முதலியார் சரித்திரத்தை' எழுதியவரும் இவரே. இருவரும் பரஸ்பரம் ஒருவர் மீது ஒருவர் பெருமதிப்பு கொண்டிருந்தனர். அவர் மீது வைத்திருந்த பெருமதிப்பின் காரணமாக அவரைப் பாராட்டிக் 'குளத்துக்கோவை' என்னும் நூலை இயற்றினார்.

பிள்ளையவர்கள் எழுதிய நூல்களுள் திருவாரூர்த் தியாகராசலீலை, திருவானைக்காத் திருவந்தாதி, திரிசிராமலை யமகவந்தாதி, தில்லையமக அந்தாதி, துறைசையமக அந்தாதி, திருவேரகத்து யமக அந்தாதி, திருக்குடந்தை திருபந்தாதி, சீர்காழிக்கோவை, குளத்தூக் கோவை, வியாசக்கோவை, அகிலாண்டநாயகி மாலை, சிதம்பரேசர் மாலை, திருநாகைக்காரோண புராணம், பூவாளூர்ப்பதிற்றுப் பத்தந்தாதி, காந்திமதியம்மை பிள்ளைத்தமிழ், பெருந்திருப் பிராட்டியார் பிள்ளைத்தமிழ், திருவிடைக்கழிமுருகர் பிள்ளைத்தமிழ், ஸ்ரீ அம்பலவாண தேசிகர் பிள்ளைத்தமிழ், வாட்போக்கிக் கலம்பகம், திருவாவடுதுறை ஆதீனத்துக் குருபரம்பரையகவல், ஸ்ரீ அம்பலவாணதேசிகர் கலம்பகம், சுப்பிரமணிய தேசிகர் நெஞ்சுவிடு தூது, குசேலா பாக்கியானம், ஆதிகுமாரசாமி சரித்திரம், ஸ்ரீமத் சிவஞான யோகிகள் சரித்திரம், மயில் ராவணன் சரித்திரம், அம்பர் புராணம், ஆற்றூர் புராணம், உறையூர் புராணம், கண்டதேவிப் புராணம், விளத்தொட்டிப் புராணம், ஸ்ரீ காசிரகசியம், குறுக்கைப் புராணம், கோயிலூர்ப் புராணம், சூரைமாநகர்ப் புராணம், தனியூர் புராணம், தியாகராசலீலை, திருக்குடந்தைப் புராணம், திருத்துருத்திப் புராணம், திருநாகைக் காரோணப் புராணம், திருப்பெருந்துறைப் புராணம், திருமயிலைப் புராணம், திருவரன்குளப்புராணம், பட்டீஸ்வரப் புராணம், மண்ணிப்படிகரைப் புராணம், மயிலாடுதுறை புராணம், வாளொளிப்புற்றூர்ப் புராணம், வீரவனப் புராணம் ஆகியவை குறிப்பிடத்தக்கவை. தங்கு தடையின்றி, ஆற்றொழுக்காய், மாட்டு வண்டியில் பயணிக்கும்போதே கூட ஒரு நூலையோ புராணத்தையோ பாடி முடிக்கும் ஆற்றல் கொண்ட பெரும் புலவர். அத்துடன் சிலேடை நயத்துடன் பேசும் திறனும் பெற்றவர்.

ஒரு முறை மீனாட்சி சுந்தரம் பிள்ளையும் யாழ்பாணம் ஆறுமுக நாவலரும், மார்கழி மாதம் விடியற்காலை வைகை ஆற்றில் நீராடிக் கொண்டிருந்தனர். குளிர் மிகுதியாக இருந்த காரணத்தால் ஆறுமுக நாவலர் 'பனிக்காலம் மிகக் கொடியது' என்றார். உடனே பிள்ளை 'பனிக்காலம் (பனிக்கு + ஆலம்) மிக நல்லது' என்றார். சுற்றியிருந்தோர் 'என்ன இது நாவலர் சொன்னதற்கு நேர் மாறாக பிள்ளை சொல்கிறாரே' என்று திகைத்தனர். ஆனால் நாலவரோ சிரித்துக்கொண்டே ' ஆமாம். நீங்கள் சொல்வது சரிதான் 'பனிக்காலம் கொடியது. ஆகவே இந்தப் கொடும் பனிக்கு ஆலம் எவ்வளவோ நல்லது' என்றார். 'ஆலம்' என்றால் 'விஷம்' என்று பொருள். கொடிய பனிக்கு விஷம் எவ்வளவோ மேல் என்று பிள்ளை சொன்னதை நாவலர் ஆமோதிக்கச் சுற்றியிருந்தோர் பிள்ளையின் சிலேடையில் திளைத்தனர்.

'தாயின் அன்புக்கும் என் ஆசிரியர் பிரான் காட்டிய அன்புக்கும் வேற்றுமையே இல்லை' என்று பிள்ளையவர்களை நெகிழ்ச்சியுடன் குறிப்பிடுகிறார் தமிழ்த் தாத்தா. அவர் பாடிய இலட்சக்கணக்கான பாடல்களில் 5021 பாக்களை மட்டுமே அவரால் திரட்ட முடிந்தது. தனது ஆசிரியருக்கு நன்றி தெரிவிக்கும் வகையில் அவற்றை 'மீனாட்சி சுந்தரம் பிள்ளை பிரபந்தத் திரட்டு' என்ற பெயரில் வெளியிட்டதுடன், 'திரிசிபுரம் மீனாட்சி சுந்தரம் பிள்ளை அவர்கள் சரித்திரம்' என்ற பெயரில் இரு பாகங்களாக அவரது வாழ்க்கை வரலாற்றையும் எழுதியுள்ளார்.

அறிவிலும், செல்வாக்கிலும் பெரும் புகழுடன் பிள்ளை வாழ்ந்த காலத்தில், அவரது மாணவர் ஒருவர் இலண்டனிலிருந்து 'மகாவித்துவான் மீனாட்சி சுந்தரம் பிள்ளை, இந்தியா' என முகவரியுடன் எழுதிய ஒரு கடிதம், உரிய காலத்தில் தமிழகத்தில் வாழ்ந்து கொண்டிருந்த இவரது இல்லத்தை வந்தடைந்தது என்ற செய்தி இவரது நாடு தழுவிய பெருமைக்குச் சான்றாகும். 19ஆம் நூற்றாண்டில் தமிழில் அதிகமான நூற்களை இயற்றியவர் பிள்ளையவர்களே என்பதால் அதை 'மீனாட்சி சுந்தரம் பிள்ளை காலம்' என்று அழைத்தாலும் மிகையில்லை தனியொரு மனிதன் பல்கலைக்கழகமாகத் திகழ முடியும் என்பதற்கான உதாரணமாகத் திகழ்ந்தவரும் இவரே.

மகாவித்வான் மீனாட்சி சுந்தரம் பிள்ளையார்களின் இறுதிக் காலம் குறித்து தமிழ்த் தாத்தா கீழ்க்கண்டவாறு பதிவு செய்கிறார் '1875 ஆண்டு இறுதியில் ஆசிரியர் பிரானின் ஆரோக்கியம் குன்றத் தொடங்கியது. மருத்துவர்களின் சிகிச்சை எதிர்பார்த்த பலனைத் தரவில்லை. அவருடைய உடல் நலம் தளர்ந்தாலும், உள்ளமும் குணமும் மாறவேயில்லை. பாடம் சொல்வது நின்றது. படுத்த படுக்கையானார். தேவார திருவாசகப் பதிகங்களைப் பாடிக் கொண்டே இருப்பேன். ஏதேனும் ஐயம் ஏற்பட்டால் அதை ஒரு சில வார்த்தைகளில் விளக்குவார். எல்லாம் ஒடுங்கிய நிலையிலும் தமிழுணர்வு மட்டும் ஒடுங்காமல் இருந்தார். வழக்கம்போல் ஒரு நாள் திருவாசப் பதிகங்களைப் பாடிக் கொண்டிருந்தேன். இடையிடையே கண்ணீர் சொரிவார். அந்த தெய்வீகச் செய்யுள்கள் அவரது உள்ளத்தை உருக்கியிருக்க வேண்டும்.

நோயுற்று மூத்துநா னுந்துகன்றா யிங்கிருந்து
நாயுற்ற செல்வ நயந்தறியா வண்ணமெல்லாம்
தாயுற்று வந்தென்னை யாண்டுகொண்ட தன்கருணைத்
தேயுற்ற செல்வற்கே சென்றூதாய் கோத்தும்பி

திருவாசகத்தில் திருக்கோத்தும்பி என்னும் பகுதியைப் படித்துக் கொண்டிருந்தபோது 'நுந்து கன்றாய்' என்பதற்குப் பொருள் விளங்காமல் ஆசிரியர் பிரானை நிமிர்ந்து பார்த்தேன். அவர் கண்களில் தாரை தாரையாகக் கண்ணீர் பெருக்கெடுத்து வழிந்தது. பேச இயலவில்லை. நாக்குக் குழறியது. தொண்டை அடைத்தது. 'வெறுத்துச் செலுத்தப்பட்ட கன்றைப் போல' என்று குழறலோடே தட்டுத் தடுமாறிச் சொன்னார்.

மாணிக்கவாசகப் பெருமானின் அவ்வாக்கு ஆசிரியர் பிரானின் நிலைக்கு மிகவும் பொருத்தமாக இருந்தது. 'நோயுற்று மூத்துநின்ற' நிலையில் அவரது உள்ளக் கருத்தை அச்செய்யுள் தெரிவித்தமையால் உருகிப் போனார். தாயைப்போல் வந்து மாணிக்கவாசகரை ஆண்டு கொண்டதைப்போலத் தம்மையும் ஆண்டு கொள்ள வேண்டுமென அவரது உள்ளம் ஏங்கியது.

நள்ளிரவுக்கு மேல் ஆசிரியர் பிரானின் நினைவு தவறியது. மீண்டும் நினைவு திரும்பியவுடன் என்னைப் பார்க்க உடனே திருவாசகத்தைக் கையிலெடுத்து 'அடைக்கலப் பத்தை' வாசித்தேன். கண்களை மூடியவாறே சிவபெருமானின் திருவடிகளில் அடைக்கலம் புகத் தயாராகிக் கொண்டிருந்தார். திருவாசகச் செய்யுள் அவர் செவி வழியே உள்ளத்துள் புகுந்து முகத்தில் ஒரு மலர்ச்சியை ஏற்படுத்தியது. திடீரென அவரது தேகத்தில் உள்ளங்கால் முதல் உச்சி வரையில் ஒரு துடிப்பு ஏற்பட்டது. மூடியிருந்த கண்களில் வலக்கண் திடீரெனத் திறந்தது. அவ்வளவுதான். சிவலோகத்தில் அதே நேரத்தில் அந்த நல்லுயிர் புகுவதற்கு வாயிலும் திறந்ததுபோலும்! அவரது மூச்சு நின்ற போதுதான் அவரது தமிழ் உணர்ச்சி நின்றது' என்றார்.

பெரும்புலவர் மகாவித்வான் திரிசிபுரம் மீனாட்சி சுந்தரம் பிள்ளையவர்கள் செல்லும் ஊர்களில் 'தமிழ் வருகை' என்ற பெயரில் அவருக்குக் கோலாகலமாக விழா எடுக்கப்படும். தமிழையே வாசித்துக்கொண்டும், தமிழையே சுவாசித்துக் கொண்டுமிருந்த அப்பெருமகனார் 61ஆம் வயதில் 1876 பிப்ரவரி 1 ஆம் தேதி ஈசனடி சேர்ந்தார்.

டாக்டர் மு.வரதராசனார்

எழுத்து சிலருக்குப் பொழுதுபோக்கு, இன்னும் சிலருக்கு வருமானம் ஈட்டித் தரும் தொழில். ஆனால், இவரைப் பொறுத்த வரை எழுத்து அவரது உயிருடன் கலந்துவிட்ட ஒன்று தமிழ்ப் பேராசிரியராக, சமுதாயச் சீர்திருத்தவாதியாக, தமிழ்ப் பற்றாளராக, துணை வேந்தராகப் பல துறைகளில் பணியாற்றினாலும் தம்மை ஓர் எழுத்தாளராகவே அறிமுகப்படுத்திக் கொள்ளவும், வாழவும் விரும்பினார். அவர் எழுதிய 'திருக்குறள் உரை' நூற்றுக்கணக்கான பதிப்புகளைக் கண்டதுடன், இலட்சக்கணக்கில் பிரதிகள் விற்பனையாகிச் சாதனை படைத்துள்ளது. அவர்தான் மு.வ. என்று அழைக்கப்படும் டாக்டர் மு.வரதராசனார்.

வட ஆற்காடு மாவட்டம், வாலாஜாப்பேட்டை, 'வேலம்' என்னும் சிற்றூரில், வசதியான விவசாயக் குடும்பத்தில் முனுசாமி முதலியார் - அம்மாக்கண்ணு தம்பதிகளுக்கு மகனாக 1912 ஏப்ரல் 25-ல் மகனாகப் பிறந்தார் மு.வரதராசனார். இவரது இயற்பெயர் திருவேங்கடம் என்றாலும் தாத்தாவின் பெயராகிய வரதராசன் என்பதே நிலைத்துவிட்டது.

தொடக்கப் பள்ளிக் கல்வியைத் திருப்பத்தூர் வேலத்திலும், வாலாஜாப்பேட்டையிலும், உயர்நிலைப் பள்ளிக் கல்வியைத் திருப்பத்தூரிலும் நிறைவு செய்தார். உயர்நிலைப் பள்ளியில் படித்தபோது இவருடைய அபார நினைவாற்றலையும் திறமையை யும் கண்டு வியந்த ஆசிரியர் திருவேங்கடம் ஐயர் அவரைப் பெரிதும் ஊக்குவித்தார். இதன் காரணமாகப் பள்ளி இறுதித் தேர்வில் கணக்கில் மு.வ.வுக்குக் கிடைத்த மதிப்பெண்கள் 98%.

பள்ளி இறுதி வகுப்பு முடித்தவுடன், 1928-ல் தாலுக்கா மற்றும் வருமானவரித் துறை அலுவலகங்களில் சில ஆண்டுகள் பணியாற்றினார். பணிச்சுமையும் ஆஸ்துமாவும் உடல்நிலையைப் பாதிக்கவே, முழு ஓய்வெடுக்க வேலையிலிருந்து விலகினார். பள்ளியில் படித்துக் கொண்டிருந்தபோது இவர் மீது அன்புடன் பழகியவர் தமிழாசிரியர் முருகய்யா முதலியார். உடல் நிலை காரணமாக வேலையை விட்டு விலகி மு.வ. வீட்டில் இருப்பதைத் தெரிந்துகொண்டு அவரை நலன் விசாரிக்கவும், எதிர்காலம் குறித்த சில ஆலோசனைகளை வழங்கவும் வீடு தேடி வந்தார்.

ஓய்வு நேரத்தை வீணடிக்காமல் 'தமிழ் வித்வான்' தேர்வுக்குப் படிக்க ஆலோசனை வழங்கியதுடன் இலக்கண இலக்கியங்களைக் கற்றும் கொடுத்தார். ஒரேயொரு மாணவனிடம் மட்டுமே 'யாப்பருங் கலக்காரிகை' இலக்கண நூல் இருந்தது. எனவே மு.வ. அந்நூலை இரவல் வாங்கிக் கைப்படத் தானே எழுதி முழுவதையும் மனப்பாடம் செய்துகொண்டார். எழுதிப் படித்த பயிற்சி காரணமாகப் பின்னாளில் அவர் பச்சையப்பன் கல்லூரியில் இலக்கண வகுப்புகள் எடுத்தபோது கையில் புத்தகம் இல்லாமலேயே பாடம் எடுத்ததைக் கண்டு மாணவர்கள் மட்டுமின்றி உடன் பணியாற்றிய ஆசிரியர்களும் வியந்தனர். புத்தகம் இல்லாமல் தான் பட்ட துயரத்தை ஏனைய மாணவர்கள் படக்கூடாது என்ற எண்ணத்தில் பிற்காலத்தில் ஏராளமான நூல்களை எழுதிக் குவித்தார். தன்னிடம் பயிலும் மாணவர்களுக்கு நூல்களை வழங்கி உதவினார். பள்ளி இறுதி வகுப்பில் கணக்கில் 98% வாங்கிய மாணவன் கணித ஆசிரியனாகவோ, பொறியாளனாகவோ ஆகியிருக்கவேண்டும். ஆனால் மு.வ. மிகச் சிறந்த தமிழறிஞர்களுள் ஒருவராக உருவானதற்குக் காரணம் அவரது தமிழாசிரியர் முருகய்யா முதலியார். தமிழுக்குக் கிடைத்த பேறு என்றாலும் மிகையில்லை.

1935 -ல் தமிழ் வித்வான் வகுப்பில் முதல் மாணவராகத் தேர்வாகி திருப்பனந்தாள் மடத்தின் ரூ 1000/- பரிசையும் பெற்றார். திருப்பத்தூர் பள்ளியில் தமிழ் ஆசிரியராகப் பணியாற்றிய முருகய்யா ஓய்வு பெற்றபோது, தனக்குப் பிறகு மு.வ. அந்தப் பதவிக்கு வரவேண்டும் என்று பரிந்துரைத்தபோது மகிழ்ச்சியுடன் ஏற்றுக் கொண்டார். தமிழ் மொழியிலும் இலக்கியங்களிலும் இலக்கணங் களிலும் இவர் ஆர்வம் கொள்ளக் காரணம் திரு.வி.கல்யாணசுந்தரம். தமிழ் இலக்கியம், காந்தியம், பெண்ணியம், தொழிலாளர் நலன் ஆகியவற்றில் அவர் கொண்ட ஈடுபாடும் அவரை ஆசிரியரியரகக் கொண்டு வெளியான நவசக்தி இதழும் மு.வ.வைப் பெரிதும் ஈர்த்தன. திருப்பத்தூரில் பணியாற்றியபோது 'செந்தமிழ்ச் செல்வி'

என்னும் இலக்கியத் திங்கள் இதழில் பல்வேறு தலைப்புகளில் கட்டுரைகள் எழுதத் தொடங்கினார். பின்னாளில் மிகப் பெரிய எழுத்தாளராக உருவாக இதுவே அடித்தளம் அமைத்துக் கொடுத்தது. ஆதே ஆண்டு இராதா அம்மையாருடன் இனிதே திருமணம் நடைபெற்றது.

பள்ளியில் தமிழாசிரியராகப் பணியாற்றிக் கொண்டிருந்தபோது பிஓஎல் தேர்வில் மு.வ. வெற்றி பெற்றார். இதனைத் தொடர்ந்து சென்னை பச்சையப்பன் கல்லூரியில் தமிழ்த் துறை விரிவுரை யாளராகவும், பின்னர் தமிழ்த் துறைத் தலைவராகவும் பதவி உயர்வு பெற்றார். பச்சையப்பன் கல்லூரியில் இவர் வகித்த பதவிகள் பல வகைகளில் இவரது வெற்றிக்குத் துணை புரிந்ததன. தமிழின் மேன்மையையும், மலர்ச்சியையும், வளர்ச்சியையும் சொற்பொழிவு களாகவும் கட்டுரைகளாகவும் நாவல்களாகவும் வடித்தார். பிஓஎல் பட்டத்தைத் தொடர்ந்து 'தமிழ் வினைச் சொற்களின் தோற்றமும் வளர்ச்சியும்' என்ற தலைப்பில் ஆய்வு மேற்கொண்டு எம்ஓஎல் பட்டத்தையும், 'சங்க இலக்கியத்தில் இயற்கை' என்ற தலைப்பில் ஆய்வு மேற்கொண்டு முனைவர் பட்டத்தையும் பெற்றார். சென்னைப் பல்கலைக்கழகத்தில் முனைவர் பட்டம் பெற்ற மூத்த முதல் அறிஞர் இவரே ஆவார். மக்கள் போற்றும் சிறந்த தமிழறிஞராகவும் எழுத்தாளராகவும் திகழ்ந்தார்.

சென்னையில் நடைபெற்ற உலகத் தமிழ் மாநாட்டின்போது சங்க இலக்கியம் பற்றிய மு.வ.வின் எழுச்சிமிகு சொற்பொழிவைக் கேட்ட இலங்கை அமைச்சர் நடேசன் பிள்ளை இலக்கியத்துக்குரிய நோபல் பரிசைத் தமிழில் பெறத் தகுதி பெற்ற எழுத்தாளர் மு.வ. என்று பாராட்டி வாழ்த்தினார்.

1961வரை பச்சையப்பன் கல்லூரியில் பேராசிரியராகப் பணியாற்றிய மு.வ. சென்னைப் பல்கலைக்கழகத் தமிழ்த் துறைத் தலைவர் ரா.பி. சேதுபிள்ளையின் மறைவைத் தொடர்ந்து, சென்னைப் பல்கலைக்கழகத் தமிழ்த் துறைத் தலைவர் பொறுப்பை ஏற்றுக் கொண்டார். பச்சையப்பன் கல்லூரியில் பேராசிரியர் பணியில் இருந்தவரை பல நூல்களை எழுதிக் கொண்டிருந்த மு.வ. பல்கலைக்கழகத் தமிழ்த் துறைத் தலைவரான பிறகு அதிக எண்ணிக்கையில் நூல்களை எழுத நேரம் வாய்க்கவில்லை. இவர் எழுதிய மொத்தம் 83 நூல்களில் 1939 தொடங்கி 1961வரை எழுதியவை மட்டுமே 75க்கும் அதிகம். மாணவர்களின் பட்ட ஆய்வுக்கான வழிகாட்டியாகப் பொறுப்பேற்ற காரணத்தால் பல நூல்களைக் கற்பதிலும் தமிழ்த் துறையை வளர்ப்பதிலுமே அவருக்கு நேரம் சரியாக இருந்தது.

1961 தொடங்கி சுமார் பத்தாண்டுகள் சென்னைப் பல்கலைக்கழகத் தமிழ்த் துறைத் தலைவராகச் சீரிய பணியாற்றியதைத் தொடர்ந்து *1971* -ல் மதுரை பல்கலைக்கழகத் துணை வேந்தர் பதவி தேடி வந்தது. மதுரைப் பல்கலைக்கழகத்தில் முதல் முறையாக அஞ்சல் வழிக் கல்வியைத் தொடங்கிக் கல்லூரியில் சேர்ந்து படிக்க வாய்ப்பில்லாத பலர் பட்டம் பெற வழிவகுத்தார். தமிழக அரசு மற்றும் பல்கலைக்கழக மானியக்குழுவுடன் இணைந்து பாலைவனம்போல் தோற்றமளித்த பல்கலைக்கழகத்தின் சூழலைத் தென்னை, பனை, மாமரங்களுடன் சோலைவனமாக மாற்றினார்.

1971 தொடங்கி மூன்றாண்டு காலம் துணைவேந்தர் பதவி வகித்த பிறகு மீண்டும் படைப்பிலப்பியப் பணிக்குத் திரும்பி நூல்கள் பலபடைக்க விரும்பினார். ஆனால், இவரது சீரிய பணி, ஒழுக்கம், கட்டுப்பாடு மற்றும் நேர்மை தவறாத குணங்களைக் கண்ட தமிழக அரசு அவரை விடுவிக்க மறுத்து மேலும் மூன்றாண்டுகளுக்கு அவரது துணைவேந்தர் பதவியை நீட்டித்து. சென்னை, வெங்கடேஸ்வரா, அண்ணாமலை பல்கலைக்கழகங்களின் செனேட் உறுப்பினராகவும் கேரளம், ஆந்திரம், மைசூர், உஸ்மேனியா, டெல்லி, மதுரை, கேம்பிரிட்ஜ் பல்கலைக்கழகங்களின் பாடத் திட்டக் குழுக்களிலும் மு.வ. முக்கியப் பொறுப்பு வகித்தார்.

மு.வ. தனது நன்றிக்கு உரியவர்களாகவும் தமது வாழ்க்கையில் மிகப் பெரிய மாற்றங்களுக்குக் காரணமானவர்கள் என்று சுட்டிக் காட்டியதும் திருப்பத்தூர் பள்ளித் தமிழ் ஆசிரியர் முருகய்யா மற்றும் தமிழ்த் தென்றல் திரு.வி.க, ஆகியோரை மட்டுமே. இவ்விரு வரையும் தனது இரு கண்களாகவே போற்றினார். தன்னை வித்வான் தேர்வுக்குப் படிக்க வைத்துத் தமிழ் மொழியின் பக்கம் தனது எதிர்காலத்தைத் திருப்பிவிட்ட பெருமை முருகய்யாவையே சேருமென மனமுருகி அவரே பல முறை கூறியதுண்டு. வாழ்வில் தெளிவு பெறவும், மொழி நடையில் திறம் பெறவும் திரு.வி.க. வின் வழிகாட்டுதல் அவருக்குப் பெரிதும் துணைபுரிந்தது.

சென்னை ஷெனாய் நகரில் அவரது வீட்டுக்கு அருகே திரு.வி.க என்ற பெயரில் உயர்நிலைப் பள்ளியும், அதே பெயரில் பூங்கா அமையவும் இவரே காரணம். தான் எழுதிய நான்கு நூல்களை உரிமைப்படுத்தி, அவற்றின் மூலம் கிடைக்கும் வருவாயை இவற்றின் பராமரிப்புப் பணிகளுக்காக எழுதி வைத்த பெருந்தகையாளர். தனக்குக் கொள்ளி வைக்கவேண்டும் என்று உயிருடன் இருந்த போதே திரு.வி. கல்யாணசுந்தரனார் அன்புக் கட்டளையிட்ட இருவருள் ஒருவர் டாக்டர் மு.வரதராசனார். மற்றொருவர் அ.ச.ஞானச்சம்பந்தன்.

ஒருவர் எழுத்தாளராகப் புகழ் அடையலாம் அல்லது பேராசிரியராகச் சிறக்கலாம் அல்லது நிர்வாகத்தில் நிகரற்று விளங்கலாம் அல்லது சமுதாயப் பணியில் சீர் பெறலாம். ஆனால் மு.வ.வோ தமிழ் அறிஞராக, பேராசிரியராக, எழுத்தாளராக, நிர்வாகியாக, சமூக ஆர்வலராக, துணை வேந்தராக, ஆராய்ச்சியாளராகப் பன்முகம் கொண்டவராகத் திகழ்ந்தார். இருப்பினும் தம்மை ஓர் எழுத்தாளராக அறிமுகப்படுத்திக் கொள்ளவும், வாழவுமே விரும்பினார். அவரது எழுத்துப் பணியைப் படைப்பிலக்கியப் பணி மற்றும் ஆய்வுக் கட்டுரைகள் பணி என்று இரு வகையாகப் பிரிக்கலாம். சங்க இலக்கிய ஆய்வு, திறனாய்வு நூல்கள் பல எழுதியிருப்பினும் மு.வ. படைப்பாளராகவே தமிழுலகில் சிறப்புற்றார். அதுவே அவர் மேற்கொண்ட சிறப்புப் பணி. மற்றவை பொதுப் பணி ஆகும்.

தமிழ் வித்வான் தேர்வில் முதல் பரிசு பெற்ற ஒருவர், தமிழாசிரியராகிய ஒருவர், நாவல் எழுதுவதா... இது இழிவல்லவா... என்பது போன்ற உணர்வு தமிழ் ஆசிரியர்களிடம் மு.வ. நாவல் எழுதத் தொடங்கிய காலம் தொட்டே இருந்தது. இதே எண்ணம் பத்திரிகை ஆசிரியர்களிடமும் பத்திரிகை எழுத்தாளர் களிடமும் இருந்தன. இருப்பினும் யாருடைய கருத்தைப் பற்றியும் கவலைப்படாமல் செந்தாமரை, கள்ளோ காவியமோ, பாவை, அந்தநாள், மலர்விழி, பெற்ற மனம், அல்லி, கரித்துண்டு, கயமை, நெஞ்சில் ஒரு முள், அகல் விளக்கு, வாடாமலர், மண்குடிசை என 13 நாவல்களை எழுதினார். 1946-ல் எழுதிய 'செந்தாமரை' அவரது முதல் நாவல். ஆனால் அதை வெளியிட எந்தவொரு பதிப்பகத்தாரும் முன் வரவில்லை. கடைசியில் அதை வெளியிட ஒப்புக்கொண்ட பாரி நிலையம் செல்லப்பனிடம் போதிய பண வசதி இல்லை. எனவே மு.வ. தனது மனைவி இராதா அம்மையாரின் நகைகளை அடகு வைத்து முதல் நூலை வெளியிட்டார். அன்று முதல் தனது நூல்கள் அனைத்தையும் தானே வெளியிட்டு விற்பனை உரிமையை மட்டும் பாரி நிலையத்துக்கு வழங்கினார்.

மு.வ. காலத்தில் வாழ்ந்த நாவல் ஆசிரியர்கள் அவரது படைப்பின் போக்கை ஒப்புக் கொள்ளத் தயங்கினர். இன்னும் சிலர் பழிக்கவும் செய்தனர். பிற்போக்குவாதிகள் இவரது சீர்திருத்த சிந்தனைகளை நாத்திகவாதம் என்றனர். முற்போக்குவாதிகளோ இவரது சீர்திருத்தக் கருத்துகளை ஏற்றுக்கொள்ளவே இல்லை. பொருளாதாரச் சீர்திருத்தங் களைக் கண்டு நகைத்தனர். இவ்வாறு நாவல் ஆசிரியர்கள், எழுத்தாளர்கள், சமுதாயச் சீர்திருத்தச் சிந்தனையாளர்கள், தமிழறிஞர்கள், பொருளாதார வர்க்கப் பேராளிகளால் ஏற்கப் பெறாதவராகவும் ஒதுக்கப்பட்டவராகவுமே மு.வ. இருந்தார்.

இருப்பினும் 'போற்றுவார் போற்றட்டும், புழுதிவாரித் தூற்றுவார் தூற்றட்டும், எனது கடன் தமிழ்ப் பணி செய்து கிடப்பதே' என்ற மன உறுதியுடன் மு.வ. தனது எழுத்துப் போக்கிலிருந்து சிறிதும் மாறாமல், திறம்படத் தொடர்ந்து எழுதித் தனக்குரிய இடத்தைத் தமிழ் மொழி வரலாற்றிலும் சமுதாய அமைப்பிலும் பொருளாதார வளர்ச்சியிலும் நிலைநாட்டிக் கொண்டார். இதன் காரணமாக இவரது புதினங்களைப் படிக்கவும், விவாதிக்கவும், ஆண் - பெண், இளையர் - முதியோர் எனப் பேதங்களற்றத் தீவிர ரசிகர்கள் பட்டாளம் உருவானது. மு.வ. என்னும் ஈரெழுத்து அக்கால இலக்கிய வாசகர்களிடையே மந்திரச் சொல்லாகவே திகழ்ந்தது.

'நாவல்கள் என்று சொல்லப்படும் நெடுங்கதைகளைத் தூய தமிழில் எழுத முடியும், அவை மூலம் நல்ல கருத்துகளைச் சொல்லப் பயன்படுத்திக் கொள்ளவும் முடியும்' என்று நிரூபித்தவர் மு.வரதராசனார்' என்று வாகீச கலாநிதி கி.வா.ஜகந்நாதனும், 'எளிய நடையில் எழுதுவதும் இலக்கியமாகும் என்று சாதித்து விட்டார் மு.வ.' என்று பேராசிரியர் கல்கியும் பாராட்டி உள்ளனர்.

பதவிகளும் விருதுகளும் பாராட்டுகளும் குவிந்த போதும் 'புகழ்' என்னும் போதையில் மயங்காது தன்னைக் காத்துக்கொண்டார். புகழின் இயல்பையும் பயன்பாட்டையும் எண்ணி அதை வெறுத்தார். 'புகழ்' என்ற தலைப்பில் அதிகாரம் படைத்த வள்ளுவர் காலத்தில் ஒருவரை ஒருவர் நன்கு அறியவும், பழகவும், வாய்ப்பிருந்ததால், உள்ளத்தில் இருந்து வந்த வார்த்தைகளால் அமைந்த புகழில் உண்மை இருந்தது. ஆனால், இன்றைக்கு உதட்டில் இருந்து வரும் வார்த்தைகளிலும் பத்திரிகைகள் மற்றும் விளம்பரங்கள் மூலம் வரும் புகழிலும் போலித்தனமே விஞ்சி உள்ளது. ஊஞ்சலின் வேகத்தை அதிகரித்தால் அது அதே வேகத்தில் திரும்பிவரும். அதேபோல் புகழுக்கு ஆசைப்பட்டு முயலுகின்ற ஒருவனின் முயற்சிக்கு ஏற்ப பழியும் வந்து சேரும் என்றும், விளம்பரத்தால் கிடைக்கும் புகழ் கானல் நீருக்குச் சமம் என்றும் அடிக்கடி கூறுவார்.

அக்காலத்து உண்மையான புகழை 'அண்மைப் புகழ்' என்றும், இக்காலத்து விளம்பரப் புகழை 'சேய்மைப் புகழ்' என்றும் மு.வ. பிரித்து, இதுவரை யாருமே கூறாத வகையில் புகழுக்குப் புது விளக்கம் அளித்தார். வாழ்நாள் முழுவதும் எந்தத் தனி மனிதரின் புகழ் விழாவிலும் கலந்து கொள்ளாமல் ஒதுங்கிக்கொண்டார். அதேபோல் தம்மைப் புகழ்ந்து போற்றுவதற்காகப் பிறர் எடுக்கும் விழா முயற்சிகளையும் தடுத்தார். மாலை மரியாதைகளைக்கூட

மறுத்தார். 'தனி மனிதரைத் தலையில் வைத்து நெறி கொண்டாடல் நெறியாகாது' என்ற திரு.வி.கவின் கருத்தை ஏற்றுக் கொண்டதுடன், வாழ்நாள் முழுவதும் கடைப்பிடிக்கவும் செய்தார்.

உருவ வழிபாட்டைவிட இறைநெறி இன்னதென்று தெளிந்து, உணர்ந்து அவ்வழி நடப்பவனே உண்மையான பக்தன். அதுபோல் தலைவனுக்குப் பூமாலை போட்டுப் போற்றிப் புகழ்வதைவிட அவர்தம் கொள்கை வழி நடப்பவனே உண்மைத் தொண்டன் என்பது அவரது உறுதியான கருத்து. காலில் விழுந்து வணங்கும் கலாசாரத்தைக் குற்றமாகவே கருதினார்.

'காட்சிக்கு எளியவர், கனிவாகப் பழகுபவர், தலை சிறந்த எழுத்தாளர், இளைஞர்களுக்கு வழிகாட்டி, இலக்கியம், இலக்கணம், திறனாய்வு என எந்தப் பிரிவில் ஐயம் வந்தாலும் சளைக்காமல் எந்நேரமும் அவரை அணுகி விளக்கம் பெறலாம். பச்சையப்பன் கல்லூரியில் அவர் பேராசிரியராகப் பணியாற்றிய 23 ஆண்டுகளில் ஒருநாள்கூடத் தற்செயல் விடுப்பு எடுத்ததில்லை' என்று பூரிக்கிறார் அவரது தலை மாணாக்கர் பேராசிரியர் ம.ர.போ. குருசாமி.

சிறுகதை, நாவல், நாடகம், மொழியியல், கடித இலக்கியம், பயண இலக்கியம், வாழ்க்கை வரலாறு, இலக்கிய வரலாறு, இலக்கிய ஆய்வு, இலக்கியக் கொள்கைகள், இலக்கிய நலம், விளக்கம், அறிமுகம், புலமைத் திறம் தொடர்பான திறனாய்வு நூல்கள், நாடு, மொழி, சமுதாயம், அரசியல், கல்வி, உளவியல் பற்றிய கட்டுரைகள் நூல்கள், உரை நூல்கள், சிறுவர்களுக்கான நூல்கள் எனப் பல்வேறு பிரிவுகளில் இவர் எழுதிய நூல்களின் எண்ணிக்கை 83 ஆகும். தான் எழுதிய பெரும்பான்மை நூல்களுக்கு எவரிடமும் முன்னுரையோ அணிந்துரையோ அறிமுகமோ பெற்றதில்லை. அதேபோல் மற்றவர்களின் நூல்களுக்கு முன்னுரை எழுதுவதிலும் குறிப்பாக ஒருவருக்கு ஒரு நூலுக்கு மேல் முன்னுரை தருவதில்லை என்ற கட்டுப்பாட்டை வைத்திருந்தார்.

இலக்கிய அறிமுக ஆய்வு நூல்கள் 24, மொழியியல் 6, கடித வகை இலக்கியம் 4, பயண இலக்கியம் 1, கட்டுரை நூல்கள் 11, தமிழ் இலக்கிய வரலாறு 1, நாவல் 13, சிறுகதை 2, சிந்தனைக் கதை 2, சிறுவர் இலக்கியம் 4, நாடகம் 6, வாழ்க்கை வரலாறு 4, சிறுவர் இலக்கணம் 3, மொழி பெயர்ப்பு நூல் 2, ஆங்கிலம் 2 என மு.வ. தமிழில் தொடாத பொருளே இல்லை என்று சொல்லும் அளவுக்குப் பல்வேறு பிரிவுகளில் நூல்களை எழுதிக் குவித்துள்ளார். Copyright என்ற ஆங்கிலச் சொல்லுக்கு இணையான தமிழ்ச் சொல்லாக

‘உரிமைச் செறிவு’ என்றும் Uniform என்பதற்குச் ‘சீருடை’ என்றும் முதன் முதலில் பயன்படுத்திவர் மு.வ.தான்.

இவர் எழுதிய ‘அகல் விளக்கு’ நாவலுக்கு 1961-ல் சாகித்ய அகாதமி விருது வழங்கப்பட்டது. 1949-ல் வெளியான இவரது ‘திருக்குறள் தெளிவுரை’ இதுவரை 500க்கும் அதிகமான பதிப்புகளுடன் லட்சக்கணக்கான பிரதிகள் விற்பனையாகி சாதனை படைத்துள்ளது. தமிழகத்தில் மிக அதிகமான பதிப்புகள் மற்றும் பிரதிகள் விற்பனையான நூல்களுள் மு.வ.வின் திருக்குறள் தெளிவுரையும் குறிப்பிடத்தக்கது. 1965-ல் தமிழகத்தில் நடைபெற்ற இந்தி எதிர்ப்புப் போரில் பல மாணவர்கள் உயிரிழந்தனர். இதன் காரணமாக மன வருத்தத்தில் இருந்த மு.வ. 1967-ல் மத்திய அரசு கௌரவம் மிக்க ‘பத்மஸ்ரீ’ பட்டம் வழங்க முன்வந்தபோது தனது எதிர்ப்பைப் பதிவு செய்யும்வகையில் அந்த விருதை ஏற்க மறுத்தார்.

மறைமலை அடிகளாரிடம் இருந்த தனித்தமிழ் உணர்வும் திரு.வி.க.வின் எளிமையான நடையும் இவரிடம் இருந்தன. ஆனால், மறைமலை அடிகளாரிடம் காணப்படும் நீண்ட தொடர் அமைப்பும், உ.வே.சாமிநாத ஐயரிடம் பரவியிருக்கும் வடமொழிச் சொற்களும் இவரது உரைநடையில் இல்லை. பேரறிஞர் அண்ணாவின் ஆற்றல் நடை இருந்தாலும் அலங்காரத்தைக் காண முடியவில்லை. கல்கியின் புனைந்துரை தெரிந்தாலும், அவை காவியம்போல் நீள்வதில்லை. அதேபோல் ரா.பி.சேதுபிள்ளையின் எதுகை நடையும், கலைஞரின் மோனை நடையும், மு.வ.வின் படைப்புகளில் கிடையாது. எளிய நடையே மு.வ. நடையாகும்.

இவரிடம் தமிழ் பயின்ற மாணவர்களுள் குறிப்பிடத்தக்கவர்கள் முன்னாள் துணை வேந்தர் டாக்டர் ஔவை நடராஜன், பேராசிரியர் சி.பாலசுப்பிரமணியன், முன்னாள் அமைச்சர் கவிவேந்தர் கா. வேழவேந்தன் ஆகியோர் குறிப்பிடத்தக்கவர்கள்.

1947-ல் வெளியான மு.வ.வின் கி.பி. 2000 என்னும் நூல் வழக்கமான நூல்களிலிருந்து சற்று வித்யாசமான நூலாகும். இதில் அவரது இன்றைய நினைவும், நாளைய கனவும் உள்ளன. சிந்தனையும், கற்பனையும் இணைந்துள்ள உடோபியன் (Utopian) ரக நூலாகும். ‘தனி மனிதர், ஆட்சித் தலைவர் என்றில்லாமல், எல்லோரும் இந்நாட்டு மன்னர் என்ற பாரதி கண்ட கனவுக்கு ஏற்ப எல்லாருக்கும். ஆணுக்கும் பெண்ணுக்கும் ஆட்சி நடத்த உரிமை ஒத்த உயர்வு இந்தக் கனவு உலகில் உள்ளது. எல்லோரும் ஒரு குலம், எல்லோரும் ஒரு நிறை, எல்லோரும் கூடி வாழ்கிறார்கள், கூடி உழைக்கிறார்கள். தேர்தல் பண்டைய குடவோலை முறையில் நடைபெறுகிறது.

முதியோர் ஓய்வு கொள்ளும் அமைதி இல்லம், குழந்தைகள் வாழும் பேரின்பம் என்னும் சோலை, உலகை நடத்தும் உலகப் பேரவை இவை அனைத்தும் கிபி 2000-ல் கனவில் இடம் பெறும்' என்பதே மு.வ. எழுதிய இந்நூலின் சாராம்சமாகும். ஆனால் இன்றைக்கு கிபி 2000த்தையும் தாண்டி 2018-ல் வாழ்ந்து கொண்டிருக்கிறோம். மு.வ. கண்ட கனவு நனவாகவில்லை. அது பலிக்க இன்னும் எத்தனை ஆண்டுகள் காத்திருக்கவேண்டுமோ?

'நான் இப்போது வகித்து வரும் மதுரைப் பல்கலைக்கழகத் துணை வேந்தர் பதவியில் இருந்து சில ஆண்டுகளில் ஓய்வு பெற்றுவிடலாம். பின்னர் ஆய்வுப் பேராசிரியர் பணியில் இருந்தும் ஓய்வு பெற்றுவிடலாம். ஆனால், கடைசி மூச்சு உள்ளவரை ஓய்வு பெற முடியாத துறை ஒன்றுள்ளது. அதுதான் எழுத்துத் துறை. எழுத்து என் உயிருடன் கலந்துவிட்ட ஒன்று. உடலில் சக்தி இருக்கும்வரை எழுதிக்கொண்டே இருப்பேன். எழுத முடியாத நிலை வந்தால் சுவாசம் நிற்கும்வரை மற்றவர்களை எழுதச் சொல்லி நான் கூறிக்கொண்டே இருப்பேன்' என்றார்.

'நொறுக்குத் தீனி உடலுக்கு ஊறு', 'நொறுங்கத் தின்றால் வயது நூறு' 'நீர் உணவை மென்று உண், கட்டி உணவைக் குடி' என்று கொள்கையின்படி இறுதிநாள்வரை வாழ்ந்தார். இருப்பினும் இளமையிலேயே ஈளை நோயால் பாதிக்கப்பட்ட நுரையீரல், ஓய்வில்லாத பணி காரணமாக அவரது உடல் நிலையை மேலும் மோசமாக்கியது. போதாக் குறைக்கு இதய நோயும் வாட்டியது. பல்கலைக்கழகப் பட்டமளிப்பு விழாவில் அவருக்கு இரண்டாவது முறையாக மாரடைப்பு ஏற்பட்டது. இயற்கை மருத்துவத்தில் இருந்த நம்பிக்கை காரணமாக அவர் ஆங்கில அலோபதி சிகிச்சையை ஏற்க மறுத்தார். ஆனாலும் உற்றார், உறவினர், நண்பர்கள் வற்புறுத்தியதன் காரணமாக சென்னை அரசு பொது மருத்துவமனையில் சிகிச்சைக்காகச் சேர்ந்தார்.

வெளிநாட்டில் இருந்து வரவழைக்கப்பட்ட மருந்து ஊசி மூலம் ஏற்றப்பட்டது. எனினும் கடுமையாகப் பாதிக்கப்பட்ட இதயம் சீராக இயங்க மறுத்தது. 'ஆடலையே காட்டி எனது ஆடல் ஒழித்து ஆண்டு கொண்டான்' என்ற தாயுமானவர் பாடலை முணுமுணுத்துக் கொண்டே கண்ணீர் மல்க அருகே நின்று கொண்டிருந்த மாணவர் ஒருவரை அழைத்து ஏறி இறங்கும் இதயத் துடிப்பைக் காட்டும் மின்னணுக் கருவியின் ஓட்டத்தைக் காட்டி 'ஆடலைப் பார்' என்று இறக்கும் தருவாயிலும் தமிழ்ப் பற்றாளராகவே விளங்கினார்.

1974 அக்டோபர் 10 ஆம் தேதி மதியம் மருத்துவர்கள் மின் அதிர்ச்சி மூலம் இதயத்தை சீராக இயங்க வைக்க மின்னணுக் கருவியைப் பொருத்திக்கொண்டே 'என்ன புரொஃபசர்' என்று மு.வ.வின் கருத்தைக் கேட்க அவரும் 'நீங்கள் எல்லாம் வல்லுனர்கள்' என்று பதிலளித்தார். இவைதான் அவர் பேசிய கடைசி வார்த்தைகள். மின் அதிர்ச்சி சிகிச்சை மூலம் இதயம் ஒரு சில நிமிடங்களே சீராக இயங்கினாலும், இரத்தம் நீல நிறமாக மாற இதயத் துடிப்பு நின்றது. ஆம். மூவா மருந்தெனத் தமிழைப் பொழிந்த மு.வ. மறைந்தார்.

நாமக்கல் இராமலிங்கம் பிள்ளை

மன்னர்கள் கோலோச்சிய காலத்தில் அவைக்களப் புலவர்களாக கபிலர், சேக்கிழார், ஒட்டக்கூத்தர் ஆகியோர் இருந்துள்ளனர். 'அரசவைக் கவிஞர்' என்றொரு மதிப்புமிக்க பதவியும் உண்டு. அந்த வகையில் நாடு விடுதலை பெற்ற பிறகு தமிழக அரசின் முதல் அரசவைக் கவிஞர் நியமிக்கப்பட்டவர் இவர்தான். சட்ட மேலவை உறுப்பினர், சாகித்திய அகாடமி நிர்வாகக் குழு உறுப்பினர், மத்திய அரசின் பத்ம பூஷன் விருது உள்ளிட்ட பல்வேறு விருதுகளும் கௌரவங்களும் இவரைத் தேடி வந்தன. வாழும் காலத்திலேயே பெரும் புகழையும், பட்டங்களையும், பதவிகளையும், பெற்ற ஒரு சில தமிழறிஞர்களுள் இவர் குறிப்பிடத்தக்கவர். அவர்தான் தெய்வ பக்தியும், நாட்டுப் பற்றும், மொழி உணர்வும் ஒருங்கே அமைந்த கவிஞர்களுள் பெருமை பெற்ற நாமக்கல் இராமலிங்கம் பிள்ளை.

இருபதாம் நூற்றாண்டின் முப்பதுகளிலும் நாற்பதுகளிலும் இந்திய விடுதலைப் போரின் தமிழக தளபதிகளில் ஒருவராக மதிக்கப்பட்ட இவர் காந்தியக் கொள்கைகளையே கருப்பொருளாக்கி கவிதைகள் இயற்றிய காரணத்தால் 'காந்தியக் கவிஞர்' என்றும் போற்றப் பட்டார். நாவல், திறனாய்வு, மொழி பெயர்ப்பு, வரலாறு மற்றும் செவிக்கு இனிய பாடல்கள் பல்வற்றை இயற்றினாலும் கீழ்க்காணும் வரிகள் இவரைப் புகழின் உச்சிக்குக்கொண்டு சென்றன.

தமிழன் என்று சொல்லடா, தலை நிமிர்ந்து நில்லடா
தமிழன் என்றோர் இனமுண்டு, தனியே அவர்க்கொரு குணமுண்டு
அமிழ்தம் அவனுடைய மொழியாகும், அன்பே அவனுடை
வழியாகும்
கத்தி இன்றி ரத்த மின்றி, யுத்தம் ஒன்று வருகுது
சத்தியத்தின் நித்தியத்தை, நம்பும் யாரும் சேருவீர்

தென்னாற்காடு மாவட்டம் திருக்கோயிலூர் அருகேயுள்ள பானூர் என்ற கிராமம்தான் வெங்கட்ராமப் பிள்ளைக்குச் சொந்த ஊர். ஒரு சமயம் கடும் வறட்சி நிலவிய காரணத்தால் ஊர் மக்கள் பஞ்சம் பிழைக்க அக்கம்பக்கம் ஊர்களுக்கு குடும்பத்துடன் இடம் பெயர்ந்தனர். அவ்வாறு சேலத்துக்குச் சென்று குடும்பங்களுள் இவருடையதும் ஒன்றாகும். உறவினர் சூரமங்கலம் வீரப்ப பிள்ளையின் ஆதரவில் வெங்கட்ராமபிள்ளை வளர்ந்தார். மோகனூரில் தலைமைக் காவலர் பணியும் கிடைக்க, உரிய காலத்தில் அம்மணி அம்மாள் என்பவருடன் திருமணமும் நடந்தேறியது.

வெங்கடராமப் பிள்ளை - அம்மணி அம்மாள் தம்பதிகளுக்கு அடுத்தடுத்து மூன்று பெண் குழந்தைகள் பிறந்தன. நான்காவதாகப் பிறந்த ஆண் குழந்தை சில நாள்களிலேயே இறந்துவிட்டது. ஆண் வாரிசு இல்லையே என்று வருந்திய தம்பதிகளுக்கு மீண்டும் பிறந்தது மூன்று பெண்களே. ஐந்து பெண்கள் பெற்றால் அரசனும் ஆண்டியாவான் எனில் ஆறு பெண்கள் பெற்ற இவர்கள் நிலை சொல்லித் தெரிய வேண்டியதில்லை. ஆண் வாரிசு வேண்டி கோயில் குளம் என்று சுற்றியதுடன், விரதம் இருந்து தான தருமங்களையும் குறைவின்றிச் செய்தனர்.

மோகனூர் கருப்பண்ணசாமி கோயிலுக்குச் செல்லும் வழியில் இராமேஸ்வரம் தீர்த்த யாத்திரையை முடித்துத் திரும்பிக் கொண்டிருந்த வயதான பிராமண தம்பதியைச் சந்தித்தனர். பேச்சுவாக்கில் தங்களுக்கு ஆண் வாரிசு இல்லை என்பதையும் சொல்லி வருந்தினர். உடனே அந்த வயதான அந்தணர் இராமேஸ்வரத்தில் இருந்துகொண்டு வந்த பூ, விபூதி, குங்குமம் ஆகியவற்றைக் கொடுத்துப் ‘பிள்ளைவாள். இவை இராமேஸ்வரம் இராமநாத ஸ்வாமி சந்நிதியில் வழங்கப்பட்ட பிரசாதங்களாகும். சக்தி வாய்ந்த இறைவன் அருளால் உங்களுக்கு நிச்சயம் ஆண் குழந்தை பிறக்கும். அவனுக்கு இராமநாதன் அல்லது இராமலிங்கம் என்று பெயர் சூட்டுங்கள். எட்டாவது பிள்ளையான அவன் மிகச் சிறந்த புலவனாகவும், அறிவாளியாகவும், நீடித்த ஆயுளுடன், புகழ் பெற்று விளங்குவான். இது நான் வணங்கும் அந்த ஆண்டவன் மீது சத்தியம்’ என்று கூறி ஆசீர்வதித்தார்.

தெய்வ வாக்கைப்போல் சொன்னது சொன்னபடி 1888 அக்டோபர் 19ஆம் தேதி வெங்கட்ராம பிள்ளை - அம்மணி அம்மாள் தம்பதிகளுக்கு ஆண் குழந்தை பிறந்தது. முதியவரின் ஆசியின்படி குழந்தைக்கு இராமலிங்கம் என்று பெயரிட்டனர். இராமாயணம், மகாபாரதம் ஆகியவற்றிலிருந்து நீதிக்கதைகளைக் எடுத்துக்

கூறியதுடன் எந்தச் சூழலிலும் பொய் பேசக்கூடாது என்ற அறிவுரையுடனும் வளர்த்தனர். தந்தைக்குக் காவல் துறையில் பணி என்பதால் மாற்றலாகிச் செல்லும் ஒவ்வொரு ஊரிலும் இவரது படிப்பும் தொடர்ந்தது. இவ்வாறாக தொடக்கக் கல்வியை நாமக்கல் நம்மாழ்வார் பள்ளியிலும் உயர்நிலைக் கல்வியை கோயமுத்தூரிலும் பெற்றார். 1907-ல் திருச்சி எஸ்பிஜி கல்லூரியில் படித்துக் கொண்டிருந்தபோது காதில் கடுமையான வலி ஏற்பட்டு ஒரு காது கேட்கும் சக்தியை இழந்தது. தீவிர சிகிச்சை அளித்தும் கடைசிவரை ஒரு பக்கச் செவியைக் குணப்படுத்தவே முடியவில்லை.

சிறு வயது முதற்கொண்டே இராமலிங்கத்துக்கு சித்திரம் தீட்டுவதில் ஆர்வமுண்டு. பள்ளி வகுப்பறையில் மாணவனாகப் பாடம் படித்துக் கொண்டிருக்கும்போது ஆரம்பித்த ஓவிய ஆர்வம் கல்லூரியிலும் தொடர்ந்தது. திருச்சி பிஷப் ஹீபர் கல்லூரியில் இண்டர் மீடியட் படித்துக் கொண்டிருக்கும்போது, கல்லூரி முதல்வர் எலியட் 'நாகரிகப் பழக்க வழக்கங்கள்' என்ற தலைப்பில் ஆங்கிலத்தில் மாணவர்களைக் கட்டுரை எழுதுமாறுப் பணித்து நாற்காலியில் சாய்ந்துகொண்டு புத்தகம் வாசிக்கத் தொடங்கினார். இராமலிங்கம் பிள்ளை கட்டுரையை எழுதி முடித்த கையோடு, கல்லூரி முதல்வர் நாற்காலியில் சாய்ந்துகொண்டு புத்தகம் படிக்கும் காட்சியைத் ஓவியமாக வரைந்தார். 'கட்டுரையும் நன்று, தீட்டிய ஓவியமும் நன்று' என்று எலியட் பாராட்டிப் பைபிளையும், கட்டுரை எழுதுவது எப்படி என்ற நூலையும் பரிசுகளாக வழங்கி வாழ்த்தினார். கல்லூரியில் எஃப்ஏ வகுப்பில் படித்துக் கொண்டிருக்கும்போது 1909-ல் முத்தம்மாள் என்பவருடன் திருமணம் நடைபெற்றது.

நாமக்கல் வட்டாட்சியர் அலுவலகத்தில் எழுத்தர் வேலை கிடைத்தும், விரும்பமின்றிச் சில காலம் மட்டுமே பணியாற்றினார். பின்னர் நாமக்கல் தொடக்கப் பள்ளியில் ஆசிரியராகச் சேர்ந்தார். ஆசிரியரான பிறகும் அவரது ஓவிய ஆர்வம் குறையவில்லை. வகுப்பில் பாடம் நடத்தும் போதும் ஏதேனும் வரைந்து கொண்டே இருப்பார். சுதந்திரப் போர் தீவிரமாக நடைபெற்றுக் கொண்டிருந்த காலமது. ஆசிரியப் பணியில் இருந்து கொண்டே இராமலிங்கம் விடுதலைப் போராட்டக் கூட்டங்களில் பங்கேற்று அரசுக்கு எதிராகப் பேசவே பள்ளி நிர்வாகம் அவரை வேலையிலிருந்து நீக்கியது. புனிதமான சுதந்திர வேள்வியில் ஈடுபட்டமைக்காக நீக்கப்பட்டதால், வேலை பறி போனதைப் பற்றி அதிகம் அலட்டிக் கொள்ளவில்லை. கைவசம் ஓவியத் திறனுடன், மேடைப் பேச்சும்,

கவிதை புனையும் ஆற்றலும் இருந்ததால் எப்படியும் பிழைத்துக் கொள்ளலாம் என்ற நம்பிக்கை அவருக்கு இருந்தது.

‘சித்திரமும் கைப்பழக்கம் செந்தமிழும் நாப்பழக்கம்’ என்ற பழமொழிக்கு ஏற்ப நாளடைவில் மிகச் சிறந்த பேச்சாளராகவும் கவிஞராகவும் ஓவியராகவும் திகழ்ந்த இவர் ‘ஓவியக் கவிஞர்’ என்றும் ‘கவி ஓவியர்’ என்றும் அழைக்கப்பட்டார். ஆசிரியர் வேலை போனதைப் பற்றிக் கவலைப்படாமல் ஓவியங்கள் தீட்டுவதில் கவனம் செலுத்தினார். செட்டி நாட்டு அரண்மனைகளையும் அங்கு வாழ்ந்த நகரத்தாரையும் ஓவியங்களாகத் தீட்டி, அந்தக் காலத்திலேயே ஆயிரக்கணக்கில் சன்மானத்தையும் பரிசுகளையும் பாராட்டுகளையும் பெற்றார். ஒரு முறை டில்லி வந்திருந்த ஐந்தாம் ஜார்ஜ் மன்னரின் முடிசூட்டு விழாவில் பங்கேற்றதுடன், அவரது ஓவியத்தை வரைந்து கொடுத்துத் தங்கப் பதக்கமும் பெற்றார். இவர் வரைந்த இராமகிருஷ்ண பரமஹம்சர், சுவாமி விவேகானந்தர், திலகர், கோகலே, மகாத்மா காந்தி அடிகள் ஆகியோரின் ஓவியங்கள் இன்றைக்கும் சேலம், கரூர், நாமக்கல் நகராட்சி அலுவலகங்களை அலங்கரித்துக் கொண்டிருக்கிறன. ஒரு கட்டத்தில் ஓவியப் பணியை நிறுத்திவிட்டு நாட்டு விடுதலைப் போராட்டங்களில் தன்னை முழுமையாக ஐக்கியப்படுத்திக்கொண்டார்.

கிட்டப்பா உள்ளிட்ட பிரபல நாடக நடிகர்களின் குழுக்கள் நாமக்கல்லில் முகாமிடும்போது இராமலிங்கம் நாடகக் கதாபாத்திரங்களுக்கு ஏற்ற வகையில் பாடல்களை எழுதிக் கொடுத்தார். பிரபல நாடகக் கலைஞர்களைப் பார்க்கக் கூட்டம் கூடுவதுபோல், இராமலிங்கத்தின் பாடல்களைக் கேட்பதற்காகவும் மக்கள் குவிந்தனர்.

இந்திய விடுதலைப் போரை காந்திக்கு முன், காந்திக்குப் பின் என்று இருவகையாகப் பிரிக்கலாம். காரணம் தென் ஆப்பிரிக்காவில் இருந்த மகாத்மா 1915-ல் இந்தியா திரும்பிய பிறகே சுதந்திரத்துக்கான போராட்டம் உச்ச கட்டத்தை எட்டியது. கூடிக் கலையும் மேட்டுக்குடிக் கூட்டமாக இருந்த காங்கிரஸ் தலைமையும் சுறுசுறுப்பானது. இருப்பினும் இந்திய விடுதலை பெற ஆயுதப் போராட்டமே சிறந்தது என்று தீவிரவாதிகளும் அமைதிப் போராட்டமே உகந்தது என்று மிதவாதிகளும் இரு அணிகளாகப் பிளவுபட்டு நின்றனர்.

திலகர் சகாப்தத்தில் ‘மகாகவி சுப்பிரமணிய பாரதியார் தேசியக் கவிஞராக’ விளங்கினார் எனில் காந்தி சகாப்தத்தில் ‘இராமலிங்கம் பிள்ளை காந்தியக் கவிஞராகத்’ திகழ்ந்தார். இருப்பினும் வ.வே சு ஐயர், சுப்பிரமணிய சிவா போன்ற விடுதலைப் போராட்ட

வீரர்களுடனான தொடர்பு காரணமாக இவரும் தொடக்கத்தில் தீவிரவாதத்தில் நம்பிக்கை வைத்திருந்தார். ஆனால் காலப் போக்கில் மகாத்மாவின் உறுதியான உள்ளமும் தெளிந்த சிந்தனையும் சாந்தி தவழும் முகமும் அவரை காந்தியடிகளின் பக்தராகவே மாற்றியது. இது குறித்து மூதறிஞர் இராஜாஜி கூறுகையில் 'திலகர் விதைத்த வித்து பாரதியாக முளைத்தது. காந்தி தூவின விதை நாமக்கல் கவிஞராகத் தோன்றியது' என்று பாராட்டி உள்ளார்.

மகாகவி பாரதியாரின் மீது தீவிரப் பற்றும் பாசமும் கொண்டிருந்த இராமலிங்கம், அவரை எப்படியேனும் ஒரு முறையேனும் சந்தித்து அவர் முன்பாகப் பாடலை இயற்றிப் பாடிக் காட்டவேண்டும் என்று விரும்பினார். அதற்கான தருணமும் வந்தது. தனது நண்பரைக் காணக் காரைக்குடிக்கு வந்திருந்தபோது மகாகவி கானாடுகாத்தானில் தங்கியிருப்பதாகக் கேள்விப்பட்டார். உடனே அவசர அவசரமாக அந்த ஊருக்குப் புறப்பட்டுச் சென்று பாரதியாரைச் சந்தித்தார். மகாகவியைப் பார்த்த சந்தோஷத்தில் அவர் முன்பாகத் தான் இயற்றிய பாடலைப் பாடிக்காட்ட வேண்டும் எனபதைக்கூட மறந்து அவரைப் பார்த்துக் கொண்டே இருந்தார். உடன் வந்த நண்பர் 'இவரும் ஒரு கவிஞர்' என்று பாரதியிடம் அறிமுகப்படுத்த 'அப்படியா! எங்கே நீர் இயற்றிய ஒரு பாடலைப் பாடிக் காட்டும்' என்ற சொன்ன பிறகே இயல்பு நிலைக்குத் திரும்பினார்.

'தம்மரசைப் பிறர் ஆள விட்டுவிட்டுத்
 தாம் வணங்கிக் கைகட்டி நின்றபேரும்
தம்முறவு தரித்திரத்தால் மாளவிட்டு
தனித்திருந்து உண்டுடுத்துத் தருக்கினோரும்

என்று இராகத்துடன் தான் இயற்றிய ஒரு பாடலை உரத்த குரலில் பாட மகாகவி கண்களை மூடிக்கொண்டு பாட்டையும் இசையையும் கேட்டு ரசித்தவாறே 'பலே பாண்டியா! பிள்ளை! நீர் ஒரு புலவன், ஐயமில்லை!' என்று இராமலிங்கத்தைக் கட்டித் தழுவி மனதார வாழ்த்தினார். மகாகவியின் வாயால் பாராட்டு பெறும் பெரும் பேற்றை இராமலிங்கம் பெற்றதுடன் பின்னாளில் நாடு போற்றும் மிகச் சிறந்த கவிஞராகவும் உருவெடுத்து பெருமைமிகு விருதுகளையும் கௌரவங்களையும் பெற்றார்.

1921 முதல் 1930வரை காங்கிரஸ் கட்சியின் நாமக்கல் வட்டச் செயலாளராக பதவி வகித்தார். காங்கிரஸ் விடுத்த பல்வேறு சத்தியாகிரகப் போராட்டங்களில் பங்கேற்று நாமக்கல், மதுரை, வேலூர் ஆகிய சிறைகளில் அடைக்கப்பட்ட போதுதான் பல்வேறு கவிதைகளையும், உரைநடைகளையும், நாவல்களையும் எழுதி

முடித்தார். *1922*-ல் இவரது பாடல்கள் 'பிரார்த்தனை' மற்றும் 'தேச பக்திப் பாடல்கள்' என்ற தலைப்புகளில் வெளியாயின. சின்ன அண்ணாமலையின் தமிழ்ப் பண்ணை மூலம் 'தமிழன் இதயம்' என்ற தலைப்பிலும், தொடர்ந்து 'காந்தி அஞ்சலி', 'கவிதாஞ்சலி', 'சங்கொலி', 'மலர்ந்த பூக்கள்' ஆகிய தலைப்புகளிலும் நாமக்கல் கவிஞரின் நூல்கள் அடுத்தடுத்து வெளியாயின.

1924-ல் முதல் மனைவி முத்தம்மாள் காலமாகவே, அவரது சகோதரி சௌந்தரம்மாளைத் திருமணம் செய்துகொண்டு இல்வாழ்வைத் தொடர்ந்தார். முதல் மனைவி மூலம் குழந்தையில்லை. இரண்டாவது திருமணம் மூலம் ஐந்து குழந்தைகள் பிறந்தன. *1930*-ல் மகாத்மா தொடங்கிய உப்பு சத்தியாகிரகத்துக்கான தண்டி யாத்திரை நாடெங்கும் அதிர்வலைகளை ஏற்படுத்தியது. ஆயிரக்கணக்கானோர் கைதாகிச் சிறைகளில் அடைக்கப்பட்டனர். தமிழகத்தில் இராஜாஜி தலைமையில் திருச்சி தொடங்கி வேதாரண்யம்வரை உப்பு சத்தியாகிரக ஊர்வலம் நடைபெற்றது. பயணத்தில் பங்கேற்றவர் களுக்குக் களைப்பு ஏற்படாமல் இருக்கவும், அவர்களை உற்சாகப் படுத்தவும், தேசபக்தர்கள் மகாகவி பாரதியாரின் பாடல்களைப் பாடிக்கொண்டு வந்தனர். அப்போது திடீரென வித்யாசமான, நெஞ்சுரமும் வீரமும் தெறிக்கும் பாடலை நாமக்கல் இராமலிங்கம் ஓங்கி ஒலித்த குரலில் முழங்க மற்றவர்களும் உடன் பாடத் தொடங்கினார்கள்.

உப்பு சத்தியாகிரகத்துக்குத் தலைமை ஏற்று வழி நடத்திக் கொண்டிருந்த இராஜாஜி உள்ளிட்ட தலைவர்கள் அப்பாடலைக் கேட்டு மகிழ்ந்தனர். 'நெருக்கடியான நேரத்தில் நம்மை உற்சாகப் படுத்த மகாகவி இல்லையே என்ற ஏக்கத்தைப் போக்கவும், அந்த வெற்றிடத்தை நிரப்பவும் , இதோ நம்மிடையே ஒரு கவிஞர் தோன்றி உள்ளார். அவரை வாழ்த்தி, வரவேற்பது நமது கடமை' என்று வாயாரப் புகழ்ந்தார். வசிஷ்டர் வாயால் பிரம்மரிஷி என்பது போல், மூதறிஞரால் வாழ்த்துப் பெற்ற நாமக்கல் இராமலிங்கம் பிள்ளை உள்ளம் பூரித்தார். வேதாரண்யம் உப்பு சத்தியாகிரகத்தின் போது அவர் இயற்றிய 'கத்தி இன்றி இரத்தம் இன்றி யுத்தம் ஒன்று வருகுது' என்று தொடங்கும் பாடலே அவரைப் புகழின் உச்சிக்கு அழைத்துச் சென்று 'தேசியக் கவிஞர்' என்ற அடையாளத்தையும் பெற்றுத் தந்தது. இந்தப் பாடலைச் 'சுதந்திரச் சங்கு' ஆசிரியர் சா.கணேசன் இலட்சக் கணக்கில் அச்சிட்டு தமிழமெங்கும் விநியோகிக்க, மகாகவியின் பாடல்களுடன், இவரது பாடலையும் மக்கள் பாடி மகிழ்ந்தனர்.

1937-ல் நடைபெற்ற தேர்தல்களில் காங்கிரஸ் அமோக வெற்றி பெற்றது. நாமக்கல் கவிஞர் போட்டியின்றிச் சேலம் மாவட்ட வாரியத்தின் உறுப்பினராகத் தேர்ந்தெடுக்கப்பட்டார். அப்போது தான் 'பிரார்த்தனை' என்ற தலைப்பில் அவரது கவிதைகள் அடங்கிய நூல் தொகுப்பு எல்லாப் பள்ளிகளிலும் கட்டாயப் பாடமாக வைக்கப்பட்டது. 50,000 படிகளாவது விற்பனை ஆகி வருமானம் கொட்டும் என்ற எதிர்பார்ப்புக்கு மாறாக 8,000 படிகள் மட்டுமே விற்பனையானது அவரை வேதனைப்படுத்தியது. சேர்ந்தே இருப்பது புலமையும் வறுமையும் என்பது அவர் விஷயத்திலும் நிரூபணமானது.

அரசியலில் தீவிரமாக ஈடுபட்ட பிறகு நாமக்கல் கவிஞர் குடும்பச் செலவுகளுக்கும் அன்றாடம் தன்னைப் பார்க்க வருபவர்களை உபசரிக்கவும் கூடப் பணமின்றிச் சில வருடங்கள் கஷ்டப்பட்டார். ஆனால் 1944 தொடங்கி கவிஞரின் வாழ்க்கையில் மாற்றம் ஏற்பட்டது. வாழும் காலத்திலேயே கவிஞரை அங்கீகரித்துத் தமிழர்கள் பெருமை தேடிக்கொண்டனர். 1945-ல் சென்னை கோகலே மண்டபத்தில் நடைபெற்ற பாராட்டுக் கூட்டத்தில் காமரராஜர், திரு.வி.க., கல்கி, பி இராமமூர்த்தி ஆகியோர் கலந்துகொண்டு வாழ்த்தினர். தொடர்ந்து தமிழகத்தின் பல்வேறு நகரங்களில் கவிஞருக்குப் பாராட்டுக் கூட்டங்கள் நடைபெற்றன. புகழ் மாலைகளுடன் பண முடிப்புகளும் கிடைக்கவே வறுமைப் பிடியிலிருந்து கொஞ்சம் கொஞ்சமாக விடுபட்டார்.

1949-ல் கோவை மாவட்டம் கோபிச் செட்டிப்பாளையம் காங்கிரஸ் மாநாட்டில் 'தமிழ்ப் பண்ணை' சின்ன அண்ணாமலை உணர்ச்சி பொங்கச் சில பாடல்களைப் பாடத் தொண்டர்கள் ஆர்பரித்து மகிழ்ந்தனர். அப்போது ஓமந்தூர் இராமசாமி ரெட்டியார் 'ஆயிரம் சொல்லுங்கள்! பாரதியார் பாரதியார்தான்!. கேட்கும் போதே உணர்வுகளைத் தட்டி எழுப்பும் வகையில் எத்தனை பாடல்களை இயற்றி உள்ளார் பாருங்கள்' என்று சின்ன அண்ணாமலையைப் பார்த்துக் கேட்டார். அவரோ 'நான் பாடியது பாரதியார் பாடல்கள் இல்லை. நாமக்கல் இராமலிங்கம் பிள்ளை இயற்றியவை' என்று கூற ஓமந்தூரார் உள்பட அனைவரும் அதிசயித்துப் பாராட்டினர்.

அப்போது உடனிருந்த கல்கி 'மகாகவி பாரதியார் உயிருடன் இருந்தபோது தமிழ்நாட்டு மக்கள் அவரைச் சரியாகப் புரிந்து கொள்ளவில்லை. வறுமையில் வாடி மிகவும் கஷ்டப்பட்டார். அவருடைய மரணமும் சோகமயமானது. எனவே அவருக்கு இழைத்த அநீதிக்குப் பரிகாரமாக இப்போது நம்மிடையே வாழ்ந்து கொண்டிருக்கும் காந்தியக் கவிஞர் நாமக்கல் இராமலிங்கம் பிள்ளைக்கு நம்மால் இயன்றதைச் செய்து பெருமைப்படுத்த

வேண்டும்' என்று அன்பு வேண்டுகோள் விடுத்தார். 1949 ஆகஸ்ட் 15-ல் தமிழகத்தின் முதல் அரசவைக் கவிஞராக நாமக்கல் இராமலிங்கம் பிள்ளை நியமிக்கப்பட கல்கி விடுத்த கோரிக்கையும் முக்கியக் காரணமானது.

அண்ணாவுக்கும் நாமக்கல் கவிஞருக்கும் இடையே நடைபெற்ற உரையாடல் சுவாரஸ்யமானது. 'மாற்றான் தோட்டத்து மல்லிகை என்பதால் அதற்கு மணமிருக்காது என்று உரைப்பவன் நானல்ல. காந்தியார் உலகத்தின் ஒளியானார்! அவரது புகழை, காங்கிரஸ்காரர்கள் மட்டுமல்ல, உலக மக்களெல்லாம் போற்றுகிறார்கள். அவ்விதம் பிறர் போற்றுவதுதான், ஒரு தலைவருக்கு கிடைக்கும், தனி மரியாதையாகும். மாற்றான் தோட்டத்து மல்லிகைக்கும் மணமுண்டு' என்று அண்ணா பேசினார். இதைக் கேட்ட நாமக்கல் கவிஞர் 'காந்தியடிகளின் அருமை பெருமைகளைப் பலர் உரைக்கக் கேட்டிருக்கிறேன், ஆனால் தாங்கள் எடுத்துச் சொன்னதைக் கேட்ட போது, நான் மனம் குளிர்ந்தேன், யாரும் அப்படிச் சொல்லியதில்லை' என்று அண்ணாவை மனதாரப் பாராட்டினார். 'மாற்றான் தோட்டத்து மல்லிகைக்கும் மணமுண்டு' என்ற பிரபல சொற்றொடரை நாமக்கல் இராமலிங்கத்துடனான சந்திப்பின்போது தான் முதன் முதலாக அண்ணா பயன்படுத்தினார்.

1954-ல் சாகித்ய அகாடமி நிர்வாகக் குழு உறுப்பினராக நாமக்கல் இராமலிங்கம் பிள்ளை நியமிக்கப்பட்டதைத் தொடர்ந்து குடியரசுத் தலைவர் எஸ்.இராதாகிருஷ்ணன் அவரைப் பிரதமர் நேருவுக்கு அறிமுகப்படுத்துகையில் 'இவர் மிகச் சிறந்த கவிஞர், அப்பழுக்கற்ற தேச பக்தர், நாட்டு விடுதலைப் போரில் ஈடுபட்டுச் சிறைவாசம் புகுந்தவர், கள்ளம் கபடமற்ற ஒழுக்க சீலர், புகழுக்கும் பொருளுக்கும் ஆசைப்படாதவர்; அனைவருக்கும் அன்பானவர், 'ஆடு ராட்டே சுழன்று ஆடு ராட்டே' என்ற பாட்டு மூலம் தமிழகத்தையே சுழன்றாடச் செய்தவர்' என்று அறிமுகப்படுதினார்.

'அவளும் அவனும்', அன்பு செய்த அற்புதம்', 'காந்தி சரித்திர நொண்டிச் சிந்து' உள்ளிட்ட குறுங்காப்பியங்களையும், உரைநடை நூல்களையும், நாவல்களையும் நாமக்கல் கவிஞர் எழுதி உள்ளார். அவரது புதினங்களுள் குறிப்பிடத்தக்கது 'மலைக்கள்ளன்'. பின்னாளில் இது அதே பெயரில் திரைப்படமாகவும் எடுக்கப் பட்டது. மக்கள் திலகமாகவும் பின்னாளில் தமிழக முதல்வராகவும் கோலோச்சிய எம்ஜிஆரின் வெற்றிப் படங்களுள் குறிப்பிடத்தக்கது என்பதுடன் அவரது திரைப்பட வாழ்க்கையில் மிகப் பெரிய திருப்புமுனையை ஏற்படுத்திய படமும் இதுதான்.

‘என் கதை’ என்ற தலைப்பில் தனது வாழ்க்கை வரலாற்றை 1888 முதல் 1944வரை நமக்கல் கவிஞரே சுவைபடப் பதிவு செய்துள்ளார். திருக்குறளுக்குப் பரிமேலழகர் எழுதிய உரை கடினமாக இருப்பதைக் கருத்தில்கொண்டு மதுரை சிறையில் இருந்தபோது எளிய முறையில் புதிய உரையை எழுதினார். இந்நூல் இருபது ஆண்டுகளுக்குப் பிறகு 1955-ல் கோவையில் வெளியிடப்பட்டது.

பெரும்பாலான தமிழறிஞர்கள் பிறமொழிச் சொற்கள் தமிழில் கலப்பதையும், இந்தித் திணிப்பையும், பிராமண ஆதிக்கத்தையும், தீவிரமாக எதிர்த்த நிலையில் நாமக்கல் கவிஞர் மட்டும் இக்கொள்கைகளில் மாறுபட்ட கருத்தைக் கொண்டிருந்தார். வேற்று மொழியைத் தாய்மொழியாகக் கொண்டிருந்தாலும், தமிழின் மீது தீராத பற்று கொண்டவர்களைத் தமிழர்களாக ஏற்றுக் கொள்வதில் தவறில்லை என்பதே நாமக்கல் கவிஞரின் கருத்தாகும். ‘தமிழ் மொழியும், தமிழரசும்’ என்ற கட்டுரையில் தமிழில் பிறமொழிச் சொற்கள் எக்காரணத்தை முன்னிட்டும் புகக்கூடாது, புகவிடக் கூடாது என்று கூறும் தனித் தமிழ்வாதிகளை அவர் பெரிதும் சாடினார். ‘உலகின் வெவ்வேறு திசைகளிலிருந்து வரும் புதிய சொற்களைத் தமிழில் சேர்த்துக் கொள்ளலாம் என்ற தொல்காப்பியச் சூத்திரத்தை எடுத்துரைத்தார். சமகால அறிவியல் கருத்துகளை உள்வாங்கித், தனக்கே உரிய முறையில் வெளிப் படுத்துவதன் மூலம், தற்காலத்துக்கு ஏற்ற ஒரு மொழியாகத் தமிழ் வளர வேண்டும் என்றால், பிற மொழிச் சொற்களை மட்டுமின்றி, கருத்துகளையும் கடன் வாங்கித் தன்னுள் ஐக்கியப்படுத்திக் கொள்ளத் தமிழ் தயங்கக்கூடாது’ என்று வாதிட்டார்.

‘ஆரியராவது திராவிடராவது’ என்ற கட்டுரையில் தமிழ்நாட்டில் வாழுகின்ற பிராமணர்கள் எல்லோரும் ‘ஆரியர்கள்’ என்றும், பிராமணர் அல்லாதார் அனைவரும் ‘திராவிடர்கள்’ என்றும் உலவி வரும் கருத்தை எள்ளி நகையாடுகிறார். இரு சாராரும் தமிழ் நாட்டைச் சேர்ந்தவர்களே என்றும், பிராமணர்கள் வட நாட்டிலிருந்து வந்தவர்கள் அல்லர் என்றும் வாதிடுகிறார். இரு சாராரும் ஒரே இனத்தைச் சேர்ந்த தமிழ்த் தாயின் மக்கள் என்பதால் ஆரியப் பண்பாடு, திராவிடப் பண்பாடு என்று பிரித்துப் பேசுவதில் அர்த்தமில்லை. எனவே, இருவரும் ஒருவரை ஒருவர் வெறுப்பதை விட்டுவிட்டுப் பரஸ்பரம் ஒற்றுமையுடன், சமாதானமாக வாழக் கற்றுக் கொள்ளவேண்டும். தமிழ் இனத்தையும் தமிழ் மொழியையும் காப்பாற்றவும் முன்னெடுத்துச் செல்லவும் அதுவொன்றே சிறந்த வழி’ என்றும் பதிவு செய்துள்ளார்.

அதேபோல் இந்தி மொழித் திணிப்பைத் தமிழறிஞர்கள் கடுமையாக எதிர்த்த நிலையில் 'இந்தியையோ வேறு எந்த மொழியையோ படிப்பதனால் தமிழ் அழியும் என்பது தமிழின் வரலாற்றை அறியாதவர்களின் கூற்று' என்பதை விளக்கும் வகையில்

'எந்தமொழி வந்திடினும் தமிழ்மொழியை
 என்ன செய்யும்? என்றே முன்னோர்
வந்தபிற மொழியையெலாம்
 வரவேற்றுத் தமிழ்மொழியை வளரச் செய்தார்,
செந்தமிழின் சரித்திரத்தைத்
 தெரியாமல் மக்களுக்குத் திரித்துக் கூறி
இந்திமொழி வந்ததென்று இகழ்ந்துரைப்போர்
 தமிழ்நாட்டின் பெருமை எண்ணார்'

என்று உறுதிபடத் தெரிவிக்கிறார். இந்தி மொழியைப் படிப்பதால் தமிழுக்கு ஆபத்து வராது என்று கூறினாலும், கட்டாய இந்தித் திணிப்பை அவர் ஆதரிக்கவில்லை. அதுபோல் இசை விழாக்களில் தெலுங்கு மற்றும் வடமொழிப் பாட்டுக்கள் முக்கிய இடம் பெறுவதையும், தமிழ்ப் பாடல்கள் துக்டாவாக பாடப்படுவதையும் கண்டிக்கும் வகையில்:

'புரியாத மொழியில் இசையைப் புகட்டல் கண்ணைக்
கட்டிக் காட்சி காட்டுதல்
தமிழன் சொந்தத் தாய்மொழிச் சொல்லில் இசையைக்
கேட்க இச்சை கொள்வதே

'தமிழிசை' என்பதன் தத்துவமாகும்.

விலையில்லாப் பெருமைபல உடையதேனும்
 விளங்காத பாஷையிலே பாட்டைக் கேட்டுத்
தலையெல்லாம் சுளுக்கேற்ற அசைந்திட்டாலும்
 தனக்கதுவோர் கலையின்பம் தருவதுண்டோ?'

என்கிறார். இருப்பினும் தாய்மொழியைத் தவிர வேற்று மொழிப் பாடல்களைப் பாடவே கூடாது என்று அவர் கூறவில்லை. தமிழ்ப் பாடல்களுக்கு முக்கியத்துவம் கொடுப்பதை வலியுறுத்த:-

'ஆதலினால் தமிழ்நாட்டில் தமிழ்ப் பாட்டிற்கே
 ஆதரவிங் ககத்தியமாய் அதிகம் வேண்டும்
காதலினால் தாய்மொழியைக் காப்பதன்றிக்
 கடுகளவும் பிறமொழிமேல் கடுப்பதல்ல'

என்று பாடியுள்ளார். தமிழ்ப் பற்று வேண்டும். தமிழ் வெறி கூடாது என்பதே அவரது கருத்து.

'தமிழ்' என்ற சொல்லின் பிறப்பு பற்றிப் புதுமையான விளக்கம் தருகிறார் நாமக்கல் இராமலிங்கம் பிள்ளை. ' 'அமிழ்து... அமிழ்து'. என்று தொடர்ந்து வேகமாக உச்சரித்து வந்தால் 'தமிழ்...தமிழ்' என்றே ஒலிக்கும். ஆகவே 'அமிழ்து' என்ற சொல்லிலிருந்துதான் 'தமிழ்' என்ற சொல் வந்திருக்க வேண்டும் என்பது அவரது முடிவு. 'தமிழுக்கும் அமுதென்று பேர்' என்ற பாடலின் மூலம் புரட்சிக் கவிஞர் பாரதிதாசனும் இதே கருத்தை உறுதிப்படுத்துகிறார்.

நாமக்கல் கவிஞர் வாழ்ந்த காலகட்டத்தில் தந்தை பெரியரின் நாத்திகக் கொள்கைகள் உச்சகட்டத்தில் இருந்தன. கடவுளைக் கும்பிடுபவன் முட்டாள் என்றும், கோயில்கள் வௌவால்கள் குடியிருக்கும் கூடாரங்கள் என்றும், பக்தி இலக்கியங்கள் தமிழ்ப் பண்பாட்டுக்கு எதிரானவை என்றும் பிரசாரங்கள் நடைபெற்று வந்தன. இவற்றைக் கேட்ட கவிஞர் உள்ளம் நொந்தார். 'இத்தகைய மனப்பான்மை சேர, சோழ, பாண்டிய மன்னர்கள் போற்றி வளர்த்த தமிழ்ப் பண்பாட்டுக்கே விரோதமானது என்று வெதும்பியதுடன், புராதனச் சின்னங்களான கோயில்களையும் பழந்தமிழ் இலக்கியங்களையும் பழித்தால், நாம் எதைப் பற்றிப் பெருமைப்பட முடியும்?' என்றும் கேள்வி கேட்கிறார்.

'கோயில்களின் பெரும்பயனைக் குறைத்துப் பேசிக்
கும்பிடுவோர் நம்புவதைக் குறைத்தும் ஏசித்
தூயவழி வாழ்வதற்கு நல்லோர் கண்ட
துறவுமனப் பொறையறிவைத் துவேசம் சொல்லி
வாயில்வந்த கொச்சைகளால் வசைகள் வீசி
வகுப்புகளில் வெறுப்புகளே வளரச் செய்யும்
ஞாயமற்ற பேச்சுக்களை நீக்கா விட்டால்
நம்முடைய தமிழ்வாழ்வு நாச மாகும்'

என்று மனம் வருந்துகிறார்.

'பெண்மை' என்ற தலைப்பில் பெண் இயல்பின் பெருமையைப் போற்றும் கீழ்க்காணும் கவிஞரின் பாடல் வரிகள் என்றென்றும் மேற்கோள் காட்டத்தக்க வைர வரிகளாகும்.

'தாயாய்' நின்று தரணியைத் தாங்கும்
'தாராமாய்' வந்து தளர்வைப் போக்கும்
'உடன் பிறப்பாகி' உறுதுணை புரியும்
'மகளாய்ப்'பிறந்து சேவையில் மகிழும்
'அயலார் தமக்கும்' அன்பே செய்யும்
நாணம் கெடாமல் நட்பு கொண்டாடும்
சிநேகம் இன்றியும் சிரித்துப் பேசும்

காமமில் லாமலும் கொஞ்சிக் களிக்கும்
பெருமை மிகுந்தது பெண்ணியல் பாகும்'

நாமக்கல் கவிஞரின் கவிதைத் திறனுக்கு எடுத்துக்காட்டாகக் கீழ்க்காணும் பாடல் வரிகளைக் கூறலாம். கவிஞர்கள் கையாளும் உபமான உபமேயங்களைப் பயன்படுத்தாமல் வித்யாசமான உக்தியைக் கையாள்கிறார்.

'மான்' என அவளைச் சொன்னால் மருளுதல் அவளுக்கில்லை
'மீன்விழி உடையாள்' என்றால் மீனிலே கருமையில்லை
'தேன்மொழிக்கு' உவமை சொன்னால் தெவிட்டுதல் தேனுக்குண்டு
'கூன்பிறை' நெற்றி என்றால் குறைமுகம் இருண்டு போகும்

'மயிலெனும் சாயல்' என்றால் தோகை பெண் மயிலுக்கில்லை
'குயிலெனும் குரலாள்' என்றால் ஏழிசை குயிலுக்கில்லை
'வெயிலொளி மேனி' என்றால் வெயிலிலே வெப்பம் உண்டாம்
'அயிலெனும் பார்வை' என்றால் அழிவின்றி ஆக்கமில்லை

எத்தனை முறை படித்தாலும் இலக்கியச் சுவை குன்றாத வரிகள்.

கவிதைத் தொகுப்பு 10, சிறு காப்பியங்கள் 5, புதினங்கள் 5, நாடகங்கள 2, கட்டுரைத் தொகுப்புகள் 10, மொழிபெயர்ப்புகள் 4, இலக்கியத் திறனாய்வுகள் 7, சரிதைகள், சுயசரிதைகள் 3, விரிவுரை 1, இசை நூல்கள் 3 என நாமக்கல் கவிஞர் இராமலிங்கம் பிள்ளை எழுதிய மொத்த நூல்களின் எண்ணிக்கை 50 ஆகும்.

1956 மற்றும் 1962-ல் களில் தொடர்ந்து இரு முறை தமிழக மேலவை உறுப்பினராக நியமிக்கப்பட்டார். 1971 மத்திய அரசு உயரிய 'பத்ம பூஷண்' விருது வழங்கிக் கௌரவித்தது. காவலரின் மகனாகப் பிறந்த இராமலிங்கம் பிள்ளை, தமிழ்ப் பண்பாட்டின் காவலராகவும், மகாத்மாவின் கொள்கைகளால் ஈர்க்கப்பட்டுக் காந்தியக் கவிஞராகவும், சிறைவாசம் புகுந்து விடுதலைப் போராட்ட வீரராகவும், சிறந்த எழுத்தாளராகவும், 85 ஆண்டுகள் நிறைவாழ்வு வாழ்ந்து 1972 ஆகஸ்ட் 24 அன்று இறைவனடி சேர்ந்தார். இவரைப் பெருமைப்படுத்தும் வகையில் புனித ஜார்ஜ் கோட்டையில் உள்ள தமிழக அரசின் தலைமைச் செயலகக் கட்டிடம் 'நாமக்கல் கவிஞர் மாளிகை' என்று பெயரிடப்பட்டுள்ளது.

பரிதிமாற் கலைஞர்
(வி.கோ.சூரியநாராயண சாஸ்திரியார்)

உலகின் பழமை வாய்ந்த மூத்த மொழிகள் தமிழ், சமஸ்கிருதம், கிரேக்கம், ஹீப்ரூ, இலத்தீன், சீனம் ஆகியவையே. ஆனால் ஏனைய மொழிகளுக்குச் செம்மொழி அந்தஸ்து கிடைத்த நிலையில் தமிழுக்கு மட்டும் ஏனோ நீண்ட காலமாக வழங்கப்படவில்லை. பிற மொழிகளின் துணையின்றித், தனித்து இயங்க வல்ல தமிழ் மொழிக்கு இந்திய நாட்டின் உயர் தனிச் செம்மொழி (Classical Language) தகுதி வழங்கப்பட வேண்டும் என்று 115 ஆண்டுகளுக்கு முன்பே அதாவது 1902லேயே முதன் முதலில் குரல் கொடுத்தவர். வடமொழிக் கலப்பின்றித் தமிழ் வடிவம் கொள்ள வேண்டும் என்று வலியுறுத்தியதுடன் நிற்காமல் தனது பெயரையும் தனித் தமிழில் மாற்றிக் கொண்ட தமிழ்ச் செம்மல். அவர்தான் 33 ஆண்டுகள் மட்டுமே வாழ்ந்து மறைந்த 'சூரிய நாராயண சாஸ்திரியார்' என்னும் இயற்பெயர் கொண்ட 'பரிதிமாற் கலைஞர்'.

செட்டி நாட்டுக் கண்டர மாணிக்கம் என்னும் கிராமத்தைச் சேர்ந்த ஓர் அந்தணர் குடும்பம் மதுரை மாவட்டம் விளாச்சேரியில் குடியேறியது. அந்த மரபில் வந்த கோவிந்த சாஸ்திரியாருக்கு மகனாக 1870 ஜூலை 6 ஆம் தேதி பிறந்தார் சூரிய நாராயண சாஸ்திரியார். இவருக்கு மூத்தவர்கள் சுந்தரேச சாஸ்திரியார், ஆனந்தவல்லி அம்மையார் ஆகியோர்.

சூரிய நாரயண சாஸ்திரியார் தந்தையிடம் வடமொழியும் உள்ளூர் தொடக்கப் பள்ளியில் தமிழும், கணிதமும் கற்றுக் கொண்டார். பசுமலைக் கல்வி நிலையத்தில் (இப்போது அமெரிக்கன் கல்லூரி)

நடுநிலை வகுப்பும், மதுரை ஜில்லா உயர்நிலைப் பள்ளியில் மேற்படிப்பும் படித்தார். மகனுக்குத் தமிழின் மீதிருந்த பற்றைத் தெரிந்து கொண்ட தந்தை 1885-ல் மதுரைக் கலாசாலை ஆசிரியரும் 'திருப்பரங்கிரிக் குமரன் அந்தாதி', 'திருக்குளந்தை வடிவேலன் பிள்ளைத் தமிழ்', 'மதுரை மாலை' ஆகிய நூல்களை இயற்றியவரும், தமிழ், வடமொழி, ஆங்கில மொழிகளில் பெரும் புலமை பெற்றவருமான மகாவித்வான் சபாபதி முதலியாரிடம் மாணவராகச் சேர்த்துவிட்டார். தொல்காப்பியம் உள்ளிட்ட இலக்கண நூல்களையும், சங்க இலக்கியங்களையும் சுமார் நான்கு வருடங்கள் இவரிடம் குறைவறக் கற்றார். அறிவைப் பெருக்கிக் கொண்டதுடன், உடலுறுதிக்காக மதுரை யானை மாவுத்தர் பாலகிருஷ்ண நாயுடுவிடம் சிலம்பம், மல்யுத்தம் ஆகிய தற்காப்புப் கலைகளிலும் பயிற்சி பெற்றார்.

1889-ல் தமது பத்தொன்பதாம் வயதில் சாஸ்திரியார் எழுதிய முதல் நூல் 'மாலா பஞ்சகம்' என்னும் ஸ்தோத்திரமாகும். ஆனால் இந்நூல் இதுவரை கிடைக்கப் பெறவில்லை. யாழ்பாணம் ஆறுமுக நாவலர் எழுதிய 'சாதன சதுஷ்டய தர்ப்பணம்' என்னும் சிறிய நூலுக்கு மறுப்பாக ஆசிரியர் சபாபதி முதலியாரும், மாணவர் சூரியநாராயன சாஸ்திரியாரும் இணைந்து 'சாதன சதுஷ்டய தர்ப்பண வச்சிர சூசிகா' என்னும் கண்டன நூலை வெளியிட்டனர் என்று கூறுவர். அதே ஆண்டு அவருக்கு முத்து சுபலக்ஷ்மி அம்மாள் என்பவருடன் இனிதே திருமணம் நடந்தேறியது. இத்தம்பதிகளுக்கு ஆனந்தவல்லி என்னும் பெண் குழந்தையும், நடராஜன், சுவாமிநாதன் ஆகிய ஆண்மக்களும் பிறந்தனர்.

1890-ல் சென்னைப் பல்கலைக்கழக எஃப்ஏ தேர்வில் முதலாவதாக வெற்றி பெற்றதைத் தொடர்ந்து பாஸ்கர சேதுபதி அரசரின் உதவிச் சம்பளம் கிடைத்தது. அக்காலத்தில் உயர்கல்வி கற்க மாநிலக் கல்லூரி, கிருத்தவக் கல்லூரி மற்றும் பச்சையப்பன் கல்லூரி ஆகிய மூன்று மட்டுமே இருந்தன. சென்னைக் கிருத்தவக் கல்லூரியில் சாஸ்திரியார் பிஏ வகுப்பில் சேர்ந்தார். மாணவப் பருவத்திலேயே சாஸ்திரியார் துணிச்சலும், மன உறுதி கொண்டவராகவும் திகழ்ந்தார்.

சென்னைக் கிருத்தவக் கல்லூரியின் முதல்வராக இருந்த ஸ்காட்லாந்து நாட்டைச் சேர்ந்த டாக்டர் வில்லியம் மில்லர் பெரும் செல்வந்தர். தனது வருவாய் முழுவதையும் கல்லூரிக்காகவும், ஏழை மாணவர்களின் கல்விக்காகவும் செலவழித்த பண்பாளர். சென்னைப் பல்கலைக்கழகத் துணை வேந்தர், சென்னைச் சட்டசபை உறுப்பினர் எனப் பல்வேறு பதவிகளையும் வகித்தவர்.

சாஸ்திரியார் தனது தமிழாசிரியர் சபாபதி முதலியாரையும், ஆங்கில ஆசிரியர் மில்லரையும் இரு கண்களாகவே மதித்தார்.

மில்லரின் ஆங்கில வகுப்பில் பாடம் கேட்பதையே அக்காலத்தில் பெருமையாக நினைப்பார்கள். மாணவர்களின் வருகையைப் பதிவு செய்து கொண்டிருந்த மில்லர் 'சூரிய நாராயணன்' என்னும் உனது பெயர் நீளமாக இருப்பதால் மாற்றிக் கொள்ள முடியுமா?' என்று வினவினார். அடுத்த நாள் வருகைப் பதிவேட்டில் 'சூரிய நாராயண சாஸ்திரியார்' என்று இன்னும் நீண்டு இருப்பதைக் கண்ட மில்லர் மீண்டும் கேட்கவே 'பெயரைச் சுருக்கிக் கொள்ளச் சொல்ல வில்லையே, மாற்றத்தானே சொன்னீர்கள்' என்று துணிச்சலுடன் பதிலளித்தார்.

டென்னிசன் (Tennyson) எழுதிய 'ஆர்தரின் இறுதி' (Morte D' Arthur) என்னும் கவிதையின் ஒரு பகுதியை மில்லர் விளக்கிக் கொண்டிருந்தார். இறக்கும் தறுவாயில் உள்ள ஆர்தர் அரசனை அவனது மனைவியுடன் படகில் ஏற்றி ஆற்றில் விடுகின்றனர். இரு புறமும் துடுப்புகள் அசைய தண்ணீரைக் கிழித்துக்கொண்டு படகு செல்வதை ஓர் அழகிய அன்னப் பறவை தனது சிறகுகளை விரித்து நீரில் நீந்துவதற்கு உவமையாக டென்னிசன் பதிவு செய்துள்ள கவிதை பின்வருமாறு:

So said he and the barge with oar and sail, Moved from the brink, like some full-breasted swan

'இதுபோன்ற உவமை நயம் தமிழில் உள்ளதா?' என்று மில்லர் கேட்க சக மாணவர்கள் பதில் தெரியாமல் முழித்தனர். உடனே சாஸ்திரியார் எழுந்து 'ஆசிரியர் அவர்களே, டென்னிசன் பிறப்பதற்கு 900 ஆண்டுகளுக்கு முன்பே எங்கள் கவிச்சக்கரவர்த்தி கம்பன் படகு செல்வதை அன்னம் நீந்துவதற்கு உவமையாகத் தமிழில் பாடியுள்ளான். இதே உவமையைத்தான் டென்னிசன் பல நூறு ஆண்டுகளுக்குப் பின்பு எடுத்தாண்டுள்ளான். கம்ப இராமாயணம், அயோத்தி காண்டம், கங்கைப் படலத்தில், இராமரும், இலக்குவனும், சீதையும், அமர்ந்திருக்க, குகன் செலத்தும் படகு ஆற்றில் மிதக்கும் அழகைக் கம்பன் கீழ்க்கண்டவாறு வர்ணிக்கிறார்:

> வீடுநதி கடிதென்றான் மெய்யுரி ரனையானு
> முடுகின நெடுநாவாய் முரிநிரை நெடுநிர்வாய்க்
> கடிதினின் மடவன்னக் கதியது செலநின்றா
> ரிடருற மறையோரு மெரியுறு மெழுகானார்

சாஸ்திரியாரின் பதிலைக் கேட்ட மில்லர் தமிழின் தொன்மையையும் மேன்மையையும், கம்பரின் உவமை நயத்தையும் தெரிந்து கொள்ளத் தனக்குக் கிடைத்த வாய்ப்பாகவே எண்ணி மகிழ்ந்ததுடன், சாஸ்திரியாரின் தமிழறிவைக் கண்டும் வியந்து பாராட்டினார். அவர் மீது மிகுந்த அன்பு கொண்டதுடன், அவருடைய வளர்ச்சியிலும் தீவிர கவனம் செலுத்தத் தொடங்கினார். சாஸ்திரியாருக்கு நாடகங்கள் மீது ஆர்வம் வரக் காரணம் ஷேக்ஸ்பியர் நாடகங்களை வகுப்பெடுத்த டாக்டர் மில்லரே ஆவார். ஷேக்ஸ்பியரின் சோக நாடகங்களால் ஏற்பட்ட தாக்கத்தால் அவர் எழுதிய நாடகம்தான் 'மான விஜயம்'. கல்லூரியில் படித்துக் கொண்டிருக்கும் போதே 'விவேகசிந்தாமணி' என்னும் இதழிலும் பல கட்டுரைகள் எழுதினார்.

1893-ல் பிஏ தேர்வில் பல்கலைக்கழக அளவில் தமிழிலும், வேதாந்த தத்துவ சாஸ்திரத்திலும், முதல் மாணவராகத் தேர்ச்சி பெற்றதைத் தொடர்ந்து பாஸ்கர சேதுபதி அரசரின் உதவிச் சம்பளமும், தங்கப் பதக்கமும் கிடைத்தன. யாழ்பாணம் சி.வை.தாமோதரம் பிள்ளை தமிழில் முதல் மாணவராகத் தேர்ச்சி பெறுபவரைத் தனது இல்லத்துக்கு அழைத்து அவரது தகுதியைச் சோதித்து பரிசுகள் அளிப்பதை வழக்கமாகக் கொண்டிருந்தார். இவர் கலித்தொகை, சூளாமணி, தணிகைப் புராணம் முதலிய இலக்கியங்களையும், தொல்காப்பியம், வீரசோழியம், இலக்கண விளக்கம், இறையனார் அகப்பொருள் முதலிய இலக்கண நூல்களை முதன் முதலாகப் பதிப்பித்தவர். மேலும் 1858-ல் சென்னைப் பல்கலைக்கழக பிஏ தேர்வில் முதன் முதலாக வெற்றி பெற்ற இருவருள் இவர் ஒருவர். மேற்கண்ட பெருமைகளைப் பெற்ற பிள்ளை தமது இல்லத்துக்குச் சாஸ்திரியாரை வரவழைத்து அவரது புலமையைப் பரிசோதிக்க எண்ணிச் சில கேள்விகளைக் கேட்டார்.

செந்தமிழ் நடையில் புதுமையான கருத்துகளுடன் அவர் அளித்த பதிலைப் பாராட்டி 'சாஸ்திரி' என்னும் பட்டம் புனைந்திருந்தும், வடமொழி பயில்வதையே குலக் கடமையாகக் கொள்ளும் வகுப்பில் பிறந்திருந்தும், திராவிட மொழியில் ஆழ்ந்த பற்றுக் கொண்டு அதன் பெருமையை உலகுக்கு உணர்த்தும் உயரிய குறிக்கோள் பெற்றிருக்கும் உம்மைத் ''திராவிட சாஸ்திரி'' என்ற அழைப்பதே பொருத்தம்' என்று சொல்லி மகிழ்ந்தார். மேலும் அவரது ஆங்கில மற்றும் தமிழ்ப் புலமையை அறிய விரும்பி ஷேக்ஸ்பியரின் 'வெனிஸ் நகர வணிகன்' (Merchant of Venice) நாடகத்தின் சில வரிகளைத் தமிழில் மொழிபெயர்க்குமாறு பணித்தார். சாஸ்திரியாரின் தமிழாக்கம் பின்வருமாறு:

The man that hath no music in himself; Nor is not moved with concord of sweet sounds; Is fit for treasons, stratagems and spoils; The Motions of his spirit are dull as night; And his affections dark as Erebus; Let no such man be trusted. கன்னலங் கனிந்த பாடற் காயக னல்ல னேனு மின்னிசை கேட்டு நெஞ்ச மிளகிடா திருப்பான் வஞ்ச மன்னவர் துரோக மாதி மாபாவஞ் செய்யத் தக்கா னன்னவன் றனைநம் பரம லகற்றிட வேண்டு மன்றே.

சாஸ்திரியின் தமிழ்ப் புலமை கண்டு மகிழ்ந்த தாமோதரம் பிள்ளை தான் பதிப்பித்த இலக்கிய, இலக்கண நூல்களைக் கையெழுத்திட்டு வழங்கினார். சாஸ்திரியார் படித்த அதே கிருத்தவக் கல்லூரியில் வேதாந்த தத்துவத் துறையில் அவருக்கு ஆசிரியர் பணியை வழங்க முதல்வர் மில்லர் சிபாரிசு செய்தார். அந்தக் காலத்தில் தமிழ் ஆசிரியர்களுக்கு ஊதியம் குறைவு. இருப்பினும் சம்பளம் குறைவாக இருந்தாலும், தனக்குத் தமிழ் ஆசிரியராகப் பணியாற்றவே விரும்புவதாக சாஸ்திரியார் தெரிவித்தார், அவர் விரும்பிய தமிழ் ஆசிரியர் பதவியை வழங்கியதுடன், வேதாந்த தத்துவத் துறை ஆசிரியருக்கு வழங்கப்படும் ஊதியத்தையும் வழங்குவதாக மில்லர் அறிவித்தார். சாஸ்திரியாரின் திறமை மீது மில்லர் வைத்திருந்த ஆழமான நம்பிக்கையையே இது காட்டுகிறது. 1893-ல் 23 ஆவது வயதில் உதவித் தமிழ் ஆசிரியராகப் பணியில் சேர்ந்தவர் அடுத்த இரு ஆண்டுகளில் தலைமைத் தமிழ் ஆசிரியராகப் பதவி உயர்வும் பெற்றார்.

கல்லூரியில் பயிலும் மாணவர்களுள் தமிழறிவும் தமிழார்வமும் உள்ள பன்னிருவரை சாஸ்திரியார் தமது இல்லத்துக்கு அழைத்து அவர்களுக்கு 'இயற்றமிழ் மாணவர்கள்' என்று பெயர் சூட்டி மகிழ்ந்தார். அவர்களுள் சண்முகம் பிள்ளை, செங்கல்வராய பிள்ளை, சரவண முதலியார், பலராமையர் ஆகியோர் குறிப்பிடத் தக்கவர்கள். சாஸ்திரியாரின் தமிழ்ப் புலமையையும் ஆளுமையை யும் நாவன்மையையும் மாணவரான செங்கல்வராய பிள்ளை சில செய்திகள் மூலம் பதிவு செய்துள்ளார்.

'ஐம்பெருங் காப்பியங்களுள் ஒன்றான சீவக சிந்தாமணி கோவிந்தையார் இலம்பகத்தில் 'நாம வென்றிவேல் நகைகொள் மார்பனைக் காம னேயெனக் கன்னி மங்கையர் தாம ரைக்கணாற் பருக' என்ற பாடல் வரும். இதில் 'கன்னி மங்கையர் தாமரைக்கணாற் பருக' என்னும் வரிக்குப் பெரும்பான்மை புலவர்கள் 'தாமரை போன்ற கண்களால் பார்த்தனர்' என்ற ஒரேயொரு பொருளை மட்டுமே கூறி அடுத்த வரிக்கு விளக்கம் அளிக்கத் தொடங்குவார் கள். ஆனால் பாடம் எடுத்த சாஸ்திரியாரோ மேற்கண்ட வரிகளுக்கு

கூடுதலாக இரு விளக்கங்களை அளித்து மாணவர்கள் அசத்தினார். பெண் என்பதால் வெளிப்படையாகப் பார்க்க வெட்கப்பட்டுத் 'தாம் + அரை + கண்களால் பார்த்தனர்' அதாவது ஜாடையாக அரைக்கண்ணால் பார்த்தனர் என்றும் 'தாம் + மரை + கண்ணால் பார்த்தனர்' அதாவது மானின் மருளும் கண்களால் பார்த்தனர் ('மரை' என்பதற்கு 'மான்' என்ற பொருளும் உண்டு) என்று சொன்னபோது மாணவர்கள் மட்டுமின்றி தமிழறிஞர்களும் 'ஆகா இதுபோன்ற ஒரு விளக்கத்தை இதுவரை கேட்டதில்லையே' என்று பாராட்டினார்களாம்.

'மற்றொரு சமயம் சாஸ்திரியார் எடுத்துக் கொண்டிருந்த இலக்கண வகுப்பில் சரியாக கவனிக்காத ஒரு மாணவனைக் கடுமையான சொற்களால் திட்டாமல் 'எனது பாடத்தைப் பொருட்படுத்த விரும்பாத நீ இங்கிருந்து எழுவாய், நீ இங்கு இருப்பதால் உனக்கோ, எனக்கோ, பிறர்க்கோ பயனிலை; உன்னால் செயப்படு பொருளிலை (ஆவதும் ஒன்றும் இல்லை)' என்று இலக்கணத்தில் இடம் பெறும் எழுவாய், பயனில்லை, செயப்படுபொருள் ஆகிய சொற்களைக் கொண்டே அவனை மென்மையாக வகுப்பிலிருந்து வெளியேறச் சொன்னாராம்.

சாஸ்திரியார் பிறிதொரு தருணம் யாப்பிலக்கணம் நடத்திக் கொண்டிருந்தபோது ஒரு மாணவன் எழுந்து 'எழுத்து, அசை, சீர், தளை, அடி, தொடை என்பன பற்றி விளக்குமாறு எடுத்துக் கூறினீர்கள். அடிகளையும், தொடைகளையும் பற்றி விவரித்த பிறகு அதற்கு மேல் விவரிக்க என்ன இருக்கிறது?' என்று குறும்பாகக் கேட்டான். செந்தமிழ்க் கடலாகிய சாஸ்திரியார் உடனே 'தொடை இலக்கணத்துக்குப் பிறகு எந்த இலக்கணம் கூறப்படும் என்று ஐயுற்ற உமக்கு மற்றொருநாள் ''விளக்குமாற்றால் விளக்குவேன்' என்று பதிலளிக்க மாணவன் அமைதியாக உட்கார்ந்தான். ''விளக்குமாற்றால்'' (விளக்கும் + ஆற்றால்) அதாவது விளக்கிக் கூற வேண்டிய முறைப்படி என்று ஒரு பொருள். 'துடைப்பத்தால்' என்பது மற்றொரு பொருள்.

மறைமலை அடிகள் என்று அழைக்கப்படும் வேதாசலம் பிள்ளை சென்னைக் கிருத்தவக் கல்லூரியில் உதவித் தமிழ் ஆசிரியர் பணிக்கான நேர்காணலுக்கு வந்திருந்தார். தமிழ்த் துறை தலைமை ஆசிரியராக இருந்த சாஸ்திரியார் 'குற்றியலுகரத்துக்கும் முற்றியலுகரத்துக்கும் உதாரணம் தருக' என்று கேட்க 'எனக்குத் தெரியாது' என்று பதிலளித்தார் வேதாசலம் பிள்ளை. 'மிகச் சரியாகச் சொன்னீர். நாளைக்கே நீங்கள் வேலைக்குச் சேரலாம்' என்று மகிழ்ச்சியுடன் கூறினார் சாஸ்திரியார். மேலோட்டமாகப்

பார்க்கும்போது கேட்ட கேள்விக்கு 'எனக்குத் தெரியாது' என்று பதில் சொன்னவர்க்கு எப்படி வேலை கொடுக்கலாம் என்று தோன்றும். ஆனால் 'எனக்கு = குற்றியலுகரம். தெரியாது = முற்றியலுகரம்' என்ற சரியான பதிலைத்தான் வேதாசலம் கூறினார் என்பதைத் தமிழறிஞர்கள் மட்டுமே அறிவர்.

ஆக்ஸ்ஃபோர்ட் பல்கலைக்கழகத்தில் தமிழ்ப் பேராசிரியராகப் பதவி வகித்த டாக்டர் ஜி.யு.போப் பணி மூப்பு காரணமாக ஓய்வு பெற்றபோது அந்தப் பதவிக்கு சாஸ்திரியாரைப் பரிந்துரைத்து சென்னை கவர்னர் ஆடம் ஹில் மூலமாக அவரது கருத்தைக் கேட்டறிந்தார். அந்த நேரம் சாஸ்திரியார் உடல் நலம் குன்றியிருந்ததால் வெளிநாடு செல்ல விருப்பமில்லை என்று பணிவுடன் மறுத்து விட்டார்.

1897 -ல் 'ஞானபோதினி' இதழில் தனிப் பாசுரங்களை எழுதத் தொடங்கியபோதுதான் சூரிய நாராயண சாஸ்திரி என்னும் பெயரைப் 'பரிதிமாற் கலைஞன்' (சூரியன் = பரிதி, நாராயணன் = மால், சாஸ்திரி = கலைஞன்) என்று தூய தமிழில் தனக்குத் தானே சூட்டிக்கொண்டார். தமது பெயரைத் தனித் தமிழ்ப் பெயராக முதன் முதலாக மாற்றிக்கொண்டவர் சூரிய நாராயண சாஸ்திரியார்தான். இவரைத் தொடர்ந்தே சுவாமி வேதாசலம் தனது பெயரை மறைமலை அடிகள் என்று மாற்றிக்கொண்டார்.

1901 செப்டம்பர் *15* அன்று பாஸ்கர சேதுபதி தலைமையில், பாண்டித்துரைத் தேவர் மேற்பார்வையில், தமிழ்த் தாத்தா உ.வே.சா. அவர்கள், பரிதிமாற் கலைஞர், ரா.ராகவையங்கர், சடகோப ராமானுஜாசாரியார் ஆகியோர் உதவியுடன் மதுரையில் நான்காவது தமிழ்ச் சங்கம் தொடங்கப்பட்டது. 'தமிழை வட்டார மொழியாகப் பட்டியலிட்டுப் பல்கலைக்கழகப் பட்டப்படிப்பில் தமிழை நீக்கிவிட்டு அதற்குப் பதிலாக செம்மொழியாம் வடமொழியை மாணவர்கள் பயிலட்டும்' என்று அரசு முடிவெடுத்தது கண்டு தமிழறிஞர்கள் கொதித்தெழுந்தனர். பரிதிமாற் கலைஞர் மேற்கொண்ட கடுமையான முயற்சி காரணமாக பல்கலைக்கழக உறுப்பினர்கள் கொண்டுவந்த மேற்கண்ட தீர்மானம் தோற்கடிக்கப்பட்டுத் தமிழ் காப்பாற்றப்பட்டது. இருப்பினும் மீண்டும் இதுபோன்ற தீங்கு தமிழுக்கு ஏற்படாமல் இருக்க அதற்குச் செம்மொழி அந்தஸ்து வழங்கப்பட வேண்டும் என்பதிலும் உறுதியாக இருந்தார்.

1902 நவம்பரில் மதுரைத் தமிழ் சங்கம் சார்பில் 'செந்தமிழ்' என்னும் இதழ் தொடங்கப்பட்டபோது தமிழின் சிறப்புகளைப் பட்டியலிட்டு 'உயர் தனிச் செம்மொழி' என்ற தலைப்பில் பரிதிமாற் கலைஞர்

தொடர்ந்து பல கட்டுரைகள் எழுதினார். 'திருந்திய பண்பும் சீர்த்த நாகரிகமும் பொருந்திய தூயமொழிபுகல் செம்மொழியாம்' என்பது இலக்கணம். பழையன கழிந்து புதியன புகுந்து திருத்த மெய்தி நிற்றலே திருந்திய பண்ணாகும். நாட்டின் நாகரிக முதிர்ச்சிக்கு ஏற்பச் சொற்களும் ஏற்பட்டு மொழிக்கும் நாகரிக நலம் விளைவித்தல் வேண்டும். அவ்வாறு சொற்கள் ஏற்படும் இடத்தில் பிற மொழிச் சொற்களின்றித் தன் சொற்களே மேற்கோடல் வேண்டும். இவை அனைத்தும் நம் உயர் தனித் தமிழ் மொழிக்கும் பொருந்து வனவாம். தென்னாட்டில் வழங்கும் தெலுங்கு, கன்னடம், மலையாளம், துளு ஆகிய மொழிகளுக்குத் தமிழ் தலையானது. எனவே தமிழ் தனிமொழி, உயர் செம்மொழி என்று மெய்ப்பித்ததுடன், செம்மொழி அந்தஸ்து வழங்க வேண்டும் என்று முதன் முதலில் குரல் கொடுத்தவர் பரிதிமாற் கலைஞர்தான். ஆங்கிலத்தில் Classicial Language என்பதற்கு இணையான தமிழ்ச் சொல்லாகச் 'செம்மொழி' என்ற பெயரை உருவாக்கியவரும் இவரேதான்.

பரிதிமாற் கலைஞர் இயற்றி நமக்குக் கிடைக்கும் நூல்கள் 12. அவற்றுள் ரூபாவதி அல்லது காணாமல் போன மகள், கலாவதி, மான விஜயம், தனிப்பாசுரத்தொகை, பாவலர் விருந்து - முதல் நாள், நாடகவியல், மதிவாணன், தமிழ் மொழியின் வரலாறு, ஸ்ரீ மணியசிவனார் சரித்திரம், சித்திரக் கவி விளக்கம் ஆகிய 10 நூல்கள் அவரது வாழ்நாளிலேயே பதிப்பிக்கப்பட்டு வெளியாயின. தமிழ் வியாசங்கள் மற்றும் தமிழ்ப் புலவர் சரித்திரம் ஆகிய 2 நூல்கள் அவர் மறைந்தபின் வெளியிடப்பட்டன.

நூலாசிரியராக மட்டுமின்றிப் பதிப்பாசிரியராகவும் பரிதிமாற் கலைஞர் விளங்கினார். திருக்குளந்தை வடிவேலன் பிள்ளைத் தமிழ், மதுரை மாலை (சபாபதி முதலியார்), இலக்கணச் சுருக்கம் (மழவை மகாலிங்க ஐயர்), பஞ்சதந்திரம் (தாண்டவராய முதலியார்), உத்தரகோசமங்கை மங்களேஸ்வரி பிள்ளைத் தமிழ், நாமகள் சிலம்பு, தமிழ்மகள் மேகலை, இன்பவல்லி, ஞானதரங்கிணி, கலைமகள் கலாபம், கலாநிதி உள்பட ஏராளமான நூல்களைப் பதிப்பித்தார்.

சில ஆங்கிலச் சொற்களுக்கு இணையான தமிழ் சொற்களையும் பயன்பாட்டுக்கு ஏற்ற வகையில் பரிதிமாற் கலைஞர் உருவாக்கி உள்ளார். Classical Language (உயர் தனிச் செம்மொழி). Parliament (நாடாளுமன்றம்) Instinct (இயற்கை அறிவு), Order of Nature (இயற்கை ஒழுங்கு), Aesthetic (இயற்கை வனப்பு), Survival of the Fittest (தகுந்தவை தங்கி நிற்றல்).

இயல், இசை, நாடகம் என்னும் முத்தமிழ்க்கான பங்களிப்பில் பெரும்பாலான தமிழறிஞர்கள் கதை, கவிதை, நாவல், ஆய்வுகள், கட்டுரைகள், உரை நூல்கள், வரலாற்றுப் பதிவுகள் ஆகியவற்றில் கவனம் செலுத்தி வந்த நிலையில் பரிதிமாற் கலைஞர் நாடகத் தமிழில் ஈடுபாடுகொண்டு 'ரூபவதி அல்லது காணாமல் போன மகள்', 'கலாவதி', 'மான விஜயம்' ஆகிய நாடகங்களை எழுதினார். நாடகத்துக்கான இலக்கணத்தை விளக்கும் வகையில் 272 நூற்பாக்களைக் கொண்ட முழுமையான இலக்கணப் பதிவாக 'நாடகவியல்' நூலை 1901-ல் வெளியிட்டார். 'நாடகங்களால் அறிவைவிடக் காமமே பெருகுகிறது என்ற கொள்கை உடையவர் களாக சமணர்கள் இருந்தனர்' என்றும் 'பதினேழாம் நூற்றாண்டில் பள்ளு, குறவஞ்சி, நொண்டி, கீர்த்தனை எனப் பல்வேறு வகைகளாக நாடகக் கலை மக்கள் கலையாக விரிவடைந்தது' என்றும் தனது 'தமிழ் மொழியின் வரலாறு' நூலில் எழுதியுள்ளார். பரிதிமாற் கலைஞர் இதை எழுதி அதே காலகட்டத்தில்தான் பம்மல் சம்பந்த முதலியார் தனது சுகுண விலாஸ் சபையைத் தொடங்கினார். பெ.சுந்தரம் பிள்ளை 'மனோன்மணியம்' என்னும் நாடக நூலை வெளியிட்டார்.

தமிழில் நாடக இலக்கண நூல்கள் கிடைக்காத நிலையில் பரிதிமாற் கலைஞர் இயற்றிய நாடகவியல் தீர்வாக விளங்குகிறது. இருப்பினும் நாடகவியல் பெரிய அளவில் தாக்கத்தை ஏற்படுத்தாமைக்கு முக்கியக் காரணம் மௌனப் படங்களும் அதனைத் தொடர்ந்து அறிமுகமான பேசும் படங்களும் தொலைக்காட்சியுமே ஆகும். இருபதாம் நூற்றாண்டில் ஏற்பட்ட தனிமனிதவாதக் கொள்கையின் சூழலில் நாடக இலக்கணங்கள் பயனற்றுப் போயின.

பத்தொன்பதாம் நூற்றாண்டு தொடக்கத்தில் பரவிய தெருக்கூத்துகள் குறித்து பம்மல் சம்பந்த முதலியார் கூறுகையில் 'நாடக மேடை இல்லாமல் நடிகர்கள் தெருக்களிலும் வெட்ட வெளிகளிலும் களத்து மேடுகளிலும் ஆடுவதே தெருக்கூத்து ஆகும். மழை பெய்யவும் திருமணம் கைகூடவும் தெருக்கூத்துகள் தொடக்கத்தில் நடைபெற்று வந்தன. ஆனால், காலப்போக்கில் இவை தரம் குறைந்தும், நகைச்சுவை என்ற பெயரில் ஆபாசமான உரையாடல்களுடனும் காப்பியக் கதைகளும் மனம்போல் திரித்தும் மாற்றியும் நடத்தப்பட்டன. குல ஸ்த்ரீகள் பார்க்கத்தக்க வகையில் நாடகங்கள் நடைபெறவில்லை. இதன் காரணமாவே ஒருவனை இழித்துப் பேச வேண்டுமென்றால் அவனைக் 'கூத்தாடி' என்று அழைக்கும் பழி நிலைக்கு தெருக்கூத்து தள்ளப்பட்டுள்ளது' என்று வருந்தினார்.

எலும்புருக்கி நோயால் கடுமையாகப் பாதிக்கப்பட்டிருந்த பரிதிமாற் கலைஞர் கல்லூரிக்குச் செல்லாமல் வீட்டில் ஓய்வெடுத்துக் கொண்டார். உடலுக்கு ஓய்வு அளித்தாரே தவிர தமிழ் ஆர்வத்துக்கு ஓய்வு தராமல் வீட்டிலேயே வகுப்பெடுத்தார். நாளுக்கு நாள் உடல் இருமல் காரணமாக மெலிந்து போனது. 'இந்த இருமல் என்னுடன் பெருமல் (பெரிய மல்யுத்தம்) செய்கிறதே' என்று இருமிக் கொண்டே பாடம் நடத்துவார். அவரது வாழ்நாளின் கடைசி நொடிவரை இல்லத்தில் தமிழ் முழக்கம் கேட்டுக் கொண்டே இருந்தது.

எலும்புருக்கி நோயைக் குணப்படுத்த அக்காலத்தில் மருந்து கண்டுபிடிக்காத காரணத்தால் 1903 நவம்பர் 2 ஆம் தேதி 33 வயதில் இறைவனடி சேர்ந்தார். இறுதி நாள்களில் பரிதிமாற் கலைஞரைச் சந்திக்க வந்த மில்லர் அவரது காரங்களைப் பற்றிக்கொண்டு 'புருவ ரோமங்கள் கண்களை மறைக்கும் அளவுக்கு வயது முதிர்ந்தும் நான் இன்னும் உயிரோடு இருக்கிறேனே? தமிழ்ப் பணி பல செய்ய இன்னும் பல ஆண்டுகள் உலகில் உயிரோடு வாழ வேண்டிய உம்மை, யமன்கொண்டு போவது எத்தனைக் கொடுமை?' என்று மனம் வருந்தி அழுதார்.

பரிதிமாற் கலைஞர் மறைவை ஒட்டி திரு.வி.க. வெளியிட்ட இரங்கல் அறிக்கையில் 'சாஸ்திரியார் இயற்றிய நூல்கள் தமிழ் அன்னையின் அணிகள். அவற்றுள் குறிப்பிடத்தக்கது ''தமிழ் மொழியின் வரலாறு''. தமிழகத்தில் தமிழ் மொழி வரலாற்றுக்கு வழிகாட்டியவர் இவர்தான். நீண்ட காலம் உலகில் வாழ்ந்திருந்தால் தமிழ் அன்னை இழந்த ஆசனத்தைப் பெற்றிருப்பாள். முத்தமிழும் ஆக்கம் பெற்றிருக்கும்' என்றார்.

மாணிக்கவாசகரும் ஆதிசங்கரரும் பின்னாளில் பாரதியாரும் முப்பதுகளில் மறைந்ததைப் போன்றே பரிதிமாற் கலைஞரும் முப்பத்து மூன்று ஆண்டுகள் மட்டுமே வாழ்ந்தார். குறைந்த ஆயுளே என்றாலும் 33 ஆண்டுகளுக்குள் 12 நூல்களை எழுதியதுடன், 74 நூல்களைப் பதிப்பித்தும் வெளியிட்டார். பிஏ பட்டம் பெற்றும் விரும்பித் தமிழ் ஆசிரியர் பதவியை ஏற்றுக் கொண்டது, வடமொழிப் பெயரைத் தனித் தமிழ்ப் பெயராக மாற்றிக் கொண்டது, தமிழ் மொழிக்குச் செம்மொழி அந்தஸ்து தர வேண்டுமென முழங்கியது, தமிழ்ச் செய்யுளால் துன்பியல் நாடகம் (மான விஜயம்) இயற்றியது, சோனெட் (Sonnet) ஆங்கில இலக்கிய வகையில் தமிழில் தனிப் பாசுரம் இயற்றியது, தமிழ் மொழி இலக்கிய வரலாறுகளை ஆய்வு முறையில் அணுகி (தமிழ் மொழியின் வரலாறு, தமிழ்ப் புலவர் சரித்திரம்) எழுதியது, குழந்தைகள் 12

வயதுவரை தமிழ் மொழியிலேயே கல்வி கற்க வேண்டுமென அறிவுறுத்தியது உள்படப் பல்வேறு விஷயங்களில் இவரே முதன் முதலாகவும் முன்னோடியாகவும் விளங்குகிறார்.

தமிழ் மொழியைச் செம்மொழியாக அறிவிக்கவேண்டும் என்று 1902-ல் முதன் முதலில் பரிதிமாற் கலைஞர் விடுத்த வேண்டுகோள் 2006-ல் தான் நிறைவேறியது. இதனைத் தொடர்ந்து கலைஞர் கருணாநிதி ஆட்சியில் மதுரை விளாச்சேரி கிராமத்தில் அவர் வாழ்ந்த பூர்வீக வீடு நினைவு இல்லாமாக அறிவிக்கப்பட்டதுடன், அவரது நூல்களும் அரசுடைமை ஆக்கப்பட்டு வாரிசுகளுக்கு ரூ 15 இலட்சம் பரிவுத் தொகை வழங்கப்பட்டது.

புலவர் குழந்தை

தேவாரம், திருவாசகம், திவ்வியப் பிரபந்தம், கம்ப இராமாயணம், பெரிய புராணம், கந்த புராணம், தல புராணங்கள் உள்ளிட்ட ஏராளமான தெய்விக இலக்கியங்கள் தமிழைப் பக்தி மொழி என்றே உறுதிப்படுத்துகின்றன. தேவ - அசுரப் போர்களில் தேவர்களின் வெற்றி, தீமைக்கு எதிராகவும், நன்மைக்காகவும் கிடைத்த வெற்றியாகவே கருதப்பட்டு இவ்விலக்கியங்கள் படைக்கப்பட்டன.

ஆனால், இருபதாம் நூற்றாண்டின் தொடக்கத்தில் தோன்றிய சுயமரியாதை இயக்கத் தமிழ் அறிஞர்கள், தேவ - அசுரப் போர்களை ஆரிய - திராவிடப் போர்களாக மாற்றி, திராவிடத்தின் மீதான ஆரியத்தின் அடக்குமுறையாகவே சித்திரித்தனர். இவர்களுள் தலை சிறந்த தமிழறிஞரும் பெரியாரின் சீடராகவும் திகழ்ந்தவர் புலவர் குழந்தை. வால்மீகி இராமாயணத்தைத் தழுவிக் கம்பர் இயற்றிய இராமாயணம் தமிழ் இனத்துக்குப் பெருமை சேர்க்கவில்லை. மாறாகத் தமிழர்களை இழிவுபடுத்தவே கம்ப இராமாயணம் இயற்றப்பட்டது என்பதே இவரது வாதம். இதனைத் தொடர்ந்து இராவணனை நாயகனாகச் சித்தரித்து அவர் எழுதியதே 'இராவண காவியம்'..

கோவை மாவட்டம் ஓலவலசு என்னும் சிற்றூரில் 1906 ஜூலை 1 ஆம் தேதி, ஓலவலசுப் பண்ணையக்காரர் எனும் பெருங்குடியில், முத்துசாமிக் கவுண்டர் - சின்னம்மையார் தம்பதிகளுக்கு ஒரே மகனாகப் பிறந்தார். சின்னஞ்சிறு கிராமம் என்பதால் திண்ணைப் பள்ளியில் எட்டு மாதங்கள் மட்டுமே படித்தார். தொடர்ந்து படிக்க வசதிகள் இல்லை. கல்வி பயில்வதற்கும், கவிதை ஆற்றலுக்கும்

தொடர்பில்லை என்பதை உறுதிப்படுத்தும் வகையில் பத்தாம் வயதிலேயே கவி பாடும் ஆற்றலைப் பெற்றிருந்தார். பிற்காலத்தில் சிறந்த தமிழ் ஆசிரியராகத் திகழும் அளவுக்குத் தமிழ் இலக்கிய இலக்கணங்களைக் குறைவறக் கற்றுத் தெளிந்தார்.

ஓலவலசு குக்கிராமம் என்பதால் படித்தவர்கள் எவருமில்லை. கையெழுத்து போடக் கூடத் தெரியாத பாமரர்களே அதிகம். அந்த வகையில் அதிகம் படித்தவர் குழந்தை மட்டுமே. தான் கற்ற கல்வியை தன் வயதை ஒத்த இளைஞர்களுக்கு மட்டுமின்றி முதியவர்களுக்கும் கற்றுக்கொடுத்தார். சொந்த ஊரிலும், அக்கம் பக்கத்திலும், தமிழ்ப் புலவர்கள் யாரும் இல்லாததால், ஆசிரியர்களிடம் தமிழ் பயிலாமல், தாமாகவே முயன்று புலமையை வளர்த்துக்கொண்டார்.

புலவர் குழந்தை தொடக்கத்தில் இசைப் பாடல்களையே பாடி உள்ளார். பிறர் பாடும் பாட்டை ஒரு முறை கேட்டால் அதே மெட்டில் புதிய பாடலைப் புனையும் ஆற்றல் கொண்டிருந்தார். இளம் வயது முதற்கொண்டே இலக்கியத்திலும், பாட்டு எழுதுவதிலுமே நாட்டம் இருந்தது. யாப்பு இலக்கணத்தை முறையாகக் கற்பதற்கு முன்பே யாப்பமைதியுடன் பாடல் இயற்றும் திறன் பெற்றிருந்தார். 1918-ல் பன்னிரண்டாவது வயதில் ஓசை, லயம், தாளம் ஆகியவை தப்பாமல் இயற்றிய 'கன்னியம்மன் சிந்து' இதற்கு மிகச் சிறந்த உதாரணம் ஆகும். தொடர்ந்து 'வீரக் குமாரசாமி காவடிச் சிந்து', 'வெள்ளக்கோயில் வழிநடைச் சிந்து', 'வீரக் குமாரசாமி இரதோற்சவச் சிந்து' ஆகிய நூல்களை இயற்றியுள்ளார்.

1924 முதல் *1962* வரையிலான முப்பத்தெட்டு ஆண்டுகள் ஆசிரியப் பணியில், *1942* முதல் *1962*வரை இருபது ஆண்டுகள் பவானி கழக உயர்நிலைப் பள்ளித் தலைமை ஆசிரியராகப் பொறுப்பு வகித்தார். *1934* -ல் தனது *28* ஆம் வயதில் சென்னைப் பல்கலைக்கழகத்தில் புலவர் பட்டம் பெற்றார். உரிய வயதில் முத்தம்மையார் என்பவருடன் திருமணம் நடைபெற்றது. இத்தம்பதிகளுக்குப் பிறந்த இரண்டு பெண் குழந்தைகளுக்கு சமத்துவம், சமரசம் எனப் பெயரிட்டனர்.

1925-ல் தந்தை பெரியார் தொடங்கிய சுயமரியாதைக் கொள்கைகளால் ஈர்க்கப்பட்டு அன்று தொடங்கி இறுதி மூச்சுவரை அவரது அணுக்கத் தொண்டராகவே வாழ்ந்தார். வாழ்க்கை வேறு, குறிக்கோள் வேறு என்று வேறுபடுத்தாமல், கடவுள் நம்பிக்கையற்ற நாத்திகராகவே இருந்தார். தலைமை ஆசிரியராக இருந்துகொண்டே பகுத்தறிவுக் கொள்கையைப் பரப்புவது எளிதல்ல. எனினும் தொழிலுக்கும்

கொள்கைக்கும் இடையூறு இன்றிக் 'கருப்புச் சட்டைக்காரர்' என்றும் 'பெரியாரின் சீடர்' என்றும் போற்றும் வகையில் வாழ்ந்தார். இதற்குச் சான்றாக 1930-ல் ஞான சூரியன் பத்திரிகை ஆசிரியர் வெள்ளக்கோயில் ஸ்வாமி சிவானந்த சரஸ்வதியுடன் 'கடவுள் இல்லை' என்ற தலைப்பில் நடைபெற்ற சொற்போரில் வெற்றி வாகை சூடியதைக் குறிப்பிடலாம்.

பெரியாரின் 'விடுதலை' ஏட்டில் பேரறிஞர் அண்ணா ஆசிரியராக இருந்தபோது அவருடன் நெருங்கிப் பழகும் வாய்ப்பு குழந்தைக்குக் கிடைத்தது. அண்ணா இவரைப் பெயர் சொல்லி அழைக்காமல் 'புலவர்' என்றுதான் அழைப்பாராம். அவரைப் பின்பற்றி அனைவரும் இவரைப் புலவர் என்று அழைக்கத் தொடங்க அன்றைய காலகட்டத்தில் 'புலவர்' என்றால் அது 'குழந்தை'யை மட்டுமே குறிக்கும் இயற்பெயராகவே மாறிப் போனது.

1938-ல் நடைபெற்ற இந்தி எதிர்ப்புப் போராட்டங்களில் புலவர் குழந்தை தீவிரமாக பங்கேற்றார். கோவையில் நடைபெற்ற காங்கிரஸ் மாநாட்டில், தமிழுக்கும் தமிழருக்கும் விளையும் கேடுகளை 'இந்தி ஆட்சி மொழியானால்' என்னும் நூலில் 'தமிழ் மொழி அல்லாமல் வேறோர் மொழி நம்மை ஆளுதல் அடாத செயல்' என்று கீழ்க்கண்டவாறு பதிவு செய்துள்ளார்.

ஆதலால் தாய்மொழியே நம்நாட்டினில்
　　ஆளும் ஆட்சிமொழியாக வேண்டுமல்
லாது வேறோர்மொழி நம்மை ஆளுதல்
　　அடாதவோர் செயலாகும் அறுதியாய்
காதலால் ஒன்றுபட்டுக் கலந்துளம்
　　கடிமணஞ் செய்துகொண்டவ ளாலன்றி
ஏதி லானுக்கியலு மொருத்தியால்
　　இல்லறம் இனிதாக இயலுமோ?

'தமிழ்நாடு தமிழருக்கே' என்ற முழக்கம் எழுந்தபோது அத்தலைப்பில் அச்சுக்கட்டைகளைத் தனது சொந்த செலவில் தயாரித்துக் கொடுத்ததுடன், வேட்டி, சேலை, துண்டு ஆகியவற்றில் அந்தச் சொற்களை அச்சிட்டுத் தமிழ்நாடு முழுவதும் அனுப்பி வைத்தார்.

செய்யுள் நூல்கள் 7, உரை நூல்கள் 3, இலக்கண நூல்கள் 3, உரைநடை நூல்கள் 16 என புலவர் குழந்தை எழுதிய மொத்த நூல்களின் எண்ணிக்கை 29. இவற்றுள் குறிப்பிடத்தக்கது 'இராவண காவியம்'. இவரது தீவிர சுயமரியாதைக் கொள்கையின் வெளிப்பாடாக

இந்நூலைக் கூறலாம். 1946-ல் 'இராவண காவியம் எதற்கு' என்ற தலைப்பில் எழுதிய கட்டுரையில் 'தமிழினத்தை இழிவுபடுத்தும் கருத்துகளைக் கொண்ட கம்ப இராமாயணத்தை எதிர்ப்பதற்காகவே இதை இயற்றி உள்ளேன். இது வெறும் காவியம் மட்டுமல்ல, தமிழின வரலாற்றை மீட்டெடுக்கும் நூல் என்றும் இதை வருங்காலத் தமிழருக்கான படையல் என்றும் பதிவு செய்துள்ளார்.

எந்தமிழன் செந்தமிழ்க்காய் வாழ்ந்த
இராவணன் பெருஞ்ச்சீரினை இதுபேசும்
செந்தமிழின் பூங்காவாம் இராவண
காவியம் எனுமித் தேம்பா நூலைத்
தந்தமிழின் பண்பாட்டை அறிந்து கடைப்
பிடித்து இனிது தகவே வாழப்
பைந்தமிழின் பேரேடாய் வருங்காலத்
தமிழர்க்குப் படைக்கின் றேனே

'ஆழிசூழ் உலகெலாம் பரதனே ஆள' என்ற கம்ப இராமாயண அடிகளையே பின்பற்றி பாரதிதாசன் இராவண காவியம் சிறப்புப் பாயிரத்தில் புலவர் குழந்தையைச் சிறப்பித்துள்ளார்:-

இராவண காவியம் எனுமிது தமிழகத்
திராவிடம் இலையெனத் திராவிடர் புரிக
ஆக்கியோன் குழந்தையும் போக்கறு பனுவலும்
ஆழி சூழுலகில் என்றும்
வாழிய நன்றே வாழிய நன்றே

இந்நூலுக்கான அணிந்துரையில் பேரறிஞர் அண்ணா 'இந்நூல் பழமைக்குப் பயணச்சீட்டு. புதுமைக்கு நுழைவுச் சீட்டு. தமிழ் மறுமலர்ச்சியின் தலை சிறந்த நறுமலர். நெடுநாள் ஆய்வும், நுண்ணிய புலமையும், இனப்பற்றும் ஒருங்கிணைந்த ஓவியம். தமிழரின் புது வாழ்வுக்கான போர் முரசு. தமிழருக்கு உண்மையை உணருமாறு கூறும் ஓர் அன்பழைப்பு. தமிழரசுக்குக் கால்கோள். விடுதலை கீதம்' என்று பாராட்டி உள்ளார்.

கம்ப இராமாயணத்தின் கதை அமைப்பிலும் பாத்திரங்களிலும் குணநலங்களிலும், பல மாற்றங்களைப் செய்திருந்தார். கம்ப இராமாயணத்தின் நாயகனாக இராமன் திகழ்ந்ததுபோல், இராவண காவியத்தின் நாயகன் இராவணனைப் படைத்துள்ளார். இதன் காரணமாக இதில் ஏற்கத் தகாத பகுதிகள் பல இருப்பதாகக் கருதிய அன்றைய தமிழக அரசு இந்நூலை 2/6/1948-ல் தடை செய்தது.

இருபதாம் நூற்றாண்டில் எழுதப்பட்ட தமிழ்க் காவியம் ஒன்றை அரசு தடை செய்தது அதுவே முதல் முறையாகும்.

வால்மீகி / கம்ப இராமாயணத்தில் இடம்பெறும் மண்டோதரி, சூர்ப்பநகை, இந்திரஜித் ஆகிய வடமொழிப் பெயர்கள் தமிழக அரச குடும்பத்தை இழிவுபடுத்தும் பெயர்கள் என்று சொன்னதுடன் அதற்கான காரணத்தையும் விளக்குகிறார். ‘சூர்ப்பு’ என்றால் ‘முறம்’ என்றும், ‘நகை’ என்றால் ‘பல்’ ஆகும் எனவே ‘சூர்ப்பநகை’ என்றால் ‘முறப்பல்லி’ அதாவது ‘முறம் போன்ற பல்லை உடையவள்’ என்று பொருள். அதேபோல் ‘மண்டு’ என்றால் ‘பெரிது’ என்றும், ‘உதரம்’ என்றால் ‘வயிறு’ ஆகும் எனவே ‘மண்டோதரி’ என்றால் ‘பெரிய வயிறு கொண்டவள்’ என்றும் அர்த்தமாகும். ‘கும்பகர்ணன்’ என்ற பெயரிலுள்ள ‘கும்பம்’ என்றால் ‘குடம்’ என்றும், ‘கர்ணன்’ என்றால் ‘காது’ ஆகும் எனவே ‘கும்பகரணன்’ என்றால் ‘குடம் போன்ற காது கொண்டவன்’ என்று பொருளாகும். எனவே, புலவர் குழந்தை தனது இராவண காவியத்தில் மண்டோதரிக்கு ‘வண்டார்குழலி’ என்றும், சூர்ப்பநகைக்கு ‘காமவல்லி’ என்றும், இந்திரஜித்துக்குச் ‘சேயோன்’ என்றும் அழகான தமிழ்ப் பெயர்களைச் சூட்டியுள்ளார்.

புலவர் குழந்தையின் ‘இராவண காவியம்’ படிப்பவர்கள் இன மீட்சிக்காக மட்டுமே எழுதப்பட்டது என்ற பரவலான கருத்தைத் தவறு என்று நிச்சயம் ஒப்புக் கொள்வார்கள். காரணம் சந்த நயமும், கற்பனை நயமும், சர்க்கரைப் பந்தலில், தேன் மழை பொழிவது போல், காவியம் முழுவதும் பரவியிருப்பதைத் படித்து இன்புறுவார் கள். இராவணன் தனது மனைவி வண்டார்குழலிக்கு (மண்டோதரி) அப்பெயர் எப்படிச் சூட்டப்பட்டது? அவள் தமிழா? தமிழகமா? என வியக்கிறான்!

தண்டாமரை மலரோ கனி தமிழோ தமிழகமோ
உண்டோர் மன முள்ளூற உலகுக்குத் தெளிதேனோ
கண்டோ கனியோ வேறெது காணோமென வேதான்
வண்டார் குழல் என்றே பெயர் வைத்தார் மன மொத்தே

அன்புக்கொரு தாய் மிஞ்சிய அருளுக்கொரு தந்தை
தென்புக்கொரு தனையுள்ளிய தெளிவுக்கொரு சுற்றம்
இன்புக்கொரு குழவித் தொகை இனிமைக்கொரு நன்னூல்
என்புக்கொரு உயிராமிவை எல்லாம் அவளானாள்!

தனது மகன் சேயோன் (இந்திரஜித்) இறந்தது கண்டு வண்டார்குழலி (மண்டோதரி) அழுது கண்ணீர் வடிக்கிறாள். மடி மீது தவழ்ந்து

விளையாடி, தமிழ் வாய் திறந்து மழலைச் சொற்களைப் பேசி, நிலமாள வேண்டும் என்று நின்ற மகன், இப்போது மண்ணில் விழுந்து கிடக்கிறான் . வடவன் ஏறிந்த கணையால் இறந்தது தகுமா... இது அறமா எனப் புலம்புகிறாள்:

படிமேல் நடந்து விளையாடி முந்து
  பசியா கவந்து பரிவாய்
மடிமீ தமர்ந்து தமிழ்வாய் திறந்து
  வடிதே னுகர்ந்து மழலை
நெடிதே மொழிந்து மதிபோல் வளர்ந்து
  நிலமாள நின்ற மகனே
கடிதே சினந்து வடவோ னெறிந்த
  கணையால் இறந்தது அறமோ

இராவண காவியம் முதல் பதிப்பில் 2828 செய்யுள்கள் இடம் பெற்றிருந்தன. 1971-ல் இதன் மீதான தடை அன்றைய முதல்வர் கருணாநிதி ஆட்சியில் நீக்கப்பட்டதுடன், மேலும் பல செய்யுட்களை இணைத்து 3100 செய்யுள்களுடன் இரண்டாவது பதிப்பாக வெளியானது. தமிழகக் காண்டம் (454 பாடல்கள்) இலங்கைக் காண்டம் (524 பாடல்கள்), விந்தக் காண்டம் (656 பாடல்கள்), பழிபுரி காண்டம் (636 பாடல்கள்), போர்க் காண்டம் (830 பாடல்கள்) என ஐந்து காண்டங்கள் - 57 படலங்களைக் கொண்டது இராவண காவியம்.

ஐம்பெரும் காப்பியங்கள் மற்றும் ஐஞ்சிறுகாப்பியங்கள் எனத் தமிழில் காப்பியங்கள் இரு வகையாகப் பிரிக்கப்பட்டாலும், தமிழ் மொழி மற்றும் தமிழ் இனத்தின் மேன்மையையும், பெருமையையும் விளக்கும் காப்பியமாகப் புலவர் குழந்தையின் 'இராவண காவியம்' மட்டுமே விளங்குகிறது என்பது ஒரு சாரார் கருத்து. இருபதாம் நூற்றாண்டில் பாரதி, பாரதிதாசன், கண்ணதாசன் போன்ற பெரும் கவிஞர்களும் காப்பியங்களை இயற்ற முன்வராத நிலையில், புலவர் குழந்தையின் தமிழ்ப்பணி அளப்பரிது என்பதும் இவர்களது தீர்மானமான முடிவு.

கலைஞர் கருணாநிதி தனது அணிந்துரையில் 'பன்னீராயிரம் பாடல்களில் கம்பன் எழுப்பாத தமிழுணர்வை புலவர் குழந்தை ஈராயிரம் பாடல்களில் எழுப்பி உள்ளார். தமிழின் அருமையை, இனிமையை, மாண்பை, தனிப்பெருந்தன்மையை உணர்த்தி உள்ளார். கம்பனின் இராமாயணத்தை இராவண காவியமாக மாற்றி அமைத்ததன் மூலம், செந்தமிழ்ப் பெருமக்களின் சிந்தனைத் தீயை நெய்யூற்றி வளர்த்த பெருமை இவரையே சாரும். நூலின்

பெருமையைச் சுருங்கச் சொல்வதெனில், தமிழ் இலக்கியத்தின் சாறு என்றே கூறலாம். திருக்குறள் வாழ்க்கைக்கான இலக்கணம் எனில், இராவண காவியம் வாழ்க்கைக்கான இலக்கியம்' என்கிறார்.

பரிமேலழகர், இளம்பூரணர், நச்சினார்க்கினியர் ஆகியோரைப் போன்று இப்போது உரையாசிரியர்கள் யாரும் இல்லையே என்ற குறையைப் போக்கும் வகையில் திருக்குறள், தொல்காப்பியம், நீதிக் களஞ்சியம் ஆகியவற்றுக்கு புலவர் குழந்தை உரை எழுதி உள்ளார். இவற்றுள் 'திருக்குறள் - குழந்தை உரை' என்னும் நூலை எழுதுவதற்குக் காரணம் உண்டு. 1948-ல் சென்னை நடைபெற்ற திருக்குறள் மாநாட்டில் பகுத்தறிவுக் கொள்கைகளுக்கு ஏற்பத் திருக்குறளுக்குப் புதிய உரை எழுத வேண்டும் என்ற நோக்கத்துடன் பெரியார் ஒரு குழுவை அமைத்தார். நாவலர் சோமசுந்தர பாரதியார் உள்ளிட்ட ஐவர் குழுவில் புலவர் குழந்தையும் அங்கம் வகித்தார். பகுத்தறிவுக் கொள்கைகளுக்கு ஏற்ப 1330 குறட்பாக்களுக்குமான உரையை இருபத்தி ஐந்தே நாள்களில் எழுதி முடித்தார்.

பழைமை நடைமுறைகளைத் தகர்த்துப் பகுத்தறிவுச் சிந்தனை களைத் தீவிரமாகப் பரப்பியவர்களுள் புலவர் குழந்தைக்குத் தனி இடமுண்டு. 1940களில் தருமபுரி மாவட்டத்தில் நடந்த வேளாள மாநாட்டில் விதவை மறுமணம், சீர்திருத்த திருமணம் ஆகியவை குறித்த தீர்மானத்தைக்கொண்டு வந்து வெற்றிகரமாக நிறைவேற்றினார். இதனைத் தொடர்ந்து தனது தலைமையில் நூற்றுக்கணக்கான விதவைகளுக்கு மறுமணமும், சீர்திருத்த முறையில் திருமணங்களும் செய்து வைத்தார். 1946-1959வரை 'வேளாளன்' என்னும் மாத இதழின் ஆசிரியராகப் பல்வேறு பகுத்தறிவுக் கட்டுரைகளை எழுதி சமூகத்தினரிடையே விழிப்புணர்வை ஏற்படுத்தினார்.

1964-ல் வெளியான 'அரசியலரங்கம்' நூலில் பழங்காலம் தொட்டு இன்றுவரை நிலவி வரும் அரசியல் சூழலை வரலாற்றின் அடிப்படையில் கவிதைகளாகப் படைத்துள்ளார் புலவர் குழந்தை. அரசு பிறந்த கதை, அரசு மரபு, சேர சோழ பாண்டியர் பழந்தமிழ் ஆட்சியும் வீழ்ச்சியும், பௌத்த சமண சமயங்களின் ஆதிக்கம், முகம்மதியர் நாயக்கர் ஆங்கிலேயர் அயலாட்சி, குடியாட்சி ஆகிய தலைப்புகளில் அரசியல் வரலாற்றைக் கவிதை நடையில் எழுதி உள்ளார். அந்த வகையில் தமிழில் எழுதப்பட்ட முதல் நூல் இதுவே ஆகும்.

'தமிழ்நாட்டில் பிறந்து, தமிழைத் தாய்மொழியாக் கொண்டவன், தமிழ் படிக்கத் தெரியாது என்று கூறுவது தமிழ்நாட்டைத் தவிர வேறு எங்கும் நிகழுமோ?' என்று கலங்குகிறார் புலவர் குழந்தை.

தமிழகத்துப் பிறந்து வளர்ந்தவன்
  தமிழைத் தாய்மொழியாய்க் கொண்டவன்,
தமிழகத்துள் பள்ளிக் கல்லூரியில்
  தான்படித்து முடித்தவன், என்னினும்,
தமிழனென்று தன்னைச் சொல்லிக் கொள்பவன்
  தமிழ் படித்து அறியாதவன் என்பது,
தமிழகத்தில் அன்றி வேறெங்கணும்
  தான் நடந்திருக்குமோ சாற்றுவீர்

இவரது 'காமாஞ்சரி' என்னும் நாடக நூல் மேத்யூ ஆர்னல்ட் ஆங்கிலத்தில் எழுதிய 'சோரப்பும் ருஸ்துமும்' (Sohrab and Rustum) என்னும் ஆங்கில நூலின் தழுவலாகும். பேராசிரியர் சுந்தரம் பிள்ளை எழுதிய 'மனோன்மணீயம்' நாடக நூலுக்கு இணையானது என்பது தமிழறிஞர்களின் கருத்தாகும். காதல் சுவை மிகுந்த நூலாக 'நெருஞ்சிப் பழம்' திகழ்கிறது. இவரது சிறந்த புலமைக்கும், ஆய்வுத் திறனுக்கும் சான்றாக 'கொங்குநாடு', தமிழ் எழுத்துச் சீர்திருத்தம்', தொல்காப்பியர் காலத் தமிழர்', 'திருக்குறளும் பரிமேலழகரும்', 'பூவா முல்லை' ஆகிய நூல்கள் விளங்குகின்றன. தமிழக விடுதலைப் போராட்ட வீரன் தீரன் சின்னமலை குறித்த விரிவான பதிவுகள் கிடைக்காத நிலையில், செவி வழிக் கதைகள் மற்றும் ஆய்வு மூலம் தகவல்களைத் திரட்டி 'தீரன் சின்னமலை வரலாற்று' நூலை எழுதி உள்ளார். இன்றைக்கும் தீரன் சின்னமலை வரலாற்றைத் தெரிந்துகொள்ள இவரது நூலே ஆதாரமாகத் திகழ்கிறது.

1934-ல் சென்னையில் நடைபெற்ற தமிழன்பர் மாநாட்டில் பெரியார் தமிழ் எழுத்துச் சீர்த்திருத்தம் குறித்த அறிவிப்பை வெளியிட்டார். இதன்படி ஹ, ஹூ, ஹு, ணை, லை, ளை, னை ஆகிய எழுத்துகளுக்குப் பதிலாக ணா, றா, னா, ணை, லை, ளை, னை ஆகிய எழுத்துகளைப் பயன்படுத்துவது குறித்த தீர்மானத்தை நிறைவேற்றித் தனது 'விடுதலை' பத்திரிகையில் நடைமுறைக்கும் கொண்டுவந்தார். 1978-ல் பெரியார் நூற்றாண்டு விழாவின்போது முதல்வர் எம்ஜிஆர் அவரது எழுத்துச் சீர்த்ருத்தத்துக்கு அரசின் அங்கிகாரத்தை அளித்தார். இதனைத் தொடர்ந்து தமிழில் வெளியாகும் அனைத்து நாளிதழ்களும் பத்திரிகைகளும் அரசு ஆவணங்களும் எழுத்துச் சீர்திருத்தத்தை ஏற்றுக்கொண்டு இன்றுவரை அமல்படுத்தி வருகின்றன. பெரியாரைத் தொடர்ந்து 1941-ல் புலவர் குழந்தையும் தமிழ் எழுத்துகளின் எண்ணிக்கையைக் குறைக்கும் வகையில் புது வகை எழுத்துச் சீர்திருத்தத்தை அறிமுகப்படுத்தினார். ஆனால், தமிழக அரசும், தமிழறிஞர்களும் இதிலுள்ள பல்வேறு நடைமுறைச் சிக்கல்கள் காரணமாக ஊக்கமளித்துப் பின்பற்றவில்லை.

உலகில் எண்களை முதன் முதலில் பயன்படுத்தியவர்கள் தமிழர்களே என்பது புலவர் குழந்தையின் முடிவு. 'முந்திரயிலக்கம், எண் சுவடி, நெல்லிலக்கம், கீழ்வாயிலக்கம், சிறுங்குழி, பெருங்குழி முதலிய கணக்கு வகைகள் தமிழர்கள் எண் அறிவுக்குச் சான்றாக உள்ளன. உலகளவில் ஏற்றுக் கொள்ளப்பட்டு நடைமுறையில் உள்ள 1,2,3,4,5,6,7,8,9 ஆகிய எண்கள் அரேபிய எண்கள் என்பதே பரவலான கருத்தாக உள்ளது. ஆனால் இவை (க, உ, ங, ச, ரு, சு, எ, அ, கூ, ய) ஆகிய தமிழ் எண்களிலிருந்து திரிந்தவையே. பழங்காலத்தில் தமிழகத்துடன் வியாபாரம் செய்து கொண்டிருந்த அரேபியர்கள் இவற்றைப் பயன்படுத்தத் தங்கள் நாட்டுக்கு எடுத்துச் செல்லப், பின்னர் எப்படியோ உலகளவில் அனைவரும் ஏற்றுக் கொள்ளத்தக்க வகையில் பொதுவான எண்களாக வழக்கத்துக்கு வந்துவிட்டன' என்னும் தகவலை முதன் முதலில் ஆராய்ந்து வெளியிட்டவர் புலவர் குழந்தையே ஆவார்.

இருபதாம் நூற்றாண்டில் கவிதை நூல்கள் குறைந்து, உரைநடை நூல்கள் அதிகம் வெளியாயின. இதன் காரணமாக மரபு தழுவாமல், யாப்பமைதி இன்றிக் கவிதைகளைச் சிலர் எழுதியும், வெளியிட்டும், தமிழைச் சிதைத்துக் கொண்டிருப்பதைக் கண்டு வருந்தினார். எனவே அனைவருக்கும் எளிதாகப் புரியும் வகையில் 'யாப்பதிகாரம்', 'இன்னூல்' மற்றும் 'தொடையதிகாரம்' இலக்கண நூல்களை எழுதினார். யாப்பதிகாரத்தில் உள்ள 'கவியரங்கம்' மற்றும் தொடையதிகாரத்தில் உள்ள 'கும்மி', 'ஒப்பாரி', உடுக்கைப் பாட்டு' ஆகிய பகுதிகளுக்கான விளக்கம் இவரது நோக்கத்தை நிறைவு செய்யும்வகையில் அமைந்துள்ளன. இன்றைய இளைஞர்கள் எளிதாக இலக்கணம் கற்றுக்கொள்ள வழிகாட்டி யாகவும் இவை திகழ்கின்றன. 'தொல்காப்பியர் காலத் தமிழர்' என்னும் ஆய்வு நூலில் ''கைக்கிளை'' (கை = பக்கம், கிளை = தோன்றுதல்) என்றால் ஒரு பக்க அதாவது ஒருதலைக் காமம் என்றும், ''ஐந்திணை'' (முல்லை, குறிஞ்சி, மருதம், நெய்தல்) என்றால் பொருந்தும் காமம் என்றும், ''பெருந்திணை'' என்றால் பொருந்தாக் காமம் என்றும் அனைவருக்கும் புரியும்வகையில் தெளிவாக விளக்கியுள்ளார்'' புலவர் குழந்தை.

மற்றவர்கள் எழுதிய பாடல்களைத் தனது படைப்பாக விளம்பரப் படுத்திக் கொள்ளும் காலத்தில், தப்பும் தவறுமாக யார் எழுதிக் கொண்டு வந்தாலும், புலவர் குழந்தை அவற்றைச் செம்மையாகத் திருத்தித் தரும் அரும்பணியை செய்தார். செய்யுள் மரபு சிதையக் கூடாது என்பதே அவரது எண்ணம். பிறமொழிச் சொற்கள் தமிழில் கலப்பதை விரும்பாதவர் எனினும் தனித்தமிழ் என்ற பெயரில் அதன்

இனிமையைக் கெடுக்கும் கடுமையான சொற்களைப் பயன்படுத்து வதையும் ஏற்கவில்லை. 'புறநானூற்றில் புலவர் பொன்முடியாரின் 'ஈன்று புறத்தருதல் என்றலைக் கடனே' என்ற பாடல் வரிகளை ஒட்டி எழுதிய பாடல் சிந்தைக்கு விருந்தாக அமையும்:

தாய்மொழி வளர்த்தல் தமிழர்தம் கடனே
வாய்மொழி புரத்தல் மற்றவர் கடனே
காய்மொழி தவிர்த்தல் கற்றவர் கடனே
ஆய்மொழி உணர்த்தல் அறிஞர் கடனே

சற்றேறக் குறைய 80 ஆண்டுகளுக்கு முன்பு தமிழுக்கு நிலவிய அவலம் குறித்து அவர் எழுதிய இக்கவிதை இன்றைக்கும் பொருந்து வதை எண்ணி மகிழ்வதா வருந்துவதா என்று தெரியவில்லை. ஆய்வாளராகவும் உரையாசிரியராகவும் கவிஞராகவும் இலக்கணப் புலமை பெற்றவராகவும் விளங்கிய புலவர் குழந்தையை, ஆரிய - திராவிடப் போரை முன்னிறுத்திய கவிஞராகவும், தமிழினத்தை இழிவுபடுத்தவே இராமாயணம் தமிழில் இயற்றப்பட்டது என்று கம்பனைத் தூற்றியதற்காகவும் குறுகிய மனப்பான்மையுடன் மதிப்பீடு செய்வது தவறாகும்.

தமிழின மீட்சி, தமிழ் மொழி வளர்ச்சி, ஏற்றத் தாழ்வற்ற சமுதாயம், பகுத்தறிவு ஆகியவற்றைத் தனது வாழ்நாள் நோக்கமாகவேகொண்டு வாழ்ந்த புலவர் குழந்தை 1972 செப்டம்பர் 23-ல் காலமானார். 'இனியொரு கம்பனும் வருவானோ, இப்படியும் கவி தருவானோ? கம்பனே வந்தான், அப்படிக் கவிதையும் தந்தான், ஆனால் கருத்துதான் மாறுபட்டது' என்று புலவர் ஐயன்பெருமாள் கோனாரும், 'தேனினும் இனிய செந்தமிழ்க் குழந்தை, நான் கம்ப இராமாயணக் கவிச்சுவையில் கட்டுண்டு கிடந்தனன், தங்கள் இராவண காவியம் அக்கட்டை அவிழ்த்துவிட்டது. கருத்து மாறுபாடுதான் வேறு' என்று கம்ப இராமாயணத்தில் கரை கண்டவர் என்று போற்றப்படும் சொல்லின் செல்வர் ரா.பி.சேதுபிள்ளையே புகழும் அளவுக்கு, கம்பனுக்கு இணையான கவிஞராய்ப் புலவர் குழந்தை மதிக்கப்பட்டார்.

‘சொல்லின் செல்வர்’ டாக்டர் ரா.பி. சேதுபிள்ளை

‘தமிழ் கொழிக்கும் பொருநைக் கரையில் பிறந்து, தமிழ் பொங்கும் பொதிகைத் தென்றலில் வளர்ந்து, தமிழார்ந்த மன மொழிகளைப் பெற்றுத், தமிழ் வண்ணமாய பெருங் கொண்டல்’ என்று தமிழ்த் தென்றால் திரு.வி.கா.வால் போற்றப்பட்ட பெருமைக்கு உரியவர். இவர் வகுப்பு எடுத்தால் வள்ளுவனும், இளங்கோவும், கம்பனும் தாங்கள் படைத்த காவியங்களைத் தாங்களே நேரில் வந்து பாடம் நடத்துவது போலிருக்கும். ஒரு முறை பாண்டியன் கொலு மண்டபத்தில் கண்ணகி வீர வசனம் பேசிச் சிலம்பை உடைக்கும் காட்சியை விவரிக்கையில், உணர்ச்சி வசப்பட்டு மேசையை ஓங்கித் தட்டியதில் மேசையே உடைந்துவிட்டது. அவர்தான் கம்ப இராமயணச் செம்பதிப்பு வெளியாக முழு முதற் காரணமாக இருந்தவரும், ‘சொல்லின் செல்வர்’ என்று போற்றப்படும் பெருமைக்கு உரியவருமான ரா.பி.சேதுபிள்ளை.

பொருநை ஆறு பொங்கிப் பாயும், திக்கெல்லாம் புகழ் மணக்கும், திருநெல்வேலி மாவட்டம் இராசவல்லியபுரத்தைச் சேர்ந்த பிறவிப் பெருமாள் பிள்ளைக்கும் சொர்ணம்மாளுக்கும், 1896 மார்ச் 2 ஆம் நாள் பதினோராவது பிள்ளையாக ரா.பி.சேதுபிள்ளை பிறந்தார். சேதுக் கடலாடி இராமேஸ்வரப் பெருமானை நீண்ட காலம் தவமிருந்து பெற்ற பிள்ளை என்பதால் இவருக்குச் ‘சேதுபிள்ளை’ என்று பெயரிட்டனர். பதினோரு பிள்ளைகளில் உடன் பிறந்தவர்கள் அனைவரும் இறைவனடி சேர, மிஞ்சியது சேதுபிள்ளை மட்டுமே.

இராசவல்லியபுரத்தில் உள்ள திண்ணைப் பள்ளிக்கூடத்தில் ஐந்தாம் வகுப்பையும், செப்பறை அடிகள் மற்றும் அருணாசல தேசிகரிடம் நல்வழி, மூதுரை, நன்நெறி, நீதி நூல் விளக்கம், திருக்குறள், தேவாரம், திருவாசகம், திருஞான மாபாடியம் ஆகியவற்றை உள்ளடக்கிய சமயக் கல்வியையும் குறைவறக் கற்றுத் தேர்ந்தார். ஆறாம் வகுப்புக்குப் பாளையங்கோட்டைத் தூய சேவியர் பள்ளியில் சேர்ந்தார்.

படிப்பில் மட்டுமின்றி விளையாட்டிலும் சேதுபிள்ளை சிறந்து விளங்கினார். இவரது தமிழாசிரியர் சுப்பிரமணியப் பிள்ளை தமிழ் இலக்கண இலக்கியங்களைச் சிறந்த முறையில் கற்பித்தார். அவர் அமைத்துக் கொடுத்த செவ்விய இலக்கிய அறிவே பின்னாளில் தனக்குப் பெரும் புகழைத் தேடித் தந்ததாகச் சேதுபிள்ளை ஆயுள் முழுவதும் சொல்லிக் கொண்டிருந்தார்.

திருநெல்வேலி இந்துக் கல்லூரியில் இண்டர்மீடியேட் வகுப்பில் தேர்ச்சி பெற்றதைத் தொடர்ந்து 1915 -ல் சென்னை பச்சையப்பன் கல்லூரியில் இளங்கலை (பொருளாதாரம் மற்றும் வரலாற்றை) வகுப்பில் இணைந்தார். பொருளாதாரம் மற்றும் வரலாறு மாணவராக இருந்தபோதிலும் தமிழ் மீதுள்ள ஆர்வம் காரணமாக கல்லூரித் தமிழ் மன்றத்தின் சார்பாக நடைபெறும் பேச்சு மற்றும் கட்டுரைப் போட்டிகளில் பங்கேற்பதை வழக்கமாகக் கொண்டிருந்தார். தமிழை விருப்பப் பாடமாக எடுத்துப் படித்த மாணவர்களின் பேச்சைவிடச் சேதுபிள்ளையின் அழகு தமிழ்ப் பேச்சே போட்டி நடுவர்களாக இருந்த தமிழ்ப் பேராசிரியர் செல்வகேசவராய முதலியார், ஆங்கிலப் பேராசிரியர் இராமநாதன் மற்றும் நீதிபதி சதாசிவ ஐயர் ஆகியோரைக் கவர்ந்தது. சேதுவுக்கு முதல் பரிசை வழங்கியதுடன் கல்லூரி முதல்வர் உரோ.ரோ.துரையைச் சந்திக்கவும் ஏற்பாடு செய்தனர்.

சேதுபிள்ளையின் சொல்லாற்றலையும், நா வன்மையையும் பேராசிரியர் செல்வகேசவராய முதலியார் கல்லூரி முதல்வரிடம் எடுத்துக்கூற அவர் மனமுவந்து பாராட்டியதுடன், அவரது திறமைக்குப் பரிசாக இண்டர்மீடியட் வகுப்புக்குத் தமிழ்ப் பாடம் கற்பிக்கும் வாய்ப்பையும் வழங்கினார். எந்தக் கல்லூரியில் இளநிலை பொருளாதாரமும் வரலாறும் படித்துக் கொண்டிருந்தாரோ, அதே கல்லூரியில் இண்டர்மீடியட் வகுப்பிற்குத் தமிழ்ப் பாடம் எடுக்கும் வாய்ப்பு கிடைப்பது எத்தகைய பெரும் பேறு! ஒரே கல்லூரியில் மாணவராகவும் ஆசிரியராகவும் இருக்கும் சிறப்பைப் பெற்றவர் இவர் ஒருவராகத்தான் இருக்க முடியும். இளங்கலைப் பட்டத்தைத் தொடர்ந்து சட்டக் கல்லூரியில் வழக்கறிஞர் பட்டமும் பெற்றார்.

சேதுபிள்ளையிடம் தமிழ் படித்த மாணவர்களுள் குறிப்பிடத்தக்கவர் மதுரைப் பல்கலைக்கழக முன்னாள் துணை வேந்தர் தெ.பொ.மீனாட்சி சுந்தரம். தனது ஆசிரியர் வகுப்பு எடுக்கும் முறை பற்றிக் கூறுகையில் 'கண்ணீரும் கம்பலையுமென வரும் மோனை நயம்! இணக்கமும் பிணக்குமென முரணிக் கோலத்தில் வரும் எதுமை நயம்! அறிவு சான்ற சொல் நயம்! தமிழின் மிடுக்கு! இவை அனைத்தும் ஓர் உரு எடுத்தாற் போன்ற தோற்றத்துடன் தமிழின் நாவலராகக் காட்சி தந்தார்' என்று வியக்கிறார். இவருடன் படித்த சக மாணவர்களுள் முக்கியமானவர் அண்ணாமலைப் பல்கலைகழக முன்னாள் துணை வேந்தரும் இந்தியாவின் முன்னாள் நிதி அமைச்சருமான ஆர்.கே.சண்முகம் செட்டியார்.

இருபத்து மூன்று வயது நிரம்பிய சேதுபிள்ளைக்கும்-ஆள்வார் ஜானகி அம்மையாருக்கும் நெல்லையில் கோலாகலமாகத் திருமணம் நடைபெற்றது. வழக்கறிஞர் தொழிலை மேற்கோள்ளச் சென்னை வந்த சேதுபிள்ளை புகழ் பெற்ற வழக்கறிஞரும் நீதிக் கட்சி அமைச்சராகவும் இருந்த முத்தையா முதலியாரிடம் சில காலம் பயிற்சி பெற்றார். பிறகு 1923-ல் தனியாக தொழில் செய்ய மீண்டும் நெல்லைக்குத் திரும்பினார். வழக்கறிஞர் தொழிலில் ஈடுபட்டாலும், சிறு வயதில் செப்பறை அடிகள் மற்றும் அருணாசல தேசிகர், பள்ளியில் சுப்பிரமணியப் பிள்ளை, கல்லூரியில் செல்வ கேசவராய முதலியார் ஆகியோரிடம் கற்ற தமிழ் உணர்வே அவர் உள்ளத்தில் ஓங்கி வளர்ந்திருந்தது.

நெல்லை மாணவர் மன்றம் சார்பாக வாரந்தோறும் ஜூபிலி ஹால் என்ற இடத்தில் சொற்பொழிவுகள் நடைபெறுவது வழக்கம். மன்றத்தின் தலைவர் வீரபத்திரப் பிள்ளை அழைப்பின் பேரில் சேதுபிள்ளை திருக்குறளின் மேன்மை குறித்து ஆழ்த்திய சொற் பொழிவைக் கேட்ட மக்கள் மிகப் பெரிய வரவேற்பைத் தந்தனர். 'வாரம் தோறும் வருக, அமுத மொழிகளைத் தருக' என வேண்டுகோள் விடுக்க, சேதுபிள்ளையும் மனமுவந்து தமிழ்க் களஞ்சியத்தை வடித்துத் தந்தார்.

சேதுபிள்ளையின் நாவில் வள்ளுவன் குடிகொண்டதுபோல், கம்பனும் ஆட்கொள்ள நினைத்தது தமிழகம் பெற்ற பேறு. 1921 -ல் ரசிகமணி டி.கே.சிதம்பரநாத முதலியார் நெல்லை வண்ணார் பேட்டையில் கம்பன் கழகத்தைத் தொடங்கினார். வட்டத் தொட்டி என்ற அமைப்பும் உருவானது. இவ்விரண்டும் கம்பன் காவியத்தை ஆய்வு செய்து, கரும்புச் சாற்றில் தேன் கலந்ததுபோல் அமுதச் சுவையை அள்ளித் தந்தன. கம்பனில் ஊறித் தோய்ந்தவர்களின் உரை வீச்சுகளைக் கேட்க சேதுபிள்ளை அவ்வப்போது சென்று

வந்தார் எனினும், தொடக்கத்தில் ஏனோ கம்பனைக் கண்டு கொள்ள வில்லை. சொற்பொழவு நிகழ்த்தவும் அதிக ஆர்வம் செலுத்தவில்லை.

சேதுபிள்ளை வழக்கறிஞராக நெல்லையில் வாழ்ந்த காலத்தில் 1923-ல் தனது இருபத்தியேழாவது வயதில் 'திருவள்ளுவர் நூல் நயம்' என்ற ஒப்பற்ற ஆய்வு நூலை எழுதினார். 'திருவள்ளுவர் 7 என்ற எண்ணில் கொண்ட ஈடுபாடு எண்ணிப் பார்க்கத்தக்கது. ஆசிரியப்பா, வெண்பா, வஞ்சிப்பா, கலிப்பா என நெடிய பா வகைகளில் நூல்கள் உருவாக்கம் பெற்ற காலத்தில் திருவள்ளுவர் தனது நூலை 7 சீர் கொண்ட குறள் வெண்பா வகையில் எழுதினார். மொத்தக் குறட்பாக்களின் எண்ணிக்கை 1330 (1+3+3+0 = 7). பாயிரத்தை நீக்கினால் அறத்துப்பால் அதிகாரங்கள் 34 (3+4=7), 340 பாக்கள் (3+4+0=7), பொருட்பால் அதிகாரங்கள் 70 (7+0=7), பாக்கள் 700 (7+0+0=7), காமத்துப்பால் அதிகாரங்கள் 25 (2+5=7), பாக்கள் 250 (2+5+0=7). திருக்குறளை ஆய்வு செய்த சேதுபிள்ளையும் திருவள்ளுவர் பெருமை, திருக்குறள் பொதுநூல், அறத்தின் திறம், அரசியல் முறை, இன்ப இயல், திருக்குறள் உவமைத் திறன், திருவள்ளுவரும் பரிமேலழகரும்' என 7 தலைப்புகளில் தனது ஆய்வு நூலைப் படைத்துள்ளார். இது குறித்துப் பேராசிரியர் கா.சு.பிள்ளை கூறுகையில் 'திருவள்ளுவரின் சிந்தனைகளுக்கு உரிய முழுமையான ஆய்வுப் பெரு வடிவத்தை உருவாக்கிய முதல் நூல்' என்று பாராட்டுகிறார்.

பழங்கால திருக்குறள் உரையாசிரியர்களுள் பத்துக்கும் மேற்பட்டோர் இருப்பினும் அவர்களுள் பரிமேலழகரே குன்றிலிட்ட விளக்காகத் திகழ்கிறார் என்று போற்றுகிறார். எனினும் நீலகண்டனே ஆனாலும் நெற்றிக் கண்ணைத் திறப்பினும் குற்றம் குற்றமே என்ற நக்கீரன் குணம் கொண்ட சேதுபிள்ளை, அவரது சில உரைகளை மறுக்கவும் தயங்கவில்லை. சில இடங்களில் வலிந்தும் நலிந்தும் பொருள் கொண்டு, தனது கொள்கைகளை திருக்குறள் உரையில் பரிமேலழகர் திணித்துள்ளார் என்று துணிவுடன் குறிப்பிட்டுள்ளார்.

மக்களைப்பற்றிப் பேசுகிற அதிகாரத் தலைப்பைப் பரிமேலழகர் 'புதல்வரைப் பெறுதல்' என்று கூறியதை மறுத்து 'மக்கட் பேறு' என அமைத்தல் வேண்டுமெனச் சான்றுடன் விளக்கி உள்ளார். அதேபோல் 'ஈன்ற பொழுதிற் பெரிதுவக்கும் தன் மகனைச் சான்றோன் எனக் கேட்ட தாய்' என்ற குறளுக்கு விளக்கமாகப் பரிமேலழகர் பெண் இயல்பால் 'தானாக அறியாமையால் கேட்ட தாய்' என்கிறார். ஆனால் சேதுபிள்ளையோ 'மகனைப் பெற்றெடுத்த போது மகிழும் தாய், பின்னர் தன் மகனைச் சான்றோன் என்று மற்றவர்கள் சொல்லும்போது பெரு மகிழ்ச்சி அடைகிறாள்' என மறுத்து உரை கூறினார்.

சேதுபிள்ளையின் வாழ்க்கையில் மற்றொரு மாற்றம் நிகழ நெல்லையில் கம்பன் புகழ் பாடி வந்த சுப்பையா முதலியாருடனான தொடர்பை முக்கியமாகக் கூற வேண்டும். இராமாயணம் யுத்த காண்டத்தில் வரும்:

‘வெள்ளெருக்கஞ் சடைமுடியான்
வெற்பெடுத்த திருமேனி மேலுங்கீழும்,
எள்ளிருக்கும் இடமின்றி உயிரிருக்கும்
இடம் நாடி இழைத்த வாறோ,
கள்ளிருக்கும் மலர்க் கூந்தல் சானகியை
மனச்சிறையில் வைத்த காதல்,
உள்ளிருக்கும் எனக் கருதி உடல் புகுந்து
தடவியதோ ஒருவன் வாளி’

என்ற கம்பனின் வரிகளில் உள்ள ஓசை நலம், சொல் நயம், பொருள் வளம் உள்ளிட்ட அனைத்தையும் சுப்பையா முதலியார் விளக்கிக் கொண்டேயிருக்க, சேதுபிள்ளை தன்னை மறந்து கவியின்பத்தில் லயித்தார். சொற்பொழிவு முடிந்தவுடன் ‘ஐயா நீங்கள் விளக்கமளித்த பாடல் எந்த இலக்கியத்தில் இருந்து எடுக்கப்பட்டது என்று கேட்க அவரும் ‘தம்பி! இது கம்ப இராமாயணப் பாடலாகும். பத்தாயிரத்துக்கும் அதிகமான பாடல்களைக்கொண்டு பெரும் காப்பியமாகும்’ என்று கூறியதுடன் அதன் பிரதி ஒன்றையும் அவரிடம் படிக்கக் கொடுத்தார்.

கம்ப இராமாயணத்தைக் கையில் எடுத்த சேதுபிள்ளை அதன் கனிச் சுவையைப் பருகத் தொடங்கினார். தமிழையும் தமிழ் நாட்டையும் கம்பன் போற்றியது கண்டு உள்ளம் மகிழ்ந்தார். தனக்குப் பிடித்தமான திருக்குறளையும் அதன் கருத்துகளையும் கம்பன் கையாண்டவிதம் கண்டு பேருவகை கொண்டார். உவமான, உவமேயங்களில் மனதைப் பறிகொடுத்தார். மீண்டும் மீண்டும் காவியக் கடலில் மூழ்கியதில், கம்பன் பாடிய பத்தாயிரம் பாடல்களில் ஏறத்தாழ மூவாயிரம் பாடல்கள் அவருக்கு மனப்பாடம் ஆயின. கம்ப இராமாயணத்தை ரசித்து, லயித்ததுடன் நில்லாமல், ஒரு கட்டத்தில் அதை ஆதரித்துச் சொற்போர் நிகழ்த்தும் அளவுக்கு ஆய்ந்தும், தோய்ந்தும், ஆழங்கால்பட்டவராக விளங்கினார். குறளில் ஆனந்தக் கூத்தாடினார் எனில், கம்பன் காவியத்தில் களிநடம் புரிந்தார்.

நெல்லை மாவட்ட எல்லை தாண்டித் தமிழகம் முழுவதும் கம்ப இராமாயணச் சொற்பொழிவுகள் நிகழ்த்தினார். சென்ற இடமெல்லாம் இலக்கிய அன்பர்களும் பொது மக்களும் வரவேற்றாலும்

மறைமலை அடிகள் உள்ளிட்ட பழுத்த சைவர்கள் அதிர்ச்சி அடைந்தனர். வைணவத்தைப் போற்றும் காவியத்தை சைவ மரபில் வந்தவர்கள் போற்றலாமா? என்று கேள்வி எழுப்பினர். ஆனால், கம்பனின் சமயப் பொதுமையை விளக்கி அவர்களைச் சேதுபிள்ளை சமாதானப்படுத்தினார்.

திருக்குறள், கம்ப இராமாயணம் ஆகியவை மட்டுமின்றி மகாகவி பாரதியாரின் கூற்றுப்படி அவரது 'நெஞ்சை அள்ளிய சிலப்பதிகாரம்' சேதுபிள்ளையின் நெஞ்சையும் அள்ளத் தவறவில்லை. 1951-ல் பூம்புகாரில் அண்ணாமலைப் பல்கலைக்கழகத் துணை வேந்தர் ஆர்.கே.சண்முகம் செட்டியார் தலைமையில் நடைபெற்ற 'சிலப்பதிகார மாநாட்டில்' டாக்டர் ரா.பி.சேதுபிள்ளை, டாக்டர் தெ.பொ.மீனாட்சி சுந்தரனார், வாகீச கலாநிதி கி.வா.ஜனந்நாதன் ஆகியோர் உரையாற்றினர்.

சிலப்பதிகாரம் மதுரைக் காண்டத்தில் காவிரித் தாய் பூக்களைச் சுமந்து தளிர் நடையிட்டு மெல்ல மெல்ல நடந்து வரும் அழகான காட்சியை 'மருங்கு வண்டு சிறந்தார்ப்ப மணிப்பூம் ஆடையது போர்த்திக் கருங்கயற் கண் விழித் தொல்கி நடந்தாய் வாழி காவேரி' என்று இளங்கோ அடிகள் இரு வரிகளில் எழுதியதை சேதுபிள்ளை காவேரி அன்னை நடை பயின்ற அழகை இரண்டு மணி நேரம் விவரித்து அரங்கில் குழுமியிருந்தோர் நெஞ்சங்களில் தேன் மாரி பொழிந்தார். ஈராயிரம் ஆண்டுகளுக்கு முன்பு பூக்களுடன் பொங்கிப் பாய்ந்த காவேரியை மீண்டும் ஒரு முறை காண வேண்டுமென மாநாட்டுக் குழுவினர் விரும்பியதை நிறைவு செய்யும்வகையில் நிரம்பி வழிந்து கொண்டிருந்த மேட்டூர் அணையிலிருந்து தண்ணீரைத் திறந்து பூக்களையும் மிதக்கவிட்டார்களாம். எண்பது லாரி பூக்களை பொங்கிப் பாய்ந்த காவேரியின் மீது தூவ காவிரித்தாய் மேட்டூரிலிருந்து பாய்ந்து, திருச்சியில் நடந்து, மயிலாடுதுறையில் தவழ்ந்து, பூம்புகாரில் சங்கமித்த அழகை வழியெங்கும் அனைவரும் கண்டு களித்தனர். 'நடந்தாய் வாழி காவேரி' என்று பாடப்பட்ட 'அற்றை நாள் அகண்ட காவேரி இற்றை நாள் வறண்ட காவிரி' ஆனது காலம் செய்த கோலமா கடவுள் செய்த குற்றமா?

சேதுபிள்ளையின் சிறப்பான இலக்கியப் பணி காரணமாக சென்னைப் பல்கலைக்கழக ஆட்சிமன்றக் குழு உறுப்பினராகத் தேர்வானார். இலக்கியப் பணி, ஆசிரியரியப் பணி, சமயப் பணி ஆகியவற்றுடன் சமுதாயப் பணியிலும் சேதுபிள்ளை தன்னை முழுமையாக ஈடுபடுத்திக் கொண்டார். 1926-1930வரை நெல்லை

மாநகராட்சி உறுப்பினராகவும், நகர மன்றத் துணைத் தலைவராகவும் திறம்படச் செயல்பட்டார்.

தமிழ் மொழிக்கும் தமிழ் இசைக்கும் முக்கியத்துவம் அளிக்க வேண்டும் என்ற நோக்கத்துடன் செட்டி நாட்டரசர் இராஜா சர் அண்ணாமலைச் செட்டியார் 1929-ல் அண்ணாமலைப் பல்கலைக் கழகத்தைத் தோற்றுவித்தார். அதன் முதல் தமிழ்த் துறைத் தலைவராக தமிழ்த் தாத்தா உ.வே.சாமிநாத ஐயர் நியமிக்கப் பட்டார். இவரைத் தொடர்ந்து கா.சுப்பிரமணியப் பிள்ளை தமிழ்த் துறைத் தலைவரானார். சேதுபிள்ளையின் நல்லறிவும் நற்றமிழ்ச் சொல்லாற்றலும் முழு தமிழகத்துக்கும் பயன்பட வேண்டுமென விரும்பிய கா.சு.பிள்ளை 'மகாத்மா காந்தியடிகளைப்போல் தமிழரிடையே சாந்த வடிவினரைக் காண இயலாது. ஆனால், நேரு பெருமானைப் போன்று நேர்மையான, திறமைமிக்க ஒருவரைக் காண முடியும். அவர்தாம் நம் சேதுபிள்ளை' என்று சான்றளித்தார்.

அண்ணாமலைப் பல்கலைக்கழகத் தமிழ்த் துறைப் பேராசிரியர் பணியை மேற்கொள்ள செட்டிநாட்டரசர் அன்புடன் அழைக்கச் சேதுபிள்ளையும் இசைந்தார். இவரிடம் தமிழ் கற்ற மாணவர்களுள் பேராசிரியர் வெள்ளைவாரணர் குறிப்பிடத்தக்கவர். 1953-ல் பிரதமர் நேரு தமிழகத்தில் சுற்றுப்பயணம் மேற்கொண்டபோது அவரை வரவேற்க அப்போதைய தமிழக முதல்வர் இராஜாஜி தம்முடன் ரா.பி.சேதுபிள்ளையையும் அழைத்துச் சென்றார், 'இவர் மிகச் சிறந்த தமிழறிஞர்' என்று சேதுபிள்ளையை அறிமுகப்படுத்த, நேருவும் உவகையுடன் கைகுலுக்கி மகிழ்ந்தார்.

'வள்ளுவனும் இளங்கோவும் கம்பனும் தாங்கள் படைத்த காவியங்களைத் தாங்களே நேரில் வந்து பாடம் நடத்துவது போலிக்கும் சேதுபிள்ளையின் கற்பிக்கும் முறை. ஒரு முறை பாண்டியன் கொலு மண்டபத்தில் கண்ணகி வீர வசனம் பேசிச் சிலம்பை உடைக்கும் காட்சியை விவரிக்கையில், உணர்ச்சி வசப்பட்டு மேசையை ஓங்கித் தட்டியதில் மேசையே உடைந்து விட்டது' என்று நெகிழ்கிறார் அண்ணாமலைப் பல்கலைக்கழக மாணவர் புலவர் ஓரந்தூர் குஞ்சிதபாதம் பிள்ளை.

அண்ணாமலைப் பல்கலைக்கழகத்தில் அருந்தமிழ் முழங்கிய சேதுபிள்ளையைச் சென்னைப் பல்கலைக்கழகம் செந்தமிழ் முழக்கமிட அன்புடன் அழைப்பு விடுக்க, 1936-ல் சென்னைப் பல்கலைக்கழகத் தமிழ்த் துறைத் தலைமை விரிவுரையாளராகப் பொறுப்பேற்றுக்கொண்டார். அப்போது தமிழ்த் துறைத் தலைவராக இருந்தவர் ஆய்வறிஞர் எஸ் வையாபுரிப் பிள்ளை.

சேதுபிள்ளையின் சீரிய பணியையும், ஆற்றொழுக்குப் போன்ற அழகிய பொழிவையும் கண்ட சென்னைப் பல்கலைக்கழகம் ஒரே ஆண்டில் அவரை ஆய்விப் பிரிவின் துணைத் தலைவராக நியமித்தது. தமிழ்ப் பேரகராதியைத் தொகுக்கும் பணியை வையாபுரிப் பிள்ளையுடன் இணைந்து மேற்கொண்டார். வையாபுரிப் பிள்ளை ஓய்வு பெற்றதைத் தொடர்ந்து தமிழ்த் துறைத் தலைவரானார்.

சென்னைத் தெருவெங்கும் தேமதுரத் தமிழோசையைப் பரப்பிய சேதுபிள்ளைக்குச் சென்னைப் பல்கலைகழகத்தில் தமிழ் மொழிக்கெனத் 'தனி இருக்கை' இல்லையே என வருந்தினார். தனது ஆதங்கத்தைச் சொற்பொழிவாற்றும் பேரவைகளிலும் மக்கள் மன்றங்களிலும், கற்றோரிடமும், கல்வியாளர்களிடமும், அரசு அதிகாரிகளிடமும் எடுத்துரைத்தார்.

சென்னையில் ரெவரண்ட் லாசரஸ் என்றொரு பெருந்தகை வாழ்ந்து வந்தார். அவருக்கு இரு பெண்கள். சென்னைப் பல்கலைக்கழகத்தில் தமிழுக்குத் 'தனி இருக்கை' வேண்டும் என்ற சேதுபிள்ளையின் விருப்பத்தை நிறைவு செய்யத் தங்கள் தந்தையார் ரெவரண்ட் லாசரஸ் பெயரில் ரூ 1 லட்சம் (இன்றை மதிப்பில் ரூ 10 கோடிக்கும் அதிகம்) நன்கொடை வழங்கினர். இதனைப் பெற்றுக்கொண்ட சென்னைப் பல்கலைக்கழகம் 'ரெவரன்ட் லாசரசஸ் தமிழ் பேராசிரியர் பீடம்' என்ற பெயரில் தமிழுக்குத் தனி இருக்கை அமைத்ததுடன், அதன் முதல் பேராசிரியராக சேதுபிள்ளையையே நியமித்தது.

இதனைத் தொடர்ந்து மாநிலக் கல்லூரி மற்றும் பச்சையப்பன் கல்லூரிகளில் தமிழ் எம்.ஏ. வகுப்புகளும், சென்னைப் பல்கலைக் கழகத்தில் தமிழ் எம்ஃபில் மற்றும் பிஹெச்டி ஆய்வு வகுப்புகளும் தொடங்கப்பட்டன. தமிழுக்கெனத் தனி இருக்கையும், எம்ஏ, எஃபில், பிஹெச்டி உள்ளிட்ட மேற்படிப்புகள் தொடங்கப்பட்ட பிறகு ஆய்வு மாணவர்களுக்கு வழிகாட்டியாகவும் இருந்து முனைவர் பட்டம் பெற உதவினார். தமிழகத்தில் மட்டுமின்றி கேரளம், உஸ்மானியா மற்றும் மைசூர் பல்கலைக்கழகங்களில் பாடத் திட்டக் குழு உறுப்பினராகப் பொறுப்பேற்று அங்கே தமிழைத் தழைக்கச் செய்தவுடன், நல்ல தமிழ் நூல்கள் அங்கே பாடமாக வைக்கவும் சேதுபிள்ளை வழிசெய்தார். இவரது கடுமையான உழைப்பின் பயனாகச் சென்னை பல்கலைக்கழகம் 'திராவிடப் பொதுச் சொற்கள்' மற்றும் 'திராவிடப் பொதுப் பழமொழிகள்' ஆகிய இரு அரிய நூல்களை வெளியிட்டு அன்னைத் தமிழுக்கு அர்ப்பணித்தது.

ஏட்டிலிருந்த கம்பன் காவியத்தை 1840-ல் முதன் முதலில் பதிப்பித்து நூலாக வெளியிட்ட பெருமை திருவேங்கடாசல முதலியாரையே

சேரும். ஆனால் இதற்குப் பின் வந்த பதிப்புகளில் சில புலவர்கள் தாங்கள் பாடிய சிலவற்றை இடைச்செருகலாகக் கம்பன் காவியத்தில் சேர்த்துவிட பதிப்புகளில் பாடம் பேதங்கள் நிலவின. பாட வேறுபாடுகளை நீக்கி, இடைச்செருகல்களைக் களைந்து கம்ப இராமயணத்தைச் சீர் செய்து செம்பதிப்பாக வரவேண்டும் என்னும் நோக்குடன் 1955-ல் அண்ணாமலைப் பல்கலைக்கழகம் சேதுபிள்ளை தலைமையில் தமிழறிஞர்களை உள்ளடக்கியச் செம்பதிப்புக் குழுவை நியமித்தது. ஆறு ஆண்டுகள் கடுமையான உழைப்பின் பயனாக 1961-ல் கம்ப இராமாயணச் செம்பதிப்பு முழுமை பெற்றது.

'செந்தமிழுக்கு ஒரு சேதுபிள்ளை' என்று சுத்தானந்த பாரதியாரால் போற்றப்பட்ட சேதுபிள்ளையின் 'திருவள்ளுவர் நூல் நயம்', 'கம்பன் கவி நயம்', 'சிலப்பதிகார நூல் நயம்' ஆகிய இலக்கியத் திறனாய்வு நூல்கள் பெரும்புகழ் தேடித் தந்தன. முன்னூறு கட்டுரைகளை உள்ளடக்கி 'அலையும் கலையும்', 'வேலின் வெற்றி', 'வேலும் வில்லும்', 'கடற்கரையிலே', 'தமிழ் விருந்து', 'ஆற்றங்கரையினிலே', 'தமிழர் வீரம்', 'வீரமாநகர்', 'தமிழ்நாட்டு நவமணிகள்', 'கால்ட்வெல் ஐயர் சரிதம்' எனப் பல்வேறு தலைப்புகளில் அவர் எழுதிய பதினேழு உரைநடை நூல்களுள் 'தமிழகம் - ஊரும் பேரும்' குறிப்பிடத்தக்கதாகும். தமிழின் மேன்மையைப் புலப்படுத்த அவர் ஆங்கிலத்தில் எழுதிய நூல்கள் Words and their Significance (சொற்களும் அவற்றின் பொருட் சிறப்பும்) மற்றும் Tamil Literary and Colloquial (இலக்கியத் தமிழும் பேச்சுத் தமிழும்) ஆகும். இவர் எழுதிய 'தமிழின்பம்' என்ற நூலுக்குச் சாகித்ய அகாடமி விருது வழங்கிப் பெருமைப்படுத்தியது.

சேதுபிள்ளையின் கம்ப இராமாயண உரைவீச்சு தமிழகத்தில் ஓர் எழுச்சியை ஏற்படுத்தியது என்றாலும், திராவிட இயக்கத்தின் எதிர்ப்பையும் சந்திக்க நேர்ந்தது. 'கம்ப ரசமா காம ரசமா', 'பெரிய புராணத்தைக் கொளுத்துவோம்' என்ற தலைப்பில் அறிஞர் அண்ணா தமிழ்ப் பக்தி இலக்கியங்களைச் சாடிக் கொண்டிருந்தார். சென்னைச் சட்டக் கல்லூரி மண்டபத்தில் 1943 பிப்ரவரி 19 செவ்வாய் கிழமை மாலை 0430 மணிக்கு நடுவராக கோவைக் கிழார் சி.எம்.இராமச்சந்திரன் செட்டியார் செயல்படச், சேதுபிள்ளைக்கும் அண்ணாவுக்கும் இடையே கம்ப இராமாயண விவாதம் தொடங்கியது. இருவரின் சொற்சிலம்பங்களையும் சான்றுகளைக் காட்டிச் சொல்லாடிய முறையினையும் கேட்ட கோவைக் கிழார், நடுவர் என்ற முறையில் தீர்ப்பளிக்க இயலாமல் போகவே, இருவருக்கும் நன்றி எனக் கூறி விவாதத்தை முடித்து வைத்தார்.

'கம்பனின் கவித்திறமை குறித்து விவாதிப்பது எங்கள் நோக்கமல்ல. திறமை வேறு, தன்மை வேறு, விளைவு வேறு. கம்பரின் கவித் திறமை கண்டு நாங்கள் வியக்கிறோம். அத்திறமை ஆரியத்தை ஆதரிக்கும் தன்மையாயிற்றே என்று திகைக்கிறோம். அவரது கவிதையின் காரணமாக, தமிழினம் தாழ்ச்சியுற, ஆரியத்திடம் அடிமைப்படும் விளைவு நேரிட்டதைக் கண்டு வேதனைப் படுகிறோம். எனவே, நாங்கள் கண்டிப்பது கம்பனின் கவித்திறனை அல்ல, அதன் தன்மையை, ஏற்படுத்தும் விளைவை என்பதை அறிஞர்கள் தெரிந்துகொள்ளவேண்டும்' என்று அண்ணா விளக்கம் அளித்தார். கம்பனின் இராமாயண காவியத்துக்கு எதிர்ப்பு இருப்பினும், அஞ்சாது வாதம் செய்து அண்ணாவையே கம்பனின் கவித் திறமை கண்டு வியக்கிறோம் என்று சொல்ல வைத்த பெருமை சேதுபிள்ளையையே சாரும் எனில் மிகையில்லை.

ஒல்லும் வகையெல்லாம் தமிழ்ப் பணியாற்றிய சேதுபிள்ளை 1961 மார்ச்சில் ஓய்வு பெற்றார். 1936 முதல் 1961 வரையிலான அவரது இருபத்தி ஐந்து ஆண்டு சீரிய பணிகளைப் பாராட்டி 'வெள்ளி விழா' என்ற பெயரில் அவருக்குப் பாராட்டு விழா எடுக்க துணை வேந்தர் டாக்டர் இலக்குமணசாமி முதலியார் தலைமையில் குழு அமைக்கப் பட்டது. தமிழறிஞர்களின் வாழ்த்துகளுடன் விழா சிறப்பாக நிறைவடைந்தது.

தமிழ்ப் புலவராக மட்டுமின்றித் தமிழ்ப் புரவலராகவும் விளங்கிய சேதுபிள்ளை மாணவர்கள் படிக்கப் பொருளுதவி வழங்கியதுடன், அன்னையார் திருப்பெயரில் அறக்கட்டளைகளையும் மகப்பேறு மருத்துவமனையையும் உருவாக்கினார். தமிழ் வளர்ச்சிக்காக சென்னை மற்றும் அண்ணாமலைப் பல்கலைக்கழகங்களுக்குப் பெருந்தொகையை வைப்புநிதியாக வழங்கினார்.

நாட்டின் பழைமையான சென்னைப் பல்கலைப்பழகம் அதன் நூற்றாண்டு விழாக் கொண்டாட்டத்தை முன்னிட்டு 1957 -ல் சேதுபிள்ளைக்கு Doctor of Literature (DLit) 'டாக்டர்' பட்டமளித்துப் பெருமைப்படுத்தியது. 'சொல்லின் செல்வன்' என்று அநுமனைப் போற்றுவான் கம்பன். அவன் தீட்டிய இராமாயணத்தைப் பட்டி தொட்டி எங்கும் தனது சொற்பொழிவுகள் மூலம் பரப்பியதில் சேதுபிள்ளையின் பங்கு அளப்பரியது. தமிழகத்தின் சிறந்த சைவத் திருமடங்களுள் ஒன்றான தருமபுர ஆதீனம் 1950-ல் டாக்டர் ரா.பி.சேதுபிள்ளைக்குச் 'சொல்லின் செல்வர்' என்ற பட்டத்தை வழங்கிப் பொன்னாடை போர்த்திப் பெருமைப்படுத்தியது. இவர் பெற்ற பாராட்டுகளும், பரிசுகளும், விருதுகளும் எண்ணில்

அடங்கா. இருப்பினும் இன்றளவும் 'சொல்லின் செல்வர்' என்றால் அது சேதுபிள்ளையை மட்டுமே குறிக்கும்.

1936 முதல் 1961வரை இருபத்தி ஐந்து ஆண்டுகள் சென்னைப் பல்கலைக்கழகத்தின் முதல் தமிழ்ப் பேராசிரியராகப் பணியாற்றிய டாக்டர் சேதுபிள்ளையை 'வெள்ளி விழா' என்ற தலைப்பில் பாராட்ட சென்னைப் பல்கலைக் கழகம் முடிவு செய்தது. 1961 மார்ச் 13 ஆம் நாள் நடைபெற்ற விழாவில், கடுமையாக நலிவுற்ற காரணத்தால், விழா நாயகனான சேதுபிள்ளையால் கலந்து கொள்ள முடியவில்லை. பல்வேறு தமிழறிஞர்கள் பங்கேற்ற நிகழ்ச்சியில் கவியரசு கண்ணதாசன் தனது பாராட்டுரையில்

காருள்ளளவும் கடலுள்ளளவும்
தேரும் தமிழர் சிறப்புள்ளளவும்
சேதும் தமிழும் பிள்ளைத் தமிழும்
சேதுப் பிள்ளையின் செம்மைத் தமிழும்
வாழ்ந்திருந்து வளம் பல காணுக!

என்று வாழ்த்தி மகிழ்ந்தார்.

பல ஆண்டு காலமாக அவரை வாட்டிக் கொண்டிருந்த நீரிழிவு நோய் திடீரென முற்றவே முழங்கால்களும் பாதங்களும் வீங்கத் தொடங்கின. வேறு பல உபாதைகளும் சேர்ந்து தாக்கவே, அவரது நிலைமை நாளுக்கு நாள் மோசமடைந்தது. கவியரசி சௌந்தரா கைலாசம் அழுதபடியே நின்றபோது 'நெருநல் உளனொருவன் இன்றில்லை என்னும் பெருமை உடைத்திவ் வுலகு' என்று கூறித் திருவாசகப் பதிகங்களைப் பாடச் சொன்னார். சிலம்புச் செல்வர் ம.பொ.சிவஞானம் அவரை நலம் விசாரித்தபோது 'ஆங்காரம் உள்ளடக்கி ஐம்புலனைச் சுட்டறுத்துத் தூங்காமல் தூங்கிச் சுகம் பெறுவது எந்நாளோ? என்ற பத்திரகிரியார் பாடலை நா குழறிக் குழறிக் கூறினார்.

நிறைவாக டாக்டர் சேதுபிள்ளை 'வெள்ளெருக்கஞ் சடைமுடியான்' என்ற கம்பன் வரிகளை மீண்டும் ஒரு முறை பாடச் சொல்லிக் கேட்டுக் கொண்டே இயற்கை எய்தினார். 1961 மார்ச் 25 ஆம் நாள் அறுபத்து ஐந்தாம் வயதில் கம்பனோடும், கன்னித் தமிழோடும் கலந்தார். எந்தப் பாடல் வரிகள் அவரை கம்பன் மீது மையல் கொள்ள வைத்ததோ, அதே பாடல் வரிகளைக் கேட்டுக் கொண்டே மீளாத் துயில் கொண்டார்.

டாக்டர் ராபர்ட் கால்ட்வெல்

தமிழ் மொழியும் பிற வட்டார மொழிகளைப் போன்றே சமஸ்கிருதம் வழிப் பிறந்து வளர்ந்தது என்பதுடன் இந்திய - ஐரோப்பிய மொழி வகையைச் சேர்ந்த ஒரு மொழி என்ற கருத்தே நீண்ட காலம் மொழிநூல் வல்லுனர்களிடையே நிலவி வந்தது. தமிழின் தனித்தன்மையை உலகுக்கு எடுத்துக்காட்ட முடியாத சூழலில், தமிழ் மொழியை ஆய்வு செய்தோர் வடமொழி மூலமாகவே ஆராய்ச்சிகளை மேற்கொண்டதால், தமிழ் எழுத்துகள் மற்றும் ஒலிகளின் சிறப்புகள் அவர்களுக்குப் புலனாகாமல் போயின. மேலும் தமிழ் ஆய்வில் ஈடுபட்டோர் தமிழில் முறையான பயிற்சி பெறாமல் வடமொழித் தேர்ச்சியுடன் ஆராய்ச்சி செய்ததும் இதற்கான முக்கிய காரணமாகும். தமிழ் மட்டுமின்றி ஏனைய இந்திய மொழிகளையும் சமஸ்கிருதக் கண்ணாடியை அணிந்து கொண்டே அக்காலத்தில்ஆய்வுகளை மேற்கொண்டனர்.

பத்தொன்பதாம் நூற்றாண்டு தொடக்கத்தில் 'ஹெட்சன்' என்ற அறிஞர் தென்னிந்திய மொழிகளில் வழங்கிய சொற்களைத் தொகுத்தார். இவரைத் தொடர்ந்து 'பெறி' என்னும் மற்றொரு மொழியியல் அறிஞர் வடநாட்டு மொழிகளை 'ஆரியம்' என்றும் தென்னாட்டு மொழிகளைத் 'தமிழ் வகுப்பைச் சேர்ந்தவை' என்றும் வகைப்படுத்தினார். இவர்களின் கருத்துகளைத் தொடர்ந்தே 'டாக்டர் குண்டர்ட்' மலையாளத்தையும், 'கிட்டல்' கன்னடத்தை யும், 'ப்ரௌன்' தெலுங்கையும் ஆய்வு செய்ய ஐரோப்பாவிலிருந்து இந்தியாவுக்கு வருகை தந்தனர்.

அந்த வகையில் தமிழகத்துக்கு வந்து தமிழைக் கற்றுக் கொண்டதுடன் அதன் இயல்பையும் சிறப்பையும் கண்டறிய மொழிநூல்

ஆய்வுகளை மேற்கொண்ட பேரறிஞர் இவரே ஆவார். தமிழ்ப் பெயர்களில் 'உயர்திணை' என்றும் 'அஃறிணை' என்றும் இலக்கண ஆசிரியர்கள் வகுத்த முறை உலகத்தில் வேறு எந்த மொழியிலும் இல்லாத பகுப்பு என்றும் இது தமிழின் தனிச் சிறப்பு என்றும் ஆணித்தரமாக தனது முடிவைப் பதிவு செய்தவரும் இவரேதான். தென் இந்திய மொழிகளை ஆய்வு செய்து, ஆரியம் அல்லாத அச்சொற்களுக்கும் மொழிகளுக்கும் 'திராவிடம்' என்று பெயரிட்டார். 'திராவிடம்' என்ற சொல்லைப் பயன்படுத்திய முதல் மொழி யியலாளரும் இவரே. அவர்தான் டாக்டர் ராபர்ட் கால்ட்வெல்.

உலக வரலாற்றை மாற்றி அமைத்ததில் நூல்கள் பெரும் பங்கு வகிக்கின்றன. கார்ல் மார்க்ஸ் எழுதிய 'மூலதனம்' நூல் அதுவரை நடைமுறையில் இருந்த தத்துவங்களைப் புரட்டிப் போட்டது. அதேபோல் கால்ட்வெல் எழுதிய 'தென் இந்திய மொழிகளின் ஒப்பிலக்கணம்' என்னும் நூல் தமிழ் மொழி வரலாற்றில் மிகப் பெரிய மாற்றத்தை ஏற்படுத்தியது. சமஸ்கிருதமே இந்திய மொழிகளின் தாய் என்று நிலவிய கருத்தைத் தகர்தெறிந்து தமிழ் எந்த மொழியின் துணையும் இல்லாமல் தனித்து இயங்க வல்லது என்று உலகுக்கு உணர்த்தியது. 'ஞானாலயம்', 'தியான மாலை' உள்ளிட்ட வேறு சில நூல்களையும் எழுதியுள்ளார்.

ஸ்காட்லாந்து நாட்டைச் சேர்ந்த தம்பதிகள் அயர்லாந்து நாட்டின் கிளாடி ஆற்றங்கரையில் அமைந்த சிற்றூரில் சில காலம் வசித்த போது அவர்களின் மகனாக ராபர்ட் கால்ட்வெல் 1814 மே 1 ஆம் தேதி பிறந்தார். மீண்டும் குடும்பம் ஸ்காட்லாந்தில் குடியேறியது. பள்ளிப் படிப்பை முடித்த கால்ட்வெல் பதினாறு வயதுக்குள் ஆங்கில இலக்கியங்களைக் கற்றுத் தேர்ந்தார். பின்னர் ஓவியக் கல்லூரியிலும் பயின்று ஓவியரானார். கிருத்தவ சமயத்தின் மீதுள்ள பற்றினால் இலண்டனில் உள்ள சமயத் தொண்டர் சங்கத்தில் (Propogation of the Gospel Mission) இணைத்துக் கொண்டு, அச்சங்கத்தின் சார்பில் க்ளாஸ்கோ பல்கலைக்கழகத்தில் சேர்ந்து பிஏ பட்டம் பெற்றார்.

பல்வேறு சமயங்கள் மற்றும் மொழிகள் குறித்துப் படித்துக் கொண்டிருந்த கால்ட்வெல்லுக்கு கிரேக்கத்தின் பெருமையையும் அதன் செம்மொழி தகுதியையும் பற்றி விளக்கியவர் பேராசிரியர் டேனியல் ஸ்டான்ஃபோர்ட் ஆவார். பின்னாளில் கால்ட்வெல் தமிழகம் வந்து தமிழ் மொழியை ஆய்வு செய்த போதுதான், கிரேக்க மொழியைப் போன்று தமிழ் மொழியும் தனித் தன்மை பெற்ற உயர் செம்மொழியே என்ற முடிவுக்கு வந்தார்.

'கிருத்தவத்தைப் பரப்புவதில் தன்னை முழுமையாக ஈடுபடுத்திக் கொண்டாலும், ஊழியத்துக்காக வெளிநாடுகளுக்குச் சென்றால்,

அங்குள்ள மொழிகளைக் கற்றுத் தெளிவதுடன், அவற்றை ஒப்பாய்வு செய்து மொழியியல் துறைக்கு வளம் சேர்க்க வேண்டும் என்பதே அவரது நோக்கமாக இருந்தது' என்கிறார் 'கால்ட்வெல் நினைவலைகள்' (Caldwell Reminiscences) நூலாசிரியர் ஜே எல் வாட். அந்த வகையில் கால்ட்வெல் இலக்கண ஒப்பியல் ஆய்வுகளுக்கு மூல காரணமாக இருந்தவர் அவரது கிரேக்கப் பேராசிரியர் டேனியல் ஸ்டான்ஃபோர்ட்.

இந்தியாவில் கிருத்தவத்தைப் பரப்புவதற்காக இலண்டன் சமயப் பரப்புக் கழகத்தின் சார்பாக 1838 -ல் 'விர்ஜின் மேரி' என்ற கப்பலில் இந்தியாவுக்கு கால்ட்வெல் அனுப்பி வைக்கப்பட்டார். கப்பலில் அவருக்கு சி.பி.ப்ரௌன் என்னும் ஐசிஎஸ் அதிகாரியின் நட்பு கிடைத்தது. அவர் ஏற்கனவே தென் இந்தியாவில் பணியாற்றியதால் தமிழ், தெலுங்கு, சமஸ்கிருத மொழிகளை நன்கறிந்தவர். தெலுங்கு மொழி ஆய்வுகளிலும் ஈடுபட்டவர். அக்காலத்தில் இந்தியாவுக்குச் செல்லும் கப்பல்கள் ஆப்பிரிக்கத் தென் முனையைச் சுற்றிக் கொண்டுதான் வரவேண்டும் என்பதால் தமிழகம் வந்து சேர ஐந்தாறு மாதங்கள் ஆகும். எனவே, கால்ட்வெல் நேரத்தை வீணடிக்காமல் கப்பலில் பயணிக்கும்போதே ப்ரௌனிடம் தமிழ், தெலுங்கு, சமஸ்கிருத மொழிகளைக் கொஞ்சம் கற்றுக் கொண்டார்.

நடுக்கடலில் கப்பல் அமைதியாகச் சென்று கொண்டிருந்தபோது எதிர்பாராமல் வீசிய கடும் புயலாலும் அலைகளாலும் கப்பல் தள்ளாடியது. அப்போது எதிரே வந்த பிரெஞ்சுக் கப்பல் இவரது கப்பல் மீது பயங்கரமாக மோத கப்பல் மூழ்கத் தொடங்கியது. பலர் கடலில் விழுந்து இறக்க, தெய்வாதீனமாக உயிர் பிழைத்த சிலருள் கால்ட்வெல்லும் ஒருவர். பின்னாளில் தமிழ்ப் பணியிலும், ஆய்வுகளிலும் ஈடுபட்டு, உலகின் மிகத் தொன்மையான மொழிகளுள் தமிழுக்கு முக்கிய இடமுண்டு என மேலை நாட்டினருக்கு உணர்த்தவே, தமிழன்னை அவரைக் காப்பாற்றி தமிழகம் அனுப்பிவைத்தாள் என்றே எண்ணத் தோன்றுகிறது.

சென்னை வந்த கால்ட்வெல் தமிழ் மீதுள்ள ஆர்வம் காரணமாகத் தமிழைக் கற்கத் தொடங்கினார். கிட்டத்தட்ட மூன்று ஆண்டுகள் சென்னையில் தங்கியிருந்தபோது தமிழ்ப் பணியிலும், தமிழ் ஆய்விலும் ஈடுபட்டுக்கொண்டிருந்த ஜி.யு.போப், துரு, வினஸ்லோ, போவர், ஆண்டர்சன், ஆகியோருடன் பழகித் தமிழறிவை வளர்த்துக் கொண்டார்.

தமிழகத்தின் தென் கோடியான திருநெல்வேலிக்கு நடந்தே போவதென்று கால்ட்வெல் முடிவு செய்தார். நடந்தே சென்றால்

வழியெங்கும் சமயப் பிரசாரத்தைச் செய்வதுடன், அந்தந்த பகுதிகளில் வாழும் மக்களின் வாழ்க்கை முறை, பழக்க வழக்கம், வட்டார மொழி, பிற மொழிக் கலப்பு, மொழி ஆளுமை ஆகியவற்றையும் தெரிந்துகொள்ளலாம் என்பதே அவரது திட்டம். பல்லவர்களின் தொண்டை மண்டலம் வழியே சிதம்பரம், மயிலாடுதுறை ஊர்களைத் தாண்டி தரங்கம்பாடியை வந்தடைந்தார். டச்சுக்காரர்களின் ஆட்சிக்கு உட்பட்ட 'டேனிஷ்' கோட்டையில் உள்ள கிருத்தவ மிஷினரியில் சில காலம் தங்கினார். பிறகு கும்பகோணத்தில் சில நாள்கள் இளைப்பாறிய பிறகு தஞ்சை பிரதீஸ்வரர் கோயிலையும், மராட்டிய மன்னர் சரபோஜி நிறுவிய சரஸ்வதி மகாலையும் பார்வையிட்டார். தமிழின் முதல் நாவலான 'பிரதாப முதலியார் சரித்திரத்தை' எழுதிய மாயவரம் வேதநாயகம் பிள்ளையைச் சந்திக்கும் வாய்ப்பும் கிடைத்தது.

சோழ நாட்டின் வழியே கொங்கு நாடு சென்று நீலகிரியை அடைந்தார். ஸ்பென்சர் என்னும் பாதிரியாரின் இல்லத்தில் தங்கி உள்ளூர் மலைவாழ் மக்களான படுகர்கள் மற்றும் தோடர்களின் மொழிகளை ஆய்வு செய்தார். கோவை, ஈரோடு வழியே பாண்டிய நாட்டின் மதுரையை வந்தடைந்தார். மதுரை மீனாட்சி அம்மன் கோயிலையும், திருமலை நாயக்கர் மகாலையும் கண்டு பிரமித்தார். பின்னர் மீண்டும் புறப்பட்டுத் திருநெல்வேலியை அடைந்தார். பொருணை ஆறு, பாளையங்கோட்டை, நாசரேத் ஆகியவற்றைத் தாண்டி இடையன்குடிக்கு வந்து சேர்ந்தார்.

23 வயதில் 1838-ல் இங்கிலாந்தை விட்டுப் புறப்பட்ட கால்ட்வெல் 1841-ல் இடையன்குடியை அடைந்தார். நூற்றைம்பது ஆண்டுகளுக்கு முந்தைய இடையன்குடி பனைமரங்களும், கள்ளிச்செடிகளும் நிறைந்த காடாக இருந்தது. வருடம் முழுவதும் கோடை வெய்யிலின் தாக்கம் இருக்கும். வாழ்வதற்கு எந்த அடிப்படை வசதிகளும் இல்லாத இந்தப் பகுதிக்கு வந்து தங்கிய கால்ட்வெல் தெருக்களையும் வீடுகளையும் ஊருணிகளையும் உருவாக்கி மக்கள் குடியிருப்பாக மாற்றினார். சமயப் பணிகளுடன் அங்கு வாழ்ந்த பெரும்பான்மை நாடார் இன மக்கள் கல்வியறிவு பெறவும் வழிவகுத்தார். கிருத்தவத்தைப் பரப்புவதற்காக அவர் எழுப்பிய தேவாலயம் இன்றும் அவரது நினைவுகளைப் போற்றிக் கொண்டிருக்கிறது. இவரது சமய மற்றும் கல்விப் பணிகள் பற்றிக் கேள்விப்பட்ட மதராஸ் மாகாண ஆளுநர் நேப்பியர் இடையன் குடிக்கு வருகை தந்து ரூ 500 சன்மானம் வழங்கி வாழ்த்தினார். 26 வயது தொடங்கி சற்றேறக் குறைய ஐம்பது ஆண்டுகள் அங்கேயே தங்கியிருந்து கிருத்தவ சமயப் பணியுடன், தமிழ் ஆய்வுப் பணியையும் சம அளவில் திறம்பட மேற்கொண்டார்.

தனது 29 ஆவது வயதில் நாகர்கோயிலில் வாழ்ந்த 'மால்ட்' என்பவரின் மகளான 'எலிசா' என்ற ஆங்கிலேயப் பெண்ணை திருமணம் செய்துகொண்டார். எலிசா தமிழும் ஆங்கிலமும் அறிந்தவர் என்பதால் கணவர் கால்ட்வெல்லுடன் இணைந்து இடையாங்குடி பெண்களின் கல்வி, சமூகம், சுகாதாரம், சமயம் உள்ளிட்ட பல்வேறு பிரிவுகளில் அவர்களது வளர்ச்சிக்கு உறுதுணையாக இருந்தார்.

சிங்கள இலக்கிய நூலான 'மகாவம்சம்' துணையுடன் ஈழம் - தமிழகப் பண்டை உறவுகளையும் கால்ட்வெல் ஆய்வு செய்தார். ஒப்பிலக்கண ஆய்வுக்குப் பன்மொழிப் பயிற்சி அவசியம் என்பதால் தமிழுடன், தெலுங்கு, மலையாளம், கன்னடம், துளு, குடகு, தோடர், கொண்டர், கூவர், ஒரியர், மேலர், பிராகி, சமஸ்கிருதம் ஆகிய மொழிகளைக் கற்றுத் தேர்ந்தார். பழந்தமிழ்ச் சொற்களைத் தென் இந்திய மொழிச் சொற்களுடன் ஒப்பு நோக்கியபோது அவற்றின் அடிச்சொற்கள் ஒத்திருப்பதைக் கண்டறிந்தார். மேலும் இவற்றிலிருந்து வேறுபட்டுத் தமிழ் மொழிக்கு மட்டுமே உள்ள சிறப்புகளையும் ஆய்வு செய்யத் தொடங்கினார்.

இந்திய மொழிகள் அனைத்தும் சமஸ்கிருத இன மொழிகளே என்ற ஐரோப்பிய மொழி அறிஞர்களின் ஒருமித்த முடிவை தகர்க்கும் வகையில் தென் இந்திய மொழிகள் 'தமிழ்' வகுப்பைச் சேர்ந்தவை என்பதை ஆணித்தரமான சான்றுகளுடன் நிரூபித்தார். மேலும் தென் இந்திய மொழிகளில் தமிழ், தெலுங்கு, மலையாளம், கன்னடம், துளு, குடகு ஆகிய ஆறு மொழிகளைத் திருந்திய மொழிகள் என்றும் தோடர், கோடர், கொண்டர், கூவர், ஒரியர், மேலர் ஆகியவற்றைத் திருந்தாத மொழிகள் என்றும் இரு வகைப்படுத்தினார். இந்தியாவின் வடமேற்கு எல்லையில் உள்ள பலுசிஸ்தானில் பேசப்படும் 'பிராகி' மொழியும் திராவிட மொழிக் குடும்பத்தை சேர்ந்ததே என்றும் விளக்கினார்.

தனக்கு ஆதரவளித்துத் தன்னை அன்பொழுக ஏற்றுக் கொண்ட திருநெல்வேலி மாவட்டத்துக்கு நன்றி செலுத்தும் விதமாக அதன் வரலாற்றை ஆய்வு செய்யத் தொடங்கினார். சங்ககாலம் தொடங்கி அதன் வரலாற்றுப் பின்னணியைத் தெரிந்து கொள்ள இலக்கியங்களின் ஏட்டுப் பிரதிகளையும், கல்வெட்டுக்களையும் படித்தார். இவரது ஆய்வின்போது முதுமக்கள் தாழிகளும், மீன் சின்னம் பொறிக்கப்பட்ட பாண்டியர் கால நாணயங்களும் கிடைத்தன. இவை அனைத்தையும் ஆய்வுக்கு உட்படுத்தி நிறைவாக 'திருநெல்வேலி மாவட்ட அரசியல் மற்றும் பொது வரலாறு (A Poltical and General History of the District of Tinnevely) என்னும் நூலை எழுதினார்.

தொடக்க காலம் முதல் 1881 வரையிலான திருநெல்வேலியின் வரலாற்றுப் பெட்டகமாக இது இன்றைக்கும் திகழ்கிறது. 'இந்தியர் களுக்கு வரலாற்று அறிவோ நிகழ்வுகளை ஆவணப்படுத்தவோ தெரியவில்லை என்னும் குற்றச்சாட்டை முன்னுரையில் பதிவு செய்த கால்ட்வெல் ஒன்பது பகுதிகளாக இதை எழுதியுள்ளார். பாண்டியன் என்ற பெயரின் மூலம் குறித்தும் அவர்களுக்கு வழங்கிய பட்டங்கள் மற்றும் சிங்கள மன்னர்களுடன் இருந்த உறவு பற்றியும் விளக்கமாக விவரித்துள்ளார். ரோமாபுரியை ஆண்ட அகஸ்டஸ் சீசருக்குத் தூது அனுப்பிய இந்திய மன்னன் போரஸ் எனப்படும் புருஷோத்தமன் இல்லை என்றும் அவன் பாண்டிய மன்னனே என்றும் தெளிவுபடுத்தி உள்ளார். மாலிகாஃபூர் படையெடுப்பு, காயல் துறைமுக முத்துக் குளிப்பு, கட்டபொம்மன் தூக்கிலிடப் பட்டது, ஊமைத்துரை, மருது சகோதரர்களை ஆங்கிலேயர்கள் வென்றது, முகம்மது யூசுஃப் கானிடமிருந்து மதுரையை ஆங்கிலேயர் மீட்டது உள்ளிட்ட பல்வேறு நிகழ்வுகளைக் குறிப்பிட்டுள்ளார்.

முத்தமிழ் நாடுகளான சேர நாடு மலைவளமும் சோழ நாடு நிலவளமும் பாண்டிய நாடு கடல் வளமும் கொண்டவை என்று வியக்கிறார். பல்லாயிரம் ஆண்டுகளுக்கு முன்பே தமிழர்கள் கப்பல் வணிகத்தில் வளம் பெற்றிருந்ததையும், மேலை நாடுகளில் குடியேறியதையும் பல்வேறு சான்றுகளுடன் கால்ட்வெல் உலகிற்கு அறிவித்தார். இதன் காரணமாகத் தமிழர்களைக் 'கீழை நாட்டு கிரேக்கர்' (The Greeks of the East) என்றும் தமது நூலில் பெருமையுடன் குறிப்பிட்டுள்ளார்.

பாண்டிய நாட்டின் ஈராயிரம் ஆண்டு பழம்பெரும் துறைமுகங் களாகத் திகழ்ந்த 'கொற்கை', 'காயல்' ஆகியவை குறித்த ஆய்வுகளில் இரவு பகலாக ஈடுபட்டார். ஆறடிக்குக் கீழே மணற்பாறையும், அதற்குக் கீழே கடற்கரைக் குறுமணலும் கடற்சங்கும் சிப்பிகளும் மூழ்கிக்கிடந்ததை உலகுக்கு உணத்தினார். குறிப்பாக கொற்கையில் மேற்கொண்ட அகழ்வாராய்ச்சிகளில் அது தரைமட்டத்துக்கு எட்டடி ஆழத்தில் இருந்தையும், அப்போது அதனருகே கடல் இருந்ததையும் கண்டறிந்தார். தாமிரபரணி ஆற்றில் கலந்து வந்த மண்ணும் மணலும் நாளடைவில் கடலைத் தூர்த்த காரணத்தால் கடல் ஐந்து மைல் தூரத்துக்கு உள்வாங்கிக் கொண்டது என்றும் தெரிவித்தார். 'பழங்காயல்' என்னும் ஊரை ஆய்வு செய்து அதுவும் பண்டைய கடற்கரைத் துறைமுகமாக இருந்திருக்கவேண்டும் என்று எழுதி உள்ளார். அதேபோல் கிரேக்கர்கள் குறிக்கும் 'கொல்கை' என்னும் ஊரே பாண்டியர்களின் 'கொற்கை' என்றும், கேரளத்தில் உள்ள 'முசிரி' (கவனிக்கவும்

திருச்சி அருகே உள்ள முசிறி அல்ல) சேர மன்னர்களின் துறைமுகமாக இருந்தது என்றும் தற்போது இவை கடல் கோள்கள்களால் அழிந்துவிட்டன என்றும் ஆய்ந்தறிந்தார்.

பூம்புகார் எனப்படும் காவிரிப்பூம்பட்டிணத் துறைமுகத்தில் இருந்து அக்காலத்தில் மிளகு, முத்து, அரிசி மேலை நாடுகளுக்கு ஏற்றுமதியானது வரலாற்று உண்மை ஆகும். 'அரிசி' எனப்படும் தமிழ்ச் சொல்லே கிரேக்க மொழியில் 'அருசா' என்றும் பின்னர் மருவி ஆங்கிலத்தில் 'ரைஸ்' (RICE) என்றும் அழைக்கப்படுகிறது. அதேபோல் தமிழகத்திலிருந்து ஏற்றுமதியான மயில் இறகு எனப்படும் 'தோகை' ஹீப்ரூ மொழியில் கிருத்தவ வேத நூலான பைபிளில் 'துகி' எனக் குறிப்பிடப்பட்டுள்ளது. 'தோகை' என்னும் தமிழ்ச் சொல்லே ஹீப்ருவில் 'துகி' என்றானது என்பதையும் கால்ட்வெல் பதிவு செய்துள்ளார். தமிழ்ச் சொற்களுக்குத் தனித்துவம் கிடையாது என்றும் அவற்றின் மூலம் வடமொழி என்று கூறப்பட்ட காலத்தில் தமிழ்ச் சொற்கள் கிரேக்கம், ஹீப்ரூ உள்ளிட்ட செம்மொழிகளுக்கே சில சொற்களை வழங்கி உள்ளது என்பது எத்தகைய உன்னதமான கண்டுபிடிப்பு.

தமிழின் தனிச் சிறப்புகளை மேலும் ஆய்வு செய்ய வசதியாகத் தெலுங்கு, கன்னடம், மலையாளம் ஆகிய தென் இந்திய மொழிகளைப் பயின்றார். அவற்றுக்கு இடையே நிலவும் அடிப்படை ஒற்றுமை களையும் சமஸ்கிருதத்திலிருந்து மாறுபடுவதையும் கண்டறிந்தார். இதற்கான சான்றுகளுடன் ஒப்புநோக்கிச் சற்றேறக் குறைய 15 ஆண்டுகள் மேற்கொண்ட ஆய்வின் பயனாகப் பல அரிய முடிவுகளுடன் அவர் 1856-ல் வெளியிட்ட நூலே 'திராவிட மொழிகளின் ஒப்பிலக்கணம்' (A Comparative Study of the Dravidian Languages). இந்த ஒப்பற்ற நூல் மூலம் தென்னாட்டு மொழிகள் ஓரினத்தை, ஒரு குடும்பத்தைச் சேர்ந்தவை என்றும், அவை திராவிட மொழிகள் என்றும், வடமொழியான சமஸ்கிருதத்தில் இருந்து அவை முற்றிலும் வேறுபட்டவை என்றும் உறுதிபடத் தெரிவித்தார்.

தெலுங்கு, கன்னடம், மலையாளம், துளு ஆகிய மொழிகளில் அதிக அளவில் வடமொழிக் கலப்பு ஏற்பட்டுள்ளதாகவும் இதன் காரணமாக அவை தனித்து இயங்குவது அறவே இயலாத செயலாகும். சமஸ்கிருதச் சொற்களைக் கைவிடுவது தெலுங்கு மொழிக்கு அரிதென்றும், கன்னடத்துக்கு அதைவிட அரிதென்றும், இவ்விரு மொழிகளைவிடவும் மலையாளத்துக்கு மிக மிக அரிதென்றும் தனது ஆய்வில் கால்ட்வெல் தெரிவித்துள்ளார். ஆனால், தமிழில் வடமொழிக் கலப்பு மிகக் குறைவு என்பதால், தென் இந்திய மொழிகளில் தமிழ் மொழி மட்டுமே எந்த மொழியின்

துணையும் இல்லாமல் தனித்து நிற்கும் தகுதி படைத்தது என்று கூறியுள்ளார்.

தென் இந்திய மொழிகளில் உயர் தனிச் செம்மொழியாக நிலை பெற்றுத் திகழும் 'தமிழ்' கால ஓட்டத்தில் ஒட்டிக் கொண்ட சமஸ்கிருதச் சொற்களை அறவே நீக்கவேண்டும். அவ்வாறு ஒதுக்கிவிட்டு வளம் பெற்றால் மட்டுமே, முன்பிருந்த நிலையை மீட்டெடுப்பதுடன், உயர் தனிச் செம்மொழி என்னும் பெருமை மிகு நிலையைப் பெறவும் இயலும் என்று தனது ஆய்வின் முடிவாகப் பதிவு செய்துள்ளார்.

ஆரிய மொழிக் குடும்பத்தில் தொன்மையும் செம்மையும் பெற்றுத் திகழும் சமஸ்கிருதத்தைப் போலவே திராவிட மொழிக் குடும்பத்தில் பழைமையும் சிறப்பும் பெற்றுத் தமிழ் மொழி திகழ்கிறது என்பதைத் தனது ஒப்பிலக்கண ஆய்வு மூலம் விளக்கி உள்ளார். தமிழறிஞர்களே செய்யத் துணியாத இச்செயலை ஆயிரக்கணக்கான மைல்கள் தாண்டி உள்ள இங்கிலாந்து நாட்டிலிருந்து தமிழகம் வந்து கால்ட்வெல் உருவாக்கியுள்ள இந்நூலே இன்றுவரை திராவிட மொழித்திறனை, குறிப்பாகத் தமிழ் மொழித் திறனை உணர்த்தும் முக்கிய நூலாகத் திகழ்கிறது.

ஆங்கிலம் இலத்தீனுக்குக் கடன்பட்டுள்ளதைப் போலத் தமிழ் சமஸ்கிருதத்துக்குக் கடன்பட்டுள்ளது என்பதை ஏற்க முடியாது. பொருள் விளக்கத்தைக் கைவிடாமல், இலத்தீன் சொற்களைக் கைவிடுவது ஆங்கிலத்தால் இயலாது. ஆனால் சமஸ்கிருதச் சொற்களுக்கு இணையான சொற்கள் தமிழில் இருப்பதால் வடமொழிக் கலப்பின்றி தமிழால் தனித்து இயங்க முடியும். தென் இந்திய மொழிகளில் உள்ள தலையாய இலக்கியச் செல்வங்கள் சமஸ்கிருத மூலத்தின் மொழிபெயர்ப்பு அல்லது அவற்றின் தழுவல்கள் என்ற பொதுவான கருத்தைத் தவறென்று மறுத்தார். திருக்குறள் மற்றும் சீவக சிந்தாமணி ஆகிய செந்தமிழ் இலக்கியங் களின் அமைப்பிலும் ஆக்க முறையிலும் வடமொழித் தொடர்பு இல்லவே இல்லை என்றும், முழுக்க முழுக்க முதல்நூல் தன்மை பெற்றவை என்றும் உறுதிபடக் கூறினார். கால்ட்வெல் காலத்தில் எட்டுத் தொகையும், பத்துப்பாட்டும், சிலப்பதிகாரமும், மணிமேகலை யும், தொல்காப்பியமும் வெளியிடப்படாததால் தமிழின் தனித்தன்மை குறித்த ஐயம் பரவலாக இருந்தது. ஒருவேளை இவை அப்போதே அச்சேறியிருந்தால் கால்ட்வெல் ஆய்வுப் பணிகளுக்கு இன்னும் ஆதரபூர்வமாக வலு சேர்த்திருக்கும் என்பதே நிஜம்.

சமஸ்கிருதம் மட்டுமே இந்திய மொழிகளின் தாய் என்றும், ஏனைய மொழிகள் அதன் கிளை மொழிகள் என்றும் அதுவரை கூறிக்

கொண்டிருந்த வடமொழி வல்லுனர்களின் வாதத்தைக் கால்ட்வெல்லின் ஆய்வு தவிடு பொடியாக்கியது. உலகளாவிய மொழி அறிஞர்களும் இவரது மொழி ஆய்வு முடிவுகளை ஒருமனதாக ஏற்றனர். இவரது ஆய்வுப் பணிகளைப் பாராட்டி இங்கிலாந்து 'க்ளாஸ்கோ' பல்கலைக்கழகம் அவருக்கு முனைவர் பட்டம் வழங்கி கௌரவப்படுத்தியது. பின்னாளில் தமிழ் மொழிக்குச் செம்மொழி அந்தஸ்து கிடைக்க இவரது ஆய்வு முடிவுகள் அடித்தளம் அமைத்துக் கொடுத்தன.

மேலும் 'திராவிடம்' என்ற சொல்லை முதன் முதலில் தனது நூலில் பயன்படுத்தியவர் கால்ட்வெல்தான். இம்மண்ணில் நீண்ட நெடுங்கால மாக வாழ்ந்து வந்தவர்கள் திராவிடர்கள் என்றும், அவர்கள் பேசிய மொழி 'தமிழ்' என்பதையும் தக்க ஆதாரங்களுடன் உறுதிப்படுத்தினார்.

கால்ட்வெல் ஒரு முறை தன்னைப் பற்றிக் குறிப்பிடுகையில் 'நான் அயர்லாந்து நாட்டில் பிறந்தேன். ஸ்காட்லாந்தில் வளர்ந்தேன். ஆங்கில நூல்களை கற்றேன். கிரேக்கம் செம்மொழி தகுதியைப் பெற்றதற்கான சான்றுகளையும் தெரிந்து கொண்டேன். தமிழ் கற்றேன். என் வாழ்நாளில் ஐம்பது ஆண்டுகளுக்கு மேலாகப் பாரத நாடும், அந்நாட்டு மக்களுமே என் கருத்தை முற்றும் கவர்ந்து கொண்டமையால் யான் இந்தியர்களுள் ஒருவன் ஆயினேன்' என்று எழுதினார்.

'இந்தியர்' என்று தம்மைக் குறிப்பிட்டாலும் அவர் முழுக்க முழுக்கத் 'தமிழராகவே' தமிழகத்தில் வாழ்ந்து, தமிழ்ப் பணியும், சமயப் பணியும் ஆற்றினார்.

தமிழகத்துக்கு வந்த பிறகு கால்ட்வெல் இடையன்குடி கிராமத்தையே தனது சொந்த ஊராகக் கருதி அங்கேயே தனது வாழ்நாளைக் கழித்தார். தமிழுக்காகவும், தமிழக மக்களுக்காகவும் தனது வாழ்க்கையை அர்ப்பணித்தவர் மூன்று முறை மட்டுமே இங்கிலாந்துக்குச் சென்றுள்ளார். 1877-ல் திருநெல்வேலி மறை ஆயராகப் பொறுப்பேற்றுக் கொண்ட கால்ட்வெல் 1891-ல் பணியிலிருந்து ஓய்வு பெற்று மீதிக் காலத்தைக் கொடைக்கானலில் கழிக்க முடிவெடுத்தார். இப்போதுள்ளதைப் போன்று போக்கு வரத்து வசதிகள் அப்போது இல்லாததால், கரடு முரடான மலைப் பாதையில் கால் கடுக்க நடந்தே கொடைக்கானலை அடைந்தார். கடுமையான குளிர் வாட்டி எடுக்கப், போதிய மருத்துவ வசதிகளும் கிடைக்காததால் 1891 ஆகஸ்ட் 28 -ல் தமது எழுபத்தி ஆறாவது வயதில் காலமானார். அவரது உடல் இடையன்குடிக்கு எடுத்து வரப்பட்டு அவர் கட்டிய தேவாலயத்திலேயே நல்லடக்கம் செய்யப்பட்டது.

சி.வை.தாமோதரம் பிள்ளை

நூறாண்டுகளுக்கு முன்புவரை எழுதுவதற்குக் கருவிகளாக இருந்தவை ஓலைச் சுவடியும் எழுத்தாணியுமே ஆகும். இரும்பு எழுத்தாணிகொண்டு ஓலைச் சுவடியில் எழுதுவது எளிதன்று. எழுத்தாணிக்கு கொஞ்சம் அழுத்தம் கொடுத்தாலும் ஓலை கிழிந்து விடும். எனவே கடுமையான பயிற்சியும், ஊக்கமும் இருந்தால் மட்டுமே இது சாத்தியப்படும். பல ஓலைச் சுவடிகளில் இருப்பதை ஒப்பு நோக்கிப் படியெடுப்பதற்குத் தமிழில் ஆழ்ந்த புலமை கட்டாயம். மேலும் ஓலைச் சுவடிகளைக் கறையான் அரிக்காமலும் தண்ணீரில் நனையாமலும் நெருப்புக்கு இரையாகாமலும் பாதுகாப்பதற்குப் போதிய கவனமும் பொருளாதார வசதியும் வேண்டும். இவை இல்லாத காரணத்தால் பல ஏடுகள் கால ஓட்டத்தில் அழிந்தும் சிதைந்தும் மறைந்து போயின. மீதம் இருந்த வற்றைப் படியெடுக்கும்போது பிழைகள் மலிந்தும் வேற்றுமைகள் நிறைந்தும் காணப்பட்டன.

பல்லாயிரம் ஆண்டுகளுக்கு முன்பு தமிழரிடையே பிறந்த சங்கத் தமிழ் நூல்களைப் பிற்கால மக்கள் பயன் பெறத்தக்க வகையில், காலங்கடந்து நீடித்து நிலை பெறச் செய்யப் போதிய வசதிகள் அப்போது இல்லை. இதன் காரணமாகத் தாய்மொழியாம் தமிழ் மொழி, கற்றறிந்த புலவரது நாவிலே நடமாடிய அளவு எழுத்திலே நடமாடாமலும் எழுத்திலே இடம் பெற்ற அளவு ஏட்டிலே நிலை பெறாமலும், ஏட்டிலே நிலை பெற்ற அளவு நாட்டிலே கால் கொள்ளாமலும் தவித்தாள். காலத்தால் மெலிந்தும், நலிந்தும், குற்றுயிரும் குறையுயிருமாய்த் தமிழ் அன்னை கிடந்தாள் எனில் பிழையன்று.

தமிழகத்தின் இருண்ட காலமாகக் கருதப்படும் களப்பிரர் காலம், முகலாயர்கள், ஐரோப்பியர்கள், தெலுங்கு, மராட்டிய மன்னர்களின் ஆட்சியில் ஏற்பட்ட பிறமொழி ஆதிக்கம், பரவலான கல்வியின்மை, தமிழ்ப்பற்று இல்லாமை, சமயக் காழ்ப்புணர்ச்சி, அச்சுப் பொறி கண்டுபிடிக்கப்படாமை ஆகியவை காரணமாகத் தமிழ் இலக்கிய இலக்கணங்களைக் கற்பாரும் கற்பிப்பாரும் இல்லாத அதிகமில்லாத சூழலே நிலவியது.

இன்றைக்குத் தமிழ் படிக்கும் மாணவர்களுக்கு மூவாத் தமிழ் இலக்கணம் தொல்காப்பியமும், எட்டுத் தொகையும், பத்துப் பாட்டும், முப்பால் வழங்கும் குறள் உள்ளிட்ட பதினெண் கீழ்க்கணக்கும், முத்தமிழ் முழங்கும் சிலம்பும், மேகலையும், சிந்தாமணியும் உள்ளிட்ட ஐம்பெரும்காப்பியங்களும் பாடங்களாக அமைந்து சிந்தைக்கு விருந்து படைக்கின்றன. ஆனால் நூற்றாண்டு முன்புவரை ஓலைச் சுவடிகள் புதை பொருட்களாக, ஒளி காணா வைரங்களாக, இருட்டறைகளிலும், வீட்டுப் பரண்களிலும், கொல்லைப்புறங்களில் மழையில் நனைந்தும், வெய்யிலில் காய்ந்தும், கேட்பாரற்றுப் புழுதி படிந்த ஏடுகளாக மக்கியும், அழிந்தும் கொண்டிருந்தன. அக்காலத் தமிழறிஞர்களும் புலவர்களுமே இவற்றின் அருமை அறிந்து காப்பாற்ற முன்வராத நிலையில் யாரை நொந்து என்ன பயன்?

அத்தகைய அழிவின் விளிம்பில் இருந்த பல பழந்தமிழ் ஏடுகளைத் தேடித் தேடிச் சென்று பதிப்பித்த பெருமை தமிழ்த் தாத்தா உ.வே.சாமிநாத ஐயர் அவர்களையே சேரும் என்றாலும் அவருக்கு முன்னோடியாக இருந்தவர் யாழ்பாணம் சி.வை.தாமோதரம் பிள்ளை. இவர்களின் காலத்திலும், இவர்களுக்கு முன்பும் வாழ்ந்த சிலர் தமிழ் நூல்களைப் பதிப்பதில் ஆர்வம் கொண்டிருந்தனர் என்றாலும், ஓர் எல்லைக்கு மேல் செல்லவில்லை. குறிப்பாக யாழ்பாணம் ஆறுமுக நாலவர் (தொல்காப்பியம் சொல்லதிகாரம் சேனாவரையர் உரை, சைவ சமய நூல்கள், குறள், பாரதம்), திருத்தணிகை விசாகப் பெருமாள் ஐயர் (குறளுக்குத் தெளிபொருள், பிரபுலிங்க லீலை, சூடாமணி நிகண்டு), களத்தூர் வேதகிரி முதலியார் (நாலடியார், நைடதம்), வித்வான் தாண்டவராய முதலியார் (திவாகரம்), திருவேங்கடாசல முதலியார் (இராமாயணம், நாலடியார்), மழவை மகாலிங்கம் ஐயர் (தொல்காப்பியம், எழுத்து அதிகாரம்), முகவை இராமானுஜக் கவிராயர், கொட்டையூர் சிவக்கொழுந்து தேசிகர், புதுவை நயனப்ப முதலியார், சரவணப் பெருமாள் ஐயர், திருமயிலை சண்முகம் பிள்ளை ஆகியோரது பங்களிப்பு அளப்பரிது.

சங்க இலக்கியம் மற்றும் தொல்காப்பிய இலக்கணச் செல்வங்களை ஏட்டுச் சுரங்களில் இருந்து, பல்வேறு இன்னல்களுக்கு இடையே, இளைய பருவம் முதற்கொண்டு இறுதி மூச்சுள்ளவரை, தேடிக் கண்டுபிடித்து அச்சேற்றி வெளியிட்ட பெருமை சி.வை.தாமோதரம் பிள்ளையையே சேரும். 'திராவிடம்' என்ற சொல்லிருந்து 'தமிழ்' வரவில்லை என்றும், 'தமிழ்' என்னும் பெயர் அகத்தியர் காலத்துக்கும் முன்பிருந்தே, பல்லாயிரம் ஆண்டுகளாகத் தொன்று தொட்டு தமிழுக்கு உரிய சொல்லாகவே விளங்கி வருகிறது என்பதை ஆணித்தரமாக நிலை நாட்டியவரும் இவரேதான்.

அக்காலத்தில் வரலாற்று அறிவு இடம் பெறாத காரணத்தால், தமிழ் இலக்கியங்களுள் தலைமை இடத்தில் வைத்துப் போற்றப்படும், மங்காப் புகழ் பெற்ற சங்கப் பாடல்கள் குறித்து அறிந்தவர்கள் மிகச் சிலரே. அவற்றின் அருமை பெருமை உணர்ந்து அச்சிட்டுப் பாதுகாக்கவேண்டும் என்று எண்ணியோர் இன்னும் குறைவே. வாராது வந்த மாமணிகளாகச், செயற்கரிய இப்பணியில் ஈடுபட்டுத் தங்கள் உடல் பொருள் ஆவி அனைத்தையும் அன்னைத் தமிழுக்கே ஒப்படைத்துப் 'பசி நோக்கார் கண் தஞ்சார் கருமமே கண்ணாயினார்' என்று புகழத்தக்க அளவில் திகழ்ந்தோர் இருவர் மட்டுமே. ஒருவர் சோழ வளநாடு தந்த செம்மல் தமிழ்த் தாத்தா உ.வே.சாமிநாத ஐயர், மற்றொருவர் யாழ்பாணம் சி.வை.தாமோதரம் பிள்ளை. இளமைப் பருவம் தொடங்கி இறுதி மூச்சுள்ளவரை பல்வேறு இன்னல்களுக்கு இடையே இருவரும் பழந்தமிழ் ஏடுகளைத் தேடிக் கண்டெடுத்துப் பதிப்பித்து அன்னைத் தமிழுக்குப் பாமாலை சூட்டி மகிழ்ந்தனர்.

இலங்கை யாழ்பாணம் சிறுபிட்டியில் 1832 செப்டம்பர் 12-ல் வைரவநாதப் பிள்ளை மற்றும் பெருந்தேவி அம்மாள் ஆகியோருக்கு மகனாகச் சி.வை.தாமோதரம் பிள்ளை பிறந்தார். அக்கால வழக்கம்போல் இவரது முதல் ஆசானாக விளங்கிய தந்தையிடமே தமிழின் சில இலக்கிய, இலக்கண நூல்களைப் பயின்றார். பின்னர் சுன்னாகம் முத்துக்குமார் கவிராயர் என்னும் பெரும் புலவரிடம் தமிழ் இலக்கண இலக்கியங்களை முறையாகக் கற்றுத் தேர்ந்தார். இன்று யாழ்பாணக் கல்லூரி என வழங்கப்படும் கல்வி நிறுவனத்தின் பழைய பெயரான வட்டுக்கோட்டை வேதாகமப்பள்ளியில் சரித்திரமும் கணிதமும் படித்தார். அங்கிருந்து உயர் கல்விக்காகத் தாமோதரம் பிள்ளையும் அவருடன் படித்த விசுவநாதப் பிள்ளையும் மேற்படிப்புக்காக சென்னைப் பல்கலைக் கழகத்துக்கு அனுப்பிவைக்கப்பட்டனர். கல்லூரியில் பயின்ற காலத்திலேயே இவாது தமிழ்ப் புலமை கண்டு வியந்த ஆசிரியர்கள் 'பண்டிதர்' என்று பாராட்டி மகிழ்ந்தனர்.

அரசு வரவு செலவுக் கணக்குச் சாலையில் கணக்கு ஆய்வாளராகச் சேர்ந்தார். சில ஆண்டுகளில் அத்துறையின் தலைமை அதிகாரியு மானார். இருப்பினும் ஆசிரியப் பணியிலும் பழந்தமிழ் ஏடுகளை ஒப்பிட்டு இலக்கியங்களைப் பதிப்பிக்கவேண்டும் என்பதிலும்தான் அவருக்கு விருப்பம் இருந்தது. 1853-ல் தனது 21 ஆவது வயதில் கோப்பாய் சக்தி வித்யாசாலையில் ஆசிரியராகப் பணியாற்றிக் கொண்டிருந்தபோது முதன் முதலாக 'நீதிநெறி விளக்கம்' நூலைப் பதிப்பித்து வெளியிட்டார். இதன் காரணமாக சி.வை.தாமோதரம் பிள்ளை 'தமிழ்ப் பதிப்புத் துறை முன்னோடி' என்னும் பெருமையைப் பெற்றார். நூல்களை வெளியிட வேண்டும் என்று இளம் வயதில் அவருக்கு இருந்த ஆர்வமே பின்னாளில் தொல்காப்பியம், கலித்தொகை உள்ளிட்ட அழிவின் விளிம்பில் இருந்த பல பழந்தமிழ் இலக்கண இலக்கிய ஏட்டுச் சுவடிகளைத் தேடிக் கண்டுபிடித்து, அச்சேற்றி தமிழூத் தாய்க்குக் காணிக்கை ஆக்கினார்.

யாழ்பாணம் ஆறுமுக நாவலரைக்கொண்டு விவிலியத்தைத் தமிழில் முதன் முதலில் வெளியிட்டவர் யாழ்பாணம் பெரிசிவல் பாதிரியார். அந்தப் பாதிரியார் சென்னையில் 'உதயதாரகை' மற்றும் 'தினவர்த்தமானி' பத்திரிகைகளைத் தொடங்கியபோது அதன் ஆசிரியராக சி.வை.தாமோதரம் பிள்ளையை நியமித்தார். சென்னைக்கு வந்த நேரம் அவருக்கு மாநிலக் கல்லூரியில் தமிழாசிரியர் வேலை கிடைத்தது. பத்திரிகை ஆசிரியர் மற்றும் தமிழாசிரியர் ஆகிய இரு பொறுப்புகளையும் திறம்பட வகித்துக் கொண்டிருந்தார்.

இந்த காலகட்டத்தில்தான் (1857) மதராஸ் பல்கலைக்கழகம் நிறுவப் பெற்றது. நாட்டின் மிக பழமையான பல்கலைக் கழகங்களுள் (மதராஸ்) சென்னை பல்கலைக்கழகமும் குறிப்பிடத்தக்கதாகும். மதராஸ் பல்கலைக்கழகம் முதன் முதலாக நடத்திய பிஏ தேர்வில் மாகாணத்திலேயே முதல் மாணவராகத் தேர்வானார். அதன் முதலிரண்டு பட்டதாரிகள் யாழ்ப்பாணத்தைச் சேர்ந்தவர்கள். அவர்களில் ஒருவர் சி.வை.தாமோதரம்பிள்ளை, மற்றொருவர் டி.சி.டபிள்யூ விசுவநாதபிள்ளை ஆவர்.

தான் படித்த அதே சென்னைப் பல்கலைக்கழகத்தில் தமிழ்த் தேர்வாளராகவும் சி.வை.தாமோதரம் பிள்ளை பதவி வகித்தார். பரிதிமாற் கலைஞர் எனப் புகழ் பெற்ற வி.கோ.சூரிய நாராயண சாஸ்திரி பி.ஏ. தேர்வு எழுதிய காலத்தில் அவரது தமிழ்ப் புலமையைப் பாராட்டி 'திராவிட சாஸ்திரி' என்னும் பட்டத்தை வழங்கிப் பெருமைப்படுத்தினார். இதற்கு நன்றி தெரிவிக்கும் வகையில்:-

'காமோதி வண்டர் கடிமலர்த்தேன் கூட்டுதல்போ
னாமோது செந்தமிழி னனூல் பலதொகுத்த
தாமோ தரம்பிள்ளை சால்பெடுத்துச் சாற்றுவெவர்
தாமோ தரமுடையார் தண்டமிழ்ச்செந் நாப்புலவீர்'

என்று பரிதிமாற் கலைஞர் அவரைப் போற்றிப் பாடினார்.

1871-ல் பி.எல். தேர்வில் வெற்றி பெற்றுக் கும்பகோணத்தில் வழக்கறிஞராகப் பணியாற்றினார். 1884-ல் புதுக்கோட்டை நீதிபதியாக நியமிக்கப்பட்டார். இவரது தமிழ்த் தொடண்டையும், சீரிய பணியையும் பாராட்டி 1895-ல் அரசாங்கம் 'ராவ் பகதூர்' பட்டமளித்து கௌரவித்தது. அரசுப் பணியில் இருந்து ஓய்வு பெற்ற பிறகு புதுக்கோட்டை சமஸ்தானத்தின் தளவாய் பொறுப்பை ஏற்குமாறு அரசு கேட்டுக்கொண்டது. இருப்பினும் தமிழ் நூல்களை அச்சிடுவதில் இருந்த ஈடுபாட்டின் காரணமாக அந்த வாய்ப்பை மறுத்து, கும்பகோணம் கருப்பூரில் குடியேறினார்.

தமிழாசிரியர், பத்திரிகையாசிரியர், வழக்கறிஞர் எனப் பல்துறை வித்தகராகச் சிறந்த விளங்கினார். இருப்பினும் தாமோதரம் பிள்ளைக்குப் பூச்சிகளால் அரிக்கப்பட்டும், கவனிப்பாரின்றி மண்ணுக்கு இரையாகிக் கொண்டிருக்கும் ஏட்டுச் சுவடிகளை நூல்களாகப் பதிப்பித்து வெளியிடவேண்டும் என்ற ஆவலே அதிகமிருந்தது. வழக்கறிஞர் தொழிலில் கிடைக்கும் வருமானத்தைக்கொண்டு தமிழ் நூல்கள் பலவற்றை முழு மூச்சாகப் பதிப்பித்தார். பண்டைய தமிழ் ஏடுகளைத் தேடித் தமிழகம் முழுவதும் சுற்றினார். சேதமடைந்த ஏடுகளை மிக கவனமாகப் பிரித்தும், ஒப்பிட்டும், பிழை நீக்கிப் பிரதி எடுத்துப் பதிப்பித்தார். கைப்பணம், ஊதியம் ஆகியவற்றுடன் கடன் வாங்கியும் நூல்களைப் பதிப்பித்தார்.

'தமிழ் மாது நும் தாயல்லவா? அவள் அங்கம் குலைந்து அழிகின்ற தருணத்திலும் நமக்கென்னவென்று நாம் இருக்கலாமா?' என்று தமிழறிஞர்களைப் பார்த்துக் கேட்டார். இவரது வேண்டுகோளுக்கு இணங்க நூல்களைப் பதிப்பிப்பதற்கு, சென்னை அரங்கநாத முதலியார், புதுக்கோட்டை சேஷைய சாத்திரியார், கொழும்பு இராமநாத முதலியார், திருவாவடுதுறை சுப்பிரமணிய தேசிகர் ஆகியோர் நிதியுதவி செய்தனர். அவர் அச்சேற்றிய கலித்தொகை பதிப்புரையில் கிழ்க்கண்டவாறு குறிப்பிட்டுள்ளார்:

'என் சிறு வயதில் தந்தையார் கற்பித்த சில நூல்களைத் தமிழகமெங்கும் தேடிப் பார்த்தும் கிடைக்கவில்லை. கிடைத்த

ஏடுகளின் நிலைமையோ கண்ணீரை வரவழைக்கும். கெட்டுச் சிதைந்து கொண்டிருக்கும் ஏடுகளைக் கையில் எடுக்கும்போது ஓரங்கள் உடையும். கட்டை அவிழ்க்கும்போது இதழ்கள் முறியும். ஏடுகளைப் புரட்டும்போது துண்டு துண்டாக நொறுங்கும். ஏடுகளிலுள்ள எழுத்துகளை அடையாளம் காண முடியாமல் அவற்றின் ஊடே இராமபாணக் கலப்பைப் புழுக்கள் துளைத்திருக்கும். இந்நிலையில்தான் தப்பிப் பிழைத்த ஏடுகளையேனும் அச்சேற்ற வேண்டுமென்று ஆசைப்பட்டேன். அவ்வாறு செய்யாவிட்டால் தமிழ் மக்கள் அவற்றின் பலனைப் பெற முடியாமல் போய்விடும் என்று அஞ்சியே அவற்றைப் பதிப்பிக்கத் தலைப்பட்டேன். ஏட்டுச் சுவடிகளைப் பூக்களைத் தொடுவதுபோல் மெல்ல மெல்ல அலுங்காமல், குலுங்காமல், நலுங்காமல் பிரித்தெடுத்துப் பிரதி செய்து பதிப்பித்தேன்' என்று நெஞ்சம் நெகிழ்கிறார்.

அவர் மேலும் கூறுகையில் 'ஏடுகளைத் தேடிக் கண்டுபிடித்து அவற்றைப் பதிப்பிப்பதில் உள்ள துயரங்களும் இடர்களும் ஏராளம். ஏடுகளைப் படித்து ஒப்பு நோக்கி உண்மையான பாடம் காண்பது மிக மிகக் கடினம். நூலாசிரியர், உரையாசிரியர், போதக ஆசிரியர் (கற்பிப்பவர்) என இலக்கணம் வகுத்த மூவகை ஆசிரியர்களுடன் பரிசோதக ஆசிரியன் (ஏடுகளைப் பரிசோதித்து ஒப்பிட்டு அச்சேற்றுபவர்) என்று புதிதாக ஒன்றை நான் கூட்டினேன். எனது தொழில் முன் கூறிய மூவர் தொழிலைக் காட்டிலும் மிகக் கடினமானது என்றும், அவர்கள் அறிவு முழுவதும் இவருக்கு வேண்டுமென்றும் கூறுகிறேன். தூக்கினால் அன்றோ தெரியும் தலைச்சுமை? பரிசோதக ஆசிரியர் படும் கஷ்டம், ஓர் அரிய பழைய நூலைச் சுத்த மனசாட்சியோடு பரிசோதித்து அச்சிட்டாலன்றி விளங்காது. ஒன்றுக்கு ஒன்று ஒவ்வாத 20-25 பிரதிகளை அடுக்கி வைத்துக்கொண்டு என் கண்களுக்குக் கிடைக்காத சிந்தாமணி ஏடுகளைப் பரிசோதித்துப் பதிப்பித்த கும்பகோணம் தமிழ்ப் பண்டிதர் உ.வே.சாமிநாத ஐயரைக் கேட்டால் இந்த நால்வகை ஆசிரியர் படும்பாடு கொஞ்சமாகவாவது தெரியலாம்' என்கிறார்.

'ஏட்டுப் பிரதிகளைப் படித்து, ஒப்பிட்டுப், பரிசோதித்து, ஆராய்ந்து, பிழையின்றிப் பிரதி எடுக்கும்போது திடீரெனச் சில சந்தேகங்கள் தோன்றும். அதனைப் போக்கிக் கொள்ள உரியவர் கிடைக்காது, உளைச்சலில் உணவும் கொள்ளாது, உறக்கமும் கொள்ளாது, மனம் வருந்தும். இலக்கியங்களின் பெயர்களே தெளிவாக அறிந்திராத காலம் என்பதால் எட்டுத் தொகையில் அடங்கிய நுல்கள் எவையெனக்கூடத் தெரியாது. இன்னும் சொல்லப் போனால் 'சிலப்பதிகாரம்' அல்லது 'சிறப்பதிகாரம்' இரண்டில் எது சரி என்று

கூடத் தெளிவில்லாமல் மயங்கிய காலமது. இத்தகைய இக்கட்டான தருணத்தில் ஐயங்களைப் போக்கிக்கொள்ள யார் அகப்படுவார்? எனக்கு ஸ்ரீமத் உ.வே. சாமிநாத ஐயரும் அவருக்கு நானுமே சாட்சி' என்று பழந்தமிழ் ஏடுகளைப் பதிப்பிக்கும்போது ஏற்படும் கஷ்ட நஷ்டங்களைப் பதிவு செய்துள்ளார் தாமோதரம் பிள்ளை.

யாழ்பாணம் ஆறுமுக நாவலரோடு இணைந்து சி.வை.தாமோதரம் பிள்ளை தமிழ்த் தொண்டாற்றி வந்தார். 1879-ல் ஆறுமுக நாவலர் பைந்தமிழ் இலக்கண நூலான தொல்காப்பியம் சொல்லதிகாரத்தை சேனாவரையர் உரையோடு வெளியிட்டார். அவரது மறைவுக்குப் பிறகு தாமோதரம் பிள்ளை 1885-ல் தொல்காப்பியம் பொருளதிகாரம் நச்சினார்க்கினியர் உரையோடு பதிப்பித்தார். இதற்கு முன்பே வீரசோழியம், கட்டளைக் கலித்துறை, இறையனார் அகப்பொருள், தணிகைப் புராணம் ஆகியவற்றை அச்சேற்றி இருந்தார். சங்க இலக்கியங்களுள் முக்கிய அங்கம் வகிக்கும் எட்டுத் தொகை நூல்களுள் ஒன்றான கற்றோர் ஏத்துங் 'கலித்தொகையை' 1887-ல் பதிப்பித்துத் தமிழுலகைக் குதூகலிக்க வைத்தார். இலக்கண விளக்கம், தோலாமொழித் தேவர் இயற்றிய சூளாமணி, தொல்காப்பியம் எழுத்ததிகாரம் நச்சினார்க்கினியர் உரை ஆகியவை இவரது பெரு முயற்சியின் பயனாகத் தொடர்ந்து வெளியாயின. மழவை மகாலிங்க் ஐயர் பல ஆண்டுகளுக்கு முன்பே தொல்காப்பியம் எழுத்ததிகாரம் நச்சினார்க்கினியர் உரையை அச்சேற்றிய போதிலும், தொல்காப்பியம் எழுத்து, சொல், பொருள் ஆகிய மூன்று அதிகாரங்களையும் முழுமையாகப் பதிப்பித்து வெளியிட்டவர் சி.வை.தாமோதரம் பிள்ளைதான்.

ஏட்டுச் சுவடிகளில் இருப்பதை அச்சேற்றிப் பதிப்பிப்பது எளிதான செயலன்று. முதலில் ஏடுகளில் உள்ள எழுத்துகளைப் படிப்பதற்குத் தனித் திறன் வேண்டும். விளக்குவதற்கு ஆழ்ந்த தமிழ்ப் புலமை வேண்டும். இவை இரண்டையும் ஒருங்கே பெற்றிருந்த தாமோதரம் பிள்ளை பதிப்புத் துறையில் நாட்டம்கொண்டதுடன், படைப் பாற்றலிலும் விருப்பம்கொண்டு பல நூல்களை இயற்றினார். 'கட்டளைக் கலித்துறை', 'சைவ மகத்துவம்', சூளாமணி வசனம்', 'நட்சத்திர மாலை' 'காந்தமலர்' அல்லது 'கற்பின் மாட்சி' ஆகிய நூல்களை வெளியிட்டு செய்யுள் இயற்றுவதிலும், உரைநடை எழுதுவதிலும் தனது திறமையை வெளிப்படுத்தினார். இவரது செய்யுள் இயற்றும் திறனை வியந்து மாயூரம் வேதநாயகம் பிள்ளை கீழ்க்கண்டவாறு பாராட்டி மகிழ்கிறார்:

நீடிய சீர்பெறு தாமோதர மன்ன, நீள்புவியில் -
வாடிய கூழ்கள் மறைமுகங் கண்டென, மாண்புற நீ -
பாடிய செய்யுளைப் பார்த்தின்ப வாரி படித்தனன் யான்
கோடிப் புலவர்கள் கூடினும் நின்புகழ் கூறலரிதே

'தமிழ்' என்னும் சொல் 'திராவிடம் - திரமிள் - தமிழ்' என்று திரிந்த சொல் என்று சிலர் கூறுவதை சி.வை.தாமோதரம் பிள்ளை வன்மையாகக் கண்டிக்கிறார். 'தமிழ்' என்னும் பெயர் தொன்னாள் தொட்டு தமிழுக்கு உரித்தது என்பதை நிலை நாட்டும் வகையில் தாமோதரம் பிள்ளை 'வீரசோழியம்' பதிப்புரையில் பின்வருமாறு பதிவு செய்துள்ளார்:

'தமிழ்' ஒரு தனிமொழி. அதன் பெயர் 'திராவிட' என்ற சொல்லின் மரூஉ (சிதைந்து மருவி வந்தது) அல்ல. அது பரத கண்டத்தின் எந்த மொழிக்கும் பிந்தியதன்று. பிற மொழிக்கும் தாழ்ந்ததன்று. அகத்தியர் காலத்தின் முன்தொட்டு உள்ள பதினாறாயிரம் ஆண்டு வயதுள்ள 'தமிழ்' பதத்தையும், உஜ்ஜயினிபுரத்தில் இரண்டாயிரம் ஆண்டுகளுக்கு முன்பிறந்த 'திராவிடம்' பதத்தையும் ஒன்றென்றால் யார் தாம் நகைக்க மாட்டார்? 'தமிழ்' என்னும் பதத்தை எடுத்தாண்ட அகத்தியர், தொல்காப்பியர் காலத்துச் சமஸ்கிருத நாரத, வியாசர், வசிஷ்டர் வாய்மொழியில் 'திராவிட' சப்தம் வழங்கியது என்பதை முதலில் சுட்டிக் காட்டிய பிறகு அல்லவா இந்த வாதத்தை நிலை நிறுத்த முயற்சிக்க வேண்டும். சிவபெருமான் அகத்தியரைப் பொதிகைக்கு அனுப்பிய கதை ஸ்கந்தம் உள்ளிட்ட பழைய புராணங்களில் உள்ளது. ஆனால் அதில் 'திராவிடம்' பற்றிய குறிப்புகள் எதுவுமே இல்லையே? ஆலசிய புராணம், பாகவதம் ஆகிய பிற்கால புராணங்களில்தான் இது முளைத்துள்ளது! அகத்தியர் 'யான் போகுமிடம் கலை வல்லோரும் முனிவரும் நிறைந்த பெரு மாண்பினது. ஆதலின் அவர்கள் மொழியை, அதாவது 'தமிழ்' மொழியை, உபதேசித்து என்னை அனுப்புக' என்றுதான் சிவபெருமானிடம் வேண்டினாரே தவிர 'திராவிடம்' என்று கேட்கவில்லையே?' என்று கோபத்துடன் வாதிடுகிறார்.

சி.வை.தாமோதரம் பிள்ளை பதிப்பித்த நூல்கள் நீதிநெறி விளக்கவுரை, தொல்காப்பிய எழுத்ததிகாரம் நச்சினார்க்கினியார் உரை, தொல்காப்பியச் சொல்லதிகாரம் சேனாவரையர் உரை, தொல்காப்பியப் பொருளதிகாரம் நச்சினார்க்கினியார் உரை, வீரசோழியம், திருத்தணிகைப் புராணம், இறையனார் அகப் பொருள், கலித்தொகை, இலக்கண விளக்கம், சூளாமணி ஆகியவை. அவர் இயற்றிய நூல்கள் கட்டளைக் கலித்துறை, சைவ

மகத்துவம், வசன சூளாமணி, நட்சத்திர மாலை, ஆறாம் வாசகப் புத்தகம், ஏழாம் வாசகப் புத்தகம், ஆதியாகம கீர்த்தனம், விவிலிய விரோதம், காந்தமலர் அல்லது கற்பின் மாட்சி (புதினம்) ஆகியவை

நாடகப் பேராசிரியரும் நீதிபதியுமாகிய பம்மல் சம்பந்த முதலியார் தனது 'லீலாவதி', 'சுலோசனை' ஆகிய இரண்டு நாடக நூல்களை இயற்றி வெளியிட்டபோது, அவற்றில் ஐம்பது பக்கங்களை சென்னைப் பல்கலைக்கழக எஃப்.ஏ. தேர்வுக்குப் பாடமாக வைப்பதற்குப் பல்கலைக்கழகத் தமிழ்த் துறைக்குத் தாமோதரம் பிள்ளை பரிந்துரை செய்து ஏற்றுக் கொள்ள வைத்தார். சென்னைப் பல்கலைக்கழகம் இக்காலத் தமிழ் நாடக நூல் ஒன்றைத் தேர்வுக்குப் பாடமாக வைத்தது அதுவே முதல் முறை என்று பம்மல் சம்பந்த முதலியார் 'யான் கண்ட புலவர்கள்' என்னும் நூலில் குறிப்பிட்டுள்ளார்.

1934-ல் வெளியான டி.ஏ.ராஜரத்தினம் பிள்ளை எழுதிய 'தாமோதரம் பிள்ளை சரித்திரம்' என்னும் நூலுக்கு அளித்துள்ள அணிந்துரையில் தமிழ்த் தாத்தா உ.வே.சாமிநாத ஐயர் 'தமது ஓய்வு நேரத்தைத் தமிழ் ஆராய்ச்சியில் பெரும்பாலும் செலவிட்டு, வீரசோழியம், தொல்காப்பியச் சொல்லதிகாரம், தொல்காப்பியப் பொருளதிகாரம், கலித்தொகை, இறையனார் அகப்பொருள், இலக்கண விளக்கம் என்பனவற்றின் மூலங்களையும் உரைகளையும் பல ஏட்டுச் சுவடிகளைக்கொண்டு பரிசோதித்து முதன் முதலாகப் பதிப்பித்து வெளியிட்டவர் இவரே. இக்காலத்தில் தமிழில் பல துறைகளில் ஆராய்ச்சி செய்வோருக்குப் பெருந்துணையாக இருப்பன இவர் வெளியிட்ட புத்தகங்களாகும். இவருடன் நெருங்கிப் பழகி இருக்கிறேன்' என்று பதிவு செய்துள்ளார்.

'சீவக சிந்தாமணி' நூலை உ.வே.சாமிநாத ஐயர் 1887-ல் வெளியிடுவதற்கு உதவியாக அதன் ஏட்டுப் பிரதிகள் இரண்டினைத் தாமோதரனார் அவருக்குக் கொடுத்து உதவியுள்ளார். ஒரு சமயம் சிந்தாமணியை அச்சிடக் காகிதம் வாங்கக் காசில்லாமல் உ.வே.சா கஷ்டப்பட்ட போது, தாமோதரம் பிள்ளை தனக்குத் தெரிந்த ஒரு காகித வியாபாரி மூலம் கடனில் காகிதம் ஏற்பாடு செய்து தந்துள்ளார். எனவே இருவருக்கும் இடையில் பரஸ்பர நல்லுறவும் நட்பும் நிலவின என்பதும் சமயம் நேரும்போது ஒருவருக்கொருவர் உதவி செய்துகொண்டனர் என்பதும் டி.ஏ.ராஜரத்தினம் பிள்ளையின் குறிப்புகளிலிருந்து நன்கு விளங்குகின்றன.

'எட்டி மரம் காய்த்தென்ன பழுத்தென்ன, ஈயாதான் இருந்தென்ன போயென்ன' என்ற பழமொழிக்கு இணையாக 'நாட்டுப் பற்றும்

சமயப் பற்றும் மொழிப் பற்றும் இல்லாத மனிதர் இருந்தென்ன, இறந்தென்ன?' என்று ஆதங்கப்படுகிறார் சி.வை.தாமோதரம் பிள்ளை. யாழ்பாணத்தில் பிறந்து, வளர்ந்து, தமிழ்நாட்டுக்கு வருகை தந்து செல்லரித்துப் போன பழந்தமிழ் ஏடுகளைத் தேடிக் கண்டுபிடித்து அச்சேற்றிப், பதிப்புத் துறையின் முன்னோடியாகத் திகழ்ந்த 'செந்தமிழ்ச் செம்மல்', 'தமிழ் நூற்பதிப்புப் பணியின் தலைமகன்' சி.வை.தாமோதரம் பிள்ளை தனது அறுபத்தி ஒன்பதாம் வயதில் 1901 ஜனவரி 1-ல் இறைவனடி சேர்ந்தார்.

சி.வை.தாமோதரனார் மறைந்தபோது தமிழ்த்தாத்தா உ.வே.சாமிநாத ஐயர் எழுதிய இரங்கற்பா:-

'தொல்காப் பியமுதலாந் தொன்னூல் களைப்பதிப்பித்(து)
ஒல்காப் புகழ்மேவி உய்ந்தபண்பின் - அல்காத
தாமோ தரச்செல்வன் சட்டகநீத் திட்டதுன்பை
யாமோ தரமியம்ப வே'

'பழந்தமிழ் இலக்கிய வெளியீட்டுக்குக் கால் கண்டவர் ஆறுமுக நாவலர், சுவர் எழுப்பியவர் சி.வை.தாமோதரம் பிள்ளை, கூரை வேய்ந்து எழிலுடன் கட்டி முடித்தவர் உ.வே.சாமிநாத ஐயர்' எனப் பதிப்புலகம் இவர்களது அரும்பணியைப் பதிவு செய்துள்ளது.

நாவலர் சோமசுந்தர பாரதியார்

அன்னைத் தமிழுக்குத் தொண்டாற்றியோர் பலர். தாய்த் திருநாட்டின் விடுதலைக்காக முழக்கமிட்டோர் இன்னும் பலர். தமிழனின் மேன்மைக்காகக் குரல் கொடுத்தோர் அதனினும் அதிகம். ஆனால் இம்மூன்று செயல்களையும் ஒருங்கே செய்த மிகச் சிலருள் 'நாவலர்' என்ற அடைமொழியுடன் அன்புடன் அழைக்கப் பட்டவர் இவர்தான்.

மகாகவி பாரதியாரின் இளமைக் காலத் தோழர் என்பதால் அவருடைய புலமை பற்றியும், வாழ்க்கையில் நடைபெற்ற பல சுவையான நிகழ்வுகளையும் முதன்முதலில் எடுத்துரைத்தவர் என்னும் பெருமையும் இவருக்குண்டு. கப்பலோட்டிய தமிழன் வ.உ.சிதம்பரம் பிள்ளை தோற்றுவித்த கப்பல் நிறுவனத்தின் செயலாளராக இருந்ததுடன், ஆங்கிலேய அரசு போட்ட பொய் வழக்குகளுக்கு எதிராக அவருக்காக வாதாடியவரும் இவரே. மகாத்மா காந்தியடிகளைத் தென் தமிழ் நாட்டுக்கு முதன் முதலில் அழைத்து வந்த பெருமைக்குரிய இவர்தான் நாவலர் சோமசுந்தர பாரதியார்.

எட்டையபுரம் எட்டப்பப்பிள்ளை - முத்தம்மாள் தம்பதிக்கு மகனாக 1879 ஜூலை 28 அன்று பிறந்தார் சோமசுந்தரம். உடன் பிறந்தவர்கள் முத்துலஷ்மி, கமலாம்பாள், ஞானாம்பாள். சுப்பிரமணியத்தின் தந்தை சின்னசாமி ஐயரும், சோமசுந்தரத்தின் தந்தை எட்டப்பப் பிள்ளையும், எட்டையபுரம் அரண்மனையில் இணைந்து பணியாற்றியவர்கள். அடுத்தடுத்த வீடு என்பதால் இரு குடும்பத்தினருக்கும் நெருங்கிப் பழகும் வாய்ப்புக் கிட்டியது.

பெற்றோர்களைப் போன்றே சுப்பிரமணியனும் சோமசுந்தரமும் இணை பிரியா நண்பர்கள் ஆனார்கள்.

திருநெல்வேலி இந்துக் கல்லூரிக்கு வருகை தந்த புலவர் பெருமக்கள் பள்ளி மாணவர்களுக்கு இடையே 'வெண்பாப் போட்டிக்கு' ஏற்பாடு செய்திருந்தனர். வெண்பாப் போட்டியில் சுப்பிரமணியமும் சோமசுந்தரமும் கலந்து கொண்டனர். நடுவர்கள் வெண்பாக்களைப் பரிசீலித்து முதலாவதாகச் சுப்பிரமணியத்தை யும், இரண்டாவதாக சோமசுந்தரத்தையும் வெற்றியார்களாகத் தேர்ந்தெடுத்தனர். ரொக்கப் பரிசுகளுக்குப் பதிலாக இருவருக்கும் 'பாரதி' என்ற பட்டத்தை வழங்கிப் பெருமைப்படுத்த அன்று முதல் இவர்கள் 'சுப்பிரமணிய பாரதி' என்றும் 'சோமசுந்தர பாரதி' என்றும் அழைக்கப்பட்டனர்.

எட்டையபுரம் அரண்மனை ஆஸ்தான ஆசிரியர் சங்கர சாஸ்திரியிடமும் உள்ளூர் திண்ணைப் பள்ளிக்கூட ஆசிரியர் தெய்வசிகாமணி ஐயங்காரிடம் தமிழ், வடமொழி ஆரம்ப பாடங்களைக் கற்றுக்கொண்ட சோமசுந்தரம், தொடக்கப்பள்ளி தலைமை ஆசிரியர் சூரிய நாராயண ஐயரிடம் ஆங்கிலம் பயின்றார். தந்தை எட்டப்பப்பிள்ளை பருத்தியிலிருந்து பஞ்செடுக்கும் எந்திரத்தை இறக்குமதி செய்து வியாபாரம் செய்து கொண்டிருந்தார். ஆங்கிலேயரின் நவீன தொழில்நுட்பம் காரணமாக உள்ளூர் வர்த்தகம் நலிவடையவே இவரும் கடுமையாகப் பாதிக்கப்பட்டார். மன வருத்தத்துடன், உடல் நலமும் குன்றவே சோமசுந்தரத்துக்குப் பத்து வயது நிறைவடையும் முன்பே மரணமடைந்தார்.

எட்டயபுர சமஸ்தானத்தின் அரசி இலக்குமி அம்மையார் சொந்த பேரனைப் போன்றே சோமசுந்தரம் மீது பேரன்பு கொண்டிருந்தார். எனவே குடும்பத்துக்கு உதவ வேண்டும் என்றும் நல்லெண்ணத்தில் பன்னிரண்டு ஏக்கர் புன்செய் நிலத்தை அவர் பெயருக்கு எழுதி வைத்தார். தந்தையை இழந்து பொருளாதார ரீதியாகத் தவித்த குடும்பம், சமஸ்தானத்தின் உதவியால் சற்றே நிம்மதி அடைந்தது வறுமைப் பிடியிலிருந்து மீண்டது.

பதின்மூன்று வயதுவரை அரண்மனையிலேயே வளர்ந்த சோமசுந்தரத்துக்குச் சமஸ்தானத்துடன் தொடர்பு கொண்டிருந்த திருவாவடுதுறை காசி விஸ்வநாதப் பிள்ளையுடன் நெருங்கிப் பழகும் வாய்ப்பு கிடைத்தது. மாதவச் சிவஞான முனிவரின் 'காஞ்சிப் புராணம்' படித்துத் தமிழ் மீதும் சைவத்தின் மீதும் தீராத பற்றுகொண்டு விசேஷ 'தீட்சையும்' பெற்றார். 'சரியை', 'கிரியை'

தாண்டி 'யோக' நிஷ்டையிலும், 'தியான'த்திலும் அவரது கவனம் திரும்பியது. நெற்றியில் திருநீறு, கழுத்தில் உத்திராட்சம் எனச் சைவத் திருமேனியுடன் சிவப்பழமாகவே காட்சியளித்தார்.

ஒரு கட்டத்தில் சிவடியார்களுடன் சேர்ந்து அரண்மனையை விட்டும் வெளியேறினார். தேடிக் கண்டுபிடித்து அழைத்து வந்ததுடன் அவருக்குக் கட்டுக்காவல் வைக்கக் கால்கட்டு (திருமணம்) போடவும் அரசியார் முடிவெடுத்தார். ஆனால் திடீரென நோய்வாய்ப்பட்டு அரசியார் இயற்கை எய்தினார். தந்தையின் மரணமும் பேரனைப் போன்று அன்பு செலுத்திய அரசியாரின் மரணமும் சோமசுந்தரத்தைக் கடுமையாகப் பாதித்தன. துக்கம் தாங்காமல் குளத்தில் விழுந்து தற்கொலை செய்து கொள்ள முயன்றவரைக் காப்பாற்றி உயிர் பிழைக்கவைத்தனர்.

1894-ல் பதினைந்து வயதில் சோமசுந்தரத்துக்கும் மீனாட்சி அம்மையாருக்கும் திருமணம் செய்து வைக்கப் பேச்சுவார்த்தை நடைபெற்றது. தான் சிவதீட்சை பெற்றதால் சைவத் திருமுறைப் படியே திருமணம் செய்துகொள்வேன் என்று சோமசுந்தரம் உறுதிபடத் தெரிவித்தார். எனவே தேவாரத்தில் கயிறு சார்த்திப் பார்த்ததில் 'திருவிடை மருதூர்த் திருத்தாண்டகப் பதிகம்' கிடைக்கவே அப்பதிகத்தையே பாடித் திருமணம் செய்து கொண்டார்.

இத்தம்பதிகளுக்கு டாக்டர் இராசாராம் பாரதி, இலக்குமிரதன் பாரதி ஆகிய இரு மகன்களும், இலக்குமி பாரதி ஆகிய மகளும் பிறந்தனர். இவரது கணவர் எல்.கிருஷ்ணசாமி பாரதி சட்டமன்ற மற்றும் நாடாளுமன்ற உறுப்பினராக இருந்தவர். அரசியலமைப்புச் சட்டத்தை உருவாக்கியவர்களில் இவரும் குறிப்பிடத்தக்கவர். இலக்குமி பாரதி - எல்.கிருஷ்ணசாமி பாரதி இருவரும் தம்பதியாக ஒரே நேரத்தில் சட்டமன்ற உறுப்பினர்களாகப் பணியாற்றினர். இவர்களது மகன் இலக்ஷ்மிகாந்தன் பாரதியும் பின்னாளில் பிரபல பிரமுகராகத் திகழ்ந்தார்.

முதல் மனைவி நீண்ட காலம் நோய்வாய்ப்பட்டு இருந்தமையால் வசுமதி அம்மையாரை 1927-ல் இரண்டாவதாகத் திருமணம் செய்து கொண்டார். அடுத்த சில மாதங்களில் முதல் மனைவி மீனாட்சி அமையார் மறைந்தார். சோமசுந்தர பாரதியார் - வசுமதி அம்மையார் தம்பதிகளுக்கு இரு பெண்கள் பிறந்தனர். முதல் மனைவியின் நினைவாக ஒரு குழந்தைக்கு மீனாட்சி என்றும் மற்றொரு குழந்தைக்கு லலிதா என்றும் பெயரிட்டனர். லலிதா அம்மையாரின் கணவர் பிரபல மருத்துவர் காமேஸ்வரன் ஆவார். பின்னாளில் லலிதா காமேஸ்வரனும் மருத்துவக் கல்லூரி பேராசிரியராகவும்,

முதல்வராகவும், இயக்குனராகவும், டாக்டர் எம்ஜிஆர் மருத்துவப் பல்கலைக்கழகத்தின் முதல் துணை வேந்தராகவும் விளங்கினார். இவ்வாறாக நாவலர் சோமசுந்தர பாரதியாரின் குடும்ப உறுப்பினர்கள் அனைவரும் பின்னாளில் பெரும் புகழுடனும் செல்வாக்குடனும் திகழ்ந்தனர்.

1895-ல் திருநெல்வேலியில் உள்ள சர்ச் மிஷன் உயர்நிலைப் பள்ளியில் பள்ளி இறுதி வகுப்பு மற்றும் இண்டர்மீடியட்டையும் (எஃப்ஏ), சென்னை கிருத்தவக் கல்லூரியில் இளங்கலை (பிஏ) வகுப்புகளையும் முடித்தார். சோமசுந்தர பாரதியார் படித்துக் கொண்டிருந்த காலத்தில் தலைமைப் பேராசிரியர் பரிதிமாற் கலைஞர், மறைமலை அடிகளார் மற்றும் கோபாலாச்சாரியார் ஆகியோர் தமிழ்த் துறையில் பணியாற்றிக் கொண்டிருந்தனர்.

வகுப்பு முடிந்த பிறகு மாலை நேரங்களில் மாணவர்களுடன் கலந்துரையாடுவதையும், ஈற்றடி கொடுத்து வெண்பா பாடி முடிக்கும் போட்டியை நடத்துவதையும் வழக்கமாகக் கொண்டிருந்தார் பரிதிமாற் கலைஞர். 'ருந்துமுகம் அம்போ ருகம்' என்னும் ஈற்றடிக்கு பலர் வெண்பாவை இயற்றினர் என்றாலும் பரிதிமாற் கலைஞர் பாராட்டியது நாவலரின் வெண்பாவைதான்:

முல்லை நகையும் முகைத்தா மரைமுலையும்
ஒல்லை மனமுருக்கும் ஒண்ணுதலும் - தொல்லைதர
நொந்தஉள நோய்தணிக்கு நுண்ணிடைதன் மூரல்ம
ருந்துமுகம் அம்போ ருகம்

சிறந்த வழக்கறிஞராகத் திகழ விரும்பிய சோமசுந்தரம் 1905-ல் சென்னை சட்டக் கல்லூரியில் சேர்ந்து கடைசி ஆண்டுத் தேர்வையும் எழுதி முடித்தார். முடிவுகள் வரும்வரை காலத்தை வீணடிக்க விரும்பாமல் அரசு வருவாய்த் துறையில் எழுத்தராகச் சில காலம் பணியாற்றினார். சட்டப் படிப்பை வெற்றிகரமாக நிறைவு செய்து வழக்கறிஞராகப் பதிவு செய்துகொண்டார். தமிழின் மீதிருந்த தணியாத ஆர்வம் காரணமாக 1913-ல் தமிழில் முதுகலைப் பட்டமும் பெற்றார்.

1905 முதல் 1920வரை தூத்துக்குடியிலும், பின்னர் 1920 முதல் மதுரையிலும் தங்கியிருந்து வழக்கறிஞர் தொழிலைத் திறம்படக் கவனித்துவந்தார். வழக்குகளை வாதாடப் பெருந்தொகை பெற்றார். தனது கட்சிக்காரர் பக்கம் நியாயம் இருக்கிறது என்பதை உறுதிப் படுத்திக்கொண்ட பிறகே வழக்கை எடுத்துக் கொள்வார். பணத்துக்காக எந்த வழக்கையும் ஏற்றுக் கொள்ளாமல்

நேர்மையுடன் தொழில் புரிந்து மிகச் சிறந்த வழக்கறிஞர் என்னும் நற்பெயரைப் பெற்றார். நடுநிலை தவறும் பட்சத்தில் நீதிபதியாகவே இருந்தாலும் அதைச் சட்டத்தின் துணைகொண்டு துணிச்சலுடன் சுட்டிக்காட்டினார்.

'தமிழன் என்றொரு இனமுண்டு, தனியே அவருக்கோர் குணமுண்டு' என்பதற்கு ஏற்பத் தமிழ்ப் புலவர்கள் இடையே 'அழுக்காறு' தொன்று தொட்டே நிலவி வந்தள்ளது. இராமசாமிச் செட்டியார் என்பவர் தனது 'சிவநேசன்' 01/10/1939 இதழில் 79 அடிகள் கொண்ட பாடலை ஆசிரியப்பா இலக்கணத்தில் வெளியிட்டிருந்தார். இந்தப் பாட்டில் இடம் பெற்ற சில வரிகள் தம்மைக் குறை கூறுவதாக உள்ளன என்று அவரது அண்ணன் மகன் குமரப்ப செட்டியார் வழக்கு தொடர்ந்தார். இராமசாமிச் செட்டியார் வருத்தம் தெரிவிக்க மறுக்கவே, குமரப்ப செட்டியாருக்காக வாதாடிய நாவலர் பாடல் வரிகளில் காணப்படும் தவறான கருத்துகளை விளக்கித் தனது கட்சிக்காரருக்கு வெற்றி தேடித் தந்தார். அதேபோல் பீமகவி என்ற தமிழ்ப் புலவரின் சொற்பொழிவில் உள்ள சில குறைகளைப் பட்டியலிட்டுத் தனது 'வித்யாபானு' இதழில் பண்டிதமணி கதிரேசன் செட்டியார் வெளியிடவே இருவருக்கும் கருத்து வேறுபாடு ஏற்பட்டது. பண்டிதமணி மீது பீமகவி வழக்குத் தொடர்ந்தார். பண்டிதமணிக்கு ஆதரவாக நாவலர் வாதாடி அவருக்கும் வெற்றிக் கனியைப் பரிசாக அளித்தார்.

மறைமலை அடிகளாரும் இந்த அழுக்காறுக்குத் தப்பவில்லை. பண்டிதமணி கதிரேசன் செட்டியார், சே.ரா.கந்தசாமிக் கவிராயர், பொ.முத்தையாப் பிள்ளை உள்ளிட்ட சிலர் அவர் மீது வெறுப்பு கொண்டு அவரது புலமையை இழித்தும் பழித்தும் வந்தனர். தனது ஆசிரியரைத் தூற்றும் இவர்களது போக்கைக் கண்டு பொறுக்காமல் மறைமலை அடிகளின் தமிழ் மாணவர்களுள் ஒருவரான நாகை சொ கோபாலாகிருஷ்ணன் என்பவர் அவரைக் கேட்காமலேயே 'ஸ்ரீ ல ஸ்ரீ ஸ்வாமி வேதாசலம் (மறைமலை அடிகள்) பெருமையும் நாட்டுக் கோட்டைச் செட்டியார்களின் சிறுமையும்' என்னும் தலைப்பில் மேற்கூறிய மூவர் பற்றியும் தரக் குறைவாக எழுதி நூலை வெளியிட்டார்.

இவரது செய்கையை மறைமலை அடிகள் ஊக்குவித்து ஆதரவளிக்காத நிலையில் அவர் எந்த வகையிலும் பொறுப்பில்லை. இருப்பினும் இந்நூலைப் படித்த மூவரும் மறைமலை அடிகளார் தூண்டுதல் காரணமாகவே இது எழுத்தப்பட்டிருக்கும் என்ற தவறான முடிவுக்கு வந்து அவர் மீது வழக்குத் தொடர்ந்தனர். இந்த வழக்கில்

சாட்சி சொல்ல வந்தவர்களுள் தமிழ்த் தாத்தா உ.வே.சாமிநாத ஐயரும் ஒருவர். தமிழ்த் தாத்தாவும், நாவலரும் தீவிர முயற்சிகளை மேற்கொண்டு இரு பிரிவினருக்கும் இடையே சமாதானம் செய்து வைத்தனர். வழக்கைத் திரும்பப் பெற்றுக்கொள்ள முடிவாகவே நீதிமன்றம் வழக்கைத் தள்ளுபடி செய்து உத்தரவிட்டது.

கப்பலோட்டிய தமிழன் வ.உ.சிதம்பரம் பிள்ளை தமிழறிஞர் என்பதுடன் அவரே மிகச் சிறந்த வழக்கறிஞரும் கூட. இருப்பினும் அவர் மீது ஆங்கிலேய அரசு பல்வேறு கிரிமினல் வழக்குகளைத் தொடர்ந்தபோது அவருக்காக வாதாடிய வழக்கறிஞர்களுள் நாவலர் சோமசுந்தர பாரதியார் குறிப்பிடத்தக்கவர்.

தமிழும், தமிழிசையும் ஏற்றம் பெற ஒரு பல்கலைக்கழகம் வேண்டும் என்பதற்காகவே செட்டி நாட்டரசர் அண்ணாமலைச் செட்டியார் என்னும் தனியொருவரால் தொடங்கப்பட்டதுதான் அண்ணாமலைப் பல்கலைக்கழகம். தமிழறிஞர்களைத் தேடித் தேடி உரிய பதவிகளை வழங்கிப் பெருமைப்படுத்தினார். யாழ்பாணம் விபுலானந்த அடிகளார் தமிழ்த் துறைத் தலைவராகச் சில காலம் பணியாற்றினார். அவரைத் தொடர்ந்து அப்பதவிக்குத் தகுதியானவர் என்று நாவலர் சோமசுந்தர பாரதியாரைப் பரிந்துரைத்தவர் பண்டிதமணி கதிரேசன் செட்டியார் என்பதுதான் ஆச்சரியமான விஷயம். மறைமலை அடிகள் மீது தொடர்ந்த வழக்கில் தனக்கு எதிராகவும், மறைமலை அடிகளுக்கு ஆதரவாகவும் வாதாடிப், பின்னர் சமரசம் செய்து வைத்தவர் என்ற முறையில் நாவலர் மீது மிகுந்த மரியாதையும் நல்லெண்ணமும் கொண்டிருந்தார். எனவேதான் தமிழ்த் துறைத் தலைவர் பதவிக்கு நாவலரே பொருத்தமானவர் என்று பரிந்துரைத்ததுடன் அதை அவருக்குப் பெற்றும் தந்தார்.

வழக்கறிஞராக அதிக வருமானம் ஈட்டிக் கொண்டிருந்த நிலையில் அண்ணாமலைப் பல்கலைக்கழகத் தமிழ்த்துறைத் தலைமைப் பதவி தேடி வந்தது. அன்னைத் தமிழுக்குத் தொண்டு செய்ய இதுவே சிறந்த வாய்ப்பு என்று எண்ணிய நாவலர், கணிசமான பொருளாதார இழப்பையும் பொருட்படுத்தாமல், செட்டியாரின் வேண்டுகோளுக்கு இணங்கினார். இருப்பினும் அன்றாட நிர்வாகத்தில் தலையீடு இருக்கக்கூடாது. பிற துறைப் பேராசிரியர்களுக்கு இணையாகத் தமிழ்த் துறைப் பேராசிரியர்கள் மதிக்கப்பட வேண்டும். பிற பேராசிரியர்களை விடவும் தனக்குக் கூடுதல் ஊதியம் வழங்க வேண்டும் ஆகிய மூன்று உறுதிமொழிகளைப் பெற்ற பிறகே 1933-ல் தமிழ்த் துறைத் தலைவர் பொறுப்பை ஏற்றுக்கொண்டார்.

தொல்காப்பியம், திருக்குறள், கலித்தொகை, சிலப்பதிகாரம், கம்ப ராமாயணம் ஆகியவற்றுடன் தமிழ் இலக்கிய வரலாறு, தமிழின் சிறப்பு, தமிழர் கலை, பண்பாடு, நாகரிகம் ஆகியவை குறித்தும் பாடம் எடுத்தார். தமிழ், ஆங்கிலம், சட்டப் படிப்புகளுடன், விரிந்த உலகறிவும் இவரது பேராசிரியப் பணிக்குத் துணை புரிந்தன. அண்ணாமலைப் பல்கலைக்கழகத்தில் 'தமிழ் ஆராய்ச்சித் துறையை' உருவாக்கிய பெருமையும் இவரையே சேரும்.

நாவலர் சோமசுந்தர பாரதியின் மாணவர்களுள் டாக்டர் அ.சிதம்பரநாதச் செட்டியார், ச.ஆறுமுக முதலியார், க.வெள்ளைவாரணனார், அ.மு.பரமசிவானந்தம், பூ.ஆலால சுந்தரம் செட்டியார், அ.ச.ஞானசம்பந்தன் ஆகியோர் குறிப்பிடத்தக்கவர்கள். இவர்கள் பின்னாளில் பேராசிரியர்களாகவும், தமிழ்த் துறைத் தலைவர் களாகவும், கல்லூரி முதல்வர்களாகவும் பணியாற்றினார்கள். திராவிட முன்னேற்றக் கழக முன்னோடிகளான இரா நெடுஞ்செழியன், க.அன்பழகன் ஆகியோர் நாவலரின் மாணவரான அ.சிதம்பரநாத செட்டியாரின் மாணவர்கள் ஆவர்.

இவரது தலைமையின் கீழ் பணியாற்றிய ஆசிரியப் பெருமக்களுள் ந.மு.வெங்கடசாமி நாட்டார், பண்டிதமணி கதிரேசன் செட்டியார், லெ.ப.கரு.இராமநாதன் செட்டியார் ஆகியோர் குறிப்பிடத்தக்கவர் கள். அறிஞர்கள் நடுவே திகழ்ந்த நாவலரை 'விண்மீன்களுக்கு இடையே விளங்கும் வெண்ணிலா' என்றும் 'இது போன்ற ஒரு கழகப் பேரறிஞர் குழுவைக் கொண்ட பல்கலைக்கழகம் இனி தோன்றப் போவதில்லை' என்றம் பாராட்டினார் தமிழறிஞர் ச. ஆறுமுக முதலியார்.

1933 முதல் 1938வரை 5 ஆண்டுகள் அண்ணாமலைப் பல்கலைக்கழகத் தமிழ்த் துறைத் தலைவராகப் பணியாற்றிய பிறகு 1942-ல் அதே பல்கலைக்கழகத்தின் 'தமிழ் ஆராய்சித் துறை தலைமைப் பொறுப்பும்' தேடி வந்தது. இருப்பினும் பல்வேறு காரணங்களால் நாவலர் பெருந்தன்மையுடன் அந்தப் பதவியை ஏற்க மறுத்து விட்டார்.

நாவலர் பாரதியார் இலக்கிய மேதை, சிறந்த வழக்கறிஞர் என்பதுடன் நாட்டு விடுதலைக்காக உழைத்த உத்தமரும் கூட. வ.உ.சி. நடத்திய போராட்டங்கள் மற்றும் கிளர்ச்சிகளில் அவருக்குத் தோள் கொடுத்து துணை புரிந்தவர். 1906 -ல் பிரிட்டிஷ் ஆதிக்கத்தை எதிர்த்து 'சுதேசி ஸ்டீம் நேவிகேஷன்' என்ற பெயரில் வ.உ.சி. தொடங்கிய கப்பல் நிறுவனத்தின் செயலர் பொறுப்பைத் திறம்பட வகித்தவர் நாவலர் என்பது பலருக்குத் தெரியாத செய்தி.

தன்னிடம் உள்ள கப்பல்களின் எண்ணிக்கை பற்றிக் குறிப்பிடுகையில் 'எஸ்.எஸ்.பாரதி என்ற தமிழ்க் கப்பல் பெயரையும் சேர்த்துக் கொள்ளுங்கள்' என்று வ.உ.சி. கூறுவாராம். 'எஸ் எஸ்' (SS) என்பது ஸ்டீம் ஷிப்பின் சுருக்கம் என்றாலும், 'சோமசுந்தரம்' (SS) என்ற நாவலரின் பெயரைக் குறிப்பிட்டே வ.உ.சி. கூறியது அவர் மீது கொண்டிருந்த மதிப்பின் வெளிப்பாடாகும்.

இந்தியாவில் 'மாண்டேகு செம்ஸ்ஃபோர்ட் சீர்திருத்தம்' அறிமுகமானபோது அதை ஏற்கலாமா வேண்டாமா என்னும் விவாதம் நாடு முழுவதும் நடைபெற்றது. நெல்லையில் நாவலர் கூட்டிய காங்கிரஸ் மாநாட்டில் ஸ்ரீநிவாச சாஸ்திரியார், சத்தியமூர்த்தி, எஸ் ஸ்ரீநிவாச ஐயங்கார், அன்னிபெசண்ட் அம்மையார் ஆகியோர் கலந்துகொண்டனர். 1919-ல் சென்னைக் கடற்கரையில் 'ரௌலத்' மசோதா தாக்கலுக்கு ஒப்புதல் அளிக்கக் கூடாது என்று வைஸ்ராயைக் கேட்டுக் கொள்வதற்கும், பி.என்.சர்மா மத்திய சட்டசபை உறுப்பினர் பதவியை ராஜிநாமா செய்ததைப் பாராட்டுவதற்கும் நடைபெற்ற கூட்டத்தில் சரோஜினி நாயுடு, சேலம் விஜயராகவாச்சாரியார், தீரர் சத்தியமூர்த்தி ஆகியோருடன் நாவலர் சோமசுந்தர பாரதியாரும் பங்கேற்றார்.

மகாத்மா காந்தியடிகளைத் தென் தமிழ்நாட்டுக்கு முதன் முதலில் அழைத்து வந்த பெருமையும் நாவலரையே சேரும். இதற்குத் தூண்டுகோலாக இருந்தவர் 'இந்து' நாளிதழ் ஆசிரியர் கஸ்தூரி சீனிவாச ஐயங்கார் ஆவார். அண்ணாமலைப் பல்கலைக்கழகத்தில் பணியாற்றிய போதும் காந்தியடிகளை அங்கு வரவழைத்து உரையாற்ற வைத்தார். அவர் சொற்பொழிவற்றிய பின்னர், தனது மகள்கள் மீனாட்சி மற்றும் லலிதா ஆகியோர் அணிந்து கொண்டிருந்த தங்க நகைகளைக் கழற்றித் தேசநலனுக்காக மகாத்மாவிடம் ஒப்படைத்த தியாக சீலர் நாவலர்.

இருப்பினும் பிற்காலத்தில் நாவலர் காங்கிரஸிலிருந்து விலகினார். 'காங்கிரஸில் எந்தக் கொள்கையை விரும்பி சேர்ந்தேனோ, அதிலிருந்து மாறத் தொடங்கியதுதான் எனது விலகலுக்கு முக்கியக் காரணம். மகாத்மாவுக்கும் எனக்கும் நெருங்கிய தொடர்பு உண்டு. அவரைத் தமிழகத்துக்கு அழைத்து வந்ததே நான்தான். இருப்பினும் எல்லோரும் கதர் ஆடைகளையே உடுத்தவேண்டும் என்று காந்தியடிகள் கட்டாயப்படுத்தியபோது தவறு என்று ஆட்சேபித்தேன். மகாத்மாவுடனான கருத்து மோதலே இருவருக்கும் நடுவே இடைவெளியை அதிகப்படுத்தியது' என்றார். இருப்பினும் காந்தியடிகள் சொன்னபடி வாழ்நாள் முழுவதும் கதர் ஆடையே

அணிந்துவந்தார். மகாத்மா மறைந்தபோது 'சாந்த மூர்த்தியின் அருள் ஒளியை மதவெறியனின் இருள் இதயம் விழுங்கிவிட்டது' என்று இரங்கினார்.

'தமிழ்நாட்டில் அரசியல் மொழி தமிழாக இருத்தல் வேண்டும். தமிழர்களின் வாழ்வு, தாழ்வு, வழிபாட்டு முறைகளைத் தமிழ் மொழியில், தமிழர்களைக் கொண்டே நடத்த வேண்டும் என்னும் நோக்கத்தோடு முத்தமிழ்க் காவலர் கி.ஆ.பெ.விசுவநாதத்தால் தொடங்கப்பட்ட 'தமிழர் கழகத்தின்' தலைமைப் பொறுப்பை நாவலர் ஏற்றுக்கொண்டார். இந்த அமைப்பின் முக்கிய நோக்கம் தமிழகத்தில் வேறு எந்த மொழியும் கட்டாயப் பாடமாக இருத்தல் கூடாது என்பதுதான்.

1937-ல் சென்னை மாகாணத்தின் முதல்வராக இராஜாஜி இருந்த போது தமிழகப் பள்ளிகளில் இந்தியைக் கட்டாயப் பாடமாக்கும் திட்டத்தைக்கொண்டு வந்தார். இதன் காரணமாக மாநிலம் முழுவதும் கிளர்ச்சி உருவாயிற்று. தமிழ்ப் பற்று காரணமாக அரசின் முடிவை எதிர்த்த காங்கிரஸ் தலைவர்களுள் நாவலர் முக்கியமானவர். 'இந்தியை எதிர்க்கவில்லை. இந்தித் திணிப்பைத்தான் எதிர்க்கிறோம்' என்பதே அவருடைய நிலைப்பாடாக இருந்தது. 1937 செப்டம்பர் மாதம் சென்னையில் நடைபெற்ற இந்தி எதிர்ப்பு மாநாட்டுக்குத் தலைமை தாங்கி வீர முழக்கமிட்டார். '(1) பள்ளிகளில் இந்தியைக் கட்டாயப் பாடமாக வைப்பது தமிழ் மொழிக்கும், தமிழர் நாகரிகத்துக்கும் கேடு விளைவிக்கும் (2) சட்டமன்றத்திலும் நீதிமன்றங்களிலும் அரசியல் அலுவல் கூட்டங்களிலும் பணிகள் தமிழ் மொழியில் மட்டுமே நடைபெறுதல் வேண்டும்' என்று நாவலர் முன்மொழிந்த இரு தீர்மானங்கள் மாநாட்டில் ஏகமனதாக நிறைவேற்றப்பட்டன. மொழிப் போராட்டமாகச் சென்னையில் தொடங்கிய இந்தி எதிர்ப்பு தந்தை பெரியாரின் தலைமையில் அரசியல் கிளர்ச்சியாக மாறியது.

கட்டாய இந்தித் திணிப்பைக் கைவிடக் கோரி நாவலர் சோமசுந்தர பாரதியார் அப்போதைய முதல்வர் இராஜாஜிக்கு 1937 அக்டோபர் 25 அன்று நீண்ட கடிதம் எழுதி அதைத் தமிழிலும், ஆங்கிலத்திலும் அச்சிட்டு பொது மக்களிடையே விநியோகித்தார். அந்த மடலின் முக்கிய அம்சங்கள் பின்வருமாறு '(1) தமிழின் சிறப்பையும், தமிழினத்தின் நாகரிகத்தையும் குறைக்கும் எந்த நடவடிக்கைக்கும் எதிராகப் போராடுவேன் (2) தமிழ்ப் பள்ளிகளில் இந்தியைக் கட்டாயப் பாடமாகப் புகுத்த வடமாநிலத்தவருக்கு எந்த உரிமையும் இல்லை (3) வடக்கே உள்ள ஆரியர்களுக்கும் தெற்கே உள்ள

திராவிடர்களுக்கும் வேற்றுமைகள் வளர்ந்துள்ள நிலையில் ஒருவர் மொழியை மற்றவர் மீது திணித்தல்கூடாது (4) தமிழறிஞர்களின் கருத்துகளைக் கேட்கத் தவறிய நிலையில், உ.வே.சாமிநாத ஐயரும், மறைமலை அடிகளும் உங்கள் கூற்றை ஏற்றுக் கொள்ளவில்லை (5) இந்தி மொழி தமிழுக்குச் சக்காளத்தி அல்ல என்னும் பசப்பு வார்த்தைகளைக் கூறி தமிழர்களை ஏமாற்ற முடியாது (6) தங்கள் எண்ணங்களும் திட்டங்களும் தமிழர்களுக்குக் கேடாகவே முடியும்' என்று துணிச்சலுடன் இராஜாஜிக்கு கடிதம் எழுதினார்.

'நாட்டுக்கான விடுதலைப் புரட்சியில்கூட நாவலருக்குக் கல்லடி விழவில்லை. ஆனால் தமிழ் மொழி காக்கும் கிளர்ச்சியில், 'தமிழ் வாழ்க' என்று சொன்னதற்காக, அவரது சொந்த ஊரான எட்டையபுர மண்ணில், சொந்த இனத்தவராலேயே கல்லடியும் உதையும் பட்டார்' என்று வருந்தினார் முத்தமிழ்க் காவலர் கி.ஆ.பெ. விஸ்வநாதம். மொழிப் போரின் தீவிரம் காரணமாக 27/10/1939-ல் 'பள்ளிகளில் கட்டாய இந்தி' அரசாணை ரத்தானது.

தசரதன் குறையும் கைகேயி நிறையும், திருவள்ளுவர், சேரர் தாய முறை, சேரர் பேரூர் ஆகிய ஆய்வு நூல்களையும், மாரி வாயில், மங்கலக் குறிச்சிப் பொங்கல் நிகழ்ச்சி ஆகிய இரு படைப்பிலக்கிய நூல்களையும், தமிழ் இலக்கியம், இலக்கணம், சமயம், சொல்லாராய்ச்சி, தமிழ் மொழி, தமிழ்ப் புலவர், தமிழர் நாகரிகம், பண்பாடு, அரசியல் ஆகிய உள்ளிட்ட பல்வேறு பிரிவுகளில் 80க்கும் அதிகமான கட்டுரைகளையும் நாவலர் எழுதி உள்ளார்.

இவற்றுள் நாவலரின் இரு ஆய்வு நூல்களான 'தசரதன் குறையும், கைகேயி நிறையும்' மற்றும் 'திருவள்ளுவர்' ஆகியவை குறிப்பிடத்தக்கவை. 'தசரதன் அறவழி நிரம்பியவன், கைகேயிதான் கொடியவள்'என்ற பொதுவான கருத்துக்கு மாறாக 'தசரதன் அறநெறி தவறாதவன், கையேயின் அவனுக்கு நேர இருந்த பழியைத் தனதாக்கிக் கொண்ட கற்புடையவள்' என்ற தனது வாதத்துக்குச் சான்றாகக்

> 'கொடுத்தொ ழிந்தனை உனக்கரும் புதல்வனை; கிளர்நீர்
> உடுத்த பாரகம் உடையவன் ஒருமகற்கு எனவே'
> கொடுத்த பேரரசு அவன்குலக் கோமைந்தர் தமக்கும்
> அடுத்த தம்பிக்கு மாம்; பிறர்க்கு ஆகுமோ என்றாள்

என்ற கம்பன் (ஆயோத்யா காண்டம் 168) பாடலில் 'கொடுத்து ஒழிந்தனை உனக்கு அரும் புதல்வனை' என்ற வரிகளை ஆய்வு உட்படுத்துகிறார். கைகேயியை மணமுடித்தபோது தசரதன்

‘கன்னியா கல்கமாக’ (மணமகன் மணமகளுக்கு விரும்பி அளிக்கும் பொருள்) அயோத்தி அரசைத் தந்துவிட்டான் என்று வால்மீகி சொன்னதை

‘வானில் உந்தைசொல் மரபி நால் உடைத்
தரணி நின்னதென்று இயைந்த தன்மையால்
உரனில் நீபிறந்து உரிமை யாதலால்
அரசு நின்னதே ஆள்க என்றனன்

என்று பரதனிடம் இராமன் சொன்னதாகக் கம்பனும் (திருவடி 112) பாடல் மூலம் உறுதிப்படுத்துகிறான். ஆக வாக்குறுதி கொடுத்த தசரதனே குறையுடைவன் என்றும் அவன் கொடுத்த வாக்குறுதியை தான் கைகேயி நிறைவேற்றச் சொன்னாள் என்ற வகையில் அவள் கொடியவள் அல்ல என்பதை தனது ஆய்வு முடிவாகப் பதிவு செய்கிறார் நாவலர். கைகேயியை அனைவரும் கொடியவள் என்று கூறி வந்த நிலையில் அதை மறுத்தவர் நாவலர் மட்டுமே என்பது குறிப்பிடத்தக்கது.

‘திருவள்ளுவர்’ என்னும் ஆய்வு நூலில் ‘ஆதிக்கும் பகவனுக்கும்’ அவர் பிறந்தவர் என்பதையும், மயிலாப்பூரில் வாழ்ந்தவர் என்பதையும், ஏலேலசிங்கரின் உதவி பெற்றவர் என்பதையும், வடமொழியிலிருந்து வந்ததே திருக்குறள் என்பதையும் ஆணித்தரமாக மறுக்கிறார். திருவள்ளுவர் மதுரையில் வாழ்ந்தவர் என்றும், வேளிர் குடியில் தோன்றியவர் என்றும், மூன்றாம் சங்கத்தின் முற்காலத்தே வாழ்ந்தவர் என்றும், திருக்குறள் தமிழ் நூல் மரபு வழுவாது இயற்றப்பட்ட தமிழ் நூலே என்று நாவலர் அறுதியிட்டுக் கூறுகிறார். இந்த ஆய்வு நூல் ‘உருவில் சிறியது எனினும் பொருளில் பெரியது’ என்று மா.இராசமாணிக்கனாரும், ‘திறனாய்வு அணுகுமுறைக்கு இவரது நூலையும் ஒன்றாகக் கொள்ளலாம்’ என்று தெ.பொ.மீனாட்சி சுந்தரனாரும் பாராட்டி உள்ளனர்.

நாவலரின் ஆய்வுக் கட்டுரைகளின் தெரிவிக்கும் சில நுணுக்கமான செய்திகள் அவரது மொழிப்புலமையையும், நுண்மாண் நுழை புலத்தையும் வெளிப்படுத்துவதாக அமைந்துள்ளன. தொல் காப்பியம் பாயிரத்தில் வரும் ‘வடவேங்கடம் தென்குமரி ஆயிடை தமிழ்கூர் நல்லுலகம்’ என்ற வரியில் ‘குமரி’ என்பதற்கு ‘கடல்’ என்றும் ‘மலை’ என்றும் ‘ஆறு’ என்றும் பலர் விளக்களித்துள்ளனர். நாவலர் ‘குமரி’ என்பது ‘ஆறு’ என்றும் ‘அது முதல் கடல் கோளுக்கு முன்பிருந்த பழந்தமிழ்நாட்டின் தெற்கு எல்லை’ என்கிறார்.

‘இறையனார் களவியல்’ நூலில் ‘இரவு மனை இகந்த’ என்று வரிக்குத் ‘தலைவி வீட்டை விட்டு வெளியேறி தலைவனுடன் கூடுவாள்’ என்றே பலர் பொருள் கூறுவர். இதை நாவலர் மறுத்து ‘தமிழ் மரபில் வந்த பெண் வீட்டின் எல்லை தாண்டி வெளியேற மாட்டாள். எனவே ‘இகந்த’ (வீட்டு எல்லை தாண்டி) என்ற சொல்லுக்கு மாறாக ‘அகத்த’ (வீட்டு எல்லைக்கு உட்பட்ட) என்றே இருக்கவேண்டும். மூல ஓலைச் சுவடியைப் பார்த்துப் படியெடுத்தவரின் தவறால் வந்த விளைவு’ என்கிறார்.

புறநானூற்றில் ‘என்னை மார்பிற் புண்ணும் வெய்ய’ என்ற பாட்டில் ‘நடுநாள் வந்து’ என்ற சொற்றொடர் வருகிறது. இதற்கு விளக்கம் தந்த நாவலர் ‘ஆரியர்களுக்கு நாள் தொடக்கம் ‘‘காலை 6 மணி’’. அரேபியர்களுக்கு ‘‘மாலை 6 மணி’’. ஐரோப்பியர்களுக்கு ‘‘நள்ளிரவு 12 மணி’’. தமிழர்களுக்கு ‘‘நண்பகல் 12 மணி’’. ஆகவேதான் இப்பாடலில் ‘நடுநாள் வந்தது’’ என்று குறிப்பிடப்/பட்டுள்ளது’ என்றார்.

‘அறம்’ என்னும் தமிழ்ச் சொல்லும் ‘தருமம்’ என்னும் வடமொழிச் சொல்லும் ஒரே பொருளைத்தான் தரும் என்ற பொதுவான கருத்து நிலவினாலும் இரண்டுக்கும் மிகுந்த வேறுபாடு உண்டு. ‘அறம்’ என்பது ‘வயதாலும், குலத்தாலும், இடத்தாலும், காலத்தாலும், பிறவற்றாலும் மாறாது. ஆனால் ‘தருமம்’ என்பது வயதாலும், குலத்தாலும், இடத்தாலும், காலத்தாலும், பிறவற்றாலும் மாறத்தக்கது. அறம் அனைத்தும் தருமம் ஆகலாம். தருமம் அனைத்தும் அறம் ஆகாது’ என்கிறார்.

‘சமயம், சாதி, கொள்கை ஆகியவற்றால் பிளவுபட்டுள்ள நிலையில், தமிழ்ச் சமுதாயத்தை ஒன்றிணைக்கும் சக்தி தமிழ் மொழிக்கே உண்டு என 1937-ல் எண்பது ஆண்டுகளுக்கு முன்பே நாவலர் கூறியது இன்றைக்கும் பொருந்தும். அதே ஆண்டு திருச்சியில் நாவலர் தலைமையில் நடைபெற்ற தமிழர் மாநாட்டில் ‘(1) தமிழ் மாகாணம் மொழி வழியில் தனியாகப் பிரிக்கப்பட வேண்டும் (2) தமிழ் வளர்ச்சிக்காகத் தனியாக ஒரு தமிழ்ப் பல்கலைக்கழகம் அமைக்கப்படவேண்டும் (3) இந்தியைக் கட்டாயப் பாடமாக்கக் கூடாது (4) வளங்களும், எழில்களும் கொண்ட ஆங்கிலத்தைக் கூடக் கட்டாயப் பாடமாக வைப்பது தவறு (5) எல்லாக் கலைகளையும் அறிவையும் தாய்மொழியாம் தமிழில்தான் கற்பிக்க வேண்டும்’ உள்ளிட்ட முக்கியத் தீர்மானங்கள் நிறைவேற்றப் பட்டன. இவற்றுள் சிறப்பானதாகக் கருதப்படும் ‘தமிழ்ப் பல்கலைக்கழகம்’ என்னும் தீர்மானம் நாற்பது ஆண்டுகளுக்குப்

பிறகு அப்போதைய முதல்வர் எம்ஜிஆர் ஆட்சியில் தஞ்சையில் நிறுவப்பட்டது.

'பண்டைத் தமிழர்களுக்குக் கடவுள் நம்பிக்கை உண்டு. இதற்குச் சங்க இலக்கியங்களும், தொல்காப்பியமும், திருக்குறளுமே சான்று' என்று கூறும் நாவலர் கடவுள் நம்பிக்கை உள்ளவர். 'திராவிட இயக்கத்தினர்' கம்ப இராமாயணத்தையும் பெரிய புராணத்தையும் எரிக்கும் போராட்டத்தைத் தீவிரமாக நடத்திய போது நாவலர் அதை வன்மையாகக் கண்டித்தார். 1943 மார்ச் 14 அன்று நடைபெற்ற சொற்போரில் 'கம்பனைப் போன்ற ஒரு சிறந்த கவியை நான் கண்டதில்லை. அத்தகைய சிறந்த கவியை எரிப்பது நல்லதல்ல. அது தமிழ் நெறியும் அன்று' என்று 'எரிக்கக் கூடாது' என்ற தலைப்பில் நாவலரும், 'எரிக்கவேண்டும்' என்ற தலைப்பில் அண்ணாவும் நடத்திய உரை வீச்சுகள் பெரும் கவனத்தை ஈர்த்தன.

'இலட்சியம்' என்னும் வடமொழிச் சொல்லின் திரிபுதான் தமிழில் 'இலக்கியம்' என்று கூறுவதை வன்மையாகக் கண்டிக்கிறார் நாவலர். 'இலட்சியம்' என்பதற்கு 'நோக்கம்' என்னும் பொருளைக் கொண்டால் ஒரு நோக்கத்தோடு எழுதப்படுவதே இலக்கியம் என்றாகும். இப்பொருள் தமிழுக்குப் பொருந்தாது. ஏதாவது ஒரு கருத்தை நிலைநாட்டச் செய்வது இலக்கியம் ஆகாது. எனவேதான் தமிழர்கள் 'இலக்கியம்' என்பதைக் 'குறுகிய' நோக்கமின்றிப் 'பரந்த' நோக்குடன் 'செய்யுள்' என்ற பழந்தமிழ்ச் சொல்லைப் வழங்கினார்கள். 'விழுமிய கருத்துகள் சம காலத்து மக்களை மட்டுமின்றிப் பிற்காலத்தவர்களுக்கும் பயன்படுமாறு எந்த வடிவத்தில் (உரைநடை, பாட்டு) செய்யப்பட்டாலும் அது செய்யுள்தான்' என்று இலட்சியத்துக்கும் இலக்கியத்துக்கும் உள்ள வேறுபாட்டை விளக்குகிறார்.

'பிறமொழிச் சொற்கள் தமிழில் கலப்பதை விட்டொழித்து, தமிழ் எழுத்தியல்பு, மொழி மரபு எதுவும் பிறழாமல் மாற்றி வழங்கலாம். மெய் எழுத்து முதலாகத் தொடங்குவதும், தமிழில் இல்லா ஒலி இயல்புகளை உடையதுமான பிறமொழிச் சொற்களை அப்படியே பயன்படுத்துவது தமிழ் இயல்பையே மாற்றிவிடுவதால் தவறாகும். இக்கேட்டைப் புகுத்தாமல் தமிழைப் பேணவேண்டும்' என்பதே நாவலரின் வேண்டுகோள்..

1944 டிசம்பர் 30 ஆம் நாள் யாழ்பாணம் ஈழநாட்டுத் தமிழ்ப் புலவர் மன்றம் தனது ஆண்டு விழாக் கொண்டாட்டங்களின்போது சோமசுந்தர பாரதிக்கு 'நாவலர்' என்னும் பட்டத்தை வழங்கி பெருமைப்படுத்தியத்தைத் தொடர்ந்து அன்று முதல் 'நாவலர்

சோமசுந்தர பாரதியார்' என்றே அவர் அழைக்கப்பட்டார். 1955 -ல் அண்ணாமலைப் பல்கலைக்கழகத்தின் வெள்ளி விழாக் கொண்டாட்டங்களின் ஒரு பகுதியாக நாவலருக்கு முதுமுனைவர் (D.Lit) பட்டம் வழங்கிக் கௌரவித்தனர்.

சற்றேறக் குறைய எண்பது ஆண்டுகள் நிறவான வாழ்க்கை வாழ்ந்த நாவலர் சோமசுந்தர பாரதியார் 1959 டிசம்பர் 14 அன்று இறைவனடி சேர்ந்தார். இறுதி ஊர்வலத்திலும் இடுகாட்டில் நடைபெற்ற இரங்கல் கூட்டத்திலும் கி.ஆ.பெ.விஸ்வநாதம், ஔவை துரைசாமிப் பிள்ளை, சி.இலக்குவனார் உள்ளிட்ட ஏராளமான தமிழறிஞர்கள் பங்கேற்றனர். பேராசிரியர் சி.இலக்குவனார் 'இருபதாம் நூற்றாண்டு நக்கீரை இழந்துவிட்டோம்' என்று கூறியதுடன்

செஞ்சொற் புலவ! செழுந்தமிழின் காவல!
துஞ்சினையோ தூய தமிழ்ப்பகையை - எஞ்சாது
வெல்லும் துணிவோடு வேறுலகம் சென்றனையோ?
அல்லல் எமக்கே அளித்து

என்ற மேற்கண்ட இரங்கற்பாவையும் பாடினார்.

ரசிகமணி டி.கே.சிதம்பரநாத முதலியார்

அரசியல் தலைவர்கள், எழுத்தாளர்கள், கவிஞர்கள், வள்ளல்கள், புரவலர்கள், ஆசிரியர்கள், சமூக ஆர்வலர்கள், மடாதிபதிகள் ஆகியோருக்கு விழா எடுப்பது வழக்கமான செய்திதான். இதில் ஆச்சரியப்பட ஏதுமில்லை. ஆனால் ஒரு 'ரசிகருக்கு' எங்கேனும் யாரேனும் விழா எடுத்த நிகழ்ச்சியைக் கண்டதுண்டா? குறைந்த பட்சம் கேள்வியாவது பட்டதுண்டா?

ஆம் ஒரு 'ரசிகருக்காக' ஒரேயொரு விழா, அதுவும் நூற்றாண்டு விழா தமிழகத்தில் எடுக்கப்பட்டுள்ளது. விழா எடுத்ததும் தனியார் அமைப்பு அல்ல. அரசாங்கமே அந்த விழாவை முன்னின்று நடத்திக் கோலாகலமாக் கொண்டாடி மகிழ்ந்தது. ஆக, உலகளவில் ரசிகர் ஒருவருக்கு விழா எடுத்துப் பெருமையைத் தேடிக் கொண்டது தமிழக அரசு.

அரசாங்கமே நூற்றாண்டு விழா எடுத்த பெருமைக்கும், புகழுக்கும் உரியவர் தமிழின் சுவையை வாழ்வு முழுவதும் தாயன்புகொண்டு ஊட்டியவர். 'குற்றால முனிவர்' என்றும், 'வட்டத்தொட்டி' நிறுவனர் என்றும், இன்னும் சிறப்பாக அனைவராலும் 'ரசிகமணி' என்றும் 'டி.கே.சி' என்றும் அன்புடன் அழைக்கப்பட்டவரும், அறியப்பட்டவருமான 'டி.கே.சிதம்பரநாத முதலியார்' தான் அப்பெருமகனார். தமிழை எப்படிச் சுவைப்பது, ரசிப்பது என்று என்பதைத் தெளிவாகக்காட்டியவர் என்பதுடன் தமிழ்க் கவிதைகளைக் குறிப்பாகக் கம்ப இராமாயணத்தை ஆங்கிலம் கற்ற

அறிஞர் உலகில் விளையாடச் செய்வதவர் ரசிகமணி டி.கே.சி.' எனப் புகழ்கிறார் வாகீஸ கலாநிதி கி.வா.ஜகந்நாதன்.

தமிழக அரசின் சின்னம் ஸ்ரீவல்லிப்புத்தூர் ஆண்டாள் கோயில் கோபுரம். இது தமிழக அரசின் சின்னமான வரலாறு தெரியுமா? தாய்வழிப் பாட்டனாரின் ஊரான திருவில்லிபுத்தூரில் பிறந்த டி.கே.சி. தனது ஊருக்குப் பெருமை சேர்க்க, அவ்வூர்க் கோபுரத்தைத் தமிழ்நாடு அரசின் சின்னமாக்க விரும்பினார். அப்போதைய முதல்வரும் தனது நண்பருமான ஓமந்தூர் ராமசாமி ரெட்டியாரைப் பரிந்துரைக்கச் செய்ததுடன், ஜவாஹர்லால் நேருவின் ஒப்புதல் பெறவும் காரணமாக இருந்தவர் இவர்தான்.

1882-ல் இரு தவப்புதல்வர்களை தமிழன்னை ஈன்றெடுத்தாள். ஒருவர் கவிதையின் உச்சத்தைத் தொட்ட மகாகவி பாரதியார். மற்றொருவர் ரசனையின் ஆழத்தை அளந்த ரசிகமணி டி.கே.சிதம்பரநாத முதலியார். இவர் மகாகவிக்கு நான்கு மாதங்கள் மூத்தவர். தீதாரப்ப முதலியார் - மீனாள் தம்பதிகளுக்கு மகனாக 1882 ஆகஸ்ட் 7 அன்று பிறந்தார். இவரது ஆரம்பக் கல்வி தென்காசித் திண்ணைப் பள்ளியில் தொடங்கியது. திருச்சி தேசியக் கல்லூரியில் உயர்நிலைப் படிப்பையும், சென்னை கிருத்தவக் கல்லூரியில் பட்டப் படிப்பையும், சட்டக் கல்லூரியில் சட்டமும் பயின்றார். தமிழ் மீதுள்ள ஆர்வத்தால் வழக்கறிஞர் தொழிலில் மனம் செல்லவில்லை. வழக்குகளை ஆய்வு செய்ததைவிடத் தமிழை ஆய்வு செய்த நேரமே அதிகம். பாரதியாரின் பாடல்களால் ஈர்க்கப்பட்ட டி.கே.சியும் இவரது ரசனைக்கு ரசிகரான அவரும் பலமுறை சந்தித்து உரையாடியுள்ளனர்.

'பல்லாயிரம் வருடங்களுக்கு முன் வாழ்ந்த தமிழர்களின் நாகரிகத்தை அறியக் கொடுத்து வைத்துள்ளோம் நாம். இந்த வாய்ப்பு ஆங்கிலேயர்களுக்கோ ஏனைய ஐரோப்பியர்களுக்கோ இல்லை. அந்த வகையில் தமிழர்களாகிய நாம் பாக்கியசாலிகள்' என்று தமிழின் தொன்மை பற்றிப் பெருமைப்படுகிறார் ரசிகமணி. உண்மைதானே. மூவாயிரம் ஆண்டு பழமையுள்ள தொல்காப்பியம், இலக்கண நூல் என்றாலும், அன்றைய கால கட்டத்தில் வாழ்ந்த தமிழர்களின் மேன்மையை நமக்கு விளக்குவதால் டி.கே.சி. கூறியதுபோல் தமிழர்களாகிய நாம் பெரும் பேறு செய்தவர்கள் என்பதில் ஐயமில்லை. கவிதை நன்றாக இருந்தால் கவிஞனின் திறமை என்று மட்டுமே சொல்லக்கூடாது. அவன் கவிதை இயற்றிய மொழியும் அம்மொழி பேசும் மக்களும் திறமையானவர்களே' என்று தமிழுக்கும் தமிழருக்கும் மகுடம் சூட்டி மகிழ்கிறார் டி.கே.சி.

‘தமிழில் என்ன இருக்கிறது? அறிவியலை ஆங்கிலத்துக்கு இணையாகக் கற்றுத் தர இயலுமா?’ என்று தமிழில் பேசுவதைக் கூடத் தாழ்வாகக் கருதி ஆங்கில மோகத்தில் விழுந்த தமிழர்களுக்குப் பதிலடி கொடுக்கும் வகையில் ‘தமிழில் எல்லாம் உண்டு. தமிழின் கவிச் சுவைக்கு ஈடு இணையில்லை. தமிழ் மூலம் அறிவியல் உள்பட அனைத்து இயல்களையும் கற்றுத் தெளிய முடியும்’ என்று ஆதாரபூர்வமாக நிரூபித்தவர் டி.கே.சி.

தமிழில் திறனாய்வுத் துறையை வளர்த்த பெருமைக்குரியவர்கள் வ.வே சு ஐயர், வையாபுரிப் பிள்ளை, டி.கே.சி. என வெகு சிலரே ஆவர். வையாபுரிப் பிள்ளையின் திறனாய்வில் வரலாற்றுக் கண்ணோட்டமும் கால ஆய்வும் மிகுதியாகக் காணப்படும். ஆனால் டி.கே.சியின் திறனாய்வில் அழகியல் சார்ந்த ரசனையே முக்கியத்துவம் பெறும்.

மன்னர்கள் சங்கம் அமைத்துத் தமிழை வளர்த்ததற்கு இணையாகச் சாமானியர் ஒருவரும் 1924-ல் சங்கம் அமைத்துத் தமிழைப் போற்றினார். திருநெல்வேலி வண்ணார்பேட்டையில் இருந்த டி.கே.சியின் வீடே தமிழ் ஆர்வர்கள் கூடும் இலக்கியச் சங்கமாகத் திகழ்ந்தது. அவரது இல்லத்தின் முன்கட்டு ஓர் அகலமான கூடம் அதன் மத்தியில் திறந்தவெளியுடன் தொட்டிக்கட்டு. அந்த தொட்டிக்கட்டு வட்ட வடிவில் இருந்ததால் நாளடைவில் ‘வட்டத் தொட்டி’ என்றே அழைக்கப்பட்டது. இந்த வட்டத் தொட்டியின் தலைவர் ரசிகமணி.

ஒவ்வொரு ஞாயிறும் மாலை ஐந்து மணிக்கு இலக்கியச் சங்கத்தைச் சேர்ந்த அனைவரும் ஒவ்வொருவராக வந்து வட்டத் தொட்டிக்குள் அமர்ந்துவிடுவர். பள்ளி மாணவர் தொடங்கி பேராசிரியர்வரை யார் வேண்டுமானாலும் வருகை தந்து இலக்கிய சுவையைப் பருகலாம். மேலை நாட்டில் டாக்டர் ஜான்சனின் ‘லைப்ரரி க்ளப்புக்கு’ (LIBRARY CLUB) எந்த அளவுக்குப் பெருமையும், முக்கியத்துவமும் உண்டோ அந்த அளவுக்குத் திருநெல்வேலியில் உள்ள இந்த ‘வட்டத் தொட்டிக்கும்’ உண்டு. இவரது ‘வட்டத்’ தொட்டி தமிழ் இலக்கிய ஆர்வலர்களின் ‘வாட்டத்தைப்’ போக்கியது.

ரசிகமணி தனது மாமன் மகளான பிச்சம்மாளைத் திருமணம் செய்து கொண்டார். இவரது இல்லம் இலக்கியவாதிகள் கூடும் அரங்கமாகவே விளங்கியது. அரசு ஊழியர்கள், வழக்கறிஞர்கள், பேராசிரியர்கள், பத்திரிகை ஆசிரியர்கள் என பல்வேறு துறைகளைச் சேர்ந்தவர்கள் இங்கு வந்து வட்டத்தொட்டிக்கு பலமும் வளமும் சேர்ப்பார்கள். ஒவ்வொரு நாளும் திருவிழாபோல் நிறைந்துவிடும்.

செவிக்கு அளிக்கப்படும் விருந்துடன், வயிற்றுக்கும் விருந்து உண்டு. ரசிகமணியின் ரசிகையாக, அவரது இலக்கிய அன்பர்களுக்குத் தாயாகத் திகழ்ந்த அவரது மனைவி பிச்சம்மாள், ‘மோப்பக் குழையும் அனிச்சம் முகந்திரிந்து நோக்கக் குழையும் விருந்து’ என்ற குறளுக்கு ஏற்ப முகம் சுளிக்காமல் ஒவ்வொருவரையும் அன்புடன் வரவேற்று மகிழ்ந்தார்.

‘இந்த நாடு முழுவதும் வட்டத் தொட்டியின் வீர முழக்கம் கேட்கிறது இன்று’ என்று அப்போது தூத்துகுடியின் பிரபல வழக்கறிஞராக இருந்த ஏ.சி.பால் நாடார் ‘கார்டியன்’ என்ற ஆங்கில ஏட்டில் கட்டுரை எழுதியுள்ளார். 1924 -ல் தொடங்கப்பட்ட ‘வட்டத்தொட்டி’ மூன்று வருடங்கள் மட்டுமே நடைபெற்றது. 1927-ல் சென்னை மேலவை உறுப்பினராக நியமிக்கப்பட்ட ரசிகமணியின் தமிழ்க் குரல் சட்டமன்றத்திலும் ஒலித்தது. 1930 முதல் 1935வரை சென்னை மாகாண இந்து அறநிலைத் துறை பாதுகாப்பு ஆணையராகப் பதவி வகித்தபோது தமிழகத்தில் உள்ள கோயில்களில் தமிழகப் பாரம்பரியமும் பழக்க வழக்கங்களும் செழிக்கத் தேவையான அனைத்தையும் நடைமுறைப்படுத்தினார். பதவிக் காலம் முடிந்ததும் 1935-ல் மீண்டும் ‘வட்டத்தொட்டி’ இயக்கத்தைத் தொடர்ந்தார்.

‘பாடல்’ மற்றும் ‘கவிதை’ ஆகியவற்றுக்கு இடையேயுள்ள வேறுபாட்டை அழகாக விளக்குகிறர் டி.கே.சி. ‘புலவர்கள் பாடிய ‘‘பாடல்கள்’’ வெறும் செய்யுட்களே. புலவர்களும், பண்டிதர்களும் மட்டுமே அறிந்து விளக்கம் அளிக்கும் வகையில் அவை இருக்கும். இதற்குக் காரணம் அவற்றில் காணப்படும் புலமையே ஆகும். இந்தப் புலமையே ரசனைக்குத் தடையாக உள்ளது. ஆனால் கவிதை என்பது பாமரன் தொடங்கி பண்டிதன்வரை அனைவரும் ரசிக்கும் வகையில் இருக்கவேண்டும். கவிதையை ரசிக்கப் புலமை அவசியமில்லை, நல்ல ரசனையே போதும்’ என்று சொல்லி ரசனையையே ஒரு கலையாக்கினார். அனைவருக்கும் புரிய வைக்க, வட்டத் தொட்டி மூலம் ஒரு ரசிகர் உலகையே உருவாக்கினார் டி.கே.சி.

கம்பனின் காவியத்தைக் கணீரென்ற உரத்த குரலில் இசையோடு பாடுவதுடன், நயத்தை, நலத்தை, வளத்தை ரசிகமணி எடுத்துரைக்க, மகுடிக்கு மயங்கிய நாகம்போல் வருகை புரிந்தோர் கேட்டு மகிழலாம். வட்டித் தொட்டிக்கு திருநெல்வேலி எல்லை தாண்டி தமிழகம் முழுவதும் ரசிகர்கள் உண்டு. தமிழ்த்தேன் பருக இங்கு வருகை தந்த பிரபலங்கள் சிலரின் பெயரைக் குறிப்பிட்டால்

அதன் மேன்மையையும் சிறப்பையும் தெரிந்துகொள்ளலாம். இராஜாஜி, கல்கி கிருஷ்ணமூர்த்தி, எஸ்.வையாபுரிப் பிள்ளை, ரா.பி.சேதுபிள்ளை, தொ.மு.பாஸ்கரத் தொண்டைமான், எஸ்.மகராஜன், மீ.பா.சோமு, வெள்ளக்கால் சுப்பிரமணிய முதலியார், பி.ஸ்ரீ.ஆச்சார்யா, ஆ.ஸ்ரீநிவாச இராகவன், சக்ரபாணி நம்பியார், ஆ.முத்துசிவன், வித்வான் அருணாசலை கவுண்டர் எனப் பட்டியல் நீண்டு கொண்டே போகும்.

'யாமறிந்த மொழிகளிலே தமிழ் மொழிபோல் இனிதாவதெங்கும் காணோம்' என்றான் மகாகவி பாரதி. இதய வெளிப்பாட்டை இனிதாக உணர்த்தத் தமிழ்க் கவிதைபோல் வேறொன்று உண்டோ?' என்று நினைக்கும் அளவுக்கு டி.கே.சி.யின் ஆத்மார்த்த ரசிப்பும், அனுபவித்து வெளிப்படுத்தும் சிறப்பும், விளக்கத்தைக் கேட்கும் ஒவ்வொருவர் மனத்திலும், தமிழ் மீது ஈர்ப்பையும், ஈடுபாட்டையும் ஏற்படுத்தும். பழம் நழுவிப் பாலில் விழுந்து, அது நழுவி வாயில் விழுந்தால், நாவுக்குக் கிடைக்கும் அதே சுவை, இலக்கிய இன்பத்தை ஏற்ற இறக்கங்களுடன் அவர் சொல்லும்போது செவிகளுக்கும் கிட்டும். இன்பத் தேன் வந்து பாயுது காதினிலே என்பது இதுதான் என்பர் செவிமடுத்த அன்பர்கள்.

படைப்பு, ரசிப்பு, ஆய்வு என்னும் முப்பெரும் பிரிவுகளுள் தமிழில் ஏராளமான படைப்பாளிகளும் ஆய்வாளர்களும் உள்ளனர். ரசிப்பவர்கள் இன்னும் ஏராளம். ஆனால் பெரும்பாலனவர்கள் தங்களுக்குள்ளாகவே ரசிப்பார்கள். தாங்கள் ரசித்ததை மற்றவர்களுடன் பகிர்ந்து கொள்ளும் வழக்கமோ, திறனோ அதிகம் இல்லாதவர்கள். படைப்பாளியாகவும், ஆய்வாளராகவும் சிறக்க வேண்டுமெனில் அடிபப்டையில் நல்ல 'ரசிகனாக' இருக்க வேண்டியது அவசியம். அந்த வகையில் 'ரசிப்புத்' தன்மைக்கே இலக்கணமாகத் திழ்ந்தவர் டி.கே.சி. ஆவார்.

தமிழிக் கவிதைகளைச் சுண்டிப் பார்த்து, அவற்றில் மண்டிக் கிடக்கும் வனத்தையும் வளத்தையும், கவியின்பம் பருக அண்டி வந்த அனைவருக்கும், கிள்ளித் தராமல், அள்ளித் தந்த வள்ளலாகவும், கலைஞராகவும், சுவைஞராகவும் விளங்கியதால் தமிழுலகம் டி.கே.சிதம்பரநாத முதலியாரை 'ரசிகமணி' என்றே வாயாரப் போற்றிப் புகழ்ந்தது.

உரை வீச்சில் மட்டுமின்றி கடிதம் எழுதுவதிலும் தனி முத்திரை பதித்தவர் ரசிகமணி. யார் கடிதம் எழுதினாலும் மறக்காமல் பதிலெழுதும் நற்பழக்கத்தைக் கொண்டிருந்தார். அவர் எழுதும் ஒவ்வொரு கடிதமும் தமிழ்ப் பண்பாடு, தமிழ்க் கலை, தமிழ் இசை,

தமிழ்ச் சமயம், தமிழ் இலக்கியம், தமிழ் இலக்கணம் எனத் தமிழ்ப் பற்றை வெளிப்படுத்துவதுடன், நம்மையும் தமிழின் மீது கவனம் கொள்ள வைக்கும். இதன் மூலம் 'கடித இலக்கியம்' என்னும் புது வகை இலக்கியத்தைத் புகுத்திய பெருமையும் அவரையே சேரும்.

'வட்டத் தொட்டியின்' தலைவரும் நிறுவனரும் ரசிகணி டி.கே.சிதான் என்றாலும், அதைத் தாங்கி நின்ற கல் தூண் அதன் செயலாளர் தொ.மு.பாஸ்கரத் தொண்டைமான். சொல்லின் செல்வர் ரா.பி.சேதுபிள்ளை, வெள்ளக்கால் சுப்பிரமணிய முதலியார் ஆகியோரிடமிருந்து தமிழ் அறிவை வளர்த்துக் கொண்டார். இருப்பினும் 'ரசிகமணி டி.கே.சியின் உரை வீச்சில் ஈர்க்கப்பட்டு அவரது நிழலில் ஒதுங்கிய பிறகே, தமிழ்க் கவி என்றால் என்ன? கம்பன் யார்? அவன் படைத்த காவியத்தின் மகிமை என்ன? என்பதெல்லாம் புரியத் தொடங்கின' என்கிறார் பாஸ்கரத் தொண்டைமான்.

பாஸ்கரத் தொண்டைமான், இராஜாஜி, மீ.ப.சோமு, டாக்டர் திருமூர்த்தி, கவிமணி தேசிக விநாயகம் பிள்ளை, கல்கி, திருப்புகழ் மணி, ஜஸ்டிஸ் மகராஜன் உள்ளிட்ட தனது நண்பர்களுடன் அடிக்கடி சந்தித்து உரையாட இயலாதபோது மனதில் பட்ட விஷயங்களைக் கடிதம் வாயிலாகப் பகிர்ந்து கொள்வார். அவ்வாறு அவர் எழுதிய கடிதங்கள் எண்ணற்றவை. அந்தக் 'கடித இலக்கியம்' புதுமையான இலக்கியமாகவும், ரசிகமணியின் ரசனையில் உருவான தீஞ்சுவைச் சாறாகவும், எண்ணக் களஞ்சியமாகவும் திகழ்கிறது என்பதில் மாறுபட்ட கருத்துக்கு இடமில்லை.

இயல், இசை, நாட்டியம் என முத்தமிழையும் தம்மைப் போலவே தமிழர்கள் அனைவரும் ரசித்து அனுபவிக்க வேண்டுமென டி.கே.சி விரும்பினார். தமிழகத்தில் நடைபெறும் கச்சேரிகளில் தமிழ் இசைப் பாடல்கள் துக்கடாவாகக் கடைசியில் பாடப் படுவதும் வேறு மொழி இசைப் பாடல்களுக்கு முக்கியத்துவம் அளிக்கப்படுவதும் காலம் காலமாக நடைபெறுவதுதான். ஆதரிக்க ஆளின்றித் தவித்த தமிழ் இசையைத் தூக்கி நிறுத்திய பெருமை டி.கே.சி.யையே சேரும். தமிழகம் எங்கும் தமிழிசையைப் பரப்பத் தனி இயக்கத்தையே உருவாக்கிய பெருந்தகையும் இவரே.

1941 -ல் தேவகோட்டையில் நடைபெற்ற மாநாட்டுக்குத் தலைமை தாங்கிய ரசிகமணி, தமிழிசையின் தொன்மை, மேன்மை, இனிமை ஆகியவற்றை விளக்கித், தமிழிசையே உண்மையானது, தெய்வீகமானது என்றார். இன்னும் ஒரு படி மேலே சென்று

‘தமிழிசையைப் போற்றாதவன் தமிழனே இல்லை என்றும், அத்தகையவனுக்கு தமிழகத்தில் இடமும் இல்லை’ என்றும் சீறினார். 1943-ல் சென்னையில் தமிழிசைச் சங்கம் சார்பில் நடைபெற்ற முதலாவது இசை விழாவுக்கும் தலைமை தாங்கியவர் ரசிகமணிதான்.

தமிழிசை இயக்கத்தின் தளபதியாக ரசிகமணி வழிநடத்த, மூதறிஞர் இராஜாஜி, இராஜா சர் அண்ணாமலைச் செட்டியார், ஆர்.கே.சண்முகம் செட்டியார், கல்கி கிருஷ்ணமூர்த்தி, நாதஸ்வர வித்வான் திருவாவடுதுறை இராஜரத்தினம் பிள்ளை, தண்டபாணி தேசிகர், எம்.எஸ்.சுப்புலக்ஷ்மி ஆகியோர் அவருக்கு உறுதுணையாக இருந்தனர்.

கைகளையும் கால்களையும் இழுத்தும், வளைத்தும், காண்போர் கண் கூசும் வகையில் அங்கங்களை ஆபாசமாகவும் அசிங்கமாகவும் ஆட்டும் ஆட்டத்தை அற்புத நடனம் என்று போற்றும் தமிழர் ரசனை கண்டு மனம் வெதும்பினார். தில்லை நடராஜன் ஆனந்தக் கூத்தாடும் தமிழர்களின் பாரம்பரிய நடனமான ‘பரதத்தின்’ மேன்மையையும் சிறப்பையும் தெய்வத் தன்மையையும் பக்திப் பரவசத்தையும் பாரம்பரியத்தையும் தமிழன் உணரும் வகையில் பரதநாட்டியக் கலையை ஊக்கப்படுத்தினார்.

‘ஏட்டுச் சுவடிகளிலிருந்து கம்ப இராமாயணத்தைப் பதிப்பித்தவர்கள் தங்களது படைப்புகளும் அதில் இடம் பெற வேண்டும் என்னும் ஆர்வக் கோளாறில் இடைச்செருகல்களாகச் சிலவற்றை மூலச் சுவடிகள் சேர்த்துவிட்டனர். எனவே அவை விலக்கப்பட வேண்டியவை’ என்றார் ரசிகமணி. சொன்னதோடு நிறுத்தாமல் அவற்றைக் களையெடுக்கவும் முனைந்தபோது ‘இவரைத் தட்டிக் கேட்க ஆளில்லையா?’ என்று பாரதிதாசன் உள்பட பல தமிழறிஞர்கள் அதிர்ந்தனர். ‘எது போலி, எது மூலம் என்று முடிவெடுக்கும் அதிகாரத்தை இவருக்கு வழங்கியவர் யார்? என்றும் கண்டித்ததுடன் எதிர்ப்பையும் தெரிவித்தனர். இருப்பினும் டி.கே.சி. கண்டனங்களுக்கு அஞ்சாமல் ‘இதய ஒலி’, ‘கம்பர் யார்’ ஆகிய நூல்களில் இடைச் செருகல்கள் தொடர்பான தனது ஆய்வுக் குறிப்புகளைப் பதிவு செய்துள்ளார். தொடர்ந்து முத்தொள்ளாயிரம், கம்ப இராமாயணப் பதிப்புகளையும் வெளியிட்டார்.

‘கம்பர் யார்?’ என்ற நூலில் டி.கே.சி. செவி வழிக் கதை ஒன்றைக் கூறுகிறார்: ‘கம்பர் வேலை நிமித்தமாக ஒரு ஊருக்குச் சென்று அங்குள்ள செல்வந்தர் வீட்டில் தங்குகிறார். மாலை வேளை கம்ப இராமாயணப் பிரசங்கம் நடைபெறுவதைத் தெரிந்துகொண்டு

இருவரும் அதைக் கேட்கச் செல்கின்றனர். பிரசங்கம் முடிவடைந்தவுடன் செல்வந்தர் 'நீங்கள் பாடிய இராமாயணப் பாடல்களை இயற்றிய கம்பர் இவர்தான்' என்று பிரசங்கம் செய்தவரிடம் அறிமுகப்படுத்த அவர் 'அடடா! கவிச்சக்கவரத்தி என்று உங்களைச் சும்மாவா சொன்னார்கள்' என்று அகமகிழ்ந்து பாராட்டினார். இதை கேட்ட கம்பர் அதிகம் பேசாமல் 'நீங்கள் பாடிய கம்ப இராமாயணப் பாடல்களில் அங்கும் இங்குமாக என்னுடைய பாடல்களும் ஒன்றிரண்டு இடம் பெற்றுள்ளன' என்று அடக்கமாகச் சொன்னாராம்'.

தான் இயற்றிய இராமாயணப் பாடல்களைக் கேட்டால் கம்பனே நொந்து போகும் அளவுக்குக் கம்ப இராமாயணத்தில் இடைச் செருகல்கள் எந்த அளவுக்கு ஊடுருவி உள்ளன என்பதை இதை விடக் கிண்டலாக யாரும் விளக்க முடியாது. காவியத்தின் மூலத்தைப் பாராட்டுவதில் மட்டுமின்றி அதிலுள்ள இடைச் செருகளைக் கேலி பேசுவதிலும் டி.கே.சியின் ரசனையே தனிதான்.

'கம்பனுக்கு நான் செய்த சேவைகளில் மிகப் பெரிய சேவை அவனை அனுபவித்த சேவைதான்' என்றதுடன் 'கம்பனை எனக்குத் தெரியும், நன்றாகவே தெரியும்' என்று ஒற்றை வரியில் கம்ப இராமாயணத்தில் காணப்படும் இடைச்செருகல்களை நீக்க முனைந்ததன் காரணத்தையும் ஒற்றை வரியில் டி.கே.சி. விளக்குகிறார். டி.கே.சி. பதிப்பித்த கம்ப இராமாயணப் பாடல்களுக்கு அவரே எழுதிய உரைப் பகுதிகளைத் 'தமிழ் இலக்கியத்தின் சிகரம்' என்றும் 'கம்பன் பாடல்களுக்கு இணையானவை' என்றும் க.நா.சுப்பிரமணியம் பாராட்டுகிறார். ரசிகமணியின் வட்டத்தொட்டி வாரிசுகளே இன்றைக்குத் தமிழகம் முழுவதும் பரவியுள்ள கம்பன் கழகங்கள்.

கவிமணி தேசிக விநாயகம் பிள்ளை இயற்றிய சரஸ்வதி பாடலை ரசிகமணி விளக்கும்போது மெய்ம்மறந்த கல்கி, 'இத்தனை கருத்துகள் இப்பாடலில் இருப்பதாகச் சொல்கிறீர்கள். நீங்கள் சொன்ன கருத்துகளையே இக்கவிதையை எழுதும்போது கவிஞர் நினைத்தாரா?' எனக் கேட்டார். 'ஒரு கவிஞன் தன் மனதில் எண்ணும் ஆழமான கருத்து தானாகவே சென்று கவிதையில் புகுந்து கொள்ளும். அறிவுத் திறமையை மீறிய உள்ளுணர்வு கவிஞனைப் பேச வைத்துவிடும்' என்று ரசிகமணி அளித்த விடை எந்தக் காலத்துக்கும் பொருந்தும்.

'கவிதையின் உயிர்நாடி ஒலி முற்றும் கேட்பதற்கு எந்த இடத்தில் எப்படி அழுத்தம் கொடுத்துப் பாட வேண்டும் என்றெல்லாம்

பிறருக்கு அனுபவித்து விளக்கிக் கவிதானுபவத்தில் நண்பர்களைத் திளைக்கச் செய்தவர் டி.கே.சி' என்று விந்தன் நடத்திய 'மனிதன்' இதழில் ரசிகமணி டி.கே.சி.யின் ரசனை குறித்துக் கூறுகிறார் பேராசிரியர் எஸ்.வையாபுரிப் பிள்ளை.

ஈ.வெ.ரா. பெரியாருக்கும் ரசிகமணி டி.கே.சி.க்கும் பல்வேறு கருத்து வேறுபாடுகள் இருப்பினும் பரஸ்பரம் ஒருவருர் மீது ஒருவர் அன்புகொண்டு திறந்த மனதுடன் பழகினார்கள். 1929-ல் திருநெல்வேலியில் பெரியார் படத்தைத் திறந்துவைத்து ரசிகமணி உரையாற்றியபோது 'பெரியார் கொள்கைகள் சற்று விரோதமாகத் தோன்றினாலும் அவை திருமூலர் கூறியதுபோல்

'குருட்டினை நீக்கும் குருவினைக் கொள்ளார்,
குருட்டினை நீக்காக் குருவினைக் கொள்வர்,
குருடும் குருடும் குருட்டாட்டம் ஆடிக்,
குருடும் குருடும் குழி விழுமாறே'

என்பது போன்றதே ஆகும்' என்று நாத்திகத்தைக்கூட ஆத்திக ரசனையோடு கூறினார்.

ரசிகணியின் சஷ்டியப்த பூர்த்தி 1942-ல் குற்றாலம் அருகிலுள்ள திருவிலஞ்சிக் குமாரசாமி கோயிலில் நடைபெற்றபோது பெரியார் கலந்துகொண்டார். முருகன் கோயிலில் நடக்கிற நிகழ்ச்சிக்குப் பகுத்தறிவாதியான நீங்கள் எப்படிப் போகலாம் என்று கேட்டதற்கு 'அறுபதாம் கல்யாணம் முருகனுக்கா நடக்கிறது? முதலியாருக்குத் தானப்பா நடக்கிறது!' என்று எதார்த்தமாக பதிலளித்தார் பெரியார்.

ஆயிரக்கணக்கான ஆண்டுகள் பழமையான பாரம்பரியத்தையும் நாகரிகத்தையும் கொண்ட தமிழுக்குப் 'பண்பாடு' என்ற சொல்லைத் தந்தவர் ரசிகமணி. இது போன்ற எண்ணற்ற சொற்களை அவர் தந்திருக்கிறார். இறப்பதற்கு முதல் நாள் மரணத்தோடு போராடிக் கொண்டிருந்த நிலையிலும், தன்னைப் பரிசோதிக்க வந்த டாக்டர் சேஷகிரி ராவிடம் 'நாவறட்சி' என்கிற தமிழ் வார்த்தைக்கு இணையான சொல் ஆங்கிலத்தில் உண்டா என்று கேட்டிருக்கிறார். மருத்துவர் வந்து புண்ணுக்கு வைத்தியம் செய்கிறார். புண் 'குணமுகம்' காட்டுகிறது என்கிறார். காலிலிருந்து புண்கள் அநேகமாக 'நிரந்து' விட்டன என்கிறார். வெள்ளக்கால் சுப்பிரமணிய முதலியார் அவர்கள் இன்று 'சிறுகாலை'யில் புறப்பட்டுப் போயிருப்பார் என்கிறார். மண் மணம் விரவிடும் பல சொல்லாடல்கள் ரசிகமணிக்கு முயற்சியின்றியே சாத்தியமாகிறது.

'நிரந்தேறிப் பொழிவீர்காள்' எனவும், 'சிற்றஞ்சிறுகாலே' எனவும் வைணவப் பெண் ஆழ்வாரான ஆண்டாள் பாடிய பாசுரம் அவரை ஆட்கொண்டிருக்கக் கூடும். வைஷ்ணவப் பரிபாஷையில் 'தேவரீர் எப்பொழுது எழுந்தருளிற்று' என்பதைச் சொல்கிறபோது அதன் பண்பாடும் சுகமும் எளிதில் விளங்கிவிடுகிறது. அதற்குச் சமமான வரவேற்பு வேறு எந்தப் பாஷையிலும் இருக்காதோ என்று சொல்லத் தோன்றுகிறது. கிரேக்க மொழியில்கூட இல்லாத நளினமும் துல்லியமும் தமிழ் மொழிக்கு இருக்கிறது' என்கிற வின்ஸ்லோவின் கூற்றை அடிக்கடி சொல்லிச் சொல்லிப் பூரித்துப்போவார் ரசிகமணி. 'தமிழைக் கற்பதால் ஆனந்தம் அடைந்தவர் ஒரே ஒருவர்தான். அவர் தான் டி.கே.சி' என்கிறார் வையாபுரிப் பிள்ளை. ஆம். டி.கே.சி. தமிழை ரசிப்பதற்கென்றே பிறந்தவர்.

ரசிகமணி வலியுறுத்திய காரணத்தாலேயே, தமிழ்த்தாத்தா உ.வே.சா. அவர்கள் 'என் சரித்திரம்' என்ற தலைப்பில் தனது வாழ்க்கை வரலாற்றை ஆனந்த விகடனில் தொடராக எழுதியதாக உ.வே.சா.. அவர்களின் மகன் கல்யாணசுந்தரம் குறிப்பிட்டுள்ளார். உ.வே.சா. அவர்களின் சுயசரிதை அவரது வாழ்க்கையை மட்டுமின்றித் தமிழ் இலக்கியத்தின் செழுமையைப் பறைசாற்றும் காலப்பெட்டகமாகவும் திகழ்வதால் இதற்குக் காரணமான டி.கே.சி.க்குத் தமிழுலகம் என்றென்றும் நன்றிக்கடன்பட்டுள்ளது.

ரசிகமணி பத்திரிகையாளரும்கூட. 1931-ல் 'கலைமகள்' தொடங்கப் பட்டபோது அதன் ஆசிரியர் குழுவில் அங்கம் வகித்தார். ஆர்.கே.சண்முகம் செட்டியார் ஆரம்பித்த 'வசந்தம்' மாதப் பத்திரிகையின் ஆசிரியராகவும் சில ஆண்டுகள் இருந்துள்ளார். சென்னை மேல்சபை உறுப்பினராகவும், இந்து அறநிலையத் துறையிலும் சில காலம் பதவி வகித்துள்ளார். 'நுண்துளி தூங்கும் குற்றாலம்' எனத் திருஞான சம்பந்தரால் பாடப் பெற்ற குற்றாலத்தில் தன் இறுதிக் காலத்தைக் கழித்தார்.

மகாத்மா காந்தியடிகள் ஒருமுறை சென்னை வந்திருந்தபோது ராஜாஜி அவரிடம் டி.கே.சி.யை அறிமுகம் செய்துவைத்தார். கம்பராமாயணத்தின் சில பாடல்களை ராகத்துடன் பாடக் கேட்ட காந்தியடிகள் 'இந்தக் காவியத்தை அதன் மூலமொழியில் அனுபவிக்கவேண்டும்' என்று சொன்னபோது , டி.கே.சி. சற்றும் தாமதிக்காமல் 'அதற்கு நீங்கள் தமிழனாகப் பிறக்கவேண்டும்' என்று பதிலளித்தாராம்.

டி.கே.சி.க்குக் கம்பர் கவிதையிலும் தமிழ் மொழியிலும் இருந்த பக்தியானது வெறித்தனத்தை அடிப்படையாகக் கொண்டது அல்ல.

கம்பராமயணத்தின் மீது கொண்ட உள்ளுணர்வையும் மொழி நுணுக்கங்களையும் அடிப்படையாகக் கொண்டது. ரசிகமணி டி.கே.சி. மரணப் படுக்கையில் இருந்தபோது நீதியரசர் மகராஜனை அருகில் அழைத்து, 'உங்களிடம் ஒரு வரம் கேட்கிறேன். நீங்கள் ஒன்றைச் சொல்லிக் கொண்டே இருக்க வேண்டும். தமிழர்களையும் சொல்லவைத்துக்கொண்டே இருக்கவேண்டும்' என்று வேண்டுகோள் விடுத்தார். 'எதைச் சொல்லவேண்டும்' என்று நீதியரசர் கேட்க 'டி.கே.சி. என்று ஒருவன் இருந்தான். உலகத்திலேயே தமிழைப் போன்ற உயர்ந்த மொழி வேறு ஒன்றும் இல்லை. அதேபோல் உலகத்திலேயே கம்பனைப் போன்ற உயர்ந்த கவிஞனும் வேறு ஒருவரும் இல்லை என்று சொல்லுவான். நான் சொன்னதைத் தமிழர்கள் சொல்லிக் கொண்டே இருக்க வேண்டும். இன்று இல்லாவிட்டால் 500 ஆண்டுகள் அல்லது 1000 ஆண்டுகள் கழித்தாவது உலகம் இதை ஒப்புக்கொள்ளும்' என்று டிகேசி சொன்னதாக மகராஜன் குறிப்பிடுகிறார். 'கம்பனைப் போன்று ஒரு ரசிகன் கிடைப்பதற்கு வள்ளுவர் 700 ஆண்டுகள் காத்திருந்தார். டி.கே.சி.யைப் போன்ற ஒரு ரசிகன் கிடைப்பதற்கு கம்பன் 1000 ஆண்டுகள் காத்திருக்க வேண்டியிருந்தது' என்று டி.கே.சி.யின் ரசனையைப் பாராட்டுகிறார் ஜஸ்டிஸ் மகாராஜன்.

தவமாய்த் தவமிருந்து பெற்ற டி.கே.சி.யின் ஒரே மகன் தீத்தாரப்பன் (செல்லையா) 32 வயதில் இறைவனடி சேர்ந்தார். அவன் இறந்த செய்தி கேட்டவுடன் கவிமணி தேசிக விநாயகம் பிள்ளை வெண்பா இலக்கணத்தில் கீழ்க்காணும் இரங்கற்பாவை எழுதி அனுப்பி வைத்தார்:

எப்பாரும் போற்றும் இசைத்தமிழ்ச் செல்வாஎன்
அப்பா அழகியசெல் லையாநான் - இப்பாரில்
சிந்தை குளிரச் சிரித்தொளிரும் உன்முகத்தை
எந்தநாள் காண்பேன் இனி?

கவிமணி எழுதிய இரங்கற்பாவைக் கையில் வைத்துக்கொண்டு, சோகத்தையும் இழப்பையும் மனத்தில் தேக்கி வெளியே காட்டாமல், தமிழ் இன்பத்தில் மூழ்கித் திளைத்தார். 'இப்படி ஓர் அருமையான பாடல் தமிழுக்குக் கிடைக்குமெனில் உயிரைக் கொடுத்தும்கூட அதைப் பெறலாம்' என்று பாட்டின் அருமையை ரசித்த டி.கே.சி.யின் தமிழ்ப் பற்றை என்னவென்று சொல்வது? சிலருக்கு' ரசிப்புத்' தன்மை இருக்கலாம். இன்னும் சிலருக்கு நிலையாமை குறித்த 'ஞானம்' இருக்கலாம். ஆனால் சோகத்திலும், ஞானத்தை மீறி பாட்டை ரசிக்கும் இவரை 'ரசஞானி' என்றுதான் அழைக்கவேண்டும்' என்கிறார் தொ மு பாஸ்கரத் தொண்டைமான்.

தனது ரசிப்புத் தன்மை மூலம் பலரைத் தமிழை ரசிக்க வைத்த வட்டத்தொட்டி நாயகர், வளர்தமிழ் ஆர்வலர், குற்றால முனிவர் என்றெல்லாம் அழைக்கப்படும் ரசிகமணி டி.கே.சிதம்பரநாத முதலியார் 1954 பிப்ரவரி 15 ஆம் தேதி காலமானார். எத்தனையோ படைப்பாளிகளிகளையும் ஆய்வாளர்களையும் தமிழகம் கண்டுள்ளது. ஆனால், இவருக்குப் பின் இன்னொரு 'ரசிகர்' இதுவரை தோன்றவில்லை என்பதே இப்பெருமகனாருக்குள்ள தனிச் சிறப்பாகும்!

'தமிழகத்தில் பாட்டுக்குப் பஞ்சமில்லை தெருவெல்லாம் தலை நிமிர்ந்து நடை போட

ஆனால்! அந்தோ! டி.கே.சி. என்னும் தராசுதான் இல்லை அவற்றை எடை போட'

என்னும் கவிஞர் வாலியின் வரிகள் நூற்றுக்கு நூறு நிஜம்.

மொழியியல் அறிஞர் தெ.பொ.மீனாட்சிசுந்தரனார்

இருபதாம் நூற்றாண்டின் தொடக்கம் பல்வேறு தமிழறிஞர்களைத் தந்துள்ளது. இது பற்றிய பெருமிதத்துடன் 'முழுக்க முழுக்க இருபதாம் நூற்றாண்டைச் சேர்ந்தவன் என்ற இறுமாப்பு எனக்குண்டு. இது இரு உலகப் போர்களைச் சந்தித்துள்ளது. இன்னும் பல குறைகளும் உண்டு. மனிதன் அணுவைப் பிளக்கிறான், வானத்தில் பறக்கிறான், கடலின் ஆழத்தைக் கண்டறிகிறான். ஆனால், மனிதனாகத்தான் வாழத் தெரியவில்லை. வலியில்லாமல் பிள்ளை பெற முடியுமா? இந்த இருள் ஏன்? என்றேனும் ஒரு நாள் விடியப் போகிறது என்பதையே இந்த இருள் காட்டுகிறது' என்ற வரிகள் நூற்றாண்டின் அறிவியல் ஏற்றங்களையும் மனித குணங்களின் இறக்கங்களையும் சுட்டிக் காட்டினாலும், நல்லதையே நம்பிக்கையுடன் எதிர்நோக்கும் நலனையே புலப்பட்டுத்துகிறது. அத்தகைய வாசகங்களுக்குச் சொந்தக்காரர் மொழியியல் அறிஞர் தெ.பொ.மீனாட்சி சுந்தரனார் என்னும் பண்பாளராவார்.

தமிழ், வாலாறு, சட்டம், சமயம், மொழியியல், தத்துவம் சமூகம், ஆன்மீகம், பண்பாடு எனப் பல்துறைக் கல்வியும்; ஆசிரியர், பேராசிரியர், துணை வேந்தர் எனப் பல்வகைப் பணியும், இலக்கியம், இலக்கணம், மொழிபெயர்ப்பு, ஆய்வு எனப் பன்முக அற்றலும் கொண்ட வித்தகர் தெ பொ மீனாட்சி சுந்தரனார்.

தெலுங்கு, மலையாளம், கன்னடம், இந்தி, சமஸ்கிருதம் ஆகிய இந்திய மொழிகளிலும், ஆங்கிலம், ஃபிரெஞ்சு, ஜெர்மன் ஆகிய ஐரோப்பிய மொழிகளிலும் வல்லுனராக விளங்கினார். இவர்

தொழிற்சங்கத் தலைவர், விடுத்தலைப் போராட்ட வீரர் என்பதும் குறிப்பிடத்தக்கது. மொழி இயல் அறிஞராகப் போற்றப்பட்ட தெ பொ மீ நடமாடும் பல்கலைக்கழகமாகவும், அதையும் தாண்டி குறிஞ்சியும், முல்லையும், மருதமும், நெய்தலும் சேர்ந்த ஒரு கழகமாகவே திகழ்ந்தார்' என்கிறார் பேராசிரியர் அ ச ஞானசம்பந்தன்.

பொன்னுசாமி கிராமணியார் - ருக்மணி அம்மாள் தம்பதிகளுக்கு மகனாக 1901 ஜனவரி 8 ஆம் தேதி மீனாட்சிசுந்தரனார் பிறந்தார். திரிசிபுரம் மகாவித்வான் மீனாட்சிசுந்தரம் பிள்ளையின் மாணவரான அஷ்டாவதானி சுப்பராயச் செட்டியாரின் மாணவர் என்ற வகையில் தந்தை பொன்னுசாமி கிராமணியாரே சிறந்த தமிழறிஞர். எனவே, தனது குருவின் குரு மீதும் தமிழின் மீதும் இருந்த பற்று காரணமாகத் தனது மகனுக்கு மீனாட்சிசுந்தரம் என்ற பெயரை வைத்தார். சொந்த ஊர் செங்கல்பட்டு என்றாலும் பிறந்து வளர்ந்தது சென்னை சிந்தாதிரிப்பேட்டையில்தான். அங்குள்ள தொடக்கப் பள்ளி, நடுநிலைப் பள்ளி மற்றும் பச்சையப்பன் உயர்நிலைப் பள்ளியில் படிப்பை முடித்தார்.

பச்சையப்பன் கல்லூரியில் இளங்கலைப் பட்டத்தையும் பொருளாதாரம், அரசியல், வரலாறு ஆகிய பிரிவுகளில் முதுகலைப் பட்டங்களையும் பெற்றார். தொடர்ந்து சட்டக் கல்லூரியில் சட்டப் படிப்பையும் நிறைவு செய்தார். தமிழ் வித்வான் தேர்வில் மாநிலத்திலேயே முதல் மாணவனாக வெற்றி பெற்று பி.ஓ.எல். மற்றும் எம்.ஓ.எல். பட்டங்களையும் குவித்தார். சைவ, வைணவத் தத்துவங்களில் ஆழங்கால்பட்ட அறிவுடன் மிகச் சிறந்த ஆன்மிக வாதியாகவும் விளங்கினார். தமிழறிஞர் கோ.வடிவேலு செட்டியார், பிரதிவாதிபயங்கரம் அண்ணங்கராச்சாரியார், இராமலிங்கத் தம்பிரான் ஆகியோரிடம் பாடம் கற்றார். சென்னை உயர்நீதி மன்றத்தில் வழக்கறிஞராகப் பதிவு செய்திருந்தாலும் பின்னாளில் மிகச் சிறந்த தமிழறிஞராகவே இவர் அறியப்பட்டார்.

1920-ல் தனது பத்தொன்பதாம் வயதில் சென்னை மாநகராட்சித் தேர்தலில் போட்டியிட்டு வெற்றி பெற்றுத் தொடக்கத்தில் நகராண்மைக் குழு உறுப்பினராகவும், பின்னர் சிறப்பு உறுப்பினராகவும், தொடந்து பதினாறு ஆண்டுகள் பதவி வகித்தார். அவரது காலத்தில் பாதாளச் சாக்கடைத் திட்டத்தை அமல்படுத்த தீவிர முனைவுகள் மேற்கொண்டார்.

1923-25-ல் அலுமினியத் தொழிலாளர் சங்கத் தலைவரானர். 1928-ல் 'கலாநிலையம்' என்னும் பத்திரிகையில் 'சேக்கிழாரும்

திருக்கண்ணப்பரும்' என்ற தலைப்பில் தொடர்ந்து நான்கு ஆண்டுகள் கட்டுரைகள் எழுதினார். *1929*-ல் சிந்தாதிரிப் பேட்டையில் செகண்டரி பள்ளியைத் தொடங்கி ஆசிரியராகவும் அங்குள்ள பள்ளிகளுக்குச் செயலாளராகவும் தாளாளராகவும் பணியாற்றினார். *1935*-ல் தேசியக் காப்பீட்டுக் கழகத்தில் இயக்குனராகத் தேர்ந்தெடுக்கப்பட்டார். இதற்கிடையே *1936*-ல் கோ.வடிவேலுச் செட்டியார் மறையவே வேதந்த சங்கத்தின் தலைமைப் பொறுப்பை ஏற்றுக்கொண்டார். முதுகலை மாணவர் களுக்கு இலவசமாக வகுப்புகள் எடுத்ததுடன் நூல்களையும் வெளியிடத் தொடங்கினார்.

இவரது அரசியல் மற்றும் எழுத்தாற்றல் மூதறிஞர் இராஜாஜி, பெரியார் ஈ.வெ.ரா, ஸ்ரீனிவாச அய்யங்கார், தீரர் சத்தியமூர்த்தி ஆகியோருடன் நெருங்கிப் பழகும் வாய்ப்பை ஏற்படுத்தித் தந்தன. சுதந்திரப் போராட்டங்களில் தீவிரமாகப் பங்கேற்றதுடன், மகாத்மாவின் வேண்டுகோளுக்கு இணங்கத் தாழ்த்தப்பட்டவர் களின் முன்னேற்றத்துக்காகக் குடிசைப் பகுதிகளுக்கு சென்று பாட வகுப்புகள் எடுத்தார். *1941*-ல் தனிநபர் சத்தியாகிரகத்தில் ஈடுபட்டதால் சிறையில் அடைக்கப்பட்டார்.

தமிழ் முரசு, தேசபந்து, ஈழகேசரி, கலைக்கதிர் ஆகிய இதழ்களில் ஆன்மீக, சமூக, அரசியல் கட்டுரைகளை எழுதியதுடன், அறிவியல் மேதை ஐயன்ஸ்டீனின் 'ஒப்பியல் கொள்கைகளைத்' (Theory of Relativity) தமிழில் மொழிபெயர்த்து அறிவியல் தமிழ் வளர்ச்சிக்கும் தனது பங்களிப்பை வழங்கினார். 'கல்விச் சிந்தனைகள்', 'வள்ளுவரும் மகளிரும்', 'பிறந்தது எப்படியோ' ஆகிய இவரது நூல்கள் அறிவுக்கும் ரசனைக்கும் விருந்து படைத்தன.

செட்டி நாட்டரசர் அண்ணாமலைச் செட்டியார் விருப்பத்துக்கு இணங்க *1944*-ல் அண்ணாமலை பல்கலைக்கழகத்தில் தெ.பொ.மீ. இரண்டு ஆண்டுகள் பேராசிரியராக பணியாற்றினார். இதனைத் தொடர்ந்து நடைபெற்ற அனைத்திந்திய வரலாற்று மாநாட்டில் திராவிடப் பிரிவு தனியாக உருவாக்கப்பட்டு அதன் தலைவராக அமர்த்தப்பட்டார். இவரது புலமை தமிழக எல்லை தாண்டி அகில இந்திய அளவில் அங்கீகரிக்கப்பட்டதற்கு இந்தப் பதவியே சிறந்த சான்றாகும். கல்லூரியில் துறைத் தலைவராக இருப்பதற்கு சம்பந்தப்பட்ட துறையில் முதுகலைப் பட்டம் பெற்றிருக்க வேண்டும் என்னும் விதியைத் தளர்த்திச் சென்னை மாநிலக் கல்லூரியின் முதன்மைத் தமிழ்ப் பேராசிரியராக நியமிக்கப்பட்டார். *1954 - 58*வரை நான்கு ஆண்டுகள் பணியில் இருந்தபோது ஆய்வுத்

துறையை ஏற்படுத்துதல், முதுகலைப் பட்டம் பெற்றவர்களை ஆய்வாளராகச் சேர்த்துக் கொள்ளுதல், ஒப்பிலக்கியப் பிரிவில் முதுகலைப் பட்டத்தை அறிமுகப்படுத்துதல், தமிழ் மொழி வரலாற்றை அறிவியல் பூர்வமாக விளக்கக் கல்வெட்டு மொழி ஆய்வு துவக்கம் என இவர் எடுத்த நான்கு முக்கிய முடிவுகள் இவரது திறனுக்குக் கட்டியம் கூறும்.

அண்ணாமலைப் பல்கலைக்கழகத்தில் தமிழ்க் கீழ்த்திசை மொழித் துறை மற்றும் தமிழ் ஆய்வுத் துறை என இரு பிரிவுகள் தனித்தனியாக இயங்கிக்கொண்டிருந்த நிலையில் அதன் தலைவராகத் தெ.பொ.மீ.யை நியமித்தனர். 1958-ல் தமிழ்க் கலைத் துறை மற்றும் தமிழ் தவிர்த்து திராவிட மொழித் துறை ஆகிய புதிய துறை உருவாக்கப்பட்டு அதன் தலைவராகவும் தெ.பொ.மீ. நியமிக்கப் பட்டார். தமிழ் தவிர்த்த திராவிட மொழியைக் கற்பிக்கும் துறையாக மாறவும், சான்றிதழ், பட்டயம், பட்டம், முதுகலைப் பட்டம் ஆகிய வகுப்புகள் தொடங்கவும் இவரே காரணம். சில ஆண்டுகள் கழித்து அது மொழியியல் துறையானபோது அதன் தலைமைப் பொறுப்பையும் ஏற்றுக்கொண்டார். பல்கலைக்கழக மானியக் குழுவின் அங்கீகாரம் மற்றும் நிதி உதவிகளும் கிடைத்ததைத் தொடர்ந்து அகில இந்திய அளவிலான உயர்நிலை ஆய்வுத் துறை மையமாக உயர்ந்தது. அவர் பணியாற்றிய எட்டு ஆண்டுகளில் பல்வேறு பொறுப்புகளை வகித்ததுடன் புதிய துறைகளை உருவாக்கிய பெருமையும் தெ.பொ.மீயையே சேரும்.

1962-ல் சிகாக்கோ பல்கலைக்கழகத்தில் தமிழ்த் துறை தொடங்கப் பட்டதை முன்னிட்டுத் தமிழ் இலக்கிய மற்றும் தமிழ் மொழி வரலாறுகள் குறித்துச் சொற்பொழிவுகள் நடத்தினார். இச்சொற் பொழிவுகள் பின்னாளில் நூல்களாகவும் வெளியாயின. 1966-ல் தெ.பொ.மீனாட்சிசுந்தரனார் மதுரைப் பல்கலைக்கழகத்தின் துணை வேந்தரனபோது அப்பல்கலைக்கழகத்தின் முதல் துணை வேந்தர் என்ற பெருமையையும் பெற்றார். ஐந்து வருடங்கள் சீரிய பணியைத் தொடர்ந்து 1971-ல் ஓய்வு பெற்றார். பணி மூப்பு அவருக்கு ஓய்வைத் தந்தாலும் தமிழ் அவரை விடவில்லை. திருப்பதி வேங்கடவன் பல்கலைக்கழகத்தில் அனைத்துலக திராவிட மொழியியல் பள்ளியின் சிறப்பு ஆய்வாளராக நியமிக்கப்பட்டார். அங்கு பணியாற்றிய காலத்தில் 'தமிழ் இலக்கணத்தில் அந்நிய மொழி முன்மாதிரிகள்' என்ற நூலையும் எழுதி முடித்தார்.

'அன்பு மொழி', 'அன்னீத நாடகம்', 'உலக நாகரிகத்தில் தமிழரின் பங்கு', 'சேக்கிழாரும் திருக்கண்ணப்பரும்', 'தமிழும் பிற

பண்பாடும்', 'கல்விச் சிந்தனைகள்', 'கால்ட்வெல் ஐயர் இயற்றிய திராவிட மொழிகளின் ஒப்பிலக்கணம்', 'கானல் வரி', 'குடிமக்கள் காப்பியம்', 'சமணத் தமிழ் இலக்கிய வரலாறு', சம்பந்தரும் சமணரும்', 'தமிழா நினைத்துப் பார்', 'தமிழ் மணம்', 'மனோதத்துவ சாஸ்திரம்', 'வள்ளுவரும் மகளிரும்', 'வள்ளுவர் கண்ட நாடும் காமமும்', 'பிறந்தது எப்படியோ', 'வாழும் கலை' உள்பட கல்வியியல், மொழியியல், உளவியல், தத்துவம், பண்பாடு, இலக்கியம், இலக்கணம், ஆய்வு எனப் பல்வேறு பிரிவுகளில் தெ.பொ.மீ. தமிழில் 33 மற்றும் ஆங்கிலத்தில் 16 நூல்களைப் படைத்துள்ளார். இவை தவிர நூற்றுக்கணக்கான கட்டுரைகளையும் தமிழிலும் ஆங்கிலத்திலும் எழுதியுள்ளார்.

இந்தோ-ஐரோப்பியம், திராவிடம், ஆஸ்ட்ரோ ஏஷியாடிக், திபெத்திய-பர்மியம் என இந்தியா நான்கு மொழிக் குடும்பங்கள் கொண்ட நாடு என்றும், ஈராயிரம் ஆண்டு தொடர்பு காரணமாக இன்று இந்திய மொழிகளில் ஒலியியல், சொல்லியல், தொடரியல் நிலையில் பல ஒற்றுமைகள் காணப்படுவதால் 'இந்தியா ஒரு மொழியியல் பரப்பு' என்று பல்வேறு ஆய்வுகள் மூலம் நிரூபித்துள்ளார்.

சமஸ்கிருதம், தமிழ் உள்பட பன்மொழிப் புலவராகவும் வரலாற்று ஆய்வாளராகவும் இருந்த காரணத்தால் எது முதலில் தோன்றியது, எது உயர்ந்தது என்ற உணர்ச்சிவாதங்களில் தீவிரம் காட்டாமல், வரலாற்று ஆய்வு நோக்கில் அறிவு வழிப்பட்ட நடுநிலைக் கருத்தையே கொண்டிருந்தார். வடமொழிக் கருத்துகள் தமிழில் இருப்பதுபோல், பல தமிழ் மொழிக் கருத்துகள் வடமொழியிலும் இருப்பதை நிரூபித்தார். நாயன்மார்கள் ஆழ்வார்களின் கருத்துகளை ஆதிசங்கரர், இராமானுஜர் ஆகியோர் தங்கள் வடமொழி நூல்களில் தழுவிக் கொண்டதையும் குறிப்பிட்டுள்ளார். அதே நேரம் பெரிய புராணம் மற்றும் சிவஞான போதம் ஆகியவை வடமொழித் தழுவல் நூல்கள் என்பதைத் தக்க ஆதாரங்களுடன் மறுத்து அவை தனித்துவம் பெற்ற தமிழ் நூல்களே என்றும் உறுதிபடக் கூறினார்.

சங்க இலக்கிய எட்டுத் தொகை நூல்களுள் ஒன்றான 'நற்றிணை' 172 ஆம் பாடல் தமிழரின் அன்புள்ளம் தாவரங்களையும் மனித உறவுகொண்டு நேசிக்கும் பாங்குக்கு எடுத்துக்காட்டு என்று நெகிழ்கிறார் தெ.பொ.மீ. 'விளையாடு ஆயமொடு வெண்மணல் அழுத்தி' என்று தொடங்கும் பாடலின் நான்காவது அடி 'நும்மினும் சிறந்தது நுவ்வை ஆகும் என்று அன்னை கூறினள்' என்று வரும். இதற்கு உரை எழுதிய தமிழறிஞர்கள் 'நுவ்வை' என்ற சொல் 'உன்

தங்கை' என்று பொருள் காண, தெ.பொ.மீனாட்சிசுந்தரனாரோ 'நுவ்வை' என்பது 'உன் அக்கா' என்று தக்க சான்றுகளுடன் பொருள் கூறி விளக்கி உள்ளார்.

தமிழிலிருந்து மற்ற திராவிட மொழிகளுக்கும் அவற்றிலிருந்து தமிழுக்கு வந்த இலக்கியங்களையும் தெ.பொ.மீ. பட்டியலிட்டுள்ளார். தமிழில் 'ஆண்டாள் வரலாறு' தெலுங்கில் 'கிருஷ்ண தேவராயரால் ஆமுத்த மால்யா' என்றும், கோபால கிருஷ்ண பாரதி தமிழில் எழுதிய நந்தனார் சரித்திரத்தில் அந்தண நிலக்கிழார் என்னும் மூலத்தில் இல்லாத புதிய கதாபாத்திரத்தை கன்னட நூலைத் தழுவியே அவர் உருவாக்கி உள்ளார் என்பதையும் தக்க ஆதாரங்களுடன் நிரூபித்தார். காஞ்சி காமகோடி பீடாதிபதி பரமாச்சார்ய ஸ்வாமிகளும் மூலத்தில் இல்லாத அந்தண நிலக்கிழார் கதாபாத்திரத்தை கோபால கிருஷ்ண பாரதி தமிழில் மொழிபெயர்த்த 'நந்தனார்' சரித்திரத்தில் தவறாகப் படைத்துள்ளதாகக் குறிப்பிட்டதும் இங்கே பதிவு செய்யத்தக்கது. ஒப்பிலக்கிய நோக்கில் தமிழ், சமஸ்கிருதம் உள்ளிட்ட ஏனைய இந்திய மொழிகள் இலக்கியங்களையும், சொற்களையும் பரஸ்பரம் ஒன்றுக்கொன்று 'கொண்டும் கொடுத்த' நிலையில்தான் இந்தியப் பண்பாடு உருவானது என்பதே அவருடைய ஆணித்தரமான கருத்தாகும்.

அவர் பிறந்த நூற்றாண்டின் தொடக்க காலம் ஓலைச் சுவடி எழுத்துகள் ஏந்திய அச்சுகளாக மாறிய பதிப்புக் காலம் என்பதால் தனது பங்களிப்பாகச் சூளாமணி, மகாபுராண அம்மானை, தொல்காப்பியச் சொல்லதிகார கல்லாடர் உரை ஆகியவற்றைப் பதிப்பித்துள்ளார். இவரது தொல்காப்பியப் பதிப்பு நெறிமுறைகளுடன் அமைந்த பதிப்பாகவும் ஆய்வு நோக்கில் அதிலுள்ள இடைச் செருகல்களை விளக்கியதற்காகவும் பாராட்டைப் பெற்றது. மர்ரே ராஜம் கம்பெனி வெளியிட்ட தொல்காப்பியம், சங்க இலக்கியம் மற்றும் சென்னை கம்பன் கழகத்தின் கம்ப இராமாயணம் நூல்களின் பதிப்புகள் சிறப்பாக வெளிவர பதிப்புக் குழுவின் தலைவராக இருந்துள்ளார்.

தமிழறிஞர், ஆய்வாளர் மற்றும் பதிப்பாளர் என்பதுடன் சமூகப் பணிகளில் ஈடுபாடு கொண்டவராக இருந்த காரணத்தால் ஜனநாயகத்திலும் எதிர்காலத்திலும் அவருக்கு அபரிமிதமான நம்பிக்கை இருந்தது. இருபதாம் நூற்றாண்டின் மொழி சார்ந்த பல்வேறு பிரச்னைகளுக்கு அவர் வழிகாட்டியாகவும் செயல்பட்டார். அவரைப் பொறுத்தவரை இலக்கியம் சமூகத்துக்குப்

பயன்பட வேண்டும், கல்வி மனித மனத்தைச் செம்மைப்படுத்த வேண்டும் என்பதே அவரது குறிக்கோள். அவரது கல்வியில் இலக்கியம், மொழி, வரலாறு, தத்துவம் ஆகியவை அடங்கி யிருந்தாலும், வரலாறு என்பது தனித்துவம் பெறாமல் ஏனைய பிரிவுகளுடன் பிணைந்து ஒப்பிலக்கிய நோக்கில் வெளிப்பட்டுள்ளது.

தெ.பொ.மீயைப் பொறுத்தவரை வரலாறு என்பது கால மாற்றங்களை விளக்குவதுடன், ஒற்றுமையையும் காட்ட வேண்டும் என்று விரும்பினார். இது குறித்து அவர் விளக்குகையில் 'தமிழிலக்கியப் போக்கு மாறி மாறி வந்தாலும், மலையில் தொடங்கிப் பல்வேறு வளைவு நெளிவுகளுடன் கடலில் விழும் ஆற்றைப்போல் ஒற்றுமை உடையதாகத் தோன்றவேண்டும். பல மணிகளுக்கு இடையே கோர்க்கப்பட்ட சரடு போன்று தமிழ் இலக்கிய வரலாறு பலப்பல இலக்கியங்களையும் வரலாற்று முறையில் ஒன்றாக்கிக் காட்டுதல்வேண்டும்' என்கிறார்.

'மொழி' குறித்த அவரது விரிந்த பார்வை கவனிக்கத் தக்கது. குறிப்பாகத் தமிழ் மொழி குறித்த தனது ஆதங்கத்தை ஐம்பது ஆண்டுகளுக்கு முன்பே கீழ்க்கண்டவாறு வெளியிட்டுள்ளார். 'மொழி என்பது சமூகத்தின் உயிர்நாடி. படித்தவன் - படிக்காதவன், ஏழை - பணக்காரன், ஆண் - பெண், இனம், மதம், வேறுபாடில்லாமல் அனைவரையும் ஒன்றாக இணைப்பது மொழியே ஆகும். மனிதன் சமூகக் குழுவாக வாழ்வதே உலகில் பல மொழிகள் இருக்க முக்கிய காரணம். எனவே மொழியை ஒரு சமூகத்தின் பிரதிபலிப்பு என்றாலும் மிகையில்லை. மொழி கட்டமைப்பும் பயன்பாடும் கொண்டது. கட்டமைப்பு என்பதை இலக்கணம் என்றும் அந்த ஆய்வை மொழியியல் ஆய்வு என்றும், மொழியின் பயன்பாட்டையும் வளர்ச்சியையும் ஆய்வதைச் சமூக மொழியியல் என்றும் கூறலாம்.

மொழி என்பது பேச்சு மற்றும் எழுத்து ஆகிய இரண்டையும் குறிக்கும். இடம், காலம் ஆகியவற்றைக் கடந்து பயன்படுவதால் அது அச்சமூகத்தின் நாகரிக வளர்ச்சியையும் அடையாளம் காட்டும். பல பழங்குடி மற்றும் வளர்ந்த சமூகங்களின் மொழிகளுக்கு எழுத்து வடிவம் இல்லாததால் அவை இன்னும் பேச்சு மொழியாகவே உள்ளன. ஒரு மொழி எழுத்து மற்றும் பேச்சு மொழியாக இருப்பதால் மட்டுமே அதை வளர்ந்த மொழியாகக் கருத முடியாது. மொழியை எந்தெந்த துறைகளில் பயன்படுத்துகிறோம் என்பதைப் பொறுத்தே அந்த மொழியின் வளர்ச்சி அமையும்.

இன்றக்கும் இந்திய மொழிகள் குறிப்பாக தமிழ் மொழி ஆட்சி மொழியாக, அலுவல் மொழியாக, உயர்கல்வி மொழியாக, நீதிமன்றமொழியாகப்பயன்படுத்தப்படவில்லை. இதன்காரணமாகவே பன்னாட்டு சமூக மொழியியலாளர்கள் இந்திய மொழிகளை ‘வளரும்’ மொழி என்றும், ஆங்கிலம், ஃபிரெஞ்ச், ஜெர்மன், ஜப்பானிய மொழிகளை ‘வளர்ந்த’ மொழிகள் என்றும் பிரித்துள்ளனர். வளர்ந்த மொழி அது சார்ந்த சமூகத்தின் தாய்மொழியாகப் பயன்படுத்தப்படுவதுடன், புதிய அறிவியல் மற்றும் தொழில்நுட்பக் கருத்துகள் அம்மொழியில்தான் முதன் முதலில் எழுதப்படுகின்றன. இந்த அடிப்படையில்தான் நமது தாய்மொழியாம் தமிழ் மொழி பல்லாயிரம் ஆண்டு பழமைப் பெருமை பெற்றிருந்தும் இன்னும் ‘வளரும்’ மொழியாகவே கருதப்படுகிறது. அது வளர்ந்த மொழியாகக் கருதப்பட மேலே சொன்னதுபோல் தமிழ் மொழி ஆட்சி மொழியாக, அலுவல் மொழியாக, உயர்கல்வி மொழியாக, நீதிமன்ற மொழியாக வேண்டியது கட்டாயமாகும்’.

மேலும் தமிழ் மொழியில் வரி வடிவமாற்றம், எழுத்துச் சீர்திருத்தம் ஆகியவை செய்வது அறிவியல் ரீதியாக அவசியம் என்று முதன் முதலில் குரல் கொடுத்தவர் தெ.பொ.மீனாட்சி சுந்தாரனாரே. இது குறித்த அவரது பரிந்துரைகள் பின்வருமாறு (1) உயிர் எழுத்துகளில் இகர குறில் நெடிலுக்கு இடையே வடிவ ஒற்றுமையை ஏற்படுத்துவது (2) இகர, ஈகார, உகர, ஊகார உயிர்மெய் எழுத்துக்களில் சீர்மையை எற்படுத்துவது (3) ஔகார உயிர் எழுத்திலும் உயிர்மெய் எழுத்திலும் உள்ள ளகர வடிவத்திலும் மாற்றம் செய்வது - அதாவது இறுதி நேர்கோட்டில் அடியில் இடது பக்கத்தில் சிறு சாய்வுக்கோடு சேர்ப்பது. முதல் மாற்றம் கல்வெட்டில் காணப்படுவது, இரண்டாவது மாற்றம் எல்லோருக்கும் பழக்கமான கிரந்த எழுத்துக்களின் வடிவத்தை ஒட்டியது. மூன்றாவது மாற்றம் கூட்டெழுத்தையும் தனியெழுத்தையும் மாற்ற அவரே கூறிய யோசனை. தனது வேண்டுகோளை ஏற்று ஈ.வெ.ரா பெரியார் விடுதலை நாளேட்டில் தமிழ் எழுத்துகளின் வரி வடிவத்தில் அறிமுகப்படுத்திய சில மாற்றங்களை மனமுவந்து பாராட்டினார்.

எழுத்து சீர்திருத்தம் மொழி வளர்ச்சிக்கு ஒரு கருவி என்றும், மொழி வளர்ச்சி என்பது மொழியின் பயன்பாட்டு வளர்ச்சியே என்றும், இவை சாத்தியப்பட, தமிழ் உயர்கல்வி மொழியாகப் பயன்படுத்தப் படவேண்டும் என்று தீவிரமாக வலியுறுத்தினார். கல்லூரிகளில் தமிழ் பயிற்றுமொழியாக ஆசிரியர்களுக்குப் பயிற்சி கொடுத்ததுடன், தமிழில் பல அறிவியல் நூல்களையும் எழுதினார்.

தெ.பொ.மீயின் மொழியியல் ஆய்வில் ஒப்பிலக்கண ஆய்வு மற்றும் மொழியியல் ஆய்வு ஆகிய இரு நிலைகள் காணப்படுகின்றன. ஒப்பிலக்கண அறிவே தமிழ் மொழி வரலாற்றை ஆய்வு செய்யவும், தமிழ் இலக்கணங்களை வரலாற்று நோக்கில் பார்க்கவும் தூண்டியிருக்கவேண்டும். மொழியியல் நோக்கில் இலக்கணமும் வரலாற்று நோக்கில் பிற மொழிச் சொற்களையும் அடையாளம் கண்ட பிறகே வரலாற்று மொழியியல் நோக்கில் மொழி வரலாறு எழுத முடியும்.

மொழி வரலாறு என்பது மொழியின் பொதுப் பண்புகள், கிளைமொழி வழக்குகள், நூல்கள் வரலாறு என்ற முறையில் அமைத்தே பரிதிமாற் கலைஞர் தமிழ் மொழி வரலாற்றை எழுதினார். ஆனால் மொழியியல் நோக்கில், மொழியின் கட்டமைப்பில், பேச்சு மொழியில் ஏற்படும் மாற்றங்களை விளக்குவதே மொழி வரலாறாகக் கருதப்படுகிறது. எனவேதான் தெ.பொ.மீ. இலக்கியத்தை விடப் பேச்சுமொழியை அதிகம் பிரதிபலிக்கும் கல்வெட்டு மொழியையும், வெளிநாட்டார் தமிழ் பற்றி எழுதிய குறிப்புகளையும், ஐரோப்பிய மொழியில் எழுதிய இலக்கணங்களுடன், அந்தக் காலத்தில் வழங்கி வந்த தமிழ் எழுத்துகளின் ஒலி மதிப்பு, வரி வடிவம், பேச்சு மொழிக் கூறுகளையும், பிராமி தமிழ் கல்வெட்டுக்களையும், மொழியியல் மற்றும் வரலாற்று நோக்கிலும் ஆய்வு செய்தார். சங்க இலக்கியங்கள் தமிழ் மொழி வரலாற்றுக்கும், ஒப்பிலக்கண வரலாற்றுக்கும் முக்கியக் கருவூலம் என்பதால் அவற்றின் ஆராய்ச்சியிலும் கூடுதல் கவனம் செலுத்தினார்.

தமிழ்ச் சொற்களில் போர்ச்சுகீஸ் மொழியின் தாக்கம் குறித்து தெ.பொ.மீ. எழுதிய கட்டுரை கவனிக்கத்தக்கது. இதன் அடிப்படையில் அவர் மேற்கொண்ட் மொழி ஆய்வே 'தமிழ் மொழி வரலாறு' என்னும் நூலாக வெளியானது. இதில் அவர் கூறும் முக்கியச் செய்திகள் (1) மொழி வரலாற்றுக்குப் பயன்படும் சான்றுகளும் அவற்றின் நிறையும் குறையும் (2) தமிழ் தொல் திராவிடத்திலிருந்தும் தொல் தென் திராவிடத்திலும் வளர்ச்சி பெற்ற வளர்ந்த மொழி (3) தமிழின் மிகப் பெரிய எழுத்துச் சான்று தமிழ்ப் பிராமி கல்வெட்டுக்களே. இதனை அடுத்தே தொல்காப்பியம் தோன்றியிருக்கவேண்டும் (4) ஒவ்வொரு காலகட்டத்திலும் மொழி மாற்றங்களைப் பட்டியலிட்டது (5) வரலாற்று மொழியியல் கருத்தை ஒட்டி மொழி வரலாற்றை அகவரலாறு (பரிணாம வளர்ச்சி) என்றும் புறவரலாறு (அரசியல், சமூகம்) என்றும் பிரித்து விளக்கியது.

இலக்கணத்தில் புதைந்துள்ள கோட்பாடு மற்றும் மறுவர்ணனை ஆய்வுகளில் தெ.பொ.மீ. தீவிர கவனம் செலுத்தினார். ஒப்பாய்வு, இலக்கண வளர்ச்சி, தமிழ் அறிஞர்களின் இலக்கணக் கல்வி வரலாறு, கருத்து மோதல் ஆகியவற்றை உள்ளடக்கி இலக்கண வரலாற்றை எழுதினார். இளம்பூரணரின் தொல்காப்பிய உரையே நன்னூல் இலக்கணம் உருவாக உதவியது என்றும், மயிலைநாதர் உரை தொல்காப்பியம், நன்னூல் ஆகிய இரண்டையும் தழுவியது என்றும், வடமொழி, தொல்காப்பியம் மற்றும் நன்னூல் தாக்கத்தின் அடிப்படையில் இலக்கண வரலாறு உருப்பெற்றதையும் தெ.பொ.மீ. விளக்குகிறார். கிரேக்க மொழி இலக்கணமான 'டெக்னெ கிரமாட்டிக்கா' நூலுடன் திராவிட மொழி இலக்கணத்தை ஒப்பிட்டு எழுதியுள்ளார்.

தமிழ் இலக்கியம், இலக்கணம் அகிய இரு பெரும் பிரிவுகளிலும் வரலாறு, ஒப்பியல், வாழ்வியல் ஆகிய கோணங்களில் தனது ஆய்வுகளை தெ.பொ.மீ.மேற்கொண்டார். இலக்கிய அனுபவம் பற்றிக் கூறுகையில் 'உள்ளப் பசியைப் போக்கவும் குறை மனம் நிறை மனம் மனமாக மாறவும், பாட்டு வழி செய்கிறது. இலக்கியத்தை வெறும் பொழுதுபோக்காகவோ, இன்பக் கனவு காண உதவும் அபினியாகவோ (போதைப் பொருள்) கருதக் கூடாது' என்கிறார். இலக்கியக் கல்வி குறித்துப் பேசுகையில் 'சமநிலை, மன அமைதி, உள மகிழ்வு, பார்ப்பவனும், பார்க்கப்படும் பொருளும் ஐக்கியப்படும் நிலை, தூய்மையான உள்ளுணர்வு' என்று பூரிக்கிறார். மொத்தத்தில் இலக்கியம் உள்ளத்தினை முழு நிலையில் வைத்து, உலகத்தினை முழுநிலையில் காட்டும் உணர்வு விளக்கு ஆகும்' என்கிறார்.

'எண்ணென்ப ஏனை எழுத்தென்ப இவ்விரண்டும் கண்ணென்ப வாழும் உயிர்க்கு' என்ற குறளுக்குப் பண்பாட்டின் சிறப்பியல்பு களை விளக்குகையில் 'கட்புலனாக (பார்வை) கடவுளைக் காட்டும் சட்டம் போன்றது 'எழுத்து' என்று பழைய இலக்கண நூல்கள் கூறுகின்றன. 'எண்'ணால் காண முடியாத கடவுளைக் காட்டும் அடையாளமாக 'விக்கிரகங்கள்' இருக்கின்றன. அதுபோல் கண்ணாலே பார்க்க முடியாத 'ஒலியின்' அடையாளமாகக் கண்ணால் பார்க்கும் 'வரி' எழுத்துகள் விளங்குகின்றன. இப்படி அடையாளமாக வேறொன்றைக் குறித்து நிற்பவற்றையே 'எழுத்து' என வழங்குவது மரபு. ஓவியம் முதலிய கலைகளும் மேலே விளங்கியபடி வேறொன்றைக் குறிக்கும் அடையாளங்களாக விளங்குவதால் 'எழுத்து' என்றே கூறத்தக்கவை. 'எழுத்து' என்பதற்கு 'ஓவியம்' என்ற பொருளும் உண்டு. இங்கே நாம் விளக்கியபடி

பார்த்தால் 'எண்' நாகரிகத்தில் முடிவதையும் 'எழுத்து' பண்பாட்டில் முடிவதையும் காணலாம்' என்கிறார்.

'தமிழின் பெருமை அது பழமைச் சிறப்பு வாய்ந்த ஒரு செவ்வியல் மொழியாக இருப்பதுடன், வளர்ந்து வரும் நவீன மொழியாகவும் ஒருங்கே விளங்குவதில்தான் கூடுதல் சிறப்பு பெறுகிறது. தமிழில் உள்ள படைப்புகள் ஐரோப்பிய மொழிகளில் மொழிபெயர்க்கப் படாத காரணத்தால் அவை பரவலாக அறிஞர் உலக ஆய்வுகளுக்குக் கிடைக்காமல் இருக்கின்றன' என்ற தெ.பொ.மீயின் ஆழமான கருத்தைத் தீவிரமாக கவனத்தில் கொள்ள வேண்டும். மிகச் சிறந்த இலக்கியத் திறனாய்வாளராகவும் இருந்த காரணத்தால், ஆய்வு எப்படி இருக்க வேண்டும் என்பதற்கு அவரது நூல்களே சான்றாகத் திகழ்கின்றன. இலக்கியத் துறையில் 'இருட்டாக' இருந்த இடங்களைத் தனது அறிவாற்றல் மிக்கத் திறனாய்வுப் பார்வையால் விளங்கச் செய்து 'ஒளி' வீசியதால் இவரை 'மின்னொளிப்' பேராசிரியர் என்றும் அன்புடன் அழைத்தனர்.

ஏனைய உலகக் காப்பியங்கள் 'முடிமக்கள் காப்பியமாகத்' திகழும் நிலையில் சிலப்பதிகாரம் மட்டுமே 'குடிமக்கள் காப்பியம்' என்று அதன் பெருமையை ஆணித்தரமாக வலியுறுத்துகிறார். 'பல்கலைச் செல்வர்' என்று தருமபுர ஆதீனமும், 'பன்மொழிப் புலவர்' என்று குன்றக்குடி ஆதீனமும், 'பெருந்தமிழ் மணி' என்று சிவபுரி சன்மார்க்க சபையும், 'நடமாடும் பல்கலைக்கழகம்' என்று திரு.வி.கவும் பட்டங்களும், விருதுகளும் வழங்கிப் பெருமைப் படுத்தின. மூன்று பல்கலைக்கழகங்கள் இவருக்கு 'டாக்டர்' பட்டம் கொடுத்துப் சிறப்பித்தன. சிகாகோ பல்கலைக்கழகத்தில் தமிழ்க் கல்வி தொடங்கியபோது அங்கு தமிழ்ப் பேராசிரியராகப் பணியாற்றினார். சோவியத் யூனியனுக்கும் ஜப்பானுக்கும் இந்திய அரசு கலாசாரக் குழு உறுப்பினராகவும் தலைவராகவும் பயணித்துள்ளார். தமிழக அரசு 'கலைமாமணி' மற்றும் மத்திய அரசு 'பத்மபூஷண்' விருதுகளை வழங்கிக் கௌரவித்தன.

தெ.பொ.மீ. வலியுறுத்திய தமிழ் எழுத்து / வரி வடிவ சீர்திருத்தத்தை யாருமே கடைப்பிடிக்காத நிலையில், தந்தை பெரியார் தனது 'விடுதலை' நாளிதழில் அதை அறிமுகப்படுத்தியதை மனதார வரவேற்றார். ஆனால் தெலுங்கர்கள் நம் பூர்விக மண்ணான தலைநகர் சென்னையைக் கைப்பற்ற முனைந்தபோது அதைப் பற்றிக் கவலைப்படாமலும் கண்டு கொள்ளாமலும் இருந்த அதே ஈ.வெ.ரா. பெரியாரைப் பல்வேறு கட்டுரைகள் மூலம் கண்டித்தார். வீர முழக்கமிட்டார். தமிழ் மொழிக்கும், தமிழ் நாட்டுக்கும் நல்லது

செய்தால் அதை உளமாறப் பாராட்டுவதும், தீங்கிழைத்தால் யார் எவரென்றும் பாராமல் துணிச்சலுடன் கண்டிக்கும் நேர்மையும் தெ.பொ.மீக்கு இருந்தது. 'தமிழ் முரசு' ஏட்டில் 1947 மே 1 ஆம் தேதி தெ.பொ.மீ.எழுதிய கட்டுரை பின்வருமாறு:

'தமிழா எழுந்திரு! எதிர்காலத் தமிழ்நாட்டினைப் பற்றி எண்ணத் தொடங்கு! தலையை அடகு வைத்தது போதும்! தலையைக் கொடுத்தேனும் தலைநகரைக் காப்போம். இந்த முழக்கத்தில் எதுகை மோனையின் இன்ப நயம் ததும்பும் தமிழின் இனிமை மட்டுமா எழுகிறது? தமிழ் இரத்தத்தின் தனி வீரமும் தழைத் தோங்கிக் கொதித்து எரிகிறது. கனக விசயர் தலையை நொறுக்கிய செங்குட்டுவன் வீரம், கலிங்கம் வென்ற கருணாகரத் தொண்டைமானின் வீரம், கப்பலோட்டிக் கடலாண்ட பழந்தமிழ் வீரம், கப்பலோட்டிக் கல்லுடைத்த புதுத் தமிழ்ச் சிதம்பரனார் வீரம், நேற்றைய போரிலே நிலத்திலும் நீரிலும் நெடு வானிலும் நின்றோங்கிய பெரு வீரம் - நல்ல காலம் இவை எல்லாம் நாடறிந்த உண்மையாக விளங்குகின்றன.

யார் அறியார்? ஆந்திரரும் அறிவர். தமிழன் கொதித்தெழுந்தால் அடக்க முடியாதென ஆந்திரரும் அறிவர். தமிழன் தூங்கினால் பிரகாசம் (தெலுங்கரான அப்போதைய முதல்வர்) துள்ளலாம். விழித்தெழுந்தால் என்ன ஆகும் என்று ஆந்திரம் அறிய வில்லையா? கடல் கொதித்தால் விளாவ நீர் ஏது? வெட்டிக் குவிக்கத் தலை வேண்டாம்; எண்ணிப் பார்க்கவே தலை வேண்டும். தமிழன் தலையில் உள்ள தனிப்பெரும் மூளை வேலை செய்யத் தொடங்க வேண்டும். தமிழன் தன் அருமந்தத் தலையை யார் யாருக்கோ அடகு வைத்திருக்கின்றான். திராவிடருக்கு, ஆரியருக்கு, வடவருக்கு, வெள்ளையருக்கு -இன்னும் எத்தனையோ பேருக்கு அடகு வைத்திருக்கிறான்.

மொழிவழி நாடு என்ற உண்மையை ஆந்திரும் கேரளரும் கன்னடரும் உணர்ந்திருப்பது போலத் தமிழன் உணர வில்லை. தமிழ்நாட்டில் பல இடங்களில் என்ன காண்கிறோம்? என்ன கேட்கின்றோம்? தமிழ்நாடு என்றால் 'தமிழ்ஸ்தான்- பாகிஸ்தான்' என்று கூறிவிடுவதிலேயே அறிவின் அறுதியான எல்லை உண்டு என அக மகிழ்வோர் ஒரு புறம்; திராவிட நாடு, இந்திய நாடு எனப் பேசுவதே அரசியல் அறிவொளி வீசுவதாம் எனச் செருக்கித் திரிவோர் ஒருபுறம். ஆந்திர நாடு, கன்னட நாடு, கேரள நாடு எனப் பேசுவதுபோலத் தமிழர் 'தமிழ்நாடு' என ஒருமுகமாகப் பேசக் காணோமே' என்ற தெ.பொ.மீயின் ஆதங்கம் நியாயமானதே.

‘ஒரு மொழியின் இலக்கியத்தைச் சிறந்தது எனச் சொல்ல வேண்டுமானால், பிறமொழி இலக்கியங்களைப் பற்றிய அறிவும் சிறப்பெனக் குறிப்பிடும் இலக்கியத்தின் மொழியில் நுண்மாண் நுழைபுலமும் பெற்றிருக்கவேண்டும். பிறவற்றை அறியாமலோ, தன்னுடையதை முழுமையாக உணராமலோ புதிய தடங்களைக் காணமுடியாது’ என்னும் தெ.பொ.மீயின் தெளிவான கருத்தை அவரது பன்மொழிப் புலமையின் வெளிப்பாடாகவே கொள்ள வேண்டும்.

‘தமிழ்மொழி உயர வேண்டுமானால் தமிழன் உயரவேண்டும்’ என முதன் முதலில் முழங்கியவர் தெ.பொ.மீனாட்சி சுந்தரனாரே. மொழியியல் என்னுமொரு அறிவியல் துறை இந்தியாவில், குறிப்பாகத் தமிழகத்தில் அறிமுகமாகக் கலங்கரை விளக்கமாகவும் வழிகாட்டியாகவும் திகழ்ந்தார். இலக்கியம், இலக்கணம், மொழியியல், ஒப்பிலக்கணம், அரசியல், ஆட்சியியல், அறிவியல், சமுதாயவியல், சமயம், தத்துவம், விடுதலைப் போராட்ட வீரர், தொழிற்சங்கத் தலைவர் எனப் பல்வேறு துறைகளில் வித்தகராக விளங்கிய தெ.பொ.மீ.1980 ஆகஸ்ட் 27 அன்று தனது எண்பதாம் அகவையில் நீங்காத் துயில் கொண்டார்.

தமிழ்த் தென்றல் திரு.வி.க.

'ஆங்கிலப் பயிற்சி காட்டுத் தீபோல் நாட்டில் பல இடங்களில் பரவலாயிற்று. ஆங்கிலம் பயின்ற இந்தியர்கள் தொடக்கத்தில் பத்தாகவும், பின்னே நூறாகவும், ஆயிரமாகவும், இலட்சமாகவும், இப்பொழுது கோடிக்கணக்கினராய்ப் பெருகி நிற்கின்றனர். இவ்வளவு பேரும் அடிமை வேலைக்கென்று பயில்வது எங்கனம் இயற்கையாகும்? செயற்கை முறையில் ஆங்கிலம் பயில்வதால் அது அடிமை உணர்வை உண்டாக்குகிறது போலும். பிள்ளைகள் கற்பதும், கேட்பதும், கண்பதும் பிறவும் விதேசியம். இக்காலக் கல்வியின் அடிப்படையில் பள்ளிகள் முழுவதும் விதேசியமானால், பிள்ளைகள் நெஞ்சில் சுதேசியம் எங்ஙனம் வளரும்? இளமையிலேயே பிள்ளைகளுக்கு விதேசிய விதை விதைக்கப் படுகிறது. தொட்டில் பழக்கம் சுடுகாடு மட்டும். நாட்டு நடப்பில் சுதேசியம் இடம் பெற வேண்டுமெனில் கல்வியில்தான் நாட்டம் செலுத்த வேண்டும். நரி, நாய், சேவகர், தூதர், ஒற்றர், பேடி ஆகியோருக்கே ஆங்கிலேயரின் கல்வித் தகுதி பொருந்தும்' என்ற பாரதி வரிகளையும் சுட்டிக்காட்டுகிறார்.

சமீபத்தில் யாரோ எழுதிய கட்டுரையிலிருந்து எடுக்கப்பட்ட மேற்கோள் அல்ல இது. 1940 -ல் சற்றேறக் குறைய 78 ஆண்டுகளுக்கு முன்பு ஆங்கில மோகத்தில் மூழ்கிக் கிடந்த இந்தியர்கள் குறித்து திரு.வி.க என்று அன்புடன் அழைக்கப்படும் திரு.வி.கல்யாணசுந்தரனார் நொந்து எழுதிய சொற்கள். 1885-ல் 'மெக்காலே' இந்தியர் களுக்கென உருவாக்கிய கல்வித் திட்டத்தின் முக்கிய நோக்கம், நிறத்தால் இந்தியனாகவும், நினைப்பால் வெள்ளையனாகவும் அமைகின்ற புதிய சாதியை உருவாக்குவதே ஆகும். இத்திட்டம்

ஆங்கிலேயன் இந்தியாவில் தடம் பதித்த நாள் தொட்டு தவழ்ந்து, நடை பயியலத் தொடங்கி, திரு.வி.க காலத்தில் வளர்ந்து, இன்றைக்கு வலுவாக நிலைபெற்றுவிட்டது.

1908-ல் வெளியான 'மாடர்ன் ரெவியூ' என்னும் பத்திரிகையில் 'இந்தியப் பட்டதாரி' குறித்த கட்டுரை வெளியாகியிருந்தது. 'பல்கலைக்கழகத்தில் படித்த பட்டதாரியிடம் இந்திய இலக்கியங்கள் மற்றும் கலைகளைக் குறித்துக் கேட்டால் ஷேக்ஸ்பியரின் படைப்புகளில் தனக்கு இருக்கும் அறிவை விளம்பரப்படுத்திக் கொள்ள முற்படுவான். நமது சமயத் தத்துவம் பற்றி வினவினால், ஐரோப்பாவில் ஒரு தலைமுறைக்கு முன்பு நிலவிய பக்குவதப் படாத குருட்டு நாஸ்திகனாகவும், சராசரி ஆங்கிலேயனைப் போலவே சமய ஞானமும் இல்லாதவனாகவே இருப்பதை உணரலாம். நமது பாரம்பரிய இசையை பற்றி விவரிக்கச் சொன்னால் கிராம்ஃபோனையோ, ஆர்மோனியத்தையோ காட்டுவான். இந்திய உடைகள் காட்டுமிராண்டித்தனமானவை என்றும் மேல் நாட்டு ஆடைகளே நாகரிகமானவை என்பான்.

இந்தியர்களுக்குச் சுத்தம், சுகாதாரம் குறித்த விழிப்புணர்வு இல்லை என்பான். இந்தியத் தெருக்களில் காணப்படும் குப்பைக் கூளங்கள் மேலை நாடுகளில் இல்லை என்பான். தாய்மொழியில் உள்ள செய்தியைப் படிக்கச் சொன்னால் எனக்கு எழுதப் படிக்கத் தெரியாது ஆங்கிலம் மட்டுமே தெரியும் என்பதைக் கூச்சமின்றிப் பெருமைபடப் பேசுவான். சொந்த நாட்டிலேயே அந்நியனாக வாழ்ந்து கொண்டிருக்கும் இந்தியனின் அவல நிலையை என்னவென்று சொல்ல?' ஒரு நூற்றாண்டுக்கு முன்பு கோடிட்டுக் காணப்பட்ட முக்கிய அம்சங்கள் இன்றைக்கும் சாலப் பொருந்துவதுதான் வேதனை கலந்த ஆச்சரியம். ஆம். இன்றைக்கும் கூட தாய்மொழியில் பேசுவதைக் கேவலமாகவும், நுனி நாக்கு ஆங்கிலத்தில் உரையாடுவதே நாகரிகத்தின் உச்சம் என்று கருதும் தலைமுறையினரை 'மெக்காலே'யின் ஆங்கிலக் கல்வித் திட்டம் உருவாக்கிவிட்டது. இது ஏனைய மாநிலங்களை விடவும் தமிழகத்தில் அதிகமிருப்பது தான் வேதனையான விஷயம்.

திருவாரூரைப் பூர்வீகமாகக் கொண்டிருந்த வேங்கடாசல முதலியார் வேலை நிமித்தமாக அவ்வூரை வீட்டு விலகிச் சென்னையில் குடியேறினார். அவருடைய மகன் விருத்தாசல முதலியார். செம்பரம்பாக்கம் ஏரியின் மராமத்து பணிகளுக்கான ஒப்பந்தம் கிடைக்கவே சென்னையை அடுத்துள்ள துள்ளம் கிராமத்தில் சொந்தமாகக் கடை வைத்து வேலைகளை கவனித்து வந்தார்.

இவருக்கும் சின்னம்மாளுக்கும் பிறந்த நான்கு பெண்கள் மற்றும் நான்கு ஆண்களில் ஆறாவதாக 1883 ஆகஸ்ட் 26 அன்று பிறந்தார் திரு.வி.க. இவரது முழுப் பெயர் திருவாரூர் விருத்தாசலம் கல்யாணசுந்தரம்.

துள்ளம் கிரமத்தில் பள்ளிகள் இல்லாததால் வீட்டுத் திண்ணைப் பள்ளிக்கூடத்தில் ஆத்திச்சூடி, கொன்றை வேந்தன், உலக நீதி ஆகியவற்றை அப்பாவிடமிருந்தே பாடம் கற்றார். பிள்ளைகளின் படிப்புக்குக் கிராமம் வசதிப்படாது என்பதால் சென்னைக்கு மீண்டும் குடிபெயர்ந்தார் விருத்தாசல முதலியார். ஆரியன் ப்ரைமரி பள்ளியில் திரு.வி.கவின் தொடக்கக் கல்வி ஆரம்பமானது. பின்னர் சென்னை வெஸ்லி பள்ளிக் கூடத்தில் பத்தாம் வகுப்புவரை படித்தார். அருட்பெருஞ்சோதி இராமலிங்க சுவாமிகளுக்கும் கதிரைவேற் பிள்ளைக்கும் இடையே நடைபெற்ற வழக்கில் தனது ஆசிரியர் கதிரைவேற் பிள்ளைக்கு ஆதரவாகச் சாட்சி சொல்ல வேண்டிய கட்டாயம் ஏற்பட்டது. இதனால் அந்த ஆண்டு அவரால் மெட்ரிக் நுழைவுத் தேர்வை எழுத இயவில்லை. மேலே தொடர முடியாமல் பள்ளிப் படிப்பும் பாதியில் நின்று போனது.

ஒருவகையில் ஆங்கிலேயப் பள்ளிக் கல்வி முறையைத் தொடராமல் போனது திரு.வி.கவுக்கு நல்லதாகிப் போனது. வெஸ்லி பள்ளியிலேயே படித்துப் பின்னர் பட்டதாரியாகி இருந்தால் எல்லோரையும்போல் அவரும் ஏதேனும் ஒரு அலுவலகத்தில் எழுத்தராகத்தான் ஆகியிருப்பார். ஆனால் தமிழுலகம் செய்த பேறு அவர் தமிழறிஞரானார். 'பள்ளி விடுத்தவுடன் யான் வேறு மனிதனானேன். கோயிலே பள்ளி ஆயிற்று. தேவாரமும் திருவாசகமும் எனக்கு நூல்களாயின' என்கிறார்.

அவருக்குக் கல்விக்கூடம்தான் முறையாக அமையவில்லையே தவிர கல்வியைப் பெருக்கிக்கொள்ளத் தடையேதும் விதிக்கப்பட வில்லை. யாழ்ப்பாணம் கதிரைவேற்பிள்ளை மற்றும் மகாவித்வான் தணிகாசல முதலியார் ஆகியோரிடம் தனியாகத் தமிழ் பயின்றார். கணேச சாஸ்திரியாரிடம் வடமொழி பாஷ்யங்களையும், பாம்பன் குமரகுருதாசரிடம் உபநிடதக் கருத்துக்களையும், கடலங்குடி நடேச சாஸ்திரியின் நூல்கள் வழியே வேதாந்தத்தையும், பெசண்ட் அம்மையாரின் மீது கொண்ட ஈடுபாட்டால் பிரம்மஞான சூத்திரத்தையும், பேராசிரியர் சக்கரவத்தி நயினார் மூலம் சமணத்தையும், பேராசிரியர் அப்துல் கரீம் மூலம் இஸ்லாத்தையும், திருச்சபைகள் மூலம் கிருத்தவத்தையும், நண்பர் சச்சிதானந்தம் பிள்ளை மூலம் மேலை நாட்டுத் தத்துவங்களையும், சிங்காரவேலர்

சொற்பொழிவுகள் மூலம் டார்வீனியக் கருத்தோட்டங்களையும் தெரிந்து கொண்டார். இவ்வாறு சமய வேறுபாடின்றிப் பல்வேறு மதங்களின் நீதி நெறிகளையும், தத்துவங்களையும் தெளிவாக அறிந்து கொண்டார்.

வாழ்க்கைக்குக் கல்வியுடன் வருமானமும் அவசியம் என்பதால், நிறுவனக் கணக்குகளை எழுத 'புக் கீப்பிங்' தேர்வை முடித்து ஸ்பென்ஸர் நிறுவனத்தில் வேலைக்குச் சேர்ந்தார். 1908-ல் பிரிட்டிஷ் பாராளுமன்ற உறுப்பினரும், தொழிலாளர் கட்சித் தலைவருமான ஹார்டி சென்னைக்கு விஜயம் செய்தபோது ஸ்பென்சர் நிறுவனத்துக்கும் வருகை தந்தார். அப்போது திரு.வி.க. அவரைச் சந்தித்து உரையாடினார். இருவருக்கும் இடையேயான இந்த சந்திப்பே பின்னாளில் சென்னையில் இந்தியாவின் முதல் தொழிற்சங்கம் உருவாக அடித்தளம் அமைத்துக் கொடுத்தது.

வங்காள விடுதலை வீரர் விபின் சந்திர பால் சென்னைக்கு வந்திருந்தார். அவரது சொற்பொழிவில் தன்னைப் பறிகொடுத்த திரு.வி.க. அவரது தேச பக்திக் கருத்துகளைத் தன்னுடன் ஸ்பென்சரில் பணியாற்றும் ஊழியர்கள் இடையே பகிர்ந்து கொண்டார். இதனால் ஆத்திரம் அடைந்த ஆங்கிலேய நிர்வாகம் அவரைக் கடுமையாக எச்சரித்து நாட்டுப்பற்று நடவடிக்கைகளை உடனே நிறுத்திக்கொள்ளுமாறு உத்தரவிட்டது. நிர்வாகத்தின் ஆணைக்குப் பணிய மறுத்த திரு.வி.க. தனது வேலையை உடனே ராஜிநாமா செய்துவிட்டு அலுவலகத்திலிருந்து வெளியேறினார். இவ்வாறாகத் திரு.வி.க.வின் மொழி ஆர்வத்துக்குக் கதிரைவேற் பிள்ளையும், நாட்டுப் பற்றுக்கு விபின் சந்திரபாலும் காரணமாக அமைந்தனர்.

வேலை இல்லாமல் இருந்த திரு.வி.க.வுக்கு உதவ அவரது தமையனார் உலகநாதர் ஒரு நண்பருடன் இணைந்து அச்சகத்தை நிறுவினார். முதலில் 'பெரியபுராணமும்' அதனைத் தொடர்ந்து 'திருவாசகத்துக்கும்' திரு.வி.க. உரை எழுத அவை நூல்களாக வெளியாயின. ஆயினும் ஒரு கட்டத்தில் அச்சகத்தை லாபகரமாக நடத்த முடியாமல் இழுத்து மூட வேண்டிய நிலை ஏற்பட்டது. எனவே திரு.வி.க. வெஸ்லியன் பள்ளியில் தமிழ் ஆசிரியராகவும் வேலைக்குச் சேர்ந்தார். பின்னர் வெஸ்லியன் கல்லூரியில் தமிழ்த் துறைத் தலைவராகவும் பொறுப்பு வகித்தார்.

சைவப் பழமாக, இயற்கை வாழ்க்கையில் ஈடுபாட்டுடன் சாமியாராகவே வாழ்ந்து கொண்டிருந்த திரு.வி.க.வை திருமணம் செய்து கொள்ள நிர்பந்தித்தபோது 'யான் ஏழை. எனவே ஒரு ஏழைப்

பெண்ணையே திருமணம் செய்துகொள்வேன்' என்பதில் உறுதியாக இருந்தார். அவரது விருப்பத்துக்கு இணங்க, இளமைப் பருவத்தில் பெற்றோரை இழந்த கமலாம்பிக்கை என்பவரை 1912-ல் வாழ்க்கைத் துணையாக ஏற்றுக்கொண்டார். ஆணும் பெண்ணுமாகப் பிறந்த இரு குழந்தைகளும் பச்சிளம் வயதிலேயே மரணமடைந்தன. ஆறு ஆண்டுகள் மட்டுமே குடும்பம் நடத்திய கமலாம்பிகையும் இயற்கை எய்த திரு.வி.க. தனிமரமானார். உறவினர்கள் எவ்வளவோ வற்புறுத்தியும் மறுமணம் செய்து கொள்ளாமல் மனைவியின் நினைவுகளுடனேயே இறுதிவரை காலத்தைக் கழித்தார்.

காங்கிரஸில் சேர்ந்த அதே 1917-ல் தொழிலாளர் தொடர்பான பணிகளிலும் திரு.வி.க. தன்னை ஐக்கியப்படுத்திக்கொண்டார். காஞ்சீபுரத்தில் நடைபெற்ற தொழிற்சங்கக்கூட்டத்தில் வாடியாவின் உரையை மொழிபெயர்த்தார். அப்போது தொடங்கி இருவருக்கும் இடையேயான நட்பு மலர்ந்தது. 1918 ஏப்ரல் 27 ஆம் நாள் திவான் பகதூர் கேசவப் பிள்ளை, செல்வபதி செட்டியார், இராமாஞ்சலு நாயுடு ஆகியோருடன் இணைந்து திரு.வி.க. 'சென்னைத் தொழிலாளர் சங்கத்தை' நிறுவியதுடன் அதன் தலைவராக வாடியாவைப் பொறுப்பேற்கவும் வைத்தார். இதுவே 'இந்தியாவின் முதல் தொழிற்சங்கம்' என்பது குறிப்பிடத்தக்கது. சென்னையைத் தொடர்ந்தே பம்பாய், கான்பூர், கல்கத்தா ஆகிய நகரங்களில் தொழிலாளர் சங்கங்கள் தோன்றின. அந்த வகையில் 'இந்திய நாட்டின் தொழிலாளர் இயக்கத் தந்தையாகத் திரு.வி.க. வரலாற்றில் இடம் பெற்றார் எனில் மிகையில்லை.

1917-ல் அன்னி பெசண்ட் உள்ளிட்டோரை ஆங்கிலேய அரசு கைது செய்தபோது அதை எதிர்க்கும் வகையில் திரு.வி.க தனது வெஸ்லியன் கல்லூரி தமிழ்த் துறைத் தலைவர் பதவியை விட்டு விலகினார். விடுதலைப் போரில் தன்னை முழுமையாக ஈடுபடுத்திக் கொண்டு சென்னை மாகாணச் சங்கத்தின் ஆதரவில் முதன் முதலாக அரசியல் மேடை ஏறிச் சொற்பொழிவு நிகழ்த்தினார். அதே ஆண்டு 'தேச பக்தன்' நாளிதழின் ஆசிரியராகவும் பொறுப்பேற்றுக்கொண்டார். ஆனால் இரண்டே ஆண்டுகளில் பத்திரிகை நிர்வாகத்துடன் ஏற்பட்ட கருத்து வேறுபாடு காரணமாக ஆசிரியர் பொறுப்பிலிருந்து 22.7.1920 அன்று விடுவித்துக்கொண்டார். இவர் ஆசிரியராக இருந்த காலகட்டத்தில் தமிழ் இதழியலில் புதிய தமிழாக்கச் சொற்களை உருவாக்கி அன்னைத் தமிழுக்குப் பெருமை சேர்த்தார்.

நாட்டுக்கும் மொழிக்கும் தொழிலாளர்களுக்கும் திரு.வி.க. ஆற்றிய தொண்டு 'தேச பக்தன்' இதழோடு நின்றுவிடக்கூடாது என்று

எண்ணிய பி அண்ட் சி மில்ஸ் தொழிலாளர்கள் நலச் சங்கம் ரூ 5000/- நன்கொடை திரட்டி அவரிடம் தந்தது. நண்பர்கள் மூலம் மேலும் ரூ 5000/- திரள புதிய உற்சாகத்துடன் திரு.வி.க. 22.10.1920 அன்று 'நவசக்தி' என்ற பெயரில் புதிய வாரப் பத்திரிகையைத் தொடங்கினார். இருபது ஆண்டுகள் வெளியான 'நவசக்தி' பல்வேறு பிரச்னைகள் காரணமாக 1941-ல் நின்று போனது.

தேச பக்தரான சுப்பிரமணிய சிவா முன்னணிப் பத்திரிகையான சுதேசமித்திரன் குறித்துக் கூறுகையில் 'தமிழ் ஜனங்களுக்குச் சுதேசமித்திரன் அறிவைப் பரப்புகிறதா ஆங்கில பாஷையைப் பரப்புகிறதா? சுய பாஷையை ஆதரிக்காத பத்திரிகைகள், சுயதேசத்தை எங்கனம் முன்னேற்றத்துக்குக்கொண்டு வரப் போகின்றனவோ' என்று ஆதங்கத்துடன் பதிவு செய்துள்ளார். திரு.வி.க அவரது கருத்தை உள்வாங்கிக்கொண்டு நல்ல தமிழில் எழுதி தாய்மொழிக்கும் இதழியலுக்கும் பெருமை சேர்த்தார்.

'தேச பக்தன்' மற்றும் 'நவசக்தி' நாளிதழ்களில் அனல் தெறிக்கும் வீர வசனங்களை எழுதினார். அப்போதைய தமிழ் இதழ்களில் பெயரளவுக்கே தமிழ் இருந்தது. தமிழும் வடமொழியும் கலந்த மணிப்பிரவாள நடையில்தான் கட்டுரைகள் இருக்கும். அக்காலத்தில் வெளியான பிராந்திய மொழிப் பத்திரிகைகளில் ஆங்கில மொழியே முக்கியமாக இடம் பெறும். அரசியல் குறியீடுகள் அப்படியே ஆங்கிலத்திலேயே வெளியாகும். ஆசிரியர் பணியேற்ற திரு.வி.க. மேற்கொண்ட முதல் பணி பத்திரிகையில் காணப்பட்ட மணிப்பிரவாள நடையை நல்ல தமிழ் நடையாக மாற்றியதுதான். ஆங்கில மற்றும் வடமொழிச் சொற்களுக்கு இணையான தமிழ்ச் சொற்களையே பயன்படுத்தினார். பத்திரிகை மூலம் அரசியல், சமுகம், சமயம் உள்ளிட்ட பல்வேறு துறைகளில் தமிழுக்கு ஏற்றம் தந்தார்.

1919 ஏப்ரல் 6 ஆம் தேதி காந்தியடிகளின் விருப்பத்துக்கு ஏற்ப ஸ்ரீ பாலசுப்பிரமணிய பக்த ஜன சபையில் 'சத்தியாகிரக நோன்பு நாள்' கொண்டாடப்பட்டது. திரு.வி.க தலைமையில் அன்றைய தினம் நடைபெற்ற நிகழ்ச்சியில் மகாகவி பாரதியாரும் கலந்துகொண்டு கீழ்க்கண்டவாறு தொடங்கும் பாடலையும் பாடியது சிறப்பான செய்தியாகும்:

> முருகா முருகா முருகா
> வருவாய் மயில் மீதினிலே, வடிவே லுடனே வருவாய்
> தருவாய் நலமும் தகவும் புகழும், தவமும் திறமும் தனமும் கனமும்

1917 தொடங்கி 1934வரை திரு.வி.க. காங்கிரஸ் பேரியக்கத்தில் தன்னை தீவிரமாக ஐக்கியப்படுத்திக்கொண்டார். ஒரு கட்டத்தில் தமிழக காங்கிரஸ் என்றால் நாயக்கர், நாயுடு மற்றும் முதலியார் (ஈ.வெ.ராமசாமி நாயக்கர், வரதராஜுலு நாயுடு, திரு.வி.கல்யாணசுந்தர முதலியார்) ஆகிய மும்மூர்த்திகளே என்ற அழைக்கப்படும் அளவுக்கு மூவரும் வலம் வந்தனர். நாளடைவில் கட்சிக்குள் ஏற்பட்ட குழப்பங்கள் மற்றும் வேறுபாடுகள் காரணமாக ஈ.வெ.ராமசாமி நாயக்கரும் வரதராஜுலு நாயுடுவும் காங்கிரஸிலிருந்து விலகினர். திரு.வி.க. காங்கிரஸில் இருந்து விலகவில்லை என்றாலும், முக்கியப் பொறுப்புகளில் இருந்து விடுவித்துக்கொண்டு, சாதாரண உறுப்பினராக மட்டுமே தொடர்ந்தார். நீதிக்கட்சியில் சேர வற்புறுத்தியும் இணையாமல், மகாத்மா மீது கொண்ட பற்றுதல் காரணமாக நெஞ்சத்தால் தேசியவாதியாகவே இறுதிவரை வாழ்ந்தார். தீவிர அரசியலில் இருந்து ஒதுங்கி, சைவ சமய நெறிகளுக்கும் தமிழுக்கும் தன்னை முழுவதுமாக அர்பணித்துக் கொண்டார்.

திருவிதாங்கூர் சமஸ்தானத்தின் கட்டுப்பாட்டில் இருந்த 'வைக்கம்' என்ற ஊரில் தாழ்த்தப்பட்டவர்களுக்கு எதிராக நடைபெற்ற போராட்டத்துக்கு பெரியார் ஈ.வெ.ரா. தலைமை வகித்தார். படிப்போர் மனத்தில் ஆழப் பதியும் வகையில் அவரது போராட்டம் பற்றித் திரு.வி.க. தனது நவசக்தி இதழில் சிறப்பான கட்டுரை எழுதிப் பாராட்டினார். அத்துடன் 'வைக்கம் வீரர்' என்ற பட்டத்தையும் பெரியாருக்கு வழங்கிப் பெருமைப்படுத்தினார். மிக நெருக்கமாக இருந்த இருவரும் வகுப்புவாரி உரிமை பற்றிய கொள்கையில் மாறுபட நேர்ந்தது. தனது கருத்தை திரு.வி.க ஏற்க மறுத்த காரணத்தால் 'விளக்கெண்ணெய் முதலியார்' என்று பெரியார் அவரைக் கிண்டலடிக்கவும் தவறவில்லை.

'வீடு பேற்றை யான் விரும்பவில்லை. முக்தி பெறுவதையும் யான் கருதவில்லை. பரம் பொருளின் திருவடிகளைச் சென்றுசேர வேண்டும் என்ற எண்ணமும் எனக்கில்லை' என்று திரு.வி.க. சமயச் சொற்பொழிவின்போது கூறியதைக் கேட்டதும் குழுமியிருந்தவர் கள் முக்தி வேண்டாமென மறுப்போரும் உண்டோவென அதிசயித்தனர். சிறிது இடைவெளி விட்டு திரு.வி.க மீண்டும் பேசத் தொடங்கினார் 'தமிழ் நிலம் நாடாக இல்லை. அது பலவாறு சிதறுண்டு கிடக்கிறது. இங்கு பணி அதிகம் தேவை. இதைக் கருத்தில் கொண்டே என்னைத் தமிழ்நாட்டில் பிறக்க வைத்த இறைவனை வணங்குகிறேன். நன்றி தெரிவிக்கிறேன். தமிழ்த் தொண்டுக்கு ஒரு பிறவி போதுமா? போதாது. இன்னும் பல வேண்டும். எனவே முக்தி வழங்காமல் மீண்டும் மீண்டும்

தமிழ்ப்பணி ஆற்ற என்னைத் தமிழ்நாட்டில் பிறக்க வைக்குமாறு ஆண்டவனின் பெருங்கருணையை நாளும் தொழுகிறேன். அப்போதாவது தமிழர்களை ஒருமுகப்படுத்த முடியுமாவென என் உள்ளம் ஏங்குகிறது' என்று சொல்லி முடித்தபோது கரவொலிகள் விண்ணைப் பிளந்தன.

தனக்கு ஆசானாகவும் வழிகாட்டியாகவும் திகழ்ந்த யாழ்ப்பாணம் கதிரைவேற் பிள்ளை மீது கொண்ட அளப்பெரும் அன்பினால் 'கதிரைவேற் பிள்ளை சரிதம்' என்னும் நூலை 1906 எழுதி வெளியிட்டார். இது அவர் எழுதிய முதல் நூல் என்பதும் குறிப்பிடத்தக்கது. 'பெரிய புராணக் குறிப்புரை / வசனம்', 'பட்டினத்துப் பிள்ளையார் பாடல் திரட்டு / பொழிப்புரை', 'தேசபக்தாமிர்தம்', 'மனித வாழ்க்கையும் காந்தியடிகளும்', 'நாயன்மார் திறம்', 'தமிழ்நாடும் நம்மாழ்வாரும்', 'முருகன் அல்லது அழகு', 'பெண்ணின் பெருமை அல்லது வாழ்க்கைத் துணை', 'சீர்திருத்தம் அல்லது இளமை விருந்து', 'இராமலிங்க சுவாமிகள் திருவுள்ளம்', 'சமரச தீபம்', 'நாயன்மார் வரலாறு', 'முடியா காதலா சீர்திருத்தமா', 'திருக்குறள் விரிவுரை', 'இந்தியாவும் விடுதலையும்', 'உள்ளொளி', 'உரிமை வேட்கை அல்லது நாட்டுப் பாட்டு', 'முருகன் அருள் வேட்டல்', 'திருமால் அருள் வேட்டல்', 'பொதுமை வேட்டல்', உள்பட அரசியல், ஆன்மீகம், இலக்கியம் சன்மார்க்கம், பொதுவுடைமை எனப் பல்வேறு தலைப்புகளில் சுமார் 56 நூல்களை எழுதிக் குவித்தார். ஒவ்வொரு நூலுக்கும் எழுதிய முன்னுரைகளே அற்புதமாகவும் தெளிவாகவும் எளிமையாகவும் விளங்கியமையால் அவை நூல்களுக்குச் சாரமாகவும் விளங்கின. அன்பர்களின் வேண்டுகோளுக்கு இணங்க முன்னுரைகளையே ஒரு தனி நூலாகவும் வெளியிட்டார்.

திரு.வி.க.வின் தமிழ் நடை குறித்து டாக்டர் நா.சஞ்சீவி கூறுவதைப் பார்ப்போம் 'திரு.வி.கவின் தமிழைத் தீந்தமிழ், பைந்தமிழ், செந்தமிழ், நந்தமிழ், ஒண்டமிழ், வண்டமிழ், தண்ணார் தமிழ், பண்ணார் தமிழ், ஐந்தமிழ், நற்றமிழ், சொற்றமிழ், இலக்கியத் தமிழ், இலக்கணத் தமிழ், பழந்தமிழையும் பழகு தமிழாக்கும் பேச்சுத் தமிழ், கட்டளைத் தமிழையும் கற்கண்டுத் தமிழாக்கும் கன்னித் தமிழ், எழுத்துத் தமிழ், எண்ணத் தமிழ், கவிதைத் தமிழ், கலைச் சொல்லாக்கத் தமிழ், ஒலித் தமிழ், ஒளித் தமிழ், அகத்திணைத் தமிழ், புறத்திணைத் தமிழ், நுண்ணாய்வுத் தமிழ், பிற ஆய்வுத் தமிழ், இன் தமிழ் என்று அடுக்கிக்கொண்டே போகலாம்' என்கிறார்.

''சமண இலக்கியமாகிய 'சீவக சிந்தாமணி' மீது மனத்தைப் பறி கொடுத்த சோழ மன்னனின் ஜைனப் பற்றைப் போக்கிச் சைவத்தின்

பக்கம் திருப்பவே சேக்கிழார் 'பெரிய புராணத்தை' இயற்றினார்'' என்பதை ஆணித்தரமாக மறுக்கிறார் திரு.வி.க. இது பற்றிக் கூறுகையில் 'வரலாற்று நெறிக்கும், காப்பிய நெறிக்கும் களங்கம் கற்பிக்கும் வகையில் காழ்ப்புணர்ச்சியுடன் புனையப்பட்ட கருத்தாகும். சீவக சிந்தாமணியை முன்னோர் மொழிந்த மூத்த நூலாகவே சேக்கிழார் கருதியதால், சீவக சிந்தாமணிக்கு எதிராக பெரிய புராணத்தை எழுதப் புகுந்தார் என்பது முற்றிலும் தவறு' என்கிறார் திரு.வி.க. இவரது கருத்தை அவரது முக்கிய மாணவர்களுள் ஒருவரான அ.ச.ஞானசம்பந்தனும் வழிமொழிகிறார்.

விடுதலைப் போரில் திரு.வி.க. சிறை செல்லும் வாய்ப்பு ஏற்படவில்லை என்றாலும் பல்வேறு தொழிற்சங்கப் போராட்டங்களில் கலந்துகொண்டார். சென்னை மாகாண ஆளுநராக இருந்த வில்லிங்க்டன் ஒரு முறை திரு.வி.க.வை நாடு கடத்த முடிவெடுத்த போது தொழிலாளர் மத்தியில் மிகப் பெரிய கொந்தளிப்பு ஏற்படும் என்ற செய்தி கிடைக்கவே ஆங்கிலேய அரசு திட்டத்தைக் கைவிட்டது. அன்னிய ஆட்சிகூட கைது செய்யாத திரு.வி.க.வை, 1947-ல் பங்கிங்ஹாம் கர்நாடிக் ஆலைத் தொழிலாளர்கள் மிகப் பெரிய போராட்டத்தை நடத்தியபோது, ஆட்சியில் இருந்த காங்கிரஸ் அரசு வீட்டுக் காவலில் சிறை வைத்தது.

அரசியலில் ஈடுபட்ட காலம் தொட்டே தொழிற்சங்கப் பணிகளிலும் தீவிரமாக ஈடுபட்ட காரணத்தினால், திரு.வி.கவின் அரசியல் மற்றும் பொருளாதாரக் கோட்பாடுகளை இணைத்தே ஆய்வு செய்ய வேண்டும். தேச பக்தியைப் போலவே தெய்வ பக்தியும் அவசியம் என்று கருதியதால், மார்க்சியம் பிடித்திருந்தாலும், கடவுள் மறுப்பையும், வன்முறைப் போராட்டத்தையும் அவர் ஏற்கவில்லை. 'மார்க்சியம் இப்போது உள்ளவாறே நம் நாட்டில் நுழைந்து நின்று வளராது. முதலாளி இனத்தையும், தொழிலாளி இனத்தையும், ஒருமைப்படுவதில்தான் நாட்டின் முன்னேற்றம் அடங்கி உள்ளது. மார்க்ஸின் பொருளாதாரக் கோட்பாடும், மகாத்மாவின் அஹிம்சைக் கோட்பாடும் இணைய வேண்டும். மார்க்ஸியமும் காந்தியமும் சேர்ந்த ஒன்றே சமரச சன்மார்க்கம்' என்பது அவரது கருத்து.

திரு.வி.க. தான் எழுதியவற்றுள் தமிழ் மக்கள் அனைவரும் படிக்க வேண்டுமெனப் பரிந்துரைத்தது 'மனித வாழ்க்கையும் காந்தியடிகளும்' என்னும் நூலையே. காந்தியடிகளை நேரில் சந்தித்து உரையாடும் வாய்ப்பு பெற்ற அவர் 'தேச பக்தன்' இதழில் காந்தியடிகள் பற்றி முதன் முதலில் சிறு கட்டுரை எழுதினார். பின்னர் அதையே அவர் 1921-ல் ஐம்பத்தோரு பக்கங்கள் கொண்ட சிறு

நூலாக விரிவுபடுத்தினார். மகாத்மா காந்தியடிகள் பொதுக் கூட்டத்தில் ஆங்கிலத்தில் உரையாற்றியபோது அதை அழகு தமிழில் மொழிபெயர்த்த பெருமையும் இவரையே சேரும். 'யங் இந்தியா' பத்திரிகையில் மகாத்மா எழுதிய கட்டுரைகளைத் 'தேச பக்தன்' இதழில் தமிழில் மொழிபெயர்த்து ஒவ்வொரு வாரமும் தொடர்ந்து வெளியிட்டார்.

'மனித வாழ்க்கையும் காந்தியடிகளும்' இரண்டாம் பதிப்பை ஐந்நூறு பக்கங்கள் கொண்ட பெரிய நூலாக வெளியிட்டபோது 'என் பிறவிப் பயனில் ஒரு கூறு நிறைவு பெற்றுவிட்டதாகவே கருதுகிறேன்' என்று திரு.வி.க. உணர்ச்சி பொங்கச் சொல்லி மகிழ்ந்தார். காந்தியடிகள் வாழ்க்கை வரலாற்றை மட்டுமே கூறாமல், ஒவ்வொரு மனிதனும் தனது வாழ்க்கையில் கடைப்பிடிக்க வேண்டிய கோட்பாடுகள், சிந்தனைகள் ஆகியவற்றைப் பட்டியலிட்டு, அவற்றைக் காந்தியடிகளின் வாழ்க்கையுடன் ஒப்பிட்டு, எவ்வாறு காந்தியடிகள் மனித வாழ்க்கைக்குச் சிறந்த எடுத்துக்காட்டாக விளங்குகிறார் என்பதை அழகாகவும் ஆழமாகவும் அவர் பதிவு செய்துள்ளதே இந்நூலின் சிறப்பாகும்.

1943-ல் இவரது மணிவிழா சீரும் சிறப்புமாக நடைபெற்றது. தமிழகத்தின் அனைத்துப் பத்திரிகைகளும் சிறப்பு மலர் வெளியிட்டு கொண்டாடின. மணிவிழாவைத் தொடர்ந்து பத்தாண்டுகள் வாழ்ந்தார். அரசியல் தலைவர், தொழிற்சங்கத் தலைவர், எழுத்தாளர், பேச்சாளராக வலம் வந்த திரு.வி.க.வுக்குச் சொந்தமாக வீடு இல்லை, வங்கிக் கணக்கு இல்லை. செருப்புகூட அணியாமல், வெறும் காலுடன், நாலு முழு வேட்டி, மேலாடை அணிந்தே எல்லா இடங்களுக்கும் பயணித்தார். திரு.வி.க. செல்வாக்குடன் வாழ்ந்தார் என்பதை மறுப்பதற்கில்லை. ஆனால் செல்வத்துடன் இருந்தாரா என்றால் இல்லை என்றுதான் சொல்ல வேண்டும். வாழ்வின் இறுதிக் காலத்தில் நீரிழிவு நோய் காரணமாகப் பார்வைத் திறனை இழந்தார்.

திரு.வி.க.வின் கண் பார்வை படிப்படியாகக் குறைந்து ஒரு கட்டத்தில் முழுமையாகப் பறி போனது. அதே சமயம் அவரைக் காண வருவோரின் எண்ணிக்கையும் குறையவே தனிமைத் துன்பத்தில் ஆழ்ந்தார். அரசியல், இலக்கியம், தொழிற்சங்கம் என எப்போதும் தன்னைச் சுற்றியிருந்த மக்கள் கூட்டம் இன்றைக்கு கனவாய் பழைய நினைவுகளாகப் போனது குறித்துக் கண் கலங்கினார். கண் பார்வை பறி போனது குறித்து அவர் எழுதிய கீழ்க்காணும் கவிதை படிப்போர் உள்ளத்தை உருக்கும். கண்களில் நீரை வரவழைக்கும்.

'அறுபத் தாறினில் சிறுபரல் ஆணிப்
படலம் கண்ணைப் படர்ந்து மறைத்தது;
பழைய வண்ணம் விழிகள் நோக்க
எழுதும் பேற்றை இழந்தனன் பாவி!

தனிமைத் துன்பத்தை எப்படிக் கழிக்கிறார் என்று அவரது மாணவர்களுள் ஒருவரான ம.ரா.போ.குருசாமி கேட்டபோது 'பன்னிரண்டு திருமுறைகளையும் மனத்துக்குள் வரிசையாகச் சொல்லிக் கொண்டிருக்கிறேன்' என்று சொன்னாராம். தேவாரம், திருவாசகம் தொடங்கிப் பெரிய புராணம் வரையிலான பன்னிரு திருமுறைகளின் மொத்த பாடல்கள் எண்ணிக்கை 18,326 ஆகும். இவற்றை வரிசையாக மனத்துக்குள் சொல்லிக் கொண்டிருக்கிறேன் என்றால், திரு.வி.கவின் அபாரமான நினைவாற்றலை என்ன வென்று போற்றிப் பாராட்டிப் புகழ்வது? பார்வைத் திறன் குறைந்தும் நினைவுத் திறன் நிறைந்தும், இறுதிக் காலத்தைக் கழித்த திரு.வி.க.வின் நிலையை இறைவனின் சாபம் என்பதா வரம் என்பதா?

'வாக்காளர்களுக்குக் கல்வி அறிவும், செம்மையான அரசியல் ஞானமும் வேண்டும். இல்லை எனில் சாதி, மத வெறியும், பணம்கொண்டு விலை பேசும் வாணிபமும் தரம் கெட்ட சட்டசபைகளும் உருவாகும் என்று இந்தியா சுதந்திரம் பெற்ற 1947-ல் தனது கருத்தை ஆழமாகப் பதிவு செய்து எச்சரிக்கை விடுத்தார். அவர் சொன்ன சொற்கள் எழுபது ஆண்டுகள் கழிந்த நிலையில் இன்றைக்கும் அழகாகப் பொருந்துகின்றன.

எழுத்தாளர், சொற்பொழிவாளர், அரசியல்வாதி, பத்திரிகை ஆசிரியர், பெண்ணுரிமை பேணிய பாவலர், சமூகச் சீர்திருத்தவாதி, தொழிற்சங்கத் தலைவர் எனப் பன்முகம் கொண்ட 'சாது முதலியார்' என்றும் 'இராயப்பேட்டை முனிவர்' என்றும் 'வேம்படி முனிவர்' என்றும் 'தமிழ்த் தென்றல்' என்றும் அன்புடன் அழைக்கப்பட்ட திரு.வி.க. 1953 செப்டம்பர் 17 அன்று மறைந்தார். தனது உடல், பொருள், ஆவி மூன்றும் தொழிலாளர்களுக்கே என்று முழங்கிய திரு.வி.க. உயிர் பிரிந்த பிறகு உடலைத் தொழிலாளர் அதிகம் வாழும் சென்னை சூளைப் பகுதிக்கு எடுத்துச் சென்று அவர்களிடம் ஒப்படைக்கவேண்டும் என்று விரும்பினார். அதற்கு ஏற்ப வடசென்னை சூளையில் இருந்து தொழிலாளர்கள், தமிழ் அறிஞர்கள், அரசியல் தலைவர்கள் புடைசூழ புறப்பட்ட அவரது இறுதி ஊர்வலம் தென் சென்னை மயிலாப்பூர் மயானத்தில் நிறைவடைந்தது. திரு.வி.கவுக்கும் பெரியாருக்கும் கருத்து வேறுபாடு இருந்தாலும் அவரது மறைவை ஒட்டி நடைபெற்ற

இறுதி ஊர்வலத்துக்குத் தலைமை தாங்கிய பெரியார் 'தமிழ்க் கடல் - தமிழ்த் தொண்டர் நம்மை விட்டுப் பிரிந்தார்' என்று கண் கலங்கினார்.

வாரிசுகள் இல்லாத காரணத்தால், தனது இறுதிச் சடங்குகளை மாணவர்களான அ.ச.ஞானசம்பந்தன் மற்றும் மு.வரதராசனார் ஆகிய இருவருமே செய்யவேண்டும் என்று திரு.வி.க. விரும்பியதைத் தொடர்ந்து அவர்களே முன்னின்று நடத்தினர். தேசபக்தன், நவசக்தி இதழ்களின் ஆசிரியராக திரு.வி.க. இருந்த போது உதவி ஆசிரியர்களாகப் பணியாற்றிய இருவர் பிற்காலத்தில் புகழ் பெற்ற எழுத்தாளர்களாக விளங்கினார்கள். ஒருவர் 'வெ. சாமிநாத சர்மா' மற்றொருவர் 'கல்கி கிருஷ்ணமூர்த்தி'.

வட சென்னையில் திரு.வி.க. நகர், இராயப்பேட்டை பீட்டர்ஸ் சாலைக்குத் திரு.வி.க. சாலை, ஷெனாய் நகரில் திரு.வி.க பூங்கா மற்றும் திரு.வி.க. உயர்நிலைப் பள்ளி என அவரது நினைவைப் போற்றும் வகையில் சென்னையில் மட்டுமின்றித் தமிழகத்திலுள்ள பல இடங்களுக்கும் பூங்காக்களுக்கும் சாலைகளுக்கும் பள்ளிகளுக்கும் அவரது பெயர் சூட்டப்பட்டது.

‘தமிழ்த் தாத்தா’
உ.வே.சாமிநாத அய்யர்

ஈராயிரம் ஆண்டுகளாக இலக்கிய வளம் பெற்ற சங்க நூல்களே ஈடு இணையற்ற புகழைத் தமிழுக்கும் பீடு பெருமையைத் தமிழருக்கும் வழங்கிவந்துகொண்டிருக்கின்றன. ஆனால், இந்த சங்க நூல்களின் பெருமையையும் சிறப்பையும் புகழையும் கடந்த நூற்றாண்டுவரை பெரும் புலமை பெற்றவர்களே முழுமையாக அறிந்திருக்கவில்லை. பத்துப்பாட்டு, புறநானூறு, அகநானூறு, சிலப்பதிகாரம், மணிமேகலை, சீவக சிந்தாமணி உள்ளிட்ட பல பழந்தமிழ் இலக்கிய நூல்களின் பெயர்களைப் பின்னாளில் வந்த பாடல்கள் மூலம் பெயரளவில் தெரிந்து கொண்டார்களே தவிர, அவை கிடைக்கப் பெறாத காரணத்தால் கற்றுக் கொள்ளும் வாய்ப்பும் கிடைக்கவில்லை.

தமிழர்களின் கண்களுக்குக் காணக்கிடைக்காத சீவக சிந்தாமணி, மணிமேகலை, பத்துப்பாட்டு, புறநானூறு, ஐங்குறுநூறு, அகநாநூறு, பதிற்றுப்பத்து, பரிபாடல், பெருங்காதை, திருவிளையாடற் புராணம், திருக்காளத்திப் புராணம், பெருங்கதை உள்ளிட்ட இலக்கிய நூல்களையும் நன்னூல் சங்கர நமச்சிவாயர் உரை, புறப்பொருள் வெண்பா மாலை உள்ளிட்ட இலக்கண நூல்களையும் கோவை, உலா, கலம்பகம், பிள்ளைத் தமிழ், இரட்டை மணிமாலை, அந்தாதி, குறவஞ்சி உள்ளிட்ட பிரபந்தங்களையும் குறிப்புகளுடன் வெளியிட்டார். சற்றேறக் குறைய 90க்கும் அதிகமான நூல்களைப் பதிப்பித்ததுடன், மூவாயிரத்துக்கும் அதிகமான ஓலைச்சுவடிக ளையும் தமிழகம் முழுவதும் பயணித்துச் சேகரித்தார். ஊர் ஊராகப் பயணிக்கவும் ஓலைச்சுவடிகளை வாங்கவும் பதிப்பிக்கவும் இவர்

வாங்கிய கடனும் செய்த செலவும் அதிகம் எனினும் தமிழ் அன்னைக்கான சேவையாகவே கருதினார். தமிழரைத் தலை நிமிரச் செய்த இச்செல்வங்களையும் பொக்கிஷங்களையும் தேடித் தந்த பெருமைக்குரியவர் மகா மகோபாத்தியாய. திராவிட வித்யா பூஷணம், தாஷிணாத்திய கலாநிதி, தமிழ்த் தாத்தா டாக்டர் உ.வே.சாமிநாத ஐயர்.

'தமிழ்த் தாத்தா' என்று அன்புடன் போற்றப்படும் ஸ்ரீ உ.வே. சாமிநாத ஐயர் அவர்கள் தஞ்சை மாவட்டம் உத்தமதானபுரம் என்னும் சிற்றூரில் 1855 பிப்ரவரி 19 ஆம் தேதி சங்கீத வித்வான் வேங்கட சுப்பையருக்கும் - சரஸ்வதி அம்மாளுக்கும் மகனாகப் பிறந்தார். தன்னை போலவே தனது மகனும் பெரிய சங்கீத வித்வானாக வேண்டும் என்பது தந்தையின் விருப்பம். ஆனால் உ.வே.சா.. அவர்களுக்கோ இளம் வயது முதற்கொண்டே தமிழின் மீது தீராத தாகம். தொடக்கத்தில் தந்தையிடமும் பின்னர் குன்னம் சிதம்பரம் பிள்ளை, காரைக்குடி கஸ்தூரி ஐயங்கார், அரியலூர் சடகோபையங்கார், செங்கணம் விருத்தாசல ரெட்டியார், கனம் கிருஷ்ணய்யர், கோபால கிருஷ்ண பாரதி ஆகியோரிடம் சங்கீதத்தையும் தமிழ் இலக்கண இலக்கியங்களையும் பயின்றார். 1868-ல் பதின்மூன்றாம் வயதில் மதுராம்பாள் என்பவருடன் திருமணம் நடைபெற்றது.

ஒவ்வொரு புலவரும் ஏதேனும் ஒரு நூலில் சிறந்த விளங்கியதால், மாணவர்கள் ஒவ்வொரு புலவராகத் தேடிச் சென்று பாடம் கற்று வந்தார்கள். திருவாவடுதுறை ஆதீனப் பெரும் புலவராகத் திகழ்ந்த நாடறிந்த நற்றமிழ் அறிஞரான மகாவித்வான் மீனாட்சி சுந்தரம் பிள்ளை போன்ற ஒரு சிலரே தமிழைக் கரைத்துக் குடித்தவர்களாகத் தமிழ்க் கடலாகத் திகழ்ந்ததால், அவரிடம் பாடம் கேட்கவே மாணவர்கள் விரும்பினர். அந்தவகையில் பிள்ளை அவர்களிடம் தனது மகனை மாணாக்கனாகச் சேர்க்க வேண்டுமென வேங்கட சுப்பையரும் ஆசைப்பட்டார். தனக்கு யாப்பருங் கலக்காரிகை பாடம் சொன்ன விருத்தாசல ரெட்டியாரும் அடிக்கடி பிள்ளை அவர்களின் பெருமை பற்றிச் சொல்லவே உ.வே.சாமிநாத ஐயருக்கும் பிள்ளை அவர்களிடம் பாடம் படிக்கும் ஆசை துளிர் விட்டதில் வியப்பேதுமில்லை.

1870 முதல் 1876 -ல் அவர் மறையும்வரை இலக்கண இலக்கியங்கள் உள்ளிட்ட பல்வகைத் தமிழ் நூல்களைக் குறைவறக் கற்றுத் தேர்ந்தார். அவரிடம் பாடம் கேட்டது குறித்து உ.வே.சா.. அவர்கள் 'எனக்கிருந்த தமிழ்ப்பசி மிக அதிகம். மற்றவர்களிடம் பாடம்

கேட்டபோது அது எனக்கு யானைப் பசிக்குச் சோளப் பொரியாகவே இருந்தது. ஆனால், பிள்ளை அவர்களிடம் கற்கத் தொடங்கிய பிறகு மிகப் பெரிய தமிழ் விருந்தே கிடைத்தது. பலகாலமாகத் தவம் புரிந்து ஒரு தெய்வ தரிசனத்துக்குக் காத்திருக்கும் உபாஸகனைப் போல் நானிருந்தேன். அவனுக்குக் காட்சியளிக்கும் தெய்வம்போல் அவரிருந்தார்' என்று தனது சுய சரிதையில் பதிவு செய்துள்ளார்.

மகாவித்வான் மீனாட்சி சுந்தரம் பிள்ளை தீவிர சைவ பக்தர். எனவே வேங்கடராமன் என்று பெயருடன் உ.வே.சாமிநாத ஐயர் அவரிடம் மாணவனாகச் சேர்ந்தபோது வைணவப் பெயர் வைத்தது பற்றிக் கேட்டார். 'எங்கள் குல தெய்வம் வேங்கடாசலபதி. எனவே, எனக்கு வேங்கடராமன் என்று பெயரிட்டனர். மேலும் சாமிநாதன் என்பதன் பெயர்ச் சுருக்கமாக சாமா என்றும் அழைப்பார்கள்' என்று உ.வே.சா..பதிலளித்தார். அப்படி எனில் நீ வேங்கடராமன் இல்லை. சாமிநாதன் என்ற பெயராலேயே இன்று முதல் அழைக்கப்படுவாய்' என்று சொல்ல அன்று முதல் உ.வே.சாமிநாத ஐயர் என்ற பெயரே அவருக்கு நிலைபெற்றது.

தமிழகத்தின் மூலை முடுக்குகளில், வீடுகளின் பரண்களில் கிடைந்த பழந்தமிழ் ஓலைச் சுவடிகளைத் தேடித் தேடித் சேகரித்துப், பதிப்பித்து, அவற்றைத் தமிழுலகுக்கு வழங்க உ.வே. சா. அவர்களின் ஓய்வில்லா உழைப்பும், அயர்வறியா முயற்சியும், தணியாத ஆர்வமுமே அடிப்படையே ஆகும். இரவு பகல் பாராமல் தமிழ் நூல்களின் பதிப்புப் பணிக்கே தனது வாழ்நாளின் பெரும் பகுதியை அர்ப்பணித்தார்.

1876 ஜனவரி 1 ஆம் தேதி மகாவித்வான் மீனாட்சி சுந்தரம் பிள்ளை இறைவனடி சேர்ந்தார். மூச்சு நிற்கும்வரை தமிழையே சுவாசித்துக் கொண்டிருந்தார். கடைசி காலத்தில் உடம்பு முடியாதநிலையில் கூட உ.வே.சா.. அவர்களுக்கு திருவாசகத்தில் ஏற்பட்ட ஐயத்தை தீர்த்துவைத்தார். பிள்ளை அவர்களின் மறைவுக்குப் பின்னர் திருவாவடுதுறை ஆதீனகர்த்தர் சுப்பிரமணிய தேசிகரிடம் உ.வே.சா. அவர்கள் பாடங்களைத் தொடர்ந்து கேட்டறிந்தார். மடத்தின் சார்பில் புதிய வீட்டை ஆதீனகர்த்தர் கட்டித் தரவே பெற்றோர், மனைவியுடன் குடிபுகுந்தார். குடும்பம் நடத்தத் தேவையான தேவையான பொருட்களும் மடத்திலிருந்தே அனுப்பி வைக்கப்பட்டன.

கும்பகோணம் அரசுக் கல்லூரியில் தமிழாசிரியராக இருந்த பெரும் புலவர் தியாகராச செட்டியார் ஓய்வு பெற்றதைத் தொடர்ந்து 1880 -ல் உ.வே.சா. அவர்கள் அங்கு தமிழாசிரியராகப் பணியைத்

தொடங்கினார். ஆங்கிலம் கற்பதும் பேசுவதும் உரையாடுவதுமே பெருமை எனக் கருதப்பட்ட காலமது. மேலும் ஆங்கில ஆசிரியர்களைவிட தமிழ் ஆசிரியர்களுக்குச் சம்பளமும் குறைவு. இருப்பினும் உ.வே.சா. அவர்கள் தனது நிறைந்த தமிழ்ப் புலமை, சுவையாக விளக்கும் ஆற்றல், சிறந்த இசைப்புலமை உள்ளிட்ட நற்குணங்களால் மாணவர்களைக் கவர்ந்ததுடன் தமிழ் கற்கும் ஆர்வத்தையும் ஊட்டினார். இங்கு பணியாற்றிக் கொண்டிருந்த காலத்தில் அவருக்கு கல்யாணசுந்தரம் என்ற ஆண் குழந்தை பிறந்தது.

திருநெல்வேலியில் வேணுவனலிங்கப் பிள்ளை கட்டிய 'சுப்பிரமணிய தேசிக விலாசம்' மடாலயத்தின் கிரஹப் பிரவேசத்துக்கு உ.வே.சா. அவர்கள் சென்றிருந்தார். இந்த நிகழ்ச்சிக்கு வந்திருந்த புலவர்கள் அதைச் சிறப்பித்துப்பாட உ.வே.சா. அவர்களது பாடல்களைத் தொகுத்துப் பதிப்பிக்கும் பணியில் ஈடுபட்டார். அந்த நூலின் முகப்பில் 'பல வித்வான்களால் பாடப்பட்டு, ஆதீன அடியார் அவைக்களத்தில் ஒருவராகிய ஆறுமுக ஸ்வாமிகள் மற்றும் சாமிநாத ஐயர் ஆகியோரால் பார்வையிடப்பட்டு, திருநெல்வேலி முத்தமிழாகர அச்சுக்கூடத்தில் பதிக்கப்பட்டது. வெகுதான்ய வருடம், ஆனி மாதம்' என்று குறிப்பிடப்பட்டுள்ளது. அந்தவகையில் பிற்காலத்தில் சங்க இலக்கியங்களைப் பதிப்பித்துப் பெரும் புகழ் பெற்ற உ.வே.சா. அவர்கள் முதன் முதலில் பதிப்பித்த நூல் என்ற பெருமையை இது பெறுகிறது.

சங்கத் தமிழ் ஏடுகளைத் தேடிப் பதிப்பதை உ.வே.சா. அவர்கள் தனது உயிர் மூச்சாகக் கொள்வதற்கு முன்சீஃப் சேலம் இராமசாமி முதலியாருடனான சந்திப்பே முக்கியக் காரணமாக அமைந்தது. 1880-ல் கும்பகோணம் கல்லூரியில் தமிழாசிரியராக உ.வே.சா. அவர்கள் பணியாற்றியபோது, திருவாவடுதுறை ஆதீனகர்த்தர் சுப்பிரமணிய தேசிகரின் வேண்டுகோளுக்கு இணங்கத் தமிழ் ஆர்வலரான முன்சீஃப் சேலம் இராமசாமி முதலியாரைச் சந்தித்தார்.

உ வே.சா. அவர்களை அன்புடன் வரவேற்ற சேலம் இராமசாமி முதலியார் 'யாரிடம் தமிழ் இலக்கிய இலக்கியப் பாடங்களைக் கேட்டீர்கள்' என்று அன்புடன் வினவினார். 'மகாவித்வான் மீனாட்சிசுந்தரம் பிள்ளை' என்று பதிலளித்தும் திருப்தி அடையாத முதலியார் கற்றுக்கொண்ட பாடங்களின் விவரங்களைக் கேட்க 'அந்தாதிகள் இருபது, கலம்பகங்கள் இருபது, கோவை பதினைந்து, பிள்ளைத் தமிழ் முப்பது, உலாக்கள் பன்னிரண்டு, தூதுகள், கம்ப இராமாயணம், கந்த புராணம், பெரிய புராணம் என்று

பட்டியலிட்டுக்கொண்டே போனார் உ.வே.சா.. அவர்கள். ஆனாலும் முதலியார் சமாதானம் அடையாமல் 'நீங்கள் பாடம் கேட்டவை பிற்காலத் தமிழ் இலக்கங்கியங்கள். சிலப்பதிகாரம், மணிமேகலை, சீவக சிந்தாமணி ஆகியவற்றைப் படித்திருக்கிறீர்களா?' என்று கேட்க, தனது பேராசான் மீனாட்சிசுந்தரம் பிள்ளையேகூட இவை பற்றித் தன்னிடம் கூறவில்லையே என்று வியந்த உ.வே.சா. அவர்கள் அவை பற்றிய விவரங்களை அவரிடமே கேட்டறிந்தார்.

தன்னிடம் இருந்த சீவக சிந்தாமணி நூலை உ.வே.சா. அவர்களிடம் கொடுத்து திருநெல்வேலி ஸ்ரீவைகுண்டத்தில் உள்ள கவிராயரிட மிருந்து கிடைத்த வரலாற்றையும் சேலம் இராமசாமி முதலியார் பகிர்ந்துகொண்டார். வீட்டுக்குத் திரும்பிய உ.வே.சா. அவர்கள் நச்சினார்க்கினியர் உரையுடன் இருந்த சீவக சிந்தாமணி ஏட்டுச் சுவடியை ஆர்வத்துடன் புரட்டினார். படிக்கப் படிக்க சங்க இலக்கியங்களையும் ஐம்பெருங்காப்பியங்களையும் தேடிக் கண்டுபிடிக்க வேண்டும் என்னும் பேரவா அவர் உள்ளத்தில் எழுந்தது.

1887-ல் சேலம் இராமசாமி முதலியார் தன்னிடம் வழங்கிய ஐம்பெரும் காப்பியங்களுள் ஒன்றான 'சீவக சிந்தாமணி' நூலைத் தேரழுந்தூர் ராஜகோபாலாச்சாரியார் உதவியுடன் பதிப்பித்தார். அவர் மெய்ப்பு திருத்தித் தர முதல் முதலாக ஒரு பழைய நூலைப் பதிப்பிக்கும் பேறு கிடைத்த மகிழ்ச்சியில் உ.வே.சா.. அவர்கள் 500 பிரதிகள் வெளியிட்டார். பெரும்பான்மை தமிழறிஞர்கள் மற்றும் ஆய்வாளர்கள் அவரது நூல் பழைய நூல்களுக்கெல்லாம் களஞ்சியம்போல் இருப்பதாகப் பாராட்டினாலும், சைவக் குடும்பத்தில் பிறந்த ஒருவர் எவ்வாறு சமணக் காப்பியத்தைப் பதிப்பிக்கலாம் என்று சைவர்களும் பிழையான பதிப்பு என்று சமணர்களும் கண்டனக் குரல்கள் எழுப்பினார்கள். எதிர்பார்த்த அளவு விற்பனையும் ஆகவில்லை. தமிழின் ஐம்பெரும் காப்பியங்களுள் ஒன்றான 'சீவக சிந்தாமணியைப்' பதிப்பித்ததற்காகக் கைக்காசைச் செலவழித்து சிலரிடம் திட்டு வாங்கியதுதான் மிச்சம்.

1888 ஜனவரி *7* ஆம் தேதி திருவாவடுதுறை ஆதீனகர்த்தர் சுப்பிரமணிய தேசியர் சிவலோகப் பிராப்தி அடைந்தார். இந்தத் துயரத்திலிருந்து விடுபடுவதற்குள் உ.வே.சா.. அவர்களைப் பெரிதும் ஆதரித்து வந்த தியாகராசச் செட்டியாரும் காலமாகவே அவரது வருத்தம் பன்மடங்கு அதிகரித்தது.

இதனைத் தொடர்ந்து 1889-ல் சங்க இலக்கியமான பத்துப்பாட்டு பதிப்பை வெளியிட்டார். பத்துப்பாட்டில் ஒன்றான குறிஞ்சிப்பாட்டில் இரு மகளிர் 99 மலர்களைப் பறித்துப் பாறைமேல் குவித்தனர் என்று வருகிறது. தன்னிடம் இருந்த சுவடியைப் பார்த்தபோது அந்த எண்ணிக்கையில் சில குறைந்திருப்பதைக் கண்டு தேடுதலை இன்னும் தீவிரப்படுத்தினார். பிறகு தருமபுர ஆதீனத்தில் கிடைத்த ஒரு சுவடியில் அந்த மலர்களின் பெயர்கள் முழுமையாக இருப்பதைக் கண்டு மகிழ்ந்தார். 99 வகையான மலர்கள் சங்க காலத் தமிழகத்தில் பூத்துக் குலுங்கின என்பது இலக்கிய ஆர்வலர்களுக்கு மட்டுமின்றி தமிழக வரலாற்று ஆய்வாளர்களுக்கும் முக்கியச் செய்தியாகும். கபிலர் பாடிய அப்பூக்களின் பெயர்கள் பின்வருமாறு:

ஒண் செங் காந்தள், ஆம்பல், அனிச்சம், தண் கயக் குவளை, குறிஞ்சி, வெட்சி, செங் கொடுவேரி, தேமா, மணிச்சிகை, உரிது நாறு அவிழ் தொத்து உந்தூழ், கூவிளம், எரி புரை எறுழம், சுள்ளி, கூவிரம், வடவனம், வாகை, வான் பூங் குடசம், எருவை, செருவிளை, மணிப் பூங் கருவிளை, பயினி, வானி, பல் இணர்க் குரவம், பசும்பிடி, வகுளம், பல் இணர்க் காயா, விரி மலர் ஆவிரை, வேரல், சூரல், குரீஇப் பூளை, குறுநறுங் கண்ணி, குருகிலை, மருதம், விரி பூங் கோங்கம், போங்கம், திலகம், தேங் கமழ் பாதிரி, செருந்தி, அதிரல், பெருந் தண் சண்பகம், கரந்தை, குளவி, கடி கமழ் கலி மா, தில்லை, பாலை, கல் இவர் முல்லை, குல்லை, பிடவம், சிறுமாரோடம், வாழை, வள்ளி, நீள் நறு நெய்தல், தாழை, தளவம், முள் தாள் தாமரை, ஞாழல், மௌவல், நறுந் தண் கொகுடி, சேடல், செம்மல், சிறுசெங்குரலி, கோடல், கைதை, கொங்கு முதிர் நறு வழை, காஞ்சி, மணிக் குலைக் கள் கமழ் நெய்தல், பாங்கர், மராஅம், பல் பூந் தணக்கம், ஈங்கை, இலவம், தூங்கு இணர்க் கொன்றை, அடும்பு, அமர் ஆத்தி, நெடுங் கொடி அவரை, பகன்றை, பலாசம், பல் பூம் பிண்டி, வஞ்சி, பித்திகம், சிந்துவாரம், தும்பை, துழாஅய், சுடர்ப் பூந் தோன்றி, நந்தி, நறவம், நறும் புன்னாகம், பாரம், பீரம், பைங் குருக்கத்தி, ஆரம், காழ்வை, கடி இரும் புன்னை, நரந்தம், நாகம், நள்ளிருள் நாறி, மா இருங் குருந்தும், வேங்கையும், பிறவும்.

அடுத்து சிலப்பதிகாரத்தை அச்சிடவேண்டும் என்னும் ஆர்வம் உண்டாகவே கைவசம் இருந்த ஏடுகளைக் குறிப்பாக அடியார்க்கு நல்லார் உரையுடன், ஒப்பு நோக்கி ஆய்வு செய்தார். மேலும் 1891-ல் திருநெல்வேலியில் உள்ள சைவக் கோயில்கள், மடங்கள், வீடுகளில் ஏடுகளைத் தேடி அலைந்தபோது சிதிலமடைந்த சில சுவடிகள் கிடைத்தன. இவை அனைத்தையும் நன்கு ஆராய்ந்து சிலப்பதிகாரத்தை வெளியிட்டார்.

புறநானூறு நூலின் 260 பாடல்களுக்கு மட்டுமே ஒரு பழைய உரை கிடைத்தது. அதுவும் முழுமையாக இல்லை. மூலத்துக்கு இணையாக உரையின் காணப்படும் பொருளைப் புரிந்து கொள்வதும் கடினமாக இருந்தது. இருப்பினும் விடா முயற்சியுடன் 1893-ல் தனது உரையுடன் பதிப்பிக்கத் தொடங்கினார். திடீரெனத் தந்தையாரும், பூண்டி அரங்கநாத முதலியாரும் அடுத்தடுத்து மறையவே உ.வே.சா.. அவர்கள் சற்று நிலை குலைந்தார். மன உறுதியுடன் சோகத்திலிருந்து மீண்டெழுந்து 1894-ல் புறநானூற்றுப் பதிப்பை நிறைவு செய்து வெளியிட்டார். ஈராயிரம் ஆண்டுகளுக்கு முந்திய மன்னர்கள், வள்ளல்கள், மக்கள் வாழ்க்கை முறை, போர் முறை உள்ளிட்ட பல வரலாற்றுச் செய்திகள் இதன் மூலம் தெரிய வந்தன. மண்ணின் மணத்துடன், வீரத்தின் விளைநிலமாகத் தமிழ் மரபுக்கு இருந்த மேன்மையை உலகுக்கு அறிமுகப்படுத்திய பெருமை உ.வே.சா. அவர்களையே சாரும். பிற்கால ஆய்வாளர் களுக்கு அது பொக்கிஷமாகவும் திகழ்ந்தது. 1895-ல் புறப்பொருள் வெண்பா மாலை வெளியானது.

அடுத்து உ.வே.சா..அவர்கள் ஆய்வு செய்யத் தொடங்கியது மணிமேகலை என்னும் பௌத்தக் காப்பியம். சீவக சிந்தாமணி சமணக் காப்பியம் என்றாலும் ஐயங்களைப் போக்கப் பல சமண அறிஞர்கள் இருந்தனர். ஆனால் மணிமேகலை தொடர்பான சந்தேகங்களைத் தெளிவுபடுத்த பௌத்த அறிஞர்கள் தமிழகத்தில் இல்லை. வீரசோழியம் இலக்கண நூல் பௌத்தரால் இயற்றப் பட்டது என்பதால் அதிலிருந்த பௌத்த சமயக் கருத்துகளை உள்வாங்கிக் கொண்டார். இரங்காச்சாரியார் என்பவர் ஆங்கிலத்தில் எழுதப்பட்ட சில பௌத்த நூல்களைக் கொடுத்து உதவினார். மாணவனைப்போல் இவற்றைத் தொகுத்து 1898-ல் மணிமேகலையை வெளியிட்டார். கடிமான சொற்களுக்கான விளக்கங்களையும், கதைச் சுருக்கத்தையும் இணைத்ததுடன், பௌத்தக் கருத்துகளைத் திரட்ட உதவிய 59 தமிழ் மற்றும் 29 வடமொழி நூல்களை மேற்கொள் காட்டியிருந்தார். 1902-ல் மற்றொரு சங்க இலக்கியமான ஐங்குறுநூற்றை வெளியிட்டார்.

புறநானூறு, புறப்பொருள் வெண்பா மாலை மற்றும் மணிமேகலை ஆகிய நூல்களை வெளியிட உதவி செய்தவர் நான்காம் தமிழ்ச் சங்கத்தை உருவாக்கிய பாண்டித் துரைத் தேவர் ஆவார். அவருடைய தாயார் மறைந்ததைத் தொடர்ந்து அவரைச் சந்தித்து துக்கம் விசாரித்தார் உ.வே.சா..அவர்கள். பேச்சுவாக்கில் உ.வே.சா.. அவர்களின் தமிழ்ப் பணியைப் பாராட்டி இராமநாதபுரம் மன்னர்

பாஸ்கர சேதுபதி அவரது பெயரில் ஒரு கிராமத்தையே எழுதி வைக்கப் போவதாக தன்னிடம் கூறியதாகப் பாண்டித்துரை தெரிவித்தார் .

'ஆண்டவன் அருளால் கல்லூரிச் சம்பளமே போதுமானதாக உள்ளது. சமஸ்தானம் பல்வேறு கடன் தொல்லைகளுக்கு உள்ளாகி இருக்கும் நிலையில் இவ்வளவு பெரிய கொடையை ஏற்க மனம் ஒப்பவில்லை. உங்கள் பிரியத்துக்கும் என் மீது வைத்திருக்கும் நம்பிக்கைக்கும் நன்றி' என்று மன்னர் பாஸ்கர சேதுபதியிடம் தெரிவித்தார் உ.வே.சா. ஒரு கிராமமே கிடைத்தாலும் வேண்டாம் என்று மறுத்து, கல்லூரிச் சம்பளமே போதும் என்று சொல்ல யாருக்கு மனம் வரும்?

இருப்பினும் பாஸ்கர சேதுபதி நவராத்திரி விழாவொன்றில் உ.வே.சா. அவர்களை அழைத்துப் பாராட்டியதுடன், பொற்கிழியும் விலை உயர்ந்த இரு சால்வைகளையும் வழங்கிக் கௌரவித்தார். ஆனால், அவற்றை முந்நூறு ரூபாய்க்கு விற்றுவிட்டு நூல் வெளியீட்டால் தனக்கிருந்த கடனை அடைத்தார். இது பற்றி திருவாவடுதுறை ஆதீனகர்த்தர் அம்பலவாண தேசிகர் வினவியதற்கு 'பெரிய சமஸ்தானம் கொடுத்த மரியாதையைப் பத்திரப்படுத்திக் கொள்ளவேண்டும் என்பது உண்மைதான். ஆனால் தமிழ்த்தாயின் திருப்பணியால் கிடைத்த கௌரவத்தை மீண்டும் அதற்கே பயன்படுத்துவதுதானே நியாயம்' என்று அடக்கத்துடன் பதிலளித்தார்.

கும்பகோணம் கல்லூரி முதல்வர் ராவ்பகதூர் நாகோஜி ராவ் இசை ஞானம் உள்ளவர். அவர் எழுதிய சில இசை நூல்களை உ.வே.சா. அவர்கள் திருத்தித் தந்தார். எனவே, ஏதேனும் ஒரு வகையில் உ.வே. சா. அவர்களுக்கு உதவ எண்ணி 'பள்ளிக் கூடப் பாட நூல்கள் தரமாக இல்லை. மூன்றாம் வகுப்பு முதல் மூன்றாம் ஃபாரம்வரை அவற்றை நீங்கள் எழுதிக் கொடுத்தால் லாங்க்மென்ஸ் நிறுவனம் கணிசமான தொகையை அளிக்கத் தயாராக உள்ளது. அந்தச் சன்மானம் உங்கள் பதிப்புப் பணிகளுக்கு உதவியாக இருக்கும்' என்றார்.

ஆனால் உ.வே.சா. அவர்கள் 'எனக்குப் பணம் முக்கியமல்ல. தமிழ் நூல்களை ஆய்வு செய்வதிலும் கல்லூரியில் பாடம் எடுக்கவுமே எனது நேரத்தைச் செலவு செய்து கொண்டிருக்கிறேன். பணம் வரத் தொடங்கினால் வேறு வகைகளில் ஆசை துளிர்விடும். பணம் சம்பாதிப்பதில் கவனம் சிதறும். பழந்தமிழ் நூல்களை ஆய்வு செய்யவோ பதிப்பிக்கவோ தோன்றாது. எனவே என்னை என் போக்கிலேயே விட்டுவிடுங்கள். உங்கள் யோசனைக்கு நன்றி'

என்று உ.வே.சா. அவர்கள் பதிலளித்தார். 'பணத்தின் மீது ஆசையின்றித் தமிழ் மீதுள்ள அவரது பற்று என்னை வியக்க வைக்கிறது' என்றார் ராவ் பகதூர் நாகோஜிராவ்.

தன்னிடம் ஏட்டுச் சுவடிகள் இருப்பதாகவும் பணம் அனுப்பினால் அவற்றைத் தருவதாகவும் கடிதம் அனுப்புவார்கள். ஒரு சிலர் அனுப்பும் ஏட்டுச் சுவடிகள் ஏற்கனவே அவரிடம் இருக்கும். இன்னும் சிலர் பணத்தைப் பெற்றுக்கொண்டு ஏட்டுச் சுவடிகளை அனுப்பாமல் ஏமாற்றுவார்கள். பத்து பேருக்குப் பணம் அனுப்பினால் நான்கு ஐந்து பேர்தான் ஏடுகளை அனுப்புவார்கள். மீதம் நஷ்டம்தான் என்றாலும் ஓலைச் சுவடிகளை அனுப்பிய அந்த ஒரு சிலருக்கு நன்றி' என்று திருப்திப்படுவார் உ.வே.சா.

1903 -ல் எட்டுத் தொகை நூல்களுள் ஒன்றான 'ஐங்குறுநூறு' முதல் பதிப்பை வெளியிட்டார். அதே ஆண்டு சென்னை மாநிலக் கல்லூரி தமிழ்ப் பேராசிரியர் சீனிவாசாச்சாரியார் ஓய்வு பெற்றதைத் தொடர்ந்து உ.வே.சா. சென்னைக்கு மாற்றப்பட்டார். சென்னைக்குக் குடிபெயர்ந்தால் தனது பதிப்புப் பணி இன்னும் மேம்படும் என்ற மகிழ்ச்சியைவிட, 23 ஆண்டுகளாகப் பணியாற்றிய கும்பகோணம் கல்லூரியை விட்டுப் பிரிகிறோமே என்ற வருத்தமே மேலோங்கி இருந்தது. இருப்பினும் திருவாவடுதுறை ஆதீனத் தலைவர் ஸ்ரீ அம்பலவாண தேசிகர் சென்னைக்குச் செல்வதால் தனிப்பட்ட முறையில் அவருக்குப் பல நன்மைகள் ஏற்படுவதுடன், ஆதீனத்தின் பெருமையும் அங்கு பரவ வாய்ப்பு அதிகம் என்று உற்சாகப்படுத்தவே 1904-ல் சென்னை திருவட்டீஸ்வரன்பேட்டை, பிள்ளையார் கோயில் தெருவில் உள்ள ஒரு வீட்டில் உ.வே.சா. குடிபுகுந்தார். அதே ஆண்டு மற்றொரு எட்டுத் தொகை நூலான 'பதிற்றுப்பத்து' நூலைப் பதிப்பித்து வெளியிட்டார்.

மாநிலக் கல்லூரியில் மணிமேகலை பாடம் நடத்திக் கொண்டிருந்த போது ஒரு சிலர் உவே.சா. அவர்களைச் சிறுமைப்படுத்தவேண்டும் என்னும் நோக்கில் துண்டுச்சீட்டுகளை வீசி விட்டுச் சென்றனர். அவற்றில் 'நச்சினார்க்கினியர் தவறு செய்தார், சங்கராச்சாரியார் தவறு செய்தார். உ.வே.சாமிநாத ஐயரும் பிழைகளைச் செய்துள்ளர்' என்ற வரிகள் இடம் பெற்றிருந்தன. ஆனால் உ.வே.சா. அவர்கள் வருத்தமோ, கோபமோ அடையாமல் 'இந்த எளியேனை நச்சினார்க்கினர் மற்றும் சங்கராச்சாரியார் ஆகியோருக்குச் சமமாக வைத்து என்னை உயர்த்தி உள்ளார்கள். ஆகவே இதில் வருத்தப்பட ஏதுமில்லை' என்று புன்னகை பூத்தார்.

உவே.சா. அவர்கள் மீது பொறாமைப்பட்ட யாரோ சிலர் 'உ.வே.சா. அவர்கள் பதிப்பிக்கும் நூல்களில் பெண்களை வர்ணிக்கும் சிருங்கார ரசம் அதிகம்' என்று திருவட்டீஸ்வரன் பேட்டை காவல் நிலைய அதிகாரி ஜெய்சிங் என்பவரிடம் புகார் அளித்திருந்தனர். காவடிச் சிந்து மற்றும் திருப்புகழ் ஆகியவற்றில் பெண்களை வர்ணிக்கும் பாடல்கள் இருப்பதால் அவற்றைத் தடை செய்ய வேண்டும் என்ற எண்ணத்தில் இருந்தார் அந்தக் காவல் துறை அதிகாரி. இந்நிலையில் உ.வே.சா. அவர்கள் சிருங்கார ரசம் கொண்ட நூல்களைப் பதிப்பிக்கிறார் என்று சொன்னவுடன் அவரது கோபம் இன்னும் அதிகமானது. தமிழ் இலக்கியங்கள் குறித்த முழுமையான புரிதல் இல்லாததால் குழந்தைகளின் மனத்தைக் கெடுக்கும் இத்தகைய நூல்களைத் தடை செய்யவேண்டும் என்ற முடிவிலும் இருந்தார். இதைத் தெரிந்துகொண்ட உ.வே.சா. அவர்கள் விளக்கம் அளிப்பதற்காகத் தானே அவர் வீடு தேடிச் சென்றார்.

'சங்க இலக்கியங்கள், கம்ப இராமாயணம், காவடிச் சிந்து, திருபுகழ் உள்படப் பல தமிழ் நூல்களில் பெண்களைக் குறித்த வர்ணனைகள் இருப்பது உண்மைதான். ஆனால், இந்த சிருங்கார ரசம் தமிழில் மட்டுமின்றி வடமொழியிலும் ஆங்கிலத்திலும், பல்வேறு உலக மொழிகளிலுள்ள நூல்களிலும் உள்ளன. வர்ணனை உள்ள வரிகளை மட்டும் படிக்காமல் முழுப் பாட்டையும் படிக்கவேண்டும். ஒன்பது சுவைகளில் சிருங்காரம் ஒரு வகை ஆகும். ஆபாசம் வேறு சிருங்கார ரசம் வேறு. மனித வாழ்க்கையில் காதல் மிக முக்கியமான உணர்ச்சி. தேவாரம், திருவாசகம், திவ்வியப் பிரபந்தம் ஆகிய நூல்களில் இறைவன் மீதான பக்தியை காதலாக மாற்றிப் பாடியுள்ளனர். கோயில்களில் செதுக்கப்பட்டுள்ள பெண் சிற்பங்களின் அங்கங்களை யாரும் விகாரமாகப் பார்ப்பதில்லை. இன்னும் சொல்லப் போனால் கிராமப்புறப் பெண்களில் பலர் மார்புக் கச்சு அணிவதில்லை. அவர்களின் தோற்றத்தில் ஆபாசம் இல்லை. காண்பவர்களின் கண்களில்தான் ஆபாசம் உள்ளது. பெண்களில் வர்ணிப்புக்காக நூல்களை நீக்கத் தொடங்கினால், தமிழ், வடமொழி, ஆங்கில இலக்கியங்களை அனைத்தையும் அழிக்க வேண்டும். கோயில்களில் உள்ள பெண்களின் சிற்பங்களை உடைக்க வேண்டும். இவற்றை அழித்தால் பண்பாட்டையே அழிப்பதற்குச் சமமாகும்' என்று உணர்வு பொங்க பதிலளித்தார் உ.வே.சா. அவர்கள்.

உ வே.சா. அவர்களின் விளக்கத்திலுள்ள தீவிர தமிழ்ப் பற்றை கண்ட காவல்துறை அதிகாரி ஜெய்சிங் 'முழுமையாகத் தெரிந்து

கொள்ளாமல் யாரோ சிலர் சொன்னதை அரை குறையாகக் கேட்டு ஏமாந்து போனேன். உண்மைச் சொல்லி என்னைத் தெளிவு படுத்தியதற்கு நன்றி' என்றார்.

திருவாரூர் தியாகேசனின் திருவிளையாடல்கள் 360. ஆனால் 14 லீலைகளை கொண்ட ஒரு பகுதிதான் கிடைத்தது. முழு மூல நூலும் கிடைக்கவில்லை. இவரது ஆசிரியர் மகாவித்வான் மீனாட்சிசுந்தரம் பிள்ளை அச்சிட எண்ணி முடியாமல் போன பணியை உ.வே.சா. அவர்கள் 1905-ல் பதிப்பித்து நிறைவு செய்தார்.

1906 -ல் அரசாங்கம் உ.வே.சா. அவர்களின் சிறப்பான பணிகளைப் பாராட்டி ஐம்பத்தியோராவது வயதில் 'மகாமகோபாத்தியாய' பட்டத்தை வழங்கிப் பெருமைப்படுத்தியது. வடமொழி அறிஞர்களுக்கு மட்டுமே வழங்கப்படும் இந்தப் பட்டத்தை முதன் முதலாகப் பெற்ற தமிழறிஞர் இவர்தான் என்பது குறிப்பிடத்தக்கது. அறுபத்திரண்டாவது வயதில் காசியில் உள்ள பாரத தர்ம மகா மண்டலம் 'திராவிட வித்யா பூஷணம்', எழுபதாவது வயதில் காஞ்சி காமகோடி பீடம் 'தாக்ஷிணாத்ய கலாநிதி', சென்னைப் பல்கலைக்கழகம் 'டாக்டர்' பட்டங்களை வழங்கிக் கௌரவித்தன. 'தமிழ் வியாசர்' என்று மூதறிஞர் இராஜாஜியும் 'தமிழ்த் தாத்தா' என்னும் பட்டத்தைப் பேராசிரியர் கல்கியும் வழங்கினர்.

1906 -ல் வேல்ஸ் இளவரசர் சென்னைக்கு விஜயம் செய்தார். அவரது வருகையை ஒட்டி அதுவரை 'ப்ளாக் டவுன்' என்று அழைக்கப்பட்ட இந்தியர்கள் வசித்து வந்த பகுதி ஜார்ஜ் இளவரசர் வருகையை ஒட்டி 'ஜார்ஜ் டவுன்' என்று பெயர் மாற்றம் பெற்றது. பிரபுக்களும் ஜமீந்தார்களும் கலந்து கொண்ட விழாவில் முக்கிய விருந்தினராகக் கலந்துகொண்ட உ.வே.சா. அவர்களுக்கு 'தங்கத் தோடா' அணிவித்து மரியாதை செய்தனர். அதே ஆண்டுதான் குடியிருந்த வீட்டை அதன் உரிமையாளரிடம் இருந்து வாங்கி சொந்தமாக்கிக் கொண்டார். கும்பகோணம் கல்லூரியில் தனக்கு ஆசிரியர் வேலையைப் பெற்றுத் தந்த தியாகராச செட்டியாரின் நினைவாக அந்த இல்லத்துக்குத் 'தியாகராச விலாசம்' என்று பெயரிட்டார். தான் வெளியிட்ட 'ஐங்குறுநூறு' பதிப்பையும் அவருக்கே உரிமையாக்கித் தனது நன்றியைக் காணிக்கை ஆக்கினார்.

மகாமகோபாத்யாய பட்டம் பெற்றதைத் தொடர்ந்து 1906-ல் உ.வே.சா. அவர்களுக்குச் சென்னை மாநிலக் கல்லூரியில் பாராட்டு விழா நடைபெற்றது. சுதேசமித்திரன் பத்திரிகையில் உதவி ஆசிரியராக இருந்த மகாகவி பாரதியாரும் அவரைப் பாராட்ட

வருகை தந்து மூன்று பாடல்களை எழுதி வாசித்தார். அதன் சில வரிகள் பின்வருமாறு:-

கும்பமுனி யெனத்தோன்றும் சாமிநா
 தப்புலவன் குறைவில் கீர்த்தி
பம்பலுறப் பெற்றனனேல், இதற்கென்கொல்
 பேருவகை படைகின் றீரே?
பொன்னிலவு குடந்தைநகர்ச் சாமிநா
 தன்றனக்குப் புகழ்செய்வாரேல்
முன்னிவனப் பாண்டியர்தான் இருந்திருப்பின்
 இவன்பெருமை மொழிய லாமோ?
பொதியமலைப் பிறந்தமொழி வாழ்வறியும்
 காலமெலாம் புலவோர் வாயில்
துதியறிவாய், அவர்நெஞ்சின் வாழ்த்தறிவாய்
 இறப்பின்றித் துலங்கு வாயே!

1908-ல் உ.வே.சா. அவர்களுக்குச் சிறையிலிருந்து கப்பலோட்டிய தமிழன் வ.உ.சிதம்பரம் பிள்ளை கடிதம் அனுப்பி இருந்தார். திருக்குறள் குறித்து ஆய்வு செய்து வருவதுடன், ஆங்கிலத்தில் மொழிபெயர்த்து வருவதாகவும் குறிப்பிட்டு தனக்கு ஏற்பட்டுள்ள ஐயங்களைத் தெளிவுபடுத்துமாறும் குறிப்பிட்டிருந்தார். உ.வே.சா. அவர்களும் சந்தேகங்களுக்கான விடைகளை எழுதி அனுப்பினார்.

1912-ல் திருக்காளத்தி புராணத்தை வெளியிட்டார். *1915*-ல் சஷ்டியப்த பூர்த்தி அன்று திருக்காளத்தி இறைவனை தரிசித்தார். *1917*-ல் மனைவி காலமானார். மனைவியை இழந்த சோகத்திலும் மற்றொரு எட்டுத் தொகை நூலான 'பரிபாடல்' ஓலைச் சுவடிகளை இரவு பகலாக ஆய்வு செய்து *1918*-ல் வெளியிட்டார்.

1919-ல் சென்னை மாநிலக் கல்லூரியிலிருந்து ஓய்வு பெற்றார். அதே ஆண்டு சென்னை வந்திருந்த வங்கக் கவி ரவீந்திரநாத் தாகூர் தமிழ்த் தாத்தா உவே.சா. அவர்களின் வீட்டுக்கு வந்து அவர் சேகரித்து வைத்த பழந்தமிழ் ஓலைச் சுவடிகளைப் பார்த்து அதிசயித்தார். ஓலைச் சுவடிகளைப் படிக்க மற்றும் எழுதும் முறைகளை அவருக்கு உ.வே.சா. அவர்கள் விளக்கினார். உ.வே.சா. அவர்களின் மகத்தான பணியைப் பார்த்து வியந்த ரவீந்திரநாத் தாகூர் அவரைப் பாராட்டி வங்க மொழியில் எழுதிய கவிதையும் அதன் தமிழாக்கமும் பின்வருமாறு:

(வங்க மொழி)

ஆதிஜ௰கேர் ஆந்தாரே தாலாபத்ரே ச்சிலோ
த்ராவிட தேசேர் புராதன கீர்த்தி
ஸேகாலேர் அகஸ்த்யேர் மதஏஸே தோமார்மாகே
ஆர் பாஞ்ச மஹா காவ்யோ மாஜ்ஜே
சிந்தாமணி, நூபுரகாதா, மணிமேகலா, இத்யாதி
ஸம்ஸோதன கரே தரஹார் பத ஜ௰கலே
ஸ்மர்ப்பண கரிலே நா கிதுமி?
ஸங்கே ஸங்கே ஸங்ககால ஸாஹித்யகே
ஜ்யோத்ஸ்னாய் ஃபடித நித்ய மல்லிகார்மத
ஸோபித கரிலே நாகிதுமி? தேமாகரிப்ரணாம்

(தமிழாக்கம்)

ஆதிகாலத்தில் பனை ஓலையைச் சுவடியில் இருந்த திராவிட நாட்டின் அந்தப் புராதனப் பெருநிதிப் பேராசானே! உன்னால் அன்றோ வெளிப்பட்டது; அந்தக் காலத்து அகஸ்தியனைப் போல நீ அன்றோ வந்து உன் அன்னையினைச் சிம்மாசனத்தில் பெருமதிப்புடன் வீற்றிருக்க வைத்தாய்; அம்மட்டோ! ஐம்பெருங்காப்பியங்களுள் சிந்தாமணி, மணிமேகலை முதலானவற்றைப் பதிப்பித்துத் தமிழன்னையின் இணையடியில் சமர்ப்பித்தவர் நீ அன்றோ! சங்க இலக்கியத்தையும் நிலவில் மலர்ந்த முல்லையென ஒளிர வைத்தவரும் நீ அன்றோ! உன்னை வணங்குகிறேன்!

1903 - 1919வரை சென்னை மாநிலக் கல்லூரியில் பணியாற்றி ஓய்வு பெற்ற பின்னர் 1924-ல் ராஜா அண்ணாமலைச் செட்டியாரின் மீனாட்சி தமிழ்க் கல்லூரித் தலைவர் பொறுப்பை ஏற்றுக் கொண்டார். ஆசிரியப் பணியுடன் ஓலைச் சுவடிகள் தேடுவதையும் நூல் அச்சிடுவதையும் தொடர்ந்து மேற்கொண்டார். அதே ஆண்டு கொங்குவேள் மாக்கதை எனப்படும் 'பெருங்கதை' நூலை வெளியிட்டார். மூன்றாண்டு காலம் அங்கே பணியாற்றிய பின்னர் 1927-ல் மீண்டும் சென்னை திரும்பினார். சென்னைப் பல்கலைக்கழக செனேட் மண்டபத்தில் தொடர்ந்து ஐந்து நாள்கள் பழைய நூல்கள் பற்றி உரையாற்றினார். இதற்குச் சன்மானமாக கிடைத்த ரூ 500/-ல் மண்ணெண்ணெய் விளக்கு எரிந்து கொண்டிருந்த வீட்டுக்கு மின்சார விளக்கு எரிய ஏற்பாடு செய்தார். இந்தக் காலகட்டத்தில்தான் வாகீச கலாநிதி கி.வா.ஜகந்நாதன் அவரது மாணவராகச் சேர்ந்து உ.வே.சா.. அவர்களின் இறுதிக் காலம்வரை உடனிருந்தார்.

இருந்தமிழே உன்னால் இருந்தேன் இமையோர்
விருந்தமிழ்தம் என்றாலும் வேண்டேன் - திருத்த

உதிப்பித்த பன்னூல் ஒளிர அடியேன்
பதிப்பிக்க வேகடைக்கண் பார்

என்று எழுதிய உ.வே.சா. அவர்கள் தமிழின் பெருமையைச் சொல்லும் 'தமிழ் விடு தூது' நூலை 1900-ல் ஆய்வு செய்யத் தொடங்கி முப்பது ஆண்டுகள் கழித்து 1930-ல் தான் வெளியிட்டார்.

1930-ல் 'தக்கையா பரணி' நூலைப் பல ஆய்வுக் குறிப்புகளோடு உ.வே.சா. அவர்கள் வெளியிட்டார். தனது குருநாதர் மகாவித்வான் மீனாட்சி சுந்தரம் பிள்ளை மறைந்த பிறகு அவரது குடும்பத்துக்கு உதவி செய்யவேண்டும் என்று நினைத்தார். அப்போது எதிர்பாராத வகையில் திடீரெனக் கீழே விழ, அங்குகிங்கும் அசைய முடியாதபடி கால் வீங்கிவிட்டது. இருப்பினும் கடும் வலியையும் பொறுத்துக் கொண்டு மகாவித்வான் மீனாட்சிசுந்தரம் வாழ்க்கை வரலாற்றைச் சொல்லச் சொல்ல அவரது மாணவர் கி.வா.ஜகந்நாதன் அதை எழுதிக்கொண்டே வந்தார். நிறைவாக 1933/34-ல் இரு பாகங்களாக அந்நூல் வெளியானது.

1937-ல் சென்னையில் நடைபெற்ற 'பாரதிய சாஹித்ய பரிஷத்தின்' மாநாட்டில் கலந்து கொள்ள மகாத்மா காந்தியடிகள் வருகை தந்தார். வரவேற்புக்குழுவின் தலைவராக உவே.சா. அவர்கள் வரவேற்புரை நிகழ்த்தினார். தமிழின் பெருமைகளையும் தமிழர் பண்பாட்டையும் சங்க இலக்கியங்களில் இருந்து மேற்கோள்காட்டியதைக் கண்டு வியந்த காந்தியடிகள் 'தமிழின் வடிவமாகவே இருக்கும் உ.வே.சா. அவர்களின் திருவடியில் இருந்து தமிழ் பயிலவேண்டும் என்ற ஆசை எனக்கு உண்டாகிறது. அந்தச் சந்தர்ப்பம் எப்போது கிடைக்குமோ' என்று மகிழ்ச்சியுடன் குறிப்பிட்டார்.

1937-ல் எட்டுத் தொகையின் மற்றொரு நூலான 'குறுந்தொகைக்கு' உ.வே.சா. அவர்கள் எழுதிய உரை அவர் பதிப்பித்த நூல்களிலேயே மிக விரிவானதாகும். நூல் ஆய்வு என்ற பகுதியே நூறு பக்கங்களைத் தாண்டும். பதவுரை, பொழிப்புரை, விரிவுரை, விசேஷ உரை, மேற்கோளாட்சி, ஒப்புமைப் பகுதி, பாட பேதங்கள், விரிவாக அகராதி என இதன் பிரம்மாண்டம் சொல்லித் தெரிய வேண்டியதில்லை.

1939-ல் குமரகுருபரர் மற்றும் சிவக்கொழுந்து தேசிகர் பிரபந்தங்களை முகவுரை, அடிக்குறிப்புகளுடன் பதிப்பித்து வெளியிட்டார். திருப்பனந்தாள் காசி மடத்தின் தலைவர் சாமிநாதத் தம்பிரான் மிகவும் மகிழ்ந்து வெள்ளித் தாம்பாளத்தில் ஆயிரம் ரூபாயை வைத்துச் சன்மானமாக அளித்தார்.

ஆனந்த விகடனின் ஆசிரியராக இருந்த பேராசிரியர் கல்கியின் வேண்டுகோளுக்கு இணங்க 1940-ல் எண்பத்து ஐந்தாவது வயதில் உ.வே.சா. அவர்கள் தனது வாழ்க்கை வரலாற்றை 'என் சரித்திரம்' என்ற பெயரில் வாரந்தோறும் எழுதினார். இது அவரது தனிப்பட்ட வரலாறு மட்டுமின்றி தமிழ்ப் பண்பாட்டின் வரலாறும் கூட. 1942-ல் உவேசா அவர்கள் காலமானதைத் தொடர்ந்து அவர் எழுதிய தொடர் 1898-ல் மணிமேகலை நூலைப் பதிப்பித்து வெளியிட்ட விவரங்களுடன் முற்றுப் பெறாமல் முடிந்துவிட்டது. அவர் இன்னும் சில காலம் வாழ்ந்திருந்தால் 1898 முதல் 1942 வரையிலான 44 ஆண்டு கால வரலாற்றையும் பதிவு செய்திருப்பார். அந்த வகையில் தமிழின் இழப்பு என்றுதான் சொல்ல வேண்டும். பலரது வேண்டுகோளுக்கு இணங்க அவரது மாணாக்கரரான வாகீஸ கலாநிதி கி.வா.ஜகந்நாதன் தொடரை நிறைவு செய்தார்.

1942 ஜனவரி 12 ஆம் தேதி காலை கட்டிலில் இருந்து எழுந்திருக்கும் போது தவறி விழுந்து கால் எலும்பு முறிந்து போனது. கடுமையான வலி காரணமாக மயக்கம் அடைந்தார். சில மணி நேரத்துக்குப் பிறகே சுயநினைவு திரும்பியது. அப்போது இரண்டாம் உலகப் போரின் தீவிரம் உச்சத்தை எட்டியிருந்தது. சென்னை மீது ஜப்பான் எந்த நேரமும் குண்டு வீசலாம் என்ற அச்சம் பரவவே பலர் நகரைக் காலி செய்துவிட்டு சொந்த ஊர்களுக்கும் கிராமங்களுக்கும் குழந்தைகளோடும் மூட்டை முடிச்சுகளோடும் பயணித்தனர். சென்னை திருவட்டீஸ்வரன் பேட்டையில் வசித்த உ.வே.சா. அவர்கள் திருக்கழுக்குன்றத்தில் திருவாவடுதுறை ஆதீனத்துக்குச் சொந்தமான வீட்டில் தங்க ஏற்பாடானது. பத்து மாட்டு வண்டிகளில் ஏட்டுச் சுவடிகளும், புத்தகங்களும் அவருடன் பயணித்தன. ஆனால் அங்கே சில காலம்தான் உயிர் வாழ்ந்தார். 1942 ஏப்ரல் 28 அன்று தமிழையே சுவாசித்துக் கொண்டிருந்த பெருமகனாரின் மூச்சு நின்றது.

தமிழ்ப் பணியைத் தவிர அரசியல் உள்பட வேறு எதிலும் உ.வே.சா. அவர்கள் நாட்டம் செலுத்தவில்லை. அதற்கான நேரமும் அவருக்குக் கிட்டவில்லை என்பதே உண்மை. இரு துருவவங் களாகத் திகழ்ந்த உ.வே.சா. மற்றும் ஈ வே.ரா ஆகியோர் பலமுறை சந்தித்து உரையாடிய விஷயம் கூட பலருக்குத் தெரியாது. பெரியார் ஈ.வெ.ராமசாமியின் தந்தை வெங்கட நாயக்கர் பெரும் வணிகர். செல்வந்தர். ஈரோடு வழியாகச் செல்லும்போது இராஜாஜி, சேலம் விஜயராகவாச்சாரியார், உ.வே.சாமிநாத ஐயர் ஆகியோர் ஈ.வே.ரா அவர்களின் வீட்டில் தங்கி உரையாடி விட்டுச் செல்வது வழக்கம். உ.வே.சா. அவர்கள் தனது நூல்களைப் பதிப்பிக்க பெரியாரின் தந்தை வேங்கடசாமி நாயக்கரிடமும் பொருளுதவி பெற்றிருந்ததால்

குடும்பத்தினர் அனைவரும் அவருக்கு நன்கு பரிச்சயம். அந்த வகையில் உ.வே.சா. மற்றும் ஈ.வெ.ரா. ஆகியோருக்கு இடையே நடைபெற்ற ஒரு சந்திப்பு சுவாரஸ்யமானது.

தமிழ்நாடு காங்கிரஸ் தலைவராக பெரியார் இருந்தபோது மகாத்மாவின் வேண்டுகோளுக்கு இணங்க கதர் துணியைத் தலையில் சுமந்துகொண்டு ஊர் ஊராக விற்றுக் கொண்டிருந்தார். திருச்சிராப்பள்ளி நகரைச் சுற்றியிருந்த ஊர்களில் கதர் துணிகளை விற்றுவிட்டு ஈரோடு செல்லும் ரயிலில் அமர்ந்து கொண்டிருந்த போது அதே ஊருக்குச் செல்ல உ.வே.சா. அவர்களும் ரயிலில் ஏறினார். களைத்துப் போயிருந்த பெரியாரை நலம் விசாரித்ததுடன் துணி மூட்டை பற்றிக் கேட்கப் பெரியார் 'கதர் துணியைத் தெருத் தெருவாக விற்பனை செய்துவிட்டு வருகிறேன்' என்று கூறினார்.

பெரியார் தமிழ்நாடு காங்கிரஸ் கட்சித் தலைவர் என்றோ மகாத்மாவின் வேண்டுகோளுக்கு இணங்கவே அவர் கதர் விற்பனை செய்து கொண்டிருக்கிறார் என்பதோ, உ.வே.சா. அவர்கள் அறியவில்லை. மாறாகத் தனக்கு உதவி செய்த பெரியார் குடும்பம் செல்வத்தை இழந்து கதர் துணி விற்றுப் பிழைப்பதாக எண்ணி அதை அவரிடமே சொல்லி வருந்தினார். உ.வே.சா. அவர்களின் பேச்சைக் கேட்ட பெரியார் விழுந்து விழுந்து சிரித்தார். புன்னகை தவழும் முகத்துடன், தான் காங்கிரஸ் கட்சித் தலைவராக இருப்பதாகவும், மகாத்மாவின் வேண்டுகொளுக்கு இணங்கவே கதர் விற்பதாகவும், தனது குடும்பம் இன்னும் செல்வச் செழிப்போடு சிறப்பாகவே இருப்பதாகவும் கூறி உ.வே.சா. அவர்களைச் சமாதானப்படுத்தினார். தமிழ்ப் புலவர்களுக்கு இலக்கண இலக்கியம் தெரியுமே தவிர உலக நடப்பு தெரியாது என்பதற்கு உ.வே.சா. அவர்களே சிறந்த உதாரணம் என்று பெரியார் அவருடனான சந்திப்பைப் பதிவு செய்துள்ளார்.

யாரோ எழுதிய ஏட்டுச் சுவடியின் மூலத்தைப் பொருளுடன் பதிப்பிப்பது ஒரு பெரிய வேலையா என்று அப்போது மட்டுமின்றி இப்போதும் சிலர் நினைக்கலாம். ஆனால் மூல நூலைப் படிப்பதே பெரும்பாடு என்னும்போது அதைப் புரிந்துகொண்டு உரை எழுதுவது எவ்வளவு கடினம் என்பது சொல்லித் தெரிய வேண்டியதில்லை. புலவர் தான் பாடிய பாடலைச் சொல்லிக் கொண்டே வர அதை மாணவர்கள் ஓலைச் சுவடிகளில் எழுதிக் கொண்டே வருவார்கள். இடையிடையே அவர் சொல்லும் குறிப்புகளையும் செய்திகளையும் பதிவு செய்வார்கள். மற்றவர்கள் அதைப் பார்த்துப் பிரதி எடுக்கும்போது சில சொற்கள் மட்டுமின்றி

முழுப் பாடலே விடுபடும், முதல் பாடலுக்கும் அடுத்த பாடலுக்கும் தொடர்பே இல்லாமல் முன்னுக்குப் பின் முரணாக அமைந்திருக்கும். அல்லது அவசரம் காரணமாகப் புரியாத சொற்களுக்குப் பதிலாக வேறு சொற்களை இணைத்தும் கற்பனையாகச் சிலவற்றைச் சேர்த்தும் எழுதிவிடுவார்கள். இதன் காரணமாக உரை இல்லாத மூலங்களில் எழுத்தும், சொல்லும், மிகுந்தும், குறைந்தும், பிறழ்ந்தும், திணையும் துறையும் பாடியோர் பெயரும் இன்றியும் காணப்படும்.

ஏட்டுச் சுவடி என்றால் திருத்தமாகவும் முழுமையாகவும் இருக்கும். அதை அப்படியே அச்சுக்குக் கொடுத்துவிடலாம் என்பதே எல்லோரின் எண்ணமாக இருக்கும். ஆனால், ஓலைச் சுவடியைக் கையில் எடுத்தாலே தலை சுற்றும் என்பதுதான் உண்மை. ஈராயிரம் வருடங்களில் தமிழ் எழுத்து வடிவம் காலந்தோறும் மாறிக் கொண்டே வந்துள்ளது. எனவே, தமிழ் எழுத்து வடிவங்களில் மிகுந்த ஆளுமை இருந்தால் மட்டுமே ஓலைச் சுவடிகளில் உள்ள மூலத்தைப் புரிந்துகொண்டு பிரதி எடுக்க முடியும். தமிழ் இலக்கண இலக்கியங்களில் ஈடு இணையற்ற புலமை இருந்தால் மட்டுமே மூலத்துக்கு உரை எழுத முடியும். உரை எழுதினால் மட்டும் போதுமா அதை வெளியிட பொருளாதார வசதி வேண்டாமா? தனக்குச் சொந்தமானவற்றை விற்றும் யாசித்தும் கிடைத்த பணத்தில் தானே அச்சிட்டு வெளியிட்டார். தமிழ் அன்னை செய்த தவப் பயன் காரணமாக தமிழகத்தில் வந்துதித்த உவேசா அவர்கள் அயராத உழைப்பால் சங்க இலக்கியப் புதையல்கள் நமக்குக் கிடைத்தன. என்றென்றும் தமிழுலகம் தமிழ்த் தாத்தாவுக்குக் கடமைப்பட்டுள்ளது.

'புத்தகம் போட்டு காசு சம்பாதிக்கிறார் உ.வே.சாமிநாத ஐயர் என்று நாக்கில் நரம்பின்றிப் பேசுவோரை 'ஆங்கில நாவல்களை மொழி பெயர்த்து வெளியிட்டவர்கள் அடைந்த இலாபத்தைக் கூட அவர் அடையவில்லை. கடின உழைப்பின் பேரில் அவர் பல ஏடுகளைப் பரிசோதித்துத் திருத்திய பதிப்பாக வெளியிட்ட அரிய நூல்கள் வெகு சில தமிழன்பர்களே வாங்கக் கூடியவை. ஆயிரம் பிரதிகளுக்குக் குறைந்து எந்த நூலையும் வெளியிட முடியாது. வெளியிட்டால் அசாத்திய விலை வைக்கவேண்டும். தமிழ்த் தாத்தா வெளியிட்ட நூல்கள் முதல் வருஷத்துக்கு 300 அல்லது 400 பிரதிகள்தான் விற்பனை அகும். அதற்குப் பிறகு மாதம் ஒரு பிரதி விற்றாலே பெரிய காரியம்' என்று கண்டிக்கும் கல்கி கிருஷ்ணமூர்த்தி அந்தக் காலத்தில் தமிழ் நூல்களுக்குக் கிடைத்த சொற்பமான வரவேற்பையும் அழகாகப் பதிவு செய்துள்ளார்.

உ.வே.சா. அவர்கள் தனது வாழ்நாளில் பனை ஓலைகளிலிருந்து அச்சில் பதிப்பித்த நூல்களின் மொத்த எண்ணிக்கை 86 (சங்க நூல்கள் 6, காவியங்கள் 4, புராணங்கள் 13, பிரபந்தங்கள் 43, இலக்கணங்கள் 4, உரைநடை 16). இன்றைக்குச் ‘செம்மொழி’ அந்தஸ்து தமிழுக்குக் கிடைத்துள்ளதெனில் அதற்கு ஆதரமான ஈராயிரம் ஆண்டு பழந்தமிழ் இலக்கண இலக்கியங்களைத் தேடியெடுத்தத் தந்த தமிழ்த் தாத்தா உவேசா அவர்களே முழு முதற்காரணம். அவருடைய சீரிய பணி தமிழ் அன்னையின் மணிமகுடத்தில் தமிழ் உள்ளவரை வைரமாக ஜொலித்துக் கொண்டிருக்கும், தமிழ் மக்களின் நெஞ்சங்களில் நீங்காத நினைவுகளாக என்றென்றும் நீடித்து நிலைத்திருக்கும்.

‘மாணவர்களுக்கும் கனவான்களுக்கும் கனிவான ஒரு வார்த்தை. இங்கிலீஷைப் படிக்கவேண்டாம் என்று நான் சொல்லவில்லை. எவ்வளவு வேண்டுமானாலும் படியுங்கள். ஆனால் தமிழுக்கு தினம் அரை மணி நேரமாவது ஒதுக்குங்கள். கால் மணி நேரம் படித்தால் கூடப் போதும். அதுவே பெரிய காரியம்’ என்று திருச்சிக் கலைக் கல்லூரியில் நடைபெற்ற கூட்டத்தில் மனமுருகி வேண்டுகோள் விடுத்தார் உ.வே.சா. அவர்கள். 85 ஆண்டுகளுக்கு முன்பு தினசரி தமிழைக் கால் மணி நேரமாவது படியுங்கள் என்று தமிழ்த் தாத்தா விடுத்த வேண்டுகோளை மீள் கோரிக்கையாக வைக்கும் நிலையில்தான் இன்றைக்கும் தமிழ் உள்ளது.

வ.சுப.மாணிக்கம்

சமீபத்தில் நூற்றாண்டு விழா கண்ட தமிழறிஞர்களுள் இவர் குறிப்பிடத்தக்கவர். புதுக்கோட்டை மாவட்டம் மேலைச்சிவபுரியில், நாட்டுக்கோட்டை நகரத்தார் மரபில், சுப்பிரமணியம் செட்டியார் - தெய்வானை ஆச்சி தம்பதிகளுக்கு மகனாக 1917 ஏப்ரல் 17-ல் பிறந்தார். இவரது இயற்பெயர் அண்ணாமலை. உடன் பிறந்த சகோதரர்கள் இருவர். சகோதரிகள் இருவர். அவர்தான் இலக்கிய உலகில் மாணிக்கம் என்றும் இன்னும் குறிப்பாக வ.சுப.மாணிக்கம் என்றும் அறியப்படும் தமிழறிஞர் ஆவார்.

ஆறு வயதில் பெற்றோரைப் பறிகொடுத்த வ.சுப.மாணிக்கத்தை பாட்டி மீனாட்சி ஆச்சியும் தாத்தா அண்ணாமலைச் செட்டியாரும் எடுத்து வளர்த்தனர். அக்கால வழக்கப்படி ஏழு வயதுவரை புதுக்கோட்டையில் குருகுலப் பள்ளியில் தொடக்கக் கல்வி பயின்றார். குடும்ப வறுமை காரணமாகப் பள்ளிப் படிப்பு தடைப்பட்டது. வருமானத்துக்காகப் பதினோரு வயதில் பர்மா தலைநகர் ரங்கூனில் உள்ள வட்டிக் கடையில் வேலைக்குச் சேர்ந்தார்.

ஒரு முறை கடை முதலாளி தன்னைத் தேடி வரும் ஒருவரைத் தவிர்க்க எண்ணி மாணிக்கத்தை அழைத்து 'என்னைக் காண இன்னார் வந்தால் நான் இல்லை என்று சொல்லிவிடு' என்று உத்தரவிட்டார். 'பொய் சொல்லக்கூடாது. எப்போதுமே உண்மை தான் பேச வேண்டும்' என்று தாத்தா பாட்டி சொன்ன வார்த்தைகள் பசுமரத்தாணிபோல் அவர் மனதில் ஆழப் பதிந்திருந்தது. 'உண்மையிலேயே நீங்கள் வெளியே சென்றிருந்தால் முதலாளி

இல்லை என்று சொல்லுவேன், ஆனால் வீட்டில் இருந்து கொண்டே இல்லை என்று என்னால் பொய் சொல்ல முடியாது' என்று முதலாளியிடமே உறுதிபடக் கூறினாராம். பிறகு என்ன நடந்திருக்கும் என்று சொல்ல வேண்டிய அவசியமே இன்றி மாணிக்கம் உடனடியாக வேலையிலிருந்து நீக்கப்பட்டார். ஏழாண்டுகள் பர்மாவில் பணியாற்றிய நிலையில், வேறு வேலையும் கிடைக்காததால், மாணிக்கம் மீண்டும் இந்தியாவுக்கே திரும்பினார். இள வயதில் நடைபெற்ற இந்நிகழ்வு மூலம் மாணிக்கத்தை ஊர் மக்கள் அன்று முதல் 'பொய் சொல்லா மாணிக்கம்' என்று அழைத்தனர்.

பர்மாவிலிருந்து தமிழகம் திரும்பிய வ.சுப.மாணிக்கத்துக்கு மீண்டும் வேலைக்குச் செல்ல விரும்பவில்லை. மாறாகத் தமிழின் மீது நாட்டம் பிறந்தது. இதற்குக் காரணம் பண்டிதமணி மு.கதிரேசன் செட்டியார். அவரது உதவி மற்றும் ஆதரவில் அண்ணாமலைப் பல்கலைக்கழகத்தில் தமிழ் வித்வான் வகுப்பில் சேர்ந்து முதல் மாணவனாக வெற்றி பெற்றார். சென்னைப் பல்கலைக்கழகத்தில் பிஓஎல், எம்ஏ (தமிழ்), எம்ஓஎல் பட்டங்களையும், நிறைவாக 'தமிழில் அகத்திணைக் கொள்கை' என்னும் பொருளில் ஆய்வு செய்து முனைவர் பட்டத்தையும் பெற்றார். தமிழில் முனைவர் பட்டம் பெற்ற ஆறாவது நபர் இவரே ஆவார்.

வ.சுப.மாணிக்கம் தனது 'என் ஆசிரியர்' என்ற நூலில் வித்வான் பட்டத்துக்காக அண்ணாமலைப் பல்கலைக்கழகத்தில் படிக்கும் போது வகுப்புகள் எடுத்த பண்டிதமணி மு.கதிரேசன் செட்டியார், மகாவித்வான் ரா.இராகவ ஐயங்கார், நாவலர் மு.வேங்கடசாமி நாட்டார், டாக்டர் அ.சிதம்பரநாதன் செட்டியார், பூவராகவன் செட்டியார், அருணாச்சலம் பிள்ளை ஆகியோர் தன் மீது பொழிந்த அன்பையும் ஊக்கத்தையும் விரிவாக விளக்கி உள்ளார். 'தோற்றங்கள் கண் முன் நிற்கின்றன. அச்சம் கலந்த பணிவும், அறிவு கலந்த நன்றி உணர்வும் தோன்றுகின்றன' என்னும் வரிகள் ஆசிரியர் பெருமக்கள் மீது அவர் வைத்திருந்த மதிப்புக்குக் கட்டியம் கூறுகின்றன.

வ.சுப.மாணிக்கம் மதிக்கும் ஆசிரியர்கள் பலர் இருப்பினும், பெரு மதிப்பும், மரியாதையும் பண்டிதமணி மு.கதிரேசன் செட்டியார் மீதே அவருக்கு அதிகம் இருந்தது. இதற்குக் காரணம் தன் மீது தனி கவனம் செலுத்தியதுடன், வாழ்க்கையின் ஒவ்வொரு கட்டத்திலும் தேவையான பொருளுதவிகளைச் செய்து வளர்ச்சிக்கு உதவியதை அவரே நெகிழ்வுடன் குறிப்பிடுகிறார். ஆய்வுப் பணிகளுக்கு உதவி முனைவர் பட்டம் பெற உறுதுணையாக இருந்ததுடன், செட்டி

நாட்டு அண்ணாமலை அரசரிடம் அழைத்துச்சென்று தமிழ்த் துறையில் ஆசிரியர் வேலையையும் பண்டிதமணியே அவருக்கு வாங்கிக் கொடுத்துள்ளார்.

ஆசிரியர் பெருமான் பண்டிதமணி கதிரேசன் செட்டியார் தனக்கு செய்த நன்மைகளுக்கு நன்றிக் கடனாக வ.சுப.மாணிக்கம் தனது இல்லத்துக்குக் 'கதிரகம்' என்று பெயர் வைத்தார். மேலும் அவரது நூல்கள் வெளியாவதற்குக் காரணமாக இருந்ததுடன், பல்கலைக்கழகப் பணியிலிருந்து ஓய்வு பெற்று கதிரேசன் செட்டியார் மகிபாலன் பட்டியில் தங்கியிருந்தபோது, காரைக்குடியிலிருந்து வாரந்தோறும் அவரது இல்லத்துக்குச் சென்று வேண்டிய உதவிகளைச் செய்தார்.

14.11.1945-ல் வ.சுப.மாணிக்கம் - ஏகம்மை ஆச்சி திருமணம் இனிதே நடந்தேறியது. இத்தம்பதிகளுக்கு மூன்று மகன்கள், மூன்று மகள்கள் என ஆறு குழந்தைகள் பிறந்தன. வ.சுப.மாணிக்கம் 1940-48வரை அண்ணாமலைப் பல்கலைக்கழகத்தில் விரிவுரை யாளராகப் பணியாற்றினார். 1948-ல் காரைக்குடி அழகப்பா் கல்லூரியில் தமிழ் பேராசிரியராகச் சேர்ந்து, பின்னர் முதுநிலைப் பேராசிரியராகவும் பதவி உயர்வு பெற்றார். 1964-70-ல் கல்லூரி முதல்வரானார். மீண்டும் அண்ணாமலைப் பல்கலைக்கழகம் அழைப்பு விடுக்கவே 1970-77வரை தமிழ்த் துறைத் தலைவராகவும், இந்திய மொழிப்புல முதன்மையராகவும் ஏழாண்டுகள் பணியாற்றினார். கற்றோருக்குச் செல்லும் இடமெல்லாம் சிறப்பு என்னும் முதுமொழிக்கேற்ப இரு பல்கலைக்கழகங்களும் பல்வேறு உயர் பொறுப்புகளை மாறி மாறி வழங்கி இவரை அழகு பார்த்தன. நிறைவாக 1979-ல் அண்ணாமலைப் பல்கலைக்கழகம் டி.லிட். என்னும் மதிப்புறு பட்டத்தை வழங்கிக் கௌரவித்தது.

'தமிழ் வித்வான், ஆய்வுப் பணி, விரிவுரையாளர், தமிழ்ப் பேராசிரியர், இந்திய மொழிப்புல முதன்மை, டி.லிட். பட்டம் என மாணவப் பருவம் தொடங்கி உயர் பதவிகள்வரை அனைத்தையும் அள்ளித் தந்த அண்ணாமலைப் பல்கலைக்கழகம் எனக்குக் 'கல்வித் தாயகம்' என மகிழ்கிறார் வ.சுப.மாணிக்கம். பறம்பு மலை மீது கபிலருக்கு இருந்த பாசத்துக்கு நிகரானது அண்ணாமலைப் பல்கலைக்கழகத்தின் மீது அவருக்கு இருந்த நேயம். அதேபோல் காரைக்குடி அழகப்பா கல்லூரி நிறுவனர் வள்ளல் அழகப்பர் மீதும் எல்லையில்லா அன்பும் பாசமும் கொண்டிருந்தார். அக்கல்லூரி வெள்ளிவிழா மலரில் 'கொடையின் திருவுரு' என்ற தலைப்பில் அவரைப் போற்றிப் புகழ்ந்து கவிதை புனைந்துள்ளார்.

1979 முதல் 1982வரை மூன்று ஆண்டுகள் மதுரை காமராஜர் பல்கலைக்கழகத்தின் துணைவேந்தராக நியமிக்கப்பட்டார். தெ.பொ.மீனாட்சிசுந்தரனார், மு.வரதராசனார் மற்றும் வ.சுப.மாணிக்கம் என மூன்று தமிழறிஞர்களைத் துணை வேந்தர்களாகக் கொண்ட பெருமை இப்பல்கலைக்கழகத்துக்கு உண்டு. இவரது பதவிக் காலத்தில் பல்வேறு புதிய திட்டங்களையும் பாடங்களையும் அறிமுகப்படுத்தினார். எம்.ஜி.ஆர். முதல்வராக இருந்த தருணம் நடைபெற்ற ஐந்தாம் உலகத் தமிழ் மாநாட்டின்போது சிறப்பான கண்காட்சிக்கு ஏற்பாடு செய்திருந்தார். பல்கலைக்கழக ஆசிரியர்களும், ஊழியர்களும் வீடு கட்டிக் கொள்ளக் கடனுதவித் திட்டத்தையும் முதுநிலை வணிக நிர்வாகம் (எம்பிஏ), வணிகவியல், மொழியியல், பதிப்புத் துறை, தமிழியற்புலம் எனப் புதிய துறைகளையும் அறிமுகப்படுத்தினார்.

தனது ஆசிரியப் பெருந்தகை 'பண்டிதமணி கதிரேசன் செட்டியார்' நினைவாக அவரது பெயரில் ஓர் அரங்கை நிறுவியதுடன், அனைத்துக் கோப்புக் குறிப்புகளும் தமிழிலேயே இருக்க வேண்டும் என்றும் உத்தரவிட்டார். ஜூலை 1 ஆம் தேதி புதிய கல்வியாண்டு தொடங்குவதால் புதிய துணைவேந்தர் அந்த நேரத்தில் பதவியில் இருப்பதே சரியாக இருக்கும் என்றும் சொல்லித் தனது பதவிக் காலம் முடிவதற்கு மூன்று மாதங்கள் முன்பே விருப்ப ஓய்வு பெற்றார். அடுத்தவருக்குக் கிடைக்கும் வாய்ப்பைத் தட்டிப் பறித்தும் வகிக்கும் பதவிக்கும் நீட்டிப்பு கேட்கும் காலகட்டத்தில், புதியவர்களுக்கு வழிவிட்டு விலகும் இவரது மாண்பு போற்றத்தக்கது.

மதுரை காமராஜர் பல்கலைக்கழகத் துணைவேந்தர் பொறுப்பி லிருந்து விடுவித்துக்கொண்ட பிறகு திருவனந்தபுரம் திராவிட மொழியியல் கழகம் முதுபேராய்வாளர் என்னும் பதவியை வழங்கிக் கௌரவித்தது. 'தமிழ் யாப்பியல் வரலாறும் வளர்ச்சியும்' என்ற தலைப்பில் ஆய்வு நூலை வெளியிட்டார். எம்.ஜி.ஆர். முதல்வராக இருந்தபோதுதான் இந்தியாவிலேயே மொழிக்கென முதல் பல்கலைக்கழகமாக 'தஞ்சைத் தமிழ்ப் பல்கலைக்கழகம்' தொடங்கப்பட்டது. இதன் வல்லுனர் குழுத் தலைவராக செயல்பட்டுப் பல்கலைக்கழக அமைப்பினை உருவாக்கிக் கொடுக்கும் வாய்ப்பு வ.சுப.மாணிக்கனாருக்குக் கிடைத்தது. இதன் முதல் துணை வேந்தரான வ.அய்.சுப்பிரமணியம் மற்றும் ஆட்சிமன்றக் குழு உறுப்பினர்கள் இணைந்து 'தொல்காப்பியப் புலத்தகைமை' என்ற ஆய்வுக் கட்டிலை உருவாக்கி அதன் முதல் 'தொல்காப்பியத் தகைஞராக' வ.சுப.மாணிக்கத்தை அமர்த்தினர்.

‘கல்வித்துறையில் எங்கும் எதிலும் தமிழே பயிற்று மொழியாவதுடன், மழலையர் பள்ளிகள் தமிழ்வழிப் பள்ளிகளாக வேண்டும்’ என்றும் கொள்கையைப் பரப்பும் நோக்கில் வ.சுப.மாணிக்கம் ‘தமிழ் வழிக் கல்வியகத்தை’ நிறுவினர். மறைமலை அடிகளாரின் தனித்தமிழ் இயக்கம், தேவநேயப் பாவாணரின் உலகத் தமிழ் இயக்கம், வ.சுப.மாணிக்கத்தின் தமிழ்வழிக் கல்வி இயக்கம் ஆகிய மூன்றுமே தமிழை முன்னிலைப் படுத்தும் நோக்கில் அடிப்படையில் ஒன்றேதான். ‘ஆங்கிலமே வெளியேறு! அன்னைத் தமிழே வேலை பெறு’ என்று முழங்கியதுடன் ‘மெல்லத் தமிழ் இனி வாகை சூடும்’ என்றும் அறைகூவல் விடுத்தார்.

‘பார்த்தல், ‘காணுதல்’. ‘நோக்குதல்’ ஆகிய சொற்கள் மேலோட்ட மாக ஒரே பொருளைக் குறிப்பதுபோல் தோன்றினாலும் மூன்றுக்கும் மாறுபட்ட பொருள் உண்டு. நற்றமிழ்ப் புலவர்கள் சூழல்களுக்குப் பொருந்துமாறு இவற்றை பயன்படுத்தி உள்ளனர். திருமணத்துக்குப் ‘பெண்’ பார்த்தல் என்ற பொதுவான வரிக்கும், ‘கண்டேன்’ சீதையை என்ற கம்பன் வரிக்கும் வேறுபாடு உள்ளது. பெயர் தெரியாத பெண்ணைக் குறிப்பிடும்போது ‘பார்த்தேன்’ என்றும் பெயர் தெரிந்த பெண்ணைக் குறிப்பிடும்போது ‘கண்டேன்’ என்று குறிப்பிடுவதே சரியாகும். அந்த வகையில் ‘நோக்குதல்’ என்ற சொல்லுக்கு இன்னும் கூடுதலாக நுட்பமான பொருளுண்டு. ‘நோக்கு’ என்பது மேலோட்டமான பார்வையன்று. அழுந்திக் காணும் அகக்காட்சியாகும். ‘பிறன் மனை நோக்கா பேராண்மை’ (திருக்குறள்), ‘கண்ணொடு கண்ணினை நோக்கு ஒக்கின்’ (திருக்குறள்), ‘நோக்கு அரிய நோக்கே’ (திருவாசகம்) மற்றும் அண்ணலும் நோக்கினான் அவளும் நோக்கினாள் (கம்ப இராமாயணம்) ஆகிய வரிகளில் வள்ளுவரும், மாணிக்கவாசகரும், கம்பரும் பயனபடுத்திய ‘நோக்குதல்’ என்னும் சொல் குறிக்கும் நுட்பமான பொருள் கவனிக்கத்தக்கது எனப் பார்த்தல், காணுதல், நோக்குதல் ஆகிய மூன்றுக்கும் உள்ள வேறுபாட்டை நயமுடன் உரைக்கிறார் வ.சுப.மாணிக்கம்.

உணர்ச்சி வசப்படும்போது நம்மையும் அறியாமல் விரும்பாத சில சொற்கள் வாயிலிருந்து வந்துவிடும் என்பதை உதாரணத்துடன் விளக்குகிறார். வடமொழிக் கலப்பின்றிச் சுத்தமான தமிழில் பேசுவதையும் எழுதுவதையுமே வாழ்வின் நோக்கமாகக் கொண்ட மறைமலை அடிகள் அண்ணாமலைப் பல்கலைக்கழகத்தில் நூற்றுக் கணக்கான மாணவர்கள் மற்றும் தமிழறிஞர்கள் முன்னிலையில் ‘தமிழர் நாகரிகம்’ என்ற தலைப்பில் வடமொழி கலந்து பேசும் தமிழ்

பேசுவோர் பற்றிச் சொற்பொழிவாற்றும்போது 'தமிழருக்கு 'ரோஷம்' வேண்டாமா?' என்று சினந்தார். தனது உரையில் தன்னை மறந்து உணர்ச்சி வசப்பட்டவராக எந்த வடமொழியைக் கண்டித்தாரோ அந்த வடமொழியில் 'ரோஷம்' என்ற சொல்லை தனித் தமிழ் இலக்கியத் தந்தை மறைமலை அடிகளே பயன்படுத்தினார்' என்கிறார் வ.சுப.மாணிக்கம் (நூல் - இலக்கியச் சாறு).

மொழியாலும், நடையாலும், பண்பாலும், உணர்ச்சியாலும், தமிழ் மண்ணில் பிறந்த நிலக் காப்பியமான கம்பனின் இராமாயணத்தை 'மொழிபெயர்ப்புக் காப்பியம்' என்று கூறுவதைவிட 'மொழிபிறப்புக் காப்பியம்' என்று கூறுவதே சரியாகும். தழுவல் கதை என்றாலும் மொழி பெயர்ப்புக் காப்பியத்தை மொழி பிறப்புக் காப்பியமாக மாற்றும் திறன் கம்பனைத் தவிர வேறு யாரிடம் காண முடியும் என்று வியக்கிறார். தமிழர் பண்பாட்டுக்கு விரோதமாக, ஆரியத்தைத் தூக்கிப் பிடிக்கும் தழுவல் காவியம் என்று கம்ப இராமாயணத்துக்கு பலமான எதிர்ப்பு நடைபெற்றுக் கொண்டிருந்த காலகட்டத்தில் வ.சுப மாணிக்கத்தின் ஆதரவுக் கருத்து கவனிக்கத்தக்கது.

கம்ப இராமாயணத்தில் வரும் ஒவ்வொரு சொல்லும் சிறப்பான பொருளை உணர்த்தும் இன்றியமையாச் சொல் என்றும் அதை மாற்றினால் நயம் கெட்டுப் போக்கும் என்கிறார்:

'கள்ளிருக்கும் மலர்க்கூந்தல் சானகியை மனச் சிறையிற் கரந்த காதல்

உள்ளிருக்கும் எனக் கருதி உடல் புகுந்து தடவியதோ ஒருவன் வாளி'

என்பது மண்டோதரியின் முடிவுப் புலம்பலாய் வரும் புகழ் பெற்ற பாடல் வரிகள். இதில் வரும் 'வாளி' என்ற சொல்லுக்குப் பொருள் 'அம்பு'. இதை 'ஒருவன் வாளி' என்று படித்தால் 'ஒருவனது அம்பு' என்றே பொருள்படும். சாதாரண 'அம்பு' ஒருவனுடைய உடலைத்தான் துளைக்கும். ஆனால் இராமன் விடுத்த அம்பு இராவணனின் உடலை மட்டும் துளைக்காமல், அகத்தையும் துளைத்துக் காதல் எண்ணத்தையும் தடவிப் பார்த்த காரணத்தால், அது 'ஒருவன் வாளி' அல்ல 'ஒரு வன்வாளி' அதாவது 'ஒரு வலிமையான அம்பு' என்று புது விளக்கம் தருகிறார் வ.சுப. மாணிக்கனார். (நூல்: இலக்கியச் சாறு)

'இலக்கியத்தில் காணப்படும் வைப்பு முறைக்கும் வரிசை நிரலுக்கும் கருத்து உண்டு, கட்டுப்பாடு உண்டு, அழகு உண்டு என்பதை விளக்க வெளிநாட்டு அதிபர்களோ, பிரதமர்களோ இந்தியா வரும்போது யார் முதலில் வரவேற்பது, யார் முதலில் கை

கொடுப்பது என்று ஒரு ஒழுங்கு / வரிசை முறை (PROTOCOL) கடைப்பிடிக்கப்படும். இது இலக்கியத்துக்கும் பொருந்தும் என்பதால், புலவர்கள் படைப்புகளில் காணப்படும் வைப்பு முறையையைத் திருத்தவோ, மாற்றவோ, யாருக்கும் உரிமையில்லை என்பது வ.சுப.மாணிக்கனாரின் முடிவு (நூல்: தொல்காப்பியக் கடல்).

'தமிழர் கண்ட வாழ்க்கை முறையை அன்றாடம் நாம் பயன்படுத்தும் ''நாணயம்' ஒன்றுடன் ஒப்பிடுகிறார் வ.சுப.மாணிக்கனார். நாணயத்தின் இரு பக்கங்களும் ஒத்த சமநிலை பெற்றிருந்தால் மட்டுமே அது செல்லுபடியாகும். ஒரு பக்கம் தேய்ந்திருந்தாலும் அதற்கு மதிப்பில்லை. நாணயம் போன்றதுதான் தமிழர் கண்ட பொருளதிகாரம். தமிழினத்தின் வாழ்க்கையில் அகமும் புறமும் - காதலும் வீரமும் ஒரு பொருளாக, சமநிலையாகக் கலந்திருந்தது என்று அழகாக விளக்குகிறார். (நூல்: சங்கநெறி)

'தமிழர்களின் மக்கள் தொகை ஐந்து கோடிக்கும் அதிகம். இருப்பினும் படிக்கும் ஆர்வமும் நூல்கள் வாங்கும் ஆர்வமும் குறைவாக இருப்பதால் ஒரு நூலின் ஆயிரம் படிகள் விற்பதற்குக் கூட மாமாங்கம் (12 ஆண்டுகள்) ஆகிறது. 'இரண்டே பெறுக இனிதே வாழ்க', 'நாம் இருவர் நமக்கு ஒருவர்' என்று குடும்ப நலத் திட்டத்துக்குப் பிரச்சாரம் செய்வதுபோல் 'வீட்டுக்கு ஒரு நூலகம் அதுவே உண்மை எழிலகம்', 'புத்தகம் வாங்கிப் புத்த(அ)கம் பெறுக', 'ஏடுகள் வாங்கின் கேடுகள் நீங்கும்' என்று அரசு பிரசாரம் செய்ய வேண்டும். ஒவ்வொரு வீட்டிலும் நூலகம் அமைந்தால் மட்டுமே நூல்கள் விற்பனை ஆகாமல் தேங்கிக் கிடக்கும் பிரச்சினைக்குத் தீர்வு கிடைக்கும்' என்கிறார் வ.சுப.மாணிக்கனார். (நூல்: இலக்கியச் சாறு)

சுமார் முப்பது ஆண்டுகள் கடந்த நிலையிலும் வ.சுப.மாணிக்கனார் வைத்த கோரிக்கையை எந்த அரசும் ஏற்றுக்கொண்டு நூல்களை வாங்க வேண்டிய அவசியம் குறித்தும், ஒவ்வொரு வீட்டிலும் நூலகம் அமைக்க வேண்டிய கட்டாயம் பற்றியும் பிரசாரம் மேற்கொண்டதாகத் தெரியவில்லை. குடும்ப நலத்திட்டம் மிகப் பெரிய வெற்றியைப் பெற அரசின் தொடர் பிரசாரமே முக்கியக் காரணம். வீட்டுக்கு ஒரு நூலகம் அமைந்தால், நூல்கள் அதிக விற்பனை ஆகும் என்பது வெள்ளிடை மலை. எனவே வ.சுப.மாணிக்கனாரின் வேண்டுகோளை ஏற்று இனியேனும் அரசு தீவிர பிரசாரங்களை மேற்கொள்ள வேண்டும் என்பதே நூலாசிரியர்கள் மற்றும் பதிப்பகங்களின் விருப்பம்.

திரைப்படப் பாடல்கள் இலக்கியமாகுமா என்ற வாத விவாதங்களுக்கு முற்றுப்புள்ளி வைக்கும் வகையில் 'பாலிருக்கும் பழமிருக்கும் பசியிருக்காது, பஞ்சணையில் காற்று வரும் தூக்கம் வராது' என்ற கவியரசு கண்ணதாசன் வரிகளில் 'பசியட நிற்றல்', 'கண்துயில் மறுத்தல்' ஆகிய (தொல்காப்பியம்) அகத்திணை மெய்ப்பாடுகள் அமைந்துள்ளன என்று பாராட்டுகிறார் (நூல் - தமிழ்க் காதல்). அதேபோல் 'இராஜ இராஜ சோழன்' திரைப்படத்தில் வரும் 'மணிமுடியில் தொல்காப்பியம் வீற்றிருக்கும்' என்ற பாடலைக் கேட்கும்போது உயிர் குளிர்கிறது, உடல் சிலிர்க்கிறது' என்று மகிழ்கிறார் (நூல்: தொல்காப்பியக் கடல்)

'பரத்தமை ஒழுக்கம்' என்பது பொதுவழக்கு. பரத்தமை என்பதே 'ஒழுக்கக் கேடு' என்னும்போது அதை 'ஒழுக்கம்' என்று கூறுவது பிழை என்பதால் 'பரத்தைமை இழுக்கம்' என்பதே சரியான சொல்லாட்சி. 'ஒழுக்கத்தின் எய்துவர் மேன்மை இழுக்கத்தின் எய்துவர் எய்தாப் பழி' என்னும் திருக்குறளை மேற்கொள் காட்டுகிறார் வ.சுப மாணிக்கம்.

'பெறுமவற்றுள் யாமறிவது இல்லை அறிவறிந்த மக்கட் பேறு அல்ல பிற' என்னும் குறளில் 'அறிவறிந்த மக்கட் பேறு' என்னும் தொடருக்கு, 'அறிவுள்ள' மற்றும் 'அறிவற்ற' மக்கள் என இரு வகைப்படுவதாகவும், இவற்றுள் 'அறிவறிந்த' மக்கட் பேறே பெரும் பேறு என்றும், 'அறிவறிந்த' என்றாலே அது 'ஆண்' மக்களையே குறிக்கிறது என்றும் பரிமேலழகர் உள்பட பலர் பொருள் கூறி வந்தனர். இதைத் தவறு என்று சுட்டிக் காட்டியதுடன் 'விளக்கம் என்னும் வாள்கொண்டு வள்ளுவத்தின் அடிவேரையே அறுத்தெறிந்தார் பரிமேலழகர்' என்று கடுமையாக அவரது உரையை விமர்சிக்கிறார் வ.சுப.மாணிக்கனார். குழந்தைகளில் அறிவுள்ள மற்றும் அறிவற்ற என்னும் வேறுபாடு கூடாது என்பதுடன் இன்னும் குறிப்பாக ஆண் பெண் பேதம் கூடவே கூடாது என்பதே அவரது ஆழமான கருத்து.

'சிலப்பதிகாரம்' என்னும் நூலின் பெயருக்குக் காரணம் 'சிலம்பு' என்பது தெரிந்ததே. அந்தச் சிலம்பு யாருடையது எனில் 'கண்ணகியின் கால் சிலம்பே' என்பதே பெரும்பான்மைக் கருத்தாக இருக்கும். ஆனால் வ.சுப.மாணிக்கனாரோ 'அந்தச் சிலம்பு பாண்டிய மன்னர் மனைவி கோப்பெருந்தேவியின் தொலைந்து போன சிலம்பு என்றும் அதுவே காப்பியமான சிலப்பதிகாரம் பெயருக்குக் காரணம்' என்னும் புது விளக்கம் தருகிறார். (நூல்: காப்பியப் பார்வை - எந்தச் சிலம்பு?)

இலங்கையில் சீதையின் இருப்பிடத்தைக் கண்டு வந்த அனுமன் அதை இராமனுக்குக் கூறுவதாக வரும் கம்பனின் கீழ்க்காணும் பாடல் வரிகளில்

'விற்பெருந் தடந்தோள் வீர வீங்குநீர் இலங்கை வெற்பில்
நற்பெருந் தவத்த ளாய நங்கையைக் கண்டே னல்லேன்'

'நங்கையைக் கண்டே னல்லேன்' என்பதைக் 'கண்டேன் அல்லேன்' என்று பிரித்து 'பெருந்தவம் உடைய நங்கையைக் காணவில்லை' என்றே பொருள் கூறி வந்துள்ளனர். ஆனால் வ.சுப.மாணிக்கனாரோ 'நங்கையைக் கண்டேன் நல்லேன்' என்று படிக்க வேண்டும் என்றும், 'பெருந்தவம் உடைய நங்கையை அதாவது சீதையைக் காணும் நல்ல பேறு பெற்றேன்' என்றும் பொருள் கொள்ள வேண்டும் என்று மாறுபட்ட கோணத்தில் புதிய விளக்கம் தருகிறார் (நூல் : சங்க நெறி).

ஏதோ இன்றைக்குத்தான் ஆங்கில மோகம் தலைவிரித்து ஆடுவதுபோல் நாம் குரல் எழுப்புகிறோம். ஆனால் நூறாண்டு கண்ட வ.சுப.மாணிக்கம் காலத்திலேயே இந்நிலை இருந்துள்ளது. தாய்மொழியாம் தமிழைப் புறக்கணித்து ஆங்கிலத்தைப் பேணும் தமிழர் கண்டு பொங்குகிறார். 'மாமலர்கள்' என்னும் தனது கவிதை நூலில் 'ஆங்கிலேயர்களே வியக்கும் வகையில் ஆங்கில மோகத்துக்கான பரிசு தமிழர்களுக்குத்தான் கிடைக்கும்' என்று குமுறுகிறார்:''-

ஆங்கில மோகம் யாருக்கு உண்டென
ஓங்கிய போட்டி உலகிடை வைப்பின்
ஆங்கில நாடரும் ஆஆ என்னத்
தாங்கும் பரிசு தமிழர்க்கு உண்டே

தமிழ் மொழிக்கான அடைமொழிகளாக அதிகபட்சம் நம் நினைவுக்கு வருவது செந்தமிழ், பைந்தமிழ், நற்றமிழ் என ஒரு சில சொற்களே ஆகும். ஆனால் வ.சுப மாணிக்கம் தனது 'மாமலர்கள் - மாணிக்கக்குறள்' என்னும் நூலில் கீழ்க்காணும் ஏராளமான அடைமொழிகளை தமிழின் செழுமையை உணர்த்தவும், கவிஞர்களின் பயன்பாட்டுக்காகவும் பட்டியலிட்டுள்ளார்:-

நெடுந்தமிழ், விளிவில்தமிழ், முத்தமிழ், மட்டுத்தமிழ், வெல்தமிழ், ஒண்தமிழ், முதுதமிழ், சொற்றமிழ், செய்தமிழ், வளமார்தமிழ், வண்டமிழ், இந்தமிழ், செல்தமிழ், நற்றமிழ், கிளர்தமிழ், படிதமிழ், எண்தமிழ், அருந்தமிழ், பெருந்தமிழ், முறைத்தமிழ், வெண்தமிழ், செந்தமிழ், பெரியதமிழ், நந்தமிழ், எந்தமிழ், தீந்தமிழ், கோல்தமிழ், வளர்தமிழ், செழுந்தமிழ், பைந்தமிழ், உயர்தமிழ், குளிர்தமிழ்,

பண்தமிழ், பழுத்ததமிழ், கனிதமிழ், விரிதமிழ், தொழுதமிழ், பசுந்தமிழ், நிறைதமிழ், உயிர்தமிழ், கன்னித்தமிழ், நலங்கூர்தமிழ், கிளர்தமிழ், இளையாத்தமிழ், உலகுதமிழ், இனிமைத்தமிழ், தன்னிற் சிறந்த தமிழ், பொதியில் தமிழ்.

பாரதத் தாய்க்கு தேசியப் பாடல் (ஜனகனமன), கொடி (மூவர்ணம்), பறவை (மயில்) விலங்கு (புலி) ஆகியவை இருப்பதுபோல் 'தேசிய நூல்' ஒன்றும் இருக்க வேண்டும். அந்த வகையில் சாதி, மதம் கடந்து மக்களுக்கு உள்ளொளியும், ஆட்சியாளர்களுக்கு உண்மை நெறியும் காட்டி, இடித்துரைத்து வழிகாட்டும் ஒரே நூல் 'திருக்குறளே' மட்டுமே என்று வலியுறுத்துகிறார். திருக்குறள் ஒரு மருந்துக் கடை. அவரவர் நோய்க்கு ஏற்ப உரிய மாத்திரைகள் மருந்துக் கடையில் இருப்பதுபோல், நம் வாழ்நிலைக்கு ஏற்ப உரிய அறங்கள் திருக்குறளில் இருக்கின்றன. மக்கள் மெய் தீண்டல் உடற்கின்பம் என்பதுபோல், மூலக்குறளைத் தீண்டல் வாழ்வின்பம் ஆகும். எனவே, தேசிய நூலாகத் 'திருக்குறளை' அறிவிக்க வேண்டும் என்று பல ஆண்டுகளுக்கு முன்பே குரல் கொடுத்த முன்னோடிகளுள் வ.சுப.மாணிக்கமும் குறிப்பிடத்தக்கவர் (நூல்: திருக்குறள் சுடர்)

தாய்மொழியில்தான் குழந்தைகளுக்குக் கல்வி புகட்டப்பட வேண்டும் என்பதில் வ.சுப.மாணிக்கம் கொண்ட கொள்கை உறுதியானதும், இறுதியானதும் கூட. தான் எந்த அயல் மொழிக்கும் எதிரானவன் அல்ல என்றும் வேற்று மொழியையும் கற்பதற்கு முன்பாக முதலில் தாய்மொழியான தமிழ்மொழியில் கற்க வேண்டும் என்கிறார். தமிழ்க்கல்வியைக் கட்டாயமாக்கி, வேலை வாய்ப்பில் முன்னுரிமை அளித்து நல்ல வருமானம் கிடைப்பதையும் நடைமுறைப்படுத்தினால், ஒருவர் மீது ஒருவர் மோதி இடித்துக்கொண்டு தமிழ் படிக்க இடம் வேண்டும் என்று ஓடி வருவார்கள்' என்கிறார்.

எழுத்துச் சீர்திருத்தம் கூடாது என்பதில் கடைசிவரை உறுதியாக இருந்தார் வ.சுப.மாணிக்கம். 'எழுத்துச் சீர்திருத்தம் எங்கே போய் முடியும்' என்ற தலைப்பில் எழுதிய நூலில் பின்வருமாறு குறிப்பிடுகிறார் 'எழுத்துச் சீர்திருத்தம் என்ற பெயரில், ஏனைய மொழிகளைக் காட்டிலும் ஒலியால், ஒலிப்பால், எழுத்தால், செறிவால், நுட்பத்தால், பண்பால், வரலாற்றால் நிறைவுடைய அன்னைத் தமிழின் அடிவயிற்றில் கை வைக்க வேண்டாம். இதுவே ஒப்பியல் அறிவுடைமையாகும். உள்ள நல்ல சீர்மையை உணர முடியாவிட்டாலும், உள்ள சீரைக் கெடுத்து அல்லதைப் பரப்ப வேண்டாம்' என்கிறார்.

‘உ’ என்னும் பிள்ளையார் சுழி போட்ட பிறகே அக்காலத்தில் எழுதுவது வழக்கம். ஆனால் வ.சுப மாணிக்கம் தனது இறை வழிபாட்டைக் கூடத் தமிழ் வழிபாட்டாகக் கொண்டவர் என்பதால் ‘உ’ என்பதற்குப் பதிலாகத் தமிழைக் குறிக்கும் ‘த’ என்றுதான் எழுதுவார். அவர் எங்கு சென்றாலும் தவறாமல் தொல்காப்பியம், திருக்குறள் மற்றும் திருவாசகம் ஆகிய நூல்களை எடுத்துச் செல்வார். தமிழுக்குத் தொல்காப்பியம், வாழ்வின் உயர்வுக்குத் திருக்குறள் மற்றும் உயிர்த் தூய்மைக்கு திருவாசகம் என்பது அவர் நம்பிக்கை.

எட்டுத் தொகை (நற்றிணை நல்ல குறுந்தொகை), பத்துப்பாட்டு (முருகு பொருநாறு), பதினெண்கீழ்க்கணக்கு (நாலடி நாண்மணி), பதினான்கு மெய்ப் பனுவல்கள் (உந்தி களிறு உயர்போதம்) ஆகிய நூல்களை எளிதில் நினைவு கொள்ள அக்காலப் புலவர்கள் வெண்பாக்கள் இயற்றி உள்ளனர். ஆனால் ஆத்திச்சூடி, கொன்றை வேந்தன் உள்ளிட்ட ஏழு அற நூல்களை நினைவில் கொள்ள வெண்பா இல்லையே என்ற குறையைப் போக்கும் வகையில் வ.சுப.மாணிக்கனார் அவற்றை ‘ஏழிளந்தமிழ்’ என்னும் அடை மொழியுடன் கீழ்க்காணும் வெண்பா மாலையைத் தமிழன்னைக்குப் பூ மாலையாகச் சூட்டி மகிழ்கிறார் (நூல்: திருக்குறள் சுடர்)

ஆத்திசேர் கொன்றை அழகுதமிழ் மூதுரை
பாத்திசேர் நல்வழி பண்புலகம் - பூத்த
நறுந்தொகை நன்னெறி ஏழும் குழந்தைக்
குறுந்தமிழ் என்றறிந்து கொள்

‘கற்க கசடறக் கற்பவை கற்றபின் நிற்க அதற்குத் தக’ என்ற குறளுக்கு ஏற்பக் கற்றும் வாழ்ந்தும் காட்டினார். அழகப்பா கல்லூரி முதல்வராக இருந்தபோது இவரது மகன் பூங்குன்றனும் அதே கல்லூரியில் படித்துக் கொண்டிருந்தான். தேர்வு எழுதும்போது விதிகளுக்கு மாறாக நடந்து கொள்ளவே, மகனென்றும் பாராமல், தவறுக்குத் தண்டனையாக இரண்டு ஆண்டுகள் தேர்வு எழுதத் தடை விதித்தார். 1967-68-ல் நடைபெற்ற இந்நிகழ்ச்சி ‘மனுநீதிச் சோழ மாணிக்கத்தின்’ நேர்மை தவறாத செயலாகப் பேசப்பட்டது.

‘எங்கும் தமிழ் எதிலும் தமிழ்’ என்ற கொள்கையைப் பறைசாற்றத் ‘தமிழ் வழிக் கல்வி இயக்கத்தை’ நிறுவி தமிழுக்கும் தமிழர்க்கும் தமிழகத்துக்கும் நீண்ட காலம் அருந்தொண்டாற்றினார். தமிழுக்குப் புதிய சொல்லாக்கங்களையும் உவமைகளையும் படைத்தார். ஆய்வு, கட்டுரை, கவிதை, உரை, நாடகம், கடித இலக்கியம், பதிப்பு எனப் பல்துறை வித்தகராக விளங்கினார். இலக்கிய, இலக்கண

ஆய்வில் தனித்துவத்துடன் திகழ்ந்தார். 'பழமைக்குள் மூழ்கினாலும், புதுமை மேல் நீந்தினாலும், நாட்டின் எதிர்கால முன்னேற்றமும் நிகழ்கால நல்வாழ்வுமே என் எழுத்துகளின் உள்ளொளி' என்பதற்கு ஏற்பவே இவரது அனைத்து நூல்களும் அமைந்துள்ளன.

'நண்பி', 'இளைஞி' போன்ற சொற்களை இன்றைக்குப் பத்திரிகைகளிலும், பேச்சு வழக்கிலும் பரவலாகக் காண்கிறோம். ஆனால் 1962-ல் 'தமிழ்க் காதல்' என்னும் நூலிலேயே வ.சுப.மாணிக்கனார் இவற்றைப் பயன்படுத்தி உள்ளார். அதேபோல் நுரைப்பான் (soap), முக மா (powder), வெண்சுருள் (cigarette), பல்லுரசி (tooth brush) முரண்பால் நோய் (AIDS) ஆகிய புதிய தமிழ்ச் சொற்களுக்கும் இவரே சொந்தக்காரர்.

'குறிக்கோள் இலாது கெட்டேன்' என்பது அப்பர் பெருமான் வாக்கு. இதை வலியுறுத்தும் வகையில் 'உயர்ந்த குறிக்கோள் உடைய வாழ்வே வாழ்வு; குறிக்கோள் இல்லையெனில் அதன் பெயர் வீழ்வு' என்கிறார் வ.சுப மாணிக்கம் (நூல் : மாமலர்கள்)

குறிக்கோள் இலாத வாழ்வு
  கோடுகள் இலாத ஆட்டம்
நெறிக்கோள் இலாத நெஞ்சு
  நிறைநீர் இலாத ஆறு
மறிக்கோள் இலாத கல்வி
  வரப்புகள் இலாத நன்செய்
செறிக்கோள் இலாத மேனி
  திறவுகோல் இலாத பூட்டாம்

வள்ளுவம், தமிழ்க் காதல், கம்பர், இலக்கியச் சாறு, தொல்காப்பியப் புதுமை, எந்தச் சிலம்பு, இலக்கிய விளக்கம், சிந்தனைக் களங்கள், ஒப்பியல் நோக்கு, தொல்காப்பியத் திறன் ஆகிய ஆய்வுகள், மனைவியின் உரிமை, நெல்லிக்கனி, உப்பங்கழி, ஒரு நொடியில் ஆகிய நாடகங்கள், கொடை விளக்கு, மாமலர்கள், மாணிக்கக் குறள் (கவிதை நூல்கள்), இரட்டைக் காப்பியங்கள், நகரத்தார் அறப்பட்டையங்கள் (பதிப்பு நூல்கள்), தொல்காப்பியம் எழுத்ததிகாரம் நூல் மரபும் மொழி மரபும் மாணிக்கவுரை, திருக்குறள் தெளிவுரை, நீதி நூல்கள் (உரை நூல்கள்) ஆகியவற்றுடன், The Tamil Concept of Love, A Study of Tamil Verbs, Collected Papers, Tamilology (ஆங்கில நூல்களை) என வ.சுப மாணிக்கனார் மொத்தம் 22 தமிழ் நூல்களையும் 4 ஆங்கில நூல்களையும் எழுதி உள்ளார்.

குழந்தை கண்ணுறங்கப் பாடும் 'தாலாட்டு' ஒரு வகை. இங்கோ வ.சுப.மாணிக்கம் குழந்தை கண் வளர்வதற்காக எழுதிய அழகான 'தமிழாட்டு' பின்வருமாறு:

மாசிலாத் திருக்குறளோ
  மனங்கவரும் சிலம்படியோ
காசிலா வாசகமோ
  கம்பனார் காப்பியமோ
சங்கத்தின் இலக்கியமோ
  தடம்புதிய பாரதியோ
எங்கள்தொல் காப்பியமோ
  எல்லாமும் நீதானோ
முல்லை நறுமுகையோ
  முழுதலராத் தாமரையோ
புல்லின் பனித்துளியோ
  பொற்கதிரே கண்வளராய்!

வ.சுப.மாணிக்கம் (திருவள்ளுவர் அல்ல) எழுதிய கீழ்க்கண்ட குறட்பாக்களை ஒவ்வொரு தமிழரும் மனிதில் நிறுத்தித் தமிழின் அழிவுக்கு எமனாக இல்லாமல் மகன்போல் காத்திட உறுதுணையாக இருக்கவேண்டும் (நூல்: மாணிக்கக் குறள்)

மகனாக வாழ்க வளர்தமிழ்க் கன்னிக்கு
எமனாக வாழல் இழிவு
கலனும் புலனும் கலையும் நிலையும்
வலனும் தமிழால் வரும்
தமிழிற் சிறந்ததோர் தாய்மொழி இல்லை
இமிழ்கடல் ஞாலத் தெமக்கு
மொழியயல் கற்க முயலுமுன் உன்தாய்
மொழிதமிழ் கற்பாய் முதல்

ஔவையாரின் 'ஆத்திச்சூடி', பாரதியாரின் 'புதிய ஆத்திச்சூடி', பாரதிதாசனின் 'பாரதிதாசன் ஆத்திச்சூடி', 'இளையார் ஆத்திச்சூடி' ஆகியவற்றைத் தொடர்ந்து வ.சுப.மாணிக்கனாரும் குழந்தைகளுக்காக கருத்தாழம் மிக்க சீரிய கருத்துகளைக் கொண்ட பாக்களை இயற்றியுள்ளார். இந்தப் பாயிரம் 'த' தொடங்கி 'தோ'வரை 'த' வரிசை எழுத்துக்களால் ஆனது என்பது குறிப்பிடத்தக்கது (நூல் : தமிழ்சூடி)

தமிழ்சூடி வழிபாடு செய்வாய் குழந்தாய்
தாய்மொழி தவறாது கற்பாய் குழந்தாய்

திருக்குறள் கண்போலத் தெளிவாய் குழந்தாய்
தீமைகள் மனத்தினும் தீண்டாய் குழந்தாய்
துடிபோலப் பள்ளிக்குத் தொடர்வாய் குழந்தாய்
தூய்தமிழ் எங்குமே சொல்வாய் குழந்தாய்
தென்றலில் நன்றாகத் திளைப்பாய் குழந்தாய்
தேனினிய நூலகம் செல்வாய் குழந்தாய்
தைத்திங்கள் பொங்கலில் தளிர்ப்பாய் குழந்தாய்
தொண்டுகள் பலசெய்யத் துடிப்பாய் குழந்தாய்
தோலாத தமிழ்நூல்கள் தொகுப்பாய் குழந்தாய்

'மூதறிஞர்', 'செம்மல்', 'தமிழ் இமயம்' என்று போற்றப்படும் வ.சுப மாணிக்கனார் பாண்டிச்சேரி பல்கலைக்கழக நாடகத் துறை ஆசிரியர் நியமனத் தேர்வுக்காக அங்குள்ள விருந்தினர் விடுதியில் தங்கியிருந்தார். அப்போது திடீரென நெஞ்சுவலி ஏற்படவே ஜிப்மர் மருத்துவமனை யில் அனுமதிக்கப்பட்டுத், தீவிர சிகிச்சை அளித்தும் பயனின்றி 1989 ஏப்ரல் 25ஆம் தேதி தனது 72 ஆவது வயதில் இயற்கை எய்தினார்.

மாணிக்கச் செல்வ மணித்தமிழ் அன்னைக்குக்
காணிக்கை யாய்வாய்த்த கண்ணாள - பேணிக்கை
வைத்த துறையெல்லாம் வாய்ந்த துறையாக்கி
வைத்தநீ எங்களின் வைப்பு

என வ.சுப மாணிக்கனாரின் மறைவை ஒட்டித் தமிழறிஞர் இரா இளங்குமரனார் பாடிய இரங்கற்பா அவருக்கான மிகச் சிறந்த அஞ்சலி ஆகும்.

‘கப்பலோட்டிய தமிழன்’ வ.உ.சிதம்பரனார்

‘தேச பக்தர்’ என்றும்‘கப்பலோட்டிய தமிழன்’ என்றும் ‘செக்கிழுத்த செம்மல்’ என்றும் விடுதலைப் போராட்ட வீரராக அறியப்படும் இவர் மிகச் சிறந்த தமிழறிஞர் என்பது ஒரு சிலரே அறிந்த செய்தி. தொல்காப்பியம் இளம்பூரணர் பொருள் மற்றும் எழுத்து அதிகாரங்கள், திருக்குறள், சிவஞான போதம் ஆகிய இலக்கண, இலக்கியங்களுக்கான உரைகளுடன் கட்டுரைகளையும் மொழிபெயர்ப்பு நூல்களையும் சுயசரிதையையும் எழுதி உள்ள இவர்தான் வ.உ.சிதம்பரம் பிள்ளை.

திருநெல்வேலி மாவட்டம் தமிழறிஞர்களையும் விடுதலைப் போராட்ட வீரர்களையும் ஈன்றேடுத்த மண். வீரபாண்டிய கட்டபொம்மன் பிறந்த பாஞ்சாலங்குறிச்சி, மகாகவி பாரதியார் பிறந்த எட்டயபுரம் ஆகிய ஊர்களுக்கு அருகேயுள்ள ஒட்டப் பிடாரத்தில் வழக்கறிஞர் உலகநாத பிள்ளை - பரமாயி தம்பதிகளுக்கு மகனாக 1872 செப்டம்பர் 5 ஆம் தேதி பிறந்தார் வ.உ.சிதம்பரம் பிள்ளை. உடன் பிறந்தவர்கள் அறுவர்.

ஒட்டப்பிடாரம் திண்ணைப் பள்ளிக்கூட ஆசிரியர் வீரப்பெருமாள் அண்ணாவியிடம் நன்னெறி, வெற்றி வேற்கை, வெண்பா மூதுரை, கொன்றே வேந்தன் உள்ளிட்ட நீதி நூல்களைக் கற்றறிந்தார். கிருஷ்ணன் என்பவரிடம் தனியாக ஆங்கில மொழியையும் பயின்றார். இவருக்கு வகுப்பு எடுத்த கிருஷ்ணன் திடீரென வேலூருக்கு மாற்றலாகிப் போகவே, வ.உ.சியின் ஆங்கிலக் கல்வி

தடைபடாமல் இருக்க உலகநாதப் பிள்ளை ஒரு முடிவுக்கு வந்தார். சொந்தமாக ஒரு பள்ளியையே நிறுவி ஆடம்சன் என்னும் கிருத்தவப் பாதிரியாரை நிர்வாகியாகவும் எட்டயபுரம் அறம் வளர்த்த நாதப்பிள்ளையை ஆசிரியராகவும் நியமித்தார். மகனுக்காகக் கட்டப்பட்ட அந்தப் பள்ளி பின்னாளில் ஊரிலுள்ள பலர் ஆங்கிலக் கல்வி கற்கப் பயன்பட்டது. நடுநிலை வகுப்பை முடித்த பிறகு, உயர்நிலைப் பள்ளிப் படிப்பை தூத்துக்குடி புனித சேவியர் பள்ளியிலும், கால்ட்வெல் பள்ளியிலும் நிறைவு செய்தார்.

துடுக்குத்தனம் நிறைந்த வ.உ.சிக்கு பொறுப்பு வர வேண்டும் என்று எண்ணிய உலகநாத பிள்ளை ஒட்டப்பிடாரம் தாலுகா அலுவலகத்தில் அவருக்குக் குமாஸ்தா வேலை வாங்கிக் கொடுத்தார். ஆனால், ஒரு சில மாதங்களுக்கு மேல் அவரால் அங்கு நீடிக்க முடியவில்லை. வழக்கறிஞராகவேண்டும் என்னும் விருப்பத்தைத் தெரிவித்தார். தன்னைப்போலவே மகனும் வழக்கறிஞராக வேண்டும் என்று உலகநாதனும் விரும்பியதால், திருச்சியில் சட்டம் படிக்க அனுப்பிவைத்தார். கணபதி ஐயர், ஹரிஹர ஐயர் ஆகியோரிடம் சட்டப் பயிற்சி பெற்ற பிறகு 1895-ல் சொந்த ஊரான ஒட்டப் பிடாரத்திலேயே வழக்கறிஞர் பணியைத் தொடங்கினார். தாத்தா, பெரியப்பா, அப்பா ஆகியோரைத் தொடர்ந்து இவரும் வழக்கறிஞராகவே குடியிருந்த இல்லத்தை எல்லோரும் 'வக்கீல் ஐயா வீடு' என்றே அழைக்கத் தொடங்கினர்.

1895-ல் வ.உ.சிக்கும் - வள்ளியம்மைக்கும் திருமணம் நடந்தேறியது. ஆனால், இவர்களது இல்வாழ்க்கை நீண்ட காலம் நீடிக்கவில்லை. அவரது இலக்கிய, சமுக மற்றும் ஆன்மிகப் பணிகளுக்கு உறுதுணையாக இருந்த அவரது மனைவி திருமணமான ஆறே ஆண்டுகளில் காலமானார்.

நேர்மை, நியாயம் ஆகியவற்றை இரு கண்களாகக்கொண்டு செயல்பட்ட வ.உ சி மிகக் குறுகிய காலத்திலேயே மிகச் சிறந்த குற்றவியல் வழக்கறிஞர் என்ற பெயரைப் பெற்றார். ஆங்கிலேயர் தொடுத்த பொய் வழக்குகளில் இருந்து அப்பாவிகளை பணம் வாங்காமல் விடுவித்தார். அதே சமயம் லஞ்சம் வாங்கிக்கொண்டு பொய்யான வழக்குகளைப் பதிவு செய்யும் காவல் துறை அதிகாரிகளுக்கும் தவறான தீர்ப்பை வழங்கும் நீதிபதிகளுக்கும் தனது வாதத் திறமையால் தண்டனை வாங்கிக் கொடுத்தார். அரசைப் பகைத்துக்கொண்டு உள்ளூரில் பிழைப்பு நடத்துவது கடினம் என்று உணர்ந்துகொண்ட உலகநாத பிள்ளை உடனடியாகத் வ.உ.சியைத் தூத்துக்குடிக்கு அனுப்பி அங்கே வழக்கறிஞர் தொழிலைத் தொடருமாறு பணித்தார்.

முதல் மனைவி மறைவைத் தொடர்ந்து மீனாட்சியம்மை என்னும் மங்கை நல்லாளை வ.உ.சி. திருமணம் செய்துகொண்டார். இவர்களுக்கு உலகநாதன், ஆறுமுகம், சுப்பிரமணியன், வாலேஸ்வரன் ஆகிய 4 பிள்ளைகளும், ஞானாம்பிகை, வேதவல்லி, ஆனந்தவல்லி, மரகதவல்லி ஆகிய 4 பெண்களும் பிறந்தனர். முதல் மகன் உலகநாதன் சிறு வயதிலேயே காலமானான். பின்னாளில் வ.வே.சு. நொடிந்து போன சூழலில், தனக்குப் பெரிதும் உதவி செய்த ஆங்கிலேயரான வாலேஸின் நினைவாகத் தனது நான்காவது மகனுக்கு வாலேஸ்வரன் என்று பெயரிட்டுத் தனது நன்றியை வெளிப்படுத்திக்கொண்டார்.

1900-ல் தூத்துக்குடிக்கு வந்த பிறகு வ.உ.சியின் மனம் ஆன்மிகத்தை நாடியது. சமூக மேம்பாட்டுக்குத் தனி மனித ஒழுக்கம் முக்கியம் என்றும் அதற்கு ஆன்மிகமே சரியான வழி என்றும் முழுமையாக நம்பினார். லௌகீகத்துக்கும், வைதீகத்துக்கும் தேவையான ஒழுக்க நெறிகளை மக்களிடையே பரப்பும் இதழ் என்ற அறிவிப்புடன் 'விவேகபாநு' இதழைத் தொடங்கினார். தூத்துக்குடி சைவ சித்தாந்த அமைப்பில் உறுப்பினரானதுடன், இலக்கியச் சொற்பொழிவுகளையும் நடத்தினார். குறிப்பாக, அவருக்குத் திருக்குறள் மீது அதீத ஈடுபாடு.

ஆன்மீகத்திலும் இலக்கியத்திலும் ஈடுபாடு கொண்டிருந்த வ.உ.சியை அரசியலுக்கு இழுத்தது முஸ்லிம் வங்காளம் என்றும் இந்து வங்காளம் என்றும் வங்காளத்தைக் கூறுபோட்ட வைஸ்ராய் கர்சனின் பிரிவினைச் சட்டம்தான். இந்தியா முழுவதும் ஏற்பட்ட கிளர்ச்சி தமிழகத்திலும் எதிரொலித்தது. மேலும் அந்நியப் பொருட்கள் பகிஷ்கரிப்பு, சுதேசிக் கொள்கை, சுயராஜ்ஜியம் உள்ளிட்ட கொள்கைகளை முன் வைத்து காங்கிரஸ் நடத்திய அறப்போராட்டங்களும் திலகரின் எழுச்சி உரைகளும் அவரது உள்ளத்தில் தாக்கத்தை ஏற்படுத்தின. சென்னை இராமகிருஷ்ண மடத்தின் தலைவர் சுவாமி இராம கிருஷ்ணாநந்தரின் அறிவுரைகளும் தேசியத்தில் கரைய முக்கியக் காரணமானது. இதனைத் தொடர்ந்தே 'கைத்தொழில் வளர் சங்கம்' மற்றும் 'தருமசங்கம்' ஆகியவற்றைத் தூத்துக்குடியில் நிறுவினார்.

சோழ மன்னர்களிடம் கப்பல் படை இருந்ததாகவும், இராஜ இராஜ சோழனும், இராஜேந்திர சோழனும் கடல் கடந்து வாணிகம் செய்ததாகவும், நாடுகளை வென்றதாகவும் வரலாறு தெரிவிக்கிறது. தூத்துக்குடிக்கும் சிலோனுக்கும் இடையே பிரிட்டிஷ் இந்தியா ஸ்டீம் நேவிகேஷன் கம்பெனியின் கப்பல்கள் சரக்குகளை ஏற்றி இறக்கிக் கொண்டிருந்தன. அந்நியத் தயாரிப்புகளை பகிஷ்கரிக்க

வேண்டும் என்னும் திலகரின் வேண்டுகோளுக்கு இணங்க அனைவரும் வெளிநாட்டு ஆடைகளையும் பொருட்களையும் புறக்கணித்தனர்.

ஆனால் வ.உ.சி. இந்தியாவிலேயே வேறு யாருமே நினைத்துக் கூடப் பார்க்க இயலாத ஒன்றை யோசித்தார். தூத்துக்குடிக்கும் சிலோனுக்கும் இடையே ஓடும் ஆங்கிலேயேக் கப்பல் கம்பெனிக்குப் போட்டியாகச் 'சுதேசி ஸ்டீம் நேவிகேஷன் கம்பெனியைத்' துணிச்சலுடன் தொடங்க முடிவெடுத்ததுடன், 1882 இந்தியக் கம்பெனி சட்டப்படி 1906 அக்டோபர் 16 ஆம் தேதி அதைப் பதிவும் செய்தார். இதற்கான மூல தனம் ரூ 10 லட்சம் என்றும், பங்கு ஒன்றின் விலை ரூ 25 வீதம் 40,000 பங்குகளை விற்பனை செய்து மூலதனத்தைத் திரட்டவும் திட்டமிட்டார். ஜனாப் ஹாஜி முகம்மது பக்கீர் சேட் மட்டுமே ரூ 2 லட்சம் மதிப்பிலான 8000 பங்குகளை வாங்கிக்கொண்டார்.

1906-ல் மூலதனம் ரூ 10 லட்சம் எனில் இன்றைய தேதியில் அதன் மதிப்பு ஆயிரம் கோடிகளைத் தாண்டும். இயக்குநர் குழுமத்தில் சேலம் விஜயராகவாச்சாரியார் உள்ளிட்ட பிரபலங்கள் இடம் பெற்றனர். பாலவநத்தம் ஜமீனும் மதுரை நான்காம் தமிழ்ச் சங்க நிறுவனருமான பாண்டித் துரைத் தேவர் நிறுவனத் தலைவராகவும் வ.உ சி செயலராகவும் பணியாற்ற முடிவானது. இந்தியர் ஒருவர் அதுவும் தமிழர் ஒருவர் கப்பல் நிறுவனத்தை ஆரம்பிப்பார் என்று ஆங்கிலேயே அரசு கனவிலும் எண்ணவில்லை. வ.உ.சியின் அதிரடியால் கலங்கிய வெள்ளையர் ஆட்சி அவரது நிறுவனத்தை முடக்கும் முயற்சிகளில் இறங்கியது.

கப்பல்களை வாங்க நேரமாகும் எனபதால் பம்பாய் ஷாலைன் ஸ்டீமர்ஸ் நிறுவனத்துக்குச் சொந்தமான கப்பல்களைக் குத்தகைக்கு எடுத்தார். ஆனால், அதன் உரிமையாளரை ஆங்கிலேய அரசு மிரட்டவே வேறு வழியின்றிக் குத்தகைக்குக் கொடுத்த கப்பல்களைத் திரும்பப் பெற்றுக் கொண்டார். ஆனாலும் வ.உ.சி. கலங்கவில்லை. சொந்தமாகக் கப்பல்களை வாங்க இந்தியா, இலங்கை என்று பயணித்து நிறைவாக எஸ்.எஸ்.காலியா மற்றும் எஸ்.எஸ்.லாவோ ஆகிய இரு கப்பல்களை வாங்கினார். ஒவ்வொரு கப்பலும் 42 முதல் வகுப்பு, 24 இரண்டாம் வகுப்பு 1300 சாதாரண வகுப்புப் பிரயாணிகள் மற்றும் 4000 சரக்கு மூட்டைகள் ஏற்றும் திறன் கொண்டவை ஆகும்.

வ உ.சி.யின் சுதேசிக் கப்பலுக்கு மக்களிடையே வரவேற்பு நாளுக்கு நாள் அதிகரிக்கத் தொடங்கியது. மிரட்டியும் பயனில்லாமல்

போகவே, குறைந்த கட்டணத்திலும் பின்னர் இலவசமாகவும் சரக்குகளையும் பிரயாணிகளையும் ஏற்றிக் கொள்வதாகவும் ஆசை காட்டியது. ஒரு கட்டத்தில் வ.உ.சி. தேச விடுதலைப் போரில் தீவிரம் செலுத்தவே இதையே காரணம் காட்டி ஆங்கிலேய அரசு வ.உ.சி. கப்பல் நிர்வாகத்திலிருந்து விலகிக் கொண்டால் சுதேசிக் கப்பல் வியாபாரத்துக்கும், வளர்ச்சிக்கும் முட்டுக் கட்டை போட மாட்டோம் என்று நிறுவன இயக்குனர்களுக்கு வலை விரித்தது. வ.உ.சி கப்பல் வாங்கியதே சுதேசிய உணர்வு காரணமாகத்தான். ஆனால் நிர்வாகிகளுக்கோ இலாபம் சம்பாதிப்பதே நோக்கமாக இருந்தது. எனவே வ.உ.சி. வேறு வழியின்றி தனது செயலாளர் பதவியை விட்டு விலகி ஏஜண்டாக இருக்க ஒப்புக்கொண்டார். பின்னர் நிர்பந்தம் அதிகரிக்க அதிலிருந்தும் விலக, ஒரு கட்டத்தில், அவர் ஆரம்பித்த சுதேசி கப்பல் நிறுவனத்துக்கும் அவருக்கும் எந்த சம்பந்தமும் இல்லை என்ற நிலை உருவானது.

வங்கத்தின் சிங்கம் என்றழைக்கப்படும் விபின் சந்திரபால் தண்டனைக் காலம் முடிந்து 1908 மார்ச் 9 ஆம் தேதி விடுதலை ஆகும் நாளைத் திருநெல்வேலியில் மிகச் சிறப்பாகக் கொண்டாட வ.உ.சி. முடிவு செய்திருந்தார். இதனை அறிந்த ஆங்கிலேய அரசு விதித்திருந்த தடை உத்தரவை மீறி பிரம்மாண்ட ஊர்வலத்தில் பங்கேற்றதுடன் உணர்ச்சிகரமான வீர உரையும் நிகழ்த்தினார். வ.உ.சியின் பேச்சால் கவரப்பட்ட மக்கள் கிளர்ந்தெழுவார்கள் என்று அஞ்சிய திருநெல்வேலி கலெக்டர் விஞ்ச் ராஜ துரோகம் உள்ளிட்ட பல்வேறு பிரிவுகளில் குற்றம் சுமத்தி கைது செய்தார்.

ஜூலை 7 ஆம் தேதி நீதிபதி பின்ஹே 'அரசை நிந்தித்த குற்றத்துக்காக இருபது வருடங்களும் சிவாவுக்கு உடந்தையாக இருந்ததற்கு இருபது வருடங்களும் ஆக மொத்தம் நாற்பது வருட கடுங்காவல் தண்டனையை ஒன்றன் பின் ஒன்றாக வ.உ.சி. அனுபவிக்க வேண்டும்' என்று தீர்ப்பளித்தார். 'சிதம்பரம் பிள்ளை பெரும் ராஜத் துரோகி. அவரது எலும்புக்கூடு கூட ராஜ விசுவாசத்துக்கு எதிரானது' என்றும் தீர்ப்பில் கூறியிருந்தார். தென் இந்தியாவில் இதுபோன்ற கொடுமையான தண்டனை வேறு எந்த தியாகிக்கும் வழங்கப்பட வில்லை. மேல் முறையீட்டில் தண்டனை ஆறு ஆண்டுகளாகக் குறைக்கப்பட்டாலும், கோவை, கண்ணூர் சிறைகளில் மாடுபோல் செக்கு இழுக்கும் அவலம் ஏற்பட்டது. சிறையில் இருந்த காலத்தில் வ.உ.சி. செக்கிழுத்த செம்மலாகவும் கவிச் செம்மலாகவும் விளங்கினார். 'சிறையில் செக்கு இழுத்த வைபவம்' என்ற தலைப்பில் கவிதை வடிவில் 'சுயசரிதையில்' கீழ்க்கண்டவாறு கூறுகிறார்:

'திங்கட் கிழமை ஜெயிலர் என் கைத்தோல்
உரிந்ததைப் பார்த்தான், உடனவன் எண்ணெய்
ஆட்டும் செக்கினை மாட்டிற்குப் பதிலாப்
பகலெலாம் வெயிலில் நடந்து தள்ளிட
அனுப்பினன், அவனுடை அன்புதான் என்னே!

வ உ.சி.யின் முதல் கட்டுரை 1900 செப்டம்பரில் விவேகபாநு இதழில் வெளியானது. 'உலகமும் கடவுளும்' என்ற தலைப்பில் எழுதிய இறுதிக்கட்டுரை தினமணியில் 17/01/1936-ல் வெளியானது. வேதாந்தத்தை விளக்கும் கைவல்யம் மற்றும் விசாரசாகரம் என்னும் இரு பெரும் தத்துவங்களில் ஊறித் திளைத்தவர். ஞானவாசிட்டம் என்னும் வேதாந்த நூலை மதுரை ஸ்ரீ சோமசுந்தர ஸ்வாமிகளிடம் கற்றுத் தெளிந்தவர். தூத்துக்குடி மேலூர் பகுதியில் திருஞானசம் பந்தர் மடத்தில் சைவ சித்தாந்த சபையை நிறுவி கைவல்யம் வகுப்புகளை நடத்திவந்தார். 'ஒவ்வொரு மதத்தினரும் அவர்களது கடவுளே உண்மையென்றும், பிற மதத்தினரின் கடவுள் உண்மை யல்ல என்னும் நினைப்பே விபரீதங்களுக்குக் காரணம்' என்று பொருள்படியும் வகையில் அவர் எழுதியது நூறாண்டுகள் கடந்து இன்றைக்கும் பொருந்துகிறது.

'மனிதனும் அறிவும்' என்ற தலைப்பில் 'உடம்பு', 'மனம்', 'அறிவு' ஆகியவை குறித்து வ.உ.சி:

'அறிவு தான் விரும்பிய அறத்தைச் செய்து முடிக்கும் முன்னர்
கவனமின்றி மனத்தை ஆளுந்தொழிலைச் சற்று நழுவ விடுமாயின்
மனம் தன் போக்கில் ஓடித் தீ நெறிகளில் பட்டுத்
தானும் கெட்டு உடம்பையும் அறத்தையும் கெடுத்துவிடும்'
என்கிறார்.

'வினை' மற்றும் 'விதி' ஆகியவற்றை வேறுபடுத்தி வ.உ.சி விளக்குகையில்:

'மனம், நாக்கு, உடம்பு இம்மூன்றின் தொழில்களான முறையே நினைத்தல், சொல்லுதல், செய்தல் ''வினை'' எனப்படும். நினைக்காமல், சொல்லாமல், செய்யாமல் விடுத்தாலும் வினையாகும். நினைப்பும், சொல்லும், செயலும் முதிர்ச்சி அடைந்து அதனதன் பயனை அளிக்கும்போது ''விதி'' எனப்படும்' என்கிறார்.

தாயை விடவும் தாய் நாடு மேலானது என்பதைப் பற்றிக் கூறுகையில்:

'ஒருவர் பிறப்பதற்கு ஆதாரமாக இருந்தவள் ''தாய்'' எனில், அவருடைய முன்னோரும், பிறப்பதற்கு ஆதாரமாக இருந்த ''தேசம்'' பெற்ற தாயினும் மேலாதனாகும்' என்கிறார்.

மகாத்மா வரவுக்கு முந்தைய காங்கிரஸ் கோகலே தலைமையில் மிதவாதிகள் என்றும், திலகர் தலைமையில் தீவிரவாதிகள் என்று இரு பிரிவுகளாக இயங்கி வந்தது. திலகரை அரசியல் குருவாக ஏற்றுக்கொண்ட வ.உ.சி அவரது வாழ்க்கை வரலாற்றை 'பாரத ஜோதி ஸ்ரீதிலகர் மகரிஷியின் வரலாறு' என்ற தலைப்பில் இலங்கை வீரகேசரி பத்திரிகையில் 28/5/1933 தொடங்கி ஒவ்வொரு ஞாயிறு தோறும் எழுதி வந்தார். ஆனால் அதன் பதினேழு பகுதிகள் மட்டுமே தொடர்ச்சி இன்றி அங்கொன்றும் இங்கொன்றுமாகக் கிடைத்துள்ளன. அரசியல் விஷயங்கள் தொடர்பான தேசிய இயக்கம் இந்து மதக் கோட்பாடுகளை ஆதாரமாகக் கொண்டிருக்க வேண்டும் என்று விரும்பியே இந்திய மக்களை ஒருங்கிணைக்கவும் ஒற்றுமைப்படுத்தவும் 1893-ல் 'கணபதி உற்சவத்தையும்', 1895-ல் 'சிவாஜி உற்சவத்தையும்' திலகர் தொடங்கினார் என்று கோகலே குறித்த கட்டுரையில் வ.உ சி பதிவு செய்துள்ளார். நூறு ஆண்டுகள் கடந்தநிலையில் இவ்விரண்டு விழாக்களும் இன்றும் மராட்டியத்தில் ஒவ்வொரு வருடமும் தவறாமல் நடைபெற்று வருவது குறிப்பிடத்தக்கது.

வ.உ.சியின் தமிழ்ப் பணிகளுள் அவரது மொழிபெயர்ப்புகளும் முக்கிய இடம் பெறுகின்றன. 'ஆங்கில எழுத்தாளர்களுள் பிரபலமான ஜேம்ஸ் ஆலன் நூல்களைப் படிக்கும் பாக்கியம் எனக்கு 1905-ல் கிடைத்தது. யான் பெற்ற இன்பத்தைத் தமிழக மக்களும் பெறவேண்டும் என்னும் நோக்கில் அவரது படைப்புகளை 'மனம்போல் வாழ்வு', 'அகமே புறம்', 'வலிமைக்கு மார்க்கம்', 'சாந்திக்கு மார்க்கம்' என்ற தலைப்புகளில் தமிழில் மொழி பெயர்த்துள்ளேன்' என்ற முன்னுரையுடன் தமிழாக்கம் செய்துள்ளார். வ.உ.சியின் மொழிபெயர்ப்பு நூல்கள் உண்மைகளின் அடிப்படையில் மதிக்கத்தக்க வாழ்வியல் நூல்களாகும். இன்றைக்கு அதிக எண்ணிக்கையில் வெளியாகும் வாழ்க்கை முன்னேற்ற நூல்களுக்கு முன்னோடியாகத் திகழ்ந்தவர் வ.உ.சிதம்பரம்.

திருக்குறளுக்கு பரிமேலழகர், மணக்குடவர் என அக்கால உரையாசிரியர்கள் தவிர்த்து, இருபதாம் நூற்றாண்டிலும் உரை எழுதிய பல தமிழறிஞர்களுள் வ.உ.சியும் குறிப்பிடத்தக்கவர். திருக்குறள் உரையாசிரியர்களுக்கு இடையே பாட வேறுபாடு இருப்பினும் அவற்றை அடிக்குறிப்பில் தந்துள்ளனர். ஆனால் வ.உ.சி மூலத்திலேயே வேறுபாடுகளைக் குறிப்பிட்டதுடன் அவற்றை காரணத்துடன் விளக்கியும் இருக்கிறார். பரிமேலழகர் உரையைச் சில இடங்களில் ஏற்றும், மறுத்தும் உள்ளார். இவரது உரையில் இயல், பாகுபாடு, அதிகார வைப்பு, அதிகாரப் பெயர்,

குறள் வைப்பு முறை ஆகியவற்றில் மாற்றங்களைச் செய்தாலும், சில சொற்களுக்கு வேறு உரையாசிரியர்கள் சொல்லாத புதிய அர்த்தங்கள், எளிய விளக்கங்கள், இலக்கணக் குறிப்புகள் ஆகியவை காரணமாக வ.உ.சியின் திருக்குறள் உரை போற்றத்தக்கது.

பதினான்கு மெய்பொருள் நூல்களுள் மெய்கண்டார் அருளிய சிவஞான போதத்துக்கு சிற்றுரையும் பேருரையும் வழங்கியவர் சிவஞான முனிவர். சைவ சமய சித்தாந்தத்தில் ஊறித் திளைத்த வ.உ.சி. இதற்கு உரை எழுத முற்படுகையில் 'நீதி நூலான திருக்குறள், சித்தாந்த நூலாகிய சிவஞான போதம், வேதாந்த நூலாகிய கைவல்ய நவநீதம் ஆகியவற்றுக்கான உரைகள் கடினமாக இருக்கவே மக்கள் படிக்கவே அஞ்சினர். இந்த அச்சத்தை நிவர்த்திக்கும் பொருட்டே எளிய நடையிலும், சிறிய அளவிலும், உரைகள் எழுத பல ஆண்டுகளுக்கு முன்பே நினைத்தேன்' என்று சிவஞான போத உரையைத் தாம் எழுதியதற்கான காரணத்தை நூலின் உரைப்பாயிரத்தில் குறிப்பிட்டுள்ளார்.

கவிதை, கட்டுரை, உரை எழுதுதல் ஆகியவற்றுடன் வ.உ.சி. பதிப்புத் துறையிலும் தடம் பதித்துள்ளார். 'திருக்குறளுக்குப் பலர் உரை கண்டிருந்தாலும் பரிமேலழகர் உரையே பரவலாக உள்ளது. இந்நிலையில் மற்றவர் உரைகளையும் குறிப்பாக மணக்குடவர் உரையையும் படித்து இன்புற்றேன். மணக்குடவரும் பரிமேலழகரும் அதிகார முறையில் சிறிதும், குறட்பாக்களின் முறையில் பெரிதுமாக வேறுபட்டிருப்பதுடன், பல குறள்களின் வெவ்வேறு பாடங்களும் பொருள்களும் உரைத்துள்ளனர். இவ்விரு உரைகளையும் படிப்பவர்கள், திருக்குறளின் பெருமையையும் மூல பாடங்கள் வேறுபட்டுள்ள தன்மையையும், அர்த்தங்களைச் சீர்தூக்கிப் பார்க்கவும் முடியும். எனவேதான் மணக்குடவர் உரை அச்சிடத் துணிந்தேன்' என்கிறார் வ.உ சி.

சிலப்பதிகாரம், மணிமேகலை, சீவக சிந்தாமணி உள்ளிட்ட தமிழ் இலக்கியங்களை கற்றுத் தெளிந்த வ.உ.சிக்கு தொல்காப்பிய இலக்கண நூலையும் கற்க விரும்பினார். ஆனால், இந்த வாய்ப்பு 1910-ல் சிறையில் இருந்த போதுதான் அவருக்குக் கிட்டியது. ஆண், பெண், அலி ஆகியோரை ஆண்பால், பெண்பால், ஒன்றன் பால், விகுதிகளால் உணத்துவது தமிழ்மொழி ஒன்றே. உயர்திணை, அஃறிணை என்னும் தமிழ் இலக்கணப் பாகுபாடு வேறெந்த மொழியிலும் இல்லை' என்று தமிழ் இலக்கணத்தின் பெருமையைக் கூறும் வ.உ.சி 1920-ல் தொல்காப்பியம் இளம்பூரணம் எழுத்து மற்றும் பொருள் அதிகாரங்களைப் பல்வேறு ஏட்டுப் பிரதிகளுடன் ஒப்பிடுச் செம்மையாகப் பதிப்பித்து வெளியிட்டார்.

வ.உ.சி மிகச் சிறந்த பேச்சாளரும் ஆவார். 'மேடையில் ஏறிவிட்டால் மழையைப்போலப் பொழிவார். கேட்பவர்கள் ஒரு சமயம் சிரிப்பார்கள். திடீரெனக் கண்ணைத் துடைத்துக் கொள்வார்கள். பின்னர் அப்படியே வாயைத் திறந்துகொண்டு கேட்டுக் கொண்டிருப்பார்கள். பிள்ளையின் பிரசங்கமே தனித் தன்மை கொண்டதாகும்' என்று அக்கிரஹாரத்து அதிசயம் என்று அண்ணாவால் போற்றப்பட்ட வா.ரா. தனது நூலில் பதிவு செய்துள்ளார். 'தம்முடைய மடை திறந்த வெள்ளமெனும் பேச்சால் மக்களைத் தாம் விரும்பியவாறெல்லாம் ஆட்டுவிக்கும் பேராற்றல் வாய்ந்த வ.உ.சியைப் 'பேச்சுக்குச் சிதம்பரம்' என்று அழைக்கலாம் என்கிறார் சுத்தானந்த பாரதியார். செஷன்ஸ் நீதிபதி பின்ஹே 07/07/ 1908ல் வ.உ சிக்கு இரட்டை ஆயுள் தண்டனை விதித்துத் தீர்ப்புக் கூறியமைக்கான முதன்மைக் காரணம் மக்கள் கிளர்ந்தெழும் வகையில் அவர் ஆற்றிய சொற்பொழிவுகளே என்ற பதிவே வ.உ.சியின் பேச்சாற்றலுக்கான சான்றாகும்.

வ.உ.சியின் கவிதைப் படைப்புகளில் மெய்யுறம் (1914), மெய்யறிவு (1915), பாடல் திரட்டு (1915) மற்றும் சுயசரிதை (1872-1912) ஆகியவை குறிப்பிடத்தக்கவை. வ.உ.சியின் பிறப்பு முதல், கண்ணூர்ச் சிறையில் இருந்து விடுதலையானது வரையிலான தனது நாற்பது ஆண்டுகால வரலாற்றை கவிதை வடிவிலேயே படைத்துள்ளார். அதிலிருந்தே நமக்குப் பெரும்பாலான செய்திகள் கிடைக்கின்றன.

பள்ளி நாள்களில், துள்ளித் திரியும் பிள்ளைப் பருவத்தில், 'சுவர்மேல் நடத்தல், தொன்மரம் ஏறுதல், கவண்கொடுங் கைகொடுங் கல்லெறி பழகுதல், கண்ணினைப் பொத்திக் காட்டில் விடுதல், எண்ணினைச் சுவாசம் இழுக்காதி யம்பல், குதிவட் டாடுதல், கோலி தெறித்தல், குதிரைமீ தூர்தல், கோலேறி நடத்தல், காற்றீரி எறிதல், கான்மாறி யோடுதல், மேற்றிரி பந்து, சடுகுடு, கிளியத்தட்டு, பல்லி, கெடுகடு மோட்டம், நீர்விளையாட்டம், கம்பு சுற்றுதல், கத்தி வீசுதல், தம் (மூச்சு) மினை அடக்கித் தலைகீழ் நடத்தல், கசரத்து, பஸ்கி, கலப்புறு குஸ்தி, நிசத்துச் சண்டையில் நிற்கும் முறைகள், தாயம், சோவி, சதுரங்கம், சொக்கட்டான், காயிதச் சீட்டு, வெடிகொடு சுடுதல், வில்கொடு தெறித்தல்' ஆகியவற்றை விளையாடி மகிழ்ந்ததை 'தமிழ் நாட்டு விளையாட்டுகள்' என்ற தலைப்பில் வ.உ.சி. எழுதியுள்ளார்.

முதல் மனைவி வள்ளியம்மையுடன் சில ஆண்டுகளே வாழ்ந்தாலும், அவரைப் பற்றி வ.உ.சி. தனது சுய சரிதையில் வேதனையுடன் பதிவு செய்துள்ளார்.

என்னுடைய நேயர்களும் ஏழைபர தேசிகளும்
என்னுடைய வீடுவந்தால் ஏந்திழைதான் - தன்னுடைய
பெற்றோர்வந் தார்களெனப் பேணி உபசரிப்பாள்
கற்றோரும் உள்ளுவக்கக் கண்டு

இரண்டாவது மனைவி மீனாட்சியம்மைக்கு எழுதிய வெண்பாவில், வீட்டில் முக்கனிச்சாறும் தேனும் கலந்த உணவை மறுத்த நிலையில், சிறையில் கேழ்வரகுக் கூழை உண்ண வேண்டிய நிலை ஏற்பட்டதை வருத்தத்துடன் பதிவு செய்துள்ளார்:

முக்கனியின் சாறெடுத்து முந்திரிஏ லம்வாதம்
அக்காரம் தேன்பாலோ(டு) அட்டுட்டக் - கக்குமென்னா
கேழ்வரகின் கூழுண்டல் தேடறியாய் நின்மலர்த்தாள்
வாழ்வதொக்கும் கற்காட்டில் வந்து

தண்டனைக் காலம் முடிந்து 1912 டிசம்பரில் விடுதலை ஆன வ.உ.சியை வரவேற்க சுப்பிரமணிய சிவாவைத் தவிர வேறு ஆளில்லை. ராஜ துரோகக் குற்றச்சாட்டு சுமத்தப்பட்டதால் அவரது 'வழக்கறிஞர்' உரிமம் ரத்தானது. பிழைப்புக்கு வழியின்றித் திண்டாடித் தெருவில் நின்று பரிதவித்தார். சென்னை நகரில் சில ஆண்டுகள் தங்கியிருந்தபோது உ.வே.சாமிநாத ஐயர், திரு.வி.க, பெரம்பூர் எம்.ஆர்.சண்முகம் பிள்ளை ஆகியோரின் நட்பு கிடைத்தது. வ.உ.சியின் கீழ்க்காணும் கவிதை உள்ளத்தை உருக்கும் வகையில், சோகத்தின் உச்சமாகும். வசதியாக இருந்த போது, வந்தவர்க் கெல்லாம் வாரி வழங்கிய நிலையில், வீடு நிறைந்திருந்தது. நாட்டு விடுதலைக்காக சிறை புகுந்து திரும்பிய நிலையில், இன்றைக்கு ஆறுதலுக்குக் கூட யாரும் வந்து பார்க்கவில்லை என்று ஏக்கத்துடன் எழுதுகிறார்:

வந்தகவி ஞர்க்கெல்லாம் மாரியெனப் பல்பொருளும்
தந்த சிதம்பரம் தாழ்ந்தின்று - சந்தமில்வெண்
பாச்சொல்லிப் பிச்சைக்குப் பாரெல்லாம் ஓடுகிறான்
நாச்சொல்லும் தோலும் நலிந்து

பாரதியாரும், வ.உ.சிதம்பரம் பிள்ளையும் 'மாமா, மாப்ளே' என்று ஒருவரை ஒருவர் அழைக்கும் அளவுக்கு உயிர்த் தோழர்கள். இருவரும் காங்கிரஸ்காரர்கள் என்பதுடன் திலகரின் சீடர்களும் ஆவர். சிதம்பரனார் மீது திருநெல்வேலி செஷன்ஸ் நீதிமன்றத்தில் வழக்கு நடைபெற்றபோது அவருக்கு ஆதரவாகவும், பிரிட்டிஷ் ஆட்சிக்கு எதிராகவும் பாரதியார் சாட்சி கூறினார். வ.உ.சிக்கும் திருநெல்வேலி கலெக்டருக்கும் இடையே நடைபெற்ற

வாக்குவாதத்தைக் கவிதையாக வடித்து வ.உ.சிக்குப் பெருமை சேர்த்ததுடன்

‘மேலோர்கள் வெஞ்சிறையில் வீழ்ந்து கிடப்பதுவும்
நூலோர்கள் செக்கடியில் நோவதுவம் காண்கிலையோ

என்று. வ.உ.சி. சிறைச்சாலையில் செக்கிழுத்த கொடுமையைக் கண்டு பொறுக்காமல் மனம் நொந்தார் மகாகவி பாரதியார்.

இருப்பினும் இருவருக்கும் இடையே தமிழ்ப்பற்று தொடர்பான கருத்துப் போர் ஒரே முறை நடைபெற்றது. ‘‘வடமொழி, இந்தி, பெங்காலி, மராட்டி, குஜராத்தி, கன்னடம், தெலுங்கு, மலையாளம் ஆகிய மொழிகளில் க, ச, ட, த, ப ஆகிய வல்லெழுத்துக்கள் ஒவ்வொன்றுக்கும் 4 ஒலி வேறுபாடுகளை உணர்த்த 4 எழுத்துகள் உள்ளன. ஆனால் தமிழில் ஒரேயொரு எழுத்துதான் உள்ளது. எனவே சிலர் பெயர்களையும், இடங்களையும் உணர்த்தவும், எளிதாகப் புரிந்து கொள்ளவும் தமிழிலும் சில விசேஷக் குறிகளை ஏற்பாடு செய்தல் அவசியம்’ என்று பாரதியார் கருதினார். குறிப்பாக Arvind Gosh என்ற பெயரைத் தமிழில் எழுதும்போது ‘அரவிந்த கோஷ்’ என்றுதான் எழுத முடியும். தமிழில் படிப்பவர்கள் Arvind Kosh என்றுதான் உச்சரிப்பார்களே தவிர Arvind Gosh என்று உச்சரிக்க மாட்டார்கள். ஒருவர் பெயரைத் தவறாக உச்சரிக்க ஏதுவாக அமையும் என்ற நோக்கத்திலே பாரதியார் தனது கருத்தைக் கூறினார்.

ஆனால், பாரதியாரின் கருத்தை வ.உ.சி. ஏற்காமல் ‘ஞானபானு’ இதழில் ‘தெய்வ பாஷை என்றும் பரிபூரண பாஷை என்றும் தாய் பாஷை என்றும் சொல்லப்படும் சமஸ்கிரதத்தில் ழ, ற, ன, ஊ, நூ ஆகிய எழுத்துகள் இல்லை. எனவே சமஸ்கிரதத்தில் மேற்கொண்ட ஒலிகளைக் குறிக்க எழுத்துக்களைச் சேர்க்க முதலில் நடவடிக்கை எடுத்த பிறகு தமிழைத் திருத்த வாருங்கள்’ என்று எழுதினார்.

இதற்குப் பதிலளித்த பாரதியார் ‘ஜ, ஷ, ஸ, ஹ, க்ஷ’ போன்ற கிரந்த எழுத்துகளைத் தமிழில் எளிதாகப் பேசவும் எழுதவுமே முன்னோர்கள் சேர்த்துள்ளார். அந்த அடிப்படையில்தான் நான் மேலும் சில எழுத்துகள் தேவை என்று கூறினேன். தமிழ் மொழி இன்னும் விசாலமடைய வேண்டும் என்று நோக்கத்தில்தான் கூறினேயே தவிர மற்றபடி தமிழைத் திருத்த வேண்டும் என்பது என் நோக்கமல்ல. தமிழைத் திருத்த நான் யார்’ என்று அடக்கத்துடன் எழுதி இருவருக்கும் இடையேயான கருத்துப் போரை முடிவுக்குக் கொண்டு வந்தார்.

திலகரின் சீடராக இருந்த வ.உ.சிதம்பரம் பிள்ளைக்கு ஏனோ மகாத்மா காந்திஜியின் ஒத்துழையாமை, கதர், உண்ணாவிரதம் போன்ற கொள்கைகள் பிடிபடவில்லை. திலகர் சகாப்தத்துக்குப் பிறகு தோன்றிய காந்திய சகாப்த மாறுதல்களை வ.உ.சி. ரசிக்கவில்லை. இன்னும் சொல்லப் போனால் காந்தியின் தலைமையில் கூட அவருக்கு நம்பிக்கையில்லை. சிறுவயல் என்ற கிராமத்தில் ஜீவானந்தம் நடத்திய ஆசிரமத்தைப் பார்வையிடச் சென்றார். அங்குள்ள ராட்டைகளைப் பார்த்துவிட்டு 'இங்குள்ள இளைஞர்கள் நூல் நூற்கிறார்களா?' என்று கேட்டார். ஜீவா 'ஆம்' என்று சொன்னவுடன், ''முட்டாள்தனமான நிறுவனம்! வாளேந்த வேண்டிய கைகளால் ராட்டை சுற்றச் சொல்கிறாயே' என்று வ.உ.சி. கோபப் பட்டாராம். மேலும் தனிமைச் சிறையில் பல கொடுமைகளை அனுபவித்து விடுதலை ஆனபோது தமிழக காங்கிரஸ் தலைவர்கள் யாரும் தன்னை வரவேற்கவும் இல்லை, பின்னர் வந்து பார்க்கவும் இல்லை என்ற பெரும் குறை அவருக்கு இருந்தது.

இதன் காரணமாக 1920-ல் காங்கிரஸிலிருந்தும் அரசியலிலிருந்தும் ஒதுங்கிக்கொண்டாலும், தமிழ்த் தொண்டிலிருந்து விலகவில்லை. காங்கிரஸிலிருந்து வ.உ.சி. விலகியவுடன் அவரைத் தங்கள் பக்கம் இழுத்துக்கொள்ள அப்போது சென்னை மாகாணத்தை ஆண்டு கொண்டிருந்த நீதிக் கட்சியினர் முயன்றனர். ஆனால் வகுப்புவாதம் பேசும் நீதிக் கட்சியில் வ.உ சி சேரவில்லை என்று 'கப்பலோட்டிய தமிழன்' என்னும் நூலில் குறிப்பிடுகிறார் ம.பொ.சிவஞானம். இதனை மறுத்து அவர் பெரியாருடன் தன்னை இணைத்துக் கொண்டார் என்பதும் சிலரது கருத்தாகும்.

கடுமையாக நோய்வாய்ப்பட்ட வ.உ.சி. படுத்த படுக்கையானார். தனது ஆவி பிரியும் முன்னர் 'எந்தையும் தாயும் மகிழ்ந்து குலாவி இருந்தது இந்நாடே' மற்றும் 'என்று தணியும் எங்கள் சுதந்திர தாகம்' என்று தொடங்கும் மகாகவி பாரதியாரின் தேசியப் பாடல்களைக் பாடச் சொல்லிக் கேட்டுக்கொண்டே கண்ணீர் வழிந்தோட விழிகளை மூடினார். மருத்துவர்கள் கைவிட்ட நிலையில், 1936 நவம்பர் 18 ஆம் தேதி நள்ளிரவில் கப்பலோட்டிய தமிழன், செக்கிழுத்த செம்மல், தமிழறிஞர் வ.உ.சிதம்பரனார் மண்ணுலகம் விட்டு விண்ணுலகம் எய்தினார்.

வ உ.சி இறந்தபோது பெரியார் தனது குடியரசு பத்திரிகையில் 'வ.உ.சிதம்பரம் பிள்ளை மட்டும் பிராம்மணராகப் பிறந்திருந்தால் காங்கிரஸ்காரர்கள் அவரைக் கொண்டாடி இருப்பார்கள்' என்று எழுதினார். அதே சமயம் முத்தமிழ்க் காவலர் கி.ஆ.பெ.விஸ்வநாதம்

‘இருபதுகளில் காங்கிரஸ் என்றால் அது நாயக்கர் (பெரியார்), நாயுடு (வரதராஜுலு), முதலியார் (திரு.வி.க) ஆகியோர்தான். அவர்கள் நினைத்திருந்தால் வ.உ.சியைச் சோகத்திலிருந்தும் வறுமையி லிருந்தும் மீட்டெடுத்து நல்ல நிலையில் வாழ வைத்திருக்கலாம்’ என்று கூறியதும் கவனிக்கத்தக்கது.

மொத்தத்தில் அவர் முதலில் இருந்த காங்கிரஸும் சரி, பின்னாளில் அவர் இணைந்ததாகச் சொல்லப்படும் நீதிக் கட்சியும் சரி, இரண்டுமே வ.உ.சிதம்பரம் பிள்ளை வாழும்போது உரிய கௌரவத்தையும் மரியாதையையும் தரவில்லை. அவர் பட்ட துன்பங்களுக்கும் துயரங்களுக்கும் உரிய அங்கீகாரம் கிடைக்காமல் கடைசி காலத்தில் அவர் மனம் வெதும்பி இறந்தார் என்பதுதான் உண்மை. சுதந்திரம் பெற்ற பிறகு தூத்துக்குடிக்கும் - கொழும்புக்கும் இடையே மிதக்கவிடப்பட்ட கப்பலுக்கு ‘வி.ஓ.சிதம்பரம்’ என்று பெயரிட்டனர். தூத்துக்குடி துறைமுகமே பின்னாளில் ‘வ.உ.சிதம்பரம் பிள்ளை துறைமுகம்’ என்று அழைக்கப்பட்டது.

வ.வே.சு. ஐயர்

வீரனுக்குரிய வேகம், தலைவனுக்குரிய விவேகம், தியாகிக்குரிய நாட்டுப்பற்று, ஞானிக்குரிய நிதானம், சமூகவியலாளருக்குரிய தொண்டுள்ளம் ஆகியவற்றின் திருவுருவாக விளங்கியவர். இவரை விடுதலைப் போராட்ட வீரராகவே பலர் அறிந்துள்ள நிலையில் கவிஞர், சிறுகதை ஆசிரியர், மொழிபெயர்ப்பாளர், பதிப்பாசிரியர், விமர்சகர், ஆய்வாளர் ஆகிய பன்முகத் திறன்களுடன் கிரேக்கம், இலத்தீன், பிரெஞ்சு, ஆங்கிலம், வடமொழி, தமிழ் உள்பட 10 மொழிகள் பாங்குறத் தெளிந்த பன்மொழி வித்தகர் என்பது புதிய செய்தி. கம்ப இராமாயணத்தை முதன் முதலில் ஆங்கிலத்தில் திறனாய்வு செய்தவர் என்பதுடன் தமிழில் முதல் சிறுகதையைப் பெற்றெடுத்த தந்தை என்றும் கடித இலக்கியத்தின் முன்னோடி என்றும் போற்றப்படும் இவர்தான் வ.வே.சு ஐயர்.

திருச்சி வரகனேரி வேங்கடேச ஐயருக்கும் சின்னாளப்பட்டி காமாட்சி அம்மாளுக்கும் மகனாக 1881 ஏப்ரல் 2 ஆம் தேதி வரகனேரி வேங்கடேச சுப்பிரமணிய (வ.வே.சு) ஐயர் பிறந்தார். இவரது அப்பா வேங்கடேச ஐயர் அந்தக் காலத்திலேயே எம்ஏ பட்டதாரி. திருச்சி வரகனேரி வர்த்தக சங்கம் மற்றும் ஜனோபகார நிதி ஆகிய நிறுவனங்களை நடத்திவந்தார். வ.வே.சு. பன்னிரண்டு வயதில் மெட்ரிகுலேஷன் தேறிப் பின்னர் திருச்சி புனித ஜோசஃப் கல்லூரியில் பிஏ பட்டத் தேர்வில் மாகாணத்திலேயே முதல் மாணவனாகத் தேர்வானார்.

சென்னைச் சட்டக் கல்லூரியில் சட்டம் பயின்ற பிறகு திருச்சியில் சில காலம் வழக்கறிஞர் தொழிலில் ஈடுபட்டார். சொந்த அத்தை மகள் பாக்கியலட்சுமியைத் திருமணம் செய்துகொண்டார்.

மைத்துனர் பசுபதி ஐயர் இவரை பாரிஸ்டராக்க விரும்பவே 1907-ல் ரங்கூன் வழியே லண்டனுக்குப் புறப்பட்டார்.

லண்டனில் இருந்தபோது விநாயக் தாமோதர் சாவர்க்கர், சியாம் கிருஷ்ண வர்மா, விபின் சந்திரபால், லாலா ஹரிதயாள் ஆகிய தீவிர தேசிய இயக்கவாதிகளுடன் நெருங்கிய தொடர்பு ஏற்பட்டது. 1908-ல் மகாத்மா காந்தியடிகள் இலண்டன் வந்தபோது அவரைச் சந்தித்தார். அங்கிருந்து கொண்டே மகாகவி பாரதியாரின் 'இந்தியா' பத்திரிகைக்கு விடுதலை வேட்கையுடன் எழுச்சியூட்டும் கட்டுரைகள் எழுதி அனுப்பினார். சாவர்கரைப் பின்பற்றித் தீவிரவாதியாக இருந்த வ.வே.சு, மகாத்மா காந்தியடிகளைச் சந்தித்த பிறகு ஒரு கட்டத்தில் மிதவாதியாக அமைதிப் பாதைக்கு திரும்பினார்.

'கரிபால்டி வரலாறு', 'மாஜினி வரலாறு', 'ரூஸோவின் சமுதாய ஒப்பந்தம், சர்வர்க்கரின் '1857' அல்லது 'எரிமலை' ஆகிய இவரது நூல்கள் 'இந்தியாவில்' வெளியாயின. பிரபு கர்ஸன் வைலியை இலண்டனில் சுட்டுக்கொன்ற மதன்லால் திங்கராவை ஆங்கிலேயே அரசு தூக்கிலிட்டது. இது குறித்து வ.வே.சு. 'இலண்டன் நகரத்தில் சர் வில்லியம் கர்சன் வைலியையும் அவனைக் காக்க வந்த டாக்டர் கால்காவையும் சுட்டுக் கொன்ற மதன்லால் திங்கரா என்னும் பஞ்சாப் நாட்டு அமிர்தசரஸ் வாசியான மாணவன் ஆகஸ்ட் மாதம் 17 ஆம் தேதி செவ்வாய்க் கிழமை காலை 9 மணிக்கு பெண்மேன் ஜெயிலில் தூக்கிலிடப்பட்டு பரலோகப் பிராப்தியாகிவிட்டான்' என்று பதிவு செய்துள்ளார்.

வ.வே.சு இலண்டனில் உள்ள 'இந்திய விடுதியில்' தங்கியிருந்த போதுதான் சாவர்க்கருடன் அவருக்குத் தொடர்பு ஏற்பட்டது. எழுத்தில் இடம் பெற்றால்தான் அடுத்த தலைமுறைக்குச் செய்திகளை எடுத்துச் செல்லமுடியும் என்ற முடிவுடன், 'இலண்டன் கடித இலக்கியம்' மூலம் தேச பக்தியையும், விடுதலை உணர்வையும் மக்களிடையே பரப்பினார். இதில் இடம் பெற்ற இந்தியாவின் வீர வரலாற்றுக் கட்டுரைகள் தூங்கிக் கொண்டிருந்த மக்களைத் தட்டி எழுப்பின. இங்கிலாந்தில் நடைபெறும் குளறுபடிகளையும் ஆட்சி முறைகேடுகளையும் தனது கட்டுரைகள் மூலம் வெளிப்படுத்தினார்.

'இந்தியா' பத்திரிகையில் 1908-ல் முதல் வ.வே.சு.ஐயர் எழுதிய 'இலண்டன் கடிதங்கள்' வெளிவரத் தொடங்கின. வ.வே சு ஐயரின் தொடக்க கால எழுத்துப் பணியில் இலண்டன் கடிதங்கள்

குறிப்பிடத்தக்கவை. 'பாரதப்பிரியன்' என்னும் புனைப் பெயரிலேயே எழுதி வந்தார். உள்நாட்டு, பன்னாட்டு அரசியல் நிகழ்வுகள், சமூகம், வரலாற்றுக் குறிப்புகள், தமிழ், தமிழ்ப் பண்பாடு, தமிழக தேசிய மாவீரர்கள் பற்றிய செய்திகள் இலண்டன் கடிதங்களில் வெளிவந்தன. 'இந்தியா' பத்திரிகையில் மட்டு மல்லாமல், பாண்டிச்சேரியிலிருந்து வெளிவந்த 'சூரியோதயம்', 'விஜயா' ஆகிய இதழ்களிலும் வ.வே.சு. எழுதிய இலண்டன் கடிதங்கள் வெளிவந்தன. 1924 தொடங்கி 'பாலபாரதி' இலக்கிய இதழில், 'இராஜகோபாலன் கடிதங்கள்' என்னும் தலைப்பில் இவரது படைப்புகள் வெளிவரத் தொடங்கின. 'கடித இலக்கியத்தின்' முன்னோடியாகவும் வ.வே.சு. கருதப்படுகிறார்.

வ.வே.சு ஐயருக்கு இரு முகங்கள் உண்டு. ஒன்று இலக்கியவாதி. மற்றொருன்று தீவிரவாதியாக இருந்து பின்னர் மிதவாதியாக மாறியது. இலண்டனில் இருந்துகொண்டே ஆங்கிலேயே அரசுக்கு எதிரான விடுதலைப் போராட்டத்துக்காகத் துப்பாக்கிப் பயிற்சி எடுத்துக்கொண்டதுடன் மற்ற போராளிகளுக்கும் பயிற்சி கொடுத்தார். இவரிடம் பயிற்சி பெற்றவர்களுள் ஒருவரான மதன்லால் திங்கராதான் 1909-ல் கர்சன் வைலியைச் சுட்டுக் கொன்றார்.

இலண்டனில் படித்து பாரிஸ்டர் பட்டம் பெறும் ஒவ்வொருவரும் பட்டமளிப்பு விழாவில் 'ஆங்கிலேய அரசு மீது ராஜ விசுவாச பிரமாணம்' எடுக்க வேண்டியது கட்டாயம். ஆனால் வ.வே.சு துணிச்சலுடன் மறுக்கவே அவரைக் கைது செய்து சிறையில் அடைக்க உத்தரவானது. எனவே லண்டனில் இருப்பது இனிமேலும் பாதுகாப்பில்லை என்று கருதிய வ.வே.சு. சீக்கியர் வேடத்தில் இலண்டனை விட்டு வெளியேறினார்.

வ.வே.சு மீது கைது வாரண்ட் அமலில் இருந்ததால் இந்தியாவுக்குப் போனால் ஆங்கிலேயே அரசு சிறைப்பிடிக்கும் என்று முடிவெடுத்து பிரான்ஸ், இத்தாலி, எகிப்து, பம்பாய் வழியே 1910 அக்டோபர் 9-ல் பிரஞ்சு ஆதிக்கத்தில் இருந்த பாண்டிச்சேரியை வந்தடைந்தார். அங்கு மகாகவி பாரதியார், அரவிந்த கோஷ், மண்டபம் ஸ்ரீநிவாசாச்சாரியார் ஆகியோருடன் நெருங்கிப் பழகும் வாய்ப்பு கிடைத்தது. புதுசேரியில் இருந்து கொண்டே ஆங்கிலேய அரசுக்கு எதிராக ஆயுதமேந்திப் போராட இளைஞர்களுக்குத் துப்பாக்கி சுடும் பயிற்சி அளித்தார். கலெக்டர் ஆஷ் துரையை மணியாச்சி ரயில் நிலையத்தில் சுட்டுக் கொன்ற வீர வாஞ்சிநாதன் இவரிடம் பயிற்சி பெற்றவர்களுள் ஒருவர் என்பது குறிப்பிடத்தக்கது. முதல் உலகப் போரின்போது வ.வே.சு. ஐயரை அல்ஜியர்ஸுக்கு நாடு கடத்த

ஆங்கிலே அரசு திட்டமிட்டது. ஆனால், பிரஞ்சு அரசு போதிய ஒத்துழைப்பு அளிக்காததால் அவர்களது முயற்சி பலனளிக்க வில்லை.

இலக்கிய ஆர்வலரான வ.வே.சு. தொடர்ந்து மகாகவி பாரதியாரின் 'இந்தியா' இதழில் பல கட்டுரைகளை எழுதினார். தமிழுக்குக் 'கதி' இருவர். 'கதி' என்ற சொல்லில் உள்ள 'க' என்ற எழுத்து 'கம்பனையும்', 'தி' என்ற எழுத்து 'திருவள்ளுவரையும்' குறிக்கும் என்று விளக்குகிறார் திருமணம் செல்வகேசவராய முதலியார். இவருடைய கருத்தை ஆமோதிக்கும் வகையில் வ.வே.சு. திருவள்ளுவரின் திருக்குறளையும் கம்பனின் இராமாயணத்தையும் நன்கு கற்றாய்ந்து ஆங்கில மொழிபெயர்ப்பு மூலம் வெளிநாட்டவர்க்கு அறிமுகப்படுத்தினார்.

திருக்குறள் மீது வ.வே.சு. ஐயருக்கு இருந்த பற்று அளப்பரிது. The Kural or the Maxims of Thiruvalluvar என்று தலைப்பில் திருக்குறள் முழுவதையும் ஆங்கிலத்திலும் மொழிபெயர்த்து, ஆய்வு முன்னுரையுடன் 1916-ல் வெளியிட்டார். எஃப் டபிள்யூ எல்லிஸ், இ.ஜே.இராபின்சன், டபிள்யூ ஹெச்.ட்ரூ மற்றும் ஜி.யு.போப் ஆகியோர் எழுதிய ஆங்கில உரைகளை முழுமையாகப் படித்து மூலத்துடன் ஒப்பிட்ட பிறகே தனது உரையை எழுதியதாக வ.வே.சு. ஐயர் நூலின் முன்னுரையயில் குறிப்பிட்டுள்ளார். திருவள்ளுவரின் காலம் இயேசு கிருஸ்து பிறப்பதற்கு முந்திய காலம் என்பதால், சாந்தோமில் வாழ்ந்த புனித தாமஸும் மயிலாப்பூரில் வசித்த திருவள்ளுவரும் சந்தித்து அளவினார்கள் என்ற ஜி.யு.போப்பின் கருத்தை வ.வே.சு.ஐயர் ஆதாரங்களுடன் திட்டவட்டமாக மறுக்கிறார்.

'இந்தியா' மற்றும் 'பாலபாரதி' இதழ்களில் எழுதிய பல அரசியல் கட்டுரைகளில் கம்ப இராமாயணம், திருக்குறள், பட்டினப்பாலை, அகநானூறு ஆகிய நூல்களிலிருந்து காட்டிய மேற்கோள்கள் அவரது ஆழ்ந்த தமிழ்ப் புலமைக்குச் சான்றாக அமைந்துள்ளன. 1918-ஆம் ஆண்டில் வெளிவந்த 'கவிதை' என்னும் கட்டுரையே கவிதை பற்றிய விமர்சனத்துக்கு ஓர் ஆரம்பம். இந்த அரிய ஒப்பியல் ஆய்வில் வ.வே.சு.ஐயர் சங்க இலக்கியமான 'மலைபடுகடாம்' கவிதையை பிரெஞ்சு எழுத்தாளர் சேனாங்கூர், தாகூர், வேர்ட்ஸ்வர்த் ஆகியோரின் படைப்புகளுடன் ஒப்பிட்டு ஒப்பாய்வு செய்துள்ளார்.

பெல்லாரி சிறையில் இருந்த போது, 'கம்பராமாயண ஆராய்ச்சி' எனும் அரிய நூலை ஆங்கிலத்தில் வடித்தார். கிரேக்கம், இலத்தீன்,

பிரெஞ்சு, ஆங்கிலம், சமஸ்கிருத மொழிக் காவியங்களை மூலமொழியிலேயே படித்து, ஒவ்வொரு பாத்திரமாக ஆராய்ந்து ஆங்கிலத்தில் திறனாய்வுக் கட்டுரைகளாக எழுதினார். பாரதியார் வாழ்ந்த காலத்திலேயே அவரது கவிதைகளைத் திறனாய்வு செய்தார். எனவே தமிழ்க் கடித இலக்கியத்தில் மட்டுமின்றித் திறனாய்விலும் வ.வே.சு.ஐயரே முன்னோடியாகத் திகழ்கிறார் என்கிறார் சி.சு.செல்லப்பா.

ரவீந்திரநாத் தாகூரின் 'காபூலிவாலா', பாரசீக மொழியில் புகழ் பெற்ற 'லைலா மஜ்னு', கிரேக்க புராணத்தில் வரும் 'எதிரொலியாள்' (Echo), எமர்சனின் தன்னம்பிக்கை (Self Reliance), 'நீக்ரோ மகான் புக்கர் வாஷிங்டன்', 'குரு கோவிந்த் சிங்கன்' ஆகியவற்றைத் தமிழில் மொழிபெயர்த்துள்ளார். 'சந்திரகுப்த சக்கரவர்த்தி சரித்திரம்' என்ற நூலில் சந்திரகுப்தனின் ஆட்சி முறை, போர்முறை குறித்து விவரித்ததுடன் சாணக்கியனின் அர்த்த சாஸ்திரம் பற்றியும் எழுதி உள்ளார்.

பாண்டிச்சேரியில் வாழ்ந்த காலத்தில் பிரெஞ்ச் மாவீரன் 'நெப்போலியன்' பற்றி எழுதிய நூலை ஆங்கிலேய அரசு பறிமுதல் செய்து முற்றிலும் அழித்துவிட்டது. இங்கிலாந்துக்கு எதிராக போர்க்கொடி உயர்த்தியவன் நெப்போலியன் என்பதால் அவனைப் பற்றிய எந்த ஆவணமும் இருக்கக் கூடாது என்று ஆங்கிலேயே அரசு முடிவெடுத்ததே இதற்குக் காரனம். வ.வே.சுவின் மிகச் சிறந்த படைப்புகளுள் ஒன்றான அதன் ஒரு படி கூட இப்போது கிடைக்கவில்லை. சுப்பிரமணிய சிவாவின் 'ஞானபானு' இதழில் வெளியான 'அகஸ்தீன் முனிவரது விண்ணப்பம்' மற்றும் வித்வான் பங்காரு பத்தரின் 'கலைமகள்' இதழில் வெளியான 'பிரயோக இலக்கணம்' ஆகிய தொடர்கள் இன்னும் நூலாக வெளிவரவில்லை. திருக்குறளைப் போலவே ஆங்கிலத்தில் அவர் மொழிபெயர்த்த குறுந்தொகையையும், கலித்தொகையையும் இன்னும் முழுமை யாகக் கிடைக்காதது பேரிழப்பே.

'குறிப்பெழுதும் பழக்கம் மனிதனை நெறிப்படுத்துவதுடன் அவனைக் குறிக்கோளுடனும் வாழ வைக்கும்' என்பது கிரேக்க தத்தவ ஞானி பிளேடோவின் கருத்தாகும். மனித மூளையின் வேகத்துக்கும் சிந்திக்கும் திறனுக்கும் ஈடு இணையில்லை. மனதில் தோன்றும் சிந்தனைகளையும் எண்ணங்களையும், கருத்துகளையும் மூளையில் பதிவு செய்து வைத்துப் பின்னர் தேவைப்படும் நேரத்தில் நினைவுபடுத்தி மீட்டெடுப்பது எல்லோராலும் இயலாத செயல். எனவே, அவற்றை உடனே குறித்து வைத்துக் கொள்வதே

புத்திசாலித்தனம். இந்தக் குறிப்பெழுதும் பழக்கத்தைக் கடைப்பிடித்த வ.வே.சு.ஐயர், மனத்தில் நினைத்தவற்றை உடனுக்குடன் நோட்டுப் புத்தகத்திலும் குறித்துக்கொண்டார். தண்டியலங்காரம் கூறும் அணியிலக்கணம், சோழ வம்ச சரித்திரம், குடவோலை முறை, கம்ப இராமாயணம் மற்றும் சித்தர் பாடல்கள் தொடர்பான குறிப்புகள் நோட்டுப் புத்தகங்களிலிருந்தே மீட்டெடுக்கப்பட்டன.

முதலாம் உலகப் போர் முடிந்த பிறகு அவருக்கு எதிரான கைது வாரண்ட் ரத்தாகவே இந்தியா திரும்பினார். சென்னையில் ‘தேசபக்தன்’ என்னும் நாளிதழ் 07.12.1907-ல் அன்னி பெஸண்ட் அம்மையாரின் ஆசியோடு, அவரது சீடர் சுப்பராய காமத் மூலம் தொடங்கப்பட்டது. வெஸ்லி பள்ளியில் தமிழ் ஆசிரியராகப் பணியாற்றிக் கொண்டிருந்த திரு.வி.க. இதன் முதல் ஆசிரியரானார். ‘பிரிட்டிஷ் இந்திய பிரஸ்’ என்னும் பெயரில் அச்சுக்கூடத்தை அமைக்க குமாரசாமிச் செட்டியார் துணை நிற்க, மூதறிஞர் இராஜாஜி, ஈ.வெ.ரா. பெரியார், வரதராஜுலு நாயுடு, டாக்டர் டி.எஸ்.எஸ். இராஜன் ஆகியோர் செயற்குழு உறுப்பினர்களாகச் செயல்பட்டனர். 1919-ல் ‘ஜாலியன் வாலாபாக்’ படுகொலை குறித்த கட்டுரையை வெளியிட்டமைக்காக இப்பத்திரிகைக்கான பிணைத் தொகையை ஆங்கிலேயே அரசு பறிமுதல் செய்தது. எனவே பத்திரிகை நின்று போகாமல் இருக்க வேறு வழியின்றி மீண்டும் ரூ 6000 ஜாமீன் செலுத்தி இதழைத் தொடர்ந்து நடத்தினர். மாதம் ரூ 30/- சன்மானத்தில் வ.வே.சு.ஐயர் இதில் கட்டுரைகள் எழுதி வந்தார்.

1920-ல் ஆங்கிலேயே அரசு பாண்டிச்சேரியில் வாழ்ந்த தேசத் தொண்டர்களுக்குப் பொது மன்னிப்பு வழங்கியதைத் தொடர்ந்து வ.வே.சு.ஐயர் இந்தியா திரும்பினார். பூனா, பம்பாய், நாசிக், டெல்லி, மதுரா, ஆக்ரா, ஹரித்வார், அயோத்தியா, சாபர்மதி, காசி, கயா ஆகிய நகரங்களுக்குச் சுற்றுப்பயணம் மேற்கொண்டார். காசியில் நடைபெற்ற காங்கிரஸ் மாநாட்டில் பங்கேற்று காங்கிரஸ் தலைவர்களைச் சந்தித்து உரையாடினார். தமிழ் மொழியின் வளர்ச்சிக்குத் தம்மை அர்ப்பணிப்பது மற்றும் ஸ்வாமி சிரத்தானந்தரின் ஆரிய சமாஜ குருகுலம் போன்று தமிழகத்தில் கல்வி நிலையம் ஒன்றை அமைப்பது இரண்டு தீர்மானங்களை அப்போது மேற்கொண்டார்.

‘தேச பக்தன்’ நிர்வாகத்துடன் ஏற்பட்ட சில கருத்து வேறுபாடு களால் திரு.வி.க. அதிலிருந்து விலகினார். 1920 ஜூலை 31 அன்று மாதம் ரூ 120/- சம்பளத்தில் வ.வே.சு. இதழின் ஆசிரியர் பொறுப்பை ஏற்றார். உதவி ஆசிரியர் குழுவில் இடம் பெற்றிருந்தவர்களுள் வே.சாமிநாத சர்மா மற்றும் பர.சு.

நெல்லையப்பர் ஆகியோர் குறிப்பிடத்தக்கவர்கள். இந்திய விடுதலைக்காக வ.வே.சு.ஐயர் எழுதிய அனல் பறக்கும் கட்டுரைகளை 'நியூ இந்தியா' ஆங்கிலத்தில் மொழிபெயர்த்து வெளியிட்டது. ஆனால், வ.வே.சு. தேச பக்தனில் எழுதிய கூர்மையான அரசியல் கட்டுரைகள் எதுவுமே தமிழுலகுக்குக் கிடைக்கவில்லை என்பதுதான் சோகம்.

இந்திய வரலாற்றையும், தேச பக்தர்களைப் பற்றியும் முழுவதுமாக எழுதாமல் ஆங்கிலேயர்கள் இருட்டடிப்பு செய்கிறார்கள் என்ற வருத்தம் வ.வே.சு.ஐயருக்கு இருந்தது. எனவே "History of India' என்ற தலைப்பில் இந்திய வரலாற்றைப் பத்திரிகையில் விரிவாக எழுத, நோட்டுப் புத்தகத்தில் குறிப்புகள் எழுதி வந்தார். ஆனால், இந்த அரிய கையெழுத்துப் பிரதியும் காலவோட்டத்தில் காணாமல் போய்விட்டது.

வ.வே.சு.ஐயர் தேச பக்தனில் ஆசிரியராகச் சேர்ந்த இரு மாதங்களில் அதன் உரிமையாளர் எம்.எஸ்.காமத் இதழ் பொறுப்பையும், அச்சுக் கூடத்தையும் நாகேஸ்வர சாஸ்திரி என்பவருக்கு விற்றுவிட்டார். இதன் புதிய உரிமையாளர் அச்சகத்தின் பெயரைக் 'கமர்ஷியல் கம்பெனி அண்ட் பப்ளிஷிங்க் கம்பெனி லிமிடெட்' என்று மாற்றியதுடன் இதழின் ஆசிரியராக பி.வி.இராஜகோபாலாச்சாரி என்பவரையும் நியமித்தார். மேலும் 'ராஜ துரோகமான செய்திகள் எதையும் பிரசுரிக்கமாட்டோம்' என்ற உறுதிமொழியையும் ஆங்கிலேய அரசுக்கு அளித்தார்.

வ.வே.சு ஐயர், மகாலிங்க ஐயர், பி.வி.இராஜகோபாலாச்சாரி ஆகிய மூவர் அடங்கிய ஆசிரியர் குழு அமைக்கப்பட்டது. ஆசிரியர் பொறுப்பில் இருந்த தம்மை ஆசிரியர் குழுவில் ஒருவராக பதவி இறக்கியதை வ.வே.சு. ஐயரால் ஜீரணிக்க முடியவில்லை. தன்னை விடுவிக்குமாறு வேண்டியும் அச்சம் காரணமாக அவரை விடுவிக்காமல் நிர்வாகம் பெயரளவில் பணியில் வைத்துக் கொண்டிருந்தது.

இந்தச் சூழலில் வ.வே.சு.ஐயர் வெளியூர் சென்றிருந்த போது, **1921** மே **6** ஆம் தேதி தேசபக்தனில் 'அடக்குமுறை' என்ற பெயரில் கட்டுரை வெளியானது. அப்போது வ.வே.சு.ஐயர் ஊரில் இல்லை. எனவே அந்தக் கட்டுரையை அவர் எழுதவில்லை என்பதும், யார் எழுதியது என்பதும் பத்திரிகை நிர்வாகத்துக்கு மட்டுமே தெரிந்த உண்மை ஆகும். இருப்பினும் வ.வே சு ஐயரை எப்படியாவது கைது செய்யவேண்டும் என்று கங்கணம் கட்டிக் கொண்டிருந்த

ஆங்கிலேய அரசு, 'தேச பக்தன்' இதழில் இவர் எழுதாத இந்தக் கட்டுரையைக் காரணம் காட்டி அவரையும் மற்றவர்களையும் கைது செய்தது.

ஏனைய ஆசிரியர் குழு உறுப்பினர்களும், பத்திரிகை உரிமையாளரும் மன்னிப்புக் கோரவே அனைவரும் விடுவிக்கப்பட்டனர். ஆனால் வ.வே.சு.ஐயர் அந்தக் கட்டுரையைத் தான் எழுதவில்லை என்றும், எழுதாத கட்டுரைக்கு மன்னிப்புக் கேட்க முடியாது என்று நீதிமன்றத்தில் தனது தரப்பு வாதத்தை எடுத்துக் கூறி உறுதிபட வாதாடினார். ஆனால் நீதிமன்றம் அதை ஏற்காமல் 'நிபந்தனையற்ற மன்னிப்புக் கோரினால் மட்டுமே விடுதலை என்றும் தவறினால் சிறைத் தண்டனை' என்றும் எச்சரித்தது.

ஆனால், வீரமும் நெஞ்சுரமும் மிக்க வ.வே.சு. ஐயர் எழுதாத கட்டுரைக்காக மன்னிப்புக் கேட்க முடியாது என்று மறுத்ததால், நீதிமன்றம் அவருக்கு ஒன்பது மாதங்கள் சிறைத் தண்டனை விதித்துத் தீர்ப்புக் கூறி பெல்லாரி சிறையில் அடைத்தது. செய்யாத தவறுக்காக வ.வே.சு. ஐயர் சிறை புகுந்தாலும் அதைத் தாய் நாட்டு விடுதலைக்காக இன்முகத்துடன் ஏற்றுக்கொண்டார். தேச பக்தனில் இவர் எழுதிய கட்டுரைகள் எழுச்சியுடன், தேசிய உணர்வை ஏற்படுத்தின. இருப்பினும் வ.வே.சு.ஐயருக்கும் திரு.வி.க எழுத்துக்கும் உள்ள வேறுபாடு, முன்னவரின் நடை வடமொழி கலந்த மணிப்பிரவாளம். பின்னரின் நடையோ தெள்ளு தமிழில் தெளிந்த நீரோடை.

மகாகவி பாரதியாருக்கு உடல் நலமில்லை என்ற செய்தி வ.வே.சு.ஐயர் உள்பட பலருக்குத் தாமதாகவே தெரிய வந்தது. எழுதாத கட்டுரைக்காக செப்டம்பர் 11 ஆம் தேதி கைது செய்யப்பட்டு பெல்லாரி சிறைக்குச் சென்று கொண்டிருந்தபோது வழியில் காவல் துறை அனுமதியோடு பாரதியின் வீட்டுக்குச் சென்று அவரைச் சந்தித்தார். 'பாரதி நீ மருந்து சாப்பிட அடம் பிடிப்பதாக குடும்பத்தினர் சொல்கிறார்கள். உடம்பைத் தேற்றிக் கொள்ள வேண்டாமா?' என்று அன்போடும் பரிவோடும் அறிவுரை சொல்லிவிட்டு வேதனையுடன் சிறைக்குச் சென்றார் வ.வே.சு.ஐயர்.

ஒன்பது மாத சிறை வாழ்க்கை அரசியல்வாதியாக இருந்த வ.வே.சு. ஐயரை முழு நேர இலக்கியவாதியாக மாற்றியது. அவரது வாழ்க்கையில் மிகப் பெரிய மாற்றம் ஏற்பட பெல்லாரி சிறைச்சாலை முக்கியக் காரணமாக அமைந்தது எனலாம். சிறையிலிருந்தபோது 'கம்ப இராமாயண ஆய்வு' என்னும் அரிய நூலை எழுதினார். 1917-ல் பாலகாண்டத்தின் 1400 பாடல்களில் 545 பாடல்களைத்

தேர்ந்தெடுத்து அனைவரும் கம்ப இராமாயணத்தின் சுவையை எளிதில் புரிந்து கொள்ளும் வகையில் பதம் பிரித்து வெளியிட்டார்.

வால்மீகியின் காவியச் சுவையுடன் ஒப்பிடுகையில் கம்பனின் காவியச் சுவை மிகவும் உயர்ந்தது என்று வ.வே.சு.ஐயர் கூறியதுடன், பல இடங்களில் தனது கருத்தை ஆதாரங்களுடன் வலியுறுத்துகிறார். உதாரணத்துக்கு 'மாரீசன் என்னும் மாயமான் வந்ததும், 'என்னைக் காமித்தன்றோ நீ இராமனுடைய அழிவைக் கோருகின்றாய்! என்னைச் சுவீகரிக்கும் பொருட்டே நீ இராகவனுக்குத் துணை புரியச் செல்லுகின்றாய் இல்லை' என்று இலக்குவனைச் சீதை இழித்துரைப்பதாக வால்கீமீ குறிப்பிடுகிறார். ஆனால் கம்பன் இச்சூழலை 'ஒரு பகல் பழகினார் உயிரை ஈவரால்! பெருமகன் உலைவுறு பெற்றி கேட்டு, நீ வெருவலை! நின்றனை! வேறு ஏன்! யான் இனி எரியிடை வீழ்ந்து உயிர் இறப்பல் ஈண்டு' என கம்பன் மென்மையாகக் கையாள்கிறான் என்று பாராட்டி வியக்கிறார்.

வால்மீகி இராமாயணம் 'இடைக்கு இடை தங்கக் கொடிகள் கொழுத்து ஓடினாலும், பூமியிலிருந்து அப்படியே பாறையோடு வெட்டி எடுக்கப்பட்ட கட்டியைப் போன்றதாகும்'. ஆனால் கம்ப இராமாயணமோ ' தங்கத்தை எடுத்து உருக்கி, மாசு போக்கி, வார்த்த சொர்ண விக்கிரமாகும்' என்று கம்பனைப் புகழ்கிறார்.

சிறை மீண்ட பின் *1923*-ல் சேரன்மாதேவியில் 'தமிழ்க் குருகுலம்', 'பரத்வாஜ ஆசிரமம்' ஆகியவற்றைத் தொடங்கி ஏட்டுக் கல்வியுடன், தொழிற் கல்வியையும் வழங்கினார். கொரில்லாப் போர் முறையையும், துப்பாக்கிச் சுடும் பயிற்சியையும் இந்திய விடுதலைப் பேராளிகளுக்குக் கற்றுக் கொடுத்ததுடன், 'சங்கேத மொழியில்' செய்தி அனுப்பி நாட்டு சுதந்திரத்துக்குத் தன்னால் இயன்ற பங்களிப்பை வழங்கி வந்தார். பொது நோக்கத்துடன் அவர் உருவாக்கிய 'தமிழ்க் குருகுலமும்' 'பாரத்வாஜ ஆஸ்ரமும்' பின்னாளில் ஈ.வெ.ரா. பெரியாராலும் வரதராஜுலு நாயுடுவாலும் அரசியலாக்கப்பட்டுப் பெரும் சிக்கல்களுக்கு உள்ளாயின. அவரது வாழ்க்கையையே புரட்டிப் போடும் அளவுக்குப் பிரச்னைகள் ஏற்படும் என்று அப்போது அவர் கனவிலும் எண்ணியிருக்க வாய்ப்பில்லை.

1924 அக்டோபரில் 'பாலபாரதி' என்னும் புதிய இதழை வ.வே.சு. ஐயர் தொடங்கினார். அது 'கல்கத்தா மாடர்ன் ரெவியூ' இதழைப் போல் இருப்பதுடன், பாரதத்தின் பண்டைய பாரம்பரியம், அரசியல், இலக்கியம் தொடர்பான கட்டுரைகள், ஆய்வுகள், புதிய சிந்தனைகள், கருத்துகள் ஆகியவற்றை உள்ளடக்கியதாகவும் இருக்கும் என்று முதல் இதழின் தலையங்கத்தில் எழுதினார்.

ஐயாயிரம் சந்தாதாரர்களையாவது எதிர்பார்த்த நிலையில் எழுநூறு நபர்கள் மட்டுமே சேர்ந்ததால் ஏமாற்றம் அடைந்தார்.

'வரலாறு தெரியாத மக்கள் வகையுடன் வாழமுடியாது' என்பது அவரது அசையாத நம்பிக்கை. எனவே கரிகால் பெருவளத்தான், இராஜ இராஜ சோழன், இராஜேந்திர சோழன் ஆகியோர் வரலாற்றைப் பதிவு செய்ய வேண்டுகோள் விடுத்தார். ஒவ்வொரு ஊரிலும் உள்ள புராதனக் கோயில்களின் வரலாற்றையும் கல்வெட்டு களையும் ஆய்வு செய்து வெளியிட்டார். 'நமது சிற்பச் செல்வம்' என்ற தலைப்பில் குவாலியர் கோட்டை, செஞ்சிக் கோட்டை, பூரி ஜெகந்நாதர் ஆலயம், தஞ்சை பெரிய கோயில், திருவண்ணாமலை, மதுரை மீனாட்சி அம்மன், பழநி முருகன் கோயில், திருநெல்வேலி நெல்லையப்பர் கோயில் ஆகியவை குறித்து விரிவாக எழுதினார். 'கம்ப இராமாயண ரசனை' என்ற தலைப்பில் கம்பனின் காவிய ரசத்தை எழுத்தில் வடித்தார்.

இந்துக்களும், முஸ்லிம்களுக்கு சண்டை போட்டுக் கொண்டிருந்த தருணத்தில் 'முஸ்லிம் பண்டிதரும் ஸநாதன தர்மமும்' 'இஸ்லாம் சாஸ்திர பரிசீலனை' ஆகிய தலைப்புகளில் வ.வே.சு.ஐயர் எழுதிய கட்டுரைகள் இந்து - முஸ்லிம் ஒற்றுமைக்கு வழிவகுத்தன. 'இவ்விருவரும் கடவுளின் புத்திரர்கள்' என்றும் 'இருவரும் பரஸ்பரம் மற்றவருடைய வேத சாஸ்திரப் போக்கை அறிந்து கொள்ளவாவது முயலவேண்டும்' என்றும் வேண்டுகோள் விடுத்து மத ஒற்றுமைக்கும் நல்லிணக்கத்துக்கும் வழிவகுத்தார்.

தீண்டாமை ஒழியவேண்டும் என்ற கருத்தில் உறுதியாக இருந்தார். மகாகவி பாரதியார் தலித்தாகப் பிறந்த கனகலிங்கத்துக்குப் பூணூல் அணிவித்த நிகழ்ச்சிக்குத் தலைமை தாங்கி நடத்தியவர் வ.வே.சு.ஐயர் என்பது குறிப்பிடத்தக்கது. 'அத்தியாத்ம வேகம் பாரத ஜாதியில் முக்கியமாகத் தீண்டாமை கோரமாகப் பரவியிருக்கும் தென்னாட்டில் பிறந்தாலொழிய இக்கொடுமை தீருமென்று நம்புவதற்கில்லை. அக்கினியானது சமஸ்த அழுக்குகளையும் எரித்துத் தங்கத்தை முற்றிலும் பரிசுத்தமாக்கி விடுகிறதோ அப்படித் தீண்டாமை ஒழிந்து எல்லோரும் சமமான ஸ்தானத்தைப் பெற்று விடுவர். ஆனால், அந்த அத்தியாத்ம வேகம் என்று பிறக்கும்? எவ்வாறு பிறக்கும்?' என்று கட்டுரை தீட்டினார்.

வ.வே.சு.ஐயர் *1917*-ல் பாண்டிச்சேரி மண்டயம் எஸ். ஸ்ரீநிவாசாச்சாரியாருடன் இணைந்து நிறுவிய 'கம்ப நிலையம்' என்னும் பதிப்பகத்தின் சார்பில் 'குளத்தங்கரை அரச மரம்' என்ற தலைப்பில் தனது முதல் சிறுகதையை வெளியிட்டார். குளத்தங்கரை

அரச மரம்' முதன் முதலில் வெளிவந்த தமிழ்ச் சிறுகதை ஆகும். அதேபோல் 'மங்கையர்க்கரசியின் காதல்' என்ற தொகுப்பு தமிழில் வெளிவந்த முதலாவது சிறுகதைத் தொகுதியாகும். இந்தத் தொகுப்பில் 'குளத்தங்கரை அரச மரம்', 'மங்கையர்கரசியின் காதல்', 'காங்கேயன்', 'கமல விஜயம்', 'அழேன் ழக்கே' ஆகிய ஐந்து சிறுகதைகள் இடம் பெற்றிருந்தன.

வ.வே.சு மறைவைத் தொடர்ந்து அவர் எழுதிய 'லைலா மஜ்னு', 'எதிரொலியாள்', 'அனார்க்கலி' ஆகிய மூன்று சிறுகதைகளையும் சேர்த்து மொத்த 8 நூல்களாக அவரது மனைவி பாக்கியலக்ஷ்மி 1927-ல் இராஜாஜியின் முன்னுரையுடன் வெளியிட்டார். இருபதாம் நூற்றாண்டின் சிறுகதை வளர்ச்சிக்கு மூல புருஷன் வ.வே.சு. ஐயர்தான் என்ற கருத்தைத் தொ.மு.சி.இரகுநாதன், க.நா.சுப்பிரமணியம், சிட்டி, பி.எஸ்.இராமையா மற்றும் சோ.சிவபாதசுந்தரம் ஆகியோரும் ஆமோதித்துள்ளனர்.

'பத்துக்கும் மேற்பட்ட மொழிகள் அறிந்திருந்தும், ஆங்கிலத்தைக் கலக்காமல், தமிழில்தான் பேசுவார். தமிழ் மொழிக் கல்வியை விட்டுவிட்டு ஆங்கிலத்தைக் கைப்பற்றிக் கொண்டால், உலகத்தில் சிரிப்பார்கள். எந்த ஜாதிக்காரனாவது தங்கள் பாஷைக்குப் பதிலாக வேறு பாஷையை சுயமாக்கிக் கொள்வானா?' என்று ஆங்கில மோகம் கொண்டார்களைக் கடிந்து கொள்வார். பேச்சின் ஊடே கம்பன், காளிதாசன், வள்ளுவர், வால்மீகி, கிரேக்க அறிஞர்கள் ஹோமர், எஸ்கூலன், ஸோபோகிளஸ், யூரிபெதன், பிரஞ்சு அறிஞர்கள் கோர்னேயி, ராசீன், இத்தாலி அறிஞர் கால்தெரன், ஜெர்மானிய அறிஞர்கள் கதே, ஷில்லர், ஆங்கில அறிஞர்கள் ஃப்ளெட்சர், ஷேக்ஸ்பியர் ஆகியோரின் படைப்புகளை மேற்கொள் காட்டுவார்' என்கிறார் வ.வே.சுவுடன் நெருங்கிப் பழகிய வெ.சாமிநாத சர்மா.

தீண்டாமையை ஒழிக்க மகாகவி பாரதியார் தலித்தாகப் பிறந்த கனகலிங்கத்துக்குப் பூணூல் அணிவித்த நிகழ்ச்சிக்குத் தலைமை தாங்கி நடத்தியவர்; 'முஸ்லிம் பண்டிதரும் ஸநாதன தர்மமும்' மற்றும் 'இஸ்லாம் சாஸ்திர பரிசீலனையும்' ஆகிய தலைப்புகளில் கட்டுரைகள் எழுதிய வகையில் மத ஒற்றுமைக்கும் நல்லிணக்கத்துக்கும் வழிவகுத்தவர்; சேரன்மாதேவியில் 'தமிழ்க் குருகுலம்' மற்றும் 'பரத்வாஜ ஆசிரமம்' ஆகியவற்றைத் தொடங்கி ஏட்டுக் கல்வி, தொழிற் கல்வியுடன் கொரில்லாப் போர் முறையையும் துப்பாக்கிச் சுடும் பயிற்சியையும் விடுதலைப் பேராளிகளுக்குக் கற்றுக் கொடுத்தவர்; இவரிடம் துப்பாக்கி சுடப் பயிற்சி பெற்ற மதன்லால் திங்ரா - கர்சன் வைலியையும் வாஞ்சினாதன் - ஆஷ் துரையையும்

சுட்டுக் கொன்றனர்; 'சங்கேத மொழியில்' செய்தி அனுப்பி இந்தியச் சுதந்திரத்துக்குத் தன்னால் இயன்ற பங்களிப்பை வழங்கியவர்; வழக்கறிஞர், விடுதலைப் போரட்ட வீரர், பத்திரிகை ஆசிரியர், கவிஞர், சிறுகதை ஆசிரியர், மொழிபெயர்ப்பாளர், பதிப்பாசிரியர், விமர்சகர், ஆய்வாளர் எனப் பன்முகத் திறன்களுடன், கிரேக்கம் உள்பட 10 மொழிகள் அறிந்த பன்மொழிப் பண்டிதர்; சமூக சீர்திருத்தவாதி, இலக்கியவாதி; இப்படி உன்னத குணங்கள் கொண்ட ஒருவரை உணவு உண்ண மாணவர்களைத் தனித்தனியாக அமர வைத்து சாதிபேதம் பார்த்ததாக வீண் பழி சுமத்தி, தவறான செய்தியைப் பரப்பி, மன உளைச்சலுக்கு உள்ளாக்கிய கொடுமையை, விதியென்று சொல்வதா? காலத்தின் கோலம் என்பதா? யாரை நோவது?

1925 ஜூன் 3 ஆம் தேதி வ.வே.சு. ஐயர் தனது மகள் சுபத்திரா, மகன் கிருஷ்ணமூர்த்தி மற்றும் குருகுல மாணவர்களுடன் அம்பாசமுத்திரம் அருவியைக் காணச் சுற்றுலா சென்றார். திடீரெனச் சுபத்திரா கால் வழுக்கி அருவியில் விழ, மகளைக் காப்பாற்ற வ.வே.சு ஐயரும் அருவியில் குதித்தார். ஆனால் எதிர்பாராத விதமாக இருவரும் சுழலில் சிக்கி மீள முடியாமல் தண்ணீரில் மூழ்கி இறந்தனர்.

செப்டம்பர் 2011 'உயிர் எழுத்து' இதழில் மீனா எழுதி வெளிவந்துள்ள 'வ.வே.சு. ஒற்றை வரலாறுகளுக்கு இடையே உருப்பெறும் பன்முகம்' என்ற கட்டுரையில் வ.வே.சு. அய்யரின் மறைவை ஒட்டி பெரியார் ஈ.வெ.ரா. வெளியிட்ட ஓர் இரங்கல் கட்டுரையில் இருந்து ஒரு நீண்ட பகுதியை மேற்கோள் காட்டுகிறார்:

'சாதி மத பேதம் கடந்த பெரியவர் ஆவர் நம் ஐயர். மக்கள் யாவரும் நிகரெனும் கொள்கையுடையவரவர். சமூக வாழ்க்கையைக் குலைத்து பெருங்கேடு விளைவித்து வரும் கொடிய வழக்கங்களை அறவே ஒழிக்கவேண்டும் என்ற சீரிய எண்ணம் உடையவர். இதுகாலை நடந்துவரும் குருகுலப்போர் இவரது சமூகக் கொள்கைகளின் மேல் மக்களுக்குள் ஒருவித ஐயத்தை உருவாக்கி விட்டது என்றாலும் அந்த ஐயப்பாட்டுக்குச் சிறிதும் ஆதாரமில்லை. உடன் உண்ணலையும் வேறு சாதியார் இல்லங்களில் உணவு எடுத்தலையும் இவர் கைக்கொண்டிருந்தார் என உண்மையை யாம் அறிவோம்'.

சேரன்மாதேவி வ.வே.சு.ஐயரின் குருகுலத்தில் உணவு உண்ணும் போது சாதி பேதம் பார்க்கப்படுகிறது என்னும் குற்றச்சாட்டை முன்வைத்தவர் ஈ.வெ.ரா பெரியார்தான். அதே சமயம் வ.வே.சு.ஐயரின் அகால மரணத்தை ஒட்டி 'சாதி பேதம் கடந்த

பெரியவர் ஆவார் நம் ஐயர்' என்று நெகிழ்வுடன் இரங்கல் கட்டுரை எழுதியவரும் அதே ஈ.வெ.ரா பெரியார்தான். மாணவர்கள் உண்ணும்போது வ.வே.சு.ஐயர் தனிப்பந்தி போடுவதற்கான நெருக்கடி என்னவென்றோ, வ.வே.சு. மறைவை ஒட்டி மீது இரங்கல் கட்டுரை எழுதும் அளவுக்கு அவர் மீது பற்று கொண்டிருந்த ஈ.வெ.ரா. குருகுல விஷயத்தைப் பெரிதுபடுத்த வேண்டிய நிர்பந்தம் என்னவென்றோ இதுவரை முழுமையாக ஆய்வு செய்யவில்லை என்பதே நிஜம்.

நீண்ட காலம் வாழ்ந்தும், இந்திய சுதந்திரத்தைக் கண்டும், அன்னைத் தமிழுக்குப் பல இலக்கிய நூல்களைப் படைத்தும், மகிழ்ந்திருக்க வேண்டிய வ.வே.சு.ஐயரின் 44 வயது அகால மரணம், தமிழருக்கும் தமிழ் மொழிக்கும் மிகப் பெரிய இழப்பாகும். 'உண்மை முனிவரின் தோற்றம். இவரது நிமிர்ந்த நடை ஒரு தனி அழகு கொண்டது. நடப்பதற்கும் தமிழில் நடை என்று பெயர். ஒழுக்கத்துக்கும் தமிழில் நடை என்றே பெயர். இரண்டிலும் சாலச் சிறந்தவர் வ.வே.சு.ஐயர்' என்று 'தமிழ்க் கடல்' ராய சொக்கலிங்கனார் பாராட்டுவதைவிடவும் சிறப்பாக, இவரது நேர்மைக்கும் ஒழுக்கத்துக்கும் சான்றாக வேறென்ன சொல்ல இயலும்.

தமிழக அரசு வ.வே.சுவின் பெருமையைப் போற்றும் வகையில் திருச்சியில் அவர் வாழ்ந்த இல்லத்தை நினைவு இல்லமாக அறிவித்துள்ளது. வாழ்க்கை வரலாறு தொடர்பான நிழற்படங்களைக் காட்சிக்கு வைத்ததுடன் நூலகத்தையும் அமைத்துள்ளது. சேரன்மாதேவியில் அவரது நினைவாக 'மாணவர் இல்லம்' நிறுவப்பட்டுள்ளது.

நாவலர் ந.மு.வேங்கடசாமி நாட்டார்

'**நா**வலர்' என்று தமிழ்கூர் நல்லுலகம் அன்புடன் அழைத்த இருவருள் ஒருவர் சோமசுந்தர பாரதியார். மற்றொருவர் இவர். மாணவர்களுக்கு அரிய கருத்துகளை எளிய முறையில் விளங்க வைப்பதில் வல்லவர். இலக்கிய இலக்கண ஆய்வு மற்றும் உரைகளுடன் புலவர்களின் வாழ்க்கை வரலாற்றையும் எழுதி உள்ளார். பிழையான பாட்டை எழுதியது பரமனே என்றாலும் தயங்காது சுட்டிக் காட்டிய நக்கீரனைப்போல், நூல்களில் பிழை இருப்பின் துணிச்சலாகச் சுட்டிக்காட்டும் இயல்புடையவர். குருவுக்கு முன்னால் உட்காரக்கூடாது என்ற அடக்கத்துடன் சீடனைப் போன்று இவர் முன்பு நின்று கொண்டே சிலப்பதிகாரத்திலும், தொல்காப்பியத்திலும், சில ஐயங்களைக் கேட்டுத் தெளிந்தார் மகாகவி பாரதியார். அவர்தான் நாவலர் ந.மு.வேங்கடசாமி நாட்டார்.

1884 ஏப்ரல் 2-ல் தஞ்சை மாவட்டம், திருவையாறு வட்டம், நடுக்காவேரியில் முத்துச்சாமி நாட்டார் - தைலம்மாள் தம்பதிகளுக்கு மகனாகப் பிறந்தார். இவரது இயற்பெயர் சிவப்பிரகாசம். இவருக்கு முன் பிறந்த இரு சகோதரர்களும் பிறந்த சில நாள்களிலேயே இறந்துவிட்டனர். மேலும் சிறு வயதில் இவருக்குத் தொடையில் ஏற்பட்ட கட்டி பெரிதாகி கடுமையான வலியை ஏற்படுத்தவே, குணமடைந்தால், மகனுக்கு முடி இறக்குவதாகத் திருப்பதி வேங்கடவனுக்கு பெற்றோர் வேண்டிக் கொண்டனர். கட்டி ஆறத் தொடங்கவே, வேண்டிக் கொண்டபடி மகனுக்கு முடி இறக்கியதுடன், சிவப்பிரகாசம் என்னும் பெயரை வேங்கடசாமி என்றும் மாற்றினர்.

நான்காம் வகுப்புவரை திண்ணைப் பள்ளிக்கூடப் படிப்பு. நெடுங்கணக்கு இலக்கம், நெல்லிலக்கம், எண்சுவடி, குழுமாற்று உள்ளிட்ட கணக்கு தொடர்பான சுவடிகளைக் கற்றுத் தேர்ந்த பிறகு தந்தையிடமே ஆத்திச்சூடி, கொன்றை வேந்தன், வெற்றிவேற்கை, கலம்பகம் ஆகியவற்றைப் பயின்றார். திண்ணைப் பள்ளிக் கூடத்தில் படித்துச், 'சாவித்திரி வெண்பா' நூலாசிரியர் சாமிநாத முதலியாரின் ஆலோசனைப்படி ஆசிரியர் துணையின்றித் தானே சங்க இலக்கிய, இலக்கணங்களைக் கற்கத் தொடங்கிப் பின்னாளில் புகழ் பெற்ற நூலாசிரியராகவும் உரையாசிரியராகவும் உயர்ந்தது அவரது கடுமையான உழைப்புக்கும் தளராத தமிழ் ஆர்வத்துக்கும் சான்றாகும்.

பாண்டித்துரை தேவர் நிறுவிய மதுரைத் தமிழ்ச்சங்கத்தின் கீழ் பாண்டியன் புத்தகசாலை நூல் நிலையமும் சேதுபதி செந்தமிழ்க் கலாசாலை தமிழ்க் கல்லூரியும் செந்தமிழ் மாத இதழும் இயங்கிக் கொண்டிருந்தன. இத்தமிழ்ச் சங்கத்தின் சார்பில் பிரவேசப் பண்டிதம் (1905), பால பண்டிதம் (1906), பண்டிதம் (1907) ஆகிய தேர்வுகளில் முதல் மாணாக்கராக வேங்கடசாமி நாட்டார் வெற்றி பெறவே, வள்ளல் பாண்டித்துரைத் தேவர் தங்கத் தோடா (தங்கக்காப்பு) அணிவித்துப் பெருமைப்படுத்தினார். அன்று முதல் அனைவரும் அவரை 'முத்தேர்வும் மூவாண்டில் முதன்மையினில் முற்றுவித்த பெருமான்' எனப் பாராட்டி மகிழ்ந்தனர்.

மூன்று தேர்வுகளிலும் முதன்மை இடத்தைப் பெற்றதால் நாட்டாரின் புகழ் தமிழகமெங்கும் பரவியது. அவரைத் தமிழாசிரியராகப் பணியமர்த்த தமிழ்நாட்டிலுள்ள பல கல்வி நிலையங்கள் போட்டி போட்டுக்கொண்டு அழைப்பு விடுத்ததுடன், 'நேர்காணல்' இல்லாமலேயே வேலைக்கான உத்தரவை வீட்டுக்கே அனுப்பி அவரது வருகைக்காகக் காத்திருந்தன.

1908-ல் நடுக்காவேரியில் முகாமிட்டிருந்த காஞ்சி காமகோடி பீடாதிபதி பரமாச்சார்ய ஸ்வாமிகள் தமிழ்த் தேர்வுகளில் வெற்றி பெற்றுத் தங்கத் தோடா பரிசு பெற்ற வேங்கடசாமி நாட்டாரை நேரில் வரவழைத்துச் சிவப்புப் பொன்னாடை போர்த்திப் பாராட்டினார்.

1908 -ல் தனது 24 ஆவது வயதில் திருச்சி எஸ்.பி.ஜி. கல்லூரியில் தமிழாசிரியராகப் பணியைத் தொடங்கிய வேங்கடசாமி நாட்டார், பின்னர் கோவை தூய மைக்கேல் பள்ளியிலும் சில ஆண்டுகள் வேலை பார்த்தார். திருச்சி பிஷப் கல்லூரியில் தலைமைத் தமிழ்ப் பேராசிரியராகச் சற்றேறக் குறைய 25 ஆண்டுகள் பணியாற்றினார்.

இந்தக் காலக் கட்டத்தில் ஒரு சுவையான சந்திப்பும் உரையாடலும் நடைபெற்றது. 1912-ல் ஒரு நாள் நண்பகல் நேரம் வேங்கடசாமி நாட்டார் வீட்டில் சாய்வு நாற்காலியில் ஓய்வு எடுத்துக் கொண்டும், படித்துக் கொண்டும் இருந்தார். அத்தருணம் உரத்த குரலில் 'ஐயா உள்ளே வரலாமா?' என்ற குரல் கேட்டுத் தலை நிமிர்ந்தார் நாட்டார். தலைப்பாகையும் முறுக்கிய மீசையுடனும் கம்பீரமாக ஒருவர் வெளியே நின்று கொண்டிருந்தார். யாராக இருக்கும் என்று யோசித்துக் கொண்டிருக்க 'உள்ளே வரலாமா?' என்ற குரல் மீண்டும் ஒலிக்கவே 'வாருங்கள், வாருங்கள்' என்று அன்புடன் அழைப்புவிடுத்தார்.

உள்ளே வந்த இளைஞர் மிடுக்குடன் நிற்கவே 'நீங்கள் யாரென்று?' என்று கேட்டு முடிப்பதற்குள் 'அது இருக்கட்டும். எனக்குச் சிலப்பதிகாரத்திலும் தொல்காப்பியத்திலும் சில சந்தேகங்கள். அவற்றை உங்களிடம் கேட்டுத் தெளிவு பெறவே வந்துள்ளேன்' என்று அடக்கமாகக் கூறினார்.

'கண்டிப்பாக. முதலில் நீங்கள் அமருங்கள்' என்று நாட்டார் கூற 'இல்லை நான் உட்காரமாட்டேன். குருவுக்கு முன்னால் சிஷ்யன் நின்றுகொண்டுதான் பாடம் கேட்கவேண்டும்' என்று பதிலளித்ததுடன் தனக்கு ஏற்பட்ட ஐயங்களைப் பட்டியலிடத் தொடங்கினார். அப்போது வீட்டுக்குள் நுழைந்த நாட்டாரின் தம்பி அங்கே நின்று கொண்டிருந்த இளைஞரை வணங்க அவரும் பதில் வணக்கம் சொன்னார்.

தன்னுடைய சந்தேகங்கள் ஒவ்வொன்றுக்கும் விரிவாகவும் விளக்கமாகவும் பதிலளித்த நாட்டாரின் தமிழ்ப் புலமை கண்டு மகிழ்ந்த அந்த இளைஞர் 'ஐயா நீங்கள் பல்லாண்டு வாழ்ந்து தமிழுக்குத் தொண்டு செய்ய நான் அன்றாடம் வணங்கும் பராசக்தி துணையிருப்பாள்' என்று சொல்லியவாறே பதிலுக்குக் காத்திருக்காமல் வேகமாக வீட்டை விட்டு வெளியேறினார்.

பெயரைக் கூடச் சொல்லாமல் தனக்கேற்பட்ட சந்தேகங்களைத் தெளிவுபடுத்திக்கொண்டு புயலென விட்டை விட்டு வெளியேறிய இளைஞர் யாரென்று அருகேயிருந்த தம்பியைப் பார்த்துக் கேட்டார். 'அண்ணா அவர்தான் மகாகவி சுப்பிரமணிய பாரதியார்' என்று சொன்னவுடன் 'நேர் கொண்ட பார்வை, கம்பீரமான தோற்றம், அடக்கத்தின் திருவுருவாக அவர் நடந்து கொண்ட விதத்திலிருந்தே நானும் பாரதியாகத்தான் இருக்கவேண்டுமென நினைத்தேன்' என்று நெகிழ்ந்தார் வேங்கடசாமி நாட்டார்.

திறமையானவர்களைத் தேடிக் கண்டுபிடித்து அவர்களுக்கு உரிய பொறுப்புகளை வழங்கும் இயல்பு கொண்ட செட்டிநாட்டு அரசர் அண்ணாமலை செட்டியார், பல்கலைக்கழகத் தமிழ்ப் பேராசிரியராக வேங்கடசாமி நாட்டாரை நியமித்தார். 1933 முதல் 1940வரை ஏழாண்டுகள் அங்கு சீரிய பணியாற்றினார். ஓய்வு பெற்று தஞ்சை திரும்பிய பிறகு தமிழ்வேள் உமா மகேஸ்வரனார் வேண்டுகோளுக்கு இணங்க கரந்தைத் தமிழ்க் கல்லூரியில் ஊதியம் பெறாமல் மதிப்புறு முதல்வராக நான்கு ஆண்டுகள் பணியாற்றினார். 1940-ல் இப்பொறுப்பை ஏற்றுக்கொண்டாலும் நாட்டாருக்கும், தமிழ்வேள் உமாமகேஸ்வரன் பிள்ளைக்கும் நீண்ட நாள் நட்பு உண்டு. இதன் காரணமாக 1925-ல், கரந்தைத் தமிழ்ச் சங்கத்தின் சார்பாகத் 'தமிழ்ப் பொழில்' என்னும் மாத இதழ் தொடங்கப்பட்ட போது கீழ்க்காணும் வாழ்த்துச் செய்தியை அனுப்பி மகிழ்ந்தார்:

வாழி கரந்தை வளருந் தமிழ்ச்சங்கம்
வாழி தமிழ்ப்பொழில் மாண்புடனே - வாழியரோ
மன்னுமதன் காவலராய் வண்மைபுரி வோரெவரும்
உன்னுபுக ழின்நலம் உற்று

வேங்கடசாமி நாட்டாரின் சொற்பொழிவுத் திறன் கண்டு வியந்த சென்னை மாநிலத் தமிழ் சங்கம் 24/12/1940 அன்று அவரது தமிழறிவையும் தமிழாய்வையும் போற்றிப் பாராட்டும் வகையில் 'நாவலர்' என்னும் பட்டத்தை வழங்கிக் கௌரவித்தது. இவரது சொற்பொழிவில் புதிய செய்தியோ ஆய்வுக் குறிப்போ கட்டாயம் இடம் பெறுவது வழக்கம் என்பதால் அவற்றை நேரடியாகக் கேட்டு இன்புறத் தமிழ் ஆர்வலர்கள் தொலை தூரத்திலிருந்தும் நடந்தே வருவார்களாம்.

தமிழ் மொழிக்கென்று பல்கலைக்கழகம் உருவாக வேண்டுமென்று 95 ஆண்டுகளுக்கு முன்பே முதன் முதலில் குரல் கொடுத்தவர் நாட்டார். அப்பல்கலைக்கழகத்துக்கு அடிப்படையாகத் தமிழ் கல்லூரி ஒன்றையும் நிறுவ 1922-23-ல் பெரும் முயற்சி மேற்கொண்டும் பல்வேறு காரணங்களால் அவரது எண்ணம் ஈடேறவில்லை. முக்கியமாகக் கல்லல் ஸ்ரீ குகமணிவாசக சரணாலயம் என்னும் காண்டீப விருது பெற்ற குன்னங்கோட்டை நாட்டார் மடத்தை நிறுவிய வேப்பங்குளம் மதுரகவி ஆண்டவர் சுவாமியடிகள் உதவியுடன் முயன்றார். மதுரகவி ஆண்டவர் சுவாமியடிகள் தனது சொத்துக்களிலிருந்து 200 ஏக்கர் நிலத்தைக் கல்லூரி நிர்மாணிப்பதற்காக ஒதுக்கினார். பிற்காலத்தில் அந்நிலம் பலரால் கையகப்படுத்தப் பட்டுவிட்டதாகக் கூறுகின்றனர் மதுரகவி ஆண்டவர் சுவாமியடிகளின் வாரிசுகள்.

கரந்தைத் தமிழ்ச் சங்கக் கல்லூரி முதல்வராகப் பணியாற்றி ஓய்வு பெற்ற பேராசிரியர் விருத்தாசலனார், தஞ்சை வெண்ணாற்றங்கரை கபிலர் நகரில், நாவலர் கனவு கண்ட தனித் தமிழ்க் கல்லூரியாக, அவர் விரும்பிய அதே பெயரில், திருவருள் கல்லூரியை நிறுவித் தமிழுக்கும் நாவலருக்கும் பெருமை சேர்த்துள்ளார். 1980களில் தமிழக முதல்வராக இருந்த எம்.ஜி.ஆர். ஆட்சியில்தான் தஞ்சையில் தமிழ்ப் பல்கலைக்கழகம் உருவாகி அவரது நீண்ட நாள் கனவை நனவாக்கியது.

வேளிர் வரலாறு, நக்கீரர், கபிலர், கள்ளர் சரித்திரம், கண்ணகி வரலாறும் - கற்பும் மாண்பும், சோழர் சரித்திரம், கட்டுரைத் திரட்டு, காந்தியடிகள் நெஞ்சு விடு தூது உள்ளிட்ட பல நூல்களையும், இன்னா நாற்பது, களவழி நாற்பது, கார் நாற்பது, வெற்றிவேற்கை, கொன்றை வேந்தன், உலகநீதி, மூதுரை, ஆத்திச்சூடி, நல்வழி, நன்னெறி, அகநானூறு, சிலப்பதிகாரம், மணிமேலை ஆகியவற்றிற்குத் தனியாகவும் திருவிளையாடல் புராணத்துக்குப் 'பெருஞ்சொல் விளக்கனார்' அ.மு.சரவண முதலியாருடன் (அ.ச.ஞானசம்பந்தனின் தந்தை) இணைந்தும் உரைகள் எழுதி உள்ளார்.

மகாவித்வான் இராகவய்யங்கார் எழுதிய 'வேளிர் வரலாற்றில்' உள்ள பிழைகளைத் தமிழறிஞர்களும் ஒப்புக்கொள்ளும் வகையில் தக்க ஆதாரங்களுடன் சுட்டிக்காட்டினார். மேலும் 'வேளிர் வரலாறு' என்ற பெயரில் தாமே ஒரு நூலெழுதி வேளிர் என்போர் வடநாட்டிலிருந்து வந்த குடிமக்கள் அல்ல என்றும் அவர்கள் தமிழகத்தின் பழங்குடி இனம் என்றும் நிரூபித்தார். சங்க இலக்கிய நூலான 'பத்துப்பாட்டில்' ஒன்றான 'குறிஞ்சிப்பாட்டில்' இடம் பெற்ற 99 சங்க கால மலர்களைப் பாடியவர் கபிலர். அவர் பிறந்த ஊர் குறித்துப் பல்வேறு கருத்துகள் நிலவிய சூழலில் 'கபிலர்' என்ற நூலில் மாணிக்கவாசகர் பிறந்த திருவாதவூரில்தான் கபிலரும் பிறந்தார் என்று தக்க சான்றுகளுடன் நாட்டார் நிறுவினார்.

நாட்டார் எழுதிய 'கள்ளர் சரித்திரம்' நூல் குறித்துத் தமிழ்த் தாத்தா உ.வே.சா. அவர்கள் 'இந்நூல் கள்ளர்களின் வரலாற்றை மட்டுமல்லாது, தமிழர்களின் வரலாற்றையும் விளக்குவதால், கலாசாலை மாணவர்களுக்குப் பாட நூலாக வைக்கத் தகுதி பெற்றது என்று பாராட்டி உள்ளார். முன்னாள் முதல்வர் கருணாநிதி எழுதிய 'தென் பாண்டிச் சிங்கம்' புதினத்தின் முன்னுரையில் 'தமிழ்கூறும் நல்லுலகத்தாரால் நாட்டார் ஐயா என்று அன்புடன் அழைக்கப்படும் வேங்கடசாமி நாட்டார் அவர்கள் படைத்த கள்ளர் சரித்திரத்தின் துணைகொண்டு இந்நூலை எழுதத் தொடங்குகிறேன்' என்று பதிவு செய்து அவருக்குப் பெருமை சேர்ந்தார்.

தமிழ் மொழியின் வளர்ச்சிக்கு வேற்று மொழிச் சொற்களை அப்படியே பயன்படுத்திக் கொள்வதில் நாட்டாருக்கு உடன்பாடு இல்லை. இதைக் கடுமையாக மறுத்து 'வாழ்க்கையில் பணத் தட்டுப்பாடு ஏற்படுவது இயற்கையே. இந்தப் பற்றாக்குறையைப் போக்க உடனே நண்பர்களிடம் கடன் வாங்கிச் சமாளிக்கிறோம். நெருக்கடி நேரத்தில் கடன் வாங்குவதில் தவறில்லை. மதிப்புடனும் மானத்துடனும் வாழவேண்டும் என்று கருதுகிற ஒரு நல்ல மகன், நெருக்கடி நேரத்தில் கடன் வாங்கியதற்காக நன்றாக உழைத்து, அதனால் கிட்டிய பொருளைக்கொண்டு வாங்கிய கடனைத் திருப்பிக் கொடுப்பான். எதிர்காலத்தில் நெருக்கடி வந்தாலும் கடன் வாங்கத் தேவையில்லாதபடி பொருளாதார ரிதியாகத் தன்னை உயர்த்திக் கொள்ள முயற்சி செய்வான். சான்றோன் ஒருவன் தன் குடும்ப வாழ்க்கையில் மேற்கொள்ளும் இத்தகைய நடைமுறையையே தமிழ் மொழி வளர்ச்சியிலும் தமிழர்கள் பின்பற்றவேண்டும்' என்கிறார்.

நாட்டார் மேலும் கூறுகையில் 'அறிவியல் நூல்களைத் தமிழில் மொழிபெயர்க்கும்போது அந்நூல்களில் காணப்படும் கலைச் சொற்களுக்கு உரிய பொருளுடைய சொற்கள் தமிழில் உள்ளனவா என்று தேடிக் கண்டுபிடிக்கவேண்டும். அவை இல்லாத நிலையில் தமிழில் உள்ள வேர்ச்சொற்களிலிருந்து புதிய சொற்களை உருவாக்கிக் கொள்ளவேண்டும். புதிய சொற்களைக் கண்டுபிடிக்கக் கால தாமதம் ஆகும்போது வேற்றுமொழிச் சொற்களையும் தமிழின் ஒலியியல் இயல்புக்கு ஏற்பத் திரித்தே வழங்குதல் வேண்டும். கல்வியிற் பெரியவராகிய கம்பர் இலக்குவன், வீடணன் என்றே வடசொல் உருவினைத் தமிழியல்புக்கு ஏற்ப மாற்றி அமைத்துள்ளார். கிறித்துவ வேத புத்தகத்தை மொழிபெயர்த்தோர், இயேசு, யோவான், யாக்கோபு என்று தமிழ் இயல்புக்கு ஏற்ப சொற்களைத் திரித்தாலும் அதனால் எந்தக் குறையும் உண்டாக வில்லை. எனவே, பிற மொழிகளில் உள்ள சொற்களை அப்படியே தமிழில் ஏற்றுக்கொள்வது நேர்மையாகாது' என்றார்.

'ஒவ்வொருவரும் அவரவர் சாதியை முன்னிலைப்படுத்தும் வகையில் பெயருக்குப் பின்னால் சாதிப் பெயரை அடையாளமாகக் வைத்துக்கொள்கின்றனர். இப்பழக்கம் சங்க காலத்தில் இல்லை. இடையில் வந்த பழக்கமே. இப்போது வழங்குவது போல கள்ளர் வகுப்பினர் உள்பட, ஐயர், ஐயங்கார், நாயுடு, செட்டி, பிள்ளை, முதலியார் என்ற சாதிப் பெயர்கள் சங்க நாளில் வழங்கப்பட வில்லை. 'ஐயர்' என்பது முனிவர் அல்லது பெரியவர் அல்லது உயர்ந்தவர் என்பதைக் குறிக்கும் சிறப்புப் பெயராகும். கண்ணப்பர்,

நந்தனார் முதலிய வேறு குலத்தவர்களையும் சிறப்புடன் அழைக்க 'ஐயர்' என்றே ஆன்றோர் வழங்கி வந்துள்ளனர்' என்கிறார் நாட்டார்.

''சிறப்புப் பெயர் வருங்காலும், சிறப்பினவாகிய பெயர் நிலைக் கிளவிக்கும் இயற்பெயர் கிளவி முப்படக்கிளவார்'' என்ற விதிப்படி, அமர முனிவன் அகத்தியன், தெய்வப் புலவன் திருவள்ளுவன், சேரமான் சேரலாதன், என்பன போன்று இயற்பெயருக்கு முன் வருதலே மரபு. பிற்காலத்தில்தான் பெயர்கள் இடம் மாறிப் பின்னால் வரத் தொடங்கின. சிறப்புப் பெயரும் முன்பு எல்லோருக்கும் வழங்கப்படவும் இல்லை. எனவே பண்டைக்கால மக்கள் தம்மை வேறுபடுத்திக் காட்ட பெரிதும் விரும்பவில்லை என்பதே இதன் உள்ளார்ந்த பொருளாகும்' என்று பெயருக்குப் பின்னால் சாதி அடையாளத்தைக் குறிக்கும் பெயர் தற்போது நிலவுவது பற்றி விளக்குகிறார் நாவலர் வேங்கடசாமி நாட்டார்.

நாட்டார் வகுப்புகளில் பாடம் நடத்தும்போது அமைதி நிலவும். அவருக்கு எல்லாப் பாடங்களும் மனப்பாடம். அவலச்சுவை, பக்திச்சுவை நிறைந்த பாடல்களை உணர்ச்சி வசப்பட்டு இசையோடு படிக்கும்பொழுது அவர் விழிகளில் நீர் ததும்பும். பதம் பிரித்துப் படிக்கும்போதே பொருள் விளங்கும். ஒன்பது சுவைகளும் தோன்றுமாறு கற்பிப்பது அவரின் தனிச்சிறப்பு. நாட்டாரது பெருந்தன்மை, பெரும்புலமை, வீண்பேச்சுப் பேசாமை, ஒழுக்க முடைமை, தெய்வ பக்தி முதலியன மாணவர்களுக்கு முன் மாதிரியாக விளங்கின. வெண்பாவை சங்கராபரணத்திலும், அகவலைத் தோடியிலும், துறையைப் பைரவியிலும், விருத்தப்பாக்களை காம்போதியிலும், கல்யாணியிலும் பாடி மாணவர்களை மகிழ்விப்பார்.

'கேட்டார்ப் பிணிக்கும் தகையவாய்க் கேளாரும் வேட்ப மொழிவாதம் சொல்' என்னும் குறளுக்கு ஏற்ப நாட்டார் அழகு தமிழில் ஆற்றொழுக்காகப் பேசும் திறன் கொண்டவர். அவற்றிற்கான அர்த்தங்களையும் கேட்போர் மயங்குமாறு எளிமையாகச் சொல்லும் இயல்புடன், கேளாதவருக்கும் அவர் பேச்சைக் கேட்க வேண்டும் என்னும் விருப்பத்தை ஏற்படுத்தும் ஆற்றல் கொண்டவர். தமிழ்த் தாத்தா உ.வே.சாமிநாத ஐயர், மு.இராகவய்யங்கார், இரா.இராகவய்யங்கார், அருணாசலக் கவிராயர், பண்டிதமணி கதிரேசன் செட்டியார், கோவிந்தராச ஐயங்கார், கவியரசு அரங்க வெங்கடாசலம் பிள்ளை, திரு.வி.கல்யாணசுந்தரனார், ரா.பி.சேதுபிள்ளை, அரசஞ் சண்முகனார், கந்தசாமிக் கவிராயர் ஆகியோருடன் நட்பில் இருந்தார். இவர்களுடன் இணைந்து

தமிழகம் முழுவதும் பல்வேறு சங்கங்களிலும், அமைப்புகளிலும் கல்லூரிகளிலும் பல்வேறு சொற்பொழிவுகளை ஆற்றியுள்ளார்.

மதுரைத் தமிழ்ச் சங்கம், திருச்சி சைவ சித்தாந்த சபை, திருப்பாதிரிப்புலியூர் ஞானியார் மடாலயம், திருநெல்வேலி தமிழ்ச் சங்கம் ஆகிய தமிழ் மற்றும் சைவ அமைப்புகளுடன் நெருங்கிய தொடர்பில் இருந்தார். திருச்சியில் *1923 - 25* ஆகிய மூன்றாண்டு களில் தமிழ்ப் புலவர் மாநாட்டைக் கூட்டினார். *1939*-ல் கொழும்பு சென்று விவேகானந்தர் சங்கத்தில் சைவ சமயக் குறவர்களாகிய அப்பர், சுந்தரர், ஞானசம்பந்தர், மாணிக்கவாசகர் ஆகியோரைக் குறித்து 'நால்வர்' என்னும் தலைப்பில் உரையாற்றினார்.

திரு.வி.க. தலைமையில் பூவாளூர் சைவ சித்தாந்த சபையின் ஆண்டு விழா நிகழ்ச்சியில் நாட்டார் சிறப்புரை ஆற்றிக் கொண்டிருந்தார். சுயமரியாதை இயக்கம் தீவிரமாக நடைபெற்றுக் கொண்டிருந்த தருணம் என்பதால் அந்த இயக்கத்தைச் சேர்ந்த பேச்சாளர்களும் கூட்டத்துக்கு வருகை தந்திருந்தனர். அவர்களுடைய நோக்கம் பேச்சாளர்களின் உரையை கேட்பதற்காக அல்ல. குழப்பத்தை ஏற்படுத்தி நிகழ்ச்சியைப் பாதியில் நிறுத்துவதுதான். கேள்விக் கணைகளை எழுப்பிக் கொண்டும் கூச்சலிட்டுக் கொண்டும் இடையூறு செய்து கொண்டிருந்தனர். கூட்டத் தலைவர் அமைதியாக இருக்க வேண்டுகோள் விடுத்தும் பயனில்லாமல் போனது.

நிலைமை எல்லை மீறிப்போகவே நாட்டார் உடனே எழுந்து 'உங்களுக்கும் உண்மையிலேயே சந்தேகம் இருந்தால் அவற்றைத் தாளில் எழுதித் தாருங்கள். அவை அனைத்துக்கும் நிகழ்ச்சி முடிவில் நானே பதிலளிக்கிறேன். அவ்வாறின்றிப் பேச்சாளர்கள் உரையாற்றிக் கொண்டிருக்கும்போது இடையே கேள்விகள் கேட்பதோ கூச்சலிடுவதோ அவையின் நடைமுறைவிதிகளை மீறிய செயலாகும். விழாவைத் தடுத்து நிறுத்துவதுதான் உங்கள் நோக்கமெனில் நான் இடம் தர மாட்டேன்' என்று துணிச்சலுடன் பேசவே கூக்குரலிட்டவர்கள் அமைதியானார்கள். நிகழ்ச்சியும் எந்தத் தடங்கலுமின்றி நிறைவு பெற்றது.

1941 -ல் திருச்சி மலைக்கோட்டை நூற்றுக்கால் மண்டபத்தில் சைவ சித்தாந்த சமாஜத்தின் ஆண்டு விழா நடைபெற்றது. முன்னணிப் பேச்சாளர்கள் பலர் பங்கேற்ற அந்த நிகழ்ச்சியில் ஒவ்வொருக்கும் முன் கூட்டியே தனித் தனித் தலைப்புகள் வழங்கப்பட்டன. அந்த வகையில் நாட்டாருக்குத் 'திருவாசகம்' குறித்துப் பேசத் தலைப்பு அளிக்கப்பட்டதுடன், நிகழ்ச்சி நிரலும் அதற்கேற்ப அச்சாகி விநியோகிக்கப்பட்டது. ஆனால் நாட்டார் சொற்பொழிவாற்ற

எழுத்தபோது விழாத்தலைவர் திருப்பாதிரிப்புலியூர் ஞானியாரடிகள் 'திருக்குறள்' பற்றிப் பேசுமாறு கோரினார். முன்னரே தலைப்பு கொடுக்கப்பட்டு, அதற்கேற்பக் குறிப்புகளும் தயாரித்துக்கொண்டு வந்துள்ள நிலையில், திடீரென தலைப்பை மாற்றினால் எந்தப் பேச்சாளராக இருந்தாலும் சற்றுத் தடுமாறுவது இயல்பே.

ஆனால், நாட்டார் எந்தவிதமான தயக்கத்தையும் வெளிக்காட்டாமல் புன்சிரிப்புடன் 'திருக்குறளும் விரிநூற் கேள்வி பரிமேலழர் உரையும்' என்ற தலைப்பில் மடை திறந்த வெள்ளமெனப் பேசத் தொடங்கினார். முன்னரே உரையைத் தயாரிக்க வாய்ப்பில்லாமலும் கையில் எந்தக் குறிப்பையும் வைத்துக் கொள்ளாமலும், குற்றால அருவியென அவர் பொழிந்த உரையைக் கேட்டு விழாவுக்கு வந்தவர்கள் மட்டுமின்றி உடன் உரையாற்றிய மற்ற பேச்சாளர்களும் வியப்பில் ஆழ்ந்தனர். எந்தச் சூழலில், எந்த நேரத்தில், எந்தத் தலைப்பில் பேசச் சொன்னாலும், பொருளுடன் உரையாற்றும் திறன் நாட்டாருக்கு இருந்ததை இறைவன் கொடுத்த வரம் என்றுதான் சொல்ல வேண்டும்.

'மக்கள் அறிவு வளர்ச்சிக்கு மொழி இன்றியமையாதது ஆகும். மொழியே மக்களை மாக்களினின்று வேறுபடுத்துவதாகும். உலக மக்களால் ஏராளமான மொழிகள் பேசப்பட்டு வந்தாலும், எந்த மொழி, எந்த இனத்தாரால் வழிவழியாகப் பேசப்பட்டு வழக்கில் உள்ளதோ, அந்த மொழியே அந்த இனத்தவர்க்குத் தாய்மொழி ஆகும். ''காக்கைக்குத் தன் குஞ்சு பொன் குஞ்சு' என்பது போல், அவரவர் தாய்மொழி அவரவர்க்கு உயிரினும் மேலானதாகும். தாய்மொழியின் மீது பற்றில்லாதவர்கள் மக்கள் என்று அழைக்கப் படவும் தகுதி இல்லாதவர்கள்' என்று நாட்டார் கடுமையான சொற்களைப் பயன்படுத்துகிறார்.

வேங்கடசாமி நாட்டாருக்கு 60 ஆண்டுகள் நிறைவடைவதை ஒட்டி அவருக்கு மணி விழா எடுக்கக் குழுவை அமைத்துத் தேவையான ஏற்பாடுகளை நண்பர்களும் உறவினர்களும் செய்து வந்தனர். இதைக் கேள்வியுற்ற நாட்டார் 'மணி விழாக் குழு அமைத்துள்ளனர். நமச்சிவாய முதலியார்போல் ஆகுமோ?' என்று ஐயப்பட்டார். இதற்குக் காரணம் பெரும் புலவர் நமச்சிவாய முதலியாருக்கும் இதே போன்று குழு அமைத்து ஏற்பாடுகள் நடைபெற்றுக் கொண்டிருக்க, மணி விழாவுக்கு முன்பே மறைந்துவிட்டார். நாட்டார் ஐயப்பட்டத்தை உறுதிப்படுத்தும் வகையில் 08/05/1944-ல் மணி விழா நடைபெறுவதற்கான ஏற்பாடுகள் சிறப்பாக நடைபெற்றுக் கொண்டிருக்க, யாரும் எதிர்பாரா வகையில் 1944 மார்ச் 28 அன்று காலமானார்.

நாவலர் வேங்கடசாமி பிறந்த சொந்த மண்ணில் அவரது பூத உடல் அடக்கம் செய்யப்பட்டு அதன் மேல் கற்கோயில் எழுப்பி ஆகம விதிகளின்படி ஆண்டு தோறும் குரு பூஜைகளும் நடைபெற்று வருகின்றன. தமிழகத்தில் சமீபகாலத்தில் தமிழ் புலவர் ஒருவருக்காக எழுப்பப்பட்ட முதல் கற்கோயில் இதுவே ஆகும். நாட்டார் தாம் படிப்பதற்காகப் பயன்படுத்திய இல்லத்தின் மாடி அறை 'தமிழவள் இருக்கை' என்ற பெயருடன் இன்றும் விளங்குகிறது.

1984-ல் தமிழ் வளர்ச்சித் துறையின் சார்பில் கரந்தைத் தமிழ் சங்கத்தில் வேங்கடசாமி நாட்டாரின் நூற்றாண்டு விழா சிறப்பாகக் கொண்டாடப் பட்டது. இதனைத் தொடர்ந்து நாவலர் வேங்கடசாமியின் நூல்கள் நாட்டுடைமை ஆக்கப்பட்டு ரூ 5 லட்சம் பரிவுத் தொகை வழங்கவும், சிலை அமைக்கவும் முடிவானது. இருப்பினும் பல்வேறு காரணங்களால் சிலை நிறுவுவது மட்டும் தடைப்பட்டுப் பின்னர் 2005-ல் அவரது பெயரால் அமைத்த கல்லூரி வளாகத்தில் ஆன்றோர் சான்றார் முன்னிலையில் திறக்கப்பட்டது.

நீதியரசர் மு.மு.இஸ்மாயீல்

பள்ளி மாணவப் பருவத்திலேயே காந்தியக் கொள்கைகளால் ஈர்க்கப்பட்டுக் கதராடைகளையே ஆயுள் முழுவதும் உடுத்தினார். பிறப்பால் இஸ்லாமியராக இருந்தாலும் அசைவத்தை விட்டுச் சைவத்துக்கு மாறினார். இலக்கியச் சுவைக்காக கம்ப இராமாயணத்தை விரும்பிப் படித்ததுடன், அதைவிட உயர்ந்த இலக்கியம் இருக்க முடியாது என்று தீவிரமாக நம்பிப் பரப்புரையும் செய்தார். கம்ப இராமாயணத்தின் மீதுள்ள தீவிர ஈடுபாடு காரணமாகத் தினமணி முன்னாள் ஆசிரியர் ஏ.என்.சிவராமன், கம்பன் அடிப்பொடி சா.கணேசன், பேராசிரியர் அ.ச. ஞானசம்பந்தன், சி.எம்.அழகர்சாமி, பழ பழநியப்பன் ஆகியோருடன் இணைந்து புகழ் வாய்ந்த 'சென்னை கம்பன் கழகத்தை' நிறுவியதுடன் அதன் தலைவராகவும் இறுதிவரை செயல்பட்டார். சென்னை உயர்நீதி மன்றத்தின் தலைமை நீதிபதியாகப் பதவியேற்ற முதல் இஸ்லாமியர் என்ற பெருமையும் இவருக்கு உண்டு. இவர் எழுதிய நூலைப் பாராட்டி காஞ்சி காமகோடி பரமாச்சார்ய மகாஸ்வாமிகள் பொன்னாடை அணிவித்து கௌரவித்தார். இவ்வாறு பல்வேறு சிறப்புகளைப் பெற்ற பெருந்தகை மறைந்த தமிழறிஞர் நீதியரசர் மு.மு.இஸ்மாயீல்.

தமிழகத்தின் கிழக்குக் கடற்கரை மாவட்டமான நாகப் பட்டினத்திலுள்ள நாகூரில் முகம்மது காசிம் மரக்காரயருக்கு மகனாக மு.மு.இஸ்மாயீல் 1921 பிப்ரவரி 8 ஆம் தேதி பிறந்தார். ஒன்பது வயதில் தாயையும் பதின்மூன்று வயதில் தந்தையையும் இழந்த நிலையில் உறவினர்களின் ஆதரவில் வளர்ந்தார். தாயோடு அறுசுவை போகும், தந்தையோடு கல்வி போகும் என்ற

பழமொழிக்கு ஏற்ப, வயிற்றுப் பசியறிந்து உணவூட்ட தாயும் அறிவுப் பசியறிந்து கல்வி புகட்ட தந்தையும் இல்லாத நிலையில், இளம் பருவத்தில் இஸ்மாயீல் அடைந்த துன்பங்கள் ஏராளம். மாட்டுக் கொட்டிலைக் கவனிப்பது உள்ளிட்ட கடுமையான வேலைகளையும் மேற்கொண்டாலும் படிப்பை மட்டும் எந்தச் சூழலிலும் கைவிடக் கூடாது என்ற மன உறுதியுடன் பாடங்களில் கவனம் செலுத்தினார்.

மகாவித்வான் ச.தண்டபாணி தேசிகர், டி.வேங்கடாச்சாரியார் ஆகியோரிடம் தனது கல்வியறிவை வளர்த்துக் கொண்டார். அவரது இளமைக் காலமும் பள்ளி வாழ்வும் நாகூரில்தான் கழிந்தன. படிப்பில் சுட்டியாகவும் மிகுந்த புத்திசாலியாகவும் இருந்தால், பள்ளி நிர்வாகம் அவருக்கு இரட்டைத் தேர்ச்சி வழங்கி, மூன்றாம் வகுப்பிலிருந்து நேரடியாக ஐந்தாம் வகுப்புக்கு அனுப்பியது. பாடகர் ஏ.வி.இரமணனின் தந்தையும், தமிழறிஞருமான ஆராவமுது ஐயங்காரிடம் பாடம் கேட்ட பெருமையும் இஸ்மாயிலுக்கு உண்டு. பெரும் புலவரிடம் ஆழமாகவும், பலமாகவும் போடப்பட்ட தமிழறிவுக்கான அஸ்திவாரமே, இஸ்மாயீல் பின்னாளில் சிறந்த பேச்சாளராகவும் எழுத்தாளராகவும் ஆய்வாளராகவும் சிறக்க உதவின.

எஸ்.எஸ்.எல்.சி. வகுப்பில் அதிக மதிப்பெண் பெற்றுப் பள்ளியில் முதல் மாணவராகத் தேர்வான மகிழ்ச்சியான செய்தியைச் சொல்ல இஸ்மாயீல் நாகூரிலிருந்து தனது ஆசிரியர் ஊரான கும்பகோணத்துக்கு 40 கிமீ பயணித்தார். இது குறித்து அவர் கூறுகையில் ‘அக்ரஹாரத்தில் வசிக்கும் எனது ஆசிரியர் நான் சொன்ன செய்தியைக் கேட்டதும் உவகையுடன் என்னைக் கட்டிப்பிடித்து வாழ்த்துச் சொன்னார். என்னுடைய இளமைப் பருவத்தில் இந்துக்களுக்கும் முஸ்லிம்களுக்கும் இடையே எந்தப் பிரச்னையும் இல்லை. எல்லா மதத்தவரும் சகோதர பாசத்துடனேயே பழகி வந்தனர். உருது வகுப்பு எடுக்கும் முஸ்லிம் ஆசிரியரைத் தவிர ஏனைய பாடங்களை எடுத்த ஆசிரியர்கள் அனைவரும் பிராமண சமூகத்தைச் சேர்ந்தவர்களே. அவர்கள் அனைவரும் சாதி, மதம் வேற்றுமை பார்க்காமல் என் மீது அன்பைப் பொழிந்தனர். நானும் எல்லோருக்கும் பிடித்த மாணவனாகவே நடந்து கொண்டேன்’ என்று பள்ளி நினைவுகளைப் பகிர்ந்துகொள்கிறார்.

பள்ளிக் காலத்தில் நாகப்பட்டினத்திலுள்ள மூதாட்டி ஒருவருக்கு பிரபல நாவலாசிரியர்களான வடுவூர் துரைசாமி ஐயங்கார், வை.மு. கோதைநாயகி அம்மாள் ஆகியோர் எழுதிய நாவல்களைப் படித்துக்

காட்டத் தொடங்கி, நாளடைவில் அதுவே நாவல்கள் மற்றும் இலக்கியங்கள் மீதான ஆர்வம் இயல்பாகவே அவருக்கு அதிகரிக்கக் காரணமானது.

அப்போதைய மதராஸ் ராஜதானியின் பிரிட்டிஷ் ஆளுநர், விழா ஒன்றில் பங்கேற்க இஸ்மாயீல் படித்துக் கொண்டிருந்த பள்ளி வழியாகத் தனது வாகனத்தில் பயணிக்க இருப்பதாக தகவல் வந்தது. இதனைத் தொடர்ந்து பள்ளியில் படித்துக் கொண்டிருந்த மாணவர்கள் அனைவரும் சாலையின் இரு பக்கங்களும் நின்று கொண்டு ஆளுநரைப் பார்த்துக் கை அசைத்து வாழ்த்துத் தெரிவிக்கப் பள்ளி நிர்வாகம் ஏற்பாடு செய்திருந்தது. இது பற்றி நீதியரசர் இஸ்மாயீல் பேசுகையில் 'மாணவர்களும் ஆசிரியர்களும் வரிசையில் நின்று கொண்டிருந்தோம். அப்போது என் வகுப்பு ஆசிரியர் கிருஷ்ணமூர்த்தி ஐயர் மற்றொரு ஆசிரியரிடம் 'என்றேனும் ஒரு நாள் நமது இஸ்மாயிலும் இதுபோல் கவர்னராக நிச்சயம் வருவான் என்று சொன்னது இன்னும் என் காதுகளில் ரீங்காரமிட்டுக் கொண்டிருக்கிறது. அவர் சொன்ன வாய் முகூர்த்தமோ என்னவோ 1980-ல் தமிழக ஆளுநர் பிரபுதாஸ் பட்வாரி பதவியை ராஜிநாமா செய்தபோது 22/10/1980 முதல் 04/11/1980 வரை தமிழகத்தின் பொறுப்பு ஆளுநராக நியமிக்கப்பட்டேன்' என்றார்.

நேஷனல் உயர்நிலைப் பள்ளியில் படித்துக் கொண்டிருக்கும் போது தமிழ்ச் சங்கப் பொறுப்பாளராக பாரதியார் படத் திறப்பு விழாவைச் சிறப்பாக நடத்தினார். பள்ளிப் படிப்பைத் தொடர்ந்து சென்னை மாநிலக் கல்லூரியில் இளநிலைப் பட்டம் பெற்றார். அப்போது விக்டோரியா மாணவர் விடுதியில் நோபல் பரிசு பெற்ற ரவீந்திரநாத் தாகூரின் உருவப் படத்திறப்பு விழாவையும் வெற்றிகரமாக முன்னின்று நடத்தினார். 1943-46-ல் சென்னை சட்டக் கல்லூரியில் சட்டம் படித்துக் கொண்டிருந்த போது மாணவர் தலைவராகவும், தமிழ்ச் சங்கத் தலைவராகவும் ஒருமனதாகத் தேர்வானார். சட்டக் கல்லூரி மாணவராக இருந்த போதே 1945 இல் விடுதலைப் போராட்ட வீரர் 'மௌலானா அபுல் கலாம் ஆசாத்' பற்றிய நூலை எழுதினார். இதற்கு முன்னுரை எழுதிப் பெருமைப்படுத்தியவர் மூதறிஞர் இராஜாஜி அவர்கள்.

மு.மு.இஸ்மாயீல் வாழ்க்கையில் மிகப் பெரிய மாற்றம் ஏற்படக் காரணமானவர் புகழ் பெற்ற காந்தியவாதியும், மகாத்மாவின் நூல்களை தொகுத்து வெளியிட்டவரும், மாநிலக் கல்லூரிப் பேராசிரியருமான கே.ஸ்வாமிநாதன் ஆவார். இஸ்மாயிலைத் தனது பிள்ளையாகவே கருதி ஆதரித்ததால், காந்திய சிந்தனைகளின்

தாக்கம் அவரது உள்ளத்தில் குடிகொண்டன. அசைவராக இருந்த இஸ்மாயீல் சைவ உணவுக்கு மாறியதும், கதர் ஆடையை மட்டுமே அணிவது என்று முடிவெடுத்ததற்கும், காந்தியடிகள் மீதிருந்த பக்தியும், கொள்கைகளுமே அடிப்படை ஆகும். காந்தியடிகளின் கட்டுரைகள் வெளியான 'ஹரிஜன்' ஏடுகளைச் சேகரித்துப் பொக்கிஷம் போல் கவனமுடன் பாதுகாத்து வந்தார்.

1946 முதல் 1959 ஆம் ஆண்டு வரை சென்னை உயர்நீதிமன்றத்தில் வழக்குரைஞராகவும், 1959 ஆம் ஆண்டு முதல் 1967 வரை தமிழ்நாடு அரசின் கூடுதல் தலைமை வழக்குரைஞராகவும் பணியாற்றினார். வழக்கறிஞராக இருந்தபோதே 1946 - 1951 வரை சென்னை விவேகானந்தா கல்லூரியிலும், 1951 - 59 வரை சென்னைச் சட்டக் கல்லூரியிலும் பகுதி நேரச் சட்ட விரிவுரையாளராகவும் வேலை பார்த்தார். பணத்துக்காக வாதாடும் சில வழக்கறிஞர்களுக்கு நடுவே நியாயத்துக்காக மட்டுமே வாதாடினார். வழக்கறிஞர் பணியில் இவர் பின்பற்றிய நேர்மை காரணமாக 1967 பிப்ரவரியில் டெல்லி உயர்நீதி மன்றக் கூடுதல் நீதிபதியாக நியமிக்கப்பட்டார். அதே ஆண்டு நவம்பரில் சென்னை உயர்நீதி மன்ற நீதிபதியாகச் சென்னைக்கு மாற்றப்பட்டார்.

1979-ல் சென்னை உயர்நீதி மன்றத்தின் தலைமை நீதிபதியாகப் பதவி ஏற்றார். 'தாமதிக்கப்படும் நீதி மறுக்கப்படும் நீதிக்குச் சமம்' மற்றும் 'ஆயிரம் குற்றவாளிகள் சட்டத்தில் இருக்கும் ஓட்டைகளைப் பயன்படுத்தித் தப்பித்துக் கொண்டாலும் ஒரு நிரபராதி கூடத் தண்டிக்கப்படக் கூடாது' ஆகியவற்றைக் கொள்கையாகவே கடைப்பிடித்தார். வாய்தா வாங்கி இழுத்தடிக்காமல் வழக்குகளை விரைந்து முடிக்க வழக்கறிஞர்களுக்கு உத்தரவிட்டார். வரலாற்றுச் சிறப்பு மிக்க பல தீர்ப்புகளை வழங்கிய பெருமையும் இவருக்கு உண்டு. இவரது நேர்மையான மற்றும் நடுநிலையான தீர்ப்புகள் வழக்கறிஞர்கள் மத்தியில் மட்டுமின்றி மக்கள் மத்தியிலும் பரவலாகப் பேசப்பட்டன.

1977-ல் மத்தியில் ஜனதா அரசு பதவி ஏற்றதைத் தொடர்ந்து முந்தைய இந்திரா காந்தி ஆட்சியில் 1975-77 வரை அமலான நெருக்கடி நிலையின்போது நடைபெற்ற காவல் துறை அத்துமீறல்களை விசாரிக்க நீதிபதி இஸ்மாயீல் தலைமையில் விசாரணைக் கமிஷன் அமைக்கப்பட்டது. குறிப்பாகச் சென்னை மத்தியச் சிறையில் எதிர்க் கட்சித் தலைவர்கள் கடுமையாகத் தாக்கப்பட்டது தொடர்பான உண்மைத் தகவல்களைக் கண்டறியவும் இவர் நியமிக்கப்பட்டார்.

‘பதவியில் இருக்கும் அரசியல் தலைவர்கள் அடிக்கடி மாறக் கூடியவர்கள். அவர்களைத் திருப்திப்படுத்த அரசு அதிகாரிகள் முயன்றால் தங்கள் கொள்கைகளையும் அடிக்கடி மாற்றிக் கொள்ள வேண்டியிருக்கும். எனவே சட்டத்துக்கு உட்பட்டு நியாயமாகவும், நேர்மையாகவும், மனசாட்சிக்கு விரோதமின்றி ஒவ்வொரு அரசு அதிகாரியும் நடந்து கொள்ள வேண்டியது கட்டாயம்’ என்ற குறிப்புடன் தீர்ப்பு வழங்கினார். அவரச நிலைமையின்போது ஆட்சியில் இருந்த அரசியல் தலைவர்களைத் திருப்திப்படுத்தச் சிறையில் அடைக்கப்பட்ட எதிர்க் கட்சித் தலைவர்களிடம் சிறைத் துறை அதிகாரிகள் கடுமையாக நடந்து கொண்டது மறுக்க முடியாத உண்மை என்று ஆய்வறிக்கை சமர்ப்பித்தார். நீதிபதி இஸ்மாயீல் ஆணைய அறிக்கை (Justice Ismail Commission Report) தமிழகத்தில் மட்டுமின்றி இந்தியா முழுவதும் பெரும் அதிர்வலைகளை ஏற்படுத்தியது.

1980 மத்தியில் இந்திரா மீண்டும் பிரதமரானார். ஆளுநராக இருந்த பிரபுதாஸ் பட்வாரி பதவி விலகியதைத் தொடர்ந்து நிதியரசர் இஸ்மாயீல் தமிழகத்தின் பொறுப்பு ஆளுநராக 22/10/1980 முதல் 04/ 11/1980 வரை நியமிக்கப்பட்டார். ஆளுநர் பதவி விலகினால் வேறு மாநில ஆளுநரிடம் சம்பந்தப்பட்ட மாநிலத்தையும் சேர்ந்து கவனிக்கும் கூடுதல் பொறுப்பு அளிக்கப்படுவதே வழக்கமான நடைமுறை. இருப்பினும் சென்னை உயர்நீதி மன்றத்தின் தலைமை நீதிபதியாக இருந்த இஸ்மாயிலைத் தமிழகத்தின் பொறுப்பு ஆளுநராக நியமித்தது சமன் செய்து சீர்தூக்கும் துலாக்கோல் போன்ற அவரது நீதி நெறி தவறாத குணத்துக்கான அங்கீகாரமாகவே கருத வேண்டும்.

என்னதான் நியாயமாகவும் நேர்மையாகவும் நடந்து கொண்டாலும் ஆட்சி மாறும் போது காட்சியும் மாறுவதைத் தவிர்க்க முடியாது. தராசுத் தட்டின் முள்ளுக்கு நிகரான தீர்ப்புகளை வழங்கும் நடுநிலையாளர் என்ற பெருமை பெற்ற இஸ்மாயீல், அவசர நிலைமையின் போது நடைபெற்ற கொடுமைகளையும் பாரபட்சம் இல்லாமல், தீர விசாரித்து ஆய்வறிக்கை சமர்ப்பித்தார். மத்தியில் மீண்டும் ஆட்சிக்கு வந்த சிலர் இதை ஜீரணிக்க முடியாததால், இஸ்மாயீல் சென்னை உயர்நீதி மன்றத்தில் இருந்து கேரள உயர்நிதி மன்றத் தலைமை நீதிபதியாக அதிரடியாகப் பணியிட மாற்றம் செய்யப்பட்டார்.

பல்வேறு முக்கிய வழக்குகளுக்கான தீர்ப்பு நிலுவையில் இருந்த நிலையில் இந்தத் திடீர் பணியிட மாற்றம் இஸ்மாயிலுக்குப்

பெருத்த மன வேதனையை அளித்தது. அரசு வேலையில் பணியிட மாற்றம் சகஜம் என்றாலும் கூட, அரசியல் நிர்பந்தம் மற்றும் உள்நோக்கம் காரணமாக நடைபெற்றதால், அவரால் இயல்பாக எடுத்துக் கொள்ள முடியவில்லை. ஆகவே தனது எதிர்ப்பைத் தெரிவிக்கும் வகையில், மிகுந்த வருத்தத்துடன் 1981 ஜூலை 8 ஆம் தேதி சென்னை உயர் நீதிமன்றத் தலைமை நீதிபதி பதவியை ராஜிநாமா செய்தார். நீதிபதிகள், வழக்கறிஞர்கள், பொது மக்கள் ஆகியோர் மத்தியில் இவரது பதவி விலகல் சலசலப்பை ஏற்படுத்தியது.

'ஒரு வாசல் மூடினால் மற்றொன்று திறக்கும்' என்பதும் 'ஒரு துறையின் இழப்பு இன்னொரு துறையின் இலாபம்' என்பதும் நீதிபதி இஸ்மாயீல் விஷயத்திலும் நூற்றுக்கு நூறு உண்மையாயிற்று. உயர்நீதி மன்றக் கதவுகள் மூடிய நிலையில் தமிழ் இலக்கியக் கதவுகள் அவரை இருகரம் நீட்டி வரவேற்றன. நீதித்துறையின் இழப்பு இலக்கியத்துறைக்கான லாபமானது.

கம்ப இராமாயணத்தில் ஆய்ந்தும், தோய்ந்தும், ஆழங்கால்பட்ட அறிவும் கொண்டவர் நீதியரசர் இஸ்மாயீல். கம்பன் மீதுள்ள தீவிர ஈடுபாடு காரணமாகத் தினமணி முன்னாள் ஆசிரியர் ஏ.என்.சிவராமன், கம்பன் அடிப்பொடி சா.கணேசன், பேராசிரியர் அ.ச.ஞான சம்பந்தன், சி.எம்.அழகர்சாமி, பழ பழநியப்பன் ஆகியோருடன் இணைந்து புகழ் வாய்ந்த 'சென்னை கம்பன் கழகத்தை' நிறுவியதுடன் வாழ்நாள் இறுதிவரை அதன் தலைவராகவும் செயல்பட்டார்.

இஸ்மாயீல் மனத்தைக் கம்பர் முழுமையாகக் கொள்ளை கொண்டு விட்டார் என்றேதான் சொல்ல வேண்டும். சொற்பொழிவைக் கேட்ட அன்பர்கள் அவரது உரை வீச்சில் சொக்கிப் போனார்கள். அவர் பேசாத மேடை இல்லை என்று சொல்லும் அளவுக்கு தமிழகம் முழுவதும் பயணித்துக் கம்பன் புகழையும் அவன் படைத்த இராம காதையின் சுவையையும் பரப்பினார். சொற்பொழிவாளராக மட்டுமின்றிச் சிறந்த எழுத்தாளராகவும் விளங்கினார் இஸ்மாயீல். விளையும் பயிர் முளையிலேயே தெரியும் என்பதுபோல், சட்டக் கல்லூரி மாணவராக இருந்தபோதே அவரது எழுத்தாற்றல் பளிச்சிட்டது. 'மௌலானா அபுல் கலாம் ஆசாத்' பற்றிய அவரது முதல் நூலுக்கு மூதறிஞர் இராஜாஜி அளித்த முன்னுரையே இதற்குச் சான்று.

கம்ப இராமாயணம் பற்றிய திறனாய்வுக் கட்டுரைகளையும், தொடர்களையும் பல்வேறு பத்திரிகைகளில் எழுதிக் குவித்தார். பத்திரிகைகள் தங்கள் இதழ்களுக்காக அவரது கட்டுரைகளைப்

போட்டி போட்டு வாங்கிப் பிரசுரித்தன. 'கம்பன் கண்ட சமரசம்', 'மும்மடங்கு பொலிந்தன', 'உந்தும் உவகை', 'இலக்கிய மலர்கள்', 'ஒரு மறக்க முடியாத அனுபவம்', 'கம்பன் கண்ட இராமன்', 'செவிநுகர் கனிகள்', 'வள்ளலில் வள்ளல்', 'அல்லாவுக்கு ஆயிரம் நாமங்கள்' 'பழைய மன்றாடி', 'நினைவுச் சுடர்', 'சூதாயினும்', 'உலகப் போக்கு', 'நயத்தகு நாகரிகம்', 'இனிக்கும் இராஜ நாயகம்', 'மூன்று வினாக்கள்' உள்பட 20க்கும் அதிகமான நூல்களை எழுதி உள்ளார்.

இவற்றுள் 'வாலி வதம்' பற்றிப் பல கோணங்களில் இருந்து அணுகிக் காலாகாலமாக அது பற்றித் தொடர்ந்து வந்து கொண்டிருக்கும் வாதப் பிரதிவாதங்களுக்குத் தனது முடிவாக நீதியரசர் இஸ்மாயீல் எழுதிய நூல் தான் 'மூன்று வினாக்கள்'. இது 1985 ஆம் ஆண்டு சென்னைக் கம்பன் கழக ஆதரவில் அமரர் ஏவி.எம். இரண்டாம் ஆண்டு நினைவாக அவர் ஆற்றிய சொற்பொழிவின் நூல் வடிவே ஆகும். இந்நூலில் வாலி வதையை வால்மீகி மற்றும் கம்பன் எழுதிய காவியங்களின் அடிப்படையில் அவற்றை முழுமையாக ஆய்வு செய்து, கீழ்க்காணும் மூன்று கேள்விகளையும் எழுப்பியதுடன் அவற்றுக்கான பதில்களையும் தனது நோக்கில் விளக்கி உள்ளார்:

1. வாலி இராமனால் கொல்லப்பட வேண்டியவன்தானா?
2. வாலியை இராமன் கொன்ற முறை சரிதானா?
3. வாலியைக் கொல்ல இராமன் கையாண்ட முறையால் இராமனது பெயரும் புகழும் பங்கப்பட்டனவா?

இது குறித்து இந்நூலுக்கான முன்னுரையில் 'பல மேடைகளில் பேசியதுடன் எண்ணற்ற பட்டிமன்ற நிகழ்ச்சிகளுக்குத் தலைமையும் தாங்கி உள்ளேன். இதன் காரணமாகக் கம்பனின் காவிய நயம், கற்பனை வளம், சிந்தனைச் செறிவு, சொற்செட்டு, இலட்சியப் பார்வை, ஞானப் போக்கு, கதை அமைப்பு, காப்பியக் கட்டுக் கோப்பு என ஒவ்வொன்றையும் தனித்தனியாகவும், ஒன்றின் பின்னணியில் பிறவற்றையும் பல கோணங்களில் ஆழ்ந்து, ஆய்வு செய்யும் பேறு எனக்குக் கிட்டியது' என்கிறார் நீதியரசர் இஸ்மாயீல்.

கொள்கைகளை மாற்றிக் கொள்வது எளிதல்ல. அவசியமும் இல்லை. ஆனால் கடவுள் என்பதற்கும், அவதாரம் என்பதற்கும் உள்ள வித்யாசத்தை உணருதல் சாத்தியமானால் போதும். இலக்கியத்தை ரசிக்கலாம். கதையின் போக்கையும், பாத்திரத்தின் இயல்பையும் ரசிக்க வேண்டிய நிலையில், 'கடவுள் இப்படிச் செய்திருப்பாரா? இத்தகைய செயல் இறைவனுக்குத் தகுமா?'

என்றெல்லாம மனதைக் குழப்பிக் கொள்ளத் தேவையில்லை. கடவுளுக்கு எது அடுக்கும், எது அடுக்காது என்று நாமாகத் தீர்மானித்து அதற்குத் தக்கபடி விளக்கம் கூற வேண்டிய நிர்பந்தமும் இல்லை. மண்ணுலகிலே மனிதனாக அவதரித்த விவரம் மனத்திலே ஊன்றி நின்றால், இராமன் திருமாலின் அம்சம் என்ற நம்பிக்கை இலக்கிய ரசனைக்கு இடைஞ்லாக இருக்காது. கடவுளுக்கும் காவியத்துக்கும் விரோதமின்றி கவிஞர்களைப் பாராட்டி ரசிக்கலாம்' என்பதுதான் நீதியரசர் இஸ்மாயிலின் முடிவு. வாலியைக் கொல்லும் நிலையில், இராமனை தெய்வ வடிவில் காணாமல் மனித வடிவில் காண்கிறார் நீதியரசர் இஸ்மாயீல்.

வாலி வதம் என்பது இராம காதையில் வரும் ஒரு சிறு பகுதியே. இருப்பினும் இந்த நூலைப் படிக்கும் போது இராமாயணம் முழுவதையுமே படித்த உணர்வு ஏற்படும். நக்கீரனின் திருமுருகாற்றுப்படை நூலில் இருந்தே கம்பன் வாலி வதம் பற்றிய கருத்தை எடுத்துக்கொண்டான் என்னும் நீதியரசர் இஸ்மாயிலின் பதிவு, புதுமையும், அழகும் நிறைந்த திறனாய்வாகும்.

இந்நூல் வெளி வந்த போது ஒரு சில விமர்சனங்கள் எழுந்தாலும், பாராட்டுகளே அதிகம் குவிந்தன. அதிலும் குறிப்பாக உலகம் போற்றும் உத்தமர், நடமாடும் தெய்வம் என்று போற்றிப் புகழப்படும் காஞ்சி காமகோடி பீடாதிபதி பரமாச்சாரியார் அவர்கள் நீதியரசர் இஸ்மாயீல் எழுதிய 'மூன்று வினாக்கள்' நூலை அகமகிழ்ந்து பாராட்டி உள்ளார். இது குறித்து நீதியரசர் இஸ்மாயீல் கூறுகையில் '12/10/85 அன்று காஞ்சி பரமாச்சாரியார் அவர்களை நான் சந்திக்கச் சென்றிருந்தேன். நீண்ட நேரம் உரையாடிக் கொண்டிருந்த போது நான் எழுதிய 'மூன்று வினாக்கள்' நூல் பற்றியும் பேச்சு வந்தது. முகமலர்ச்சியுடன் என்னைப் பார்த்து 'நீங்கள் சீஃப் ஜஸ்டிஸ். ராமனுக்கு ஜஸ்டிஸ் பண்ணிவிட்டீர்கள்' என்று சொன்னதுடன் எனக்குப் பொன்னாடை போர்த்தி வாழ்த்தினார். இந்த நூலைப் பொறுத்தவரை இதை விட வேறு எந்த உயர்ந்த பெருமையையும் நான் எதிர்பார்த்திருக்க முடியாது' என்று நெகிழ்கிறார்.

தொடர்ந்து காஞ்சிப் பெரியவரிடம் பேசிக்கொண்டிருந்த போது 'ஒருவர் எந்த மதத்தில் பிறக்கிறாரோ, அந்த மதத்தின் ஆன்மிக நெறிகளை அனுசரித்து வாழவேண்டும். அந்த வகையில் நீங்கள் உங்களுடைய மதத்தை நன்றாகப் பின்பற்றுங்கள். கம்ப ராமாயணம் சொற்பொழிவு போலச் சீறாப் புராணம் என்ற அழகிய இஸ்லாமிய தமிழ் இலக்கியத்தைப் பற்றியும் சொற்பொழிவு செய்யுங்கள். இரண்டுமே மக்களைப் போய்ச் சேரட்டும். நபிகள் நாயகம்

ஆறுவேளை தொழுகை பண்ணினார். அவர் போல் முடிந்தால் நீங்களும் பண்ணுங்கள்' என்று சொன்னதையும் நீதியரசர் இஸ்மாயீல் மறக்காமல் குறிப்பிடுகிறார்.

சென்னை ஸ்ரீராமகிருஷ்ண மடத்தின் சார்பாக நடைபெற்ற நிகழ்ச்சிகளில் ஸ்ரீராமகிருஷ்ண பரமஹம்சர், சுவாமி விவேகானந்தர் ஆகியோர் பற்றியும் சொற்பொழிவுகள் நிகழ்த்தி உள்ளார். இந்து மத உபநிஷதங்கள் பற்றி தெரிந்து கொள்ள அண்ணா சுப்ரமண்யம் மொழிபெயர்த்த உபநிஷத நூல்களை கைவசம் வைத்திருப்பார். வேதாந்த கேசரி மற்றும் ஸ்ரீராமகிருஷ்ண விஜயம் பத்திரிகைகளின் ஆயுள் சந்தாதாரராக இருந்துள்ளார். சாதி மத வேறுபாடுகளைக் கடந்து அனைவரும் நல்லிணக்கத்துடன் நடந்துகொள்ளவேண்டும் என்பதற்கு உதாரணமாக வாழ்ந்தவர் நீதியரசர் இஸ்மாயீல்.

பிரதிவாதி பயங்கரம் அண்ணங்கராச்சாரியார் நீதியரசர் இஸ்மாயிலுக்குக் கடிதங்கள் எழுதும்போது, 'உலகம் போற்றும் உத்தமர்' என்று தொடங்கிக் கடிதம் எழுதும் அளவுக்கு அவர் மேல் அன்பும் மதிப்பும் கொண்டிருந்தார்.

கம்பராமாயண மூலநூலை மெல்லிய உறுதியான தாளில் முழுமையான கையடக்க ஆராய்ச்சிப் பதிப்பாகப் பதிப்பித்த பெருமை நீதியரசர் இஸ்மாயிலுக்கு உண்டு. தமிழ் அறிஞர்கள் தெ.பொ.மீனாட்சிசுந்தரம், அ.ச.ஞானசம்பந்தன், தெ.ஞானசுந்தரம் ஆகியோர் அந்தப் பதிப்புக் குழுவில் இடம் பெற்றிருந்தார்கள். பொது மக்கள் இடையே இந்நூல் மிகப் பெரிய வரவேற்பைப் பெற்றதால், இந்தப் பதிப்புப் பணி இஸ்மாயிலின் மிகப் பெரிய சாதனை என்று சொன்னாலும் மிகையில்லை.

1976-ல் நடைபெற்ற கம்பன் விழாவில் இதன் முதல் பதிப்பு வெளியாயிற்று. ஒரு இலக்கிய நூலை வாங்குவதற்கு இவ்வளவு போட்டா போட்டியா என்று சொல்லும் அளவுக்கு ஆயிரத்துக்கும் மேலான கம்பன் அன்பர்கள் அந்தப் பதிப்பை விலை கொடுத்து வாங்க வரிசையில் நெடுநேரம் காத்து நின்றார்கள். வாங்குவதற்குப் பெரும் போட்டி நிலவியதால், காவல்துறையினர் தலையிட்டு வரிசையை ஒழுங்கு செய்ய வேண்டியிருந்தது என்று சொன்னால் நம்புவது கடினமே!

'கடவுள் நம்பிக்கையும், தன்னம்பிக்கையுமே வாழ்க்கையில் வெற்றி பெற முக்கியக் காரணங்கள். எதிலும் நேர்மையையும், சத்தியத்தையும் கடைப்பிடித்தால் கடவுள் அருள் தானாக வரும். எனது பள்ளி மற்றும் கல்லூரி ஆசிரியர்கள், குறிப்பாகப் பேராசிரியர் கே.சுவாமிநாதன் போன்ற உத்தமர்கள் ஆதரவும் என் வெற்றிக்குக்

காரணம்' என்று தன்னுடைய வளர்ச்சிக்கு வித்திட்ட ஆசிரியர்கள் பற்றி அடிக்கடி நினைவு கூர்வார்.

நெல்லைக் கம்பன் கழகத்தின் 'கம்ப இராமாயண கலங்கரை விளக்கம்', அண்ணாமலைப் பல்கலைக்கழகத்தின் 'டாக்டர்' பட்டம், மதுரை ரோட்டரி சங்கத்தின் 'பால் ஹாரிஸ் ஃபெலோஷிப்', தமிழக அரசின் 'கலைமாமணி', ஆழ்வார் ஆய்வு மையத்தின் 'இராமானுஜர் விருது', சென்னை நாரத கான சபாவின் 'இராம ரத்தினம்', 'இயல் செல்வம்', சேவா இரத்தினம்' உள்பட நீதியரசர் இஸ்மாயிலின் தமிழ்த் தொண்டைப் பாராட்டிப் பல்வேறு அமைப்புகள் பட்டங்களையும் விருதுகளையும் வழங்கிக் கௌரவித்துள்ளன.

மூதறிஞர் இராஜாஜி, தீரர் சத்தியமூர்த்தி, பெருந்தலைவர் காமராஜர், பேரறிஞர் அண்ணா, கலைஞர் கருணாநிதி, எம் ஜி ஆர் ஆகியோருடன் நெருங்கிப் பழகிய நீதியரசர் இஸ்மாயீல் 2005ஆம் ஆண்டு ஜனவரி 17ஆம் தேதி தனது 84 ஆவது வயதில் காலமானார்.

முன்னாள் முதல்வரும், திமுக தலைவருமான கருணாநிதி உள்பட ஏராளமான தமிழ் அறிஞர்களும், நீதி அரசர்களும், அரசியல் கட்சித் தலைவர்களும் அவரது பூத உடலுக்கு மலர் வளையம் வைத்து அஞ்சலி செலுத்தினார்.

'நீதிமன்றத்துக்கும், நீதித் துறைக்கும் பெருமை சேர்த்த நீதிபதிகளில் இஸ்மாயீல் முக்கியமானவர். தனது இஸ்லாமிய மத நம்பிக்கைக்கு எந்தப் பழுதும் வராமல், கம்ப ராமாயணத்தைப் பெரும் இலக்கியமாக மதித்து அதில் காட்டிய புலமை பிரமிக்கத்தக்கது' என்று நீதியரசர் இஸ்மாயீல் மறைவை ஒட்டி விடுத்த இரங்கல் செய்தியில் தெரிவித்துள்ளார் துக்ளக் சோ. மேலும் 'இஸ்மாயீல் போன்ற நீதிபதிகள் இந்த நாட்டில்தான் உருவாக முடியும். அவரைப் போன்றவர்கள் தோன்றுகிற இந்த பூமிக்கு நல்ல எதிர்காலம் உண்டு என்பதில் என்ன சந்தேகம்?' என்று ஒருமுறை முன்னாள் பிரதமர் மொரார்ஜி தேசாய் தன்னிடம் சொன்னதாகவும் சோ குறிப்பிட்டுள்ளார்.

நீதியரசர் இஸ்மாயீல் மறைவை ஒட்டி தமிழறிஞர் சொ.சொ.மீ.சுந்தரம் எழுதிய இரங்கல் கவிதை:

தானுயர்ந்து தமிழ்காக்கும் தஞ்சை மண்ணில்
சடையப்பன் மறுபிறவி பெற்று விட்டான்
வானுயர்ந்த மனுநீதிச் சோழன் இன்று
மறுபடியும் நீதிபதி ஆகி விட்டான்
கோனுயரக் கொடைகொடுத்த சீதக் காதி

கொடுத்தகொடைப் பயனெல்லாம் ஒன்று சேர்ந்தே
மானுடத்தின் வெற்றியினை மீண்டும் காட்ட
வடிவெடுத்தே இஸ்மாயீல் வந்து நின்றார்

'இஸ்லாமியராக இருந்து கொண்டு கம்ப இராமாயணத்தைப் படிப்பது முறையா? என்ற கேள்வி எழுந்த போது 'கம்ப இராமாயணத்தை அதன் இலக்கிய நறுஞ்சுவைக்காகப் படிக்கிறேன். தமிழ் இலக்கியத்துக்குக் கவிச் சக்கரவர்த்தி வழங்கிய பெரும் கொடை கம்ப இராமாயணம். ஆகவே எந்த மதத்தவரும் அமிழ்தம் நிகர்த்த அருந்தமிழின் சுவையைப் பருகக் கம்ப இராமாயணத்தைத் தாராளமாகப் படிக்கலாம்' என்றார். தமிழின் பக்தி இலக்கியம், மதங்களைக் கடந்து, தமிழர்கள் அனைவரையும் ஒன்றாக இணைக்கும் ஆற்றல் பெற்றது என்பதற்கு நீதியரசர் இஸ்மாயிலின் கம்பராமாயண ஈடுபாடும் புலமையும் ஓர் எடுத்துக்காட்டு.

உதவிய நூல்கள்

1. தமிழ் வளர்த்த நல்லறிஞர்கள், குன்றக்குடி பெரிய பெருமாள்
2. விடுதலைப் போரில் தமிழ் வளர்ந்த வரலாறு, ம பொ சிவஞானம்
3. விடுதலைக்குப் பின் தமிழ் வளர்ந்த வரலாறு, ம பொ சிவஞானம்
4. இலக்கிய எதிரிகள், ம பொ சிவஞானம்
5. இவர்கள் இன்னும் இருக்கின்றார்கள், கவிஞர் வாலி
6. சங்கத் தமிழ் முதல் கவியரசுத் தமிழ் வரை, நடிகர் சிவகுமார்
7. மறக்க முடியாத மனிதர்கள், தமிழருவி மணியன்
8. தமிழ் வளர்த்த வழக்கறிஞர்கள், மு விவேகானந்தன்
9. தமிழ் வளர்த்த சான்றோர்கள், இரா சண்முகவடிவேல்
10. செந்தமிழ் வளர்த்த செம்மல்கள், பட்டுக்கோட்டை பவளவண்ணன்
11. தடம் பதித்த தமிழறிஞர்கள், முனைவர் இராம குருநாதன்
12. தமிழர் முகங்கள், முனைவர் வ வே சு
13. தமிழுக்குத் தொண்டு செய்த பிறநாட்டு, அறிஞர்கள் அறிஞர் பி இராமநாதன்
14. அன்னைத் தமிழுக்கு அணி சேர்த்தவர்கள், பட்டுக்கோட்டை பவளவண்ணன்
15. அ ச ஞானசம்பந்தன், நிர்மலா மோகன்
16. ஔவை துரைசாமிப் பிள்ளை, ச சாம்பசியனார்

17. பாரதியார், பிரேமா நந்தகுமார்

18. உரிமைக் கவிஞர் பாரதியார், புலவர் அரசு

19. பாரதியார் கட்டுரைகள், கதைகள், பாடல்கள்
வர்த்தமானன் பதிப்பகம்

20. தொல்காப்பியர் முதல் பாரதியார் வரை, ம பொ சிவஞானம்

21. பாரதி 60, நல்லி குப்புசாமி செட்டியார்

22. பரிசு பெறாத பாரதி பாடல், செ திவான்

23. பாரதியின் பேரறிவு புலவர், இரா இராமமூர்த்தி

24. பாரதியார் கடிதங்கள், ரா அ பத்மநாபன்

25. பாரதிதாசன், முருகு சுந்தரம்

26. பாரதிதாசன் கவிதைகள், பாரி நிலையம்

27. கவிமணி தேசிக விநாயகம் பிள்ளை, தே வேலப்பன்

28. தேவநேயப் பாவாணர், புலவர் இறைக்குருவனார்

29. தேவநேயப் பாவாணர், இரா இளங்குமரன்

30. ஜி யூ போப் தமிழ்ப் பணி, முனைவர் இராம குருநாதன்

31. ஹெச் ஏ கிருஷ்ண பிள்ளை, யோ ஞான சந்திர ஜான்சன்

32. கா அப்பாதுரையார், கு வெ பாலசுப்பிரமணியன்

33. புதியதோர் உலகம் செய்வோம், கா அப்பாதுரையார்

34. பண்டிதமணி கதிரேசன் செட்டியார், நிர்மலா மோகன்

35. கி வா ஜகந்நாதன், நிர்மலா மோகன்

36. குன்றக்குடி அடிகளார், கிருங்கை சேதுபதி

37. ம பொ சிவஞானம், புலவர் மு சுப்பையன்

38. ம பொ சிவஞானம், பெசு மணி

39. ம இராசமாணிக்கனார், இரா கலைக்கோவன்

40. மனோன்மணீயம் சுந்தரம் பிள்ளை, சைவ சித்தாந்த
நூற்பதிப்புக் கழகம்

41. மறைமலை அடிகள், இளங்குமரன்

42. மு வரதராசனார், பொன் சௌரிராஜன்

43. நாமக்கல் இராமலிங்கம் பிள்ளை, கி ர அனுமந்தன்

44. பரிதிமாற் கலைஞர், வி சு கோவிந்தன்

45. புலவர் குழந்தை, கு அரசேந்திரன்
46. ரா பி சேதுப்பிள்ளை, ச கணபதிராமன்
47. கால்ட்வெல் சரிதம், ரா பி சேதுப்பிள்ளை
48. நாவலர் சோமசுந்தர பாரதியார், ச சாம்பசிவனார்
49. திரு வி கலியாணசுந்தர முதலியார், ம ரா போ குருசாமி
50. திரு வி கலியாணசுந்தரனார், புலவர் அரசு
51. உ வே சாமிநாத ஐயர், கி வ ஜகந்தாதன்
52. என் சரித்திரம், உ வே சாமிநாத ஐயர்
53. என் ஆசிரியர் பிரான், கி.வா. ஜகந்நாதன்
54. வ சு ப மாணிக்கம், இரா மோகன்
55. வ உ சிதம்பரனார் சுயசரிதை, வ உ சிதம்பரனார்
56. கப்பலோட்டிய தமிழன், ம பொ சிவஞானம்
57. வ உ சிதம்பரனார், மா ரா அரசு
58. நான் கண்ட நாலவர், வெ சாமிநாத சர்மா
59. வ வே சு ஐயர், கோ செல்வம்
60. ஜீவா வாழ்வில் நூறு சம்பவங்கள், எம் ஏ பழநியப்பன்
61. இலக்கியத்தில் காதல், கவிஞர் கண்ணதாசன்
62. தமிழ்த் தாமரை, ஔவை துரைசாமிப் பிள்ளை
63. இலக்கிய மெல்லுரை, மா செல்வராசன்
64. தமிழ் இலக்கிய வரலாறு, தேவநேயப் பாவாணர்
65. தமிழ் இலக்கிய வரலாறு, டாக்டர் மு வரதராசன்
66. தமிழ் இலக்கிய வரலாறு, தெ பொ மீனாட்சிசுந்தரனார்
67. தமிழ் இலக்கிய வரலாறு, கா சு பிள்ளை
68. தமிழ் இலக்கிய வரலாறு, முனைவர் சுபாஷ் சந்திர போஸ்
69. தமிழ் இலக்கிய வரலாறு, டாக்டர் ரா சீனுவாசன்
70. தமிழ் இலக்கிய வரலாறு, டாக்டர் சி பாலசுப்பிரமணியன்
71. தமிழ் இலக்கிய வரலாறு, ஜெ ஸ்ரீசந்திரன்
72. தமிழ் இலக்கிய வரலாறு, டாக்டர் பூவண்ணன்
73. தமிழ் இலக்கிய வரலாறு, அ ஜெயம் / சந்திரலேகா

74. ரசிக்கவும் சிந்திக்கவும் 150 இலக்கிய நிகழ்ச்சிகள், எஸ் சந்திரா
75. 200 பிரபலங்கள்: மறக்க முடியாத நிகழ்ச்சிகள், அப்பாஸ் மந்திரி
76. உணர்வின் எல்லை, டாக்டர் ந சஞ்சீவி
77. பாவலர் விருந்து, பரிதிமாற் கலைஞர்
78. கடற்கரையிலே.., ரா பி சேதுப்பிள்ளை
79. நல்லுரைக் கோவை, உ வே சாமிநாத ஐயர்
80. பாடல் திரட்டு, வ உ சிதம்பரம் பிள்ளை
81. தமிழர் திருமணத்தில் தாலி, மா இராசமாணிக்கனார்
82. மூன்று வினாக்கள், நீதியரசர் மு மு இஸ்மாயீல்
83. தமிழ்ப் பெரியார்கள், வ ராமசாமி
84. தமிழ் சுடர் மணிகள், எஸ் வையாபுரிப் பிள்ளை
85. தமிழ்க்கடல் அலை ஓசை பரவும் தமிழ் மாட்சி, பேராசிரியர் கா அன்பழகன்
86. இலக்கிய முன்னோடிகள், திருப்பூர் கிருஷ்ணன்
87. இலக்கிய யுத்தங்கள், கவிஞர் கண்ணதாசன்
88. தமிழ் இலக்கியத் தகவல் களஞ்சியம், முனைவர் தேவிரா

உதவிய வலைதளங்கள்

https://groups.google.com/d/topic/mintamil

https://ta.wikipedia.org

www.maalaimalar.com

tamil.thehindu.com

www.dinamani.com

worldtamilforum.com/historical_facts

https://koottanchoru.wordpress.com

www.dailythanthi.com

www.tamilheritage.org

https://tamililakkiyangal.blogspot.com

www.tamilonline.com/thendral/article

www.ingramcontent.com/pod-product-compliance
Lightning Source LLC
LaVergne TN
LVHW060316051026
849517LV00004B/1134

* 9 7 8 9 3 8 6 7 3 7 4 7 2 *